ஆனந்தரங்கப்பிள்ளை நாட்குறிப்பு

கோ.செங்குட்டுவன்

விழுப்புரத்தில் பிறந்து வளர்ந்து வசித்து வருபவர். தினகரன், தினமலர், தினமணி நாளிதழ்களிலும் குமுதம் வார இதழிலும் சன் டிவியிலுமாக ஊடகத் துறையில் 20 ஆண்டுகாலம் செய்தியாளராகப் பணியாற்றியவர். கலை, இலக்கியம், பண்பாடு மற்றும் வரலாற்று அமைப்புகளில் பங்கேற்று இயங்கி வருபவர். இவருடைய சமீபத்திய நூல்கள் 'கூவம் - அடையாறு - பக்கிங்காம்: சென்னையின் நீர்வழித்தடங்கள்', 'மதுவிலக்கு: நேற்று இன்று நாளை', 'சமணர் கழுவேற்றம்: ஒரு வரலாற்றுத் தேடல்'.

ஆனந்தரங்கப்பிள்ளை நாட்குறிப்பு

கோ. செங்குட்டுவன்

கிழக்கு

ஆனந்தரங்கப்பிள்ளை நாட்குறிப்பு

AnandarangaPillai Naatkurippu

Ko. Senguttuvan ©

First Edition: December 2023

520 Pages

Printed in India.

ISBN: 978-81-968616-6-7

Kizhakku - 1357

Kizhakku Pathippagam

177/103, First Floor, Ambal's Building, Lloyds Road,
Royapettah, Chennai - 600 014. Ph: +91-44-4200-9603
Email : support@nhm.in Website : www.nhm.in

kizhakkupathippagam kizhakku_nhm

Author's Email: writer.senguttuvan@gmail.com

Kizhakku Pathippagam is an imprint of New Horizon Media Private Limited

சமர்ப்பணம்

என்றும் என் நினைவில் வாழும்
தந்தை சி.கோதண்டம் - தாய் கோ.விட்டோபாய்
ஆகியோருக்கு...

பொருளடக்கம்

முன்னுரை

ஆனந்தரங்கருடனான பயணம்...

2008ஆம் ஆண்டு பிப்ரவரி மாதம், 'இரண்டாம் வீரநாய்க்கர் நாட்குறிப்பு (1773-1792)' எனும் நூலினை, அந்நூலின் ஆசிரியர் ஓர்சே மா.கோபாலகிருஷ்ணன் அவர்கள், அப்போதைய விழுப்புரம் மாவட்டக் காவல் கண்காணிப்பாளர் திரு.அமல்ராஜ் அவர்களிடம் வழங்கினார். அந்தப் புத்தகத்தை கண்காணிப்பாளர் அவர்கள் 'உங்களுக்குப் பயன்படும்' என என்னிடம் கொடுத்தார். இதன் மூலமாக இரண்டாம் வீரநாய்க்கர் மட்டுமல்ல ஆனந்தரங்கரும் எனக்கு அறிமுகமானார்.

புதுச்சேரி தினகரன் அலுவலகத்தில் உதவி ஆசிரியராகப் பணியாற்றியபோது, 'கவர்னராக வந்தார் கைதியாகச் சென்றார்' – பிரெஞ்சு ஆளுநர் துய்ப்ளேக்ஸ் குறித்து நான் எழுதியது தினகரன் நாளிதழில் 23.5.2009இல் பிரசுரமானது. தொடர்ந்து, 'விழுப்புரம் கோட்டை' தொடர்பான தரவுகளுக்கு ஆனந்தரங்கரைப் பின்தொடரலானேன். அப்போது அவரும் அவரது நாட்குறிப்பும் எனக்கு மிகவும் பரிச்சயமாயினர்.

2020ஆம் ஆண்டு அக்டோபரில் பேராசிரியர் முனைவர் நா.இளங்கோ அவர்களைப் புதுச்சேரியில் அவரது இல்லத்தில் சந்தித்தபோது அவரிடம் இருந்த 'ஆனந்தரங்கப்பிள்ளை நாட்குறிப்பு' எட்டு தொகுதிகளையும் என்னிடம் எடுத்துக் கொடுத்தார். அவருக்கு இந்நேரத்தில் என் நன்றிகள்.

ஆனந்தரங்கர் என் அருகில் வந்துவிட்டார். தினமும் அவருடன் பேசினேன். நாட்குறிப்பில் மூழ்கினேன். இதற்கிடையே கிழக்கு பதிப்பகத்தின் 'கிழக்கு டுடே' இணைய இதழ் தொடங்கப்பட்ட போது என்னைத் தொடர்பு கொண்ட ஆசிரியர் திரு.மருதன் அவர்கள், இணைய இதழில் தொடர் எழுத வேண்டும் என்று கேட்டுக் கொண்டார். இதனைத் தொடர்ந்து வாரவாரம் ஆனந்தரங்கருடன் பயணிக்கத் தொடங்கினேன். இதோ, அந்தத் தொடர் ஐம்பத்து மூன்று வாரங்களைத் தொட்டு விட்டது.

•

ஆனந்தரங்கப்பிள்ளை நாட்குறிப்பு 1736-1761 காலக்கட்டத்தில், 25 ஆண்டுகளுக்கு எழுதப்பட்டுள்ளது. 18ஆம் நூற்றாண்டின் உரைநடைக்குச் சிறந்த எடுத்துக்காட்டாகத் திகழ்கிறது. இதன் மூலம் அக்காலத்திய, பிரெஞ்சு காலனி ஆதிக்கத்தின் சமூகப் பொருளாதாரப் பண்பாடு, அரசியல் விவகாரங்களை நம்மால் அறிந்துகொள்ள முடிகிறது. தொடர்ச்சியாக இருபத்தைந்து ஆண்டுகள் எழுதப்பட்டிருந்தாலும் இடையிடையே மாதக் கணக்கில் கூட நாட்குறிப்பு விடுபட்டுப் போயிருக்கிறது அல்லது கிடைக்காமல் போயிருக்கிறது. இப்படியாகக் கிடைக்காமல் போனவை, 2 ஆண்டுகள், 7 மாதங்கள், 15 நாட்கள் எனக் கணக்கிட்டுள்ளார் வரலாற்று ஆசிரியர் பிரடரிக் பிரைஸ்.

ஆனந்தரங்கப்பிள்ளை நாட்குறிப்பு முதன்முதலில் ஆங்கிலத்தில் மொழிபெயர்க்கப்பட்டு 1904 – 1924 வரையிலான காலகட்டத்தில் 12 தொகுதிகளாக வெளியிடப்பட்டன. இதனைத் தொடர்ந்து புதுச்சேரி அரசின் சார்பிலான தமிழ்ப் பதிப்பின் முதல் தொகுதி 1944 இல் வெளியிடப்பட்டது. தொடர்ந்து 1963 வரையிலான காலத்தில் எட்டு தொகுதிகள் வரை வெளியிடப்பட்டன. இதனைத்தொடர்ந்து இந்த எட்டு தொகுதிகளும் மறுபதிப்பாக, புதுச்சேரி அரசின் கலைப்பண்பாட்டுத் துறையின் சார்பில் 1988இல் வெளியிடப் பட்டன. மேலும் மீதமுள்ள நான்கு தொகுதிகளையும் சேர்த்து, பன்னிரண்டு தொகுதிகளையும் 2005இல் வெளியிட்டது, புதுச்சேரி மொழியியல் பண்பாட்டு ஆராய்ச்சி நிறுவனம்.

ஆனந்தரங்கப்பிள்ளை நாட்குறிப்பின் நீண்ட, பதிப்பு வரலாற்றினை, புதுச்சேரி மொழியியல் பண்பாட்டு ஆராய்ச்சி நிறுவனத்தின் சார்பில் வெளியிடப்பட்டுள்ள, நாட்குறிப்பின் 9ஆவது தொகுதியில், பதிப்பாசிரியர் திரு. இர. ஆலால சுந்தரம் அவர்களின் பதிப்புரையின் மூலம் விரிவாக அறிந்து கொள்ளலாம்.

மேற்காணும் பன்னிரண்டு தொகுதிகளை அடிப்படையாகக் கொண்டு, நாட்குறிப்பில் உள்ள விவரங்களைப் பல்வேறு தலைப்பின் கீழ் கொண்டு வந்து இந்நூல் உருவாக்கப்பட்டுள்ளது.

இந்நூலில் சில எளிய முயற்சிகளும் மேற்கொள்ளப்பட்டுள்ளன. நாட்குறிப்பின் தொடக்கத்தில் வருடம், மாதம், தேதி போன்றவை சுருக்கெழுத்தில் எழுதப்பட்டிருக்கும். அத்தகைய எழுத்துகள் தற்போதைய கணினியில் இல்லாததால் நம்மால் பயன்படுத்த இயலவில்லை. இதற்குப் பதிலாக வாசகர்கள் எளிதில் புரிந்து கொள்ளும் வகையில், ஆங்கில ஆண்டு, மாதம், தேதி மற்றும் தமிழ் மாதம், தேதி, கிழமை ஆகியவை மட்டும் பதிவு செய்யப் பட்டுள்ளது. நீண்ட தொடர் வாக்கியங்கள் வாசிக்கும்போது அயர்ச்சியைக் கொடுக்கும் என்பதால், பல இடங்களில் நிறுத்தற்குறி இடம் பெற்றுள்ளன. (இந்த முறை ஏற்கெனவே பதிப்பிக்கப்பட்டுள்ள நூல்களில் பின்பற்றப்பட்டுள்ளது). மேலும், தேவையான ஒருசில இடங்களில் பத்திகளும் பிரிக்கப்பட்டுள்ளன.

பரந்துபட்ட வாசகர்களையும் ஆனந்தரங்கப்பிள்ளை அவர்களின் நாட்குறிப்பினை எடுத்துச் செல்வதற்கான, இம்முயற்சிகள் எந்த வகையிலும் மூலத்தைச் சிதைக்காது என்றே கருதுகின்றேன். ஆனந்தரங்கருடனான இப்பயணம் உங்களுக்குப் புதிய வாசிப்பு அனுபவத்தைத் தரும் என்றும் நம்புகிறேன்!

தொடரும் எனது எழுத்துப் பணிகளுக்குத் துணையாக இருந்துவரும் என் மனைவி இராணி, மகள் புனிதவதி, மகன் சித்தார்த்தன் ஆகியோருக்கும், சிறந்த முறையில் பதிப்பித்து உரிய நேரத்தில் உங்களிடம் இந்நூலினைக் கொண்டு வந்து சேர்த்திருக்கும் கிழக்கு பதிப்பகத்திற்கும், என் எழுத்துகளுக்கு என்றும் ஆதரவு தந்துகொண்டிருக்கும் வாசகர்களுக்கும் என் நன்றிகள்!

11.12.2023 **கோ. செங்குட்டுவன்**

விழுப்புரம்

நாட்குறிப்பு 1

ஆனந்தரங்கப்பிள்ளை நாட்குறிப்பு: ஓர் அறிமுகம்

வரலாற்றை ஆவணப்படுத்தும் வழக்கம் கொண்டவர்கள் தமிழர்கள். பழங்கால இலக்கியங்கள், கல்வெட்டுகள், செப்பேடுகள் மற்றும் ஓலைச்சுவடிகள் உள்ளிட்டவை இத்தகைய ஆவணங்கள்தாம். இதன் தொடர்ச்சிதான் 18ஆம் நூற்றாண்டில் காகிதங்களில் எழுதப்பட்டு மிகப்பெரிய ஆவணங்களாக எழுந்து நின்ற, 'ஆனந்தரங்கப்பிள்ளையின் நாட்குறிப்புகள்'.

ஆனந்தரங்கப்பிள்ளை

சென்னை பெரம்பூரைச் சேர்ந்தவர் திருவேங்கடம் பிள்ளை. இவரது மனைவி லட்சுமி. இவர்களுக்குத் தலைமகனாக 30 மார்ச் 1709 அன்று பிறந்தவர்தான் ஆனந்தரங்கப்பிள்ளை. இவரது தம்பி திருவேங்கடம் பிள்ளை (தந்தையின் பெயரே இவருக்கு வைக்கப் பட்டிருக்கிறது).

பெரம்பூரில் வணிகம் செய்துவந்த திருவேங்கடம் பிள்ளை, பிரெஞ்சு வாணிபக் கழகத்தில் தலைமைத் தரகராக இருந்த தமது உறவினர் நைனியப்பப் பிள்ளையின் வேண்டுகோளுக்கு இணங்க 1700களின் தொடக்கத்தில் புதுச்சேரிக்குக் குடிபெயர்ந்தார்.

அங்கு ஆனந்தரங்கப்பிள்ளைக்குச் சிறப்பான கல்வி கிடைத்தது. தமிழ், தெலுங்கு, பிரெஞ்சு மொழிகளைக் கற்றார். மேலும் குஜராத்தி, மராத்தி, மலையாளம், பார்சி, போர்ச்சுகல் ஆகிய மொழிகளும் இவர் வசமானது.

ஆனந்தரங்கப்பிள்ளைக்குப் பதினேழு வயது இருக்கும்போது, பரங்கிப்பேட்டையில் இருந்த வியாபாரக் கிடங்கின் தலைமைப் பொறுப்பில் அவர் அமர்த்தப்பட்டார். பின்னர் புதுச்சேரி திரும்பிய இவர், தலைமைத் துபாஷியாக இருந்த கனகராய முதலியாருக்குக் கீழ் உதவித் தரகராக - துணை துபாஷியாகப் (மொழிபெயர்ப் பாளராக) பணியாற்றத் தொடங்கினார். கனகராய முதலியாரின் மறைவுக்குப் பிறகு இவர் தலைமைத் துபாஷியாகப் பதவியேற்றார்.

ஆனந்தரங்கப்பிள்ளை துபாஷியாக மட்டும் இல்லாமல் ஜவுளி, அரிசி, சாராயம், சுண்ணாம்பு, குதிரை, பவழம் தொடர்புடைய வணிகங்களையும் மேற்கொண்டிருந்தார். விழுப்புரம், அச்சரப் பாக்கம், வந்தவாசி, செங்கழுநீர்ப்பட்டு (செங்கற்பட்டு) உள்ளிட்ட கிராமங்களின் வரி வசூலிக்கும் உரிமையும் இவருக்கு இருந்தது. 'ஆனந்தரப் புரவி' எனும் கப்பலுக்கும் இவர் சொந்தக்காரராக இருந்தார்.

புதுச்சேரி ஆளுநர் மாளிகைக்குள் ஆனந்தரங்கப்பிள்ளை எப்போது வேண்டுமானாலும் வரலாம், போகலாம். பல்லக்கில் மேளதாள வாத்தியத்துடன், தங்கப் பிடி போட்ட கைத்தடி, செருப்பு அணிந்து செல்வது போன்ற தனி உரிமைகளைப் பெற்றிருந்தார் ஆனந்தரங்கப்பிள்ளை.

பிரெஞ்சு அரசாங்கத்தால் திவான் பட்டமும், ஆற்காடு நவாபு முசாபர்ஜங் என்பவரால் மன்சுபேதார் பட்டமும், செங்கல்பட்டு முழுமைக்குமான ஜாகிர்தார் பட்டத்தையும் பெற்றிருந்தார். 'புதுச்சேரியின் பிரதம மந்திரி என்னும்படியான நிலையில் ஆனந்தரங்கப்பிள்ளை எல்லா நிழ்ச்சிகளையும் நடத்தி வந்ததாக'க் குறிப்பிடுகிறார் அவரது வரலாற்றுச் சுருக்கத்தை எழுதிய ரா.தேசிகன்.

ஆனந்தரங்கப்பிள்ளையின் மனைவி மங்கத்தாய். இவர்களுக்கு நான்கு மகன்கள். மூன்று மகள்கள். இவரது தம்பி திருவேங்கடம் பிள்ளை, சென்னையில் பிரெஞ்சு கப்பல் தளபதி லபோர்தெனேவிடம் சிறிதுகாலம் துபாஷி உத்தியோகம் பார்த்தார்.

பெரும் வணிகராக, தமிழராக, தமிழர்களுக்குக் குரல் கொடுப்பவராக, ஆளுமைமிக்க நிர்வாகியாக, பல்லக்கில் பவனிவந்த ஆனந்தரங்கப்பிள்ளை தனது இறுதிக் காலத்தில் பெரும் சரிவைச் சந்தித்தார். ஆட்சிமாற்றம், பொருளாதார நெருக்கடிகள், போர்ச் சூழல்கள் அவரைப் பெரிதும் நிலைகுலைய

வைத்தன. தனது 52வது வயதில் 12 ஜனவரி 1761இல் காலமானார். இவர் காலமான நான்காவது நாள் புதுச்சேரி ஆங்கிலேயர் வசமானது என்பது குறிப்பிடத்தக்கது.

ஆனந்தரங்கப்பிள்ளையால் தியாகராயப் புலவர், மதுரகவிராயர், ஜவ்வாதுப் புலவர் உள்ளிட்ட புலவர்கள் ஆதரிக்கப்பட்டனர். இவர் பெயரில் இலக்கண விளக்கப் பரம்பரை சதாசிவ தேசிகர் 'ஆனந்தரங்கக் கோவை' எனும் நூலையும், கஸ்தூரி ரங்கய்யர் எனும் ஆந்திரப் புலவர் 'ஆனந்தராட்சந்தமு' எனும் தெலுங்கு யாப்பு நூலையும், சீனிவாச கவி என்பவர் 'ஆனந்தரங்க விஜயம்' எனும் நூலையும் படைத்திருக்கிறார். தன்னைப்பற்றிப் பாடிய புலவர் ஒருவருக்குத் தட்டு நிறைய தங்கக் காசு கொடுத்திருக்கிறாராம் ஆனந்தரங்கப்பிள்ளை.

நாட்குறிப்புகள்

ஆனந்தரங்கப்பிள்ளை இன்றளவும் பேசப்படுவதற்குக் காரணம் அவர் எழுதி வைத்த நாட்குறிப்புகள்தான். ஓராண்டோ ஈராண்டோ அல்ல, தொடர்ந்து 25 ஆண்டுகள் இடைவிடாது எழுதி வந்திருக்கிறார். இவற்றில் சொந்த சமாசாரங்களை அல்ல, நாட்டில் அன்றன்று நடக்கும் நிகழ்வுகளைப் பதிவு செய்து வந்திருக்கிறார்.

இந்தக் குறிப்புகள் தமிழில்தான் எழுதப்பட்டுள்ளன. ஆனால் பிரெஞ்சு, போர்த்துக்கீசியம், உருது, மராத்தி, தெலுங்குச் சொற்களின் கூட்டுக்கலவையாக இருக்கின்றன. அக்காலத்திய பேச்சு நடையில் எழுதப்பட்டிருக்கின்றன. 'எல்லோர்க்கும் புரியும் வண்ணம் அது பச்சைத் தமிழிலே கொச்சைத் தமிழிலே எழுதப்பட்டிருப்பதாக' ரா.தேசிகம்பிள்ளை கூறியிருப்பது குறிப்பிடத்தக்கது.

ஆனந்தரங்கரின் டைரிக் குறிப்புகள் குறித்து பாரதியாரின் கருத்து வருமாறு:

> 'துய்ப்ளேக்ஸ் என்பவனிடம் துபாஷ் உத்தியோகம் பார்த்த ஆனந்தரங்கம்பிள்ளை, பிரெஞ்சு - இந்திய சரித்திரத்தின் மகோன்னத பருவத்திலே அதன் மகோன்னத புருஷனுக்கு விளக்குப் போலவும் ஊன்றுகோல் போலவும் சதா நாள் தவறாமல் ஒவ்வொரு கார்யத்துக்கும் பக்க உதவியாக நின்றது மட்டுமேயன்றி அந்தக் காலத்தில் நடந்த செய்திகளை யெல்லாம் முக்கியமானது முக்கியமில்லாதது என்றுகூட கவனிக்காமல் ஒன்று தவறாமல் சித்ரகுப்தன் எழுதிவரும் பதிவைப்போல நல்ல பாஷையில் உண்மையான

யோக்கியமான சரித்திர நூல் இஃதொன்றுதான் இருக்கிறது. இந்த மாதிரியாக இந்த வழியில் எழுதப்பட்ட சரித்திர நூல் உலக முழுவதிலும் வேறெந்த பாஷையிலும் இல்லை.'

ஆனந்தரங்கப்பிள்ளையின் தினசரியைப் பற்றி பாலபாரதியில் வ.வே. ஸுப்ரமண்ய ஐயர் எழுதிய அபிப்ராயம்:

'இந்நூல் ஒரு அபூர்வமான நூலாகும். நமது தேச சரித்திரத்தின் மிகவும் இருளடைந்திருக்கிற ஒரு பாகத்தை இது நன்கு துலக்கித் தருகிறது.... பிரஞ்சு ராஜதந்திரிகளோடு நெருங்கிப் பழகும் வசதி பெற்றுள்ள ஆனந்தரங்கப்பிள்ளை என்பார் அப்போதைக்கப்போது சவகாசம் ஏற்படுத்திக்கொண்டு தான் நேரில் கண்டும் கேட்டும் உள்ள விஷயங்களைச் சித்திர குப்தனைப் போல ஒன்றுவிடாமல் குறித்து வைத்த புஸ்தகமே இப்பிரஸ்தாப தினசரியாகும்.

தினசரியை சித்தரகுப்தனது கணக்குக்கு ஒப்பிட்டோம். அந்தப் பயங்கரமான கணக்கில் நாம் முக்கியம் என நினைக்கும் விஷயங்கள் மிகவும் லேசாகவே பதியப்பட்டிருக்கலாம். நாம் அலக்ஷியமாக தள்ளிவிடும் காரியங்களும் எண்ணங்களும் வெகு விஸ்தாரமாக எழுதப்பட்டிருத்தல் கூடும். அதே மாதிரி ஆனந்தரங்கப்பிள்ளையும் பெரும்பாலோர் பிரதானம் என்று கருதும் சம்பங்களைப்பற்றிச் சில ஓரிரண்டு வார்த்தைகளே எழுதி வைத்திருக்கிறார். ஒன்றுமில்லாத விஷயம் என்று நினைக்கக் கூடியவற்றைப் பற்றி விமரிசையாக எழுதி வைத்திருக்கிறார். அவர் எந்தக் கருத்துக் கொண்டு இவ்வாறு எழுதினார் என்று கண்டுபிடித்தல் நமக்குச் சாத்தியமில்லை. ஆனால், தமிழ்நாட்டை நாம் சலனப்படக் காட்சியில் (ஸினிமாவில்) பார்ப்பது போன்ற உணர்ச்சி நமக்கு உண்டாகிறது.

அத்தினசரியாகிய புகைப்படச் சுருள் அவிழ அவிழ எத்தனை விதமான உருவங்கள் தோன்றி மறைகின்றன. ஒவ்வொரு உருவமும் உயிரோடிப்பதைப் போலத் தோன்றுகிறது. ஊசிபோல் குத்தினால் அவ்வுருவங்களினின்று ரத்தம் வருமென்று நமக்குத் தோன்றும். கிசுகிசு மூட்டினால் சிரித்துவிடுவார்கள் என்று நினைப்போம். அவ்வளவுக்கு அவை உயிருள்ள மனிதன் என்கிற உணர்ச்சி நமக்கு உண்டாகிறது.'

ஆனந்தரங்கர் தனது நாட்குறிப்பை 'தினசரி தஸ்திரம்' என்று குறிப்பிட்டுள்ளார். இக்குறிப்புகள் 'பிரத்தியேகமான ஆனந்தரங்கப்

பிள்ளையவர்களின் சொஸ்த லிகித தினப்படி சேதி குறிப்பு' எனும் தலைப்பில் தொகுக்கப்பட்டுள்ளன. உலகப் புகழ்பெற்ற சாமுவேல் பெப்பீஸ் எழுதிய டைரிக் குறிப்புகளுடன் ஒப்பிடப்படுகிறது.

ஆனந்தரங்கரின் டைரியை ஆங்கில மொழிபெயர்ப்பில் மூன்று பாகங்களைத் தொகுத்தளித்த வரலாற்றாசிரியர் ஸர் பிரடெரிக், 'ஆனந்தரங்கரின் டைரிக் குறிப்புகளானது அவரது பேராற்றலும் சமநோக்கும் நிதான புத்தியும்கொண்ட கீழ்த்திசையாளர் ஒருவரின் ஆழ்ந்த சிந்தனைகளையும், தன்னைப் பற்றியும் தனது தலைவர்களைப் பற்றியும் அவரது அச்சமற்ற நேர்மையான விமரிசனங்களையும் கொண்ட தனிச்சிறப்பு வாய்ந்த கருத்துக் கருவூலமாகும். இக்குறிப்புகள் முக்கியமான நிகழ்ச்சிகளும் இணைந்து காணக்கிடைக்கும் ஒரு புதுமையான கலவையாகும். இவரை இந்திய பெப்பீஸ் என்று அழைக்கலாம்' என்கிறார்.

'ஆனந்தரங்கப் பிள்ளை தினசரி, சிறுகதைகள் கொத்து அல்ல. சரித்திர நூலுமல்ல. அன்றாடம் பார்த்ததையும் கேட்டதையும் குறைக்காமலும் மிகைப்படுத்தாமலும் கற்பனா சக்தியை உபயோகிக்காமல் உள்ளதை உள்ளபடி அவர் அதில் குறிப்பிட்டு இருப்பதாகப்' புகழ்கிறார் ஆனந்தரங்கரின் தினசரியைப் பதிப்பித்து வெளியிட்ட ஞானு தியாகு.

ஆனந்தரங்கரின் டைரிக் குறிப்புகள் 'விலை மதிக்க முடியாத சரித்திரப் பொக்கிஷம்' என்று சொல்லும் ரா.தேசிகன், 'பிள்ளை அவர்கள் கண்டும், கேட்டும் குறித்ததே அந்நாட்குறிப்பு. அது, துய்ப்ளேக்ஸ் கால இந்தியாவைப் படம்பிடித்துக் காட்டுகிறது.... எல்லோருக்கும் புரியும் வண்ணம் அக்கருத்துக் கொண்டே அது பச்சைத் தமிழிலே, கொச்சைத் தமிழிலே எழுதப்பட்டிருப்ப தாகவும்' சிலாகித்துள்ளார்.

'விஜய ஆனந்தரங்கப் பிள்ளையின் நாட்குறிப்பு (1736-61) ஒரு அசாதாரணமான படைப்பு. கர்னாடகமும் வங்காளமும் ஆங்கிலேயருக்கு அடிமைப்பட்ட காலத்திய அரசியல் நிகழ்வுகளை விவரிக்கும் அரியதொரு நூல். அது, பதினெட்டாம் நூற்றாண்டின் தமிழ்ச் சமுதாயத்தினை அறிந்துகொள்ளப் பெரிதும் துணைநிற்கிறது. இவ்வாறு அது அரசியல் வரலாறு மட்டுமல்ல சமுதாய வரலாற்று நூலாகவும் ஓங்கி உயர்ந்து நிற்கிறது.... இன்று உலாவரும் நூல்களில் பிள்ளையின் நாட்குறிப்பே காகிதத்தில் முதன்முதலாக எழுதப்பட்ட நூலாக இருந்திருக்க வேண்டும்' என்பார் வரலாற்று ஆசிரியர் இர.ஆலாலசுந்தரம். இதன்

காரணமாகவே தமிழ்நாட்குறிப்பின் தந்தை, நாட்குறிப்பு நாயகர், நாட்குறிப்பு வேந்தர் என்றெல்லாம் புகழப்படுகிறார் ஆனந்தரங்கப் பிள்ளை.

ஆனந்தரங்கப்பிள்ளையின் டைரிக் குறிப்புகளின் மூலம் குறிப்பிட்ட காலத்தின் அரசியல், வரலாறு, பண்பாடு மற்றும் சமூகப் பொருளாதார நிலவரங்களை நம்மால் புரிந்துகொள்ள முடிகிறது.

இதில் எத்தனையோ நாடு நகரங்கள், காடு மேடுகள், கோட்டை கொத்தளங்கள், அதிசயங்கள் வந்து போகின்றன. நாடு பிடிக்கும் போர்கள், பேராசைக்காரர்கள், எதிரிகள், துரோகிகள், நியாயவான்கள், அறிவாளிகள், தரகர்கள் எனச் சகலரும் நமக்கு எதிரில் நடமாடுகிறார்கள். மாடுகள், குதிரைகள், யானைகள், ஒட்டகங்கள், கரடிகள் ஏன், மலாக்காவின் மனிதக் குரங்கும் வந்து போகின்றன. சாயம் ஏற்றப்பட்ட துணிகள் நம் கண்முன்னே விரிகின்றன. மேளதாள வாத்தியங்கள் நம் காதுகளைக் கிழிக்கின்றன.

மரக்கலன்கள் கடலில் மிதப்பதைப் பார்க்க முடிகிறது. மாடுகள் பொன் வெள்ளிக் கட்டிகளைச் சுமந்து வருகின்றன. பீரங்கிகளில் இருந்து சீறிப்பாயும் தீக்குடுக்கைகள் நம்மை உரசிச் செல்கின்றன. வெட்டப்பட்ட மனிதத் தலைகளில் இருந்து ரத்த வாடை வீசுகிறது. பகலில் நட்சத்திரம் மின்னுவது, பூசணியளவு நட்சத்திரம் மண்ணில் விழுவது போன்ற அதிசயங்களை நம்மால் பார்க்க முடிகிறது. புதுவையில் அடித்தப் பெருங்காற்று நமக்கு அச்சமூட்டுகிறது. விருந்தினர்களுக்கு மடித்துக் கொடுக்கப்பட்ட வெற்றிலைப் பாக்குகள் பன்னீருடன் கலந்து நமக்கு வாசமூட்டுகின்றன.

கலியாணம், கருமாதி உள்ளிட்ட சடங்குகள், சம்பிரதாயங்கள், கோயில் திருவிழாக்கள், ஆளுகிறவர்கள் பரிமாறிக்கொண்ட பரிசுப் பொருள்கள், பொதுமக்களிடம் இருந்து அடித்துப் பிடுங்கப்பட்ட சொத்துகள் என அத்தனையும் விவரித்துப் பட்டியலிடப் பட்டுள்ளன.

வ.வே.சு. ஐயர் குறிப்பிடுவதுபோல், 'இவை அத்தனையும் சலனப்படக் காட்சிகளாக' நம் கண்முன்னே விரிகின்றன.

இனி நாம் அந்த சலனப்படத்திற்குள் பயணிப்போம்.

நாட்குறிப்பு 2

புதுச்சேரியில் மதுவிலக்கு

தலைப்பைப் பார்த்தவுடன் ஆச்சரியாக இருக்கிறதா? 'இது சாத்தியமா?' எனும் கேள்வியும் உங்களுக்குள் எழலாம். உண்மைதான். புதுச்சேரியில் இது சாத்தியப்பட்டு இருக்கிறது. இப்போது அல்ல, 280 ஆண்டுகளுக்கு முன்பு.

புதுச்சேரியில் கவர்னர் பெனுவா துய்மா தலைமையிலான ஆட்சி திடீர் உத்தரவுகளுக்குப் பேர்போன ஆட்சியாக இருந்தது. காலையில் ஓர் உத்தரவு, மாலை இரண்டு உத்தரவுகள் என ஒரேநாளில் மூன்று உத்தரவுகள் பிறப்பிக்கபட்டதும் உண்டு. அப்படிப்பட்ட உத்தரவுகளில் ஒன்றுதான் கள், சாராயம் விற்கத் தடை என்பதும். இந்தத் திடீர் மதுவிலக்குக் குறித்துப் பார்ப்பதற்குமுன் வேறு சில 'திடீர்' உத்தரவுகளை ஆனந்தரங்கப் பிள்ளை நாட்குறிப்பிலிருந்து பார்த்துவிடலாம்.

ஏழரை மாத்துக்குக் குறைவாக வராகன் வைத்திருக்கத் தடை

ஒருநாள் காலை ஆறரை மணிக்கு மேல் ஏழு மணிக்குள்ளாக குவர்னர் துரை வீட்டுக்குப் போயிருந்தார் ஆனந்தரங்கப்பிள்ளை. அப்போது குவர்னர் பெனுவா துய்மா 'கையிலே என்ன இருக்குதென்று?' கேட்டார். அதற்குப் பிள்ளை 'நீர் முந்தா நாள் கொடுத்த பொன் கட்டி இருக்குதென்று' சொன்னார்.

சிறிது நேர உரையாடலுக்குப் பிறகு குவர்னர் சொன்னது 'நாங்கள் நேற்றைய தினம் கோன்செல் கூடி கோன்செலில் தீர்த்த காரியம் என்னவென்றால், இனிமேல் ஊருக்குள்ளே எட்டு மாத்துக்குள்ளே

குறைஞ்ச வராகன் யாதாமொருத்தன் கொண்டு வருகிறானோ அவன் கையிலே ஆயிரம் வராகன் அபராதமும் வாங்கிக் கொண்டு கொணக்கு முத்திரைபோட்டு பின்னையும் அவமானம் பண்ணுவோம் என்று தீர்த்தோம். அந்தப்படிக்கு இன்று சாயங்காலம் தமுக்கும் போட்டுவிச்சு தீர்த்தபடிக்கு கடுதாசி எழுதி கோட்டையிலே, பிடவை பார்க்கிற சாலையிலே, கோவிலிலே, சாவடியிலே இந்த மூணு ஸ்தானங்களிலே ஸ்தாபிப்போம்'.

அப்போது குறுக்கிட்ட பிள்ளை, 'இப்ப ஊரிலேயிருக்கிற வராகன் எல்லாம் அந்த வராகனாகயிருக்கிற படியினாலே நீர் இப்ப உத்தரவு கொடுத்தால் வெகு ஜனங்களுக்கு ரொம்ப வருத்தமாயிருக்கும்' என்றார்.

இந்த உரையாடல் நடந்தது 1738 மே 6ஆம் தேதியாகும். அன்றைய தினம் மேற்கண்டவாறு எந்த உத்தரவும் பிறப்பிக்கப்படவில்லை. ஆனால், சரியாக ஓராண்டு கழித்து 1739 மே 11ஆம் தேதி திங்கட் கிழமை காலை 10 மணிக்கு நகரின் முக்கிய இடங்களில் தமுக்குப் போடப்பட்டு கீழ்க்கண்ட கடுதாசி ஒட்டப்பட்டது:

> '...இந்தப் பட்டணத்திலே இருக்கப்பட்ட வர்த்தகர்களும் குடியானவர்களும் வெளியிலேயிருந்து வரப்பட்ட சகலமான பேர்களும் வெள்ளைக்காரரிலேயும் தமிழரிலேயும் எப்பேர்ப்பட்ட வர்களும் சகல வியாபாரங்களிலேயும் இந்த 7லீ மாத்துக்குக் குறைச்சலாகிய வராகன் வச்சிருக்கிறவர்களெல்லோரும் அந்த வராகன்களை தங்க சாலையிலே கொண்டுபோய் கொடுக்கிறது. தங்க சாலைக்காரர் அந்த வராகனை நசிக்குப் போட்டு அந்த வராகனுக்கு மாத்துக்கு உள்ள விலை கொடுத்து விடுவார்கள்.
>
> இந்தக் கட்டளைப்படிக்கு நடந்து கொள்ளாதவர்கள் 1738 ஆண்டு மே 6 கோன்சேலிலே தீர்க்கப்பட்ட அபராதம் கொடுக்கக் கடவார்கள்.
>
> காசுக்காரும் பொன் வெள்ளி தொழில் பண்ணுகிற வர்த்தகரும் இந்தக் கட்டளை மகா தாக்கீதாய் எண்ணி ஏழரை மாத்துக்குக் குறைச்சலாகிய வராகன் எவர்களாகிலும் கொண்டு வந்தார்களே யானால் அந்த வராகன்களைப் பிடிங்கிக் கொண்டு சாவடி ஞாயம் விசாரிக்கிற சின்னதுரையிடத்திலும் தங்கசாலைக்கு எசமானா யிருக்கிற கோன்சேலர் அவர்களிடத்திலேயும் கொண்டுபோய் விட்டு சொல்ல வேண்டியது. அப்படி சொல்லாதவர்களுக்கும் மாத்துக்கட்டை வராகன் வச்சிருக்கிற வராகனுக்கு முன் தீர்க்கப்பட்டிருக்கிற அபராதம் இவர்களும் கொடுப்பார்கள்.'

பிரான்சு ராசாவின் ஆணையின் பேரில் மேற்கண்ட உத்தரவுப் பிறப்பிக்கப்படுவதாக அறிவிக்கப்பட்டது. இதில், குவர்னர் துரை

முசே தும்மா முசே லெகு, முசே துலாராம் உள்ளிட்ட ஐந்து உயரதிகாரிகள் கையெழுத்துப் போட்டிருந்தனர். இதை சகலமானபேரும் அறியத்தக்கதாக, எல்லாரும் வாசிக்கத்தக்கதாகப் பட்டணத்திலே அங்கங்கே ஸ்தாபிக்கப்பட்டது.

சாலை ஓரங்களில் மலஜலம் கழித்தால் அபராதம்

1739 ஜூன் 11ஆம் தேதி ஆளுநரிடமிருந்து இப்படியான திடீர் உத்தரவு வந்தது. 'இந்தப் பட்டணத்துக்குள்ளே கடற்கரையோரம் முதலாய் பட்டணத்துக்குள்ளே சம்பா கோவிலுக்கு தெற்காகப் போகிற உப்புக்கழியோரம் பட்டணத்துக்கு வீதிகளுக்குள்ளே கூட ஆராகிலும் மல உபாதைக்குப் போகிறதென்றிருந்தால் ஆறு பணம் அபராதம் வாங்கிறது. அந்த ஆறு பணத்தில் மல உபாதைக்குப் போகிறவனை பிடிச்சுக்கொண்டு வருகிறவனுக்கு இரண்டு பணமும் கொடுக்கிறது. மற்ற நாலு பணம் சாவடியாரால் பங்கெடுத்துக் கொள்ளுகிறது.' இது தெரியாமல் மல உபாதை இருந்தவர்களிடம் பணம் வசூலிக்கப்பட்டது.

'இதனால் ஊருக்குள்ளே அங்கலாய்த்த சனங்கள் கணக்கில் அகப்படயில்லை. அதிகாரம் பண்ணிப் பார்க்குமிடத்தில் மிகுதியும் கடினமாக யிருக்கிறதாக மனதில் எண்ணினவர்கள் கணக்கு அகப்படவில்லை' என்று அங்கலாய்க்கிறார் ஆனந்தரங்கப்பிள்ளை.

ஒரே நாளில் மூன்று உத்தரவுகள்

1741 ஜனவரி 23ஆம் தேதி காலை 8 மணிக்கு, சாயங்காலம், அப்புறம் சாயங்காலம் 6 மணிக்கு என ஒரே நாளில் அடுத்தடுத்து மூன்று உத்தரவுகள் பிறப்பிக்கப்பட்டன.

முதலாவது உத்தரவு இது. 'கெவுனிக்கு வெளியே பட்டணத்தைச் சுத்தியிருக்கப்பட்ட முத்தாலு பேட்டை, வழுதாவூர் வாசலுக்கு எதிரே இருக்கப்பட்ட பேட்டை, வில்லியனூர் வாசலுக்கு நேராய் வெளியே இருக்கிற பேட்டை இதுகளையெல்லாம் பட்டணத்து அலங்கத்தை சுத்தி எங்கும் வெளியாயிருக்கிற நிமித்தியம் வீடு வாசல்களை யெல்லாம் இடித்து நிரவி தோட்டம் துரவுகள் மரமட்டைகள் அடங்கலும் வெட்டிப்போட வேணும்.'

பின்னர் சாயங்காலம் போடப்பட்ட ஒரு உத்தரவு இது. 'பட்டணத்தில் இருக்கும் மனிதர்கள் யாருக்காவது கடுதாசி அனுப்ப வேண்டும் என்றாலோ அல்லது வெளியில் இருந்து ஏதும் ஓலைகள் வந்தாலோ கனகராய முதலியாரிடம் காண்பிக்க வேண்டும்'.

இதனைத் தொடர்ந்து மாலை 6 மணிக்கு மீண்டும் ஓர் உத்தரவு. 'இராத்திரி பத்துமணிக்கு மேல் ஒருத்தரும் வெளியே புறப்படலாகா தென்றும் யாராகிலும் புறப்பட்டால் அவர்களைக் கொண்டு போய் சாவடியிலே வைத்து தெண்டனையும் அபராதமும் வருமென்றும்' தமுக்குப் போடப்பட்டது.

6 மாதம் அமலில் இருந்த மதுவிலக்கு

1741 பிப்ரவரியில் புதுவையைச் சுற்றியுள்ள பகுதிகளில் மராட்டியர்களின் தாக்குதல், கொள்ளைச் சம்பவங்கள் அதிகரித்துக் கொண்டிருந்த நேரம் அது. அப்போது 'சாராயம் கள்ளு முதலாகிய லாகிரி வஸ்துக்களை விற்கக் கூடாது. அப்படி விற்பவர்களுக்கு அபராதம் விதிக்கப்படும்' என்று தமுக்குப் போடப்பட்டது.

பிப்ரவரி 27ஆம் தேதி அரசாங்கத்திடமிருந்து பின்வரும் நீண்ட அறிவிப்பு வெளியானது.

'பிரசித்தமாக சகல சனங்களாகிய வெள்ளைக்காரர் தமிழர் மற்றுமுள்ள கருத்த சனங்களுக்கு அறிவிக்கிறதாவது:

லாகிரி வஸ்துவாகிய பலவித சாராய வகைகள் கோடை காலமாகிய உஷ்ண காலங்களிலே வாய் கட்டாமல் மிகுதியாய் குடிக்கிறவர் களுக்கு மிகுதியும் வியாதி சம்பவிக்கிறபடியால் இந்த அவசரமான வேலையிலே எங்களாலே ஆனமட்டும் விலக்கினோம். நிற்க, உத்தாரமாக கட்டளையிட்டதாவது,

எந்த சாதியிலே எப்பேர்பட்டவர்களாகிலும் மார்ச் மாதத்துடக்கி செப்தம்பர் மாதம் வரைக்கும் பிராந்தி சாராயம், லிக்கர் சாராயம், பத்தாவி சாராயம், கொழும்பு சாராயம், கோவை சாராயம், பட்டை சாராயம் மற்றுமுள்ள சுளுக்காகிய சாராயங்கள் விற்றாலும் விற்பித்தாலும் கொஞ்சமானாலும் ரொம்பவானாலும் பின்னை எந்த மார்க்கத்திலேயாவது வழக்கம் பண்ணி இந்த உத்தரத்தை மீறி நடந்தவர்கள் ஆயிரம் வராகன் அபராதமும் கொடுத்து ஒரு வருஷம் காவலிலே கிடக்கிறது. அபராதம் வாங்கின வராகனில் பிச்சைக்காரருக்கு ஒரு பங்கும் கொடுத்துவிடுகிறது.

இந்த உத்தாரத்தை பயமுறுத்தி மிரட்டுகிறதாக எண்ணத் தேவையில்லை. மெய்யாக இந்தக் கட்டளைப்படிக்கு நடத்துவோம். தமிழராவது பறையராவது பின்னை யாரொருத்தருக்காவது விற்றாலும் கொண்டுவந்து கொடுத்தாலும், கூலிக்கு எடுத்துப் போனாலும் இது சாக்ஷி சாதகத்துடனே அகப்பட்டால், அவர்களை சாவடியிலே கட்டி அடிச்சு வலது தோளிலே சுணக்கி முத்திரை போட்டு குண்டுக்கு வெளியே துரத்திவிடுகிறது.

கள்ளு குடித்தாலும் குடிக்கச் செய்வித்தாலும் அபராதம்.

தோட்டங்களிலே வீட்டுக் கொல்லைகளிலே, தென்னமரம் வைத்திருக்கிறவர்கள் எவர்களுக்காகிலும் தோட்டங்களிலே யாவது, வீடுகளிலேயாவது மற்றவிடங்களிலே யாவது கள்ளு ஒரு காசளவில் வித்தாலும் விற்கச் செய்தாலும் யாதொருத்தர் குடிச்சாலும் குடிக்கச் செய்வித்தாலும் அவர்களுக்கு, முன்னே எழுதியிருக்கிற ஆக்கினையும் அபராதமும் நடக்கும். கள்ளு இறக்கிறவர்கள் காடியாக்கி வித்துக்கொள்ளலாம்.

பின்னையும் கொமிசேலிலே கட்டளை இப்படியிட்ட உத்தார மாவது சகலமானவர்களும் அவரவர் வீட்டிலே வைத்துக் கொண்டிருக்கிற முன்னெழுதப்பட்டிருக்கிற பலவித சாராயங் களை மூன்று நாளைக்குள்ளாக கிரேபுக்கு வந்து முசே திமிரென் கையிலே இவ்வளவு இருக்கிறதென்று வெளியாகச் சொல்லி எழுதுவித்து கையெழுத்துப் போட்டுக் கொடுக்கிறது. இந்த மூன்று நாளைக்குள்ளாக வந்து சொல்லி வெளிப்படுத்தாமல் வைத்துக் கொண்டிருந்தால் அதை எடுத்து இசுபித்தாலும் பிரயோசனப்படுத்தி பின்னையும் இருநூறு வராகன் அபராதமும் வாங்குகிறது. கிரேபிலே சொல்லி எழுதி வச்சவர்களுக்குக் கொடுக்கத்தக்கது. கொடுத்து மற்றதை கும்பினீர் மக்செனிலே எடுத்துக்கொண்டு அதுக்குள்ள கிரையம் கொடுத்துவிடுகிறது.'

மதுவிலக்கு உத்தரவுக்கு விடுதலை

'இந்த உத்தரவு பயமுறுத்தி மிரட்டுகிறதாக எண்ணத் தேவையில்லை' என்று சொன்ன அரசாங்கம், 'கோடை காலமாகிய உஷ்ண காலங்களிலே வாய் கட்டாமல் மிகுதியாய் குடிக்கிறவர் களுக்கு மிகுதியும் வியாதி சம்பவிக்கிறபடியால்' இப்படியான உத்தரவு பிறப்பிக்கப்படுவதாகச் சமாதானம் சொன்னது.

இதை மீறுபவர்களுக்கு ஆயிரம் வராகன் அபராதம் விதிக்கப் பட்டதும், அதில் ஒருபங்கு பிச்சைக்காரர்களுக்குக் கொடுக்கப் படும் என்று சொல்லப்பட்டதும், சாராய வகைகள் பட்டியலிடப் பட்டிருப்பதும் குறிப்பிடத்தக்கது.

மேற்காணும் 'மதுவிலக்கு' உத்தரவு செப்டெம்பர் மாதம் வரைக்கும் என தெரிவிக்கப்பட்டிருந்தது. ஆனால் அதற்கு ஒரு மாதத்திற்கு முன்பாகவே விலக்கிக் கொள்ளப்பட்டது.

இது தொடர்பாக 1741 ஆகஸ்ட் 5 சனிவார நாளன்று அரசாங்கம் வெளியிட்ட அறிவிப்பு: 'முன்னாலே மறாட்டியர்

கலாபத்தையிட்டு சாராயம் ஊரிலே விற்க வேண்டாமென்று தட்டி அறைசாத்தியிருந்த சம்மதி இந்நாள் விடுதலை பண்ணினோம். இனிமேல் பழையபடிக்கு குத்தகைக்காரர் சம்மதியானபடிக்குச் சாராயம் காய்ச்சி விற்றுக்கொள்ளலாம்.'

இதன் மூலம் ஏறக்குறைய 6 மாதங்கள் புதுச்சேரியில் 'மதுவிலக்கு' அமலில் இருந்திருக்கிறது. இப்போதெல்லாம் புதுவையில் மதுவிலக்கு என்ற பேச்சுக்கே துளியும் இடமில்லை என்பதுதான் யதார்த்தம்!

நாட்குறிப்பு 3

இடங்கை வலங்கை விவகாரம்

விநாயகரில் இடம்புரி விநாயகர், வலம்புரி விநாயகர் இருக்கிறார். அரசியலிலும் வலது, இடதுசாரிகள் இருக்கின்றனர். அதென்ன இடங்கை? வலங்கை?

தமிழகத்தில் இருந்த சாதிப்பிரிவுகள்தான் இவை. இடங்கைப் பிரிவில் இருந்த 98 சாதிகள் மற்றும் வலங்கைப் பிரிவில் இருந்த 98 சாதிகளின் பெயர்களையும் பட்டியலிடுகிறது 'இடங்கை வலங்கைச் சாதி வரலாறு' எனும் சுவடி.

'இவ்வகுப்புகள் எப்பொழுது உருவாயின என்று தெரியவில்லை' என்று சொல்லும் பேராசிரியர் கே.ஏ. நீலகண்ட சாஸ்திரி, 'முதலாம் ராஜராஜன் காலத்தில் சில படைவகையினரை வலங்கை வகுப்பினராக வகைப்படுத்தினர்' என்றும் தெரிவித்துள்ளார். 'கை வகுத்தல் என்பது பெரும்பாலும் படை அரசனின் வலக்கைப் புறத்தும் இடக்கைப் புறத்தும் வகுத்து நிறுத்தப்பட்டதிலிருந்து தோன்றியிருக்கலாம்' என்கிறார் இரா.நாகசாமி.

பத்து, பதினோராம் நூற்றாண்டுகளில் படைப்பிரிவில் தோன்றிய இப்புதிய ஏற்பாடு, பதினைந்தாம் நூற்றாண்டில் சாதிப் பிரிவினையாகவும் மாற்றம் பெற்றது. அப்போதுதான் 98 சாதிகளின் வகைப்பாடுகள் வழக்கத்திற்கு வந்துள்ளன.

ஆங்கிலேயரின் கட்டுப்பாட்டில் இருந்த மதராசப் பட்டிணத்தில் 17ஆம் நூற்றாண்டின் மத்தியில் இடங்கை, வலங்கை விவகாரம் பெரும் பிரச்னையாக உருவெடுத்தது. பல இடங்களில் வெட்டு

குத்துகளுடன் கலவரமாக மாறியது. பதினெட்டாம் நூற்றாண்டிலும் இது தொடர்ந்தது.

கோயில் நடவடிக்கைகள், திருவிழாக்கள், முக்கியப் பிரமுகர் களுக்கு வழங்கப்படும் மரியாதைகள் இவற்றை முன்வைத்தே இந்த மோதல்கள் நிகழ்ந்துள்ளன.

பிரெஞ்சியரின் கட்டுப்பாட்டில் இருந்த புதுச்சேரியும் இதற்கு விதிவிலக்கல்ல. இங்கும் இடங்கை, வலங்கை விவகாரம் இருந்திருக்கிறது. பல்லக்கில் ஏறிச் செல்வது, வெள்ளைக் குடை, வெள்ளைக் குதிரை இவற்றைப் பயன்படுத்துவது போன்றவற்றில் மோதல் இருந்தது.

வலங்கையார் நடந்து போகும்போது இடங்கை தேவடியாக்கள் (இங்கு ஆனந்தரங்கப்பிள்ளை பயன்படுத்திய சொல் அப்படியே பயன்படுத்தப்பட்டுள்ளது. -ஆ.ர்.) எழுந்திருக்கவில்லை எனும் குற்றச்சாட்டு எழுந்தது. பின்னர் அவர்கள் கைது செய்யப்பட்டு காவலிலும் வைக்கப்பட்டனர்.

இதுபோன்ற நிகழ்வுகளை ஆனந்தரங்கப் பிள்ளை நாட்குறிப்பி லிருந்து நாம் பார்க்கலாம்.

1741 ஆகஸ்டு 13 தேதிக்கு துர்மதி ஆண்டு
ஆவணி மாதம் 11 தேதி ஆதிவாரம்

இந்த நாள் புதுச்சேரிப் பட்டணத்திலே நடந்த அதிசயம் கடுதாசியிலே எழுதி சாவடியிலேயும் கோட்டையிலேயும் கெவுனி வாசலிலேயும் ஒட்டினார்கள். அதென்ன சமாசாரமென்றால் கடுதாசி வயணம் இராசாவினுடைய கட்டளைப்படிக்கு புதுச்சேரிப் பட்டணம் மேலான கொம்சேலியவர்கள் உத்தாரம் படியாவது என்று மேலே எழுதி அப்புறம் எங்களிடத்திலே வந்து விண்ணப்பம் பண்ணிக்கொண்ட தென்னவென்றால்,

வலங்கைச் சாதியானவர்கள் செட்டி வர்த்தகம் மற்றுமுற்ற இடங்கைச் சாதியாரை பல்லக்கின் பேரிலே குதிரையின் பேரிலே ஏறிக்கொண்டு புதுச்சேரிக்குள்ளே சென்னப்பட்டணத்து வாசலாலே வருகிறதற்குச் சம்மதியிக்கயில்லை. அது என்னத்தாலே சம்மதிக்கவில்லை யென்றால் தமிழ் ராச்சியத்திலே வழங்குகிற தமிழர் வழக்கத்தின்படிக்கு அதுக்கு மேலான கோன்சேலியரவர்கள் மனஸ்கரிக்கவில்லை.

அரண்மனையாருடைய நினைப்பென்ன வென்றால் எப்போதும் இந்தப் பட்டணம் அவரவர்களுக்குச் சுதந்திரமாய் வருகிறதற்கும்

போகிறதற்கும் தடையில்லாமல் சுபாவமாய் நடக்க வேண்டியதென்று சகலரும் ஒழுங்குடனே மார்க்கமாய் அவரவர்கள் அநுபவிக்கிறது.

புதுச் சென்னப்பட்டணத்து வாசல் புதுத்தெருவாகிய ராசவீதி திறந்துவிட்ட தென்ன நினைப்பினாலே என்றால் அந்த ராசவீதியில் வலங்கையரிடங்கையர் சகலரும் பொதுவாக நடக்க வேண்டியதுக்காக கோன்செலியவர்கள் உத்தாரங் கொடுத்தார்கள்.

புதுச்சேரி பட்டணத்துக்குள்ளே சகல வர்த்தக செட்டியின் பல்லக்கின் பேரிலே ஏறி வருகிறதற்குச் சென்னப்பட்டணத்து வாசலாலே வருகிறதற்கும் வழுதாவூர் வாசலா வருகிறதற்கும் வெளிப்படுத்துகிறோம். சகல சாதியும் வலங்கையர் இடங்கையர் தெத்துவாசல் நுழைஞ்ச உடனே அவரவர் தெருவுக்குப் போகிறதற்கு வலது பக்கத்து மதிலோரத்துத் தெரு வீதியாவது இடது பக்கத்து மதிலோரத்துத் தெருவீதியாவது போய் அவரவர்கள் தெருவுக்குப் போகிறது.

இந்த உத்தாரத்தை யாதொரு சின்ன மனுஷராகிலும் பெரிய மனுஷராகிலும் எப்பேர்ப்பட்டவர்களாகிலும் விகாதம் பண்ணினால் கலாபம் பண்ணுகிறவன் எந்த ஆக்கினைப் படுவானோ அந்த ஆக்கினைக்குப் பாத்திர வானாவான். இந்த உத்தாரத்தை எவர்களாகிலும் அறியோமென்று சொல்லாத படிக்குப் பிரசித்தமாகக் கடுதாசியிலே எழுதி எந்த ஸ்தானங் களிலேயும் ஸ்தாபிக்க வேணுமோ அந்த இடங்களிலே ஸ்தாபிச்சு இருக்கிறது.

இந்தப்படிக்கு மேலான கொம்மிசெலியவர்கள் உத்தாரப்படி *(1741 ஆண்டு சூலை மாதம் 31ஆந் தேதி)* இதிலே கையெழுத்துப் போட்டது. துய்மா, லகு, துலோராம், யெங்காராம், மீரா, பொறுலாம், கோன்சேல் உத்தாரப்படிக்கு போலோ.

1748 ஆண்டு மே மாதம் 10ஆந் தேதி விபவ ஆண்டு வைகாசி மாதம் 1ஆந் தேதி சுக்கிர வாரம்

...அவன் வருகிறதற்குள்ளே வலங்கையர்க் கூட்டங் கூட்டிக் கொண்டு வந்து துரை முன்னே நின்றார்கள். இவர்களாரென்று கேழ்க்கச்சே முசியே கொற்னேதும் கூட வந்து நின்றார். அப்போது துரையுடனே வலங்கையாரென்று சொன்னேன். ஏன் வந்தார் களென்று கேட்டார். கும்பினீர் வர்த்தகரிலே கூடலூர் குமரப்ப செட்டி பேரன் புத்து உலகப்ப செட்டி என்கிறவன் நேற்று புத்துப்பேட்டை திருநாளுக்குப் போனவன் வெள்ளைக் குதிரை

ஏறிப்போனான். மறுபடி வரச்சே சிறது தூரம்தான் ஏறி வந்து, அப்பால் தன் மகனை ஏற்றி வந்தானென்றும், இப்படி வெள்ளைக் குதிரை, வெள்ளைக் குடை, வெள்ளைப் பாவாடை, பின்னையும் வெள்ளை விருதுகளுடனே சேர்ந்தது, வலங்கையுடயதே யல்லாமல் இடங்கையாருக்கு அக்கறையில்லை என்ற ராஜ்ய மெல்லாம் வழக்கம்.

அப்படியிருக்க இவன் செய்யாத காரியம் செய்தானென்றும், அதற்கு நீங்கள் நன்றாய் விசாரிக்க வேணுமென்றும் பின்னை தேவனாம்பட்டணம், சென்னப்பட்டணத்திலே நடந்த சேதிகளும் சொன்னேன். அதன் பேரில் புத்து உலகப்ப செட்டியையும் அழைக்கச் சொன்னார். அப்பால் மற்றதெல்லாம் நாளை விசாரிப்போம், கொண்டு போய் காவலிலே வைக்கச் சொன்னார். அதன் பேரிலே காவலிலே புத்து உலகப்ப செட்டியை காவலில் வைத்தார்கள். அப்பால் வலங்கையார் அனுப்பிவித்துக் கொண்டு போனார்கள்.

1750 ஆண்டு மாயு (மார்ச்) மாதம் 28ஆம் தேதி பிரமோதூத ஆண்டு வைகாசி மாதம் 18ஆந் தேதி வியாழக் கிழமை

முன் 15ஆம் தேதி சோமவாரம் சாயங்காலம் பாக்குக் கிடங்கியண்டையிலே பந்தலிலே நானிருக்கச்சே சின்ன பரசுராமப்பிள்ளை தரகு அப்பு அழகப்ப முதலி, பெரியண்ண முதலி முருகப்பிள்ளை, காடக்குமாரன் இவர்கள் வந்து, செட்டித் தெருவிலே கலியாணத்துக்கு உள்ளே போனால் தேவடியாள்கள் யெழுந்திருந்து மரியாதை பண்ணுகிறதில்லை. அது முன்பு நடந்து வந்ததுண்டு. இப்போ வர வர தள்ளுப்பட்டுப் போச்சுது. அப்படி வராமல் மரியாதை நடந்தால் உங்கள் நாளில் நடந்ததாய் பெரு கீர்த்தியாயிருக்கும் என்று சொன்னார்கள்.

அப்படி முன்பின் நடந்தால் யிப்போ நடவாமல் போறதுக்குக் காரியமென்ன யிருக்குது. அவர்களை யழைச்சு கேட்டுச் சொல்கிறேனென்று நல்லதம்பிசெட்டி அருணாசல செட்டியை அனுப்பிவிச்சு கேட்டதுக்கு, பெரிய மனுஷர்களாய் நாலத்து ரெண்டு பேர்களுக்கு நடந்தது மாத்திரமே யல்லாமல் மத்தப் பேருக்கு நடந்ததில்லை. ஆனாலும் முத்தலப்ப செட்டி வீட்டுக் கலியாணத்திலே என்ன நடந்ததோ அதுநான் அறியேன். அதை விசாரித்து வந்து நாளைக்குச் சொல்லுகிறேனென்று சொல்லிப் போட்டு போனான்.

அந்தச் சேதியை சின்னபரசுராமப் பிள்ளை வகையறா, வலங்கை வகையறா வந்தவர்களுக்கு நாளைக்குச் சொல்லுகிறோமென்று

சொல்லி அருணாசலசெட்டி போனான். நீங்களும் நாளைக்கு வாருங்கோளென்று சொன்னதுக்கு, முன்னேயெல்லாம் அரங்கேத்து படிக்கு வந்து பாக்கு வெற்றிலை வகையறாக்கள் வைத்து அழைப்பர். நாங்கள் போவோம். இப்போ அதைப் போன்று அழைக்கிறது மில்லை. அந்த வழக்கம் விடுபட்டது. அப்பால் அரும்பாத்த பிள்ளை வீட்டுக்கும் பொங்கல் பண்டிகைக்கும் போவார்கள். அதையும் தள்ளிப்போட்டார்கள். யிதல்லாமல் வலங்கையாருடனே போரார்கள். வலங்கை தேவடியாள் இடங்கையாருடனே பிறசித்தமாய்ப் போறாளா அந்தரங்கமாய்ப் போனாளென்று இப்படி ஞாயஞ் சொல்லி இன்றைய தினம் ராத்திரிக்கு முகூர்த்தமாச்சே இன்றைக்கு அட்டிப்பட்டாலெப்படி யென்று சொன்னார்கள்.

அதுக்கு நான் சொன்னது: றாசியாய் நடத்த வேண்டியது பலவந்தத்தின் பேரிலே வலங்கைக்கு நடக்க வேணுமென்றால் யெப்படி நடக்கும். வலங்கையென்று இடங்கையென்று ஏற்பாடு இருப்பானேன். என் புத்திக்கேற்க இது வழக்கமாகப் பேசி வெல்ல வேணுமென்றால் யெப்படி நடக்கும். நான் வந்து முப்பது வருஷமாய் நடக்கக் காணோம். இப்போ நடப்பிச்சுக் கொள்ள வேணுமென்றால் எப்படி நடக்கும். ஆனாலும் அவர்கள் நாளையத் தினம் வந்து சொல்லுகிறோம் என்றாப்போலே ஆச்சுதே நாளைக்கு வாருங்கோளென்று சொல்லிப் போகச் சொன்னதுக்கு, நீங்கள் வலங்கைக்கு இசமான். நீங்கள் நடப்பிக்க வேணுமென்றால் ஒருத்தரும் தடுத்து சொல்லப் போறதில்லை யென்று சொன்னார்கள்.

அவசியம் உங்களுக்குள்ள தெல்லாம் எனக்கும் சந்தோஷம்தான். ஆனால் ஒரு ஞாயத்தை எதிரிக்குச் சொல்லி நடத்தினானல்லோ அழகு. அல்லவென்றால் இறாசியின் பேரிலே நடப்பிச்சுக்க வேண்டியது. எல்லாத்துக்கும் அவர்கள் நாளை வந்து சொல்லுகிறோமென்று சொன்னதுக்கு அதை அறிந்தல்லோ அப்பாலே பேச்சு நடத்த வேண்டுமென்று சொல்லி நாளை வாருங்கோளென்று சொல்லிப் போகச் சொன்னேன். அவர்களும் போனார்கள்.

(இதற்கிடையே வலங்கையர் கொடுத்த புகாரின் பேரில் இடங்கை தேவடியாக்கள் கைது செய்யப்பட்டு காவலில் வைக்கப்பட்டனர். ஆ.ர்.)

1750ஆம் ஆண்டு மாயு மாதம் 29ஆந் தேதி பிரமோதூத ஆண்டு வைகாசி மாதம் 16ஆந் தேதி சுக்கிற வாரம்

இத்தனாற் காலத்தாலே போன போது துரை நேத்து ராத்திரி இடங்கை தேவடியா எழுந்திருக்கவில்லையென்ற வலங்கையார்

பிறாது பண்ணி தேவடியாக்களை நேத்து ராத்திரி காவலில் வைத்த சேதியென்ன வென்று கேழ்க்கவில்லை.

அவருடனே சொல்லிக்கொண்டு அவறாய் கொண்டுபோய்க் காவலில் வைக்கச் சொல்லி சொன்ன சேதி அவர் கேழ்விப்படாததினாலே நமக்கென்ன நாமேன் எடுத்துப் பேச வேணுமென்று சொல்லியிருந்தது அல்லாமல் அவரெது நிமித்தியம் இந்தப் பேச்சையெடாமல் நிற்குறாரோ தெரியாதே அவர் மனதறிந்து யல்லோ உத்தரம் நடத்த வேணும். ஆனபடியினாலே இன்றெல்லாம் அவரும் எடுத்ததில்லை நானும் அவரெடாத பேச்சைப் பேசக் காரியமென்னவென்று சும்மாயிருக்கிறேன்.

...இத்தனாற் ரெண்டு மணி வேளைக்கு சாப்பிட்டவுடனே மத்தியானம் இடங்கையாரெல்லாம் கும்பலாய் கூடி வந்தார்கள். வந்து நேத்து ராத்திரி அகாமியாய் நடப்பிச்சதுக்கு நேத்து ராத்திரி சொன்னதுக்கு இன்றைய காலத்தாலே வாறதுக்கு சடங்காயிருந்த படியினாலே வரக்கூடாமல் போச்சுது. இப்போ வந்தோமென்று சொல்லி எங்களூர்களுக்கும் வலங்கையாருக்கும் முன் முசியே மர்த்தின் நாளையிலே ஹூர்கூடி அத்துப்பிறிச்சுக் கொண்டு கையெழுத்துப் போட்டுக் கொண்டு வருகிறோம் நீங்களிங்கே இருங்கோளென்று சொன்னார்கள். பொன்னய்யரை யோசனைப் பண்ணிக்கொண்டு வரச்சொல்லி சொல்ல நாங்களிது வரைக்கும் நடப்பிச்சு யிப்போ நடப்பியாமல் போனால் எங்கள் பேரிலே நேரம் செமத்தவும் அபறாதமும் போனால் வாங்கலாம். தெண்டிக்கவும் ஞாயம். நூதனமாய் எங்களை அழைத்து ஞாயம் கேளாமல் கொண்டு போய்க் கச்சேரியில் காவல் வைக்கச் சொல்லியிருப்பவும் இந்தச்சாடை நடத்தச் சொல்லுகிறது எந்த ஞாயம் ஒருக்காலும் வழங்காத வழக்கத்தை வழங்கிவிக்க யில்லை யென்று தப்பிதமாய்ச் சொன்னவனைப் பிடிச்சுக் காவல் வைத்து அபறாதமும் வாங்க வேண்டியதென்றும் சொல்லி இனிமேல் வலங்கையார் ஆனை முதலானதுகளேறுகிறதுக்கு எங்களுத்தார மில்லாமல் ஏற வொட்டுகிறதில்லை.

இனிமேல் நாங்களும் அவர்கள் தேவடியாக்கள் எழுந்திருக்கவில்லை யென்று நாங்களும் யெப்படி நடப்பிக்க வேண்டிபடிக்கு நடப்பிக்கிறோம். அவ்வென்றால் ஹூரைவிட்டுப் போகிறோம். நிறபறாதியாய் யெங்கள் கட்டுக்குள்ளே நாங்களிருக்கச்சே எங்களை அழைத்தும் கேளாமல் தேவடியாக்கள் எழுந்திருக்கவில்லையென்று கலியாணத்து ஹூர்கோலம் வருகிற வேளையிலே தேவடியாக்களைக் கொண்டு போய்க் காவல்

பண்ணுகிற அனியாயம் எங்கேயாகிலும் ஒருத்தர் வந்து சொன்னால் மத்தபேர்களையும் அழைப்பிக்க ஞாயம் கேழ்க்க தப்பிதமாய் நடந்து யிருக்கிறவளுக்கு தெண்டனை பண்ற தெல்லாம் ஞாயமிதை விட்டுப்போட்டு இந்தவூர் தோன்றின நாள் முதல்கொண்டு நடவாத நடத்தையை இப்போ நடத்த வேணு மென்றால் அதங்குத் துரையவர்களுஞ் சம்மதியாயிருந்து சோராவரியாய் நடத்திக் கொள்ளுங்கோள்.

நாங்கள் எங்கே எங்களுக்கு மேம்பாடு நடக்குமோ அங்கே போறோமென்றும் வலங்கைக்கும் இடங்கைக்கும் அதுகௌப் பட்டிருக்கிறதென்ன அந்தப்படிக்கு அவரவர் நடக்க வேணுமென்ற கட்டன்னவென்று இப்படி தாங்கள் ஞாயமனேகமாய்ச் சொல்லிக் கொண்டார்கள்.

1750 ஆம் ஆண்டு சூன் மாதம் 2ஆந் தேதி பிரமோதூத ஆண்டு வைகாசி மாதம் 23 ஆந் தேதி செவ்வாய்க் கிழமை

... இந்தனாள் சாயங்காலம் ஆறு மணிக்கு துரையவர்கள் அழைச்சனுப்பிவிச்சு ஆற்காடு சேதி யேதாகிலும் வந்ததா என்று கேட்டார். ...இடங்கை தேவடியாக்கள் வலங்கையாளுக்கு யெழுந்திருக்கவில்லையென்று கொண்டுபோய் தேவடியாக் களைக் காவல் வைத்து யின்று ஆறு நாளாகிறது. அவர்களேன் பிறாது பண்ணயில்லை யென்று கேட்டார்.

அப்படியேதாகிலும் வலங்கையார் வந்து சொன்னால் எங்களையும் அழைத்து ஞாயம் கேட்டு நேரம் சுமத்தியல்லோ காவல் வைக்க வேணும். இந்த ஆர்த் தோணின நாள் முதலாய் அவரவர் மரபுப்படிக்க நடந்து வந்ததுக்கு மரியாதை பண்ணவில்லை யென்றும் நாங்களும் மரியாதை பண்ணாமலிருக்கிறல்லோ நியாயம். அதைத் தொட்டு இப்படி நடப்பிச்சார்கள் யிதிலே மெத்த அபகீர்த்தி யெங்களுக்கு என்று வெகு தாபத்தியமாய் உங்களுடனே சொல்லிக்கொள்ள வேணுமென்று சொல்ல வந்திருக்கிறார்கள் என்று சொன்னேன்.

1750 ஆம் ஆண்டு சூலை மாதம் 18ஆம் தேதி பிரமோதூத ஆண்டு ஆடி மாதம் 6ஆந் தேதி சனி வாரம்

...துரையவர்கள் வெளியே வந்து யென்னத்துக்கு வந்தார்களென்று கேட்டார். நேத்து வரச்சொன்னீர்களே அதினாலே யிவர்கள் வந்தார்கள். வலங்கையார் வரயில்லை யென்று சொன்னேன். அவர்களும் வந்த பிற்பாடு வரச்சொல்லு யென்று சொன்னார். அந்தப்படிக்குச் சொன்னால் கேழ்க்க மாட்டோமென்று நின்று

கொண்டிருந்தார்கள். மறுபடியிந்த பக்கமாய்ப் போய் அந்த பக்கமாய் வந்த உடனே யென்னவென்று கேட்டார். அவர்கள் உங்களுடனே சொல்லிக் கொண்டார்கள். நாங்கள் சொல்லிக் கொள்ளவில்லை யென்றும் ரெண்டு பேச்சும் கேழ்க்க வேணுமென்றும் நாங்கள் கும்பினீர் வர்த்தகர்கள் யெங்களுக்கு நீங்கள் மத்தத்து பண்ணி நடப்பிக்க வேணும். யெல்லார்க்கும் யெங்கள் பேச்சு மேல்வட்டமாய் நடக்கப் பண்ணுறது உங்கள் கடனென்று சொன்னார்கள்.

அதுக்கு அவர்கள், யிடங்கை தேவடியாக்களுக்கும் மரியாதை தெரியாதென்று சொன்னார். அதுக்கு அவர்கள் சொன்னது நாங்கள் போனால் வலங்கை தேவடியாக்கள் யெழுந்திருக்கிறார்களா அப்படித்தான் யிடங்கை தேவடியாக்களும் வலங்கையார் வந்தால் யெழுந்திருக்கிறார்களென்று சொன்னார்கள். அதுக்கு துரையவர்கள் முன்பின் யெழுந்திருக்க வாடிக்கை உண்டானால் யெழுந்திருக்கத் தேவையில்லையா யென்று கேட்டார். வாடிக்கையில்லை. அவர்களுக்கும் எங்களுக்கும் அத்துப் பிறிஞ்சு சீட்டுக் கலிகூட எழுதப்பட்டிருக்குது.

அப்படியிருக்கச்சே எழுந்திருக்கக் காரியமென்னவென்று கேட்டார்கள். நல்லது அவர்கள் வரட்டும் அவர்கள் விசேஷத்தை யும் கேட்டு அல்லோ உத்தாரம் குடுக்க வேணுமென்று சொன்னாப் போலே இவர்களிரண்டு பித்திசாம் எழுதி கையிலே வைத்திருந்ததைக் குடுத்தார்கள்.

அதைப் பார்த்துக் கொண்டு அப்பு குதிரைமேல வந்தானா வென்று கேட்டார். வந்தானென்று சொன்னார்கள். நல்லது அப்படியே அழைத்துவா யென்று சொன்னார். அப்பை யென்ன வென்று கேட்டாலதை அது பொதுத் தெருவு அதினாலேறி வந்தேன். அது இடங்கைத் தெருவானால் நானேன் ஏறி வருகிறேனென்று சொன்னான்.

அந்தத் தெரு ஆருதென்று சட்டைக் காறர்கள் வெள்ளைக்காறர்கள் பறயர்கள் சமஸ்தான பேர்களும் வீடு இருக்கிறது. இவர்களுடைய அம்பட்டர் வீடு மூணு வீடு மாத்திரமிருக்கிறது. பறயர் போக்குவரத்து கலியாணம் சாவு முதலானதுகள் நடத்திற படியினாலே நான் வந்தேனென்று சொன்னது மல்லாமல் யிந்த கலாபம் நடந்த பிற்பாடான படியினாலே நான் விசாரியாமல் வருவேனா வென்று சொன்னான்.

அதுக்கு துரையவர்கள் யென்னைப் பார்த்து நீ விசாரித்து வந்த கபுறு சொல்லுயென்று சொன்னார்.

அதுக்கு அப்பு என்னைப் பார்த்து நானிவர்கள் பணிசவர் வீடுயிருக்கிற தென்று டேலொன்கிற வெள்ளைக்காற னிருக்கிற வீட்டுக்கு அப்புறம்தானே நானிறங்கி வந்தேன் யென்று சொன்னான். அதென்னவென்று துரை கேட்டார். நானப்போ தானே துரையுடனே சொல்லச் சொன்னேன். என்னுடனே சொன்னபடிக்கு அப்பு துரையுடனேயும் சொன்னான். அதுக்கு துரையவர்கள் றங்கப்புள்ளே நீ நன்றாய் விசாரித்து நாளைக்குச் சொல்லென்று சொன்னார். அதுவுமல்லாமல் வலங்கையாரையும் நாளைக்கு வரச்சொல்லு. உபயத்திரவர் ஞாயமும் கேழ்ப்போமென்று யிடங்கையாரைப் போகச் சொன்னார்.

அதுக்கவர்கள் துரையவர்கள் நேத்து தானே உபயத்திரவரையும் வரச்சொன்னால் அவர்கள் வர மாட்டோமென்று யித்தினை தாமசமாயிருக்கிறார்கள். அப்படியிருக்க நாங்களித்தனை யெறிஞ்சிவிட்டு கிடக்குறோமென்று திரும்பியும் துரையவர் களண்டைக்குப் போய் தேவடியாக்களை மாத்திரம் விட்டுவிடச் சொல்லுங்கோள் நாங்களேதாகிலும் ஓடிப்போகிறோமா வியாச்சிய முண்டனாது. நாங்கள் பேசுகிறோமென்று சொன்னார்கள். அதுக்கு துரையவர்கள் சொன்னது வலங்கையாரென் பேரிலே சலுத்தாரிவார்கள். பிறாது பண்ணுவார்கள். ஆன படியினாலே விடப்போகாதென்று சொல்லி நாளை வாருங்கோளென்று சொல்லிப் போகச் சொன்னார். அது மட்டுக்கும் இடங்கையார் அனுப்பிவிச்சுக் கொண்டு போனார்கள்.

அப்பால் அப்பு வந்து இறைச்சயப்பன் யிருக்கிற தெருவிலே ரெண்டு மூணுபேர் யிடங்கையார் இருக்கிறார்கள். யிரண்டு மூணுபேர் வலங்கையாரும் இருக்கிறார்கள். அதுவும் பொதுத் தெருவுதானே யென்று சொல்லி நீங்கள் தாயும் தகப்பனும் நன்றாய் விசாரிக்க வேணுமென்று சொன்னான். பக்ஷபாதமில்லாம சமனாகப் பார்க்கிறதே அல்லாமல் வித்தியாசமாய் பார்க்கத்தக்க தில்லையென்று சொல்லிப் போகச் சொல்லி அப்பால் பாக்குக் கிடங்கிலே வந்தவுடனே யிடங்கையாரும் அப்படியே உபசாரம் சொன்னார்கள். அதுக்கு நான் பதிலுத்தாரஞ் சொன்னது உபயத்திரவரும் யென் மட்டுக்கும் சரியாய்ப் பார்க்கிறதே யல்லாமல் வித்தியாசம் பார்க்கத்தக்க தில்லை யென்று சொல்லிப் போகச்சொன்னேன். அவர்களும் அனுப்பிவிச்சுக் கொண்டு போனார்கள்.

1737ஆம் ஆண்டு ஒக்தோபர் மாதம் தேதி 22 ஈசுவர ஆண்டு, அற்பசி மாதம், தேதி 10 சனிவாரம்

இத்தனாள் சூரிய உதயமாக ஒருநாழிகை யென்னச்சே நான் முகம் கழுவிக் கொண்டு பாக்கும் போட்டுக் கொண்டிருக்கச்சே,

கோட்டையிலே ரெண்டு மூணு பேரும் கருமார்களும் ரெண்டு பேர் தச்சரும் ஆக ஆறேழு பேர் வந்து கும்பிட்டு நின்று, எங்கள் காளிகாதேவி விசய தெசமிக்கு வரதராசப்பெருமாள், காளத்தீஸ்வரன் கோயில் ஈசுவரருடனே கூட பாறு வேட்டை பிறப்பிடுகிறதுக்கு ரெண்டு மூணு வருஷமாய் உங்களுடனே சொல்லிக் கொண்டு வந்ததுக்கு ஊராருடனே சொல்ல வேணுமென்று நீங்கள் சொன்னீர்கள். நாங்கள் அவர்களைக் கேழ்க்கிறதுக்கும் போகங்காமலிருந்து, யிப் போவானால் நேத்தைய தினம் நாங்கள் முசே கலாருடனே சொல்ல ஒப்பித்திசாம் எழுதி தொரைக்குக் குடுத்தோம். அதன் பேரிலே அவர் ஆரை அழைக்கச் சொல்ல வேணும் யென்று கேட்டார்.

அதுக்கு யெங்களுடனே கேளாமல் படிக்கு முசே கலார் யிருந்து கொண்டு யிவர்களை வினாயகம் பிள்ளை கையிலே ஒப்பிச்சு யிந்த வேலை நீ செய்து போடவேணும் யென்று சொன்னார். வினாயகம் பிள்ளையும் அதுக்கு முன்னேயும் அங்கே வந்திருந்தார். அவன் அழைச்சு யெங்களை அவர் கையிலே ஒப்புவிச்சு யிவர்கள் வேலை நீ செய்துகுடுத்து யெனக்கு வந்து கபுறு சொல்லென்று சொன்னார். வரும்படியே யுங்களுடைய மனதின்படிக்கு நடப்பிச்சு உங்களுக்கு வந்து கபுறு சொல்லுகுறேனென்று சொல்லிப்போட்டு பிறப்பட்டு, யெங்களையும் அழைச்சுக் கொண்டு வந்து வரதராசப் பெருமாளுடனே கூட உங்கள் காளிகா தேவியையும் எழுந்தருளப் பண்ணிக் கொண்டு போங்கோளென்று சொல்லி உத்தாரங் குடுத்து அனுப்பினார்.

அந்தப்படிக்கு யின்றைக்கு நாங்கள் யெழுந்தருளிப் பண்ணிக்கொண்டு போற கபுறு உங்களுடனே சொல்லிப்போட்டு போக வந்தோமென்று சொன்னார்கள்.

அதுக்கு நானிருந்து கொண்டு, 'மெத்தவும் சந்தோஷமாச்சுது. ஆனால் பட்டணத்துக்குள்ளே நம்முடைய மதத்துக்கு யெத்தனை விருத்தியாய் நடக்குதோ அத்தனையும் யெனக்கு சந்தோஷம் தான். ஆனாலிது வலங்கையாருடைய அனுகூலத்தின் பேரிலே நடக்க வேணுமே யல்லாமல் துரைகளுடைய உத்தாரம் யிதுகளுக்கு பெத்து நல்லவேலை செய்தீர்கள். யிது உங்களுக்கு அட்டியில்லாமல் நடக்கறதுக்கு நான் ஒரு உபாயம் சொல்லுகிறேன். அந்தப்படிக்குச் செய்யுங்கோள்' என்று சொன்னதுக்கு, 'நல்லது. அப்படியே செய்குறோமென்று' சொன்னார்கள்.

அதுக்கு நான் சொன்னது, 'வலங்கையாரிலே சாதிக்கிரெண்டு பேர் நாட்டாமைக்காரர் இருக்கிறார்களே, அதிலேயும் முக்கியமாய்

கவரைகள், இடையர்கள், அகம்படையர்கள், வெள்ளாழர், கைக்குளவர் வகையிராயிப்படி யேழெட்டு சாதியுடைய நாட்டாமைக்காரர்கள் யிருக்கிறார்களே. அவர்களண்டைக்கு நல்ல பேச்சாய், அவர்களுடனே பட்டணத்திலே தர்மராசா, மாரியாத்தாள் சகலமான தெய்வங்களும் வேடிக்கையாய்க்கூடப் பிறப்படுகிறாப் போல எங்கள் தெய்வமும்கூட பிறப்பிடத்தக்கதாக நீங்கள் தயவு பண்ணி உத்தாரம் குடுக்க வேணும். அதினாலே பின்னையும் வேடிக்கையாயிருக்கிறது மல்லாமல், யெங்களுக்கெல்லாம் வெகு சந்தோஷமாயிருக்கும், நாங்களும் உங்களுடைய வேலைக்காரர் அல்லாமல் மத்தப்படிக்கு அல்லவே யென்று யிப்படியாக நல்ல பேச்சை சொல்லி அவர்களுடைய உத்தாரம் வாங்கிக் கொண்டு நடப்பிச்சார்களானால் ஒரு தவறுதலையும் வராமல் சம்பிறம்மாய் நடக்குமென்று சொன்னேன்.

அதுக்கு அவர்கள் சொன்னது, 'அப்படி நாங்கள் ஒருத்தரண்டைக்குப் போகத்தக்கது மில்லை. ஒருத்தருக்கு நல்லப் பேச்சும் சொல்லத்தக்கது மில்லை. யெங்களுக்குத் தொரைகளுடைய உத்தாரமிருக்குது. வினாயகம் பிள்ளையை நடப்பிச்சுப் போடச் சொல்லி உத்தாரம் குடுத்து யிருக்கிறார். அந்தப்படி நடந்தேறிப் போகுதென்று சொன்னார்கள்.

அதுக்கு நான், 'உங்களுக்கு மனுசுக்குச் சரி போனபடியே செய்யுங்காள் யென்று சொல்லி, முன்னாலே யிடங்கையாருடனே சேந்த காளத்தீஸ்வரனைக் கூட எழுந்தருளப் பண்ணுகிறதுக்கு முசே லப்பிறவித்தியேர் நாளையிலே இடங்கையர்ப் பிரயத்தனம் பண்ணி, அப்போ திருவேங்கிடப் பிள்ளை அவர்கள், நாசப்ப னாயக்கரவர்கள் கூட முளை அடிச்சுயிருக்க சேயும் வலங்கையர் சம்மதியாமல் போனார்கள். அப்பால் முசே லெனுவார் அவர்கள் தானே நாற்பது நாற்பத்து அஞ்சு நாள் பிடிமானமாய் முன்னடந்த தஸ்த வேசைப் பிடிச்சுக் கொண்டு யெத்தனையாக வலங்கை யாருக்குச் சொல்லியும் சம்மதியாமல் அப்பால் துரைகளே மனுவாய் கேட்டுக் கொண்டதின் பேரில் நடப்பிச்சுக் கொள்ளச் சொல்லி உத்தாரம் குடுத்தார்கள். அப்படியெல்லாம் திருக்காளத் தீஸ்வரன் கோயிலுக்கு வெகு பிரயத்தனம் பண்ணினதின் பேரிலே நடந்திருக்கச்சே, யிதுக்கு இப்படி நடப்பிச்சுக் கொள்ளுகிறது வலங்கையார் சம்மதியார்கள். அப்பாலுங்களுடைய மன' தென்று நான் சொன்னேன். அந்த மட்டுக்கும் அவர்கள் பிறப்பிட்டுப் போனார்கள்.

மறுபடி யென்னண்டைக்கு வந்ததில்லை. அப்பால் அவர்கள் போயி வினாயகம் பிள்ளையுடனே சொல்லிக் கொண்டதாயும்,

அதுக்கு அவர் யெவன் தகையுறவன், யெவனுக்கு யென்ன குதிராத்து யிருக்குது. உங்களுடைய மனுசும் படிக்கு உங்களுடைய தெய்வத்தை எழுந்தருளப் பண்ணிக்கொண்டு போங்கோளென்று சொன்னதாய் சேதி, கேழ்க்கப்பட்டது.

அப்பால் நாலு நாழிகை பொறுத்து வினாயகம் பிள்ளை கோட்டை அண்டையிலிருந்து கொண்டு, வலங்கையாரிலே வெள்ளாழரிலே கனகசபை முதலி, பவழக்கார தேவராயச் செட்டி வகையிராக்களை அழைப்பிச்சு, உங்களுடைய வரதராசப் பெருமானுடனே கூட காளிகா தேவியை எடுத்துக் கொண்டு போகத்தக்கதாக தச்சர், கருமார்கள், கன்னார் வகையராக்களுக்கு தொரை உத்தாரம் குடுத்திருக்கிறார். அந்தப்படிக்கு எழுந்தருளப் பண்ணிக் கொள்ளட்டும் என்று சொன்னார். அதுக்கு நாங்கள் ஒருக்காலும் நடவாத சம்மதியை பிப்போ நூதனமாய் நடப்பிக்குறதுக்கு சம்மதிக்குறதில்லை யென்று சொன்னார்கள். அதுக்கு அவர் நீங்கள் சம்மதியாவிட்டால் வரதராச சுவாமி பிறப்பிக்கப்படுகிறது கூட நின்றுபோம் என்று சொன்னார். அப்படி நின்று போனாலும் போறதே யல்லாமல் நாங்கள் சம்மதிக்குறதில்லை யென்று சொல்லிப்போட்டு வந்தேமென்று கனகசபை முதலி, தேவராய செட்டி வகையராக்கள் யென்னுடனே வந்து சொன்னார்கள். அதுக்கு நான் துரைகள் பார்த்துச் சொன்னார். நீங்கள் கேட்கத் தேவையில்லையா, என்று சொன்னதுக்கு, அதுக்கு அவர்கள் 'பின்னை யெந்தக்க காரியம் சொன்னாலும் கேழ்ப்போமே யல்லாமல், யெங்கள் சாதி வழக்கத்துடனே சேந்த சம்மதிக்கு ஒருக்காலும் இல்லாதது நடக்க வேணுமென்று சொன்னால் சறுவாத்துமனாக நாங்கள் சம்மதிக்கிறதில்லை. இப்பாலவங்க சோராவாரியாய் நடப்பிச்சால் நடப்பிக்கட்டு' மென்று சொன்னார்கள்.

நாட்குறிப்பு 4

சம்பாக் கோயிலில் தீண்டாமைச் சுவர்?

பாதிரிக் கோயில் என்றழைக்கப்பட்ட சம்பாக் கோயில். இப்போது புனித ஜென்மராக்கினி மாதாகோயில் என்று அழைக்கப்படுகிறது. புதுச்சேரியின் புகழ்பெற்ற கிறிஸ்தவ ஆலயங்களில் ஒன்று. இக்கோயிலுக்கான அடிக்கல்லை 1691 ஏப்ரலில் அப்போதைய பிரெஞ்சு ஆளுநர் பிரான்சுவா மர்த்தேன் நாட்டினார். அடுத்த ஆண்டிலேயே இக்கோயில் வழிபாட்டிற்கு வந்தது. 1693இல் டச்சுக்காரர்களின் தாக்குதலில் இடிக்கப்பட்ட இக்கோயில், அடுத்த சில ஆண்டுகளில் மீண்டும் எழுந்தது. இப்படியாக பல நேரங்களில் நான்குமுறை இடிக்கப்பட்ட சம்பாக் கோயில் 1792இல் நிலையாக நின்றது.

அதேபோல் இந்த ஆலயத்தில் பிரச்னைகளும் அவ்வப்போது எழுந்தது. குறிப்பாகப் பூசை கேட்க வரும் பறையர்களுக்கும் மற்றவர்களுக்கும் இடையே ஆலயத்துக்குள் சுவர் எழுப்பப்பட்டு இருந்தது. புதிதாகப் பொறுப்பிற்கு வந்த காரைக்கால் பாதிரியாரிடம் இதுபற்றி பறையர்கள் முறையீடு செய்தனர். ‘எல்லோரையும் ஒரே கண்ணால் பார்க்க வேண்டும். இறைவன் முன் அனைவரும் சமம் எனும்போது இந்தப் பாகுபாடு ஏன்?’ என்று கேள்வி கேட்டனர். இதன் நியாயத்தை உணர்ந்தப் பாதிரியார் ‘எல்லாரும் நமக்குப் பிள்ளைகள்தான்’ என்று சொல்லி அந்தச் சுவரை இடித்திருக்கிறார். ஆனாலும்கூட அடுத்தநாள் பூசைக்கு வந்த மற்றவர்கள், குறுக்காக நாற்காலியை வைத்து மறைத்தும் பிரித்தும் வைத்தனர்.

அதேபோல, பூசை கேட்க வந்த வசதி படைத்தப் பெண் ஒருவர், வாசனைத் திரவியங்கள் பூசிக்கொண்டும், மேனி தெரிகிற வகையில் சல்லாப் (மெல்லீசு) புடைவை கட்டிக்கொண்டும் வந்திருக்கிறார். இதனால் ஆத்திரமடைந்த பாதிரியார், தன் கையிலிருந்த பிரம்பினாலே அந்தப் பெண்ணின் கொண்டையிலே குத்தி, 'நீ பூசை செய்தது போதும். எழுந்திரு' எனக் கோபித்துக் கொண்டார்.

மேலும், பூசைக்கு வரும் பெண்கள் எப்படி ஆடை அணிந்துவர வேண்டும், கொண்டை முடித்துவர வேண்டும், வாசனைத் திரவியங்கள் பூசக்கூடாது என்றெல்லாம் உத்தரவு போடுகிறார். இதனால் பாதிரியாருக்கும் கிறிஸ்தவர்களுக்கும் இடையே தள்ளுமுள்ளு மோதல் சம்பவங்கள் அரங்கேறுகின்றன.

இதுபற்றியெல்லாம் ஆனந்தரங்கப் பிள்ளை தனது நாட்குறிப்பில் பின்வருமாறு பதிவு செய்கிறார்:

1745 ஒக்தோபர் 16 அற்பிசி 3 சனிவாரம் நாள்

காலமே எட்டுமணிக்கு, சம்பாக் கோவிலிலே நடந்த அதிசயமென்ன வென்றால், காரைக்கால் பாதிரியாரிடத்துக்கு வந்தவர் யோசனை பண்ணி, கோவிலுக்குள்ளே வடவண்டை பக்கத்திலே குறுக்கே சுவர் வைத்து அந்தச் சுவருக்கு இப்புறம் பறையர் வந்து பூசை கேட்கவும், அப்புறத்திலே கிறிஸ்துவர் சட்டைக்காரர், வெள்ளைக்காரர் எல்லாரும் ஒருமிக்க வந்திருந்து பூசை கேட்கவும் இப்படியாக முன்னாலே தமிழ்க் கிறிஸ்துவர் இந்தப்படி ஒரு அத்துபண்ணி நாளது வரைக்கும் அந்தப்படிக்கு நடந்து வந்ததைக் காரைக்கால் பாதிரியார் இவ்விடத்திலே யிருக்கப்பட்ட சிஷ்யாக்கள் பண்ணிப்பறைச்சேரி பறையர், பெரிய பறைச்சேரி பறையர், சுடுகாட்டுப் பறைச்சேரி பறையர், உழந்தைப் பறைச்சேரிப் பறையர் பின்னையும் இருக்கப்பட்ட சிஷ்யாக் களாகிய பறையர், தோட்டிகள் அனைவரையும் எடுத்துவிட்டு அவர்களெல்லோருமாய் வந்து குருவாயிருக்கப்பட்ட பெரிய சுவாமியார் கிரேஷ்டருடனே சொல்லிக்கொண்ட தென்ன வென்றால்,

'உங்களுக்கு சிஷ்யாக்கள் என்றால் எல்லாரையும் ஒரு கண்ணினாலே பார்க்க வேணும். நாங்கள் வந்து சுவாமி யினிடத்திலே சகல பணிவிடை ஊழியமும் செய்யத்தக்கதாகச் சுவாமியாரவர்கள் கிருபை பண்ணியிருக்க, தமிழ்க் கிறிஸ்துவர் எங்களைப் புறம்பாய் தள்ளிவைத்ததாகவும் நீங்கள் அதற்கு

உத்தாரங் கொடுத்துக் கொண்டு பாரபக்ஷமாய் எங்களைப் புறம்புபண்ணக் காரியமென்ன' வென்கிறதாய் கும்பல்கூடி பேசுகிறவிடத்திலே பாதிரியார் சிரேஷ்டவர்களும் நியாயமென்று தானே ஒத்துக்கொண்டு, அந்நேரமே அந்தக் குறுக்குச் சுவரை இடித்துப்போட்டு எல்லாரும் நமக்குப் பிள்ளைகள்தான். நீங்கள் சம்மதியானபடிக்குக் கூட வந்திருந்து பூசை கேட்கலாமென்று சொல்லி அவர்களுக்கு ஆசீர்வாதம் பண்ணிப்போகச் சொன்னார்கள்.

இற்றைநாள் சாயங்காலம் கிறிஸ்துவர் அவர்கள் வீட்டுப் பெண்டுகள் கூட பூசை கேட்கிறவிடத்திலே இன்றைய தினம் பறையர், சட்டைக்காரர், வெள்ளைக்காரர், தமிழர் அனைவரும் கூடத்தானேயிருந்து பூசை கேட்கிறவிடத்திலே கனகராய முதலியார் உடன்பிறந்தான் குமாரன் ஆசாரப்ப முதலியார் பெண்சாதி செல்வத்துடனே இருக்கிற படியினாலே அந்தப் பெண் அவர்கள் சாதியிலே இடவேண்டிய உடமையெல்லாம் தரித்துக் கொண்டு பரிமள சுகந்தத்துடனே துலாம்பரமாயிருக்கப்பட்ட சல்லாப் புடவையைக் கட்டிக்கொண்டு, சுவாமிக்கு அடுத்தாற் போலே யிருக்கப்பட்ட சிரேஷ்டராயிக்கிற பாதிரியாரண்டையிலே போய் முட்டிக்காலின் பேரிலேயிருந்து கொண்டு, தேகத்தியான மாய்ப் பூசை கேட்கிற விடத்திலே,

அந்தச் சுகந்த பரிமள சுகந்தத்தினுடைய வாசனை பாதிரியார் மேலே பட்டவுடனே அவர் பூசை சொல்லுகிறதை விட்டுவிட்டு மூக்கைப் பிடித்துக் கொண்டு கையிலே யிருக்கிற பிரம்பினாலே கொண்டையிலே குத்தி, நீ கலியாணக்காரி அல்லவா, நீ தேவடியாளா, உன்னுடைய புருஷனுக்கு வெட்கமில்லையா, சரீரம், மார்பு, ரோமத்துவாரமெல்லாம் தெரியத்தக்கதாகச் சல்லாப் புடவையைக் கட்டிக்கொண்டு கோவிலுக்கு வருவார்களா புண்ணியவதீ. நீ பூசை செய்தது போதும். எழுந்திருந்து வீட்டுக்குப் போ.

1745 ஒக்தோபர் 16 அற்பிசி 3 சனிவாரம் நாள்

சம்பாக் கோவிலிலே நடந்த அதிசயம் கடுதாசியிலே எழுதப் பட்டதுபோக மற்றது இந்தக் கடுதாசியிலே எழுதின வயணம்.

...என்கிறதாகக் கோபித்துக்கொண்டு போகச் சொல்லிவிட்டார். அதன் பேரிலே கிறிஸ்துவர் எல்லாரையும் அழைத்து இனிமேல் பெண்டுகள் ஒருத்தரும் மெல்லீசுப் புடவை கட்டத்தேயில்லை என்றும், உடமைகள் தமிழரைப்போலே இடப்போகாதென்றும், எப்போதும் போலே கொண்டை முடிக்கப் போகாதென்றும்,

சட்டைக்காரிச்சிகள் போலே கொண்டை முடிக்கச் சொல்லியும், வாசனை பரிமளத் திரவியம் பூசப்போகாதென்றும், இந்தப்படிக்குத் திட்டப்படுத்தி நடந்துகொள்ளச் சொல்லி பாதிரியார் சொன்னார்.

அதன்பேரிலே கிறிஸ்துவர் எல்லாரும் கும்பல்கூடிக் கொண்டு கோவிலுக்குப் போய் பாதிரியாருடனே தற்கித்துப் பேசுகிற விடத்திலே கெவுனி வாசல் முதலிலிருந்து கொண்டு எப்போதும் நடந்தபடி நடக்கிறதே அல்லாமல் நூதனமாய் நீங்கள் இப்படிச் சொன்னால் அது எங்களவருக் கொருத்தருக்கும் சம்மதிப்பட வில்லை என்று எதிர்த்துச் சொன்னார். நீங்கள் எங்களுடனே எதிர்த்துப் பேசலாமா என்று பிடித்துத் தள்ளவும் அவர் போய் பாதிரியார் சட்டையை பிடித்திழுத்து விஷயங்கள் ஏறக்குறையப் பேசி, இனிமேல் நாங்கள் உங்களுடைய கோவிலுக்கு வருகிறதில்லை என்று சொல்லிவிட்டார்கள்.

இப்புறம் வந்து எல்லாரும் கும்பலாய்க் கூடிக்கொண்டு கனகராய முதலியாருடனே சொல்லிக்கொண்டார்கள். அதின்பேரிலே அவர் தெரியச்சொல்லி, நல்லது எப்போதும் போலேதானே அவர் களுக்குச் சம்மதியானதுக்கு இருக்கச் சொல்லி உத்தாரங் கொடுத்துப் போகச் சொல்லிவிட்டுப் பாதிரிகள் போய் துரையவர்களுடனே சொல்லிக் கொண்டதென்ன வென்றால்,

கிறிஸ்துவர்கள், நாங்கள் சொன்னபடி கேளாமல் அத்துமீறி சரிபோன படியினாலெல்லாம் பேசி கும்பலாக் கூடிக்கொண்டிருக் கிறார்கள். அவர்களைத் தாக்கீது பண்ணிக் கோவிலுக்கு வரத்தக்கதாகச் செய்யவேணும் என்று சொல்லிக் கொண்டதின் பேரில் துரையவர்கள், தளவாய் கிரிமோசி பண்டிதரை அழைத்து, கிறிஸ்துவர் யாதொருத்தராகிலும் நாலு பேராய்க் கூடிப்பேசிக் கொண்டிருக்கிறது கண்டால் பிடித்துக்கொண்டு போய்க் காவலிலே வைக்கச் சொல்லி உத்தாரங் கொடுத்தார்கள். அந்த மட்டிலே கும்பல் கூடாமல் அவரவர் இதைத் தனித்தே யிருந்தார்கள்.

1745 ஒக்தோபர் 17 அற்பிசி 4

சிறிதுபேர் கோவிலுக்குப் போனார்கள். பறையர் வந்திருக் கிறதற்குக் குறுக்கே நாற்காலியை மறைத்து வைத்துப் பிரித்து அடைத்து வைத்தார்கள். பின் என்னமாய் நடக்குமோ தெரியாது.

நாட்குறிப்பு 5

வேதபுரீஸ்வரர் கோயிலில் வீசப்பட்ட நரகல்!

வேதபுரீஸ்வரர் கோயில். புதுச்சேரியின் புகழ்மிக்கக் கோயில். பொது ஆண்டு 12இல் கட்டப்பட்டிருக்கலாம். நாம் முந்தைய அத்தியாயத்தில் பார்த்த கிறிஸ்துவக் கோயிலான சம்பாக் கோயிலுக்கு அருகாமையில்தான் வேதபுரீஸ்வரர் கோயில் இருந்தது. இங்கு தினசரி நடக்கும் பூஜைகள், விசேஷ நாட்களில் நடைபெறும் வழிபாடுகள், ஓயாது ஒலித்துக் கொண்டிருக்கும் ஆலய மணியோசை இவையெல்லாம் சம்பாக் கோயில் பாதிரியார்களுக்கு கடும் எரிச்சலை ஏற்படுத்தி வந்தன. தங்கள் வழிபாட்டிற்கு இந்தக் கோயில் இடையூறாக இருப்பதாகவே அவர்கள் கருதினர்.

இதனால் இவ்விரு வழிபாட்டுத் தலங்களுக்கும் இடையே அவ்வப்போது பூசல்கள், மோதல்கள் எழுந்து வந்தன.

திடீரென ஒருநாள் ஈசுவரன் கோயிலின் பலி பீடம், திருச்சுற்றில் இருக்கும் சிலைகள் மீது யாரோ நரகலை (மலம்) வீசிவிட்டுச் சென்றனர். இதையறிந்த ஊர் மகாநாட்டார், வீடுகளில் அடுப்பு மூட்டவும் வேண்டாம், சமைக்கவும் சாப்பிடவும் வேண்டாம் என்று சொல்லி பெருமாள் கோவில் வாசலில் மகாநாடு கூடினர். இப்படிக் கூடினவர்கள் பின்னர் அடித்து விரட்டப்பட்டனர். கடைகள் எல்லாம் அடைக்கப்பட்டன.

இச்சம்பவம் நடந்து ஒன்பது மாத இடைவெளியில் டிசம்பர் மாத இறுதியில், ஈசுவரன் கோயிலுக்குள் மீண்டும் நரகல் வீசப்பட்டது. இதனைத் தொடர்ந்து நடத்தப்பட்ட விசாரணையில் 'இதை நடத்தினது சம்பா கோவிலார் தான்' என்பது ஊர்ஜிதமானது.

அடுத்தநாள் ஜனவரி பண்டிகை. வழக்கம்போல சம்பாக் கோவிலுக்குச் சென்ற ஆனந்தரங்கருக்கு வழக்கம்போல் கொடுக்கப்படும் மரியாதைச் சற்றுக் குறைவாகவே கொடுக்கப் பட்டது. காரணம், நேற்று நடந்த சம்பவத்தை இவர்தான் துரையிடம் கொண்டு சென்றார் என்று சம்பா கோவில் நிர்வாகம் நினைத்தது தான்.

ஆனால், 'நானதைப் பிடிவாதமாய்த் துரையுடனே சொன்ன தில்லை. மகாநாட்டார் அவர்கள் வந்து சொல்லிக்கொண்ட பேச்சை துரைக்கு எச்சரித்ததின் பேரிலே அவராய் நடப்பித்ததே யல்லாமல் நானொன்றுஞ் சொன்னதில்லை. அப்படி நானிப்படி அப்பிருத்தியாயிருக்க அவர்களாய் நினைத்தால் நாம் செய்யலாவதென்ன?' என்று அங்கலாய்க்கிறார் ஆனந்தரங்கர்.

அடுத்த சில நாட்களில் கிறிஸ்துவர்கள் சடலத்தை எடுத்துச் செல்லும் டோலி மீது நரகல் கரைத்து ஊற்றப்பட்டதாக வதந்தி கிளம்பியது. விசாரணையில் அதில் உண்மையில்லை எனத்தெரிய வந்தது. இதனால் சம்பாக் கோயில் பாதிரியாரை அழைத்த ஆளுநர் 'உங்களைப் போன்ற பெரிய மனிதர்கள் இப்படிச் செய்யலாமா? பட்டணத்தில் குடிகளைச் சேரவிடாமல் செய்கிறீர்களே' என்று கடிந்து கொண்டார்.

இச்சம்பவங்கள் குறித்துத் தனது நாட்குறிப்பில் பின்வருமாறு விவரிக்கிறார் ஆனந்தரங்கப் பிள்ளை:

1746 மார்ச் 17 பங்குனி 8 வியாழக்கிழமை

வியாழக் கிழமை நாள் நடந்த சேதி. புதன் கிழமை நாள் இராத்திரி பதினோரு மணி நேரத்திலே ஈசுவரன் கோவிலிலே யாரோ இரண்டு பேர் கல்பாசியிலே நரகலைக் கரைத்து வந்து பலிபீடம் சுற்றிலே யிருக்கிற தெய்வங்களிதுங்கள் தலையிலேயும் விட்டு ஈசுரன் சன்னதி சகல வாசலாலே உள்ளேயும் இறைத்து நந்திகேசுரன் பேரிலேயும் அதையும் உடைத்தும் போட்டும் கோவில் இடிந்திருக்கிற வழியோடே புறப்பட்டுப் போனார்கள்.

இற்றைநாள் உதயத்திலே நம்பியானும், கோவில் தொழிலாளிகளும், கோவில் பெரிய வாசல் கதவைத் திறந்து உள்ளே போனவிடத்திலே

இந்தப்படி அசூசி பண்ணிக்கிடக்கிறதையெல்லாம் பார்த்து வெளியேவந்து பெரிய கிரகஸ்தர்களாய் இருக்கிற பேர்களுடனே போய்ச்சொல்லி, மகாநாட்டார்களுடேனேயுஞ் சொல்லி, அவர்களையும் கூட்டிக்கொண்டுவந்து கோவிலிலே பண்ணியிருக்கிற அசூசியெல்லாம் காண்பித்தார்கள்.

அதன் பேரிலே நம்பி அவர்களும் நாலுபேர் பிராமணரும் புறப்பட்டுப் பிராமண வீதி முதல் சகல வீதிகளிலேயும் போய் வீட்டுக்கு வீடு ஈசுவரனுக்குப் பூசையில்லை. ஈசுரன் பேரிலேயும் தேவி பேரிலேயும் ஆணையிருக்கிறது. யாரும் அடுப்பு மூட்டிச் சமையல் பண்ணத் தேவையில்லை. சாப்பிடவும் தேவையில்லையென்று ஆணையிட்டார்கள். அதின் பேரிலே ஒன்பது மணிக்கு பெருமாள் கோவில் வாசலிலே மகாநாடு கூட்டினார்கள். அதிலே கூடின பிராமணர் முதற்கொண்டு பறையர் வரைக்கும் சகல சாதியும் கூடினார்கள். பட்டணத்திலே கடையெல்லாம் கட்டினார்கள்.

இந்தச் சேதி துரையவர்கள் கேட்டு, பாளையக்கார நயினாரைக் கூட்டிவரச் சொல்லி ரொம்ப கோபம் பண்ணி, நயினார் வர சலகிரிமோசி பண்டிதரை அனுப்பிவித்து மகாநாடு கூடியிருக்கிற பேரையெல்லாம் அடித்துத் துரத்திவிடச் சொல்லி உத்தாரங் கொடுத்தார்கள். அந்தப்படிக்கு கிரிமோசி பண்டிதர் மகாநாட்டார் கூடியிருக்கிற விடத்திலே போய் ஒரு செட்டியை கன்னத்திலே அடித்து எல்லாரையும் ஓடிப்போகச் சொல்லி, திரும்பவும் அடிக்கப் போனார்.

இதிலே மகாநாட்டாருக்குள்ளே பத்துப்பேர் குறுக்கே விழுந்து நீர் அடிக்கிற தென்ன. அவரவர் மதத்துக்கு அவரவர் கூடார்களா? எங்கள் கோவிலிலே இப்படியெல்லாம் பண்ணக் காரியமென்ன, இது துரையவர்கள் விசாரிக்க வேணுமென்று நாங்கள் கூடினால் நீர் வந்து அடிக்கிறதென்ன. எல்லாரையும் கொன்று போடுங்களென்று தெம்புமேலே தள்ளிவிட்டார்கள். அதின்பேரிலே கிரிமோசி பண்டிதர் துரையவர்கள் அண்டைக்கு வந்து நடந்த சேதியெல்லாம் சொன்னார்.

அவர் சொன்ன சேதியை துரையவர்கள் கேட்டு, சின்ன முதலியாரையும் பிள்ளையவர்களையும் அழைத்து வரச் சொன்னார்கள். அப்போது சின்னமுதலியார் வந்தார். அவரை துரையவர்கள் அழைத்து நீ போய் மகாநாட்டாரைக் கூட்டி வாவென்று அனுப்பி வைத்தார். அந்தப்படிக்கு சின்னமுதலியார் போனார். அவர் போனபிறகு பிள்ளையவர்களும் வந்தார்கள்.

உடனே துரையவர்கள் பிள்ளையவர்களையும் போய் மகாநாட்டாரைக் கூட்டி வரச்சொல்லி அனுப்பினார்கள். அதின் பேரிலே பிள்ளையவர்களும் போய் முதலியார் அவர்களுமாக மகாநாட்டாருக்குச் சொல்லி மகாநாட்டாரை துரையவர்கள் அண்டைக்குக் கூட்டி வந்தார்கள். இரண்டு மணிக்கு மகாநாட்டாரும் வந்து துரையவர்களைக் கண்டார்கள். அப்போது துரையவர்கள் மகாநாட்டார் பேரிலே ரொம்ப கிரிமோசி பண்டிதரை அடிப்பானே னென்றும் உங்களைச் சுட்டுப்போடச் சொல்லுவோ மென்றும் ரொம்பவும் கோபம் பண்ணி அதின் பேரிலே எல்லாவற்றிற்கும் உங்கள் காரியமெல்லாம் பிள்ளையவர்களிடம் சொல்லுங்கள். அவர் நமக்குச் சொல்லி தீர்த்துக் கொடுப்பார். நீங்கள் கூடியிருக்கத் தேவையில்லை யென்றும் சமாதானமாகச் சொல்லி அந்தக் காரியமெல்லாம் பிள்ளையவர்கள் பேசு கிறதென்று பிள்ளையவர்கள் முகாந்திரம்பண்ணி மகாநாட்டாரை அனுப்பிவித்தார்.

மகாநாட்டார் எல்லாம் போனவுடனே மாயே துலுக்கரில் நூறு இருநூறு பேரை மகாநாட்டாரைச் சுடுகிற நிமித்தியம் துரையவர்கள் அண்டைக்கு வந்தார்கள். அதற்கு முன்னே மகாநாட்டார் சம்மதி தீர்ந்து போனபடியினாலே அவர்களையும் அழைத்து நாலு வாலிலேயும் மகாநாட்டார் போகாமல் பத்திரமாயிருக்கச் சொல்லி உத்தாரங் கொடுத்தார்கள். இற்றைநாள் நாலு மணிக்குள்ளே இவ்வளவு நடந்தது. இனிமேல் என்ன நடக்குமோ தெரியாது.

1746 டிசம்பர் 31 மார்கழி 20 சனிவாரம்

இற்றைநாள் ராத்திரி ஏழு மணிக்கு வேதபுரீஸ்வரன் கோவிலிலே, சம்பாக் கோவிலே நரகலைப் போட்டு அப்புறத்திலே யிருந்து எறிந்தார்களாம். அப்போது சங்கரய்யன் பிரதக்ஷனம் பண்ணுகையிலே அது பிள்ளையார் கோவிலண்டையிலே விழுந்ததாம். சங்கரய்யன் தலைமேலே விழத் தப்பித்ததாம். அது விழுந்துடைந்ததாம்.

அந்த துர்க்கந்தம் பொறுக்கக் கூடாமல் போச்சுதென்றும், மகாநாட்டார், தில்லை முதலி, பெத்துசெட்டி, ஆறுமுகத்தா முதலி, ஆண்டநாயகப் பிள்ளையும் பத்துபேர் வந்து சொன்னார்கள். அந்தச் சேதி துரையுடனே சொன்னாப்போலே முசே மேரையும், தெமேரேனையும் தானப்ப முதலியையும் அழைத்து வரச்சொல்லி அவர்கள் வர ஒன்பரை மணி சென்றது. அவர்கள் வந்தவுடனே முசே

பரிதியைக் கூடக்கூட்டி யதைப்போய் பார்த்துவரச் சொல்லியனுப்பினார். ...

அப்பால் முசே பரிதி, மேர், தெமேரேனு மூன்று பேரும் தானப்ப முதலியும் கோவிலண்டை போனவுடனே மலைக்கொழுந்தன் மகன் பற்லாமென்கிற பையன் பறைப்பசங்கள் கூட வந்தவர்களைப் பறங்கிப் பேச்சுப் பேச்சுக்குள்ளே கோவிலுக்குள்ளே போகச் சொன்னாப்போலேயும், அதை முசே மேர் கேட்டு பற்லாமென்கிற பயலை நீ இங்கே வந்தா யுன்னுடைய வேலையா போ என்று கோபித்துக் கொண்டானதின் பேரிலே போறேனய்யா வென்று புறப்பட்டுப் போய்விட்டாப் போலே பிற்பாடு கோவிலுக்குள்ளே நுழைந்து பார்த்தார்கள்.

உடைந்து விழுந்திருக்கிற கூசாலை மோந்து பார்த்து நரகல் தானேன்று சொன்னார்கள். உடைந்தவிடமும் பார்த்து விழுந்த இடமும் பார்த்து அந்தக் கோவிலிலே யிருந்து விழுந்தது பிசகில்லை. அவர்கள்தான் போட்டது என்று தீர்த்துப் பரிதி துரையுடனே சொல்லவேணுமென்று சொன்னான். முசியே மேர் இருந்து கொண்டு பாதிரிகளைப் போய்க் கேட்கவேணுமென்று சொன்னான். முசே பரிதி எனக்கு உத்தரவு தரவில்லை யென்று சொன்னான். மேர், எனக்கு உத்தரவு தானென்று சொல்லிச் சொன்னவிடத்திலே நல்லதென்று பரிதி முதலான பேர் சம்பா கோவிலண்டைக்குப் போய் மணிக்கயிறு வெளியிலே விட்டிருக்குதே அந்தக் கயிற்றைப் போயிழுத்தவுடனே மணி சத்தமாச்சுது.

அந்த சப்தமானவுடனே சுப்பிரியாருக்கிற பாதிரி, கடுதி யென்கிறவன் வந்து கதவைத் திறந்து வந்த காரியமென்ன வென்று கேட்டான். அதன் பேரிலே நடந்த சேதியைச் சொல்லி அது விழுந்த சாடைப் பார்த்தால் உங்கள் கோவிலிலேயிருந்து விழுந்திருக்கு தென்று சொல்லி ஈசுவரன் கோவிலிலே விழுந்த சாடைக்கு நேராய்ப் பாதிரி கோவிலிலே பார்த்தால் சரியாயிருந்தது.

இதல்லாமல் அந்தப் பக்கத்திலே சுவரின் கீழே கல்லெல்லாம் பிடுங்கியிருக்கிற சாடையும் பார்த்து இப்படி நடக்கிறது நல்லதல்லவென்று ரொம்பவும் சொன்னார்கள். யிப்படி நாங்கள் நடத்தவில்லை அவர்கள்தானே இந்தப்படிக்கு நடப்பித்துக் கொண்டு பிராது பண்ணினால் அதன் பேரிலே நீங்கள் விழுந்து சுவரும் கட்டாமல் கிடக்கிறதற்கு உத்தாரங் கொடுப்பார்கள் என்று பண்ணின காரியமென்று சொன்னார்கள். உங்களுடைய சாடை எல்லோருமறிவார்கள் என்று சொல்லிவிட்டு, குவர்னதோர்

அண்டைக்கு வந்து நடந்த காரியமும் மெய்தான். சம்பா கோவிலார் தான் நடத்தினது. அதற்குச் சந்தேகமில்லையென்று சொன்னார்கள்.

அதன் பேரிலே துரை சொன்னது இந்தப்படிக்கு எழுதி வையுங் கோளுங்கள் சீர்மைக்கு எழுதியனுப்பவோ மிதற்கு இங்கேயும் அதற்குத்தக்கதாக நடத்துவோமென்றும் பின்னையும் அவர்கள் ஊரிலே நடத்துகிற காரியமும் இரண்டு நாழிகை தேசகாலம் பேசியிருந்து அரவரவர் வீட்டுக்குப் போனார்கள். நானும் தானப்ப முதலியும் வீட்டுக்குப் பதினொரு மணிக்குப் போனோம்.

1747 ஜனவரி 1 மார்கழி 21 ஆதிவாரம்

இற்றைநாள் சனவரி பண்டிகையான படியினாலே முசே போற்னவால் வீட்டுக்குப் போனேன். 'இங்கே நேற்று ராத்திரி தமிழர் கோவிலிலே பீயைக் கரைத்து ஊற்றினார்களாம். இது பாதிரிகள் நடத்தினாலும் யார் நடத்தினாலும் இதுக்கேற்ற தண்டனை தண்டித்தது போலேயும் அல்லோ இனிமேல் வர்த்தகருக்குச் சலக்கறணை நடப்பிக்க போகீறதென்று' சொன்னான்.

...அப்பால் சம்பா கோவிலுக்குப் போனோம். அங்கே மரியாதை மற்றதெல்லாம் எப்போதுஞ் சட்டமாய்த்தானெ நடந்தது. ஆனாலப்போதும் என்னை ரொம்பவும் ஸ்தவுத்தியமாய்ப்பண்ணி என் கழுத்தை வந்து கட்டிக்கொண்டு ரொம்பவும் லாலனைப் பண்ணி, உபசாரஞ் சொல்லி அனுப்புவார்கள். அதுமாத்திரம் நடக்கவில்லை. அது உதனாலேயென்றால், நேற்று ராத்திரி வேதபுரி ஈஸ்வரன் கோவிலிலே நரகலைக் கொண்டுவந்து போட்டதைத் துரைக்குச் சொல்லி, கோன்சேல்காரரை அனுப்பி விசாரிக்கப் பண்ணினது நானென்றாப்போலே அவர்களுக்குத் தேற்றி என்பேரிலே சற்றுக் குறைந்திருக்கிறாப்போலே கண்டது. ஆனால், நானதைப் பிடிவாதமாய்த் துரையுடனே சொன்னதில்லை. மகாநாட்டார் அவர்கள் வந்து சொல்லிக்கொண்ட பேச்சை துரைக்கு எச்சரித்ததின் பேரிலே அவராய் நடப்பித்ததேயல்லாமல் நானொன்றுஞ் சொன்னதில்லை. அப்படி நானிப்படி அப்பிருத்தியாயிருக்க அவர்களாய் நினைத்தால் நாம் செய்யலாவதென்ன? இந்தப் பிரபுவினுடைய சாடை ஒருத்தர் சொன்னாப்போலே கேட்கிறவரல்லவென்று சமஸ்தான பேருக்கும் தெரிந்தே யிருக்கிறது. அப்படி அறிந்தும் எண்ணினால் செய்யலாவதென்ன யிருக்கிறது?

1747 ஜனவரி 10 தை 1 செவ்வாய்க் கிழமை

அப்பாலிரண்டு மூன்று நாளைக்கு முன்பாக அரியாங்குப்பத்திலே யிருக்கிற சம்பா கோவிலிலே பிரேதத்தை யெடுக்கிற டோலி ஒன்று இருந்ததாம். காயம்பட்ட சொல்தாதை யதிலே போட்டனுப் பினார்கள். அந்தக் காயக்காரனை இஸ்பித்தாலிலே போட்டு அந்த டோலியைக் கொண்டுபோய் அரும்பாத்தபிள்ளை வீட்டண்டையிலே போட்டுவிட்டு கூலிக்காரர் புறப்பட்டுப் போய்விட்டார்கள்.

அந்த டோலிக்கு குருசொன்று போட்டிருக்குமாம். அதன்பேரிலே சம்பா கோவிலிலே யிருக்கிற பிரகாசனென்கிறவன் அந்தத் தெரு வழியே போகச்சே இதைக்கண்டான். அவனுக்கு எப்படி தெரிந்தது என்றால் டோலி சட்டமாயிராதே. பிரேதத்தை யெடுக்கிற டோலி சாடை வேறானபடியினாலே இவன் பார்த்தாப்போலே தெரிந்து அதைச் சின்ன பரசுராமப்பிள்ளை யண்டைக்குப் போய் இதேது டோலி? எங்கள் கோவிலு போலக் காணுதென்று கேட்டான். நானறியேன். அரியாங்குப்பத்திலிருந்து சாயக்காரரை எடுத்து வந்த கூலிக்காரர் இங்கே போட்டுவிட்டுப் போனார்களாங் காட்டியும் இப்பவுங் கூலிக் கொடுக்கிறேனென்று என்றெடுத்துப்போகச் சொன்னானாம். நல்லதென்று சொல்லிவிட்டு அவன் போய் பாதிரி கடுத்துடனே சொன்னானாம்.

அவர் துரைக்கு ஒரு பெத்திஸியோ மெழுதி இந்த அரியாங்குப்பத்திலே யிருக்கிற பிரேத்ததை எடுக்கிற கட்டிலிலே ஒரு குருசு போட்டிருக்கும். அதைக் கொண்டு வந்து அரும்பாத்தை வீட்டண்டையிலே தெருவிலே போட்டு அதன் பேரிலே பீயைக் கரைத்து ஊற்றிக் கல்லிலே போட்டு இப்படிப்பட்ட அலங்கோலம் பண்ணினார்கள் என்றும், பின்னையும் அடுத்த நியாயங்களை எழுதி குவர்னதோருக்குக் கொடுத்தாப் போலேயும் அதைக் குவர்னதோர் பார்த்து கொண்டவுடனே கிறேப்பியர் முசியே தெமெரேனையும் இராசவுடைய புறோக்கிறதோர் முசே மேரையும், முசே மீராவையும் அழைத்துபித்துக் கொண்டு பாதிரி கடுத்தேயையும் அழைப்பித்துக் கொண்டு அப்பால் மனுஷரையனுப்பி அந்தக் கட்டில் பல்லக்கை எடுத்துக் கொண்டு சின்ன பரசுராமப் பிள்ளையையும் அழைத்துக்கொண்டு வரச் சொன்னார்கள்.

சின்ன பரசுராமப் பிள்ளை வந்தவுடனே இந்தக் கட்டில் சேதி என்னவென்று கேட்டார்கள். முன் அந்தப் பக்கத்திலே எழுதியிருக்கிற படிக்கும் பரசுராமப் பிள்ளை வந்து சொன்னான். அதற்குத் துரை யிருந்து கொண்டு அப்போது தானே ஏன்

அனுப்பிவிடாமற் போனாய் என்று கேட்டார். எனக்கு ஆயிரம் அலுவல். கட்டில் பல்லக்கு இருந்த சேதியை நானறியேன். பாதிரி மனுஷன் வந்து எங்கள் கட்டில் பல்லக்குப் போலே இருக்குறதென்று கேட்டான். நானறியேன். அரியாங்குப்பத்திலே யிருந்து வியாதிக்காரரை எடுத்து வந்தார்கள். கூலிக்காரர் போட்டுவிட்டுப் போனார்கள். இப்பவுங் கூலிக்காரரைக் கூட்டுகிறேன். எடுத்துபோமென்று சொன்னேன். நல்லதென்று போனவன் மறுபடி வராமற் போனானென்று நடந்த சேதியைச் சொன்னான்.

அப்பால் ராசாவுடைய புரோகிறதோரையும் கிறேப்பியரையும் முசியே மீராவுடனேயுஞ் சொல்லி அந்தக் கட்டில் பல்லக்கிலே கல்லெறியப்பட்டு இருக்கிறதா? நரகலைப் போட்டு பின்னையும் அலங்கோலம் பண்ணியிருக்குதா? சம்பா கோவில் பாதிரி கடுத்தேயையும் கூட வைத்துக்கொண்டு இம்போர்மாரிட்டு தீர்க்கிற பரியந் தீர்த்து அதற்குள்ளே என்ன நடந்ததோ அதுகளெல்லாம் நீங்கள் போய் சவிஸ்தாரமாய் விசாரித்து வாருங்களென்று உத்தாரங் கொடுத்தார்கள்.

அதன்பேரிலே மேலே எழுதப்பட்ட நாலு பேரும் போய் அந்தக் கட்டில் பல்லக்கு அண்டையிலிருந்து, தச்ச மேஸ்திரியையும் அழைப்பித்துக் கல்லெறியப்பட்டு இருக்கிறதா? நரகல் விழுந்திருக்கிறதாவென்று அதுகளெல்லாம் பார்த்துச் சம்பா கோவில் பாதிரி கடுது என்கிறவரை அழைப்பித்து நீங்கள் எழுதிக் கொடுத்த பெத்திஸியோமிலே கல்லெறியப்பட்டு இருக்கிற தென்றும் நரகலைப் போட்டிருக்கிற தென்று மிப்படியெல்லாம் எழுதிப் போட்டார்களே. அப்படியிருக்கிற அடையாளக் குறிப்பு உண்டாயிருந்தால், காண்பியுங்கோளென்று மேலே எழுதியிருக்கப் பட்ட நாலு பேரும் கேட்டவிடத்திலே் இதுகளெல்லாம் காஞ்சுப் போச்சுது. ஆனபடியினாலே தெரியவில்லையென்று சொன்னார். அதன் பேரிலே இவர்கள் நாலுபேரும் இருந்துகொண்டு நீங்களிப்படி அப்பத்தஞ் சொல்லுவீர்களா? தமிழருடைய கோவிலிலே நீங்கள் போட்ட நரகல் காஞ்சுப் போன பிறகும் அந்தச் சாடை தெரியாமல் போச்சுதா? கல்லெறியப்பட்டிருந்தால் அப்போதே தெரியாதா? உங்களைப் போலொத்த பெரிய மனுஷரிப்படி பெரிய பொய் சொல்லுவார்களா? நீங்களில்லாத கலாபமெல்லாம் பண்ணிக்கொண்டு பட்டணத்திலே குடிகளைச் சேரவொட்டாமல் இப்படியெல்லாம் பண்ணுகிறீர்களென்று சொல்லிவிட்டு இந்த நாலு பேரும் துரையவர்களுடனே சொன்னார்கள்.

அதன் பேரில் துரையவர்கள் சம்பா கோவிலிலே பெரிய பாதிரியாயிருக்கப்பட்ட பாதிரி கடுதே என்கிறவரை அழைப்பித்து இப்படிப்பட்ட அபத்தமான வார்த்தையை நீங்களிப்படி பெத்திஸியோ மெழுதிப் போட்டீர்களென்று கேட்டவிடத்திலே, முன் சொன்னப்பட்ட சாடைபடிக்கு அதுகளெல்லாம் காஞ்சிப் போச்சுது. அதனாலே தெரியவில்லையென்று சொன்னார். அதன் பேரிலே உம்மைப் போலொத்த பெரிய மனிதர்கள் இப்படி பொய் சொல்லுவார்களா? நீங்கள் பண்ணுகிற காரியத்தினாலே பட்டணத்திலே இருக்கப்பட்ட சனங்களெல்லாம் கலைந்து போகிறதே யல்லாமல் குடிகள் வந்து சேரமாட்டாது. ஆனால், நடந்த சேதியெல்லாம் கடுதாசியெழுதி அதைக் கோன்சேலில் போடச்சொல்லிச் சொன்னார்கள்.

அதன்பேரிலே பாதிரியாருந்து கொண்டு அப்படி கொமிசேலிலே எழுதிப் போடப்போகாது. என்னுடனே வந்து சொன்ன மனுஷர் அப்படியென்று சொன்னார்கள். அவர்கள் பேச்சை மெய்யென்று நான் பெத்திஸியோமெழுதிப் போட்டேன். அதென்னமோ தெரியாதென்கிறதாய்ப் போக்காய் சொன்னார்.

நாட்குறிப்பு 6

இடிக்கப்பட்ட ஈசுவரன் கோயில்

ஆனந்தரங்கப் பிள்ளையின் நாட்குறிப்பினை மூலமாகக் கொண்டு எழுதப்பட்ட பிரபஞ்சனின் 'வானம் வசப்படும்' நாவலின் முதல் அத்தியாயம் இப்படியாக முடியும்:

துரை தமது திருமாளிகை அண்டைக்கு வந்தார். சற்றுத் தூரத்தில் இருந்த வேதபுரீஸ்வரர் கோயிலில் இருந்துவந்த கண்டாமணியின் நாதம் அவர் கவனத்தைக் கவர்ந்தது. திரும்பி,

'ரங்கப்பா!' என்றழைத்தார்.

'பிரபு.'

'அது வேதபுரீஸ்வரர் கோயில்தானே?'

'ஆம். துரை அவர்களே.'

'அது இன்னுமா இருக்கிறது?'

துரை தம் மாளிகைக்குள் நுழைந்தார்.

ஆனந்தரங்கர் மனம் சஞ்சலம் உற்றது.

கிறிஸ்துவர்களின் சம்பாக் கோவில், தமிழர்களின் வேதபுரீஸ்வரர் கோயில். அருகருகே இருந்தாலும் இரண்டு வழிபாட்டுத்தலங்களுக்கும் அப்படியொரு நெருக்கம் இல்லை. ஈசுவரன் கோவில் வளாகத்தில் இரண்டு முறை நரகல் வீசப்பட்டது, பதிலுக்குக் கிறிஸ்துவர்களின் டோலி மீதும் நரகல் வீசப்பட்டதாகக்

குற்றச்சாட்டு எழுந்தது குறித்தெல்லாம் கடந்த அத்தியாயத்தில் விரிவாகப் பார்த்தோம்.

பிரெஞ்சு அரசாங்கத்தின் செல்வாக்குப் படைத்த சம்பாக் கோவில் நிர்வாகம், ஈசுவரன் கோவிலை அகற்றுவதில் குறியாக இருந்தது. இதுபற்றி, கவனத்தில் கொண்ட பிரெஞ்சு ராசாவும், ஈசுவரன் கோவிலை அகற்றப் பச்சைக்கொடி காட்டிவிட்டார். ஆனால் புதுச்சேரியில் ஆட்சிசெய்தவர்கள் இவ்விஷயத்தில் தயக்கம் காட்டி வந்தனர். காரணம், 'இது தமிழர் ராச்சியம். அவர்கள் கோவிலை இடித்தால் நமக்கு அபகீர்த்தி வந்துவிடும்' என்பதுதான். ஆனால், ஆளுநர் துய்ப்ளேக்ஸ் ஆட்சிக்காலத்தில் அந்தத் தயக்கம் தகர்க்கப்பட்டது. தயக்கம் மட்டுமல்ல, ஈசுவரன் கோவிலும்தான்!

பிரிட்டிஷ் படைகள் புதுச்சேரியை முற்றுகையிட்டிருந்த அந்தச் சமயத்தில்தான் வேதபுரீஸ்வரர் கோயிலை இடிப்பது எனும் முடிவுக்கு வந்தது பிரெஞ்சு அரசு.

அதிகாலை நூறு இருநூறு பேர் ஈசுவரன் கோயில் அருகே கூடினர். தென்னண்டை மதில், மடப்பள்ளி ஆகியவற்றை இடிக்கத் தொடங்கினர். இதனால் ஈசுவரனை வழிபடுவோரிடையே பதற்றம் தொற்றிக் கொண்டது. உடனடியாக அவர்கள் ஆனந்தரங்கரிடம் ஓடிவந்தனர், ஆளுநரைச் சந்தித்து முறையிட வேண்டும் என்றனர். 'கோவிலை இடிப்பதில் அவர்கள் அளவுகடந்த உற்சாகத்தில் இருக்கிறார்கள். இந்நேரத்தில் நீங்கள் தடுத்து நிறுத்துவது சாத்தியமில்லை' என்றார் ஆனந்தரங்கர். ஆனாலும் அவர்கள் தொடர்ந்து வலியுறுத்தினர்.

ஒரு கட்டத்தில் கோபமடைந்த ஆனந்தரங்கர், 'எங்களுக்குத் துபாசி உத்தியோகம் கொடுத்தால் ஈசுவரன் கோயிலை இடிக்க உடன்படுகிறோம் என்று சொன்னவர்கள், உளவாளிகள் உங்களிடையே இருக்கிறார்கள்' என்று சுட்டிக் (குத்திக்) காட்டுகிறார். ஆனாலும் அவர்கள் விடுவதாக இல்லை. கோயில் இடிப்பதைத் தடுக்க வேண்டும் என்கின்றனர்.

அப்போதும் ஆனந்தரங்கர் சொல்கிறார். 'தடுக்க நினைப்பது இயலாத காரியம். வேண்டுமானால், கோயிலில் இருக்கும் விக்ரகம் போன்றவற்றைப் பத்திரமாகக் காப்பாற்றிக் கொள்ளுங்கள்' என்று அறிவுறுத்துகிறார். ஆனாலும், விடாப்பிடியாக ஆளுநரைச் சந்திக்கச் சென்ற மகாநாட்டார் விரட்டி அடிக்கப்படுகின்றனர்.

இதற்கிடையே வேதபுரீஸ்வரர் கோயில் முழுவதுமாக இடிக்கப்படுகிறது. 'அப்பால் இற்றைநாள் கோவிலை இடித்துச்

சரிகட்டிப் போட்டார்களென்று கபுறு சொல்லி வந்து சகல ஜனங்களும் தாபந்தப்பட்டார்கள். இந்தபடிக்கு ஐம்பது வருஷமில்லாத காரியம் இன்றைய தினம் நடந்தேறிப்போனது' என்றும் அங்கலாய்க்கிறார் ஆனந்தரங்கர்.

வர்லாம் எனும் பிரெஞ்சு அதிகாரி மகா லிங்கத்தினை தனது செருப்புக் காலால் எட்டி உதைத்து அதன்மீது எச்சிலை உமிழ்கிறான். இதையறிந்த ஆனந்தரங்கர் மனம் பதைபதைக்கிறது. 'இப்படியெல்லாம் நடப்பித்தவர்கள் என்ன பலனை அனுபவிப்பார்களோ நான் அறியேன்' என வேதனையுடன் எழுதுகிறார்.

இந்தக் காரியத்தில் முக்கியப் பங்காற்றியவர்களாக இருவரைக் குறிப்பிடுகிறார் ஆனந்தரங்கர். ஒருவர், ஆளுநர் துய்ப்ளேக்சின் மனைவி மதாம். இன்னொருவர் பிரெஞ்சு அதிகாரி பரதி. 'இந்தக் கோவில் காலம் வந்து இடிக்கப்பட்டாலும் இடிப்பித்தப் பெரிய மனுஷருக்கு யாதொரு துக்கம் காண்பியாமல் விருதாவாய் ஒருக்காலும் போகத்தக்கதில்லை' என்பது ஆனந்தரங்கரின் உள்ளக்கிடக்கையாக இருந்தது. இது நிறைவேறவும் செய்தது. அடுத்த மூன்றாவது நாள் பிரிட்டிஷாரின் துப்பாக்கிக் குண்டுப் பாய்ந்ததில் பரதிக்கு தலையில் சாவுக்காயம் ஏற்பட்டது.

ஈசுவரன் கோயில் இடிக்கப்பட்ட அதேநேரம் அந்தப் பகுதியில் இருந்த மசூதியையும் இடிக்கச் சொல்லி உத்தரவுப் போடப்பட்டது. இதையறிந்த அப்துலயிமான் ஆளுநரைச் சந்திக்கிறார். 'அதை இடித்தால் ஒரு சிப்பாய் இருக்கப் போவதில்லை. இடிக்கிற மட்டுக்கும் இடிக்கிறவர்கள் பேரிலே விழுந்து சாவார்கள்' என எச்சரிக்கிறார். இதனைத் தொடர்ந்து மசூதியை இடிக்கும் உத்தரவு திரும்பப் பெறப்படுகிறது. அப்போது ஆனந்தரங்கரிடம் வரும் அப்துலயிமான், 'தமிழர் கோவிலை இடித்து இப்படி பட்டணம் நடுங்கப் பண்ணுகிறது துரைக்கு அழகா?' எனக் கேட்டுவிட்டுப் போகிறார்.

'வானம் வசப்படும்' நாவலின் சில இறுதி அத்தியாயங்களுக்கு முன் ஈசுவரன் கோயில் இடிப்பு நிகழ்வு இடம்பெறுகிறது. அப்போது ஆனந்தரங்கருக்கும் அவரிடம் முறையிட வந்த ஆண்டிகள், சில பிராமணர்களுக்கும் இடையே வாக்குவாதம் நடக்கிறது. அப்போது வந்தவர்கள் சொல்லுகிறார்கள்:

> 'சும்மா நிறுத்தும் ஐயா. தமிழர் தலைவர் என்று விருதை வைத்துக்கொண்டு, இப்படி எங்களை மோசம் பண்ணுகிறீரே? நீர்,

பெரிய வியாபாரியாகவும், தரகராகவும் இருந்துகொண்டு குவர்னருக்கு அடுத்த ஸ்தானத்தை அநுபவித்துக் கொண்டிருக்கிறீர். அந்த ஸ்தானம் பறிபோகக் கூடாது என்று விரும்புகிறீர். அதைத் தக்க வைத்துக்கொள்ள விரும்புகிறீர். அதைத் தொட்டுத்தான், கோவில் இடிப்பு பற்றி அலட்சியம் பண்ணுகிறீர்.'

இறுதியில் 'பிள்ளை தலை கவிழ்ந்து நின்றார். அப்துல்ரகுமான் தலை நிமிர்ந்து திரும்பினான்.'

என அந்த அத்தியாயத்தை முடித்திருப்பார் பிரபஞ்சன்.

மசூதி இடிக்கப்படும்போது அப்துலயிமான் ஆவேசப்பட்டுத் தடுத்து நிறுத்தியதும், ஈசுவரன்கோயில் இடிப்பு விவகாரத்தில் ஆனந்தரங்கர் அமைதி காத்ததும் விவாதத்துக்கு உரியதாகி இருக்கிறது. ஆனாலும், அன்று நடந்தவற்றை அப்படியே பதிவு செய்யும் நேர்மை ஆனந்தரங்கரிடம் இருந்தது. அவரால் செய்ய முடிந்ததும் இந்த நீண்டப் பதிவு மட்டுமே தான்!

1748 செப்டம்பர் 7 ஆவணி 26 சனிவாரம்

வேதபுரி ஈஸ்வரன் கோயிலை சம்பாக்கோயில் பாதிரிகள் அன்பது வருஷமாய் பிடிக்க வேணுமென்று பிரயத்தினம் பண்ணினதற்கு முன்னிருந்த கொவர்னதோர்கள் இது தமிழ் ராச்சியம் இந்தக் கோயிலுக்கு இன்னம் வந்தால் அபகீர்த்தி. வர்த்தகர்கள் வந்து சேராமல் போவார்கள். பட்டணமும் மாமூலாகாதென்று செம்மன முடிப்போமென்று யோசனைப் பண்ணி, இடித்துப் போடச்சொல்லி பிரஞ்சு இராசா உடைய கையெழுத்துப் போட்டு வந்த ஒடுதிகூட தள்ளிப்போட்டு கீர்த்திபெற்ற சூரியப்ரகாசம் போலே யிருந்ததை பெண்சாதிப் பேச்சைக் கேட்டுக்கொண்டு வேதபுரி ஈஸ்வரன் கோவிலை இடித்துப் போடச்சொல்லி உத்தாரம் கொடுத்தார். இந்தக் காரியங்கள் தானே யிப்படியானால் மற்றக் காரியங்கள் யெப்படியோ பார்த்துக் கொள்ளுங்கள். எத்தனையென்று எழுதப் போரேன். இப்படிப்பட்ட வேளையாயிருக்கிறது இந்த அனியாயத்துக்குத் தக்கதாக பட்டணத்துக்கும் இக்கட்டு வந்திருக்கிறது. ஸ்வாமி யென்னமாய் ரக்ஷிக்கிறாரோ நான் அரியேன்.

1748 செப்டம்பர் 8 ஆவணி 27 ஆதிவாரம்

இற்றைநாள் காலத்தாலே நடந்த விபரீதமென்னவென்றால் முசியே ழெர்போல்டு இஞ்சினீர், பாதிரி முதலானவர்கள் இரனூறு பேர் காமாட்டிகள் கொலுத்துக்காரரும் கூலிக்காரர் இரனூறு பேரும் மண்வெட்டி குன்தாலி மற்றும் செவுர்கள் இடிக்கிறதற்கும் நிறவிப்

போடுகிறதற்கும் சாமான்களும் கொண்டு வந்து ஏற்கனவே சம்பாவுலு கோயிலிலே இரநூறு சொல்தாதுகளையும் குவாகுதி குதிரைக்காரர் அருபத்தெழுபது குதிரைக்காரரும் சிப்பாய்களிலே இரனூறு சிப்பாய்களும் ஏற்கனவே யிருந்த யெத்தனத்தை மனதிலே வைத்துக்கொண்டு சம்பாவுலு கோயிலிலே நேற்று காலத்தானே கொண்டு போய் வைத்த சேதி நேற்று தினசரியிலே எழுதினேன்.

அந்தப்படிக்கு அவர்களை முஸ்தீது பண்ணி வைத்துப்போட்டு மேலெழுதப்பட்ட கொலுத்துக்காரர் முதலான கூலிக்காரரை வைத்துக்கொண்டு வேதபுரி ஈஸ்வரன் கோயில் தென்னன்டை மதிலையும் மடப்பள்ளியையும் இடிக்கத் துவக்கினார்கள். அவர்களிப்படி இடிக்கத் துவக்கின உடனே கோவில் ஸ்தானிகர் சில, பிராமணர்களும் ஆண்டிகளும் வந்து சொன்னார்கள். நேற்று இராத்திரி சேதி கேட்டபடிக்கு யெழுதியிருக்கிறேன்.

ஆனபடியினாலே முசியே துய்ப்ளேக்ஸ் துரைத்தனத்திற்கு வருவதற்கு முன்னே இவ்விடத்திலே கோன்சேவியர் இருக்கும் போதுதானே இவர் துரைத்தனத்திற்கு வந்தால் ஈஸ்வரன் கோவிலை இடித்துப் போடுவார் என்று சமஸ்தான வெள்ளைக்காரர் சிறிதுபேர்கள் தமிழர்கள்கூட சொல்லிக் கொண்டிருந்த படிக்கு சரிபட்டுவிட்டது. இதல்லாமல் ஜனங்கள் சொன்னபடிக்கு முசியே துய்ப்ளேக்சு துரை ஸ்தானத்துக்கு வந்தநாள் முதற்கொண்டு இந்த எத்தனத்தின் பேரிலேயிருந்தார்.

சமயம் வாய்க்காமல் ருத்ரோத்காரி சித்திர வைகாசி ஒருதரம் ஆரம்பம் செய்து முத்தியப்பிள்ளையைக் கொண்டு இடிக்க வேணுமென்று பிரயத்தனம் பட்டபோது அவரதற்கு சம்மதியாமல் போனாப்போலே அவரைத் தூக்குப் போடுகிறோமென்று காதறுத்து பிரசித்தமாய் கட்டிவைத்து அடிப்பேன் என்று இப்படி யெல்லாம் இருக்கிறதின்பேரிலே, இப்படியல்லடா இவனை ஏக்கிறதென்று வேறே ஒருவிதமெடுத்து அது பிடிக்கத்தக்க நியாயம் சொல்லத்தக்க ஒரு பிராமண பெரியவர் திருப்பாதிரிப்புலியூரிலே வந்து இருக்கிறார். அவரை அந்த ஊர் திருநாளன படியினாலே திருநாளுக்குப் போகிறாப் போலே அவரை அழைத்துக் கொண்டு இந்த மகாநாட்டாருக்கு சொல்ல வைத்து அப்புறத்திலே அந்த லிங்கத்தைப் பேர்த்துக் கட்டிக் கொள்ளத்தக்கதாய் பண்ணி விடுகிறேனென்று மோசம் பண்ணி சொல்லிப் போட்டு நாமேனிந்தப் பழியை ஏற்றுக்கொள்ள வேணும் சாசுதமாயிருக்க வேணுமென்று என் தகப்பனார் இந்த கோவில் நிமித்தியம் போராடி சேர்த்து கீர்த்தி சம்பாதித்ததை நாம் போக்கடிப்போமா வென்று யோசனைப் பண்ணி இந்த நிமித்தியம்

என்ன இக்கட்டு வந்தாலும் வரட்டும் சரீரமே அனித்தியமா யிருக்கும் போது மற்றது யென்ன நித்தியமாயிருக்கப் போகிறது. நித்தியமாயிருப்பது கீர்த்தியான படியினாலே கரைவழி போனால் துலுக்கர் மனுஷர் தொந்தரவு பண்ணுவார்களென்று துரையை உத்தராங் கேட்டுக்கொண்டு பாக்கு சலங்கு வாங்கிக் கொண்டு தம்முடைய தட்டுமுட்டு சமஸ்தமும் சலங்குப் பேரிலே அனுப்பிவிட்டுத் தன் சலங்கின் பேரிலே கூடலூரிலிலே யிறங்கி அப்பால் வெங்கடம்மாள் பேட்டையைப் போய் சதாசிவம் பிள்ளை ஆஜரிலே சேர்ந்தார்.

அப்போ அவர் மோசம் பண்ணி போட்டபடியினாலே அந்த வேளைக்குத் தப்பிப் போனது. இப்போ இங்கிலீஷ்காரர் கலாபத்தினாலே பட்டணத்தில் உண்டான ஜனங்கள் சமஸ்தான பேரும் வெளியே போயிருக்கிறது மல்லாமல் இங்கிலீஷ்காரன் சுற்றி வளைத்துக் கொண்டிருக்கிறான். ஊரிலே கொஞ்சனஞ்சம் போயிருக்கிறவர்களும் வெளியே போவதற்கு யிடமில்லாம லிருக்கிற வேளை. அப்பாலும் கலாபத்தினாலே மருந்து குண்டுகள் பீரங்கிகள் துப்பாக்கிகள் முதலானதெல்லாம் எங்கும் நிரம்பிப் பார்க்கிறவனுக்கு பயங்கரமாயிருக்க அல்லது ஒரு வேளையிலே யிப்படியெல்லாம் இருந்தாலும் துணிந்து பத்து இருபது பேரையாகிலும் சாகக்கொடுக்கிறதுக்கும் பின்வாங்காமல் சாகிறவர்களென்றும் பார்ப்பார் வேகு சொல்லுகிறவர்களென்று யிருந்த பிராமண ரெல்லாம் வெளியே போனாலும் போகட்டு மென்று தாராள யுத்தரவு கொடுத்தும் போன பிராமணரை மாத்திரம் உள்ளே விட வேண்டாம் மற்ற எந்த ஜாதி வந்தாலும் விடச்சொல்லி கலகத்தைச் சாட்டி சொன்ன உத்தரவுகளும் இந்தபடிக்கு சமயம் பார்த்து கலகவேளையென்று சமஸ்தான பேர்களும் ஆண் பெண்கூட வெளியே போயிருக்கிறது மல்லாமல் அல்லவென்று நூறு ஐம்பது பேர் பேச வந்தால் பயங்கரமாயிருக்கிறதாக அவ்விடத்திலே சொல்தாது முதலான பேரையும் வைத்துக் கொண்டு கோட்டை கெவுனி நாலு வாசலும் தான் கலகத்தினாலே சாற்றியிருக்குது.

இடித்து அவன் தள்ளச்சே நாம் செய்ய வேண்டியதென்ன யிப்போ பத்துபேர் மகாநாட்டார் கூடிப்பேசறதுக்கும் மனுஷரில்லை. இதல்லாமல் கலகவேளை இந்த சமயங்கள் பார்த்து அவர் நாளது வரைக்கும் நினத்துக் கொண்டிருக்கிற காரியம் முடிகிறதற்கு இது சமயமென்றும் அவர் கோவிலை இடித்துத் தள்ளும்போது இப்போ வேறே அடையாளமில்லை. இருக்கிற விக்ரகங்கள் மற்று முண்டானதை யெல்லாம் யெடுத்துக்கொண்டு போய்

காளத்தீஸ்வரன் கோவிலில் கொண்டு போய் சேருங்கள் என்று சொன்னேன். பேசுகிறதற்கு கூடாதாவென்று கேட்டார்கள். மேல் எழுதியிருக்கப்பட்ட அடமானமெல்லாம் சொல்லி சீக்கிறமத்துக்கு உச்ச விக்ரகம் முதலானதெல்லாம் விக்ரகங்களும் சாமான்களும் வாகனங்களும் கொண்டு போய் சேர்த்துக் கொள்ளுங்களென்று சொன்னதற்கு நல்லது மகாநாட்டாருடனே சொல்லுகிறோ மென்று சொல்லி ஸ்தானிகர் போனார்கள்.

நான் பழயது சாப்பிட்டு ஏழுமணி வேளைக்கு துரையவர்கள் வீட்டண்டை யிலிருக்கும் பாக்குக் கிடங்குக்கு வந்தவுடனே தில்லையப்ப முதலி, பவழக்கார வுத்திர பெத்துசெட்டி அம்மையப்பன், பிச்சாண்டி, லச்சிகான் குட்டியாப்பிள்ளை, சின்னமுதலி கைக்கில அனந்தநாய முதலி பின்னையும் இரண்டு பேர் கைக்கிலவர்களிலே இரண்டொருத்தர்களும் வெள்ளாழரிலே அரியபுத்திர முதலி மகன் குமரப்ப முதலியும், அகம்மடி முதலிகளிலே சடையப்ப முதலி (சகலபாடி) பேர்விளங்காது பின்னையும் நாலத்து இரண்டு பேர் குடியானவர்களும் கோவில் சாத்தானியர்களும் வந்து கோவிலிடிக்கிறார்கள். இது சமயமென்று நடத்துகிறார்கள். நாங்கள் துரைகளை ஒரு வார்த்தைக் கேட்டு, இடிக்கிறதானால் நாங்கள் நாலுபேரிரண்டு பேர்கூட சாவுகிறோமென்று இனி இந்தவூர் ஆசை என்னயிருக்கிறதென்றும் நீங்கள் வந்து சொன்னால் நல்லது. நீங்கள் சொல்லாவிட்டால் ஒருவார்த்தைக் கேட்டுப் போட்டு ஊரைவிட்டு அப்பாலே யெல்லாரும் போயிருக்கிறாப் போலே ஆனதே. இனிமேல் ஊரிலேயிருந்து போக நூறு நூத்தம்பது பேர் தானிருக்கிறார்களா? கேட்டுப்போட்டு போகவோமென்றே ஞாயமென்ன போகிறதானால் முன்னே தானே கலகமென்று ஆண் பெண் அடங்கலும் போயிருக்கிறா போலேதானே ஆனதே. நீங்கள் பத்து பேர் போனாலென்ன யிருந்தாலென்ன போகிறது தானே கேட்டதற்கு நாளை மற்றாம் நாள் நீங்கள் கும்பல் கூட வேண்டாம் வெளியே போக வேண்டாம்.

ஏதாகிலும் உண்டானால் எங்களுடனே வந்து சொல்லிக் கொள்ளுங்கள். நாங்கள் நடப்பித்துக் கொடாவிட்டால் நீங்களும் கும்பல் கூடுங்கள். ஊரைவிட்டுப் போங்கோ. உங்களுக்கு சம்மதியானபடிக்கு நடத்திக் கொள்ளுங்கள் என்று துரைகளும் உத்தாரம் கொடுத்திருந்தபடியினாலே இப்போ எங்களுக்கு ஜீவனுக்கு ஜீவனாயிருக்கிற கோவிலை இடித்துப் போடுகிற படியினாலே எங்கள் கும்பல் கூடுகிறதற்கும் ஏதாகிலும் ஒரு காரியம் கவை நடப்பிக்கிறதற்கும் இப்போ கலக வேலையாய்

பட்டணத்துக் கயிக்கியப்பட்டு வந்த சகல ஜனங்களும் வெளிப்பட்டு போயிருக்கிற வேளைபடியினாலே ஒருவார்த்தை துரையவர்களைக் கேட்கிறது. நிறுத்தினால் நல்லது. நிறுத்தாமல் போனால் மெற்ற நல்லதென்று சொல்லிப்போட்டு போவோமென்று சொன்னார்கள்.

அதற்கு நான் சொன்ன உத்திரம். ஊரிலே யாராகிலும் பலவந்தாயிருக்கப்பட்டவர்கள் சோளபாரியாய் நடத்தினாலதுக்கு மகாநாட்டார் உள்ளபடியினாலே தங்களை அறியாமல் ஒருத்தர் ஒருவேளை தங்களுடனே வந்து சொல்லிக்கொள்ளச் சொல்லியும் தங்களுடனே சொன்னால் தாங்களவர்களுக்கு தாக்கீது பண்ணுகிறோமென்று சொன்னார்களே யல்லாமல் தாங்களே சோருவாரியாய் நடத்துகிற நடத்துகிறதற்கு சொன்னதல்லவே. இப்போ துரைகளாய் நடத்துகிற படியினாலே நீங்களவர்களைப் போய் கேழ்க்கிறதிலே ஸ்வார்சியமில்லை. கோவிலுடைய சாமான்கள் உச்ச விக்ரகங்கள் முதலானதுகளை யெல்லாம் எடுப்பித்துக் கொண்டு போய் காளத்தீஸ்வரன் கோவிலிலே கொண்டுபோய் சேருங்கள் என்று சொன்னால் அவர்கள் கேழ்க்க மாட்டோனென்று நாங்கள் போரோமென்று கேழ்க்கிறார்கள்.

உன்னிடத்திலே இந்த மட்டுக்கு கட்டுண்டானால் உன்னுடனே அழைத்துச் சொல்லுகிறதற்கு சாடைகூட யில்லாமல் கோவிலை இடிக்கச்சே வீண்பேச்சு பேசிக்கொண்டிருக்கிறதிலே காரியமென்ன? சாமான்களைக்கூட கொண்டு போகப் போகிறார்கள். அப்பால் கோவில் போனாலும் போகுது சாமான்களை கொடுங்கோளென்று கேழ்க்க வேண்டியிருக்கும். கச்சொறகள் சாமான்களை கேழ்க்க வந்தார்களா கோவிலைப் பிடித்தால் நூறு பேர் அன்பது பேர் சாவார்கள் யெல்லாரும் ஊரைவிட்டுப் போவார்கயென்கிற பயமொன்று நாளது வரைக்கும் இருந்ததுதான். போகாமல் மற்றுப்போய் கொளுத்தும் போது இப்படி செய்கிறோமே யென்னமோ வென்கிற அனுமானத்தினாலே சொல்தாதையும் சிப்பாய்களையும் குதிரைக்காரரையும் யேர்க்கனவே கொண்டு போய் வைத்துக் கொண்டு நடத்தினான். அந்த பயத்தையும் நீங்கள் போய் கேட்டுத் தீர்த்து போடுகிறாப்போலே யிருக்குது. வேண்டாம். சீக்கிறமத்துக்கு கோவிலே போய் சாமான்களை சேருங்கள் யென்று சொன்னால், அத்தனை எளப்பமாகவாப் பார்த்தீர்கள் எங்கள் சுருக்கு நீர் அரியீர் என்று சொல்ல வந்தார்கள்.

அதற்கு உங்களுடனேகூட வந்திருக்கிற ஆள்களுக்குள் ஆறுமுகத்தா முதலியுங் கொலுத்துக்கார வெங்கடாசலம் தம்பி லச்சிகானும்

இரண்டொரு பேரும் அன்னபூறணய்யருக்கு சாவடி துபாசித்தனங் கொடுத்தால் வேதபுரீஸ்வரன் கோவிலை யிடித்து அப்பாலே கட்டுகிறதற்கு நாங்கள் ஊராருக்கு சம்மதி போடுகிறோ மென்று வந்து சொன்னவர்கள் உங்களுடனே கூட இருக்கிறார்கள்.

இப்போ இரண்டு மாசமாய் துரை பெண்சாதியண்டைக்குப் போய் பெரிய துபாசித்தனம் தம்பிச்சா முதலி மகன் மலையப்ப முதலிக்கும் தனக்கும் சாவடி துபாஷித்தனமும் கொடுத்தால் வேதபுரீஸ்வரன் கோயிலை இடித்துப்போடுகிறோமென்று பேசவில்லையா? இதுமல்லாமல் சம்பாவு கோவிலு பாதிரிகளண்டைக்கு அன்னபூரணய்யன் போய் ஊராரையெல்லாம் சம்மதி பண்ணினேன். நீங்கள் தனக்கும் மலையப்ப முதலிக்கும் உத்தியோகம் கொடுத்தால் வேதபுரீஸ்வரன் கோயிலை இடித்துக் கட்டிக்கொள்ள பண்ணிப்போடுகிறோமென்று பேசவில்லையா?

வேதபுரீஸ்வரர் கோயிலை இடிப்பது எனும் முடிவுக்கு வந்தது பிரெஞ்சு அரசு.

இதனால் ஈசுவரனை வழிபடுவோரிடையே பதற்றம் தொற்றிக் கொண்டது. உடனடியாக அவர்கள் ஆனந்தரங்கரிடம் ஓடிவந்தனர், ஆளுநரைச் சந்தித்து முறையிட வேண்டும் என்றனர்.

'கோவிலை இடிப்பதில் அவர்கள் அளவுகடந்த உற்சாகத்தில் இருக்கிறார்கள். இந்நேரத்தில் நீங்கள் தடுத்து நிறுத்துவது சாத்தியமில்லை' என்றார் ஆனந்தரங்கர். ஆனாலும் அவர்கள் தொடர்ந்து வலியுறுத்தினர்.

ஒரு கட்டத்தில் கோபமடைந்த ஆனந்தரங்கர், 'எங்களுக்குத் துபாசி உத்தியோகம் கொடுத்தால் ஈசுவரன் கோயிலை இடிக்க உடன்படுகிறோம் என்று சொன்னவர்கள், உளவாளிகள் உங்களிடையே இருக்கிறார்கள்' என்று சுட்டிக் (குத்திக்) காட்டுகிறார். ஆனாலும் அவர்கள் விடுவதாக இல்லை. கோயில் இடிப்பதைத் தடுக்க வேண்டும் என்கின்றனர்.

அது பற்றிச் சொல்கிறார் ஆனந்தரங்கர்.

'முன்னே துரையவர்களழைப்பித்து அந்த கோவில் எங்கள் கோயில்கிட்ட இருக்கிற படியினாலேயும் உங்களுக்கும் எங்களுக்கும் எந்நேரமும் போராட்டமாயிருக்கிறது. அதை அப்பால் கட்டிக்கொள்ளுங்கள். செல்லுமான சிலவு கொடுத்து நல்ல ஸ்தலமும் காண்பிக்கிறோ மென்று சொன்னதுமல்லாமல் இனிமேலுங்களுடைய மதத்தினுடைய காரியம் நாங்கள்

சற்வாத்துமானாகப் பேசுகிறதில்லை. உங்களுக்குச் சம்மதியானபடிக்கு நடப்பித்துக் கொள்ளுகிறோமென்று எழுதிக்கொடுக்கிறோமென்று ஐம்பது வருஷமே வருகிறதுகளுகளெல்லாம் பிரயத்தினம் பண்ணி வருந்தி வருந்தி கேழ்க்க, சுயம்பு லிங்கம் பேத்துக்கட்டப் போகாதென்று நீங்கள் சொல்லிக்கொண்டு வந்த உங்களுக்குள்ளே அப்பாலே கட்டிக்கொள்ளுகிறதற்கு சம்மதியென்று எப்போ பேச்சு நடந்ததோ அந்த க்ஷணமே அவர்களை யோசனை பண்ணி இவர்களுக்குள்ளே அப்பால் கட்டிக்கொள்ளுகிறோமென்று சொன்ன மட்டுக்கும் இவர்களை அழைத்துக் கேட்டால் இவர்கள் அது வேணும் இது வேணும் என்று சொல்லுவார்கள்.

உங்களுக்குள்ளே ஒருத்தருக்கொருத்தர் உளவாயிருக்கிற படியினாலே எப்படி அடித்தாலும் பேசுவாரில்லையென்று துரை பெண்சாதி நன்றாய் போதித்து இருக்கும்போது தானல்லவோ உங்களை அழைத்துக்கூடச் சொல்லுகிறதற்கு இல்லாமல் நடத்திப் போடுகிறான். இவ்வளவு தெரியாதா அல்லவென்று உங்களுக்குள்ளே தைரியமாய் நிர்வாகமாய் பேசுவதற்கு இப்போ பேசவந்த பத்துபேர் மனதும் ஒரு மனதாயிருக்கிறதா? ஆறுமுகத்தா முதலியும் லச்சிகானும் தான் அப்பிறத்திலே கட்டிக் கொள்ளத்தக்கதாக சமஸ்தான பேருக்கும் தாங்கள் சம்மதி பண்ணுகிற்றோமென்று சொன்னவர்கள். இனிமேல் கெட்டியாய் பேசப்போகாதே அப்பால் நீங்களிருக்கிறதற்குள்ளே பெத்துசெட்டி கெலித்தவுடனே பாதிக்கு நிற்கிறவர் அல்லவென்றால் காத வழியிலே ஒரு பனைமரம் விழுந்தால் இங்கே எனக்கொரு தத்து என்று சொல்லுகிற சாடை அப்படியிருக்க நீங்களென்ன பேசினீர்கள். பேசாமலிருந்தாலும் இன்னும் பயமிருக்கும் பேசி வெளுத்துப் போகிறதிலே காரியமில்லை.

அவர்களிந்நேரம் தென்னண்டை மதிலும் மடப்பள்ளியும் இடித்து ஆகி அப்பால் அற்த மண்டபம், மகாமண்டபம் இடிக்கிறார் களென்று சேதிவந்தது. இனிமேல் தாமசமாயிருக்கிறீர்கள். இப்போயிருக்கிற மாமூலாவுக்கு சம்பாவுலு கோவிலிலே யிருக்கிற பாதிரிமார்களும் புறப்பட்டு அங்கே இரங்கியிருக்கிற வெள்ளைக்கார சொல்தாதுகளை காப்பிரிகளை சட்டைக்காரர் குலம் புகுந்த பறையர்களைக்கூட எடுத்துவிட்டு அவர்கள் கூடி தாங்கள் கூடுமாயிருக்கிற சாமான்களைக்கூட எடுத்துப் போயும் உடைத்துப் போட்டும் இப்படி நாலாவிதமாய் ஆபாசம் பண்ணுவார்கள். அப்போ நீங்கள் யாராகிலும் கேழ்க்கப் போனால் அடிகூட நடப்பிப்பார்கள். அப்போ கோவில் போனதுமல்லாமல்

சாமான்கள்கூட உற்சவ விக்கிரகங்கள் பிள்ளையார் முதலானதுகூட போக்கடித்துக் கொள்ளுவீர்கள்.

இப்போ பட்டணத்திலே யாரென்ன செய்து போட்டாலும் ஏனென்றுக் கேட்பாரில்லை. அதிலேயும் நம்முடைய மதத்து கோவில் போச்சென்றால் சொல்லவே தேவையில்லை. ஐம்பது வருஷம் சற்வ பிரயத்தினம் பண்ணி ஆகாத காரியம் முசியே துய்ப்ளேக்ஸ் துரைத்தனத்திலே அவர் பெண்சாதி போதனையின் பேரிலே இந்தக் கோவிலை காலாகாலங்களிலேயும் இடிக்கப் போகாதென்று இருந்த காரியம். அனாயசமாய் இடிக்கிற வேளை வந்தால் சம்பாவுக் கோவில் பாதிரிகளுக்கும் கிருஸ்துவனெனப் பட்ட தமிழர் பறையர் முதலானபேருக்கும் மதாம் துய்ப்ளேக்சுக்கும் முசியே துய்ப்ளேக்சுக்கும் இருக்கிற உற்சாகமும் சந்தோஷமும் இத்தனை அத்தனை யென்று சொல்லமிதத்திலே யிருக்கிறதா? அப்படிப்பட்ட உற்சாகம் வந்திருக்கும்போது இந்த வேளையிலே கோயிலிலே புகுந்து அவர்கள் மனதுபடியே உடைத்து மெரித்து ஆபாசம் பண்ணாமல் போகார்கள்.

நீங்கள் சீக்கிரமத்துக்குப் போய் சாமான்களைக் கொண்டு போய்ச் சேருங்கள் என்று என்ன சொன்னாலும் அனந்தநாயகமும் தில்லையப்ப முதலி, குட்டியாப்பிள்ளை, சின்னமுதலியும் பின்னையும் நாலத்து ரெண்டு பேருக்கும் துரையைப் போய்க் கேழ்ப்போம். துரையைக் கேட்டால் அப்படியிருக்க உத்தாரம் கொடார் என்கிற நினைப்பும் பேரிலே அப்படிப் போனாப் போலே போனார்கள். நானப்போ ஆறுமுகத்தா முதலியும் லச்சுகான் பேச்சும் அவர்களுக்குள்ளே படியினாலே நடத்தின பேச்சைச் சொன்ன மாத்திரத்தில் ஆறுமுகத்தாமுதலி இப்படி செய்வார்களென்று அறுவாயிடமுங் காட்டி சரிபோனபடிக்குக் கட்டிக்கொள்ளச் சொல்லி வராகனும் கொடுப்பார்களென்று இருந்தோம். வழவழவென்று பேசிப்போட்டு முகம் செத்தாப் போலே அப்பாலே போனான். லச்சிகான் மாத்திரம் பேசுகிறதிலே காரியமில்லை யென்றாப்போலே மெய்தானய்யா வென்று சொல்லுவான். முன்னேயும் நடப்பான். அப்பால் உளவாயிருந்தப் பேச்சு பேசினாப்போலே அவனும் முகம் செத்தாப்போலே அவர்களுடனே கூட நின்றான்.

இப்படி இருக்கும்போது சம்பாவுலு கோவில் பெரிய பாதிரி கேற்து என்கிறவர் வந்து சுவாமி இருக்கிற கோவிலை உதைத்துக் காப்பிரிகளை விட்டு கதவைப் பேர்க்கச் சொல்லி, கிருஸ்துவப் பசங்களைவிட்டு வாகனங்களை உடைக்கிறதுமா யிருக்கிற

தென்று கபுறு வந்து சொன்னார்கள். ஏங்கானும் நான் இந்நேரம் சொன்னப் பேச்சு அனுபவமாச்சுதா? இனியாகிலும் சீக்கிரமாகப் போங்களென்று சொல்லிவிட்டு துரை வீட்டுக்குப் போனேன்.

துரை என்னுடன் பேசினால் அதை இதை சொல்லப் போகிறானென்று பேசாமல் சம்பாவுலு கோவிலுக்குப் போகிறதற்கு பயணம் புறப்பட்டு பெண்சாதி ஏறுகிற கூண்டின் பேரிலே ஏறிக்கொண்டு நடந்துவிட்டார். நமக்கென்ன அவர் பேசாமல் போகிறதும் இந்தப் பிரசங்கமே நம்முடனே எட்டாமல் போகிறது மெத்த உத்தமமாச்சுதென்று நான் பாக்குக் கிடங்குக்குப் போவோமென்று துரை பிறகுதானே புறப்பட்டேன்.

இதிலே ஆறுமுகத்தாமுதலி, பெத்துசெட்டி, தில்லையப்பமுதலி முதலான மகாநாட்டார் பத்துபேரும் துரைவீட்டுக்கு மேலண்டையிலே மாட்டுக் கொட்டகை யண்டையிலே போகும்போது போய் சலாம் பண்ணிக்கொண்டார்கள். எங்கே வந்தார்களென்று கேட்டார். வர்லாமிருந்து கொண்டு கோவிலை இடிக்கிறார்களே அந்த சாமான்களை எடுத்துப் போகிறோமென்று கேழ்க்கிறார்கள் என்று மாறுபாடாய் சொன்னானப்போ, அங்கும் பிரிதியாயிருக்கிற சாடையான படியினாலே உங்கள் தட்டுமுட்டை நீங்களெடுத்துப் போங்களென்று அப்பாலே சேவகரைப் பார்த்து இந்தக் கும்பலை அடித்துத் துரத்தென்று சொன்னாரிதிலே...

அப்துலாயிமான் சமேதரர் ஓடி கப்சு கோயிலுக்கு எதிரே மேல் பார்சத்திலே முசியே கொடுதி வீட்டின் பிறகாலே துலுக்கருக்கு வெகுநாளாய் இருக்கிற மசூதியைக்கூட தாட்டியுந்த துரையும் இடிக்கச் சொன்னதின் பேரிலே ஈஸ்வரன் கோயிலை இடிக்க ஆள்விட்டபோது அந்த மசூதியும் இடிக்கிறதற்கு ஆள்விட்டார்கள். அவர்கள் சுற்றிலும் கொஞ்சமிடித்த மாத்திரத்திலே சோனகர்கள் போய் அப்துலாயிமானுடனே சொல்லிக்கொண்ட படியினாலே அப்துலாயிமான் அங்கே துரையண்டையிலே வந்து சலாம் பண்ணி எங்கள் மசீதை இடிக்கச் சொல்லி உத்தாரம் கொடுத்தீராம். அமை இடித்தால் ஒரு சிப்பாய் இருக்கப்போகிறதில்லை. இடிக்கிற மட்டுக்கும் இடிக்கிறவர்கள் பேரிலே போய் விழுந்து சாவார்கள் என்று சொன்னதும் அந்த வேளையிலே அவர்களைத் தொட்டு காரியமிருக்கிற படியினாலே மசூதியை இடிக்க வேண்டாமென்று சொல்லி அனுப்பிப் போட்டு சம்பாவுலு கோவிலுக்குப் போனார்கள்.

அப்படிச் செய்யாவிட்டாலும் பேசுகிறதற்காயினும் தைரிய மானவர்கள் தமிழருக்குள்ளே உண்டாயிருந்தால் அந்தக் கோவிலை

தீண்டினாலும் தீண்டினானே. அப்பால் அப்துலயிமான் தங்கள் மசீதை இடிக்க வேண்டாமென்று உத்திரவு வாங்கி அனுப்பிப் போட்டு நம்முடைய பாக்குக் கிடங்குக்கு வந்து ... 'அம்மாள் சேவகரென்று ஊரை கொள்ளையிடுகிறதுனாலேயும் போதும் போதாதற்கு தமிழர் கோவிலை இடித்து இப்படி பட்டணம் நடுங்கப் பண்ணுகிறது துரைக்கு அழகா? ஆனால் என்ன காலமோ தெரியாது என்றும் பின்னையும் துரையவர்கள் பெண்சாதி பண்ணப்பட்ட அநியாயங்களினாலே இந்தப் பட்டணத்திற்கு சுவாமி இக்கட்டைக் கொண்டுவந்து கொடுத்தாரென்று எப்போ பெண்சாதி புருஷனை கையாலாகாதவனாக்கித் தான் அதிகாரம் பண்ணத் தலைப்பட்டாளோ அப்போ அந்தப் பட்டணத்திற்கு அழிவல்லவா? என்றும் இதை ஒரு கோன்சேல்கார ராகிலும் கும்பினீர் காரியமோ உன் காரியமோ உன் பெண்சாதி பண்ணுகிற அநியாயமிப்படி யென்று சொல்லத்தக்கதா யில்லாமல் வாயை அடைத்துப்போட்டது. என்னவோ ஒரு விபரீதம் நடக்கிறதற்கு ஏஷயமல்லவா?' ... தாராளமாய் பேசியிருந்து அனுப்பிவித்துக் கொண்டு வீட்டுக்குப் போனான்.

அப்பால் சம்பாவுலு கோவில் பாதிரிகள் மகாநாட்டார் மனுஷர்களை அழைத்துக் கொண்டுபோய் சாமான்களை எடுக்கப் போனால் காபிரிகளையும் சொல்தாதுகளையும் பறையரையும் விட்டு அடிக்கச் சொல்லி அந்தக் கோவில் வழி வரவொட்டாமல் வாகனங்கள் தண்டு மரங்கள், கோவில் பத்திரங்கள் சமஸ்தமும் எடுத்துப் போகும் போது இவர்களொவ்வருத்தன் இருபதடியும் பத்தடியும் பட்டுக்கொண்டு உச்சவ விக்ரகத்தையும், பிள்ளையாரையும் மாத்திரம் இப்புரம் கொண்டு வரத்தக்கதாக பிரம்ம பிரயித்தனமாய் போனது.

இதிலே பெரிய அலவாங்கு யெடுத்துக்கொண்டு வந்து காரைக்கால் பாதிரி கேர்து என்கிறவன் மகாலிங்கத்தை காலாலே உதைத்து, கையிலேயிருந்த அலவாங்கினாலே உடைத்து பின்னம் பண்ணினதின் பேரிலே பின்னையும் காப்பிரிகளையும் வெள்ளைக்காரரையும் விட்டு இருந்த விஷ்ணு விக்ரகங்கள் முதலானதெல்லாம் உடைத்து தடுத்துப் போடச்சொல்லினார்.

அப்போ அம்மாளும் பாதியாரும் பார்த்துயிருக்க வரலாம் மகாலிங்கத்தை செருப்புக் காலாலே பத்துதர மெட்டுதரம் உதைத்தது. உமிஞ்சி (எச்சில் உமிழ்ந்து) திருப்தி பண்ணிக்கொண்டு அம்மாளும் பாதிரியாரும் இவனும் ஒரு மகாத்மா வென்று சந்தோஷப்பட வேணுமென்று செய்துபோட்டு தாட்டியின் பிறகே போனான்.

பின்னையுமந்த கோவிலிலே நடத்தின ஆபாசத்தை காகிதத்திலே எழுதி முடியாது. வாயினாலேயும் சொல்ல முடியாது. இப்படியெல்லாம் நடப்பித்தவர்கள் என்ன பலனை அனுபவிப்பார்களோ நான் அறியேன். ஆனால் இன்றைய தினம் தமிழரெனப்பட்டவர்களுக்குயெல்லாம் லோகாஷத்தனமாய் போறாப்போலே இருந்தது. பாதிரிகளுக்கும் தமிழ் கிறிஸ்துவர்களுக்கும் துரைக்கும் துரை பெண்சாதியவர்கள் ஆயிசுலே காணாத சந்தோஷத்தை இன்றைய தினம் அடைந்தாப் போலே மகிழ்ச்சியாயிருந்தார்கள். இனிமேல் அனுபவிக்கப் போகிற துக்கத்தனை யோசனை பண்ணாமலிருந்தார்கள்.

இப்போ எழுதினதெல்லாம் அவரவர் சொன்னதும் அதற்கு உத்தாரமெழுதினதும். ஆனால் எனக்குத் தோற்றுகிற ஞாயமென்ன வென்றால் துரையவர்கள் மனதிலே ஐம்பது வருஷமாய் பண்ணப்பட்ட துரைத்தனக்காரர் நாளையிலே ஆகாத காரியம் பிரான்சு இராசாவைப் போலொத்தவர் புதுச்சேரி குவர்னதோராயிருந்த முசியே லெனுவாருக்கு எழுதி அதற்குக் கூட இந்த கோவிலை இடித்துப்போட இது தமிழர் ராச்சியமான படியினாலே அவர்களொருத்தர் இருக்கத்தக்கதில்லை யென்று மூன்று தரம் எழுதியனுப்பிவிட்ட காரியத்தைத் தனது துரைத்தனத்திலே தானிடிப்பித்து அதனாலே ஒரு பளுமில்லாமற் படிக்கு பண்ணிப்போட்டே னென்றால் சீர்மையிலே இராசாவினிடத்திலே தன்னைப் போலொத்த சமஸ்தரும் திறாணி பரணுமில்லை யென்று பேருண்டாகவேணு மென்றும், இதை சம்பாவுலு கோவில் பாதிரிகள் லீவுறு பண்ணி இராச்சியமெல்லாம் பேருண்டாக்குவார்கள் என்று யோசனை பண்ணி இந்த சமயம் பார்த்து இடித்தாலும் செய்ய வேண்டியதெப்படி என்றால், மகாநாட்டார் கலகத்திலே போனவர்கள் போகயிருக்கிற பத்து பேரையும் அழைப்பித்து எங்களுக்கும், இங்கிலீஷ்காரருக்கும் சண்டை மூண்ட அவர்கள் வந்து ஊரைச்சுற்றிக் கொண்டிருக்கிற வேளையிலே இப்போ கோயிலென்றும் கோட்டை யென்றும் பார்த்துத் தீராது.

எந்தெந்த வேளைக்கு எதையெதை இடிக்க வேணுமோ அப்படிச் செய்ய வேண்டிய வேளை வந்திருக்கிறபடியினாலே உங்கள் கோவிலை எங்களுக்கு வைக்கக்கூடாது. அவ்விடத்தில் சம்பாவுலு கோவில் இருக்கிறது. ஒன்று சரியாய் கட்டி அதன் பேரிலே பீரங்கி ஏத்த வேண்டியிருக்கிறது. ஏதாகிலும் அதற்குத்தக்கதாய் ஒருபோக்கு சொல்லி உங்கள் கோவில் சாமான்களை யெல்லாம் எடுத்துப்போங்கள். அப்புறம் கலகம் தீர்ந்தாப்போலே இடம்

விடுகிறோம். உங்கள் கோவில் கட்டுகிறபடிக்குக் கட்டுங்கள் என்றொரு வார்த்தை எச்சரித்து அவ்விடத்திலே அக்கோவில் சாமான்களை கோவில்காரரெடுத்துக் கொண்டு போகச்சொல்லி அப்பால் இடித்துப் போடுகிறது நியாயம். அப்படி ஒருதரம் சொல்லி கோவில் சாமான்களை எடுக்காமல் போனால் அப்பால் நாங்கள் ஒருதரம் சொல்லிப் போட்டோம், நீங்கயெடுத்தாலும் சரி, எடா விட்டாலும் சரியென்று இடிக்கிறது துரைத்தனம் பண்ணுகிறதற்கு அழகு. பட்டணத்திலே துரைத்தனம் பண்ணுகிறவன் சுவாமி எப்படி பாரபக்ஷமில்லாமல் லோகத்தில் சகல ஜனங்களையும் ஜீவத்துகளையும் ரக்ஷிக்கிறாரோ அப்படி பட்டணத்திற்கு துரையா யிருக்கிறவனும் அந்தப் பட்டண ஜனங்களுக்கு சுவாமி ஸ்தானமான படியினாலே மேலெழுதப்பட்ட படிக்கு நடப்பிக்கிறது ராஜரீகத்திற்கு அழகு. அது இல்லாமல் உள்ளே பாரபக்ஷமா யிருந்தாலும் வெளிக்கு, மேலே எழுதப்பட்ட படிக்கு நடப்பிக்க வேண்டியது. சுவாமி மேரை தப்பு நடந்தால் ஒருத்தராலே இருக்குதா? உத்தாரம் சொல்லுகிறதற்கு அப்படிப் போலே இந்தப் பட்டணத்திற்கு அவர் நியாயத்துடன் நடத்த வேண்டியது. அவர் நியாயம் தப்பி நடத்தினால் இதற்கு உத்தாரம் சொல்ல வேண்டியதும் செய்ய வேண்டியதும் முண்டாயென்று எனக்குத் தோணுது.

அப்பால் இற்றைநாள் கோவிலை இடித்துச் சரிகட்டி போட்டார்களென்று கபுறு சொல்லி வந்து சகல ஜனங்களும் தாபந்தப்பட்டார்கள். இந்தப்படிக்கு ஐம்பது வருஷமில்லாத காரியம் இன்றைய தினம் நடந்தேறிப்போனது. ஞானி மார்க்கத்திங்குப் பார்த்தால் நளபோகஞ் சிலா போகமென்கிற ஞாயம் எத்தனை நாள் நடக்க வேணுமோ அத்தனை நாள் நடந்து எப்படி போகவேணுமோ அப்படி போச்சென்று எனக்குத் தோன்றியபடிக்கு எழுதினேன்...

ஆனாலிந்தக் கோவிலை இடிக்கிறதற்கு முசியே துப்ளேக்சு பெண்சாதியும் முசியே துப்ளேக்சும் துரைத்தனத்திற்கு வந்தநாள் முதற்கொண்டு யெத்தினமாய் இருந்து அதற்குத்தக்கதாக நடத்திக் கொண்டு வந்தாலும் இடித்தாலத்தைத் தொட்டு ஊர்கலையும், அப்பால் கும்பினீயார் ஏனப்படி வேலை செய்தானென்று நேரஸ்தனமாக்குவார்கள். எவன் தலையிலேயாகிலும் போட்டு செய்வோமென்று உள்ள கனசமாயிருந்ததை முசியே துப்ளேக்ஸ் குவர்னதோருடைய அச்சமற்றவர் களிரண்டு பேர் ஆரென்றால் முசியே துப்ளேக்சுனுடைய பெண்சாதி கால் பங்கும், முசியே பரதி முக்கால் பங்குமாயிருந்து பெரியவருடைய அச்சம் தீர்த்து

கோவிலை நிர்தாக்ஷண்மாய் இரண்டாம் பேரரியாமல் இடித்துப்போட்டது.

முசியே பரதி மகா துணிச்சல்காரனான படியினாலே என்ன. இந்த கோவிலை இடித்தாப்போல அதைத் தொட்டு இந்த தமிழர் சிறிது காரியம் நடத்துவார்களென்று யோசனை பண்ணினாய். தஞ்சாவூர் ராசரீகத்தின் கீழே முழுதமிழர் ராச்சியமாயிருக்கிற விடத்திலே நான் நடத்திப் போடவில்லையா? அதினாலே வரப்பட்ட காரியத்திற்கு நான் பேசிக்கொள்கிறேன். அல்லாமல் இரண்டாம் பேருக்கறிக்கை இல்லாமல் சீக்கிரமத்துக்குப் படிப்படியாய் செய்துப் போட்டால் அவர்களும் நாலு காரியத்தையும் யோசனை பண்ணி சும்மாயிருந்து விடுவார்கள் என்று எப்படி தைரியம் சொல்ல வேணுமோ அப்படி தைரியம் சொல்லி இடிப்பித்தான். முசியே பரதி, மதாம், துப்ளேக்சும் அப்படித்தானென்றும் நடக்கத்தக்க தில்லையென்று அவன் எப்போதும் தூண்டுகோலாயிருந்து தூண்டிக் கொண்டிருந்தாலும் அதற்கு சேனே வயணங்கள் முன் அன்னபூரணய்யன் முதலான பேர் சொன்ன சம்மதியும் நாகப்பட்டிணத்திலே ஒலாந்துக்காரர் நடுவார் கோவிலை இடித்ததும் காரைக்காலிலே கோவிலிலே யிருந்த விக்ரகத்தைக்கூட இடித்து அகற்றிப் போட்டு கோட்டையாய் கட்டிக்கொண்டு சம்மதி சொன்னாலும் பெண்சாதியானதே யென்று சேர்த்து வைத்துப் பார்ப்பார். அப்படி வைத்துப் பார்த்தபடிக்கு தாராளமாய் இடிக்கத்தக்கதாக தைரியம் கொடுத்து நடத்தியவன் முசியே பரதி. எனக்கு நன்றாய் தெரிந்திருக்கிறது. பிரபுவினுடைய தைரியம் எனக்கு நன்றாய் தெரிந்திருக்கிற படியினாலே எழுதினேன்.

ஆனால் இந்த கோவில் காலம் வந்து இடிக்கப்பட்டாலும் இடிப்பித்த பெரிய மனுஷருக்கு யாதொரு துக்கம் காண்பியாமல் விருதாவாய் ஒருக்காலும் போகத்தக்கதில்லை.

1748 செப்டம்பர் 11 ஆவணி 30 புதவாரம்

... இந்த பவுன்சு பறச்சேரி பார்த்தாப்போலே போகிறபோது ஓடையிலே பதுங்கியிருந்த அந்த இங்கிலீஷ்காரர் பவுன்சு ஆயிரம் துப்பாக்கிகளையும் ஏகவேளையிலே பளாளவென்று நெரித்தார்கள். ஏகவேளையிலே நெரிப்பதற்குள் இவர்கள் பவுன்சிலே காயம்பட்டதும், செத்ததும் சற்றேறக்குறைய நூறுபேருக்கு உண்டு... காயப்பட்டு ஊரே எடுத்துக்கொண்டு வந்தவர்கள் முசியே பராதிக்கு தலையிலே சாவு காயம்.

நாட்குறிப்பு 7

புதுச்சேரியில் வீசிய புயற் காற்று

நவம்பர் மாதத்து மழை நமக்குப் புதிதல்லவே! அதிலும் குறிப்பாக 2015ஆம் ஆண்டு நவம்பர் மாதத்துப் பெருமழையை கடலூர், சென்னைவாசிகள் அவ்வளவு எளிதில் மறந்துவிட மாட்டார்கள்!

கடலோர நகரமான புதுச்சேரிக்கும் புயற்காற்று, அதனூடானப் பெருமழை, மிகவும் அறிமுகமான ஒன்றுதான். தானே (2011), நீலம் (2012), வர்தா (2016), கஜா (2018) ஆகிய அண்மையப் புயற்காற்றுகள், புதுச்சேரியைத் தொட்டும் உலுக்கியும் சென்றவை!

இப்படித்தான், 1916 நவம்பர் 22இல் வீசிய பெரும்புயல் புதுவையைப் புரட்டிப் போட்டது. இதுபற்றி பாரதியின் 'புயற்காற்று', 'பிழைத்த தென்னந்தோப்பு', 'மழை' ஆகிய கவிதைகள் குறிப்பிடத்தக்கன. மேலும் இதுதொடர்பாக, 1916 டிசம்பர் 11 சுதேசமித்திரனில் வெளியான பாரதியின் பின்வரும் கட்டுரையும் குறிப்பிடத்தக்கதாகும்:

புயற்காற்று

வெள்ளிக்கிழமை திருக்கார்த்திகை.

முதலாவது குடிசைகள் வேண்டும். குடிசையில்லாமலும், பிழைப் பில்லாமலும் சில ஜனங்கள் குடியோடிப் போவதாக முத்யாலுப் பேட்டை முதலிய இடங்களிலிருந்து செய்தி கிடைக்கிறது.

சில இடங்களில் தரையோடு கிடக்கும் மரங்களை வெட்டும்போது அடியிலே மனிதவுடல் அகப்படுகிறது. வெள்ளவாரிப் பக்கத்தில்

மரத்தடியில் ஒரு குழந்தையின் கால் அகப்பட்டது. உடலில் மற்றப் பகுதி காற்றிலே போய்விட்டது. முத்தியாலுப் பேட்டையிலும், மரத்தை ஏலத்தில் எடுத்தவர் வெட்டிப் பார்க்கும்போது கீழே குழந்தையுடல் கிடந்தது.

நெல்லித்தோப்பு

நெல்லித்தோப்பு என்ற கிராமம் புதுச்சேரிக்கு மேற்கே இரண்டு மைல் தூரத்திலிருக்கிறது. இங்கு புயற்காற்றுக்கு முன்னிருந்த வீடுகளின் தொகை சுமார் 450. இவற்றில் அடியோடே அழிந்துபோன வீடுகள் 50. சேதப்பட்டன பல. ஜனச்சேதம் 5 பேர். 3 ஸ்திரீ. ஒருகுழந்தை. ஒருமனிதன். அனைத்துமிழந்து, நிர்கதியாக நிற்போரின் தொகை ஐம்பதுக்கு மேலுண்டு. கால்நடைச் சேதம் 26-க்கு மேல். பெரும்பாலும் ஒரே மிராசுதாரின் உடைமை.

அங்கிருந்து மேற்கே சுமார் ஒன்றரை மைல் தூரம் போனால், உழவர்கரைப் பறைச்சேரி என்ற கிராமம். இவ்வூரில் புயற்காற்றுக்கு முன்னிருந்த வீடுகள் சுமார் 300. இப்போது மிச்சமிருப்பது 4. மற்ற 296 வீடும் காற்றிலே போய்விட்டன. ஜனச்சேதம் 4 பேர். ஒரு மனிதன். 2 ஸ்திரீகள், ஒரு குழந்தை.

கருவடிக்குப்பத்து பறைச்சேரி

முத்தியாலுப்பேட்டைக்கு மேற்கே கருவடிக்குப்பம். இதை ஜனங்கள் கரடிக்குப்பம் என்று சொல்வார்கள். இங்குள்ள வீடு தொண்ணூறும் புயற்காற்றிலே அழிந்து போயின. புயற்காற்றுக்கு மறுநாள் புதுச்சேரியில் இலேசான மழை பெய்தது. அந்த மழை கருவடிக்குப்பத்தில் பலமாகப் பெய்ததாகவும் அதனால் சில கால்நடைகள் மடிந்ததாகவும் தெரிகிறது.

உபகாரம்

முத்தியாலுப்பேட்டையிலும், வேறு சில இடங்களிலும் ஹாஜி மஹமதுஹனீப் ஸாஹீப் என்ற பட்டணத்து வியாபாரியின் தர்மங்கள் பிரபலமாக நடக்கின்றன. இவருடைய வியாபார ஸ்தலத்துக் கெதிரே (முத்யாலுப் பேட்டையில்) புயற்காற்றுக்கு மறுநாள் விடியற் காலத்தில் ஏழைகளுக்குக் கஞ்சி வார்க்கும் பொருட்டாக மூட்டிய அடுப்பு இன்னும் அவிக்கவில்லை. வேறு பல ஜனோபகாரிகள் தத்தம்மால் இயன்ற உதவி செய்து வருகிறார்கள்.

வீடு

பள்ளத்து வீதியில் புயற்காற்றடித்தபோது ஒரு கிழவன் மரம் விழுந்து செத்துப் போனான். அவன் வீட்டைப்

பார்க்கப்போனபோது வழியெல்லாம் இடிசுவர். இடிசுவர்களைத் தாண்டி அப்பாலே போனால், அங்கே அந்தக் கிழவனின் மனைவி தன்னுடைய 'வீடு இதுதான்' என்று காண்பித்தாள். ஒரே ஒரு சிறிய கதவும், அதன்மேலே இரண்டு தென்னை மரங்களும் விழுந்து கிடந்தன. அதுதான் வீடு. வீடே அவ்வளவுதான். மற்ற மண்பொடி யெல்லாம் காற்றிலும் மழையிலும் போய்விட்டது. அந்த ஒற்றைக் கதவு மாத்திரம் தென்னை மரங்களின் பாரத்தால் பறந்து போகவில்லை.

சிறு களவு

குடிசைகள் விழுந்தவுடனே மண்பாண்டங்கள் நொறுங்கிப்போயின. எனினும் சில இடங்களில் துணி மூட்டையும் மிஞ்சியிருந்தது. அது களவு போனதாகப் பல ஏழை வீடுகளில் துலங்குகிறது! புயற்காற்று, களவை அடித்துக்கொண்டு போகவில்லை.

நெருப்பு மழை

வானத்திலிருந்து நெருப்புத் துண்டுகள் சில ஸமயங்களில் விழுமென்பது நவீன வான சாஸ்திரம் படிப்பவருக்கு நன்றாகத் தெரிந்த விஷயமே. ஸாதாரண காலங்களில் எரி நக்ஷத்திரங்களாக வந்து விழுந்து காற்றோடு கலந்து போகிற கோளங்கள், சில ஸமயங்களில் கட்டித்துண்டுகளாக மண்மேல் எரிந்துகொண்டு விழும். புயற்காற்றடித்த இரவில் அவ்விதமான நெருப்புமழை சில இடங்களில் பெய்ததாக வதந்தி யுண்டாகிறது. கூடப்பாக்கத்தில் சில மரங்கள் கரிந்து போயிருப்பதாகவும், மற்றும் சில இடங்களில் மனிதர் உடல்வெந்து போயிருப்பதாகவும் சொல்லப்படுகிறது. இதில் எத்தனை தூரம் உண்மையோ தெரியவில்லை. *(நன்றி: காலச்சுவடு, டிசம்பர் 2015)*

இதோ இன்றைக்குச் சரியாக 277 ஆண்டுகளுக்கு முன்பு, இதே நவம்பர் மாதத்தில் புதுச்சேரியில் ஒரு பெருங்காற்று அடித்தது. அடுத்தடுத்து இரண்டு பெருங்காற்று அடித்தாலும் இந்த 'அற்பிசி 21 போல இல்லை' என்பது ஆனந்தரங்கரின் ஆதங்கம்:

1745 நவம்பர் 4 அற்பிசி 21 வியாழக்கிழமை

அஸ்தமித்தவுடனே துவக்கி, பெருங்காற்றடித்தது. அந்தக் காற்று வியாழக்கிழமை நாள் ராத்திரி முப்பது நாழிகையும் அடித்தது. ஆனால், இந்தக் காற்றினுடைய பிரதாபம் இன்ன மட்டென்று ஒருவிதமாய்ச் சொல்லக்கூடாது.

அதெப்படி யென்றால், இந்த முப்பது நாழிக்குள்ளே பட்டணத்திலே ஒரு மரமாகிலும் தப்பவிடாமல் ஊரிலே உண்டான

மரங்களெல்லாம் படுகாடாய் விழுந்து போனதும், சிறிது மரங்களை முறுக்கி முறித்துப்போட்டதும், அதுவுமல்லாமல் பட்டணங்களுக்குள்ளே தோட்டந்துரவுகள், தென்னை மரம், மா மரங்கள் எப்பேர்ப்பட்ட மரமும் ஒன்றாகிலும் தப்பாமல் படுகாடாய் விழுந்து போச்சுது. அதினாலே வெகுபேர் கெட்டுப் போனார்கள்.

இதல்லாமல் உப்பாற்றிலே அவரவருக்கு மனைவிட்டு, அவரவர்கள் கல்வீடும் கூரை வீடுமாய் அவரவர் சக்திக்கான சரமாய்க் கட்டிக்கொண்டு குடியிருந்தார்கள். அப்படியிருக்கச்சே இந்தப் பெருங்காற்றிலே மேல்வெள்ளம் வந்து உப்பாற்றுத் தண்ணீர் வெளியே போகத்தக்கதாய்க் கட்டியிருந்த மதகு மூடியிருக்கச்சே அந்த மதகைப் பிடுங்கிக் கொண்டு அந்த வெள்ளம் ஓடிற்று. அந்த வெள்ளத்திலே வீடுகள் வந்து விழுந்து உப்பாற்றிலே கட்டியிருந்த வீடுகள் பேரிலே ஒருமுழ வெள்ளம் வந்து விழுந்து அங்கே கட்டியிருந்த மூன்று தெருவும் படுகாடாய் விழுந்துபோய், வீடுகள் வெள்ளத்திலே முழுகிப்போய் அந்த வெள்ளத்திலே வீடுகளை அடித்துப் போனதும், மாடுகள் கன்றுகள் செத்ததும், மனுஷர் செத்ததும் இப்படியாக வெகு சேதப்பட்டு அந்த வெள்ளம் இப்படி பட்டணத்து மேலே திரும்பினபடியினாலே பள்ளத்துத் தெருக்களிலேயெல்லாம் அரை மட்டும் தண்ணியும் பெருந்துடை மட்டும் தண்ணியும் நின்றபடியினாலே பள்ளத்தாக்கிலே யிருந்த வீடுகளெல்லாம் அநேகமாய் விழுந்து போச்சுது.

இதல்லாமல் இந்தக் காற்றிலே காக்காய், குருவிகள், பின்னையு மிருக்கப்பட்ட பட்சிகள் அநேகமாய் தெருவுக்குத் தெரு செத்து மிதந்தது மட்டுமிதமில்லை. இதல்லாமல் பட்டணத்துக்கு வெளியே யிருக்கப்பட்ட தோட்டந் துரவுகள் சகலமும் அடியோடே விழுந்து போய்விட்டது. வீடு வாசல்களும் அநேகஞ் சேதம்.

இதல்லாமல் அவரவரது வெளியிலே யிருக்கப்பட்ட ஆடுமாடுகள் ஒன்றாகிலும் தப்பிப்பிழைப்பதற் கிடமில்லாமல் தரந்தரமாய் உளைந்து போச்சுது. அந்தச் செத்த ஆடுகளைப் பட்டணத் துக்குள்ளே அவரவர் வாங்கி வந்து வீடுகளிலே காயப்போட்ட படியினாலே அதுகள் காய்கிறதுக்கு இடமில்லாமல் மழையிலே நனைந்துப் பட்டணமெல்லாம் தெருவுக்குத் தெரு பிண நாற்றமாய் இரண்டு மூன்றுநாள் மட்டுக்கும் வீதியிலே புறப்படக்கூடாமல் இப்படி அவஸ்தைப்பட்டுப் போச்சுது.

ஆனால், திருவுள எத்தனத்தாலே பொழுது விடிந்தவுடனே காற்றும் மழையும் நின்றுபோக படியினாலே ஒரு சாமத்துக்குள்ளே எல்லா

தண்ணீரும் வாங்கிப் போய் அவரவர் வீடு வாசலும் தப்பித்ததல்லாமல் மறுநாளைக்கும் அப்படி காற்று அடித்ததால் பட்டணத்திலே ஒரு வீடாகிலும் தப்பமாட்டாது. ... சுவாமி காத்தார்.

1745 நவம்பர் 23 கார்த்திகை 12 செவ்வாய்க்கிழமை

ராத்திரி ஒருசாம மட்டும் காற்றடித்தது. ஆனால் முன் அற்பிசி 21 அடித்த காற்றிலே நாற்பதிலே ஒருபங்கு காணும். மறுபடியுமிப்போ எதிர்காற்று அடிக்கக் காரணமே தென்றால் ...அமாவாசை கேட்டை நக்ஷத்திரம் செவ்வாய்க் கிழமையும் ஒன்றாய்க்கூடின படியினாலே காற்றுக்கு யோகமிருக்குதென்று சொன்னார்கள். அந்தப்படிக்கு சாஸ்திரம் தப்பாமல் சாடையாய் அடித்துவிட்டது. முந்தின காற்று அடிக்கிறபோது ஒருத்தராகிலும் அறிந்து சொன்னதில்லை. இந்தவிசை சனங்களெல்லாரும் பயந்திருந்தார்கள். சுவாமி தயவு பண்ணினார்.

1745 நவம்பர் 28 கார்த்திகை 16 சனிவாரம்

காலமே ஏழுமணிக்குத் துவக்கி மறுநாள் ஆதிவாரம் பொழுது விடிந்து ஒன்பது மணிக்கு மட்டுக்கும் பெருங்காற்றடித்தது. ஆனால் அந்தக் காற்று மிக்க பலமாய்த்தானே அடித்தது. ஆனால் அற்பிசி 21 அடித்த காற்றிலே முக்கால்வாசி மட்டென்று சொல்லலாம். அது அரைவாசி உண்டென்று சகல சனங்களுக்கும் தோணப்பட்டது. என்னத்தினாலே என்றால் முந்தினக் காற்றுக்குப் பட்டணத்திலே உள்ள மரங்கள் தோட்டந் துரவிலும் அகப்பட்ட மாவடை மரவடைகள் சகலமும் படு சூரணமாய்ப் போச்சுது. ஆகபடியினாலே அந்த விசை அடித்த காற்று தெரியாமலிருந்தது. ஆகிலும்...

நாட்குறிப்பு 8

ஆனந்தரங்கர் பார்த்து வியந்த அதிசயங்கள்!

பட்டப்பகலில் நட்சத்திரம் தெரிவது, பூசணி அளவு வால்நட்சத்திரம் விழுவது இவற்றையெல்லாம் நேரில் பார்த்த ஆனந்தரங்கர் அதிசயித்துப் போகிறார்.

இப்படியான வால் நட்சத்திரத்தின் பெயரை தூமகேது என்றும் குறிப்பிடுகிறார். புறநானூற்றுக் கவிஞன் கபிலர், 'தூமம் தோன்றினும்' எனக் குறிப்பிடுகிறார். இன்னொரு கவிஞரான கூடலூர்கிழார் 'தலைநாள் மீன்' எனக் குறிப்பிடுகிறார். திருப்பாதிரிப்புலியூர் தலம் குறித்துப் பாடிய திருநாவுக்கரசர் 'இருசுடர் வீழினும்' என்கிறார். இதற்குத் தூமகேதுவும் விண்மீனும் எனப் பொருள் தரப்படுகிறது.

வால் நட்சத்திரம் குறித்துத் தனது 'சாதாரண வருஷத்து தூமகேது' கவிதையில் பாடியுள்ள பாரதி, 'தீயர்க்கெல்லாம் தீமைகள் விளைத்துத் தொல்புவியதனை துயர்க்கடலில் ஆழ்த்தி நீ போவை' என்கின்றார்; 'பொய்யோ மெய்யோ?' எனக் கேள்வி கேட்கிறார். இப்படியான ஐயம் ஆனந்தரங்கருக்குள்ளும் இருந்தது.

தூமகேது வால்நட்சத்திரம் விழுவது 'விபரீத காலம்' என்று அஞ்சுகிறார். இவருடன் வால்நட்சத்திரம் பார்த்த பிரெஞ்சு அதிகாரி சேன்ழாக்-ம் 'ஆமாம் இதெல்லாம் கலகத்திற்கான சிக்னல்' என்கிறார். 'இப்படியெல்லாம் சகுனம் பார்க்கும் வழக்கம் உங்கள்

நாட்டிலும் இருக்கிறதா?' என்று ஆச்சரியத்துடன் கேட்கிறார் ஆனந்தரங்கர்.

பீரங்கியில் இருந்து சீறிப்பாயும் தீக்குடுக்கையும், இராமாயணத்தில் குறிப்பிடப்படும், அக்னி நட்சத்திரமாகத் தெரிகிறது. ஆனந்தரங்கர் அதிசயிக்கிறார்.

இதோ அவரது எழுத்துக்களில் இப்படியாக:

1743 டிசம்பர் 19 மார்கழி 8 வியாழக்கிழமை

இற்றைநாள் சாயங்காலம் நாலு மணிக்குக் கண்ட அதிசயமென்ன வென்றால் இதுவரைக்கும் பத்துநாளாய்ப் பட்டப்பகலிலே நக்ஷத்திரம் கண்டுகொண்டு வந்தது. பிற்பாடு இரண்டு நக்ஷத்திரம் கண்டுகொண்டு வந்தது. அதென்னமோ விபரீதமென்றும் பட்டம்பகலிலே நக்ஷத்திரம் காணுகிறது ஆச்சரியமாயிருக்கிற தென்று சொன்னார்கள்.

அப்படியிருக்க இற்றைநாள் சாயங்காலம் நாலு மணிக்கு வாயு மூலையிலே ஒரு நக்ஷத்திரம் பூசணிக்காய் பருமனிலே எரிந்துகொண்டு விழுந்தது. அதை இந்தப் பட்டணத்திலுள்ள பேர்களெல்லாரும் கண்டார்கள் ஆனதினாலே என்ன விபரீதம் பிறக்குமோ தெரியாது என்று சகலமான பேரும் சொல்லிக் கொண்டார்கள். இப்படிப் பட்டம் பகலிலே நக்ஷத்திரம் எரிந்து விழுந்தது ஒரு காலங்களிலேயுமில்லை என்றதாக சகல சனங்களும் சொல்லிக் கொண்டார்கள்.

1743 தெசம்பர் 29 மார்கழி 21 ஆதிவாரம்

சாயங்காலம் மேற்கே ஒரு நக்ஷத்திரம் வால் முளைத்த நக்ஷத்திரம் கண்டது. அதை தூமகேதுவென்று சொன்னார்கள். இது நல்ல நாளைக்குக் காணாதாம். இதினாலே என்ன காலக்கேடோ தெரியாதென்று வெகுசனங்கள் அங்கலாய்த்தார்கள்.

1744 பிப்ரவரி 11 மாசி 3 செவ்வாய்க்கிழமை

... பட்டம்பகலிலே நக்ஷத்திரம் கண்டதும், பட்டம்பகலிலே நக்ஷத்திரம் விழுந்ததும் வால்முளைத்த நக்ஷத்திரம் பிரம்மாண்டமாய் இரண்டேற்றக்கால் அவ்வளவு உயரம் தூபம் போலே வால் காண்கிறதும் இதுகளெல்லாம் ஒரு விபரீத காலங்களுக்குக் காணுமென்கிறதாய் முந்நாளையிலே பெரியோர்கள் சொல்லுவார்கள். அதற்கு ஏஷ்யமாகக் காண்கிறது போலேயிருக்கிறது.

முன் மார்கழி மாதம் 18ந்தேதி மேற்கண்ட வாள்முளைத்த நக்ஷத்திரம் முன்னே கண்டபோது சூட்சுமமாய்க் கண்டு பிற்பாடு வரவர நாளுக்கு நாள் விர்த்தியாய் வளர்ந்து கொண்டே வருகிறது. இன்றைய தினம் வாலினுடைய பிரமாணம் இரண்டேற்றக்கால் பிரமாணம் உண்டுபோல் காண்கிறது.

1747 மார்ச்சு 24 பங்குனி 14 சுக்கிரவாரம்

இற்றைநாள் நானும் முசியே சேன்ழாக்கும் சவாரி போய் முத்தியப்பிள்ளை தோட்டத்திலே வந்திறங்கினோம். அப்போது சாயங்காலமாகி அரை நாழிகை உண்டு. அப்போது ஈசானிய மூலையிலே யிருந்து நயிருதி மூலையாய் ஒரு நக்ஷத்திரம் பனைமவ்வளவு நிலத்திலே யெரிந்து விழுந்தது. எதனுடைய வெளிச்சம் இப்படியென்று சொல்ல மாட்டேன். ஒரு பூரணச்சந்திரன் பிரகாசம் போலேயிருந்தது. என்னோடு கூட பார்த்த முசியே சேன்ழாக்கு சொன்னது இதனுடைய சிக்னல் கலகமானாலும் நடந்து வெகுசனம் சாவார்களென்று சொன்னதற்கு நான் உங்களுக்குள்ளேயு மிந்தச் சாடை சொல்லுகிறது உண்டா என்று கேட்டதற்கு எங்களுக்குள்ளேதான் முன்னே சொல்லுகிறது பார்த்துச் சொன்னார் தப்புகிறத்தில்லை யென்று சொன்னான்.

1748 செப்டம்பர் 8 ஆவணி 27 ஆதிவாரம்

...நானும் வழுதாவூர் வாசற்படியே போய் அந்த குந்தானி பீறங்கி சுடுகிறது பார்த்தேன். துரையுமங்கே வந்தார். ஆனால் குந்தானி பீறங்கியிலே அந்த நூற்று முப்பத்தாறு றாத்தலிருக்கிற தீக்குடுக்கையை வைத்து தாழச்சுடுகிறது. அந்த தீக்குடுக்கை ஆகாசட்டுக்கு முசந்து அங்கேயிருக்கிற ஒழுகரைக்கு வட பாரிசமிருக்கிற மேட்டுக்கும் பேரிலேயிருக்கிற தண்டின் பேரிலே விழுகிற விசித்திரமும் அந்த தீக்குடுக்கை போகும்போது நெறுப்பு கக்கிக்கொண்டு போகிறதும் த்வனியும் பார்த்தால் முன் அக்கினி நக்ஷத்திரமென்று முன் ராமாயணங்களிலே சொல்லியிருக்குதே அதுதானிது என்கிறது மல்லாமல் சுவாமி உண்டாக்கப்பட்ட இடி விழுகிறது பார்த்து யிருக்கிறோம். கேட்டுமிருக்கிறோம். அதற்கு பதில் மனுஷன் சிரிஷ்டித்த இடியென்று எண்ணினே யல்லாமல் பின்னை ஒன்றும் யெண்ணநானல்ல. இது புறப்படும் போது ஒரு சப்தம். அப்பால் விழும்போது ஒரு சப்தம். விழுந்த பிற்பாடு வெடிக்கும்போது ஒரு சப்தம். இப்படி மூன்றுவிதமாயுண்டாகி யிருக்கிறது.

நாட்குறிப்பு ௯

பெத்ரோ கனகராய முதலியார் – ஆனந்தரங்கரின் சத்ரு!

புதுச்சேரி பிரெஞ்சு ஆளுநர்களிடம் தலைமை துபாசியாக, இருபத்தொரு வருஷமும் ஐந்து மாதமும் சில்லறை நாளும் பதவியில் இருந்தவர் பெத்ரோ கனகராய முதலியார். அதிகாரமிக்கவராக வலம் வந்தவர். மிகுந்த செல்வந்தர். கிறிஸ்துவராக மதம் மாறியவர். இவரது ஒரே மகன் வெல்வேந்திர முதலி தனது 21ஆம் வயதிலேயே 22.10.1739இல் காலமானார். அப்போது அவரது முழு ஜாதகம் குறித்தும் ஆராய்ந்து எழுதினார் ஆனந்தரங்கர். தனது மகனின் நினைவாக புதுச்சேரி ரெட்டியார் பாளையத்தில் கிறிஸ்துவ ஆலயம் ஒன்றை எழுப்பினார் கனகராயர். (தற்போது புனித அந்திரேயா ஆலயம் என்று அழைக்கப்படுகிறது). இதற்கான விழா ஊரைக் கூட்டி விருந்து உபசாரங்களுடன் 30.11.1745இல் தடபுடலாக நடந்தது. இதுபற்றி விரிவாக விவரிக்கும் ஆனந்தரங்கர் இதிலே தனக்குத் தென்படும் குறைகளையும் பதிவு செய்திருக்கிறார்..

கனகராய முதலியாருக்குக் கீழ்தான் ஆனந்தரங்கர் உதவி துபாஷியாக வேலை பார்த்தார். ஆனால் இவர்களிருவருக்கும் அப்படியொரு ஏழாம் பொருத்தம். தனக்கும் அவருக்குமான துவேஷத்தை நாட்குறிப்பின் பல இடங்களில் குறிப்பிடும் ஆனந்தரங்கர், அரசாங்கத்தில் தனக்கு ஆதரவாக இருந்த அதிகாரிகள் சொந்த நாட்டிற்குப் புறப்பட்டபோது, மெத்தவும்

விசாரமடைந்தார்! பிரெஞ்சு அதிகாரிகளும் கூட இவரது நிலை கண்டு வருந்தி இருக்கின்றனர்.

நீரிழிவு நோயால் பாதிக்கப்பட்டிருந்த கனகராய முதலியார் இறந்துவிடுவாரென்றும் அந்த இடத்திற்கு ஆனந்தரங்கர் வந்துவிடுவார் என்பதும் ஒருகட்டத்தில் அனைவரது நம்பிக்கையாக இருந்தது. ஆனால் அதற்குப் பிறகும் 10 ஆண்டுகாலம் உயிரோடு இருந்தார் கனகராய முதலியார்.

கனகராயர் தனக்குப் பிரான்சு அரசாங்கம் கொடுத்தப் பதக்கத்தை அணிந்துகொண்டு தந்தப் பல்லக்கில் மிடுக்குடன் உலா வந்ததைச் சொல்லும் ஆனந்தரங்கர், முன்னதாகவே இந்தப் பட்டம் தனக்கு வழங்கப்படவில்லை என்று சிலமாதங்களுக்கு முன்பு அவர் முறுக்கிக் கொண்டுச் சென்றதையும் மறக்காமல் குறிப்பிடுகிறார்.

1746 பிப்ரவரி 13 மாசி 5 ஆதிவாரம், கனகராய முதலியார் மறைந்தார். அவரது இறுதி ஊர்வலம் குறித்தும் விவரிக்கும் ஆனந்தரங்கர், ‘ஒரு மண்டலாதிபதி சவாரி புறப்பட்டால் எப்படி அலங்கரிப்புப் பண்ணி புறப்படுகிறார்களோ அந்தப்படிக்கெல்லாம் அலங்கரிப்புப் பண்ணி’ இருந்ததாகப் பதிவு செய்கிறார்.

பெத்ரோ கனகராய முதலியார் மறைந்தாலும் அவர் மீதான துவேஷம் ஆனந்தரங்கருக்குள் எப்போதும் இருந்துகொண்டுதான் இருந்தது. ‘நமக்குச் சத்துருவாயிருந்த கனகராய முதலியார் விழுந்து போனார்’ என்று அவர் எழுதுவது எப்போது தெரியுமா? கனகராய முதலியார் மறைந்து மிகச்சரியாக 12 ஆண்டுகள் கழித்து!

பெத்ரோ கனகராயர் குறித்த ஆனந்தரங்கரின் குறிப்புகள்

வெள்ளிக்கிழமை 22-ந்தேதி மாசி முதல் தேதி மார்ச்சு 1737

மறுநாள் காலை முசே சீஞோர் வீட்டுக்குப் போன விதத்திலே முசே சீஞோர் சொன்ன சேதி ... ஒருமாதமாய் கனகராய முதலியார் நீரிழிவு கண்டு வமட்டையாய் வீட்டிலே படுத்துக்கொண்டு இருக்கிறானே. அவன் இனிமேல் கடைத்தேற மாட்டான், என்றும் அந்த இடம் வரும் அதுக்குச் சந்தேகமில்லை. ஆனால் நாலுநாள் முன்னது பின்னது என்று சொல்லி.. அதின் பிற்பாடு துலோராம் என்னை அழைத்து ரங்கப்பன் பேத்துருக்கு எப்படி யிருக்கிறது அந்த நீர் வியாதி யென்று கேட்டான். அந்த வியாதி லக்ஷணம் சுவஸ்தப்படுகிறதில்லை. நாலுநாள் சவுகரியம்போல் யிருக்கு. மறுபடியும் காணும் அப்படித்தான் இப்போ யிருக்கிற சாடையென்று சொன்னேன். அந்த இடம் உனக்கு வரும் அதுக்குச்

சந்தேகமில்லை. நாமும் துரையும் அப்படித்தான் என்று யோசனை பண்ணியிருக்கிறோம் என்றும் சுவாமியும் அப்படித்தானே தயவு பண்ணியிருக்கிறார். கெட்டியாய் அந்தப்படி நடக்கும் என்று சொன்னார். அதுக்கு நான் உபசாரஞ் சொல்லி அனுப்பிவிச்சுக் கொண்டு வந்தனன்.

1737 புரட்டாசி மாசம் 21 ஒக்தோபர் மாசம் 4ந்தேதி வெள்ளிக்கிழமை

காலமே ஒன்பது மணிக்கு பொழுது விடிந்த சாமத்துக்கு சீமையாகிய பிராஞ்சுக்குப் போகிற பிலோரி என்கிற கப்பலின் பேரில் கப்பித்தான் முசே தொடுதோலேன், இந்தக் கப்பலின் பேரிலே சின்ன துரைத்தனம் பண்ணின முசே தொலோர்ழவும், முசே லெனுவார் துமெலியேரும் இவ்விடத்திலே சக்கிரத்தேராயிருந்த முசே பெபுரியேரும் அவர் பெண்சாதியும் சிலங்கின் பேரிலேறி பெரிய கப்பலின் போய்ச்சேர்ந்தார்கள்.

...ஆனால் அவருக்கும் முசே திமிலியேருக்கும் ரங்கப்பன் வீடு எப்படி போகிறது என்றும் நமக்குப் பிற்பாடு ரங்கப்பனுக்கு ஆதரவு இல்லையே கனகராய முதலிக்கும் ரங்கப்பனுக்கும் துவேஷமாச்சுதே என்றும் துரைத்தனம் பண்ணுகிறவன் விவேகமில்லாமல் கனகராய முதலி வழியிலே நிற்கிறவனாச்சுதே ரங்கப்பனுக்கு எப்படி என்கிற விசாரத்தைத் தொட்டு முசே எலியாசுடனே யெங்களுக்கு போகிறத்துக்கு மிகுந்த ஆசை யிருந்தாலும் ரங்கப்பனை விட்டுப் போகிறதற்கு மனம் வரவில்லை. ஆனாலும் உம்மால் ஆனமாத்திரம் சகாயம் அவனுக்குச் செய்ய வேணுமென்று வார்த்தைப்பாடு வாங்கிக் கொண்டு போனார்கள்.

1738 ஏப்ரல் 20 சித்திரை 11 ஞாயிற்றுக்கிழமை

முசியே சீஞோர் என்னை அழைச்சு ரங்கப்பா நான் சீனத்துக்குப் போகிறேன் ... மென்று சொன்னபோது நாராசம் ஏத்தினாபோலே இருந்தது. அது எனக்கு மெத்தவும் விசாரம். இத்தனை விசாரம் தமது நிமித்தியமேனென்றால், முசே லெனுவார் போன பிற்பாடு எனக்கும் கனகராய முதலியாருக்கும் இருக்கும் துவேஷத்தினாலே அவர் என் பேரில் எப்போதும் தயவாய் நான் சொல்லுகிற காரியத்தை அங்கீகரிச்சுக் கேட்கிறதும் அது நடக்க வேண்டிய காரியமிப்படி என்று ஆலோசனை சொல்லுகிறது மல்லாமல் என் விசேஷம் துரையினிடத்திலே ஆலோசனைக்காரரிடத்திலே பிரஸ்தாபமானால் என்னை மேம்பாடாய் சொல்லுகிறது. ...

1738 செப்தம்பர் 28 புரட்டாசி 16 ஆதிவாரம்

கனகராய முதலி தனக்கு வந்த பிராஞ்சு பதக்கம் சட்டமாயிருக்கிற பொன்னாலே பண்ணியிருக்கிற மொதாலியு வென்கிற முத்திரை

கொடுப்பார்களென்று மிகுந்த சந்தோஷத்துடனே கோட்டையைப் போனார். இத்தனை நாள் கொடாதபடியினாலே முகத்தை சுளுக்கிக் கொண்டு வீட்டுக்குப் போனார்.

1738 அக்தோபர் 17 அற்பிசி 4 வெள்ளிக்கிழமை

கோட்டை நடந்ததில் காலமே சாமத்துக்கு கனகராய முதலியாருக்கு கும்பனியார் அனுப்பியிருந்த மெதாலியே என்கிறதை கொடுத்தார்கள். கோன்சேல் வீட்டிலே எல்லாரும் கூடிக் கொடுக்கச்சே பதினோரு பீரங்கிபோட்டு தங்கப் பல்லக்கும் கொடுத்தார்கள். அந்த முத்திரையிலே முன்பக்கத்திலே சீமையிலிருந்து வருகிற பத்தாக்கு எல்லாம் போட்டிருக்கிற சுரூபத்தின்படி எழுத்தும் போட்டிருக்கிறது. அது கொடுக்கச்சே துரை சொன்னது கொம்பனீயார் நீ பட்ட பிரயாசைக்காகக் கொடுக்கப்பட்டது என்று சொல்லிக் கொடுத்தார். அந்தப்படி நடந்த பிற்பாடு தந்தப் பல்லக்கின் பேரிலே ஏறிக்கொண்டு மேளதாள சம்பிரமத்துடனே பிள்ளைவீட்டு தெருவாலே வந்து குளத்து பக்கமாய் திரும்பி வீட்டுக்குப் போனான்... ஆனால் இந்த முத்திரையிலே மெத்த சிரத்தையில்லாவிட்டாலும் சீமையிலிருந்து வந்ததான படியினாலே கனகராய முதலியாருக்கும் அவருடைய பந்துக்களும் சொல்லி மிகுதியான சந்தோஷமாயிருக்கும் வெளியேயிருக்கிற சனங்களுக்கும் இந்த முத்திரையினுடைய சேதி தெரியாதப்படியினாலே அப்படித்தானே மெத்த மேன்பாடான தென்று தானே எண்ணுவார்கள்.

1738 நவம்பர் 6 அற்பிசி 24 வியாழக்கிழமை

முசே துலாரன் இருந்துகொண்டு உனக்கு கனகராய முதலிக்கு இத்தினத்திலே பவழம் வருவானென்று கேட்க அதற்கு நானிருந்து கொண்டு அவருக்கு நாங்கள் எத்தனை மனதுவர நடந்தாலும் அவர்முன் முசே எபேர் நாளையிலே எங்கள் பேரிலே அனியாயமாய் மாச்சரியம் அடைந்துவச்சு அநேகம் காரியங்கள் நடப்பிச்சாரே அதை நீங்களும் அறிந்து இருப்பீர்களே. அந்த வயிரம் இப்போதும் பாராட்டி வருகிறாரென்று சொன்னேன். அதற்கு அவரும் மெய்தானென்று சொன்னார். *(இந்த இடத்தில் பவழம், வயிரம் எனக்குறிப்பிடப்படுவது, பகை எனும் பொருளில் எடுத்துக் கொள்ளலாம் -ஆர்.)*

1739 அக்டோபர் 22 ஐப்பசி 9 வியாழக்கிழமை

இந்நாள் புதுச்சேரி பெரிய துபாஷி கனகராய முதலி குமாரன் வெல்வேந்திர முதலி என்கிறவன் நாளது இராத்திரி பதினஞ்சு

நாழிகைக்குமேல் பதினாறு நாழிகைக்குள்ளாக மரணத்தை அடைஞ்சான். இவனுடைய ஜன்ம தினம் விளம்பி ஆவணி 31 திங்கட் கிழமை இராத்திரி 23 நாழிகைக்கு மேல்தாமச வேளையில் கடக லக்கினத்தில் செனனமான படியினாலே, மரணமான நாள் மட்டுக்கும் அவன் லோகத்துக்குள்ளே இருந்த வயசு எத்தனை யென்றால் வருஷம் 21 மாசம் 1 நாள் 9. இவன் பிறக்கச்சே சனன காலத்திலே கேது திசையான படியினாலே இவன் சனனமானவுடனே தகப்பனுக்கு உத்தியோகம் போனதும்மான ஆனி வந்ததும் ஊரைவிட்டு அப்புறம் குடிபோனதும் பின்னை கிலேசத்துக்கு என்ன காரியம் நடக்க வேணுமோ அந்தப்படி யெல்லாம் கிலேசம் நடந்தது. அந்தக் கேது திசை போய் சுக்கிர திசை வருங்காலம் இவனுக்கு நடக்க வேண்டிய சுக்கிர திசையினுடைய நன்மையான அதிசயங்கள் எல்லாம் இவன் சிறுபிள்ளையான படியினாலே இந்த பலன் எல்லாம் இவன் தகப்பன் கனகராய முதலிக்கு நடந்தது. அந்தச் சுக்கிரன் லக்ன கேந்திரத்திலே ஒருத்தனாக சுபக்கிரகங்கள் பார்க்கப்பட்டிருந்த படியினாலே இவனுக்கு இந்த யோகம் வருகிறதற்கு முன்னமேதானே பனவூர் நாராயண சோசியர் சொல்லி இருந்தபடிக்கு சுக்கிரன் சுபீக்ஷத்துடனே லக்ன கேந்திரத்திலே இருக்கிற படியினாலே சத்துருக்களெல்லாம் நாசப்பட்டுப்போய் இந்தப் பட்டணத்துக்கு அமுலுக்களெல்லாம் இவன் கைக்குள்ளே அடங்கி மகா திரவியவந்தனாய் மகாயோகத்தை அனுபவிப்பான் என்றும் இந்தச் சுக்கிரதிசை போய் சூரிய திசை வருங்காலம் சரீரத்துக்கு நாசம் வந்து திரவியத்துக்கும் சேதம் வந்து ரொம்பவும் கஷ்டப்படுவார் என்று சொன்னார். அவர் அப்போது சொல்லியிருந்தபடிக்குத் தானே சுக்கிரதிசை எல்லாம் ஆய் சூரியதிசை வருவதென்னச்சே சாதகனும் மரணத்தை அடைஞ்சான். .இனிமேல் அவர்களுக்குக் கஷ்டமான காலம் வருகிறதற்கு எதுக்காரணம் என்னவென்றால் மறுநாள் வெள்ளிக்கிழமை 21க்கு அற்பிசி 10க்கு மூணாஞ்சாமத்துக்கு மேல் இவனைக் கொண்டுபோய் கல்லறையில் அடக்கம்பண்ணச்சே இவன் போட்டிருந்த சரிகைப் பூப் போட்ட அங்கி இரண்டு கிசம் சகலாத்தும் காதிலே ஒரு முத்துக்கடுக்கன் கையிலே ஒருமோதிரம் இதுகளுடனே ஒரு பெட்டியிலே வச்சு அடக்கம் பண்ணிப்போட்டார்கள். அதின் பிற்பாடு வீட்டுக்கு வந்த பிற்பாடு கனகராய முதலி பெண்சாதி முநதாணி வெந்து போனதினாலேயும் பின்னையும் இரண்டு நாழிகை பொறுத்து அவர்கள் வீட்டுக்கு மேலண்டை வீடு பத்திக்கொண்டு அதிலே நூறு வராகன் மட்டுக்கும் சேதப்பட்டுப்போன படியினாலேயும் இப்படியெல்லாம் நடந்தது.

அவனைக் கொண்டு போகையில் கல்லறையிலே அடக்கிப்போட்டு வந்த மாத்திரத்திலே இப்படியாக சமீபமாக

வந்தபடியினாலே கனகராய முதலிக்கு இனிமேல் கஷ்ட காலத்திற்கு ஆரம்பமென்று பட்டணத்திலுள்ள சனங்களெல்லோரும் சொல்லிக்கொள்ளுகிறார்கள்.

ஆனால், இவன் தகப்பனிடத்துக்குள்ளே குருசீஷ மரியாதையாய் நடந்துகொண்ட படியினாலேயும் வேறே பிள்ளையில்லாமல் ஒரு பிள்ளை ஆனபடியினாலேயும் கைக்கு ஒத்திகையான பிள்ளையாயிருந்து விழுந்து போனபடியினாலும் அவரவர் தாபந்தப்பட்டார்கள்.

1745 நவம்பர் 30 கார்த்திகை 19 செவ்வாய்க்கிழமை

இந்தப் பட்டணத்திலே நடந்த அதிசயமென்னவென்றால், ஒழுகரைக்குக் கீழண்டையிலே ரெட்டியார் பாளையத்திலே கனகராயர் முதலியார் ஒரு பாதிரி கோவில் கட்டிவைத்து அந்தக் கோவிலிலே சிலைகள் ஸ்தாபிதம் பண்ணினார்கள். இது நிமித்தியம் பட்டணத்திலே உண்டாகிய பல பட்டடை பிராமணர், வெள்ளாழர், கோமுட்டிகள், செட்டி வர்த்தகர், கம்மாளர், நாயக்கர், கோளர், வாணியர் பின்னும் பல சாதிகளாயிருக்கப்பட்ட சகலமான பேருக்கெல்லாம் விருந்துகள் சொல்லிச் சகலமான பேருக்கும் ஒழுகரையிலே விருந்து பண்ணி வைத்தார்கள்.

விருந்து பண்ணின சம்பிரமமெப்படி யென்றால், சத்திரங்களிலே பிராமணரை விட்டுச் சமையல் பண்ணுவித்தும், தோட்டங்களிலே பின்னையும் இருக்கப்பட்ட வெள்ளாழர் அகம்படையர் வீடுகளிலேயும் சாப்பாடு பண்ணுவித்து, அவரவர்க்குத் திட்டமாய்த்தானே சாப்பாடு காரியமெல்லாம் விசாரித்து வெள்ளைக்காரருக்கெல்லா மிவ்விடத்திலே தீனிகள் சமைத்துக் கொண்டுபோய் வெள்ளைக்காரருக்கெல்லாம் மேசை போடுவித்துத் திட்டமாய்த்தானே விசாரித்தார்கள்.

அந்த விருந்துக்கு மொறட்டாண்டி சாவடியிலேயிருந்து துரையவர்கள் முசே துய்ளெக்சு அவர் பெண்சாதி மற்றுமுள்ள ஆலோசனைக்காரர் எல்லாருமாய்க் கூட வந்திருந்து விருந்துகள் சாப்பிட்டுச் சாயங்காலம் மட்டுக்கும் இருந்து சாயங்காலம் ஐந்து மணிக்குப் புறப்பட்டு மறுபடியும் மொறட்டாண்டி சாவடிக்குப் போய்விட்டார்கள். இவ்விடத்திலே யிருந்துபோன சனங்களும் எல்லாரும் சாப்பிட்டுவிட்டுச் சாயங்காலம் புறப்பட்டு வந்துவிட்டார்கள்.

ஆனால் அவர் எத்தனம் பண்ணின காரியங்களிலேயும் தாட்சியில்லை. என்ன சம்பாதித்தும் என்ன செலவுபண்ணியும்

சோபிதமாய், களையாய், சிறப்பாயிருக்கவில்லை. அதேனென்றால் அவரவர் மார்க்கத்துக்கடுத்த நியாயங்களை நடப்பித்தால் அந்த மார்க்கத்தின்படிக்கு அது இயற்கையாய் காணும். ஒரு மார்க்கத்துக்குள்ளே யிருந்து கொண்டு தமிழ் மார்க்கத்தின்படியே நடப்பிக்கவேணுமென்கிறதாய்த் தமிழ் மார்க்கத்திலே யிருக்கப்பட்ட பேரையெல்லாம் அழைப்பித்து இப்படி நடப்பித்த படியினாலே எகத்தாளிக்கிடமாகிக் கண்டவன் எல்லாம் கண்டபடிக்கெல்லாம் சொல்லிக் கொண்டார்கள். அவர்கள கோவிலுக்கடுத்த நியாயம் அவர்கள் வேதத்துக்கடுத்த மார்க்கமும் நடப்பிக்க வேணுமென்றால் வெள்ளைக்காரரும் கிறிஸ்துவரும் பறையரும் அந்த வேதத்துக்கடுத்தவர்கள் மாத்திரம் போய் சாப்பிட வேண்டியது. அவருடைய பிரபலத்துக்கும், பிரதிஷ்டைக்கும் அப்படி நடப்பித்தாலும் அதிகாலேயும் ஈனமாய்த்தானே சொல்லிக்கொள்ளுவார்கள். ஆனபடியினாலே எவனெவன் சாதிக்கு எப்படியோ அந்த நியாயத்தின்படிக்கு எத்தனை பிரபலமாய் செய்தாலும்...சொல்லிக்கொள்ளுவார்கள். ஒரு குலத்திலே பிறந்து மறு வேதத்தையடுத்த ... மார்க்கத்தை ஆஸ்த்த பேருக்கெல்லாம் இந்தப்படிக்கு...

1746 பிப்ரவரி 13 மாசி 5 ஆதிவாரம்

புதுச்சேரி பட்டணத்திலே நடந்த சேதி யென்னவென்றால் நேற்று சனிவாரம் ராத்திரி பொழுது விடிய இரண்டு நாழிகைக்குள்ளாகக் காலம் பண்ணிப்போன கனகராய முதலியாரை அலங்காரம் பண்ணிப் பல்லக்கின் பேரிலே வைத்து முசே தும்மா சீர்மையிலிருந்து அனுப்பின சரிகைக் கச்சையையும் கட்டி, பின்னையும் அநேகவிதமான அலங்காரம் பண்ணி, ஒரு மண்டலாதிபதி சவாரி புறப்பட்டால் எப்படி அலங்கரிப்புப் பண்ணி புறப்படுகிறார்களோ அந்தப்படிக்கெல்லாம் அலங்கரிப்புப் பண்ணி இற்றைநாள் சாயங்காலம் ஏழுமணிக்கு வீடுவிட்டுப் பிரேதத்தை பல்லக்கின் பேரிலே வைத்துக்கொண்டு போய் குதிரைக் கொத்தளம் போக,

அதன் மேற்கே நாற்பது சொலுதாதுகள் முழு துப்பாக்கிப் பிடித்துக்கொண்டு போகிற கட்டாய்ப் பிடித்துக் கொண்டுபோக சாவு தம்புரு அடித்துக்கொண்டு போக, பாதிரி கோவிலிலே வெள்ளைக்காரர் பிள்ளைகள் படிக்கிறார்களே அவர்கள் இருபாரிசமும் நாற்பது பிள்ளைகள் மாத்திரம் போக, கப்புஸ் கோவில் பாதிரிமார், சம்பாக் கோவில் பாதிரிமார் அனைவரும் ஏகமாய்க் கூடிக்கொண்டு, அவர்கள் நியாயப்படிக்குப் படித்துக் கொண்டுபோக, மற்றச் சம்பிரம வீணை வாத்தியங்கள் என்ன

உண்டோ அதுகளெல்லாம் வாத்தியம் பண்ணிக்கொண்டு போக, சகல சம்பிரமத்துடனே எடுத்துப் போகையிலே கோன்சேல்காரர் அவரவர்கள் வீட்டுப் பெண்டுகள் பிள்ளைகளும், புதுச்சேரி பட்டணத்திலேயுள்ள வெள்ளைக்காரிச்சிகள், வெள்ளைக்காரர், பெரிய மனுஷர் முதலாகிய பேர் மற்றப்படி தமிழர்கள், துலுக்கர், மற்றுமுண்டான சனங்களெல்லாம் ஸ்திரீகள்கூட புருஷாள் வந்து பார்த்தவர்களில்லை. அங்கலாய்த்தவர்களில்லை.

இந்தப்படிக்கு எல்லாம் சகலஜனங்களும் தாபந்தப்படத்தக்கதாக வீடுவிட்டுப் புறப்பட்டுக் கல்லறைக்குக் கொண்டு போகையிலே துரையவர்களும் அம்மாளவர்களும், கோக்சேலியர் அவர்களில் சிறிது பேரும் காளத்தீஸ்வரன் கோவிலண்டையில் வருகிறபோது அங்கிருந்த துரையவர்களும் மற்றப்பேர் அவ்விடத்திலே யிருந்த பேரும் பிரேதம் சமீபத்தவுடனே எழுந்திருந்து பிரேதம் தாங்கள் இருக்கிறதற்கு நேராக வருகையிலே கிறிஸ்துவ வேத நியாயப்படிக்குக் கையிலே மெழுகு திரி வாங்கிக் கொண்டு பிரேதம் அப்பால் நடந்தாற்போலே மெழுகு திரிகளைக் கொடுத்துவிட்டுப் பல்லக்கு ஏறிக்கொண்டு அப்பால் வீட்டிற்குப் போய்விட்டார்கள். அப்புறம் கல்லறைக்குப் போனவுடனே அவர் குமாரனை அடக்கியிருக்கிற கோரிக்குள்ளே இருவரையும் கூடவைத்தவுடனே வந்த துப்பாக்கிக்காரர் ஒரு வரிசை துப்பாக்கி தீர்ந்தனாற் போலே கோட்டையிலே பதினோரு பீரங்கி சுட்டார்கள்.

அந்தப்படிக்கு அடக்கமான பிறகு அவரவர் வீடுகளுக்குப் போனார்கள். அவர் தம்பி அங்கலாய்த்ததை காகிதத்தில் எழுதி முடியாது. அவர்கள் வீடு வந்து சேர்ந்த பிறகு சிறிது பேர்களிந்த பேர் எல்லாம் அனுப்பிவித்துக் கொண்டு போனார்கள்.

இவர் உத்தியோகம் பண்ணுகிறதற்கு முன், குரோதி புரட்டாசி 3 வெள்ளிக்கிழமை துவாதசி மகா நக்ஷத்திரம் உத்தியோகம் கொடுத்தது. இற்றைநாள் உத்தியோகத்திலே யிருக்கிறபோது மரணத்தை அடைந்தது இந்த மட்டுக்கும் இருபத்தொரு வருஷமும் ஐந்து மாதமும் சில்லரை நாளும் ஆகிற்று. இந்தப்படிக்கு வெகுநாள் ஒரே ரீதியாய் நடந்தது ஒருத்தருமில்லை.

1758 வருசம், பிப்ரேயி மாசம், தேதி 13. மாசி மாசம் தேதி 5 சோமவாரம்

...முன் குரோதன வருசம் மாசி மாசம் 4 தேதி (1746 பிப்ரவரி 12) நமக்குச் சத்துருவாயிருந்த கனகராய முதலியார் விழுந்து போனார். ...

நாட்குறிப்பு 10

பதவிக்காக மதமாற்றமா? ஆனந்தரங்கரின் ஆவேசம்!

புதுச்சேரி ஆளுநரிடம் பெரிய துபாஷித்தனத்திற்கு வருகிறவர்கள் கிறிஸ்தவர்களாக இருக்கவேண்டும் என்பது எழுதப்படாத விதி. பெரிய துபாஷியாக இருந்த கனகராய முதலியார் மறைவுக்குப் பிறகு அந்த இடத்திற்கு ஆனந்தரங்கர் வருவார் எனும் பேச்சு பலமாக எழுந்தது. அப்போது கிறிஸ்தவ மதத்திற்கு மாற வேண்டும் என்று பல நேரங்களில் அவருக்கு நெருக்கடிகள் தரப்பட்டன.

இந்த நேரத்தில் ஆனந்தரங்கருக்கும் சம்பா கோவில் பாதிரியார் கேர்துக்கும் இடையே நடந்த நீண்ட உரையாடல் முக்கியத்துவம் பெறுகிறது.

'நீர் கிறிஸ்துவரானால் வேறே இடமில்லாமல் சமஸ்தான பேரும் இந்தப் பட்டணத்துள்ளே ஆவார்களென்று' பாதிரியார் சொல்ல, ஆனந்தரங்கரோ, 'இந்தப் பட்டணத்துக்குள்ளே கிறிஸ்துவரா யிருக்கிற பேர்கள் ஒரு பங்கும் மற்றப் பதினைந்து பங்கும் தமிழராயிருக்கிறார்கள். இதல்லாமல் கிறிஸ்துவருக்குள்ளே ஐஸ்வர்யந்தனாகவும் அதிகாரத்துடனேயும் இருக்கிறது, கனகராய முதலியார் கூட்டம். அண்ணன் தம்பிகள் தவிர மற்ற கிறிஸ்துவர்கள் எல்லாரும் பிச்சைக்காரர்கள்' என்றும்...

பட்டணத்தில் உள்ள கிறிஸ்தவர் மற்றும் தமிழர் பொருளாதார நிலைமைகளை எல்லாம் விளக்கிய ஆனந்தரங்கர், 'சமஸ்தான

பேர்களும் தமிழராயிருக்கச்சே நானொருத்தனும் கிறிஸ்துவனானால் அவர்களெப்படி ஆவார்கள்?' என்றும் எதிர்க் கேள்வி கேட்டிருக்கிறார்.

ஆனாலும் ஆனந்தரங்கரை விடாத பாதிரியார், 'கையாலாகாத ஆளாக இருந்தாலும் அந்த இடத்தில் கிறிஸ்துவர் இருக்க வேண்டும் என்பதுதான் எங்கள் விருப்பம். நீர் கிறிஸ்துவராவதற்குச் சம்மதித்தால் குடுத்தியேர் (துபாஷி) உத்தியோகத்தில் இருக்கச் சம்மதிப்போம். இல்லாவிட்டால் இந்த உத்தியோகத்துக்கு கிறிஸ்துவர்தான் வேண்டும் என்று எங்களால் ஆன அத்தனைப் பிரயத்தினத்தையும் பண்ணுவோம்' என்று மிரட்டும் தொனியில் பேசியபோது,

'இந்த உத்தியோகம் வேணுமென்று நானொருக்காலும் பிரார்த்திக்கவில்லை. இந்த உத்தியோகம் நீ பார்க்க வேணுமென்று துரை பிரார்த்தித்தப் படியினாலே பார்த்து வருகிறேன். எனக்குப் பல்லக்கு, அறிக்கை. அதிகாரம், வியாபாரம் எல்லாம் ஏதோ இந்த கவர்னர் வந்துதான் கொடுத்ததாக நினைக்க வேண்டாம். என் தந்தை காலத்தில் இருந்தே கிடைத்து வருகிறது. தலைமைப் பதவி வேண்டும் என்றால் கனகராய முதலி இருக்கும் போதே இச்சித்து வாங்கியிருப்பேன்' என்றெல்லாம் பாதிரியாரின் முகத்தில் அறைந்தாற் போல் சொல்லிவிட்டு அங்கிருந்து கிளம்பியிருக்கிறார் ஆனந்தரங்கர்.

அடுத்தநாள் ஆளுநர் துப்ளேக்சை சந்தித்த ஆனந்தரங்கப்பிள்ளை, இந்த உரையாடலைச் சொல்லியிருக்கிறார், இதைக் கேட்ட ஆளுநர், 'அதை அப்படியே உமிழ்ந்துப் போடு' என்று சொன்னது தான் இதில் உச்சக்கட்டம்!

ஆனந்தரங்கப்பிள்ளை தன் ஆயுட்காலம் முழுமைக்கும் பதவிக்காக மதம் மாறுவதில்லை என்பதில் உறுதியாக இருந்தார்.

அந்த வகையில் 1747 செப்தம்பர் 20 தேதியிட்ட ஆனந்தரங்கரின் நீண்ட உரையாடல் குறித்தப் பின்வரும் பதிவு முக்கியத்துவம் பெறுகிறது.

1747 செப்தம்பர் 20 புரட்டாசி 7 புதவாரம்

நாலரை மணி அடித்த பிற்பாடு புறப்பட்டுச் சம்பா கோவிலிலே இருக்கப்பட்ட சுப்பிரியேர் பாதிரி கடுதியண்டைக்குப் போய் நான் வந்த சேதியை அறிக்கைவிட்டு, அதன் பேரிலே பிரகாசன் வந்து அவருடைய காம்பிராவிலே ஒண்டியாயிருக்கிறாரென்று சொன்னதின் பேரிலே நான் போய் உபசாரம் பண்ணி, ஆசாரம்

பண்ணினவிடத்திலே இதென்ன மோட்ட வாசலோ, நீரேது இவ்விடத்துக்கு வந்தது. உமக்கு சரீரத்திற்கு என்ன உபாதி? இப்போது ஆரோக்கியமாயிருக்குதோ வென்று கேட்டார்.

உங்களுடைய ஆசீர்வாதம் என்னிடத்திலே பரிபூரணமாயிருக்கச்சே எனக்கு ஆரோக்கியமாயிருக்கிறதற்குத் தடையென்ன விருக்கிறது என்று பதில் சொன்னேன். ஓ, எங்களுடைய ஆசீர்வாதம் உனக்கென்னத்துக்கு? ஓ! அது உனக்குப் பிராமணருடைய ஆசீர்வாதமென்று சொன்னார்.

அதற்கு உத்தரவு என்னுடைய சுபாவமெல்லாம் சமணாயெண்ணி நடந்து கொள்கிறதே யல்லாமல் அப்படி பேதமாக ஒருக்காலும் எண்ணுகிறதில்லை என்கிறது நானிதுவரைக்கும் நடந்து கொள்ளுகிற காரியங்களிலேயும் உங்களுடைய உபதேசிமார் மற்றப்பேர் உன்னண்டையிலே வந்து காரியபாபம் சொல்லிக் கொண்டிருக்கிற சங்கதிகளிலே நான் நடந்துகொள்ளுகிற சம்மதி முதலானது அவர்கள் வந்து உங்களுடனே சொல்லியிருக்கிறது. நீங்களும் கேள்விப்பட்டு உங்கள் மனதுக்குத் தெரிந்தே இருக்கும். அப்படி எப்போதும் நீங்களும் என் பேரிலே பரிபூரண தயவுபண்ணி நடப்பித்துக் கொண்டு வந்தீர்கள். இப்போது கொஞ்ச நாளாய் என் பேரிலே உங்கள் மனதுக்குப் பேதமாகத் தோற்றப்பட்டிருக்கிறதே என்று எண்ணிக்கொண்டிருக்கிறனே யல்லாமல் வேறே ஒருவிதமாய் எண்ணவில்லை யென்று சொன்னேன்.

அதற்கு அவர்கள் என்னவிதமாய் நடந்தாலும் கிறிஸ்துவமானால் எங்கள் மனதுக்கு நம்பிக்கையும் விசுவாசமுமிருக்கும். இதுவுமல்லாமல் இந்தக் கும்பினீர், குர்த்தியேர் உத்தியோகம் வராததற்கு முன்னமே உன் புத்தியும விசுவாசமும் எங்கள் மதத்தின் பேரிலே உண்டாயிருந்ததும் மெய்தான். இந்த உத்தியோகம் கைக்கு வந்த பிற்பாடு கொஞ்ச நாளாய் தமிழர் கோவில்களை ரொம்பவும் பிரபலம் பண்ணுகிறதும் அதற்கு ரொம்ப ஆதிக்கமும் பிராமணர்களுக்குப் பிரபலமும் தமிழருக்கெல்லாம் பொங்குதலும் கிறிஸ்துவருக்கெல்லாம் மக்கினதும் இப்படியாக இருக்கிறதென்று சொன்னார்.

கிறிஸ்துவர்களுக்கும் தமிழர்களுக்கும் மற்றப் பேர்களுக்கும் மூன்று வருஷமாய்க் கப்பல் காடிகள் வராமல் தொழில் துறையில்லாமல் கரிப்புனாலேயும் பணத்துக்கு அரைப்படி அரிசி விக்கச்சே மக்கின மதனனிச்சியாய் உண்டாய்ப் போச்சுது. ஒருத்தர் உண்டாக்க வேணுமா, இந்த மட்டுக்கும் பட்டணம் நிற்கிறது. முசியே துய்ப்ளேக்ஸ் மகாராசா ஒருத்தன் இந்தச் சமயத்தில் இந்தப்

பட்டணத்துக்குத் துரையாயிருந்த படியினாலே நிருவாகத்துக்கு வந்ததென்று சொன்னதற்கு,

முசியே துய்ப்ளேக்ஸ் உன் பேரிலே பட்சமல்லாவென்று சொன்னார்.

இவர் மாத்திரம் என்ன, எங்கள் தகப்பனார் நாள்முதல் என்நாள் இருபத்து மூன்று வருஷம் பிடித்து, கனகராய முதலியார் குடுத்தியோர் என்று பேர் மாத்திரமல்லாமல் அவருக்கு நடப்பிக்கிறதைப் பார்க்கிலும் இந்த மட்டுக்கும் பின்னையும் மூன்று பங்கு அதனமாய் மரியாதை அதிகாரங்கூட நடந்து வருகிறதே யல்லாமல் இந்தத் துரை மாத்திரம் நடப்பிக்கிறானேன்றும் இந்த குடுத்தியோர் உத்தியோகம் வந்த பிற்பாடு எனக்கு அதிகாரம் நடக்கிறதென்று எண்ணத்தேவை யில்லை என்று சொன்னதற்கு,

மெய்தான் அபத்தமல்ல, நீ பெரிய மனுஷன் பிள்ளை, உங்களுக்கு இரண்டு தலைமுறையாய் மேன்பாடும், மரியாதையும், பிரதிஷ்டையும், அதிகாரமும் துரைகளுடைய சனுவு பிரீதி உண்டாகி நடந்து வருவதை சமஸ்தான பேர்களும் அறிவார்கள். நாமும் அறிவோம். கேள்விப்பட்டிருக்கிறோம். ஆனால் நீ கிறிஸ்துவரானால் வேறே இடமில்லாமல் சமஸ்தான பேரும் இந்தப் பட்டணத்துக்குள்ளே ஆவார்களென்று சொன்னார்.

அதற்கு நான் ஐயா, நீங்களிப்படி சொல்லுகிறது மெத்த சரியாயிருந்தது. இந்தப் பட்டணத்துக்குள்ளே கிறிஸ்துவரா யிருக்கிற பேர்கள் ஒரு பங்கும் மற்றப் பதினைந்து பங்கும் தமிழராயிருக்கிறார்கள். இதல்லாமல் கிறிஸ்தவருக்குள்ளே ஐஸ்வரியந்தனாகவும் அதிகாரத்துடனே இருக்கிறது, கனகராய முதலியார் கூட்டம். அண்ணன் தம்பிகள் தவிர மற்ற கிறிஸ்துவர்கள் எல்லாரும் பிச்சைக்காரர்கள். இப்போதுதான் சிறிது நாளாக வெள்ளைக்காரர் தெருவிலேயும் துபாசித்தனங்கள் பண்ணியும் யாதொரு பேரும் வருகிறதிலே திரிந்து சிறிது பேர்கள் அன்னவஸ்திரங்களுக்கு அத்தாக்ஷி இல்லாமலும் வீடு வாசல் கல்லாலே கட்டிக்கொண்டும் ராசாவாய், ஐம்பது, நூறு, இருநூறு, முன்னூறு ஆஸ்திகளுண்டா யிருக்கிறது. மற்ற பேரெல்லாம் சேவகத்தனத்திலே யிருக்கிற பேரும் கூலிவேலை செய்கிற பேருமாக இருக்கிறார்களென்கிறது தங்கள் சித்தத்திற்குத் தெரிந்திருக்கிறதே.

தமிழரிலே அப்படியல்ல. கும்பினீர் வர்த்தகம் பண்ணுகிற பேர் கடற்கரையிலே, சாவடியிலே, கோட்டையிலே புடவைக்கிடங்கு,

இரும்புக் கிடங்கு, அரிசி, கோதும்பை முதலான கிடங்குகள் கோட்டைக்குச் சேரண்டையிலே, கோட்டை, சில வெல்லம் போடுகிற பேர் உள்பட பெரிய பெரிய உத்தியோகங்களிலே இருக்கிற பேர்கள் மற்றப்படி பட்டணத்துக்குள்ளே அவரவர்கள் தனித்தனியாய் பதினாராயிரத்துக்கு, இருபதினாயிரமாகச் சரக்குகள் அழைப்பித்து கோன்சேல்காரர் மற்றுமுண்டான வெள்ளைக்காரருக்குத் தேவையான சரக்குகள் கொடுக்கிறவர்கள் எல்லாரும் தமிழர். குண்டுகிராமக் குத்தகை பண்ணுகிறவர்கள் முதலாய்ச் சமஸ்தான பேர்களும் தமிழராயிருக்கச்சே நானொருத்தனும் கிறிஸ்துவனானால் அவர்களெப்படி ஆவார்கள்?

அதல்லாமல் என் பமிய் (பேமிலி), என் சாதி என் கை சாப்பாடே யல்லாமல் வேறே சாப்பாட்டுக்கு அவகாசமில்லாமலிருக் கிறவர்களானால், நான் சற்றுக் கையை முடக்கினால் அவர்களுக்கு ஆதரவில்லை. ஆதலால், அவர்களிதுலே வர்த்தகர் பண்ணுகிறவர்கள் எல்லாரும், செட்டிகளும், கோமுட்டிகளும், பிராமணாளும், குசிராத்தியருமாக இருக்கிறது. வர்த்தகம் பண்ணுகிற பேர்கள். அப்படி உத்தியோகம் பண்ணப்பட்ட பேர்கள், வெள்ளாழரும், பிராமணாளும் எங்களிடையர் கூட்டத்திலே முத்தியப்பிள்ளை தவிர மற்றப்பேரும் ஆடுமாடு மேய்க்கிற பேர்களுக்கு ஒருத்தர் ஆதரவு மிகுதியுமில்லை. வழியுமில்லை. அப்படி சம்மதியெல்லா மிருக்கிறதும் அல்லாமல் அவனவன் மட்டுக்கும் அவனவனே அல்லாமல் ஒருத்தனுக்கு ஒரு காரியமானால் ஒருத்தன் உதவியாயிருக்கிறதே யில்லை. அப்படியிருக்க ஒரு மதத்துக்குள்ளே போனால் பின்னொருத்தன் வரப்போகிறதென்ன விருக்கிறது?

இந்த சம்மதிகளெல்லாம் உங்களுக்கு உள்ளங்கை யென்று நெல்லிக்கனி போலே தெரிந்திருந்தும் இவனிதற்கு என்ன உத்தாரஞ் சொல்லுகிறானோ தெரியாதென்று என் புத்தி எம்மாத்திரம் என்றும் அறியவேணுமென்றும் கேட்டதாய்க் காண்கிறதே யல்லாமல் நீங்களுண்மையாய்க் காணவில்லை என்று சொன்னதுமல்லாமல்,

கனகராய முதலியார் கிறிஸ்துவனாயிருந்தும் இருபது வருஷம் உத்தியோகம் பண்ணினானே, அரும்பாத்தபிள்ளை, சடையப்ப முதலியார் முதலான அகமுடைய சாதி இனமாயிருக்கப்பட்டது வெகுபேர் இருக்கிறார்களே, அவர்களே யாரானார்கள்? முன், அவர்கள் தகப்பனார், பாட்டனார் நாளையிலே ஆனவர்கள். அதன் பிற்பாடு நாட்டுப்புறத்துக்குப் போய் மாப்பிள்ளையைக் கொண்டு அதிலே பங்கு விர்தியாயிருக்கிறதே அல்லாமல் மற்றப்படி இவர்

உத்தியோகத்துக்கு வந்த பிற்பாடு யார் ஆனார்கள்? இது முன்னிலையாய் உத்தரம் சொல்ல வேணுமென்று சொல்லுகிறதே அல்லாமல் உங்களுக்குத் தெரியாதது ஒன்றுமில்லை.

இப்போது கனகராய முதலியார் செத்து ஒன்றரை வருஷம் அல்லது இரண்டு வருஷமாகிறது. அதிலேயும் இப்போது ஒரு மாதம், இரண்டு மாதம் கஷ்டமான பிற்பாடு ஆனாப்போலே ஒருக்காலுமானதில்லை யென்றுமிப்படி அவர்கள் பரஞ்சாட்டி சொன்னதற்கு,

நீர் என்ன சொன்னாலும் சரி, நீர் கிறிஸ்துவமானால் இந்தப் பட்டணம் எல்லாம் கிறிஸ்துவமாமென்று கிறிஸ்துவமானால் நீர் குடுத்தியேர் உத்தியோகத்துக்கு இருக்கிறதற்கு எங்களுக்குச் சம்மதி. இல்லாவிட்டால் அந்த மட்டுக்கும் குவர்னதோர் முசியே துய்ப்ளக்சுடனேயும் அனேக விசை கிறிஸ்துவர்களை வைக்க வேணுமென்று பேசினோம். சீர்மைக்கு எழுதினோம். இன்னும் எழுதுவோம். இன்னும் வெகு பிரயத்தனம் பண்ணுவோம். இன்னும் கோன்சேலுக்குப் பேசுவோம். எங்களாலே ஆன எத்தனமெல்லாம் பண்ணிப் பார்ப்போம் என்று சொல்லி இந்த குடுத்தியேர் உத்தியோகம் கிறிஸ்துவனுக்குக் கொடுக்கிறதே யல்லாமல் தமிழனுக்குக் கொடுக்கிறதில்லை யென்றும், ராசாவினுடைய காகிதம் அழைப்பித்துக் கொண்டு வைத்திருக்கிறோமென்றுமிப்படி பின்னையும் அநேகவிதமான உத்தரவு சொன்னதற்கு,

இந்த உத்தியோகம் வேணுமென்று நானொருக்காலும் பிரார்த்திக்கவில்லை. துரையாயிருந்து இந்த உத்தியோகம் நீ பார்க்க வேணுமென்றும் பிரார்த்தித்த படியினாலே முன்னே நான் சம்மதிக்கிறதில்லை யென்று சொல்லி அப்பால் வரப்போகிற சாதுக்காக அந்த உத்தியோகம் பார்த்து வருகினேனென்றும், எனக்குப் பல்லக்கு அறிக்கை அதிகாரம் வியாபாரம் சமஸ்தமும் கனகராய முதலி இருக்கிற போது கூட என் பேச்சு வட்டமாய் நடந்துவரச்சே எனக்கு இந்த உத்தியோகம் இச்சித்து வேண்டியிருப்பேன் என்றும் பலவந்தமாய் துரைகள் சொல்லுகிறதன் பேரிலே அவர்களூரிலே குடியிருக்கிற மட்டுக்கும் தள்ளப் போகாதென்றும் மேல்வாங்கு பார்த்து வருகிறேன் என்கிதற்கு, கோன்சேல்காரருக்கும் உங்களுக்கும் பட்டணத்திலே இருக்கிறவர் களுக்கும் தெரியும். ஆகிலும் உங்களுக்கும் பின்னையும் நன்றாய்த் தெரியும். இப்பவும் அதிலே நான் ஊணிக்கொள்ளாமலிருக் கிறதனாலே யிருக்கிறதே யல்லாமல் நான் வேணுமென்றால் அப்படியில்லை என்று சொன்னதற்கு,

மெய்தான். இப்போது உன்னத்தனை கப்பாசி உள்ளவர்களில்லை. நீ சொன்ன பேச்சு எல்லாம் அபத்தமல்ல. மெய்தான். ஆனாலும் எங்கள் நினைப்பு எத்தனை கையிலே ஆகாதவனானாலும் ஒரு கிறிஸ்துவனிருந்தால் வெகு கிறிஸ்துவருக்குப் பிழைப்பு உண்டு. நீ கிறிஸ்துவனாகி இந்த உத்தியோகத்திலே இருந்தால் வெகுபேர் கிறிஸ்துவர்களாவார்கள். கனராய முதலியார் நானறிந்த மாத்திரம் அவரறிந்து மனுஷருக்குப் பிரித்தடைத்துச் சொல்லத் தெரிந்தால் வெகுபேர் கிறிஸ்துவராவார்கள் என்று சொல்லி, சுவாமி உனக்கு தம்முடைய பாதம் சேரவேணுமென்று நினைத்துச் சேர்த்துக் கொள்ளத்தக்கதாக தயவு கடாக்ஷம் பண்ணவேணும் என்று சொன்னார். அதற்கு நான் அவர் சித்தத்தை ஒருக்காலும் தள்ளப்போகாதென்று சொன்னேன்.

1747 செப்தம்பர் 21 புரட்டாசி 8 குருவாரம்

இற்றைநாள் காலத்தாலே குவர்னதோரண்டைக்கு வந்தவிடத்திலே நேற்றைய தினம் சம்பா கோவில் பாதிரியாரண்டைக்குப் போனீயே பாதிரி கடுது என்ன சொன்னார் என்று கேட்டார். அவர் சொன்ன உத்தாரம் நேற்று 7 புதவாரம் தினசரியிலே எழுதினபடிக்குச் சொன்னதற்கு, உன்னைக் கிறிஸ்துவமாகச் சொல்லுகிறார்கள். கிறிஸ்துவமாகாவிட்டால் குடுத்தியேர் உத்தியோகம் உனக்குக் கொடுக்கிறது சம்மதியில்லை அல்லவாவென்று உதட்டைப் பிதுக்கிக் இவர்கள் புதுச்சேரிக்குக் குவர்னதோர்களாயிருக்கிறதாக யோசனை பண்ணினார்கள். அவர்கள் சிறுபிள்ளை யோசனை அல்லாமல் இவர்களைத் தொட்டுச் சிறிது ஆகிறதுண்டா? அந்தக் காலம் முசியே எபேருடனே போச்சுது. சீர்மையிலே கூட இவர்கள் அபத்தக்காரர்கள் என்று தீர்த்து இவர்கள் பேச்சை மெய்யென்று யாரும் விசுவசிக்கிறதில்லை யென்று துரை சொல்லி, பின்னையும் வேறே பிரஸ்தாபம் பண்ணவில்லையா வென்று சொன்னேன். அந்தப் பேச்சை அப்படி உமிழ்ந்து போடு என்று சொன்னார்.

நாட்குறிப்பு 11

வரிசைக்கட்டி வந்த சீர்வரிசை: வர்ணிக்கும் ஆனந்தரங்கர்!

ஆற்காடு நவாபுகளில் ஒருவராக இருந்தவர் சந்தாசாயபு. இவரது மகளின் திருமணம் 1747 டிசம்பர் 24ஆம் தேதி புதுச்சேரியில் வெகு விமரிசையாக நடந்தது. நலங்கு வைத்தல் போன்ற முன்னேற் பாடுகளும் நான்கைந்து நாட்களுக்கு முன்னதாகவே நடந்தன. இவற்றில் எல்லாம் ஆனந்தரங்கர் பங்கேற்றார். அங்கு நடந்த சடங்கு சம்பிரதாயங்களைப் பார்த்தார். பார்த்தார் என்பதைவிட உன்னிப்பாகக் கவனித்தார் என்பதுதான் சரியாக இருக்கும்.

'மாப்பிள்ளை வீட்டார் என்கிறதற்கு அடையாளம், எல்லாரும் செகப்பு குசும்பாவிலே தைத்த அங்கி, அரபி பாகை, நடுக்கட்டு, இதுகள் செகப்பாய்ப் பிரகாசிக்கிற' அழகை ஆனந்தரங்கர் இரசித்தார்.

மணவீட்டிற்கு வந்துபோன பெரிய மனிதர்கள், அவர்கள் வழங்கிய சீர் செனத்திகள் எல்லாவற்றையும் பட்டியலிடுகிறார் ஆனந்தரங்கர். நூற்றைம்பது தட்டிலே வைக்கப்பட்ட மஞ்சள், பாக்கு, வெற்றிலை, சரிகைப் புடவை, சீலை, மிட்டாய், சர்க்கரை, கற்கண்டு, வாழைப் பழம், கொய்யாப் பழம், வெள்ளித் தட்டு, மரத்தட்டு, வெள்ளிச் சொம்பு, வெள்ளி நாற்காலி, முகம் பார்க்கும் கண்ணாடி, மெழுவர்த்தி ஏத்தி வைக்கும் வீதர் உள்ளிட்டவை அந்தப் பட்டியலில் அடங்கும்.

ஆளுநர் துய்ப்ளேக்ஸ் தனது மனைவி (மதாம்), உறவுகள் பரிவாரங்களுடன் இந்தத் திருமண நிகழ்வில் பங்கேற்று சீர் வழங்கியிருக்கிறார். அவருக்கும் நவாப் தரப்பில் இருந்து வெகுமதிகள் வழங்கப்பட்டிருக்கின்றன.

மண வீட்டில் இசைக்கப்பட்ட நாதசுரம், மேளதாளம், த்ரோம்பேத், கிண்ணாரம், டங்கா, நவபத்து போன்ற இசைக் கருவிகளை யெல்லாம் வரிசைப்படுத்தும் ஆனந்தரங்கர், சம்பங்கி எண்ணெய், மல்லிகைப் பூ எண்ணெய், 3,5,7 முகங்களைக் கொண்ட தீவட்டிகள் போன்றவற்றையும் நமக்கு அறிமுகப்படுத்துகிறார்.

மாப்பிள்ளை ஊர்வலத்தில் இடம்பெற்றவை குறித்து ஆனந்தரங்கர் விவரிக்கும், வர்ணிக்கும் அழகே அழகுதான்!

1747 டிசம்பர் 19 மார்கழி 8 செவ்வாய்க்கிழமை

இற்றைநாள் சந்தாசாயபு அவர்கள் கலியாணத்துக்கு வந்த உறவின் முறையாருக்கு விருந்து சொன்னபடியினாலே சாப்பாட்டுக்கு அயிரதல்லிகான் அவர்களும் மற்ற உறவின் முறையாரும் போனார்கள். இன்றைய தினம் இராசாத்துகான் மகலுக்கு வந்தபடியினாலே போகிற போதும் வருகிற போதும் சொல்தாதுகளும் சிப்பாய்களும் வரிசையாய் நின்று தும்பூர் அடித்தார்கள். ...ஆறுமணி வேளைக்கு இராசாத்துகானவர்கள் சந்தாசாயபு வீட்டுக்கு வந்து வரிசை வைத்து நூற்றைம்பது தட்டிலே பழ வகைகள், பாக்கு வெற்றிலை, சர்க்கரை, கற்கண்டு, புடவை சீலை இது முதலாகியதும் மேளதாளத்துடனே நவபத்தும், மாயே சிப்பாய்கள், ஆனை குதிரையும் கூட சம்பிரமத்துடனே கொண்டு போனார்கள். நவாபு இராசாத்துகான் மெத்தையின் பேரிலே நாலு நாழிகை மட்டுக்கும் கேளிக்கைப் பார்த்துக் கொண்டிருந்தார்கள். பெருமுக்கல் அயிதரல்லிகானும் அவர் தம்பியும் கலியாணத்துக்காக வந்தவர்கள். அவர்களுக்கு விடுதி, தரகு நல்லதம்பி முதலியார் புடவைக் கிடங்கு. கோவர்த்தன தாஸ் குமாஸ்தாவுக்கு கொல்லத்துக்கார வெளி வீடு வீதி.

1747 டிசம்பர் 20 மார்கழி 9 புதவாரம்

இற்றைநாள் துரையவர்கள் வீட்டுக்குப் போனவிடத்திலே கலியாண சமாச்சாரம் கேள்விப்பட்டிருக்கிற சாடையென்று கேட்டார். துலுக்கருக்குள்ளே வழக்கமென்ன வென்றால், மாப்பிள்ளை வீட்டாருக்கு ஒரு நாளைக்கு நலங்கு கொண்டு போகிறது. அன்றைய தினம் மாப்பிள்ளை வீட்டாருக்கெல்லாம் பெண் வீட்டிலிருந்து விருந்து பண்ணுவிக்கிறது. இப்படிச்

சகலமும் புறப்பட்டுப் பெண் வீட்டுக்கு மாப்பிள்ளை போய் தாலி கட்டுகிறதற்கு எத்தனை நாளிருக்குதோ அந்த மட்டுக்கு மாப்பிள்ளை வீட்டார், பெண் வீட்டார் ஒருநாள் மாற்றி மாற்றி நலங்கும் வரிசையும் அனுப்புகிறது வாடிக்கையாம். அந்தப்படிக்கு நடக்குதென்று சொன்னேன்.

நான் என்றையதினம் அவர்கள் வீட்டுக்குப் போகிறதென்று கேட்டார். வெள்ளிக்கிழமை தினமாகிற இன்றைக்கு என்று சொல்லுகிறார்களென்று சொன்னேன்.

கலியாணத்துக்கு வந்த இராசத்துகான் குமாரனும் சாதத்து பந்து முதலானவர்கள் ஸ்ரீதுரையவர்கள் பண்ணுகிற ஆடம்பரம் தவிர அவர்கள் ஆடம்பரம் ஒன்றுமில்லை. ஆனால், மாப்பிள்ளை வீட்டார் என்கிறதற்கு அடையாளம், எல்லாரும் செகப்பு குசும்பாவிலே தைத்த அங்கி, அரபி பாகை, நடுக்கட்டு இதுகள் செகப்பாய்ப் பிரகாசிக்கிற அழகே யல்லாமல் வேறே ஒரு சம்பிரமும் காணோம். ஆனால் நவபத்து வாத்தியம், பின்னையும் வாத்தியங்களும் ராத்திரியும் பகலும் செவிட்டுத்தனமாய்ப் போகத்தக்கதாக அடிக்கிற சத்தத்தினாலேயும் செகப்பு குசும்பா போட்ட சட்டைகள் மயமாய் எல்லாரும் புறப்படுகிற படியினாலேயும் இதுலே கலியாண அலங்கிருதமாய்க் காணுது. எனக்கு மாப்பிள்ளை வீட்டார் ஒரு குசும்பா அங்கி, அராபி பாகை, நடுக்கட்டு அனுப்புவித்தார்கள்.

இற்றைநாள் இராசத்துகான் அவர்கள் வீட்டுக்கு விருந்துக்கு வந்தவர்கள் கான்பகதூர் சாயு, அல்லிநக்கி சாயு, படேசாயபு குமரன் சைனல் அதிகான், மற்றும் இருக்கப்பட்ட உறவின் முறையார் வந்து மத்தியானதுக்கு விருந்து சாப்பிட்டார்கள். மறுபடி இரண்டு மணிக்குப் போய்விட்டார்கள்.

சாயங்காலம் ஆறுமணி வேளைக்குச் சந்தாசாயபு அரண்மனையிலே யிருந்த இராசாத்துகானை இவ்விடத்துக்கு வரிசை வந்த விபரம் நூற்றைம்பது தட்டிலே மஞ்சள், பாக்கு, வெற்றிலை, மிட்டாய், சர்க்கரை, கற்கண்டு இது முதலானது வைத்து மேல்கட்டு போலே ஒன்று சோடித்து, நாலு மூலைக்கு நாலு வெள்ளிக் கம்பத்திலே கட்டித்தாக்கி, நாலு பேர் பிடித்துக்கொண்டு, அதற்குள்ளாகத் தாங்கள் கையிலே நாலு தடுக்கிலே புடவை நடப்பித்துக் கொண்டு, பத்து தீவட்டியுடனே சொல்தாதுகள் வரிசை வைத்துத் தும்பூர் அடித்துக்கொண்டு துரையவர் நீசான் இரண்டு வெள்ளை நீசானும் பிடித்துக்கொண்டு த்ரோம்பேத், கிண்ணாரம், டங்கா, நவபத்து, மாயே சிப்பாய்கள்

ஐம்பது பேர், குதிரைச் சுவார்கள் பத்துபேர் பின்னையும் மேளவாத்தியத்துடனே வரிசையை மாப்பிள்ளை வீட்டுக்குக் கொண்டு வந்து பகலிலே ஒப்புவித்து அதன் ஜாபிதாவைக் கொண்டு வந்து மாப்பிள்ளைக் கையிலே கொடுத்தார்கள். அதை அவர் பார்த்துக்கொண்டு வரிசை கொண்டு வந்தார். ரசோ பண்டிதருக்கும் மற்றப் பேருக்கும் பாக்கு வெற்றிலை கொடுத்தனுப்பினார்.

1741 டிசம்பர் 21 மார்கழி 10 வியாழக்கிழமை

இற்றைநாள் சந்தாசாயபு அவர்கள் மாப்பிள்ளை வீட்டுக்காரருக்கு விருந்து சொன்னபடியினாலே விருந்து சாப்பிட்டு வந்தவர்கள் மகம்மது அசதுல்லா சாயபு, அயிதரல்லிகான், மற்ற உறவின் முறையாரெல்லாம் சந்தாசாயபு வீட்டிலே விருந்து சாப்பிட்டு வந்தார்கள். மகம்மது அனைத்துல்லா சாயபு அவர்கள், நவாபு இராசத்துக்கானுக்கு வரிசை அனுப்புவித்தது: சரிகைப் புடவையும், நசர் வைக்கிறதற்கு இருநூறு ரூபாயும், சர்க்கரை, கற்கண்டு இது முதலான தினுசுகளும் தட்டிலே வைத்துக்கொண்டு மேள தாளத்துடனே கொண்டுவந்து கொடுத்தார்கள்.

இன்றைய தினம் சாயங்காலம் சந்தாசாயபு வீட்டுக்கு இராசத்துகான் அவர்கள் வரிசை அனுப்புவித்தது: நூற்றைம்பது தட்டிலே மஞ்சள், பாக்கு வெற்றிலை, புடவை சீலை முதலானதுகள் அனுப்புவித்தார்கள். இன்றையதினம் முதல் சொல்தாதுகளுக்கு இரண்டு வேளை சோறு போடவும் உத்தாரம் கொடுக்கச் சொன்னார்கள்.

1747 தெசம்பர் 22 மார்கழி 11 வெள்ளிக்கிழமை

இற்றைநாள் சாயங்காலம் ஐந்து மணிக்குத் துரையவர்கள் வீட்டண்டையிலே முஸ்தீது பண்ணினது இருநூறு பேருக்குண்டு. மாயே சிப்பாய்களும், சவுகளக் கழிக்காரரும், ஆனையின் பேரிலே நீசானும், குதிரைகள் பேரிலே நவபத்துமாய்ப் பல்லக்கின் பேரிலே ஏறிக்கொண்டு துரையவர்கள் வீட்டுக்குக் கீழண்டையாய்ப் புறப்படத்தக்கதாகப் பயணமாயிருந்து, ஆறு குதிரை கட்டின வண்டியைச் சந்தாசாயபு வீட்டுக்கு அனுப்புவித்தார்கள். இதற்குள்ளே இருநூறுபேர் சொல்தாதும், இருநூறு பேர் மாயே சிப்பாய்களுமாய்ச் சந்தாசாயபு வீடு முதற்கொண்டு மாப்பிள்ளை யிறங்கியிருக்கிற கனகராய முதலியார் வீடு மட்டுக்கும் இருபுறமும் வீதியிலே பாரு வைத்துக்கொண்டு தயாராயிருந் தார்கள். அந்தச் சமயத்திலே அந்த ஆறு குதிரை கட்டின வண்டியின் பேரிலே ரசாசாயபும், அல்லி நக்கியும் ஏறிக்கொண்டு துரையவர்களை அழைக்க வந்தார்கள்.

அதன் பேரிலே துரையவர்கள் ஐந்து மணிக்கு வீடுவிட்டுப் புறப்பட்டார்கள். புறப்படச்சே துரையவர்களுடனே முசியார் கில்லியார், முசியே மீரா, முசியே மே, முசியார் புரி, முசியே துக்கேன், முசியே பரதி இவர்கள் முதலாகிய துரைத்தனக்காரரும், காடுது குதிரை வெள்ளைக்காரரும், மாயே சிப்பாய்கள் குதிரைக்காரருமாய் ஐம்பது குதிரையின் பேரிலேறி வெள்ளைக் காரலெல்லாரும் கத்தி உருவிக்கொண்டு த்ரோம்பேத், கிண்ணாரம், நாகசுரம், மேளம், நவபத்து வாத்தியங்களுடனே ஆனையின் பேரிலே நீசான் பிடித்துக்கொண்டு துரையவர்கள் வீட்டுக்குக் கீழண்டையாய்ப் புறப்பட்டு கோட்டைக்குத் தென்னண்டையாய்ப் புறப்பட்டு சந்தாசாயபு வீட்டண்டை போட்டிருக்கிற டேராவிலே வந்து உட்கார்ந்தார்கள்.

உட்கார்ந்தவுடனே ஈசுவரன் கோவிலண்டையிலே வைத்திருக்கிற பீரங்கியில் இருபத்தொரு பீரங்கிச் சுட்டார்கள். துரையவர்கள் பிறகே மதாமும் அவர்கள் பெண்டுகள் பிள்ளைகள், ஆறு பல்லக்குக்காரரும் கூட வந்தார்கள். அவர்கள் ஆறு பல்லக்குக்காரர் பெண்டுகளும் சந்தாசாயபு பெண்சாதி இருக்கிற மகலுக்குள்ளே போனார்கள். மற்றப்படி துரையவர்களும் மற்றுமுள்ள கொமிசேல் காரரும் டேராவிலே உட்கார்ந்தவுடனே பாக்கு வெற்றிலை, பன்னீர் கொண்டுவந்து கொடுத்தார்கள். அதை வாங்கிக் கொண்டு சற்றுநேரம் கலியாணம் சம்பிரமத்துடனே பேசிக்கொண்டிருந்த துரையவர்களும் மற்றுமுள்ள கொமிசேல்காரரும் அல்லிநக்கி சாயபும், ரசாசாயபும், மற்றுமுண்டான பேரும் அவ்விடத் திலேயிருந்து கால்நடையாய்ப் புறப்பட்டு நவாபு இராசத்துகான் அவர்கள் இறங்கியிருக்கிற கனகராய முதலியார் வீட்டுக்குப் புறப்படச்சே இருபத்தொரு பீரங்கிப் போட்டார்கள். இருபுறமும் பாரா நிற்கத்தக்கதாக நடுவே வந்தார்கள்.

வந்தவுடனே எதிராகத் தெருவாசற்படிக்கு மட்டுக்கும் அயிதர் அல்லிகான் வந்து அழைத்துக்கொண்டு போனார். அங்கேயிருந்து மெத்தையின் பேரிலே ஏறுகிறபோது நவாபு அவர்கள் மேலே இருக்கிற படி மட்டுக்கும் எதிரே வந்து அழைத்துக்கொண்டு போனார். அப்புறம் கூடத்திலே போய் எல்லாரும் உட்கார்ந்தார்கள்.

அதன் பேரிலே கலியாண சம்பிரமாய்ப் பேசிக்கொண்டிருந்த பிற்பாடு பாக்கு வெற்றிலை பன்னீர் கொடுத்துத் துரையவர்களுக்கு ஒரு குதிரையும், ஐந்து நகையும், ஒரு சீரோப்பாவும் கொடுத்தனுப்பினார்கள். அவர்கள் கையிலே அனுப்புவித்துக் கொண்டு, மறுபடியும் சந்தாசாயபு வீட்டண்டையிலே போட்டிருக்கிற டேராவிலே போய் உட்கார்ந்து சற்றுநேரமிருந்து

அவர்கள் கையிலே அனுப்புவித்துக் கொண்டு மறுபடியும் புறப்படச்சே இருபத்தொரு பீரங்கிப் போட்டார்கள். அவ்விடத்திலே யிருந்து புறப்பட்டு கோட்டைக்கு மேலண்டையாய்த்தானே வந்து துரையவர்கள் வீட்டைச் சுற்றினாப்போலே துரை வீட்டுக்குக் கீழ்ப்புறமாய் வந்து விட்டே போனார்கள். கொமிசேல்காரரும் அவரவர் வீட்டுக்கு அவரவர் போய்விட்டார்கள்.

அதன்பிறகு இவ்விடத்திலேயிருந்த மேளவாத்தியம், சவுளக்கழிக் காரர் கூட மதாமை அழைக்கப் போனார்கள். அவ்விடத்திலே யிருந்து மதாம் ஏழு மணிக்குப் புறப்பட்டு அவர்களும் கோட்டைக்கு மேலண்டையாய்ப் புறப்பட்டு வீட்டு சந்தாலே வந்து வீடு சேர்ந்தார்கள். நவாபு இராசத்துகான் வீட்டுக்குச் சந்தாசாயபு அவர்கள் வரிசை அனுப்பினது: நூற்றிருபது தட்டிலே சர்க்கரை, கற்கண்டு, பாக்கு, வெற்றிலை, புடவை, சீலை, சரிகை நகைகள் கூட கொண்டு வந்து கொடுத்தார்கள். நவாபு வீட்டுக்கு அல்லிநக்கி சாயபும், ரசா சாயபும், மற்ற உறவின் முறையாரும் ஆறுமணிக்குச் சாப்பாட்டுக்கு வந்தார்கள்.

1747 டிசம்பர் 23 மார்கழி 12 சனிக்கிழமை

இற்றைநாள் சாதத்து பந்துகானவர்கள் நவாபு அவர்களுக்கு வரிசை அனுப்புவித்தது: நூறு தட்டிலே சர்க்கரை, கற்கண்டு, பாக்கு வெற்றிலையும், ஆறு தட்டிலே சரிகைப் புடவையும் அனுப்புவித்தார்கள். இன்றைய திகம் சந்தாசாயபு அவர்கள் வீட்டுக்கு மகமது அசுதுல்லா, அயிதரல்லிகான், சாதத்து பந்துகான், பின்னையும் அவர்கள் உறவுமுறையார் எல்லாரும் விருந்து சாப்பிடப் போனார்கள். இவர்கள் பெண்டுகள் ராத்திரி பத்துமணிக்குச் சந்தாசாயபு வீட்டுக்குப் போனார்கள்.

இன்றைய தினம் துரையவர்கள் வரிசை அனுப்புவித்த சம்பிரமம்: நூற்றைம்பது தட்டிலே சர்க்கரை, கற்கண்டு, வாழைப் பழம், கொய்யாப் பழம், பாக்கு வெற்றிலை, புடவை, சீலை, கரும்பு சுமையும் எடுப்பித்துக் கொண்டு வந்து மேளதாள வாத்தியங்களுடனே இருநூறு பேர் மாயே சிப்பாய்களும் நூறு சொல்தாதுகளும் பாரு வைத்தார்கள். ... அதிலே மாப்பிள்ளை வீட்டுக்குத் துரை வீட்டிலே இருந்து வந்த தித்திப்பு, வெள்ளித்தட்டு 22, மரத்தட்டு ஐம்பது கொண்டு போனார்கள். கொண்டு போனவர்களுக்கு மாப்பிள்ளை வீட்டிலே பதினைந்து ரூபாய் இனாம் கொடுத்தார்கள். மரத்தட்டுகளும் வெள்ளி வசியிலே வந்த தித்திப்பும், கரும்பு சுமையும், புடவை சீலையும் சந்தாசாயபு

வீட்டுக்குக் கொண்டு போய் கொடுத்தார்கள். இதல்லாமல் சகலாத்து சிப்பம் 10, கண்ணாடி 3, மெழுகுவத்தி வைக்கிற வீதர் முதலான தினுசுகளெல்லாம் கொண்டுபோய் வரிசை கொடுத்தார்கள். கொண்டு போனவர்களுக்கு இனாம் ரூபாய் கொடுத்தார்கள்.

இன்றைய தினம் மத்தியானம் நவாபு இராசத்துகான் துரையவர் களுக்குச் சாப்பாடு மூன்று காவடியும், பதினைந்து தட்டும் கொடுத்தனுப்பினார்கள். கொண்டு வந்த பேருக்குத் துரையவர்கள் இருபது ரூபாய் இனாம் கொடுத்தார்கள்.

இன்றைய தினம் சாயங்காலமான ஏழு மணிக்குச் சந்தாசாயபு வீட்டுக்கு மாப்பிள்ளை இராசத்துகான் பதினாறு தட்டிலே சரிகைப் புடவையும், ஒரு தட்டிலே உடைமை தட்டுமுட்டும், வெள்ளிச் சொம்பு ஐந்திலே எண்ணையும், தண்ணீர் வார்த்துக் கொள்ளுகிற சவுக்கமணை வெள்ளியினாலே பண்ணின காலுள்ள நாற்காலி மனை ஒன்றும், பன்னீர்ச் சொம்பும், சம்மங்கி எண்ணெய் இரண்டு சீசாவும், மல்லிகைப் பூ எண்ணெய் மூன்று சீசாவும், நூறு தட்டிலே சர்க்கரை கற்கண்டும், பத்து ஒட்டகத்துப் பேரிலே சொலுதாது களையும் மாயே சிப்பாய்களையும் கூடக்கூட்டி சந்தாசாயபு வீட்டுக்கு அனுப்பினார்கள்.

அதுபோல் அவ்விடத்திலே சேர்ந்தவுடனே ஏழு பீரங்கிப் போட்டார்கள். இந்தத் தட்டுமுட்டுகள் சாமான்களெல்லாம் பகலிலே போய்ச் சேர்ந்தவுடனே பதினைந்து பீரங்கிப் போட்டார்கள். ராத்திரி நாலு நாழிகை மட்டுக்கும் கேளிக்கைப் பார்த்தார்கள்.

1747 தெசம்பர் 24 மார்கழி 13 ஞாயிற்றுக் கிழமை

இற்றைநாள் சந்தாசாயபு அவர்கள் நவாபு இராசத்துகானவர் களுக்கு விருந்து சொன்ன படியினாலே கான்பகதூர் ரசாசாயபு குமாரன் மற்றுமுண்டான உறவுமுறையாரும் விருந்துக்குப் போனார்கள். நவாபு இராசத்துகானவர்கள் வீட்டுக்குச் சந்தாசாயபு அவர்கள் வரிசை அனுப்புவித்தது ஒரு ஆனையும், அந்த ஆனையின் பேரிலே வெள்ளி அவுகாவும், வெள்ளியினாலே காலுக்குத் தகடு அடித்த நாற்காலி ஒன்றும், ஆறு தட்டிலே சரிகை நகை 26ம், பின்னையும் சர்க்கரை, கற்கண்டு, மிட்டாய், பாக்கு வெற்றிலை, சகல சாமக்கிரியை தினுசுகளும், நூறு தட்டிலே அனுப்பினார்கள். ராத்திரி இரண்டு மணிக்கு இராசத்துக்கானவர்கள் சரிகசத்துப் புறப்பட்ட சம்பிரமம்:

சரிகசத்துப் புறப்படுகிறதற்கு மாப்பிள்ளை வழுதாவூர் கெவுணியண்டையிலே போயிருந்து, அவ்விடத்திலே யிருந்து தீவட்டி ஐந்நூறு, ஏழுமுகத் தீவட்டி 10, ஐந்துமுகத் தீவட்டி 10, மூன்றுமுகத் தீவட்டி 10, மூங்கிலினாலே படம் போலே கட்டி, கடுதாசிகளை மேலே ஒட்டி, தாமரைப் பூப்போலே கடுதாசியிலே கத்தரித்து அதற்குள்ளே யெல்லாம் விளக்கு வைத்து அப்படி நூறு கிரண்டு, இதல்லாமல் வாண வித்தை: வழுதாவூர் கெவுணி முதற்கொண்டு சந்தாசாயபு வீடு மட்டுக்கும் இருபதடிக்கு ஒரு கம்பம் நட்டு, இதற்குள்ளே வீறுசுகளும், மத்தாப்புகளும், சக்கரமும் ஓயாமல் கொளுத்திக் கொண்டு வரத்தக்கதாக மேள வாத்தியம் நவபத்தும், கூட ஆனையின் பேரிலே நாகசுர மேளவாத்தியம் முழங்கத்தக்கதாக மாப்பிள்ளை குதிரையின் பேரிலே ஏறிக்கொண்டு கருணாப் பட்டையிலே கட்டின குடை பிடித்துக் கொண்டு வழுதாவூர் கெவுணியண்டையிலே யிருந்து சரிகசத்துப் புறப்பட்டு, நேர் கிழக்கே கனகராய முதலியார் வீடு கிழக்கே திரும்பி, சந்தாசாயபு வீட்டுக்கு அப்புறத்திலே போட்டிருக்கிற டேராவிலே இறங்கி, சற்று நேரமிருந்தார். இறங்கியவுடனே 21 பீரங்கிப்போட்டார்கள். அந்தமட்டிலே எழுந்திருந்து மகலுக்குள்ளே போனார்.

உள்ளே போனவுடனே 21 பீரங்கிப் போட்டார்கள். அப்போது மூன்றரை மணி வேளையுண்டு. அப்புறம் உள்ளே போய் அவ்விடத்து சடங்குகள் முடிகிறபோது மதாமவர்களுக்கும் கலியாண சம்பிரமம் பார்க்கத்தக்கதாக மூன்று மணிக்கு வந்து சந்தாசாயபு வீட்டிலேயிருந்தாள். அவ்விடத்துச் சடங்குகளெல்லாம் தீர்ந்து கலியாணத்திற்குப் பிறகு ஐந்து மணிக்குப் பெண்ணையும் அழைத்துக் கொண்டு மாப்பிள்ளைப் புறப்பட்டு அவர்கள் விடுதியாகிய கனகராய முதலியார் கிடங்குக்குப் போய்ச் சேர்ந்தார். பெண் வீட்டிலேயிருந்து புறப்பட்டு வருகிறபோது இருபத்தொரு பீரங்கிப் போட்டார்கள். மதாமும் ஐந்து மணிக்குப் புறப்பட்டுத் துரை வீட்டுக்கு வந்து விட்டாள்.

நாட்குறிப்பு 12

ஆளுநரின் மாமியார் மரணம்; 330 முறை முழங்கிய பீரங்கி!

புதுச்சேரியில் நிகழ்ந்தக் கொண்டாட்டங்கள், அதன் வர்ணனைகள் குறித்த ஆனந்தரங்கரின் பதிவுகளைக் கடந்த பதிவில் பார்த்தோம்.

கொண்டாட்டங்களில் மட்டும் அல்ல துக்க நிகழ்வுகளிலும் பங்கேற்றார் ஆனந்தரங்கர். சற்றே எட்டயிருந்து நிகழ்வுகளை உற்றுக்கவனிக்கிறார். பதிவும் செய்கிறார்.

சின்னதுரை முசே லெகுவின் பெண்சாதி, ஆளுநரின் மாமியார் மதாம் அல்பேர் ஆகியோரின் இறுதி ஊர்வலங்கள் குறித்த ஆனந்தரங்கரின் பதிவுகள் குறிப்பிடத்தக்கன.

மதாம் அல்பேரின் மறைவை, 'பேரிழவு' எனக்குறிப்பிடும் ஆனந்தரங்கர், அன்றைய தினம் 330 முறை பீரங்கிகள் சுடப் பட்டதையும் குறிப்பிடுகிறார். இந்தச் சாவுச் சடங்குகளில் பங்கேற்றவர்கள் அணிந்திருந்த கருப்பு ஆடைகள், இதிலும் குறிப்பாக துரை, சின்னதுரை ஆகியோர் அணிந்திருந்த தொப்பிகள், (அவை சீமையில் இருந்து வந்தவை. அதில் இரண்டு பக்கமும் விழுந்தத் தொங்கல்களையும் இவர் கவனித்திருக்கிறார்) அவர்கள் கைகளிலே பிடித்துச்சென்ற மெழுகுத்திரிகள், படித்துச் சென்ற வேதம், இசைக்கப்பட்ட இசைக்கருவி எனச் சகலமானவற்றையும் கவனித்திருக்கிறார் ஆனந்தரங்கர்.

ஓரிடத்தில், நிமிடத்தைக் குறிக்கும் ட்டிணதஞனு எனும் ஆங்கில வார்த்தையை 'மினிது' என அப்படியே தமிழில் சொல்லியிருப்பதும் இங்குக் குறிப்பிடத்தக்கது.

1746 சூலை 18 ஆனி 6 சோமவாரம்

இற்றைநாள் காலத்தாலே சின்னதுரையாயிருக்கிற முசே லெகு பெண்சாதி ஏழு மணிக்கு நோயாளிக்கிடங்கிலே மரண மடைந்தவளை வீட்டுக்கு எடுத்து வந்து அப்புறம் அவர்கள் சாதி ஆசாரத்தின்படிக்கு வாசற்படிக்கெல்லாம் கறுப்புக் கட்டி பிரேதத்தின் பேரிலே போத்திச்சுற்றி மெழுகுத்திரி கொளுத்தி வைத்தார்கள். அப்பால் பெரியதுரை பெண்சாதி முதலாகிய சமஸ்தான வெள்ளைக்காரரும் போய் விசாரித்து வந்தார்கள்.

அப்பால் சாயங்காலம் எடுக்கும்போது பெரியதுரை முசே லபோர்தோனே சமஸ்தான பேரும் வந்தார்கள். நூறு சொல்தாதுகள் இரண்டு பாரிசமும் வரிசையாக நின்றார்கள். மூன்றுமணி துவக்கி இரண்டு மினிட்டுக்கு ஒவ்வொரு பீரங்கி விழுக்காடு கரையிலேயும், கடலின் பேரிலேயும், கொமாந்தான் கப்பலிலேயும் அரை கொடி போட்டுச் சுட்டுவந்தார்கள். அப்பால் நாலு கோன்சேல்காரர் பிரேதத்தை யெடுத்துப் போகிற பெட்டியைக் கறுப்புப் பட்டுச்சுருட்டிலே கிழித்த துண்டு மார்பிலே பட்டைபோலே முடிந்து போட்டுக்கொண்டு தொட்டுக்கொண்டு போனார்கள்.

அந்தப்பெட்டியை சொல்தாதுகள் பிறகே குவர்னதோர் முதலாகிய சமஸ்தான வெள்ளைக்காரரும் வெள்ளைக்காரிகளும் பிரேதத்தின் பிறகே போனார்கள். பிறகே புருஷனாக இருக்கிற முசே லெகு மாத்திரம் கூடப்போகவில்லை. குமாரன் போனான். இந்தப்படி வீட்டிலேயிருந்து கப்சு கோயிலுக்கு மட்டுக்கும் கூடப்போய் அவ்விடத்திலே செய்ய வேண்டிய சடங்கெல்லாஞ் செய்து அடக்கின பிற்பாடு துப்பாக்கி இரண்டு வரிசை தீர்ந்த பிற்பாடு ஒவ்வொரு துப்பாக்கியாய்ச் சுட்டார்கள். அப்பால் கோட்டையிலே பதினைந்து பீரங்கியும், முசே லபோர்தொனே இஸ்தாதுரு எட்டுக்கப்பலும் ஏக வேளையிலே பதினைந்து பீரங்கி விழுக்காடு சுட்டார்கள்.

முன் பிரேதத்தின் பிறகே போனவர்கள் குவர்னதோர் முதலான சமஸ்தான பேரும் மறுபடி வரும்போது பல்லக்கின் பேரிலே அவரவர் ஏறிக்கொண்டு வந்து முசே லெகுவுக்கு உபசாரம் சொல்லிவிட்டு அவரவர் வீட்டுக்குப் போனார்கள். நாங்களும்

அந்தப்படிக்குப் போய் காண்பித்துக் கொண்டு வீட்டுக்குப் போனோம்.

1749 சூலை 18 ஆடி 6 சுக்கிரவாரம்

இற்றைநாள் காலையில் முசியே துப்ளேக்சு கொவர்னதோர் ஜனரால் அவர்களுடைய மாமியார் மதாம் அல்பேர் நேற்று பதினோரு மணிக்கு செத்தவளை இந்தநாள் காலையில் ஏழரை மணிக்குப் புதைக்கிறதற்கு திட்டம் பண்ணியிருந்த படியினாலே நானும் போக வேண்டியதான படியினாலே ஆறரை மணிக்குச் சாப்பிட்டுப் போனேன். அப்போ துரையும் மதாம் அல்பேர் வீட்டுக்கு வந்தார். அங்கே நடந்த வயணம்:

ஆறுமணி யடிச்சாப்போலே அரைக்கொடி போட்டு மினுதுக்கு ஒரு பீரங்கி கோட்டையிலேயும் ஒரு பீரங்கி துறையிலே இருந்த கப்பலிலேயும் மினுதுக்கு இரண்டு பீரங்கி விழுக்காடு கோயிலிலே கொண்டுபோய் புதைத்துத் தீர எட்டே முக்கால் மணி பிடித்தது. அந்த மட்டுக்கும் பீரங்கிப் போட்டார்கள். ஏகத்துக்கும் இரண்டே முக்கால் மணிக்கும் கப்பலிலேயும் கரையிலேயும் சற்றேரக்குறைய முன்னூற்று முப்பது பீரங்கி சுட்டார்கள். அப்புறம் புதைத்துத் தீர்த்து வெளிப்புறபடச்சே இரண்டு வரிசை சொல்தாதுகள் ஏந்தின துப்பாக்கிகள் சுட்டு ஒரு வரிசை கோவிலைப் பார்த்து ஒவ்வொருத்தனாக சுட்ட பிற்பாடு கோட்டையிலே இருபத்தொரு பீரங்கி விழுக்காடும் சுட்டார்கள்.

அப்பால் மதாம் அல்பேரை எடுத்துக்கொண்டு வரச்சே நடந்த வயணம்: மதாம் அல்பேர் வீடு துவங்கி மேலண்டையிலே முசியே போய்லோ வீட்டு மட்டுக்கும் இரண்டு பார்சமும் சொல்தாதுகள் வரிசையாயிருந்து அதிலேயிருக்கிற ஒபிசியேமார்கள் கப்பித்தான் மார்கள் பயோராகளுக்கெல்லாம் பனிரெண்டு முழத்திலே கிழித்து பங்கோப வீதம் போட்டாற்போலே சட்டையின் பேரிலே முடித்துப் போட்டுக் கொண்டு ஒபிசியேல்மார் கப்பித்தான்மார்கள் சார்ந்துமார் இட்டிக்காருக்கு கூட ஒவ்வொரு முழமும் கறுப்பு முடிந்துப் போட்டு அப்பாலந்த தம்பூரு பேரிலே நவ்வாலு முழ கருப்பு கிழுவு போட்டு அதன் பேரிலே பொத்பொத்தென்று அடித்துவர சொல்தாதுகள் துப்பாக்கிகள் சாவுக்கு பிடிக்கிற சட்டமாய் அவர்கள் ஜாதி வழக்கப்படி பின் பாரிசமாய் முகவனத்தை சாய்த்து அப்பாலிந்த பிரேதம் போட்டிருக்கிற பெட்டியை எட்டுபேர் சாந்துமார் எடுக்கிறது.

அதன்பேரிலே போட்டிருக்கிற கருப்பு தாப்பித்தா நாலு முந்தாணியும் நாலு பேர் கொசெல்லியேரிடத்துக்கு

பாத்திரவான்களாயிருக்கிற முசியே தெப்போரேன், முசிய கொர்னேத், முசியே சேன்சவோர், முசியே மினுசு, முசியே லெகு, இந்தபடிக்கு எல்லாம் கறுப்பு உடுத்திக்கொண்டு வந்தார்கள். அவர்களுக்கு எல்லாம் யக்ரோவீத சாடையாய் கருப்பு பிக்கோன் சுருட்டியிலே கிழித்த துண்டு மார்பட்டை போலே போட்டுக் கொண்டதுமல்லாமல் பிரேதத்தை சுத்திக்கொண்டு வருகிறார்கள். கொமிசிலேர்களும் சமர்ஷாம்களும் கருப்புடுத்திக் கொண்டு மார்பட்டை கருப்பு சுருட்டி துண்டு போட்டுக் கொண்டு வருகிறதுமல்லாமல் இவர்களெல்லாம் கையிலே ஒரு வெள்ளை மெழுகுத் திரி கொளுத்தி பிடித்துக் கொண்டு வருகிறதும், மற்றபடி ஒரு கம்பெனி உத்தியோகஸ்தர் வெள்ளைக்காரர் எல்லோரும் அப்பால் ஊரிலே வரத்தக்க வெள்ளைக்காரர் வீட்டு பெண்டுகள் சமஸ்தான பேரும் கருப்பு உடுத்திக் கொண்டு வந்தார்கள்.

துரையவர்கள் சின்னதுரை மேற்படியார் குமாரன், முசியே அல்பேர் இவர்கள் கருப்பு உடுத்திக்கொண்டு வந்ததுமல்லாமல் தொப்பியிலே மெலிசு சீமையிலே யிருந்து வருகிறது, அது இரண்டு தொங்கல் விழத்தக்கதாக கட்டின தொப்பி போட்டுக் கொண்டதல்லாமல் கையினுட் சட்டை புறமாமிலே ஒரு வெள்ளைத் துண்டு போட்டுக்கொள்ளுகிற வாடிக்கை படிக்கு அது சடை ரெண்டு பற்மாமிலேயும் வெள்ளை போட்டிருக்க முழு கருப்பு பல்லக்கு சமஸ்தமும் கருப்பு போட்டுக் கொண்டு புறப்பட்டார்கள்.

அப்பால் மதாம் துய்ளேக்சு, மதாம் தொத்தேல் இவர்கள் இரண்டு பேர்கள், பெண்கள் பிள்ளைகள், பெண்களுடைய புருஷன்மார்க் இவர்களெல்லாம் கருப்பு உடுத்திக் கொள்கிறது எழுதக் கவையில்லை. இதையல்லாமல் துரையவர்கள் பல்லக்குகாரர், சேவகர், துபாசி கணக்கப்பிள்ளைகள் உட்பட தலைப்பாகையும் நடுகட்டும் கருப்பு ஆக்கிக் கொண்டார்கள். இந்தபடி பேரிழவு கொண்டாடி சன்னியாசிமார்கள் அவர்கள் ஜாதி வழக்கப்படிக்கு சிலுவை பாடுபட்ட சொரூப முதலானது கொண்டு எல்லாரும் மெழுகுவர்த்தி கையிலே பிடித்துக் கொண்டு பாருக்கு பிறகே பிரேதத்துக்கு முன்னே அவர்கள் ஜாதி வழக்கப்படிக்கு அவர்கள் மதத்தின் கட்டுப்படிக்கும் அவர்கள் படித்துக்கொண்டு போக பிரேதத்தின் பிறகே முசியே அல்பேர் துரை, சின்னதுரை முதலான கோன்சில்லியேர்கள் அப்பால் துரை பெண்சாதி முதலான அதற்கு தக்கலாய்க்கான பெண்டுகள் அப்பால் கமாஷா முகன் பெண்டுகள் தந்தாப்போலே புறப்பட்டு முசியே கில்லியார் வீட்டு தெரு வாசற்படியின் பேரிலே புறப்பட்டு முசியே தெலாராம் மதாம்

கொடுத்துவிட வீட்டண்டையிலே புறப்பட்டு கப்புச்சு கோவிலிலே கொண்டுபோய் புதைத்து ஆன பிற்பாடு எல்லோரும் மதாம் அல்பேர் வீட்டுக்குப் போய் இழவுக்கு வந்தவர்கள் எல்லாரும் ஆண்பிள்ளைகள் பெண்பிள்ளைகள் சமஸ்தான பேர்களும் அனுப்பிவித்துக் கொண்டு போன பிற்பாடு துரையும் முசியே அல்பேரையும் தன் பெண்சாதியையும் தன் மச்சினிச்சியையும் அனுப்பிவித்துக் கொண்டு இரண்டடி நடந்த உடனே அல்பேரும் இவர்களுடனே பல்லக்கு ஏறிக்கொண்டு துரை வீட்டுக்கு வந்து துரை, சின்னதுரை முதலான பேர்கூட எப்போதும் காலையில் எட்டுமணிக்கு ரொட்டி வெண்ணை கபே குடிக்கிற வாடிக்கை படிக்கு குடித்து அவரவர்கள் உத்தியோகத்துக்குப் போனார்கள்.

நாட்குறிப்பு 13

குறள் பற்றாளர் ஆனந்தரங்கர்

பன்மொழிப் புலமைவாய்ந்த ஆனந்தரங்கர், மிகுந்த குறள் பற்றாளரும்கூட. தனது நாட்குறிப்பின் பல இடங்களில் குறளை மேற்கோள்காட்டி எழுதியிருக்கிறார்.

திருவள்ளுவரின் குறள் முதன்முதலில் 1812இல்தான் அச்சுப்பதிப்பினைக் கண்டது. ஆனால் அதற்கும் முன்பே சுவடிகள் மூலமாக மக்கள் மத்தியில் குறள் பரவியிருந்தது என்பதற்கு ஆனந்தரங்கரின் நாட்குறிப்பே சாட்சி. இவர் மட்டும் அல்ல, இவரைப் போன்றே பலரும் குறள் மீது பற்றுள்ளவர்களாக, ஆழ்ந்தப் புலமையுள்ளவர்களாக அக்காலத்தே இருந்து இருக்கின்றனர்.

இதற்கு ஆகச்சிறந்த உதாரணமாக இருந்தவர், ஆனந்தரங்கரின் நாட்குறிப்பில் இடம்பெற்றுள்ள சென்னப்பட்டணம் சித்துக்காட்டு சின்னதம்பி முதலியாராவார்.

1749 நொவம்பர் 16 கார்த்திகை 5 ஆதிவாரம்

பொம்மையாபாளையத்து வடவண்டை குளத்துக்கு அப்புரம் நம்முடைய அக்ரகாரத்துக்கு தென்புறம் சென்னப்பட்டணம் சித்துகாட்டு சின்னதம்பி முதலியார் எதிரே டோலி பிறகே வர இவர் முன்னே நடந்து வந்தார். என்னைக் கண்ட உடனே கும்பிட்டு தோன்றிற் புகழொடு தோன்றுக அஃதில்லார் தோன்றலின் தோன்றாமை நன்று என்கிற திருவள்ளுவர் குறளைச் சொல்லி 'சுவாமி உம்முடைய ஜென்மம் திருவள்ளுவர் குறள்

சொன்னபடிக்கு பிறப்பித்தார். ஆனபடியினாலே நீங்களெடுத்த ஜென்மமே அல்லாமல் மற்ற பேர் பிறந்ததில் பிரயோஜனமில்லை என்று சொல்லி ஆயிரம் இரண்டாயிரம் காத வழி மட்டும் பாதுஷா முதலானவர்கள் கூட உங்களை இன்னாரென்று சொரூபத்தை அறியாமல் போனாலும் ஆனந்தரங்கப்பிள்ளை என்கிற பெயரைக் கேட்டு சந்தோஷம்படும்படி நம்முடைய தமிழருக்குள்ளே கீர்த்தி சம்பாதித்தீரே, இதைவிட லோகத்துக்குள்ளே சம்பாத்தியம் பண்ண வேண்டிய வஸ்து ஒன்றுமில்லை' என்று சொன்னார்.

அப்போ நான் நீங்கள் சின்னதம்பி முதலியாரோ என்று கேட்டேன். ஆம் என்று சொன்னார். அதன் பேரிலே உயர்வு சகிப்பார் உத்தியோகத்திலே இருந்தாலும் வித்தையிடத்திலே உங்கள் மனது தேர்ந்து இருக்கிற சம்மதியும் திருவள்ளுவர் குறள் ஆயிரத்து முன்னூத்தி முப்பதும் பாடம் பண்ணி அதனுடைய அனுபவ படியே உத்திரம் பிரதி உத்திரம் சொல்லுக்குச் சொல் உதாகரித்து சொல்லுகிறதும் கோபம் மென்கிறதை விட்டு சாந்தத்துடனே எப்போதும் விதவாம் ஸ்ருடனே பரிக்ஷித்துக் கொண்டு சகல ஜனங்களுக்கும் மித்துரத்துவமாய் நடந்து கொள்ளுகிற சேதி முதலானதுகளெல்லாம் நாளது வரைக்கும் கேட்டுக் கொண்டு வந்ததற்கு பார்க்க வேண்டுமென்கிற அபிலாஷை ஒன்று வாதித்துக் கொண்டிருந்ததற்கு இன்றைய தினம் மனதுக்கு சமாதானமான மாயிற்றென்று சொன்னேன். அவரும் ரொம்ப தோத்திரமாய் உபசாரத்தைச் சொன்னார்.

1750 மாயு வையாசி 9 அங்காரக வாரம்

இன்றைய தினம் துரையவர்களுக்கு பிறான்சு றாசா இங்கிறேசுக்காறர்களை செயித்துக்கு அனுப்பின செம்லூயி முத்திரையும் சிகப்பு அகலப்பட்டையும் உடைய சந்தோஷமோ அத்தனை சந்தோஷப்பட்டார்கள். அந்த சந்தோஷத்தை எத்தனையென்று எழுதப் போகிறேன் யென்னாலே எழுதி முடியாது. அடுத்தது காட்டும் பளிங்கு அதுபோல நெஞ்சிற் கடுத்தது காட்டும் முகம் யென்று திருவள்ளுவர் சொன்ன நீதியிது வரையிலே தப்பிதம் வராமல் வந்த படியினாலேயும்...

நாட்குறிப்பு 14

ஆளுநர் துப்ளேக்ஸ்சும் ஆனந்தரங்கரும்!

ஜோசப் பிரான்சுவா துப்ளேக்ஸ் (Joseph Francois Dupleix). *1697*இல் வணிகர் குடும்பத்தில் பிறந்தவர். *1720* இல் பிரெஞ்சிந்திய வணிகராக நியமிக்கப்பட்டார். தொடர்ந்து பத்து ஆண்டுகளுக்கும் மேலாக புதுச்சேரி கவுன்சிலராகவும் இருந்தார். *1731*இல் சந்திரநாகூர் திரெக்தராக நியமிக்கப்பட்ட துப்ளேக்ஸ் *14.01.1742*இல் அசுபதி நக்ஷத்திரம் மகர லக்னத்தில் புதுச்சேரி ஆளுநராகப் பதவியேற்றார்.

ஆனந்தரங்கரின் வாழ்க்கையில் ஏற்றமும் இறக்கமும் துய்ப்ளேக்சை சார்ந்தே இருந்தது. அதனால்தான் நாட்குறிப்பின் பெரும்பாலான பக்கங்களை துப்ளேக்ஸ் ஆக்கிரமித்துள்ளார். ஆளுநருடன் மிகவும் நெருக்கமாக இருந்த பிள்ளை, பல நேரங்களில் அவர் மனசுக்கு சந்தோஷப்படும்படியான வார்த்தைகளைச் சொல்லி இருக்கிறார்.

'உம்முடைய புகழ் இந்திய ராச்சியம் மட்டுமல்ல: ஈரோப்பா ராச்சியமெல்லாம் பரவி இருக்கிறது. இப்படியான பிள்ளை எங்கள் குலத்தில் பிறக்கவில்லையே என மற்றவர்கள் ஏங்குகிறார்கள். இதையெல்லாம் கேட்டு பிரான்சு ராசா உனக்கு மந்திரி பதவி கொடுக்க நினைத்திருக்கிறார்' என்றெல்லாம் துரையை வானளாவப் புகழ்கிறார் ஆனந்தரங்கப் பிள்ளை.

ஒருமுறை பார்ப்பான் ஒருவர், ஆளுநரைப் புகழ்ந்து பாடிய தகவலை துய்ப்ளேக்சிடம் ஆனந்தரங்கர் சொல்ல, அந்தப் பாடகரை அழைத்து வந்து பாடச்சொல்லி இருக்கிறார்கள்.

சென்னப்பட்டணத்தைப் பிடித்த சந்தோஷத்தில் இருந்த பிரெஞ்சு ஆளுநர், வீட்டுக்கு வீடு சர்க்கரை கொடுக்கவும் வீடுகள் தோறும் விளக்கேற்றி வைத்துக் கொண்டாடவும் உத்தரவிட்டார். அந்த நேரத்தில், 'ரங்கப்பா உனக்கு என்ன வேண்டும் கேள்' என்று சொல்ல, சிறையில் இருப்பவர்களை விடுவிக்க வேண்டும், மக்களைப் பெரிதும் பாதித்துள்ள வெற்றிலைப் புகையிலை விலைகளைக் குறைக்க வேண்டும் போன்ற பொதுநலன் சார்ந்த விஷயங்களைச் சொல்லி சாதித்திருக்கிறார் ஆனந்தரங்கப் பிள்ளை.

ஆளுநர் துப்ளேக்ஸ் குறித்து ஆனந்தரங்கரின் குறிப்புகளில் இருந்து:

1742 ஜனவரி 14 தை 4 சனிவாரம்

காலமே பத்து மணிக்கு வங்காளத்திலேயிருந்து ஒரு கப்பல் ஓடிவந்து வச்சு பிடிச்சு 9 பீரங்கி போட்டான். அந்த கப்பலே வந்த சேதி என்னவென்றால் இந்த கப்பலுடனே கூட நாலு கப்பல் வங்காளத்திலே புறப்பட்டோம். ஒரு கப்பலே துரை வருகிறார். அந்த மூணு கப்பலும் இன்றைக்கு காணுமோ நாளைக்கு காணுமோ என்று சொன்னான்.

இந்தநாள் சாயங்காலம் நாலு மணிக்கு அந்த மூணு கப்பலும் கண்டுது. அதிலே ஒரு கப்பலே முசே துப்ளேக்ஸ் அவர்கள் இவ்விடத்துக்கு துரைத்தனத்துக்கு வந்த படியினாலே அமரால் போட்டுக்கொண்டு வந்தார். வரச்சே தானே துறையிலேயிருந்த கப்பல்காரர் எல்லாம் அவரவர் பீரங்கி போட்டு மரியாதை பண்ணினார்கள்.

பிற்பாடு கோட்டைக்கு 21 பீரங்கி போட்டார். பதிலுக்கு கோட்டையிலே 21 பீரங்கி போட்டார்கள். கட்டுமரத்திலே கடுதாசி ஐந்தரை மணிக்கு வந்தது. அந்தக் கடுதாசியிலே கடல் உரமாயிருக்கிறது காலமே இறங்குகிறோம் என்று சேதி வந்தது. இதுக்குள்ளே இவ்விடத்திலே முஸ்தீது பண்ணி கடலோரத்திலேயிருந்து துரை வீடு மட்டுக்கும் இரண்டு புறமும் வாழை மரமும் தென்ன மட்டையும் நட்டு முஸ்தித்தா யிருந்தார்கள்.

அந்த மட்டிலேயிருந்து காலமே ஆதிவார நாள் காலமே ஆறு மணிக்கு அசுபதி நக்ஷத்திரம் மகர லக்னத்தில் முசே திப்பிளேக்சு அவர்களும் அவருடைய பெண்சாதியும் மற்றுமுள்ள சனங்களுடனே இறங்கினார். துறையிலே இறங்கின உடனே கோட்டையிலே 21 பீரங்கி போட்டார்கள்.

கடலோரத்திலே தானே இவ்விடத்தில் இருக்கப்பட்ட துரையின் ஆலோசனைக்காரர் மற்றுமுண்டான பெரிய மனுஷர் அனைவரும் போய் கண்டார்கள். அங்கேயிருந்து கால்நடையாய் இருபுறமும் பாருவரத்தக்கதாக கோட்டைக்குள்ளே போய் கோவிலிலே பூசை கேட்டவுடனே பாருவச்சு மூணுதரம் பாரு தீர்த்தார்கள். பிற்பாடு எட்டு மணிக்கு கோட்டையிலே யிருந்து வீட்டுக்கு வந்தார் ?வரச்சேயும் நடந்துதானே வந்தார். கோட்டை விட்டு புறப்பட்டு வரச்சே 21 பீரங்கியும் வீட்டுக்குள்ளே வந்து நுழைஞ்ச உடனே 21 பீரங்கியும் போட்டார்கள்.

அந்த மட்டிலே நட்டுமுட்டுக்காரர் நாடக சாலையாளுடனே சகல சம்பிரத்துடனேயும் வந்து சுபதினத்தில் வீட்டிலே வந்து துரைத்தனத்திற்கு உட்கார்ந்தார்.

1746 செப்தம்பர் 16 புரட்டாசி 4 சுக்கிரவாரம்

... அதற்கு நான் சொன்னது: உம்முடைய யோகம் பலத்த யோகம். உமக்கு மகத்தாகிய கீர்த்தி வருகிறது. ஆனபடியினாலே சென்னப்பட்டணத்துச் சண்டையிலே மனுஷர் சேதமும் வராமல் கோட்டையும் திரணம் பிராயமாய் கைவசமாகுது. இது முன்னிலையாய் இந்த இந்திய ராச்சியத்துக்குள்ளே டில்லி பரியந்திரமிருக்கிற துலுக்கர், ரசபுத்திரர், க்ஷத்திரியர், கன்னடியர், தெலுங்கர் முதலாகிய சாதிகளிலே யிருக்கப்பட்ட பாட்சாக்கள், ராசாக்கள், கில்லேதார், நபாபு முதலாகிய பாளையக்காரர் பெரிய மனுஷர்கள், எத்தனை எத்தனை பேருண்டோ அவர்களெல்லாரும் உம்முடைய சாதியை வீரத்துவமுள்ள சாதியென்றும், ராசா அதிக பராக்கிரமசாலி யென்றும் உம்முடைய புத்தியும் உம்முடைய சவுகரியத்துக்குச் சமானமான பேர்களிந்த உலகத்திலே யில்லை யென்றும் உம்முடைய புத்தியும் தைரியமும் உம்மைப் போலே மர்மியும் பிடித்த பத்து சாதிக்கிறதும், உம்முடைய நேர்பும் உம்முடைய தந்திரமும் ஒருத்தருக்கும் வராதென்றும், இப்போதே சமஸ்தான பேர்களும் கொண்டாடுகிறார்கள். இனிமேல் ராத்திரியும் பகலும் இதுவே தியானமாய் எண்ணிக் கொண்டு பாட்டாய்ப் பாடப் போகிறார்களென்றும், உம்முடைய கீர்த்தி இந்திய ராச்சியமும் எரோப்பா ராச்சியமும் எங்கும் பரவி உம்முடைய வமிசத்திலே யிருக்கப்பட்டவர்கள் எல்லாம் இப்படிப்பட்ட பிள்ளை ஒரு பிள்ளை பிறந்ததினாலே நம்முடைய குலத்துக்கெல்லாம் ராச்சியமெங்கும் கீர்த்தி சாசுவதமா யென்றால் என்றைக்கும் இருக்கத்தக்கதாக உண்டாக்கினான் என்று சொல்லத்தக்கதாகவும் மற்றப் பேர் எல்லாம் இப்படிப்பட்ட பிள்ளை நம்முடைய வமிசத்திலே பிறவாமல் போச்சுதென்று

சொல்லிக் கொள்ளவும் பிரான்சு ராஜா கேட்டு இவர் புத்திக்கும் இவர் தைரியத்துக்கும் நம்முடைய ராச்சியத்துக்கு மந்திரி இடம் கொடுத்து வையாதே போனோம். இனிமேல் அப்படிச் செய்கிறோம். துருக்கி முதலான எரோப்பா ராச்சியமும் கட்டி ராச்சியத்துக் கெல்லாம் ஒரு ராசாவாய் இருக்க வேணுமென்று யோசனை பண்ணுவாரென்றும், பின்னையும் அநேகவிதமாய் தோற்றினபடி எல்லாம் சொன்னதின் பேரிலே துரைக்குச் சந்தோஷம் சொல்லி முடியாத சந்தோஷம் வந்து....

1746 செப்தம்பர் 19 புரட்டாசி 7 சோமவாரம்

நீர் உம்முடைய சாதிக்கு எல்லாம் தலை இறக்கப்பண்ணிவித்தீர். அதுவுமல்லாமல் டில்லி பரியந்தம் உம்முடைய சாதியினுடைய கீர்த்தியை விளங்க வைத்து ராத்திரியும் பகலும் பராக்கிரம சவுகரியத்துக்குள்ளே பிரான்சுக்காரருக்குச் சமானமில்லை என்று ஸ்வுத்தியம் பண்ணத்தக்கதாக ஒருத்தர் உண்டாகி உம்முடைய வமிசத்துக்கெல்லாம் கீர்த்தி கொண்டு வந்தீர் என்று சொன்னதற்கு,

'ரங்கப்பா, நான் அப்போது தானே சொல்லவில்லையா இப்போது நகைக்கிறவர்கள் எல்லாரும் இனிமேல் அழுவார்கள். இப்போது அழுகிறவர்களினிமேல் நகைப்பார்கள். கடைசி நகைப் பாங்கட்டும் கவைக்கு வருகிறது என்று சொன்னேனே? இப்போது சரிப்பட்டதோ இல்லையோ' வென்று கேட்டார்.

அதற்கு நான் அய்யா அப்போது தானே சொல்லவில்லையா உம்முடைய மனதிலே யிருக்கிற கோரிக்கை என்ன நினைத்துக் கொண்டிருக்கீரோ அந்தப் படிக்கு நடக்கும். உமக்கு ஈரோப்பா ராச்சியமெல்லாம் கொண்டாடவும் இந்தியா ராச்சியமெல்லாம் கொண்டாடுவார்கள். இது முன்னிலையாய் பிரான்சு ராசா உமக்கு மன்னவன் பட்டமுங் கொடுத்து மரெஷால் தெ பிரான்சு என்கிறவரும் என்று நான் சொல்லவில்லையா? வென்று கேட்டதற்கு, மெய்தானேன்று சொன்னார்.

நீங்கள் கோபித்துக் கொள்ளாவிட்டால் இன்னுமொரு வார்த்தை சொல்லுகிறேன் என்று சொன்னேன். சும்மா சொல்லு என்றார்.

போன வருஷம் செப்தம்பர் மாசத்திலே ஒரு பார்ப்பான் வந்து சொன்னான். இப்போது இவ்விடத்திற்குக் கப்பல் வராமல் இப்படி யிருக்கிறதே, வருகிற வருஷம் இந்த மாதத்திலே சென்னப் பட்டணம், தேவனாம்பட்டணம், கூடலூரை வாங்குவார். இந்த துரைக்கு மகத்தான கீர்த்தி வருமென்று சொன்னாரென்று சொன்னேன். அதற்கு பிராமணனா அப்படி சொன்னவன் என்று

கேட்டார். ஆமய்யா வென்று சொன்னேன். பிராமணர்களினுடைய புத்திக்குச் சமானமாய் பின்னை ஒருத்தர் சாதி புத்தியும் சொல்லப் போகாது என்று சொன்னார். அது மெய்தான் இதல்லாமல் சீமையிலிருந்து ராசா இந்த சேதிகேட்டு வெகு சந்தோஷப்பட்டு மரெஷால் இவர் என்றும் சொன்னாரென்று சொன்னதற்கு மரெஷால் என்கிற பெயர் எப்படி இந்தப் பார்ப்பானுக்குத் தெரியும் என்று கேட்டார். அந்தப் பார்ப்பான் சொன்னது: இந்தத் துரை மகா யோகசாலி. இந்தப் பட்டணங்கள் வாங்கினதின் பேரிலே இவர்கள் சாதி ராசா கேட்டு சந்தோஷப்பட்டு வெகு அதிசயமான வெகுமானமும் பண்ணி பெரிய உத்தியோகம் கொடுத்து தம்முடைய கிட்ட வைத்துக்கொள்வார் என்றும் அங்கே மகா பிரபலமாய் நடக்கும் என்றும் சொன்னார். அதின் பேரிலே நான் மரொஷல் என்கிற பேர் ஆகவேணுமென்று யோசனை பண்ணி மரொஷல் தெ பிரான்சு என்னு பேரிட்டேனென்று சொன்னேன். அதற்குச் சந்தோஷமாய் நகைத்துக் கொண்டு முயித்துமேர் முயித்து ஓபிரகாத்து என்று சொன்னார்.

அதன் பேரிலே உம்முடைய கீர்த்தி எல்லாம் பாட்டாய் பாடுகிறார்களென்றும் சொன்னேன். அதேது யார் பாடினது? பாடிவித்தவர்கள் யார்? என்று கேட்டார். அவரவர் சந்தோஷமாய் அப்படி பாடுகிறார்கள் என்று சொன்னேன். அதற்குத் துரை இருந்து கொண்டு நீ பாடிவித்து ஆகவேணுமென்று சொல்லி உன் சாடைப் பார்த்தால் சங்கீதம் பாடத் தெரியும் போலே இருக்கிறது. நீ இங்கே சங்கீதம் பாடுகிற வேளையிலே வந்தால் அங்கே நீ கேட்கிற சாடை இப்போது எனக்குத் தெரிந்ததென்று சொன்னார்.

எனக்கு அதெல்லாம் தெரியாது என்று சொன்னேன். அது எனக்குச் சொல்லத் தேவையில்லை. உனக்கு நன்றாய்த் தெரியுமென்று சொன்னார். அப்பால் அதிலே என்ன பாடியிருக்கிற தென்றால், கப்பல் வராமல் சத்துருக்கள் வந்து மேலாடியிருக்கிற நீ பராக்கிரமம் காண்பித்ததும் உம்முடைய தைரியமும் உம்முடைய பேர் சொன்னால் இங்கிலீசுக்காரர் எல்லாம் கொத்துக் குடல் கூட வெளியிலே விழப் பயப்படுகிறதும் மூன்று வருஷத்திலே கட்டுகிற கடற்கரைப் பாரி சம்மதிகளும் கொத்தளத்தையும் ஆறு மாஸத்திலே கட்டிவித்ததும் அப்பால் சண்டைக் கப்பல்களை துரத்திவிட்டு அவர்களெல்லாம் சின்னாபின்னமாய் முறிந்து ஒரு கப்பலும் மூழ்கிப்போய் மற்றக் கப்பல்களும் காயங்கள் பட்டு நீருவாகம் பண்ணமாட்டாமல் ஓடிப் போனார்கள் என்றும் பின்னையும் உம்முடைய கீர்த்தியைப் பார்சா முதல் ஈரோப்பா ராச்சிய மட்டுக்கும் கொண்டாடுகிறார்கள் என்றும் இப்படியாகப்

பின்னையும் அனேகவிதமாய்ப் பாடியிருக்கிறது. அந்தப்படிக்கு நான் கேள்விப்பட்டேன் என்று சொன்னதற்கு இதெல்லாம் நீ சொல்லிப் பாடிவிட்டதாய்ப் பின்னையும் ஒருத்தருக்கும் தெரியாதென்று சொல்லிப் போட்டு உள்ளேபோய்ப் பெண்சாதியுடனே சொல்லி அந்தப் பாட்டையும் பாடகனையும் அழைப்பிக்கச் சொல்லி நாராயணப் பிள்ளையுடனே சொல்லியனுப்பினார்கள்.

அதின் பேரிலே கஸ்தூரிரங்கனையும் வெங்கட்ட நாராயணப்பய்யனையும் அழைப்பித்து நாராயணப் பிள்ளையை அழைத்து வந்தார்களென்று சொன்னவிடத்திலே அம்மாளிப்போது தூங்குகிறாள் நாளைக்கு ஆகுது என்று சொன்னான். அதின் பேரிலே நாராயணப் பிள்ளை சொன்னது:

துரை என்னைக் கேட்டார். துரை யிருந்துகொண்டு சொன்னதற்கு நான் சொன்னது ஆரோ பிராமணன் ஒருத்தன் வந்து ரங்கப் பிள்ளையண்டையிலே பாடினான் என்று ஊரிலே அவரவர்கள் பாடம் பண்ணுகிறார்களென்றும் சேதி கேட்டேன் என்று சொன்னதின் பேரிலே துரை சந்தோஷத்தை ஒரு விதத்திலே சொல்லி முடியாது. அம்மாளுடைய சந்தோஷமும் அப்படித்தான்.

அதற்கு முன்னே தமிழோ வடுகோவென்று கேட்டார்கள். அதின் பேரிலே ரங்கப்பிள்ளையைக் கேட்க வேண்டுமென்று சொன்னேன் என்று கேட்டார். அப்படி தமிழிலே சொன்னால் ஆற்காடு, மைசூர், கொல்கொண்டா பரியந்திரம் அவர்கள் பாடார்கள். தமிழிலே பாட வேணுமானால் ஏழெட்டு நாளையிலே முஸ்தீது பண்ணிப் பாடச் சொல்வோமென்று சொல்லிப் போகச் சொல்லி நான் வீட்டுக்கு வந்து சாப்பிட்டுப் படுத்துக்கொள்ளப் போகச்சே மறுபடியும் அம்மாளும், துரையும் அந்தப் பாடகரை அழைக்கச் சொன்னார் என்று சேவகர் வந்து பாடகரை அழைத்துக் கொண்டு போனார்கள்.

அதன் பேரிலே அவர்களுக்கு வெள்ளைக்காரருடன் சாடைக்குத் தக்கதாக எப்படி உண்டோ அந்த வயணமெல்லாம் தெரியச் சொல்லி யனுப்பிவித்தோம். அதன் பேரிலே அவர்கள் துரையவர்கள் வீட்டுக்குப் போனவுடனே அவ்விடத்திலே துரையவர்களும் அம்மாளும் துரை மச்சினியும் பேதுரூசுப் பெண்சாதியும் இவர்கள் நாலுபேருமிருந்து கொண்டு இந்தப் பாடகருக்கு ரத்தினக் கம்பளி போட்டு உட்காரச் சொல்லி உத்தாரங் கொடுத்து பிற்பாடு பாடச் சொன்னார்களாம். அதன் பேரிலே இவர்கள் இந்த சம்பிரமங்களெல்லாம் பாடச்சே அதிலே பாடியிருக்கிற வயணமெல்லாம் தமிழிலே அவரவர்

வெள்ளைக்காரிச்சியின் இரண்டு மூன்று பேரும் அம்மாளுக்கும் வியாரப்படுத்தச் சொல்லத்தக்கதாக அதை அவர்கள் துரை அவர்களுக்குச் சொல்லத்தக்கதாக எல்லோரும் சந்தோஷப்பட்டு...

1746 செப்தம்பர் 22 புரட்டாசி 10 வியாழக்கிழமை

... மகா சந்தோஷத்துடனே சென்னப்பட்டணம் நேற்றைய தினம் மத்தியானம் பனிரெண்டு மணிக்கு கோட்டையிலே வெள்ளை நிசானும் போட்டு கும்பினி உத்தியோகஸ்தர் மற்றப்பேரும் பெரியதுரை சின்னதுரை முதலாகிய பேரையும் காவல் பண்ணிவித்து நம்முடையவர்கள் சமஸ்தான பேரும் சென்னப் பட்டணம் கோட்டையைத் தாக்கினார்கள் என்கிறதாய்ச் சொல்லி பின்னையும் சிறிது உத்தரவுகள் சொல்ல வரச்சே அவர்களுடைய சந்தோஷப் பூரிப்பிலே நின்று போகக்கூடாமல் சகல துரைத்தனக் காரருடனே கூட கோட்டைக்குள்ளே போய்க் கோவிலிலே பூசை கேட்க உட்கார்ந்தார்கள்.

... அதின் பிற்பாடு பூசை கேட்டு ஆனவுடனே ஒரு வரிசை பீரங்கி இருத்தொரு பீரங்கி போட்டார்கள். அந்த மட்டிலே புறப்பட்டு துரையவர்கள் வளவுக்கு வந்த முசே லபோர்தொனே அவர்கள் பேரைச் சொல்லி அவரவர் சாராயம் குடித்து சந்தோஷம் கொண்டாடினார்கள்.

அதே வேளையிலே பின்னையும் பட்டணத்திலே உண்டாகிய கும்பினி உத்தியோகஸ்தர் வெள்ளைக்காரர், தமிழர், செட்டிமார்கள், வர்த்தகர் முதலான சமஸ்தான பேரும் வந்து முபார்க்கு சொல்லச் சொல்லிப் பேட்டிப்பண்ணிக் கொள்ளுகிறார்கள். அந்தச் சந்தடியிலே ராமச்சந்திரய்யனை அழைத்துப் பத்துப்பார் சர்க்கரைக்கு உத்தாரங் கொடுத்து பட்டணத்திலே சகலமான பேர் வீட்டுக்கும் சர்க்கரை வழங்கத்தக்கதாக உத்தாரங் கொடுத்தார்கள். அதன் பேரிலே என்னைப் பார்த்து பட்டணமெல்லாம் விளக்கு வைக்கச் சொல்லி உத்தாரங் கொடுத்தார்கள். அந்தப்படியே நயினாரை அழைத்து உத்தாரங்கொடுத்து பட்டணமெல்லாம் விளக்கு வைக்கச் சொன்னோம்.

அதன் பேரிலே என்னைப் பார்த்து உனக்கென்ன வேணும் அதுக்கெல்லாம் கேள். நல்ல மனதுடனே உத்தாரங் கொடுக்கிறோம் என்று சொன்னார்கள். அதன் பேரிலே காவலிலே இருக்கிற சிறைக்காரர் கடன்காரர் மற்றப் பேர் எல்லோரையும் விட்டுவிட வேணுமென்று சொன்னேன். அந்த க்ஷணம் விட்டுத் துரத்திவிடச் சொன்னார்கள்.

அதன் பேரிலே புகையிலை வெற்றிலை எப்போதும் காசுக்கு ஒன்பது வெற்றிலையும், பணத்துக்குப் பனிரெண்டு பலம் புகையிலையும் விற்றதை வாசுதேவபண்டிதன் என்கிற சண்டாளன் குருத்துரோகி குறைத்து காசுக்கு ஏழு வெற்றிலை பண்ணி பிறகு ஐந்து வெற்றிலையும் பத்துபலம் புகையிலையுமாகப் பண்ணிப் போட்டானென்று வெகுசனங்கள் அவனைத் திட்டுகிறதும் வைகிறதுமாகப் பட்டணத்திலே உண்டாகிய சிறுபிள்ளை சத்தியமாய் எப்போதும் வீதிக்கு வீதி மூலைக்கு மூலை ஏழை எளியவர்கள் முதலாகிய சனங்களெல்லாம் இந்த தர்ம பட்டணத்திலே இது மாத்திரம் ஒரு அநியாயம் நடக்கிறதென்று கூவிக்கொண்டு திரிகிற சப்தம் என்னுடைய காதிலே விழுந்திருக்கிற படியினாலே இந்த பட்டணத்துக்கு இந்த அபக்கியாதி வரலாகாதென்கிறதாய் துரை அவர்களைப் பார்த்து வெற்றிலைப் புகையிலை எப்போதும் போலே விற்கத்தக்கதாய்க் கேட்டோம். அந்நேரமே வாசுதேவ பண்டிதனை அழைப்பித்து இன்று முதலாய் பழயபடிக்கு எப்போதும் போலே காசுக்கு ஒன்பது வெற்றிலையும் பணத்துக்குப் பனிரெண்டரை பலம் புகையிலையும் விற்கச் சொல்லி உத்தாரங் கட்டளையிட்டார்கள்.

அதின் பேரிலே சுப்பய்யனுக்கு உத்தியோகங் கொடுக்க வேணும் அய்யா. அவர் வெகுநாளாய் கஷ்டப்படுகிறாரென்று சொன்னேன். அவருக்கு எப்போதும் போலே கோட்டை கிடங்கிலே உத்தியோகம் கொடுத்து காரைக்காலுக்கு அனுப்புவிக்கச் சொல்லி உத்தாரங் கட்டளையிட்டார்கள்.

நாட்குறிப்பு 15

'றங்கப்புள்ளே மகா புத்திசாலி'

'றங்கப்புள்ளே' - ஆளுநர் துப்ளேக்ஸ் உற்சாகமாக இருக்கும் போது ஆனந்தரங்கரை இப்படித்தான் அழைப்பாராம். இருவருக்கும் இடையிலான நட்பு மிகவும் அந்தரங்கமானது. 'ஆரிடமும் சொல்லாதே' என பல விஷயங்களை இவரிடம் பகிர்ந்து இருக்கிறார் துப்ளேக்ஸ். தனது சமயோசிதத்தால் ஆளுநரின் மனதறிந்து பேசக்கூடியவர் ஆனந்தரங்கர். இதனால் அவருக்கு இவரை மிகவும் பிடித்தது. 'நீ சாஸ்திரக்காரன். சொல்லுகிறாப் போலே சொல்லுகிறாய். உன் வாக்கிலே என்ன பிறக்கிறதோ அந்தப்படிக் கெல்லாம் சரியாய் நடக்கிறது' எனப் புகழ்ந்தார்.

'றங்கப்புல்லே மகா புத்திசாலி. யிவனைப் போலே சமயோசிதமாய் காரியக்காரியம் அறிஞ்சு யெப்படிப்பட்ட காரியங்களிலேயும் மகா நிறுவாக சக்குத்தியுடனே சபாரஞ்சிதமாய் பேசுர பேரை யோறாப்பாலிலேயும் யில்லை. யிந்த இந்தியாவிலேயும் இல்லை யென்று' ஆளுநரால் பாராட்டப்பட்டார். தன் மனதுக்கு சந்தோஷமான நேரங்களில் எல்லாம் ஆனந்தரங்கர் தனக்கு அருகில் இருக்க வேண்டும் என்று விரும்பியிருக்கிறார் ஆளுநர் துப்ளேக்ஸ்.

ஒருமுறை, ஆளுநரின் பிரதிநிதியாக நவாப் மாபூசுகானை சென்று பார்த்தார் ஆனந்தரங்கர். இப்போது நவாப் இவருக்கு கட்டாரி ஒன்றினைப் பரிசாக வழங்கினார். அதைக்கொண்டுவந்து ஆளுநரிடம் காட்டினார் ஆனந்தரங்கர். அந்தக் கட்டாரியை வாங்கிப் பார்த்து வெகு சந்தோஷப்பட்டு 'அந்தக் கட்டாரியை

இருபது முப்பது தரம் உண்டு அதை வாங்கிப் பார்க்கிறதும் வருகிற குமிசெல்காரர், வெள்ளைக்காரர், சமஸ்தான பேர், வெள்ளைக்காரர், பெரிய மனுஷர் வருகிற பேருக்கெல்லாம் காண்பிக்கிறதும் ரங்கப்பன் சிப்பாய் ஆனானென்கிறதும் சந்தோஷமாய்ச் சொல்லிக் கொண்டேயிருந்தார்.'

ஆளுநருக்கும் அரசாங்கத்துக்கும் தீவிர விசுவாசி. நேர்மையானவர் ஆனந்தரங்கர். அதனால்தான், 'ஊருக்குள் வரும் தானியங்களை நீ தடுக்கிறாயா?' என்று ஆளுநர் கேட்டபோது, 'இதனால் எனக்கு என்ன ஆதாயம்?' என்று இவரால் எதிர்கேள்வி எழுப்ப முடிந்தது. பொன்மலையில் இருக்கும் காகமும் பொன்நிறமாக இருக்கும் என்பார்களாம். இப்படித்தான் துப்ளேக்ஸை சார்ந்திருந்த ஆனந்தரங்கரும் இருந்திருக்கிறார்.)

1746 செப்தம்பர் 16 புரட்டாசி 4 சுக்கிரவாரம்

துரைக்குச் சொல்லி முடியாத சந்தோஷம் வந்து, என்னை முதுகு தட்டிக்கிட்டேயிருந்த முசே லொஸ்திசுபுரியுடனே ரங்கப்பனத்தனை புத்திசாலியும் காரியமறிந்தவனும் ஒருத்தருமில்லை யென்று சொல்லி, பின்னையும் அநேகவிதமாய் என்னை ஸ்தவுத்தியமாய்ச் சொல்லி, வெளியிலே துலுக்கர் சொல்லுகிறதும் தமிழர் சொல்லுகிறதும் என்னுடனே சொன்னையே, இவர்களுடனே சொல்லென்று சொல்ல, அவர்களுடனேயும் பிள்ளையும் சற்று அதனமாய்த்தானே சொல்ல, அவர்களும் உள்ளது என்று சொல்லி, அவர்களும் துரையை ஸ்வுத்தியமாய்ப் பண்ணி இப்படி நாலு நாழிகை தேசகாலம் நடந்தது.

1747 பிப்ரவரி 18 மாசி 10 சனிவாரம்

இந்தநாள் நடந்தசேதி யென்னவென்றால் அசறத்து மாபூசுகான வர்களும் மமுதல்லிகானவர்களும் மகம்மதாக்கலுக்கு எழுதியனுப்புவித்த வயணமென்ன வென்றால்: குவர்னதோர் சாயபு அவர்கள் எழுதினபடிக்கு நமக்குச் சம்மதிதான். இப்பவும் ஆனந்தரங்கப்பன் வந்தவுடனே கண்டுபேசிக் கொண்டு அவரை அழைத்துக்கொண்டு நீயும்வரும் மூன்றாஞ் சாமத்துக்கு வருகிறோமென்று யெழுதியிருந்தது. அதன் பேரிலே உடனே என்னையும் முசே திலார்சையும் மகம்மதாக்களையும் மூன்று பேரையும் பயணமாய்ப் போகச்சொல்லி ஸ்ரீ துரையவர்களுத்தாரங் கட்டளையிட்டார்கள்.

அந்த உத்தாரப்படி யின்றைய தினம் மத்தியான மிரண்டு மணிக்குப் பயணப்பட்டு மாபூசுகானண்டைக்குப் போனோம். அவருக்கு

நசர்வைத்துப் பேட்டி பண்ணிக் கொள்ளுகிறதற்கு இருபத்திரண்டு மோகரி என் கையிலே கொடுத்தார்கள். அவ்விடத்திலே போனவுடனே யோசனைப்பண்ணி பதினொரு மோகரி பண்ணினால் போதுமென்று மனதிலே யெண்ணிக்கொண்டு பதினொரு மோகரியை வைத்துக்கொண்டு திருக்காஞ்சியிலே இறங்கியிருக்கிற மாபூசுகானவர்களண்டைக்குப் போனோம்.

நான் போய் பதினொரு மோகரையும் நசர்வைத்துப் பேட்டிக் பண்ணிக்கொண்ட வுடனே எழுந்திருந்து கட்டிக்கொண்டு உட்காரச் சொல்லி உத்தாரங் கொடுத்தார்கள். அதன் பேரிலே அவரும் சொல்ல வேண்டிய உபசாரமான வார்த்தையாய்ச் சொன்னார். அதற்கு உத்தரவு அதற்கேற்றபடிக்கு ரொம்பவும் உபசாரமாய்த்தானே உத்தரவு சொன்னோம். அதன் பேரிலே சீரொப்பா கொண்டுவரச் சொல்லி நமக்கு நூற்றைம்பது ரூபாயிலே சீரொப்பாவுங் கொடுத்துத் தம்முடைய கையினாலே நடுகட்டும் கட்டிவிட்டுத் தாம் கையிலே வைத்திருக்கிற கட்டாரியை எடுத்து என்னுடைய அறையிலே சொருகிவிட்டு இனிமேல் உனக்குச் சத்துருவாயிருக்கப்பட்ட பேரையெல்லாம் செயிக்கத்தக்கதாக கொடுத்தோம் என்கிறதாய்ச் சொல்லி, தம்முடைய பேரிலே போத்திக்கொண்டிருந்த சாலுவையை எடுத்து என் மேலே போத்தி உம்முடைய சினேகிதம் நமக்கு இருக்கவேணுமினிமேல் நம்முடைய காரியத்திலே யிருக்கவேணும். என்னுடைய வெட்கம் உன்னுடையதே யல்லாமல் மற்றப்படியல்லவே. ஆனபடியினாலே அதற்கெப்படி உண்டோ அந்தப்படி நடப்பித்துக்கொள்ளவுமென்று சொல்லி முசே திலார்சுக்கும் நாற்பத்தைந்து ரூபாயிலே ஒரு சீரொப்பாவும் கொடுத்து, மகம்மதாக்கலை அழைத்து, இப்போதேயானால் பொழுது போச்சுதே நாளைய சூரிய வுதயத்துக்கு வருகிறோமென்று சொல்லி அனுப்பிவிட்டார்கள். அனுப்புகிற போது அவ்விடத்துக் கவை உங்களுக்குச் சம்மதியானபடியென்று சொன்னார்கள்.

நல்லதென்று அனுப்புவித்துக் கொண்டு புறப்பட்டு ஏழுமணிக்கு ஸ்ரீ துரையவர்களண்டைக்கு வந்து அவ்விடத்திலே நடந்த மரியாதைகளெல்லாம் சொல்லிக் கட்டாரி கொடுத்ததும் சொன்னோம். அந்தக் கட்டாரியை வாங்கிப் பார்த்து வெகு சந்தோஷப்பட்டு அந்தக் கட்டாரியை இருபது முப்பது தரம் உண்டு அதை வாங்கிக் பார்க்கிறதும் வருகிற குமிசெல்காரர், வெள்ளைக்காரர், சமஸ்தான பேர், வெள்ளைக்காரர் பெரிய மனுஷர் வருகிற பேருக்கெல்லாம் காண்பிக்கிறதும் ரங்கப்பன் சிப்பாய் ஆனானென்கிறதும் சந்தோஷமாய்ச் சொல்லிக் கொண்டேயிருந்தார்.

பிற்பாடு என்னை அழைத்து இந்தக் கட்டாரி உனக்கெதற்காகக் கொடுத்தாரென்று கேட்டார். உங்களுக்குத் தெரியாமலிருக்குதா வென்று சொன்னேன். ஆனாலும் ஒருவேளை அவர்கள் சமாதானத்துக்கு வராவிட்டால் அவர்களைக்கூட செயிக்கக்கத்தாகக் கொடுத்தார் என்று சொன்னேன். மெய்தானென்று சொல்லி இந்தக் கட்டாரி கொடுத்ததைத் தானே வெகுநேரம் பிரஸ்தாபம் பண்ணிக்கொண்டிருந்து சந்தோஷப்பட்டுக் கொண்டிருந்தார்கள்.

1747 ஆகஸ்டு 12 ஆடி 31 சனிவாரம்

இற்றைநாள் நடந்த அதிசயமென்னவென்றால்: மத்தியானம் பதினொரு மணி வேளைக்குக் கும்பினீர் வர்த்தகர் எல்லாரும் வந்து எனக்குக் கால் நோய் சௌகரியமா யிருக்கிறதாவென்று விசாரித்து எல்லாரும் உட்கார்ந்து வார்த்தைச் சொல்லிக் கொண்டிருந்தார்கள்.

அப்போது அப்புமுதலியார் வந்து ஸ்ரீ துரையவர்கள் சொல்லச் சொன்னார்களென்று வந்து சொன்ன சேதி என்னவென்றால்: ரங்கப்பிள்ளை வரவில்லையாவென்று என்னைக் கேட்டார். அதற்கு நான் சொன்னது, அவருக்குக் கால் நோய் ஆனபடியினாலே நடக்க மாட்டாரென்று சொன்னேன். அதற்குத் துரையவர்கள் இருந்து கொண்டு இரண்டு பேர் கைலாகுலேயாகிலும் வர மாட்டாரா? அல்லவென்றால் நான்கு பேராய் தூக்கிக்கொண்டு வந்தாலும் இவ்விடம் விடமாட்டார்களாவென்று கேட்டு, அதன் பேரிலே அப்பு முதலியாரை அழைத்து ஸ்ரீ துரையவர்கள் சொல்லி அனுப்பிவித்த வயணம்:

அவர் வந்து கும்பினீர் வர்த்தகர் எல்லாரையும் இருக்கச் சொன்னது என்னவென்றால்: சீர்மையிலிருந்து மெத்த மெத்த சந்தோஷங்கள் எல்லாம் வந்திருக்கிறது. இதல்லாமல் என்னுடைய மனது கோரிக்கைப்படிக்கு வந்திருக்கிறது. விஸ்தாரமாகக் கப்பல்கள் வருகின்றன. இதல்லாமல் சீர்மைச் சேதிகள் வெகு சந்தோஷமாய் வந்திருக்கின்றன.

இப்படிப்பட்ட வார்த்தைகள் வந்திருக்கச்சே ரங்கப்பன் வீட்டிலேதானே இருக்கிறதற்கு மனது வந்ததாவென்றும், என்னுடைய மனதிலே யிருக்கப்பட்ட சந்தோஷங்களெல்லாம் ரங்கப்பிள்ளையுடனே சொல்லவேணுமேயல்லாமல் மற்றப் படியல்ல. அவருடனே சொல்லுகிற மட்டுக்கும் நம்முடைய மனதிற்குச் சமாதானமாகிறதில்லை யென்றும், மெள்ள மெள்ள எப்படியாகிலும் வரச் சொல்லியும், கப்பல் வருகிற சந்தோஷத்தையும் சகல சனங்களுக்கும் தெரியப்படுத்தச் சொல்லியும், இப்படியாகச் சொல்லச் சொன்னார்களென்றும் வந்து

சொன்னார். அந்த சந்தோஷத்தினாலே அப்பு முதலியாருக்கு ஒரு ஓரகண்டியும், ஒரு பாகையும் கொடுத்தேன்.

1747 ஆகஸ்டு 13 ஆவணி 1 ஆதிவாரம்

...அதன்பிறகு என்னை மாத்திரம் தனியே உள்ளே அழைத்துக் கொண்டுபோய் சொன்னது என்னவென்றால்: நீ சொன்ன படிக்கெல்லாம் வந்திருக்கிறது. நீ சொல்லுகிற தொன்றாகிலும் தப்பிதமில்லை. நாம் நினைத்தபடிக்கெல்லாம் சந்தோஷமான சேதியெல்லாம் வந்திருக்கிறது. நீ சாஸ்திரக்காரன் சொல்லுகிறாப் போலே சொல்லுகிறாய். உன்வாக்கிலே என்ன பிறக்கிறதோ அந்தப்படிக் கெல்லாம் சரியாய் நடக்கிறது. உன்னுடைய காரியங்களும் செகற்பமாகும் படியாய் வந்திருக்கிறதென்றும், இன்னும் சிறிது காரியங்கள் நீயும் நானும் சாவகாசமாய் தனித்துப் பேசிக்கொள்ள வேண்டியிருக்கிறது. நாளை பகலைக்கு மேலாக வரக்கூடுமானால் வா, கண்டு பேசிக்கொள்ளுவோமென்றும், பின்னையும் இரண்டொரு அந்தரங்கமான விஷயங்களும் சொன்னார்கள். அது இன்னதென்று எழுதப்படாதபடியினாலே அதை இன்னுமொரு வேளையிலே விஸ்தரித்து எழுதுவேன்.

1748 சனவரி 13 தை 3 சனிவாரம்

நான் போனவிடத்திலே முசியே தொத்தேலிருந்து கொண்டு துரையவர்களுடனே, ரங்கப்பிள்ளை சண்டைக்குப் பயணம் புறப்படுகிறதற்கு முஸ்தீதாய் இருக்கிறார். பிஸ்தோலுக்கும் மற்றதுகளுக்கெல்லாம் லெஸ்து பண்ணுவித்துக் கொண்டு பயணமாய் இருக்கிறார். துபாக்கி மாத்திரமில்லை. நல்ல துபாக்கியாய் இரண்டு துபாக்கி மாத்திரம் கொடுக்க வேணுமென்று சொன்னதின் பேரிலே துரையவர்கள் இருந்து கொண்டு,

அவர் எங்கே வருகிறார்? நாம் வெளியே போகிற மட்டுக்கும் இவ்விடத்துக் கவைக்கு அவரிருக்க வேணுமென்று சொன்னார். அதன் பேரிலே நானிருந்து கொண்டு, நீங்களிருக்கிற விடத்திலே நானுங்கூட இருக்கிறதேயல்லாமல் உங்களை விட்டுவிட்டு நான் அவ்விடத்திலே இருக்கிறதில்லை என்று சொன்னேன்.

அதிலே முசியே தொத்தேலும் முசியே நெப்ரேனும் இருந்து கொண்டு, மெய்தான். நீரிருக்கிற விடத்திலேதான் ரங்கப்பிள்ளையும் இருக்க வேணும். அது நியாயம். சரிதானென்று சொன்னார்கள்.

அதற்கு துரையிருந்து கொண்டு, சின்னதுரையை இவ்விடத்திலே வைத்துப் போகிறோமே, அவர் நல்லவர். மெத்த சாது. அவருக்குப் பின்னையொன்றும் தெரியாது. ரங்கப்பிள்ளையைப் போலே

கப்பாசல்லா. ரங்கப்பிள்ளை என்னுடைய கையுங் கீழேயிருந்து எல்லாம் வாடிக்கைப்பட்டு என்னுடைய புத்தியிலே தோன்றுகிறபடிக்கு, அதற்கு முன்னமேயே எல்லாக் காரியமும் சேகரித்து நடத்தத்தக்கவாறு மிதல்லாமல், துலுக்கருடைய காகிதங்களுக்கு உத்தரவு பிரதிஉத்தரவும் தெரிந்து எழுதி சமதாயிருக்கிறதற்கு வாடிக்கைப்பட்டவன். என்னுடைய புத்திக்குச் சமானமாய் நடத்தத்தக்க யோக்கியனான படியினாலேயும், என்னிடத்திலே ரொம்ப மருவி வாடிக்கைப்பட்டவனான படியினாலேயும், அவனிங்கேதானே யிருந்து இவ்விடத்திய காரியங் கவையெல்லாம் சமாளித்துக் கொண்டிருக்க வேணும். ஆனபடியினாலே அவர் போகாத இவ்விடத்திலே இருக்க வேணுமென்றார்.

அதன் பேரிலே நானிருந்து கொண்டு, ஐயா, நான் ஒரு வார்த்தை சொல்லுகிறேன் கேட்கவேணுமென்று சொன்னேன். என்ன என்றார். ஐயா, உம்முடைய யோகத்தினாலேயும் உம்முடைய அதிர்ஷ்டத்தினாலேயும் நீங்களின்னம் அநேகமான கீர்த்தி சம்பாதிக்கத்தக்கதாக ஆயத்தப்பட்டிருக்கிற கன யோகசாரியான படியினாலே உம்முடைய யோகநாதனே எங்கே போனாலும் திக்கு விசயமாகிறதேயல்லாமல் பின்னை யொருத்தனைத் தொட்டிருக்கிறதென்று யோசனை பண்ணத் தேவையில்லை.

இப்போது சொல்லுகிறது: முசியே பரதி போய்க் கெலித்தா னென்றும் மற்றவன் கெலித்தானென்றும் இவனைத் தொட்டு நிருவாகமாயிருக்கிறதென்றும் இப்படியாகச் சொல்லப் படுகிறதென்ன வென்றால்: நீர் மகா யோக்கியசாலி யானபடியினாலே உங்களை நாங்கள் சேர்ந்திருக்கிற படியினாலே உங்களுடைய சாயை எங்கள் பேரிலே சேர்ந்திருக்கிற படியினாலே மற்றப் பேருக்குக் கீர்த்தியே யல்லாமல் மற்றபடி ஒருத்தரைத் தொட்டு ஆகிறதென்ன விருக்கிறது? உம்முடைய யோகமே தேவனாம்பட்டணத்துக் கோட்டையிலே நிசான் கொண்டு போய்ப் போடுவிக்கப் போகிறது. ஆகையினாலே ஒருத்தருக்கும் பிரயாசை இல்லையென்று சொன்னேன்.

நானிப்படியெல்லாஞ் சொன்னவுடனே துரையவர்களும், முசியே தெத்தேலும், முசியே தெப்ரேனும் நகைத்துக் கொண்டிருந்தார்கள். துரையவர்கள் நகைத்து ரங்கப்பிள்ளை எப்போதும் இப்படிதானே சொல்லுகிறதென்றும் சொன்னார். ஆனால் அவர் சொன்னது பின்னையும் ரொம்பவும் உண்டு. ஆனாலும் அதிலே காரியத்தை மாத்திரம் எழுதினோம். இன்னும் அவர் சொன்னபடிக்கெல்லாம் விஸ்தரித்து எழுதினால் அவர் ஷடைக்கு எழுதினதாயிருக்கும்.

ஆனால், உண்டானபடி நடந்த காரியத்திலேயும் சூசனையாய் எழுதினேன்.

1748 பிப்ரவரி 17 மாசி 9 சனிவாரம்

அப்பால் துரை சவாரிபோய் வந்து எட்டுமணிக்கு என்னை அழைத்தனுப்புவித்து, துரை கேட்ட சேதி என்னவென்றால்: பட்டணத்துக்குத் தானியம் வராமல் பண்ணுகிறாயா யென்று என்னுடன் அவரவர்கள் வந்து சொல்கிறாரென்று சொன்னார்.

அதற்கு நான் சொன்ன உத்தாரம்: இராச்சியத்திலேயிருந்து வருகிற தானியம் இந்தப் பட்டணத்திலே வருஷத்துக்கு நாலு லக்ஷம் வராகன் தானியம் விற்கிரயமாகி வராகன் தீவாணத்துக்குச் செல்லுகிறது. இதை என்னாலே தடைபண்ணி இந்த நாலு லக்ஷம் வராகனும் கொடுக்கிறதற்கு எனக்கு எங்கே யிருக்கிறது? அப்பாலும் இந்தப் பட்டணத்துக்கு வருகிற தானியம் நிறுத்தினாலே எனக்கு வருகிற ஆதாயமென்ன? ஆற்காட்டிலே நபாபு என் உத்தாரத்தின் மேலேயல்லவா நடந்து கொள்கிறார். ஆனபடியினாலே நான் அனுப்ப வேண்டாமென்று எழுதினாப் போலே தடைபண்ணவும், அனுப்பச்சொல்லி எழுதினாப்போலே அனுப்பவும் என் கைக்குள்ளேயா யிருக்கிறார்கள். ஆகிலும், இதிலே நடக்கப்பட்ட நியாயம் உங்களுக்கு நன்றாகத் தெரிந்திருக்கிறது.

எங்களுக்குள்ளே ஒரு வழக்கம் சொல்லுவார்கள்: பொன் மலையைச் சேர்ந்த காக்காயும் பொன் நிறமாகுமென்று சொல்லுகிற வழக்கப்படிக்கு மகத்தாகிய உங்களுடைய தயவை நான் சம்பாதித்தபடியினாலே என்னுடைய ஆக்கினைப்படிக்கு அன்வர்திகான்கூட நடந்து கொள்ளுகிறான் என்கிற கீர்த்தி புதுச்சேரியிலே உண்டாச்சுது.

ஆனபடியினாலே அன்வர்திகானைப் போலே ஒத்த சுபேதாரன் ஆக்கினைப்படிக்கு நடந்துகொள்ளுகிறான் என்கிற பொருள் உங்கள் வாக்கினாலே இந்த வார்த்தைச் சொன்னபடியினாலே எனக்கு இனிமேல் மகத்தாயிருக்கப்பட்ட யோகமிருக்கிறதற்கு எழுதியுமிருக்கச்சே தேவரீரவர்கள் வாக்கினாலே புறப்பட்ட தென்று சொன்னதற்கு நகைத்து, மெய்தான். எனக்கெல்லாம் தெரியும். உன்மேலே அவர்கள் துவேஷத்தினாலே சொல்லு கிறார்கள் என்கிறதும் தெரியும். இனிமேலும் நீ மகத்தான யோகவானான படியினாலே அவரவர் வந்து இப்படிப்பட்ட விசேஷங்கள் சொல்லுகிறார்கள். அது எனக்கு நன்றாய்த் தெரியுமென்று சொன்னார்.

அதன்பேரிலே நான் சொன்னது: பட்டணத்துக்குத் தானியம் வராதபடிக்கு நான் செய்ததே யுண்டானால் கும்பினிக்குத் துரோகவானானேன். இப்படிப்பட்ட விசேஷங்கள் அபாண்டம் எப்போதும் சொல்லிக்கொண்டிருக்கிறார்கள். அப்படி அநேக காரியங்கள் வந்து சொன்னவிடத்திலே ஒரு காரியமாகிலும் தேவரீர் விசாரித்து மெய்யானால் என்னையாகிலும் ஆக்கினை பண்ணவும், இந்த வார்த்தைகள் பொய்யானால் எந்நேரமும் உங்களுடனே சொல்லுகிறவர்களை ஆக்கினை பண்ணவேணுமென்றும் சமஸ்தான பேரும் அறிய என்னையாகிலும் வந்து சொல்லு கிறவர்களையாகிலும் ஆக்கினை பண்ணினால் என் மனதுக்குச் சமாதானமாயிருக்குமே யல்லாமல் தேவரீர் அவர்கள் சும்மா ஒரு காரியம் செய்யாமல் சும்மாயிருந்தால் எனக்குச் சமாதானமாயிரா தென்று சொன்னேன்.

இதுகளுக்கெல்லாம் அவர் நகைத்துக் கொண்ட வாக்கிலே இது விருதாவான பேச்சு. இதை ஒரு காரியமாய்ப் பிரஸ்தாபம் என்னத்திற்கு என்று சொன்னார்கள்.

1753 மாயு 8 சித்திரை 30 அங்காரக வாரம்

...அதுக்கு நான் மறுபடியும் பிறபஞ்சத்திலே யிந்த லவிக்கீகம் யெல்லாம் நன்றாய் அறிஞ்ச பிற்பாடுதான் சுவாமியை அறியப் போறதுயென்று சொன்னதுக்கு அவர் சொன்னது: நீர் மகா சமத்துக்காறமாய் பேசுவீர். உம்மைப் போலே ஆரும் வெள்ளைக்காறரிலேயாவது துலுக்கரிலேயாவது ஆரும் பேசுவாரில்லை. யிப்படிப்பட்ட சாமார்த்தியம் இருக்கிற படியினாலே நீர் சுவாமியை அறிய வேண்டியதென்று சொன்னார். அதற்கு நான் சொன்னது: யின்னம் யிந்த லவிக்கீகம் யெல்லாம் நன்றாய்க் குலங்கக்ஷமாய் அறிஞ்சுகொண்டு சுவாமியை பசனை பண்ணியிருக்க வேணுமென்று நான் பிறார்த்திக்கிறேன் யென்று சொன்னேன்.

யிதிலே துரையவர்கள் சுப்பீரியேரைப் பார்த்து நீர் பேசுகிற தெலுங்கு, தமிழ் கலந்த தெலுங்காயிருக்குதென்று சொன்னார். அதிலே நான் சொன்னது: தமிழ் ராச்சியத்திலே பேசுகிற தெலுங்கானபடியினாலே அப்படித்தானிருக்கு மென்று சொன்னேன்.

1753 மாயு 24 வையாசி 15 குருவாரம்

துரையவர்கள் நகைச்சுக் கிட்டயிருந்த வெள்ளைக்காறர்களுடனே றங்கப்புல்லே மகா புத்திசாலி யிவனைப் போலே சமயோசிதமாய்

காரியக்காரியம் அறிஞ்சு யெப்படிப்பட்ட காரியங்களிலேயும் மகா நிறுவாக சக்குத்தியுடனே சபாரஞ்சிதமாய் பேசுரபேரை யோறாப்பாலிலேயும் யில்லை யிந்த இந்தியாவிலேயும் இல்லை யென்று வெகுசாய் சந்தோஷமாய்ச் சொன்னார்.

அப்பால் நான் பின்னையும் சொன்னது: முன் அவுறங்காதுசா - லூயிசு கத்தோர்சு முதலான ராசாக்கள் ஒவ்வொரு தமஸ்தானங்களை சாதிக்க வேணுமென்று எண்ணால் பெகுதனமும் பெலமும் வைத்துக்கொண்டு வருஷக்கணக்காய் சண்டை பண்ணியும் சாதிக்கிறது பிறயாசம் யென்றும் ஒரு விசையாபுரத்தை அவுரங்கசீபு பாதுஷா பனிரெண்டு வருஷம் சண்டைபோட்டு வாங்கினார். செஞ்சிக்கோட்டையின் பேரிலே சூல்பக்கார்க்கான் விஸ்தாரமாய் பெலத்த பவுன்சுடனே வந்து பனிரெண்டு வருஷம் சண்டைபண்ணி வாங்கினார். அப்படிப்பட்ட செஞ்சிக் கோட்டையை நீர் ஆயிரம்பேர் வெள்ளைக்காறர்களையும் ரெண்டாயிரம் பேர் சிப்பாய்களையும் அனுப்பி மூணே முக்கால் நாழிகையிலே வாங்கிப் போட்டீர். நாசறுசங்கு தக்கனபாதுசா வாயிருக்கப்பட்டவன் லட்சங்குதிரையும் பத்துலட்சம் வெடுத்தாமத்துடனே வந்திறங்கினவனை மூணேமுக்கால் நாழிகையிலே தலையை வெட்டிவிச்சீர். அப்படிப்பட்ட யோகம் உம்மது. உம்முடைய சாபத்திலே யிருக்கப்பட்ட பாதரேணுவுக்கு சமானமானதாய் மைத்த ராசாக்களை சொல்லப் போகாது யென்று சொன்னதுக்கு துரையவர்கள் யித்தனை பெரிய விசேஷத்துக்கு நான் பாத்திரமல்ல. நல்லதென்று தம்மைச் சொல்லிக்கொண்டு கிட்டயிருக்கிற வெள்ளைக்காறருடனே யிதுவே பிறஸ்தாபமாய்ப் பேசிக்கொண்டிருந்தார்.

நாட்குறிப்பு 16

ஆனந்தரங்கரை வறுத்தெடுத்த மதாம் துப்ளேக்ஸ்

மதாம் துப்ளேக்ஸ் என்று அழைக்கப்பட்ட ஷென்னி ஆல்பர்ட் புதுச்சேரி ஆளுநர் துப்ளேக்சின் மனைவி. தனி அரசாங்கம் நடத்தியவர். ஆளுநருக்கும் ஆனந்தரங்கருக்கும் அப்படியொரு நெருக்கம் என்றால், மதாமுக்கும் ஆனந்தரங்கருக்கும் ஏழாம் பொருத்தம்தான். காரணம், 'ரங்கப்பன் தனக்குச் சக்களத்தியாக வந்துவிட்டதாக'க் கருதியதுதான். 'அவன் (ஆனந்தங்கர்) பேரிலே இருக்கிற மோகம் (ஆளுநருக்கு) என்னிடத்திலே சற்றாகிலும் இல்லை' என அங்கலாய்த்தவர்.

மேலும், எவ்வளவோ சொல்லியும் ஆனந்தரங்கர் கிருஸ்துவராக மதம் மாறாதது மதாமுக்கு கடும் எரிச்சலை ஏற்படுத்தியது. எப்படியாகிலும் ஆளுநருக்கும் ஆனந்தரங்கருக்கும் இருக்கும் நெருக்கத்தைக் குலைத்துவிட வேண்டும் என கடும் பிரயத்தனம் பண்ணினார் மதாம். 'உம்மை சூனியம் வைத்துக் கொல்லப் பார்க்கிறார்கள்' என்றெல்லாம் தனது கணவரிடம் போட்டுக் கொடுத்தார். இதல்லாமல் தன்னிடம் வரும் வெள்ளைக்காரர்கள் வெள்ளைக்காரிச்சிகளிடம், 'ரங்கப்பன் என் ஆம்படையானுக்கு மருந்து போட்டுக் கண்ணை மூடுவித்துப் போட்டான். ஊரெல்லாம் கொள்ளையிட்டுத் தன் ஆம்படையானுக்குக் கொடுக்கிற படியினாலே அவன் கண்ணை மூடிக்கொண்டு துரைத்தனம் இவனை (ரங்கப்பனை)ப் பண்ணச் சொன்னான்' எனப் புலம்பியிருக்கிறார்.

கடிதம் ஒன்றில் ராசஸ்ரீ அம்மா என்று எழுதாமல் வெறும் 'அம்மா' என்று ஆனந்தரங்கர் எழுதிவிட்டார் என்பதற்காக அவரை வறுத்தெடுத்திருக்கிறார். பொழுது விடிந்து பொழுதுப்போனால் துரையிடம் ஆனந்தங்கர் குறித்த புகார்ப்படலம்தான். துரையும் சளைக்காமல் இவரிடம் விசாரிப்பார். இவரே, 'பொழுது விடிந்தால் அந்திபட்டால் எனக்கு அபாண்டமாய் வந்து உங்களுடனே சொல்லுகிறதும், நீங்கள் என்னைக் கேட்கிறதும் இதன்கு நான் உத்தாரஞ் சொல்லுகிறதுந்தானே வேலையாய் இருக்கிறதே யல்லாமல் எனக்குப் பின்னொரு காரியம் பார்க்க நேரமில்லை. இதல்லாமல் இரவு பகல் இதுவே விசாரமானால் காரியத்திலே புத்தி எப்படி சேர வைக்கும்?' என்று அலுத்துக் கொண்டார்.

மதாம் துப்ளேக்சினால் பல நேரங்களில் தன்மீது அபாண்டம் சுமத்தப்படும் போதெல்லாம், 'அப்போது எனக்கிருந்த துக்கம் எழுதி முடியாது. துரை காலிலே போய் விழுந்து அழுவோமென்று யோசனை பண்ணினேன். தைரியத்தை வருவித்துக் கொண்டு என்ன நடந்தாலும் நடக்கட்டுமென்று இருக்கிறேன்' என வேதனைப் பட்டிருக்கிறார். இன்னும் சில நேரங்களில், 'என் பேரிலே யாதாமொருத்தர் அபாண்டம் போட வேணுமென்று நினைக் கிறார்களோ அவர்களுக்கு சுவாமி தானே ஆக்கினை கொடுப்பாரென்றும், மடியிலே கனமிருந்தால் தானே வழியிலே பயமிருக்கும். என்ன வந்தாலும் வரட்டும்' என்றும் தைரியத்துடன் இருந்திருக்கிறார்.

ஆளுநர் துப்ளேக்ஸ் தனது மனைவியின் பேச்சுக்கு மிகவும் மதிப்புக் கொடுத்தார். இதனால் எரிச்சல் அடைந்த ஆனந்தரங்கர், 'தன் புத்திக்கும் விவேகத்துக்கும் தானே பைத்தியக்காரன் பெண்டாட்டிப் பேச்சைக் கேட்டு இப்படியெல்லாம் கெடுத்துக் கொள்கிறான்' என வருத்தப்பட்டுக் கொண்டார்.

ஆனந்தரங்கரின் நாட்குறிப்பின் பெரும்பாலான பக்கங்களை மதாம் துப்ளேக்ஸ் ஆக்கிரமித்துக் கொண்டிருக்கிறார். அவற்றில் இருந்து சில பதிவுகள்:

1747 பிப்ரவரி 23 மாசி 15

...இதல்லாமல் முன் (14E) நடந்த சேதி என்னவென்றால் மதானந்த பண்டிதர் வந்து சொன்னதென்னவென்றால் மதாம் துய்ப்ளேக்ஸ் தன்னை அழைத்து அவர்கள் மாதாவின் பேரிலே ஆணையிட்டு வித்துக் கொண்டு சிறிது சம்மதி கேட்டதாய் மதானந்த பண்டிதர்

வந்து சொன்னார். அதென்ன சம்மதியென்று கேட்டபோது, சொல்லுகிறேன் கேளுக்கோளென்று சொன்ன சேதியாவது:

ரங்கப்பன் மெத்த பொல்லாதவன். அவனுக்குக் கடனிருக்கிறது. அந்தக் கடனை சென்னப்பட்டணத்து வர்த்தகரை அழைப்பிக் கிறதற்குள்ளேயும் இந்த நவாபு தீருகிறதற்குள்ளேயும் தன் கடனை அடைத்துப் போடவேணுமென்று யோசனை பண்ணி துரையினாலிவன் பொய் சொல்லுகிறவனல்ல. தன் பேரிலே பட்சமாயிருக்கிறவனென்கிறதைத் தோன்றியிருக்கிறது. இவனுக்கு நன்றாய் தோன்றியிருக்கிற படியினாலே இவன் துரைக்குப் போய், பொய்களைச் சொல்லிக் கொண்டு, ஆற்காட்டிலே யிருந்து வந்த ஸ்தானாதிபதி துலுக்கனைக் கைக்குள்ளே வைத்துக் கொண்டு அங்கே ஒன்று சொல்லுகிறது மிவர்களுடனே ஒன்று சொல்லுகிறதும். இவர்கள் மார்க்கத்திலே வராமற் போனார்களென்று தண்டை திருக்காஞ்சியிலே கொண்டு வந்து இறக்கி வைத்தாரென்று இவன் நடத்துகிற தம்முடைய தப்பு சம்மதிகளெல்லாம் நானன்று அறிவேன். அதுகளுக்கெல்லாம் நான் விசாரித்திருக்கிறேன் என்றும் இவனை இந்தாறு நாளையிலே பசீது பண்ணி வைக்கிறோமென்றும், இதுகள் நடந்த சமாச்சாரங்களென்ன வென்று கேட்டதாகவும், அதற்கு நான் சொன்னது:

ஏது அம்மா அப்படியுள் வட்டம் புறவட்டம் பண்ணி லஷாந்திரமாய்க் கொண்டு போகிறதற்கு இவன் கைக்குள்ளே துரைகள் ரொக்கமாய் இருக்கிறார்கள். அல்லவென்று துரைகள் கொடுக்கப் போகிற துகைதான் உங்களுக்குத் தெரிந்திருக்கிறதே. அதுவும் தினுசு அதற்கு அவர்கள் மனுஷன் கையிலே துரையவர்கள் ரூபுரூபாய் ஒப்புவிக்கப் போகிறார். அப்பால் எசமான்களுக்குத் தினுசு சாப்பித்தாப்படிக்கு அவர்கள் ஒத்துக்கொள்ளுகிறது. இதற்குப் பாரிசு போகிற துபாசி முசே தெலார்சு சமஸ்தான பேச்சும் அவன் மாரிபத்திலே நடக்கிறது. துரை சொன்னபடிக்குக் காகிதத்தை கொடுக்கிறது மாத்திரமே யல்லாமல் பின்னை ஒன்றுங் காணோமென்று சொன்னதாகவும் இதன் பேரிலே மதாம் துய்ப்ளேக்சு இருந்து கொண்டு,

உனக்கொன்றுந் தெரியாது. அதுகளெல்லாம் நான் நன்றாய் விசாரித்திருக்கிறேன் என்று மினிமேல் சோதி அப்போதைக்குப் போது வந்து சொல்லச் சொல்லியும், தான் கேட்ட சேதி ரங்கப்பனுடனே சொல்ல வேண்டாமென்று சொன்னாளென்றும், சின்ன முதலியார் அறியப் போகாதென்றும் சொன்னபடியினாலே

அவர் சொன்னதாய்க் காணுதென்றும் இப்படிச் சொல்லி நீங்களிந்தப் பேச்சு வெளியிலே சொல்ல வேண்டாமென்றும் பரவசமாய்க் கேட்டாள்.

எனக்கொருத்தருடனே சொல்லக் கவையில்லை. என்ன விருக்கிறது. அப்படிச் சொல்லுகிறதில்லை. அப்போதல்ல இந்தத் துரை வந்து ஐந்து வருஷமாச்சுது. கனகராய முதலி செத்து ஒரு வருஷமாச்சுது. கனகராய முதலி நாலு வருஷமிருந்தாரே அந்த நாலு வருஷமும் என் மாரிபத்திலே தானே நடந்தது. அப்போது சேனே சம்மதி வழக்குகள் தீர்ந்தது. அப்படி வாங்க வேணுமானால் லஷம் வராகன் சம்பாதிப்பேன். அப்படிப்பட்ட புத்தியைச் சுவாமி நடத்தவிருக்கிறாரோ, நானறியேன். அம்மாளிப்போது விளங்கு கிறோமென்ன படிக்கு விளங்கினால் நல்லதென்று சொன்னவுடனே இந்த மாபூசுகான் வந்து சமாதானமாகாமற் போனால் அம்மாளுங்கள் பேரிலே பழி வைப்பாள். தெய்வாதீனமாய்ச் சமாதானமாய்ப் போனது கொண்டு ஒன்றுமில்லாமற் போச்சுது. சொன்னவர்கள் முகம் கருப்புப் பண்ணிக்கொண்டார்கள் என்றும் மதானந்த பண்டிதர் சொன்னார்.

அதற்கு நான் சொன்னது: இந்தத்துரைக்கு கீர்த்திப் பிரதிஷ்டை யுண்டாக வேணுமென்று நான் சுவாமிக்குப் பொதுவாக நடந்தாப்போலே அவர்கள் என்ன சொன்னால் நானென்ன? பயமா. மடியிலே கனமிருந்தால் வழியிலே பயமென்று பெரியவர்கள் சொல்லுகிறது பொய்யா? ஆனால் ஒரு மாதத்திற்கு முன்னே அம்மாள் துலுக்கர் சம்மதியென்ன நடக்குதோ அதெல்லாம் வந்து கபுறு சொல்லு என்று சொல்லுவாள். துரையாலிந்தப் பேச்சுகள் ஒருத்தனூடே யாகிலும் சொல்ல வேண்டாமென்று சொல்லி யிருக்கிறார். பிரபு மனதிலே யிவன் வெளியிலே சொல்லாதவ னென்று எந்தப் பேச்சும் தாராளமாய் என்னுடனே அவர் சொல்ல, அப்பால் நான் சொன்னால் அது நமக்கு சுவாமி துரோகமாகுது. அவருத்தாரந் தள்ளுகிறபோது இரண்டாவது விளையாட்டுப் பேச்சல்ல. சமஸ்தமானதுடனே பேச்சுகள் இது சொல்லாமலிருக் கிறதே யுக்த மென்று யோசனை பண்ணினேன். ஆனாலிதைத் தொட்டு அம்மாள் மனதுக்குத் தாங்களாயிருக்கு மிதன் பேரிலேதாகிலும் புனைசுருட்டு முடைவாள். இல்லாததும் பொல்லதாததும் துரைக்கு சொல்லுவாள். துரை கேட்கிறதில்லை யென்றும் அறிவாள். அதற்குப் பக்கத்திலே யிருக்கிற வெள்ளைக்காரரைக் கொண்டு சொல்லுவித்தாகிலும் ஒரு தொந்தரவு பண்ணுவாளென்று அறிவேன்.

என்ன வந்தாலும் வரட்டும். நாமே எந்தப் பிரபுவின் கீழேயிருக்கிறோமோ அவருத்தாரப்படிக்கு அவருக்கு வஞ்சனை பண்ணாமல் நடந்து கொண்டால் வந்ததெல்லாம் வரட்டுமென்று தீர்க்க யோசனை பண்ணிக்கொண்டு...

1747 ஏப்ரல் 11 சித்திரை 2 செவ்வாய்கிழமை

... இப்படியிருக்கச்சே ஒரு மாதம் நாற்பது நாளைக்கு முன்பாக சென்னப்பட்டணத்துத் தபாலிலேயிருந்து தம்பி செட்டி காகிதம் ஒன்றும், மதாம் துய்ப்ளேக்ஸ் பேருக்குச் சாயங்காலமான எட்டுமணிக்கு வந்தது. அந்த காகிதத்தை எட்டுமணி யடித்துப் போச்சுதே சாப்பாட்டிலேயல்லவா யிருப்பார்கள். காலத்தாலே கொண்டு போய்க் கொடுப்போமென்று மேசை கவயத்திலே வைத்துவிட்டு வீட்டுக் போனேன். அப்போது துலுக்கர் வந்து கவரப்பட்டு சமாதான வேலையானபடியினாலேயும் அலுவல் மிகுதியானபடியினாலேயும் வெகு ஞாபகமில்லாமல் மறந்து போனாப்போலே யிருந்து விட்டேன். அன்றைய தினம் கூடாமற் போய் மறுநாளைக் காலத்தாலே நாராயணப் பிள்ளை நேற்றைக்குத் தபாலிலே மதாம் பேருக்கு வந்த காகிதம் உங்கள் வசம் கொண்டு வந்து கொடுத்தேன் என்று சொன்னான். அது இருக்குதா வென்று கேட்டான். அதற்கு மெய்தான், துலுக்கர் வந்திருக்கிற சந்தடியிலே மறந்து போனேன் என்று நாராயணபிள்ளை கூட இருக்கச்சே தானே எனக்கு வந்த காகிதத்தையும் நான் படிக்காமல் கூட வைத்து மறந்திருந்த நியாயத்தைத் திருஷ்டாந்திரமாய் சாதகத்துடனே காண்பித்துக் காகிதத்தைக் கொடுத்துவிட்டேன்.

இந்தச் சேதி மதாம் துய்ப்ளேக்ஸ் கேட்டு, இவன் எனக்கு வந்த காகிதத்தை வைத்திருந்ததற்கு இவன் கழுத்திலே கயிறு போடுவேனென்றும் இவன் பெண்டாட்டி பிள்ளைகள் அங்கலாய்க்கப் போகிறார்கள் என்று சும்மா விட்டு விட்டேனென்றும் துபாசி அப்பு, பலராம், நாராயணப்பிள்ளை, சேருவைக்காரருடனே பின்னையும் தப்புச்தாறுமாய் வாய்க்கொள்ளாத விசேஷமாய்ச் சொன்னாள். சொன்னது மல்லாமல், என்னுடனே சொல்லச் சொல்லி அனுப்புவித்தாள்.

வந்தவள் என்னுடனே மறைத்தாப்போலே அவள் சொன்னதற்குச் சற்றேறக்குறையச் சொன்னாள். அதற்கு நான் சொன்னது: முந்தாம் நாள் ராத்திரி வந்ததும் அப்போது கொடுத்தனுப்புகிற சமயமில்லாமலிருந்தது. மறுநாள் துலுக்கர் சந்தடி வந்ததினாலே எனக்கு வந்த காகிதத்தைக்கூட படிக்கிறதற்கு இல்லாமல் சும்மா கிடந்த நியாயமதை சொல்லிக் காண்பித்து அவள் சொன்னதற்குச்

சற்றேறக்குறையச் சொன்னாள். அதற்கு நான் சொன்னது: முந்தாம் நாள் ராத்திரி வந்ததும் அப்போது கொடுத்தனுப்புகிற சமயமில்லாமலிருந்தது. மறுநாள் துலுக்கர் சந்தடி வந்ததினாலே எனக்கு வந்த காகிதங்கூட படிக்கிறதற்கு இல்லாமல் சும்மாக்கிடந்த நியாமதை சொல்லிக் காண்பித்து அப்படி வஞ்சனையாய் வைத்தேனே அப்பால் அப்படியே நேரஸ்தனாக்குகிறேனென்றும் இதிலே எழுதியிருக்கிற வயணம் எனக்குத் தெரியாவிட்டாலோ அப்படிதான் ஆக்கத்தக்கதாக வைத்தானென்று எண்ணவேணும். இல்லாவிட்டால் நான் செய்திருக்கிற கொலை களவு இதனாலே மோசம் என்னறல்லவோ நான் பயந்து இந்தக் காகிதத்தை ஒளித்து வைக்க வேணும். நிஷ்காரணமாய் வைக்கக் காரியமென்ன வென்றால் அதற்கு அடுத்த நியாயமாய்ச் சொல்லி அனுப்புவிட்டேன். அப்படியெல்லாம் நடந்திருக்க, எனக்கு வந்திருக்கிற காகிதத்திலிருந்து வந்த காகிதத்தை அம்மாள் அப்போதழைத்துப் படித்துப் பார்த்து முத்திரைப் போட்டு அனுப்பினாள். அந்தக் காகிதத்தைப் பார்த்தவுடனே பார்த்தவுடனே சந்தேகமாய்க் கண்டு சேர்வைக்காரரை அழைப்பித்துக் கொண்டு கேட்டவிடத்திலே அவர்கள் நடந்த பூர்வோத்திரம் சொன்னார்கள். பின்னை ஒரு வழியிலேயும் உற்ற கபுறு வந்தது. அதற்குச் சுவாமி என்ன நடத்துகிறாரோ நானறியேன். இத்தனை அதறக்குணம் ஒருத்தருக்கும் ஆகாது.

1747 நவம்பர் 17 கார்த்திகை 5 சுக்கிரவாரம்

... இப்படியிருக்கச்சே வடுகனாத முதலியை அம்மாளழைக்கிறாள் என்று அழைத்துப் போய், நீ கொடுத்த சீட்டிலே ராசஸ்ரீ அம்மாளென்று எழுதாமல் சும்மா அம்மாளென்று எப்படி எழுதுவாய்? ரங்கப்பன் அப்படிப்பட்டவன். இப்படிப்பட்ட பொல்லதாவன். என்னைச் சட்டப்பண்ணுகிறது இல்லையென்று அப்புறம் சிறிது உதாசீனமாயும் சொல்லி, இவனைப் பதினைந்து அடி அடித்துச் சொன்னாளாம். இனிமேல் என் பேருக்கு வந்து சொன்ன மனுஷனைத் தெத்து வாலிலே விட்டாலே ஆச்சுது. இல்லாவிட்டால் இப்படி ரங்கப்பனைச் செய்வேனேன்று சொல்லிப் போகச் சொன்னாள். அந்த விசேஷத்தைத் துரை கையிலே அனுப்புவித்துக் கொண்டு வந்த பிற்பாடு வீட்டுக்குப் போகச்சே வடுகனாத முதலி வந்து சொன்னான்.

அப்போது என்க்கிருந்த துக்கம் எழுதி முடியாது. துரை காலிலே போய் விழுந்து அழுவோமென்று யோசனை பண்ணினேன்.

திரும்பியும் ஆலோசனை பண்ணிச் செய்வோமென்று வீட்டிற்குப் போனேன்.

1747 நொவம்பர் 23 கார்த்திகை 11 குருவாரம்

அதன் பேரிலே தெரிந்து கொண்டு என்னை அழைத்து எனக்கு மனது சமாதானம் ஆகும்படியாய் ரங்கப்பிள்ளே இங்கே வா, உன் பேரிலே எந்நேரமும் விவாதங்களாய் என் வீட்டில்தானே பொல்லாப்பான விஷயங்களாய்ச் சொல்லிக் கொண்டு வருகிறார்கள். அவர்கள் இனிமேல் வாயெடுக்காதபடிக்கும் இனிமேல் என்றென்றைக்கும் உன்னுடைய பேரெடுக்காமல் இருக்கத்தக்கதாக நான் பண்ணுவிக்க வேணுமென்று சொல்லியாங்காட்டும் இதை மத்தியஸ்திலே விட்டேன். அதனால் ஒண்ணும் இல்லை. நீ சும்மாயிருவென்று சொல்லி...

...துரையண்டையிலே போய் மதாம் இந்தச் சம்மதிக்கு என்னவோ சொல்லப்போன விடத்திலே துரையிருந்து கொண்டு ஆனந்தராயன் அபினி தின்னுகிறவன், கஞ்சா தின்னுகிறவன், சாறாயம் குடிக்கிறவன், எந்நேரமும் தேவடியாள் வீட்டிலே திரிகிறவன். அவன் கிரகஸ்தனானால் கையிலே அகப்பட்ட பணத்தைப் போக்கடித்து இப்படி திரிவானா? அவன் பேச்சை நீ பேச வேண்டாம் என்று கண்டிப்பான வார்த்தையாய்ச் சொல்லிவிட்டார்.

இதிலே அவனுக்கு மனது முறிந்துபோய் இந்த மட்டுக்கும் துரை பேசின காரியமென்ன, இப்படியிப்படிச் சொல்ல வந்ததென்ன வென்கிறதாய் மதாம் இருந்து கொண்டு வற்லாமுடனே ரங்கப்பன் எனக்குச் சக்களத்தியாய் வந்து நேரிட்டான். நான் அவருடைய பெண்சாதியாய் அவன் பேரிலே இருக்கிற மோகம் என்னிடத்திலே சற்றாகிலும் இல்லை. இதென்ன பாவமாயிருக்கிறது என்றும், ஆனந்தராயன் அபினி தின்னுகிறவன், ரொட்டிக் குடியனென்றும் இப்படிச் சரிப்போன படிக்கெல்லாம் சொல்லுகிறா ளென்று வற்லாமுடனே சொன்னதாகவும் வற்லாம் வந்து வந்தவாசி திருவேங்கடத்துடனே சொன்னதாகத் திருவேங்கடம் வந்து என்னுடனே சொன்னான்.

ஆனால் துரையவர்கள் மத்தியானம் ஆனந்தராயனைக் கண்டித்தபோது அபினி தின்னுகிறவன், தேவடியாள் வீட்டிலே திரிகிறவனென்று சொன்னபடியினாலே இதுவும் நமக்குத் திருஷ்டாந்திரமாச்சுது.

...ஆனால் சுவாமி மத்தியஸ்தரான படியினாலே மதாம் துய்ப்ளேக்ஸ் எடுத்த எடுபாடுக்குத் தப்பிப்போச்சே யல்லாமல்

எவ்வளவாகிலும் குற்றமுண்டாயிருந்தால் மகா தப்பிதம் வரும். ஆனால் நாம் ஒருத்தருக்கும் பொல்லாப்பு நினையாமல் நன்மையே நினைக்கிற படியினாலே எல்லாரையும் சுவாமி காப்பார். எவர்கள் பொல்லாத காரியம் நினைக்கிறார்களோ அவர்களுக்குப் பங்கம் வரும்.

1747 நொவம்பர் 25 கார்த்திகை 13 சனிவாரம்

சுவாமிக்குத் துரோகம் பண்ணினால் நம்மை சுவாமியும் விசாரிப்பார். அதற்குத் தக்கதாப் போலே நமக்குப் பொல்லாப்பும் சம்பவிக்குமிடத்திலே பரிசுத்தமிருக்கிறது மெய்யனால் என் பேரிலே யாதாமொருத்தர் அபாண்டம் போட வேணுமென்று நினைக்கிறார்களோ அவர்களுக்கு சுவாமி தானே ஆக்கினை கொடுப்பாரென்று திரிகரணசுத்திப்படி எண்ணிக்கொண்டு தைரியத்தை வருவித்துக் கொண்டு என்ன நடந்தாலும் நடக்கட்டுமென்று இருக்கிறேன்.

நாட்குறிப்பு 17

மதாம் துய்ப்ளேக்சின் துரைத்தனமும் ஆனந்தரங்கரின் அங்கலாய்ப்பும்!

ஆனந்தரங்கரை தனது பேச்சு, நடவடிக்கைகளால் நிலைகுலைய வைப்பது மதாம் துய்ப்ளேக்சின் அன்றாட நடவடிக்கையானது. அவரை எப்படியெல்லாம் மதாம் வறுத்தெடுத்தார் என்பதைக் கடந்த பதிவில் பார்த்தோம். இவற்றிற்கெல்லாம் ஈடுகொடுத்துப் பணியாற்றி வந்தார் பிள்ளை. ஒருமுறை, பிரெஞ்சு எழுத்திலே துரைக்கு ஒரு கடிதம் வந்தது. அதில் ‘உன்னைச் சூனியம் வைத்துக் கொல்லப் பார்க்கிறார்கள்’ என்று எழுதியிருந்தது. உண்மையில் அந்தக் கடிதம் புதுச்சேரியில் இருந்தே எழுதப்பட்டது. அதை எழுதுவித்தவர் மதாம் துய்ப்ளேக்ஸ் ஆவார்.

அம்மாளது அதிகார வெறி நாளுக்கு நாள் அதிகமானது. இது ‘ஸ்திரீகள் சாகசங்கள் புஸ்தகங்களிலே எழுதியிருக்கிறதுவிட அதிகமானது’ என்கிறார் ஆனந்தரங்கர். மேலும், எந்த வீட்டிலே சமஸ்தானத்திலே ஸ்திரீ அதிகாரம் தலையெடுக்கிறதோ அந்த வீடு, சமஸ்தானம் அழிவைச் சந்திக்கும் எனச் சாஸ்திரம் சொல்வதை முழுமையாக நம்பினார் ஆனந்தரங்கர்.

மேலும், ‘முசியே துப்ளேக்சு துரைத்தனம் போய் நாலுமாசமாச்சுது. முசியே துப்ளேக்சு பெண்சாதி நாலுமாசமாய் துரைத்தனம் பண்ணுகிறாளென்று வெள்ளைக்காரர் ஆண் பெண் தமிழர் ஆண் பெண் துலுக்கர் ஆண் பெண் அடங்கலும் இதென்னமோ கேடுகாலமென்று சொன்னபடிக்கு பட்டணத்துக்குக் கேடும் வந்து

சமஸ்தயிக்கப்பட்டு மனுபவிக்கிறார்கள். சுவாமி இந்த முசியே துப்ளேக்சு பெண்சாதி அதிகாரத்தை நிவர்த்தி பண்ண சகல ஜனங்களையும் எப்போ ரக்ஷிக்றாரோ நான் அறியேன். இப்போ பட்டணத்திலுள்ள ஜனங்கள் தண்ணீர் குடம் தளும்புராப்போல் ராத்திரியும் பகலும் திகிலிலே செத்துப் போகிறார்கள். இந்த ஜனங்கள் திகிலை எப்போ நிவர்த்தி பண்ணுகிறாரோ தெரியாது. ஆனால் நிவர்த்தி பண்ணுவாரென்று பரவசமுமிருக்கிறது. இதற்குள்ளே என்னமோவென்று சனங்கள் அங்கலாய்க்கிறதைக் காகிதத்திலே எழுதமுடியாது' என்பது ஆனந்தரங்கப்பிள்ளையின் பெரும் அங்கலாய்ப்பாக இருந்தது. இதோ அவரது எழுத்துக்களின் ஊடாக இவற்றை நாம் வாசிக்கலாம்:

1747 நொவம்பர் 27 கார்த்திகை 15 சோமவாரம்

பிச்சா முதலி மருமுகன் கனகராய முதலிக்குச் சகலபாடியாகிய வெள்ளைக் குஷ்டம் பிடித்த மலைக்கொழுந்து முதலியைச் சென்னப்பட்டணத்துப் பெரிய துபாசித்தனம் பண்ணுகிறதற்கு முதலியை பெடுத்தல்மிக்குக் காண்பித்து இவன் பெரிய துபாசி, இவனைக்கூட அழைத்து... போவேன்றும், அப்பால் திரிந்திடும் திருட்டுப் பயல், பள்ளிப் பயல், சுருட்டுப் பொறுக்கிக் கொண்டு, சின்னதுரை வீட்டிலே எச்சப் பீங்கான் எடுத்துக் கொண்டு திரிந்த நல்லதம்பி என்கிற பயலைப் பாளையக்காரனென்றும் காண்பித்து அவனுக்குத் தளவாய் நாய் பிடித்த சவுரி என்கிற பள்ளிப் பயலையும், அப்பால் மலைக்கொழுந்து முதலி மகன் வற்லாமுக்கு மூத்தவன் கொழந்தையப்பன் என்கிறவனைச் சாவடிக்குத் துபாசி என்று நியமித்த பேரைக் காண்பித்து அழைத்துப் போகச்சொல்லி சொன்னார்.

அப்பால் முசியே பெடுத்தல்மேயையும் மோராவையும் சென்னப்பட்டணத்திற்குப் போகத்தக்கதாகப் பயணமனுப்பி வித்துக் கொண்டு போனார்கள். இந்தப் பெரிய துபாசியும் இந்தப் பாளையக்காரரும் வந்த வரலாறு என்னவென்றால்: மதாம் துய்ப்ளேக்சுக்கு ஆயிரத்தைந்நூறு ரூபாய் மட்டுக்கும் நல்லதம்பி பள்ளிப்பயல் செலவழித்துப் பாளையக்கார உத்தியோகம் வாங்கிக் கொண்டான். இதல்லாமல் ஒரு உம்படிக்கைச் சென்னப் பட்டணத்திலே முன்னேயிருந்த பாளையக்காரன் வாரின தெல்லாம் அவன் எடுத்துக் கொண்டு போனானென்றும், மனதிலே எப்போதும் தைரியத்தைப் பாராட்டிக்கொண்டிருக்கிற படியினாலே துபாசிகளை பாளையக்காரன் எல்லாம் தன் மனுஷராய்ப் போட்டுச் சும்மா வாரிப்போடலாமென்றும், சகலமும் தன் அமுலாய்த் தன்

அதிகாரத்தின் பேரிலே தன் சொல்லின் பேரிலே நடத்திக் கொள்ளலாமென்றும், பெடுத்தல்மி துரைத்தனம் பண்ணப் போகிறவன் முசியே துலோராம் போலே விவேகியல்ல வென்றாப் போலேயும் இப்படியெல்லாம் யோசனை பண்ணி அந்தப் பக்கத்திலே எழுதப்பட்ட துபாசிகளையும் பாளையக்காரரையும் அமர்த்தி முசியே துய்ப்ளேக்சுக்கு, முசியே துலோராமும் நடப்பித்த காரியத்திற்கெல்லாம் சாதகம் வரவேணுமென்றாப் போலேயும் கொள்ளையிடுகிறதற்கு லகுவென்றாப் போலேயும் இப்படியாக அவர் புத்தியை மயக்கித் தன் அதிகாரம் செலுத்தவும், காசு சுற்றவும் யோசனை பண்ணி துரை கையிலே உத்தாரம் வாங்கிக் கொடுத்து அனுப்புவித்தான். நான் பார்ப்பதற்குள்ளே, கேள்விப்பட்டதற்குள்ளே ஸ்திரீகள் சாகசங்கள் புஸ்தகங்களிலே எழுதியிருக்கிறது கூட இவன் சாகசத்திற்கு முன்னே அப்பிரயோசிகமே யல்லாமல் இவன் அம்சையிலே பதினாராயிரத்திலே ஒரு பங்கு அவர்களுக்கில்லை யென்றால் தப்பிதமில்லையென்று சொல்ல வேணும். அது நன்றாய் எனக்குத் தெரியும்.

இந்தப் பட்டணத்திலுள்ளவர்கள் வெள்ளைக்காரன், வெள்ளைக் காரிச்சிகள், தமிழர்கள், துலுக்கர்கள் சமஸ்தான பேரும் இவள் போய்க்கூட்டிலே படித்தவள் என்றும், இவளைத் தொட்டுப் பட்டணம் அழியுமேன்றும் சொல்லத்தக்கதாகப் பேர்பெற்ற மகராசி. அப்படிப்பட்ட நடத்தை என்று முசியே துய்ப்ளேக்ஸ் ஒருவேளை அறிவார். ஒருவேளை மறந்து போவார். ஆனால் அவர்கள் அதிர்ஷ்டப்படிக்கு நடக்கிறதே யல்லாமல் சிறிது பராமரிப்பும் விசாரிப்பும் பேரிலே நடக்கிறதென்று யோசனை பண்ணிக் கொள்ளத் தேவையில்லை.

இப்படியிருக்க, பத்தரை மணி வேளையிலே சின்னதுரை வந்து கண்டு பேசிப்போன பிற்பாடு முசியே துய்ளக்ஸாகிய குவர்னதோர் என்னை அழைத்து நடுசாலையிலே வைத்துக் கொண்டு, 'ரங்கப்பிள்ளை உன் பேரிலே இந்த ஆகாத மனதுள்ளவர்கள் உண்டாக்கின இரு வதந்தியைக் கேட்டியா? நீ உன் உடைமை யெல்லாம் அப்புறத்திலே தாண்ட வைக்கிறீராம். அதைக் கொண்டுபோய் உன் அம்மாள் வீட்டிலே சேர்த்து அப்பால் சமயம் வந்தபோது ஓடிப்போக இருக்கிறீராம். இதல்லாமல் முத்தய்யப்பனும் நீயும் சென்னப்பட்டணத்திலே எடுத்த கொள்ளைத் திருட்டு சமஸ்தமும் உனக்கும் பாகம் பங்கிட்டுக் கொள்ள வேணுமென்றும் நினைத்து ஓடிப்போலே யல்லாமல் கூடாதென்று யோசனைப் பண்ணிக் கொண்டிருக்கிறதாய்ப் பிறப்பித்தார்கள் என்று சொன்னார்.

அதற்கு நான் சொன்னது: ஐயா, பார்த்தீர்களா? என் பேரிலே பொய் அபாண்டத்தை இப்படிச் சொல்லி உம்முடைய மனதிற்கு என்பேரிலே ஒரு ஐயத்தைத் தோற்றுவித்து எனக்குச் சிறிது பொல்லாப்பு வருவிக்க வேணுமென்றும் இப்படி உமக்கு என்பேரிலே பூரண தயவைப் போக்கடிக்க வேணுமென்றும் இப்படி எடுப்பாய் எடுத்தார்கள். முன் சிறிது எடுத்தார்கள். அதிலே பலமில்லாமற் போச்சுதென்றும் இதிலே ஐயம் தோன்றி எனக்கு யாதொரு பொல்லாப்பு வருவிக்க வேணுமென்று யோசனை பண்ணினார்கள். ஆனால், தேவரீர் என் மனுவை ஒரு நாழிகை நேரம் மனம் பொறுத்துக் கேட்டு அப்பால் என் பேரிலே யிருக்கிற குற்றமும், சொல்லுகிறவர்களின் பேரிலே யிருக்கிற குற்றமும், அப்பால் இது எந்த வழியிலே யிருந்து பிறக்கிறதோ அது தங்களுக்கு விசிதமாய் தெரிய வருமென்று சொன்னதற்கு,

இது எங்கேயிருந்து வருகிறதோ அந்த வழியும் அறிவேன். இதுகள் சிறுபிள்ளை விளையாட்டுகள். இதைத் தொட்டு நீ மனதிலே ஒன்றும் எண்ண வேண்டாம். கும்பினீர் காரியத்திலே ஜாக்கிரதையாய் பிரயாசைப்படு. இப்படி பதினாயிரம் பேர் சொன்னாலும் உன்னை யொன்றும் செய்யாது. போ வென்று சொன்னார்.

'அப்படியல்ல, நடக்கிற சங்கதிகளை நான் சொல்லுகிறேன். இரண்டு வார்த்தை மாத்திரம் தயவுபண்ண வேணும்.'

'சொல்லப் போனால் இதுகள் சிறுபிள்ளை விளையாட்டு நானறிவேன். நீ போ வென்று சொல்லி, காம்பிராவுக்குள் போய் விட்டார். இனிமேல் சொன்னால் கோபம் வரும். ஆகட்டும் இன்னமொரு சமயமாகிலும் இதெல்லாம் உம்முடைய பெண்சாதி வழியிலே வருகிறது. நீ என் பேரிலே கடாக்ஷம் பண்ணி நடத்துகிறீர். அதைத் தொட்டு மைசூர், ஒளரங்கபாத்து, டில்லி மட்டுக்கும் எனக்கு மெத்த எண்ணமும் கீர்த்தியும் உண்டாச்சுது. இப்போது என் பேரைச் சொன்னால் ஆற்காட்டு நவாபு போலே ஒத்தவரும் பயமுண்டாக்கத்தக்கதாக நிசாமைப் போல ஒத்தவர் தாரிப்பு பண்ணத்தக்கதாகவும், உம்முடைய அடிமையென்று இத்தனை மரியாதை நடக்கச்சே அம்மாள் என் பேரிலே கோபம் பண்ணி அவமரியாதை பண்ணினால் அதனாலே வரப்பட்ட நலம் எளப்பம் தேவரீரைச் சேர்ந்தாலும் எனக்கு அவரவர் பயப்படுகிறதும் பொய், நான் என்ன சொன்னாலும் அங்கீகரிக்க மாட்டார்கள் என்றும், என்னை யாரும் சட்டைப் பண்ணினார்கள் என்றும், நாலு வார்த்தையாய்ச் சொல்லுவோமென்று, உற்று

யோசித்தால் அவர் 'நானறிவேன் நானென்ன முசியே தும்மாவா' என்று சொல்லிப் போன படியினாலே இன்னுமொரு சமயம் பார்த்துச் சொல்லுவோமென்று யோசனை பண்ணினதுமல்லாமல் இந்த அம்மாள் என்பேரிலே இப்படிப்பட்ட அபாண்டம் சொல்லுகிறவளுக்கு எத்தனைக் குரோதமிருந்து இப்படிப்பட்ட அபாண்டம் போடவேணும்.

இதல்லாமல் வெள்ளைக்காரரென்று வெள்ளைக்காரிக்க ளெல்லாம் தன்னண்டைக்கு யார் வருகிறார்களோ அவர் களுடனேயெல்லாம் ரங்கப்பன் என் ஆம்படையானுக்கு மருந்து போட்டுக் கண்ணை மூடுவித்துப் போட்டான். ஊரெல்லாம் கொள்ளையிட்டுத் தன் ஆம்படையானுக்குக் கொடுக்கிறபடியினாலே அவன் கண்ணை மூடிக்கொண்டு துரைத்தனம் பண்ணச்சொன்னான். இப்போது புதுச்சேரி குவர்னதோர் துய்ப்ளெக்ஸ் என்றிருக்க வேண்டாம். ரங்கப்பனாங்காட்டும் என்று பொண்டாட்டியைப் பார்க்கிலும் இவன் பேரிலே அதிக மோகமிருக்கிறதை லோகத்துக்குள்ளே கண்டதில்லையென்று மிப்படியாகச் சரிப்போன படிக்கெல்லாம் சொல்லுகிறதுமல்லாமல் அபாண்டமும் போடுகிறாள். சுவாமி விசாரிக்க வேணுமேயல்லாமல் மற்றப்படி விசாரிக்கிறவர்களைக் காணேன்.

1747 டிசம்பர் 15 மார்கழி 4

துரை பெண்சாதி என் பேரிலே போட்டியாக ஆள்விட்டு விசாரித்துச் சொன்னது. இதையெல்லாம் மதாம் துரைக்குச் சொன்னது. அங்கேயிருந்து எழுதி வந்ததாய் ஒரு ஓலை எழுதுவித்துக் கொடுத்து அதைத்தான் தானே வற்லாமை படிக்கச் சொல்லி பிராஞ்சு எழுத்திலே எழுதித் துரை கையிலே கொடுத்தது. அதிலே உம்மை சூனியம் வைத்துக் கொல்ல எத்தனம் பண்ணி யிருக்கிறார்களென்று எழுதிக் கொடுத்தாள். அந்தச் சேதியும் துரை சொன்னார். இந்தச் சாடை வந்தவாசி திருவேங்கடமும் வந்து வற்லாம் சொன்னா னென்று துரை சொன்ன சாடை சரியாய்ச் சொன்னான்.

இப்படி மதாம் துய்ப்ளேக்ஸ் எடுப்பாடெடுத்து நம்முடைய பேரிலே யாதொரு விரோதமும் தேடி மோசம் பண்ணிவிட வேணுமென்று வெகு எத்தனமெல்லாம் பண்ணுகிறாள். சுவாமி எவர்கள் அக்கிரமமாய் நடக்கிறார்களோ அவர்களை ஆக்கினை யிடுவாரனபடியினாலே இனிமேல் அவள் அபாண்டம் போடுகிறதற்கு என்ன ஆக்கினை யிடுகிறாரோ தெரியாது. அதை அறிய வேண்டியது.

1748 பிப்ரவரி 23 மாசி 15 சுக்கிரவாரம்

இற்றைநாள் காலத்தாலே குவர்னதோர் வீட்டிற்குப் போன விடத்திலே, துரையவர்கள் நெல்லுப் பொதி எத்தனை வந்ததென்று கேட்டார். நானூற்றி ஐம்பத்து நாலு பொதி நெல்லும், அரிசி பொதி ஐம்பத்து மூன்றும், கம்பு பொதி எழுபத்து மூன்றும் சோளம் கூட விஸ்தாரமாய் வந்ததென்று சொன்னதற்கு, இப்போது கடை சவுத்திருக்கிறதா என்று கேட்டார். கொள்ளுவாரில்லை என்று சொன்னேன்.

தமிழருடைய சுபாவம் ஒருநாளைக்கு வராதே போனால் காபுறா பண்ணுகிறதும் விசேஷித்து வந்தால் கொள்ளாமல் சும்மா ஆலசியமாயிருக்கிறதுந் தானே என்று சொன்னார்.

அதற்கு இப்படியிருக்கிறதே, என் பேரிலே அபாண்டம் சொன்னார்களே பார்த்தீர்களா? இது என்னாலே எத்தனை அபாண்டத்துக்கு என்று தப்பித்துக் கொள்ளப் போகிறேன். பொழுது விடிந்தால் அந்திபட்டால் எனக்கு அபாண்டமாய் வந்து உங்களுடனே சொல்லுகிறதும், நீங்கள் என்னைக் கேட்கிறதும் இதற்கு நான் உத்தாரஞ் சொல்லுகிறதுந்தானே வேலையாய் இருக்கிறதே யல்லாமல் எனக்குப் பின்னொரு காரியம் பார்க்க நேரமில்லை. இதல்லாமல் இரவு பகல் இதுவே விசாரமானால் காரியத்திலே புத்தி எப்படி சேர வைக்கும். இது காரியத்திலே மெய்பொய் என்று விளங்கி என்னையாகிலும் அவர்களையாகிலும் ஆக்கினை பண்ணாமற் போனால் விசாரத்தினாலே காரியம் தாக்ஷிவரும் என்று கெட்டியாய் மனதிலே எண்ணவும் என்று சொன்னதற்கு, இதெல்லாம் நான் அறியேனா? என் பேரிலே பொழுது விடிந்தால் அந்திபட்டால் பதினாயிரம் சொல்லுகிற பேர் உன் பேரிலே சொல்லுகிறதற்கு அட்டி என்னவிருக்கிறது? ஒருத்தன் ஒரு பெரிய உத்தியோகத்தின் பேரிலேயிருந்தால் அவனை ஆசூயினாலே இல்லாத பாண்டமாகிலும் சொல்லுகிறது லோகத்துக்குள்ளே வாடிக்கை. அதனாலே உனக்கு இன்னும் மேல்மேல் உத்தியோகம் நடக்குமென்றும் எங்கள் சாஸ்திர சம்மதி என்றும், பின்னையும் அநேகவிதமாய்ச் சொன்னார்.

அதெல்லாம் நான் எழுதினால் ஜனங்கள் மெய்யென்று நம்பார்கள். நம்முடைய அதிர்ஷ்டம் எப்படி பெலத்து யோக திசையும் நடக்கவிருக்கிறதோ அதற்கு உத்தாரமாய்ச் சொல்லி...

1748 பிப்ரவரி 26 மாசி 18 சோமவாரம்

இன்றைய தினம் சாயங்காலம் ஏழு மணிக்கு காளவாய் குமரப்பிள்ளை வந்து அப்பு முதலியார் சொல்லச் சொன்னாரென்று

சொன்னதென்ன வென்றால்: இன்று சாயங்காலம் நாலு மணிக்கு அப்பு முதலியாரையும், வர்லாமையும், முத்துசேருவைக் காரனையும் மூன்று பேரையுங் கூடவைத்துக் கொண்டு, அப்பு முதலியைப் பார்த்து, நீ மெத்தத் திருடன். என்னுடைய அந்தரங்க விசேஷமெல்லாம் நீ போய் ரங்கப்பிள்ளைக்குக் சொல்லுகிறாய். வர்லாமுடைய வாய் விசேஷத்தைப் பிடுங்கி அந்நேரத்துக்கந் நேரம் நீ போய்ச் சொல்லுகிறாய். இதல்லாமல் வர்லாமுக்கு விருந்து போடுகிறோமென்று சொல்லி, சாப்பாட்டிலே விஷத்தைக் கலந்து அவனைக் கொல்ல நினைத்தாய். அவனுக்கு லாகிரியைக் கொடுத்தும், தேவடியாளைக் கூட்டிக் கொடுத்தும் அவன் வாய் விசேஷத்தைப் பிடுங்கி அந்நேரத்துக்கந்நேரம் நீ போய் சொல்லுகிறாயாம்.

நான் இந்த மட்டுக்கும் மூவாயிரம் ரூபாய் மட்டுக்கும் செலவு பண்ணி, பறங்கிப்பேட்டைக் கபுறும், தேவனாம்பட்டணத்துக் கபுறும் நிசக் கபுறாய் அந்நேரத்துக்கந்நேரம் நானெத்தனைப் பிரயாசைப்பட்டுக் கபுறு தெரிந்து கொண்டு, எத்தனை அருமையான கபுறாய் அழைத்து நான் துரையுடனே சொல்லியிருக்கிற கபுறுகளெல்லாம் வர்லாம் வாயில் விசேஷத்தைப் பிடுங்கி ரங்கப்பிள்ளயுடனே நீ போய்ச் சொல்லுகிறபடியினாலே அவன் அறிந்ததாக வந்து கபுறு சொல்லிப் போடுகிறான்.

அதனாலே என்னுடைய பிரயாசமெல்லாம் வீணாய்ப் போகுதென்றும், நீ ஒரு திருடன். அருணாசல செட்டி ஒரு திருடன். இப்படி இந்தப் பட்டணத்திலே ஏழெட்டுப் பேர் திருடராய்க் கூடிக்கொண்டு சரிப்போனப் படிக்கெல்லாம் கொள்ளையிடுகிறீர்கள். நல்லது. அதுகளை எல்லாம் விசாரிக்கிறேன். துரையுடனே சொல்லி அவரவருக்குத்தக்கன புத்தி பண்ணுவிக்கிறேனென்றும், உனக்கென்ன வேலை இவ்விடத்திலே. நீ வீட்டே போகலா மென்றும் இப்படியாகச் சொன்னதாகவும், அதற்கு அப்புமுதலி இருந்துகொண்டு நீ சொன்னாப்போலே நான் போவேனா. அந்தப்படிக்கு துரையவர்கள் சொன்னால் நான் போகிறேனென்று சொன்னதாகவும், நல்லது, ஆகட்டும் எல்லாம் பிறகு ஆகுது. இந்த மட்டுக்கும் வேகுகாரரென்று அநேகம் பேரைப் பிடித்துக்கொண்டு வந்து அடைத்திருக்கிறான். இத்தனையும் ரங்கப்பிள்ளை புரூப் பண்கிறானல்லவா அதெல்லாம் எனக்குத் தெரியும். துரையும் அறிந்திருக்கிறார். எல்லாம் விசாரிப்பாரென்று சொன்னாளென்று அப்புமுதலியார் என்னண்டைக்கு குமரப்பிள்ளையுடனே சொல்லியனுப்பினார்.

இதல்லாமல் அம்மாள் சொன்னதற்கு அப்புமுதலி யிருந்துகொண்டு, வர்லாமென்ன சிறுபிள்ளையல்லவே. அவனை என் முகத்துக்கு முன்னே ரூபு ரூபாய்விட்டு இன்னகாரியம் இப்படி சொன்னாரென்று சொல்லச் சொல்லும் அதற்கு மேலே யார் பேரிலே நேரமிருக்கிறதோ அவனுக்குத் தக்கன புத்தி பண்ணுங்கோளென்றும் சொன்னானாம். இப்படியெல்லாம் சொல்லி யனுப்புவித்தார்.

அதற்கு நான் சொல்லியனுப்பியது மடியிலே கனமிருந்தாலல்லவோ வழியிலே பயமிருக்கும். நல்லது துரையுடனே சொல்லித்தானே மெய் பொய் என்று விளங்கட்டும் என்று சொல்லியனுப்பினேன். இந்தப்படி நடந்தது இன்றைய தினம்.

1748 மார்ச் 1 மாசி 22 வெள்ளிக்கிழமை

பெண்டாட்டி பேச்சாகச்சே கேட்ட மாத்திரத்திலே வெளுத்துப் போச்சென்று வெளியாக்கினால் தன் புத்திக்கும் விவேகத்துக்கும் தானே பைத்தியக்காரன் பொண்டாட்டி பேச்சைக்கேட்டு இப்படியெல்லாம் கெடுத்துக் கொள்ளுகிறான் என்று சொல்லப் போகிறார்களென்று வெட்கம் பாதி. மறுபேச்சு பேசாமல் இவள் அபாண்டம் போடுகிறாள் என்று அறிந்தும் மயக்கத்தினாலே கண்டியாமல் கண்கெட்டவனைப் போலே சாப்பிடப் போனான். இது முன் எழுத வேண்டியதை மறந்துபோய் பின்னை எழுதினேன்.

1748 மார்ச்சு 8 மாசி 29 சுக்கிரவாரம்

இதல்லாமல் இவர் துரைத்தனத்துக்கு வந்தநாள் முதல் நேற்று கார்த்திகை மாசம் வரைக்கும் என்னுடனே சொல்லிக்கொண்டு வருகிறதென்ன வென்றால்: ஒவ்வொரு வேளையிலே பெண்டுகள் பிரஸ்தாபம் வருகிறதுமுண்டு. இவருடைய பெண்சாதி மெத்த க்ரூர புத்தியுள்ளவர். இல்லாத வார்த்தைகளைக் கட்டிச் சொல்லுகிறதும் ஒருத்தர் பேரிலே அபாண்டம் சொல்லுகிறதற்கும், ஒருத்தரை நிந்தனையாய்ச் சொல்லுகிறதற்கும் பின்வாங்காதவள். அவள் புத்தியிலே துரைத்தனம் தான் பண்ணவேணுமென்றும், எல்லாம் தன்னுடைய வழியிலே நடக்க வேணுமென்கிற புத்தியுண்டானவளான படியினாலே அவளை ஒரு பேச்சுக்கு வரவொட்டாமல் அடக்கிப் போட்டு வைத்து நடத்தி வருகிறேன் பார்த்தாயா? இப்படியாங்காட்டும் இருக்க வேணும் ஆண்பிள்ளையுடனுடைய சமத்து என்று அடிக்கடி பிரஸ்தாபம் வந்த போதெல்லாம் சொல்லிக்கொண்டு வருகிறது மல்லாமல் அந்தப்படிக்கு நாலு ரெண்டு காரியம் அவள் விஷமப் பேச்சுச் சொன்னவிடத்திலே தட்டி நடத்தி இப்போ இரண்டு மாசமாய் அவள் புத்தியிலே அவள் பேச்சைக் கேட்டுக் கொண்டு நடத்திக் கொண்டு வருகிறபடியினாலே என்ன காலக்கேடோ என்ன விபரீதமோ அறியேன்.

... நக்கிப்பவள் பேச்சே பேச்சில்லாமல் மறுபேச்சில்லாமல் நடக்கிறபடியினாலே லோகத்திலே ஜனங்கள் சொல்லுகிற வழக்கமென்ன வென்றால்: எப்போதும் சுபாவம் இருக்கிறது. இப்படிக்கு நடவாமல் அந்த சுபாவம் மாறி பின்னொரு விதமாய் நடந்ததே யானால் ஒன்று மரணமாகிலும் அல்லது துரைத்தனமாகிலும், யாதொரு நஷ்டமாகிலும், ஒரு மானபங்கமாகிலும், விஸ்தானப் பிரதிஷ்டத்துவமாகிலும் காணுமென்று சொல்லுகிறது.

1748 மார்ச் 15 பங்குனி 6 சுக்கிரவாரம்

நான் போய் சலாம் பண்ணி நின்றேன். கடைக்கு எத்தனை பொதி வந்ததென்று கேட்டார். நானும் டாப்பு எடுத்துப் படித்துக் காண்பித்தேன். நீ என்ன சற்றே பின்வாங்கியிருக்கிறாப் போலே யிருக்கிறது. உன்னைக் காணுகிறதே பிரயாசமா யிருக்கிறதென்று கேட்டார். காலத்தாலே உங்களண்டைக்கு வந்தேன். நீங்கள் அலுவலாயிருந்தீர்கள் என்று நான் கிடங்கிலே போய்க்காரியம் பார்த்துக் கொண்டிருந்தேன் என்று சொன்னேன். அதன் பேரிலே துரை யிருந்துகொண்டு, நீ மனதிலே சற்றுக் குறையாய்த் திரியறாப் போலே காணுதென்று கேட்டார்.

அதற்கு நான் சொன்னது, நீங்கள் என் பேரிலே வெகுசாய்ப் பக்ஷம் வைத்து நடப்பித்துக் கொண்டு வந்தீர்கள். அதனால் மனம் பொறாமல் எந்நேரமும் அவரவர்கள் உங்கள் காதிலே தப்புந்தாரும் சொல்லிக்கொண்டு இருக்கிறதே வேலையாயிருக்கிறது. அதற்கு நீங்கள் என்னை கேட்கிறதே வேலையாயிருக்கிறது. நானும் உங்களுடனே உத்தாரத்துக்குப் பதில் உத்தாரம் சொல்லுகிறதே வேலையாயிருக்கிறதே தவிர பின்னோர் காரியங்கள் காணேன். இதனாலே வந்து சொல்லுகிறதற்கு நீங்கள் உத்தரம் சொல்லுகிறதே துஷத்தரமாயிருக்கிறது. என்னத்துக்கு வருத்தம் தோண வேணுமென்று வந்து உங்களுடனே சொல்லுகிறவான் மனதுக்குள்ளே தோறறப் பட்டிருக்கிறது. இந்த விடத்துக்கு கிருஸ்துவருக்குள்ளே ஒருவர் இருக்க வேணுமென்று வந்து உங்களுடனே சொல்லுகிறவனாகிலும் சந்தோஷமாயிருக்க வேணுமே என்றுதான் நானும் சற்றே பின்வாங்கியிருந்தால் நீங்களும் இந்தவிடத்துக்கு வேறே ஒருவரை வைத்துக் காரியம் பார்ப்பீர்கள் என்றுதான் என் மனதிலே தோன்றிச் சாடையாய் இருக்கிறேனென்று சொன்னேன்.

அதற்கு அவர் சொன்னது: என்னை ஒரு மடையனாய்ப் பார்த்து உத்தாரம் சொன்னாயே யல்லாமல் பின்னொரு விதமாய்ச் சொன்னவனல்ல வென்று சொன்னார்.

1748 சூன் 39 ஆனி 20 ஆதிவாரம்

எந்த வீட்டிலே ஸ்திரீ அதிகாரம் நடக்குதோ அந்த வீடாகிலும் அந்த சமஸ்தானமாகிலும் அழிந்து போமென்று சாஸ்திரமாய் சொன்னது. முசியே துப்ளெக்சுக்கு பிரதியக்ஷமாச்சுது யென்று பட்டணத்துக் குள்ளே உள்ள சமஸ்தான பேரும் வெளிகளிலே கூடச்சொல்லிக் கொள்ளுகிறார்கள். ஆனால் ஸ்வாமி இந்த மட்டுக்கும் இவளுடைய ஆங்காரத்தை அடக்கினான் பட்டணத்திலே உள்ள சனங்களும் வெளியிலே போக்குவருத்து சனங்களும் சுகப்படுவார்கள் யில்லாவிட்டால் வெகுஜனங்களும் யின்னம் கஷ்டகாலம் போகவில்லையென்று எண்ண வேண்டியது.

1748 ஆகஸ்ட் 31 ஆவணி 19 சனிவாரம்

முசியே துப்ளேக்சு துரைத்தனம் போய் நாலுமாசமாச்சுது. முசியே துப்ளேக்சு பெண்சாதி நாலுமாசமாய் துரைத்தனம் பண்ணுகிறாளென்று வெள்ளைக்காரர் ஆண் பெண் தமிழர் ஆண் பெண் துலுக்கர் ஆண் பெண் அடங்கலும் இதென்னமோ கேடுகாலமென்று சொன்னபடிக்கு பட்டணத்துக்குக் கேடும் வந்து சமஸ்தயிக்கப்பட்டு மனுபவிக்கிறார்கள். சுவாமி இந்த முசியே துப்ளேக்சு பெண்சாதி அதிகாரத்தை நிவர்த்தி பண்ண சகல ஜனங்களையும் எப்போ ரக்ஷிக்றாரோ நான் அறியேன்.

இப்போ பட்டணத்திலுள்ள ஜனங்கள் தண்ணீர் குடம் தளும்புராப்போல் றாத்திரியும் பகலும் திகிலிலே செத்துப் போகிறார்கள். இந்த ஜனங்கள் திகிலை எப்போ நிவர்த்தி பண்ணுகிறாரோ தெரியாது. ஆனால் நிவர்த்தி பண்ணுவாரென்று பரவசமுமிருக்கிறது. இதற்குள்ளே என்னமோவென்று சனங்கள் அங்கலாய்க்கிறதைக் காகிதத்திலே எழுத முடியாது.

1753 ஒயித்தோபர் 8 பிறட்டாசி 26 சோமவாரம்

நம்முடைய துரைக்கு அபசெயகாலமும் சத்துருக்களுக்கு செயகாலமும் ஆக நடக்கிறது. சுவாமி யின்ன மின்னம் யென்ன யென்ன விந்தைகள் நடப்பிப்பாரோ தெரியாது. யிப்படி நடக்கிறத்துக்கு மூலம் வந்து துரை பெண்சாதி யேர்ப்பட்டாள். ஒவ்வொரு காலத்திற்கு ஒரு சமஸ்தானங்களுக்கு அபகீர்த்தி வருகிறதும் ஒருத்தரைத் தொட்டுத்தான் கீர்த்தி வருகிறதும் ஒருத்தரைத் தொட்டுத்தான யென்று வழக்கப்படி யிந்த சமஸ்தானத்திற்கு அபகீர்த்தி மதாம் துப்பிளேக்சு மூலமாய் சம்பவிச்சது லோகமெல்லாம் பேசிக்கொள்கிறார்கள்.

நாட்குறிப்பு 18

மகள் பாப்பம்மாள் மரணம் – உடைந்துப் போன ஆனந்தரங்கர்!

பாப்பம்மாள் - ஆனந்தரங்கரின் மூத்தமகள். இவரது திருமணம் 1747 ஜூலை முதல் வாரத்தில் நடந்தது. இதற்கான ஏற்பாடுகள் ஜூன் மாதத்தில் தொடங்கி, புதுச்சேரியில் வெகுவிமரிசையாக நடந்தன. பல்வேறு பகுதிகளில் இருந்தும் முக்கியப் பிரமுகர்கள் வருவதும், வரிசை வைப்பதும், அவர்களுக்கான விருந்து உபசாரங்களும் தடபுடலாகவே நடந்தன. இதையறிந்த துரை துய்ப்ளேக்ஸ் மிகவும் ஆச்சரியப்பட்டுப் போனார். 'ராசா வீட்டுக் கலியாணம்கூட இவ்வளவு விமரிசையாக நடந்ததில்லை என்கிறார்கள். இது பிரான்சு கெசட்டிலும் வரும்' என்றும் சந்தோஷத்துடனே சொல்லியிருக்கிறார். தானும் தனது மனைவி மதாமும் திருமண விருந்துக்கு ஒருநாள் வருவதாகச் சொன்ன துய்ப்ளேக்ஸ், இதற்காக அதிகளவில் செலவு செய்ய வேண்டாமென்றும் சொல்லியிருக்கிறார்.

பாப்பம்மாள் திருமணவிழா கொண்டாட்டத்தின்போது, சென்னையை வெற்றி கொண்டது உள்ளிட்ட ஆளுநர் துய்ப்ளேக்சின் வீரப்பிரதாபங்கள் ஓவியங்களாகத் தீட்டப்பட்டுக் காட்சிப் படுத்தப்பட்டு இருந்ததை இங்கு முக்கியமாகக் குறிப்பிட வேண்டும். இதையறிந்து மிகவும் சிலாகித்த துரை, 'உம்முடைய புத்திக்குச் சமானமானவர்கள் ஒருத்தரையும் கண்டதில்லை. உன் பேர் சீர்மையிலே ராசாவினிடத்திலே கூட பிராஞ்சு ராச்சியமெல்லாம் கொண்டாடு வார்களென்று' ஆனந்தரங்கரைப் பாராட்டி இருக்கிறார்.

பாப்பம்மாள் திருமணத்திற்குப் பிறகு ஒருநாள் மணமக்களைத் தனது மாளிகைக்கு வரவழைத்து விருந்து உபசாரம் செய்ய வேண்டுமென்பது துய்ப்ளேக்சின் ஆசை. ஆனால் அது நிறைவேற வில்லை. காரணம், திருமணமான சில நாள்களில் உடல்நலக் குறைவால் பாப்பம்மாள் காலமானார். இந்தத் துயரம் ஆனந்தரங்கரை மிகவும் நிலைகுலைய வைத்தது. இதற்குப் பிறகும் தனது சரீரம் நிற்பதற்குக் காரணம், 'என்னெஞ்சு இரும்பினால் பண்ணினதே யல்லாமல் மாமிசத்தினாலே செய்ததல்லவென்று தோற்றுது' என மனம் உடைந்து எழுதினார். மகள் மரணமடைந்த சில மாதங்களில் மருமகன் இறந்ததையும் அவருக்குக் கருமகாரியம் நடந்ததையும் பதிவு செய்திருக்கிறார் ஆனந்தரங்கர்.

பாப்பம்மாள் காலமாகி ஐந்து மாதங்கள் கழித்து ஆனந்தரங்கருக்கு மகன் பிறந்திருக்கிறான். மகன் பிறப்பு, தம்பி திருவேங்கடப் பிள்ளை இறப்பு போன்றவற்றை, ஜாதகப் பலன்களோடு மிகவும் துல்லியமாகப் பதிவு செய்திக்கிறார் ஆனந்தரங்கப் பிள்ளை. இது, ஜாதகத்திலும் தேர்ந்தவர் ஆனந்தரங்கர் என்பதை நமக்குத் தெரிவிக்கிறது.

பாப்பம்மாள் மணவிழா ஏற்பாடுகள்

1747 ஜூன் 27 ஆனி 17 மங்களவாரம்

இற்றைநாள் குவர்னதோர் வீட்டுக்குப் போனவிடத்திலே குவர்னதோர் உற்சாகமாகப் பேசியிருந்தார். கலியாணத்துக்கு நான் எப்போ உன் வீட்டுக்கு வருகிறதென்று கேட்டார். எப்போ உங்களுக்கு சம்மதியோ அப்போவென்று சொன்னேன். ஆகிலும் எப்போவென்று கேட்டார். வெள்ளியும் சனியும் உங்களுக்கு மாங்கிஷம் சாப்பிடக் கூடாதே, ஆதி வாரமென்று சொன்னேன். அப்படி நீ விருந்து பண்ணினால் நூறு வராகன் ஐந்நூறு வராகன் ஏன் செலவு பண்ண வேணுமென்று சொல்லி ஒரு கோலாசியோம் போடென்று சொல்லி, மதாம் துய்ப்ளேக்சுக்கு, துரைதானே நான் சொல்லுகிறேனென்று வந்து அவளுடனேயிருந்துவிட்டு ஐந்நூறு அறுநூறு ஏன் செலவழிக்க வேணுமென்று முப்பது வராகனிலே முஸ்தீது பண்ணிப்போடென்று சொன்னார். அந்தம்மாளுமப் படியே செய்துபோடுவென்று சொன்னாள். அந்தப்படிக்கு நல்லதம்மா என்று சொல்லிவிட்டு வந்தேன். பின்னையும் அவரவர் ஊர்கோலம் செய்கிறதெல்லாம் அவள் கேட்டாள். நானும் சொன்னேன். சந்தோஷமாக ஐந்தாறு நாழிகை பேசியிருந்து அப்பாலே பாக்குக் கிடங்குக்கு வந்தோம்.

1747 ஜூன் 27 ஆனி 18 புதவாரம்

அதன்பேரிலே துரையவர்களிருந்து கொண்டு உன் பந்தல் வேடிக்கையும், உன் மருமகன் ராத்திரிமார் ஊர்கோலம் வருகிற சம்பிரமும், வெள்ளைக்காரர் சீஞ்ஞோர் சினயோர்கள் பார்த்த பேரெல்லாம் மெத்த வேடிக்கையாயிருக்குதென்றும், பந்தலிலே எல்லாம் சென்னப்பட்டணம் வாங்கின சண்டையும் மாபூசுகானை செயித்ததும் மயிலாப்பூரிலே அவன் ஓடிப்போனதும், தேவனாம் பட்டணம் சண்டையும், தேவனாம்பட்டணத்திலே காப்பிரிகள் போய்க் கொத்தளம் வாங்கினதும் அந்தச் சம்பிரமுமப்படியே எழுதியிருந்ததுகள் மெத்த வேடிக்கையாயிருக்கிறது. இந்தப் பட்டணத்திலே தோன்றி இத்தனை சம்பிரமமும் இல்லையென்று சமஸ்தான பேரும் சொல்லுகிறார்களென்றும் கேட்டார். ஊர்கோல சம்பிரமந்தானிருக்குதே, பந்தல் சம்பிரமெல்லாம் உம்முடைய செயந்தான். உம்முடைய கீர்த்தியைத் தானே எழுதியிருக்குதென்று சொன்னேன். நகைத்து உம்முடைய புத்திக்குச் சமானமானவர்கள் ஒருத்தரையும் கண்டதில்லை. ஆனாலென்பேரிலிருக்கிற பத்தியும் விசுவாசமும் எனக்கு நன்றாய்த் தெரியும். ஆனால், நீ பிரஞ்சுக் காரருடைய கீர்த்தியை விளக்கி வைக்க வந்ததாய்ச் சுவாமி யுன்னை சிரேயோவந்தனாக்கி மெத்தவும் மேம்பாடாய் வைப்பார். நீ பிரஞ்சுக்காரருடைய முஸ்தத்துக்கெல்லாம் கீர்த்தி சம்பாதித்து வைக்கப் பண்ணினதற்கு உன் பேர் சீர்மையிலே ராசாவினிடத்திலே கூட பிராஞ்சு ராச்சியமெல்லாம் கொண்டாடுவார்களென்று வெகு தயவாய் நாலு நாழிகை தேசகாலம் ஸ்தவுத்தியமாய்ச் சென்னார்.

எனக்கொன்றும் கவையில்லை. நான் உம்முடைய அடிமை. என்னுடைய ஆண்டவனுக்கே அல்லாமல் எனக்கென்னவென்று நீர் என்பேரிலே கடாக்ஷம் வைத்து நடப்பிப்பதற்கு எனக்குப் பிள்ளை பிறந்தால் உம்முடைய பெயரிடுகிறதே யல்லாமல் மற்றப்படி நீர் செய்த சகாயத்துக்கு வேறே உபகாரமாய்த் துதித்துக்கொள்ள மாட்டேன் என்று சொல்லச்சே எத்து சப்தம் கேட்டது. இது தேவனாம்பட்டணம் பீரங்கிச் சப்தம் என்று காதுகொடுத்துக் கேட்டதற்குத் துரையிருந்து கொண்டு உன்மகள் கலியாணம் பீரங்கிச் சப்தமென்று நகைத்துக் கொண்டு சொன்னார்.

அதன்பேரிலே இன்றைக்கு யாருடைய விருந்தென்று கேட்டார். பரசுராமப்பிள்ளை விருந்தென்று சொன்னேன். ஆனாலிந்தப் படிக்கு அவரவர் முகூர்த்தமட்டுக்கும் விருந்து பண்ணுகிறதா யென்று கேட்டார். ஆம் என்று சொன்னேன். நாளையதினம் யாருடையதென்று கேட்டார். சடையப்ப முதலியார் விருந்தென்று

சொன்னேன். இந்தப் பட்டணத்திலுண்டான சினயோர்கள் எத்தனைபேருண்டோ அத்தனை பேரும் எட்டுமணி அடித்தால் உன் பந்தலிலே வந்திருக்கிறார்களாம். அந்த சினயோர்களுக்கு, எல்லா சினயோர்களுக்குக்கூட எல்லாருக்கும் கழுத்திலே பூமாலை போட்டு நெற்றியிலே சந்தனப் பொட்டும், கழுத்திற்கும் கைக்கும் சந்தனம் பூசி, பாக்கு வெற்றிலையும் கொடுத்து எல்லாரையும் நொயவும் நொயவுமாகவும் ஆக்குகிறாயாம். மெய்தானாவென்று கேட்டார். உம்முடைய அடிமையென்று எல்லாரும் தயவுபண்ணி வருகிறார்களென்று சொன்னேன். அதிலே துரையிருந்து கொண்டு, இந்த கலியாண சம்பிரமெல்லாம் இதற்கு இருபதாம் மாசம் சீர்மையிலேயிருந்து கசேத்திலே வருமென்று முசியே புசி, முசியே போனோவுடனே சொன்னார். அவர்களும் ஒரு ராசாவினுடைய கலியாணங்கூட இந்தச் சம்பிரமமில்லையென்று சந்தோஷமாய், பின்னையும் இரண்டு நாழிகை மட்டுக்கும் பேசியிருந்தார்கள். சீர்மையிலே நடந்த கலியாணத்தைக்கூடப் பேசினார்கள். அப்போது நான் அனுப்புவித்துக்கொண்டு சின்ன பரசுராமப்பிள்ளை விருந்தானபடியினாலே அங்கே சாப்பிடப் போனேன்.

1747 ஜூன் 31 ஆனி 21 சனிவாரம்

... நல்லது உன் கலியாணத்துக்கு வந்த பெரிய மனுஷர்கள் எல்லாரும் என்னண்டைக்கு அழைத்துவந்து என் பேட்டி பண்ணுவித்து அனுப்பி வையென்று சொன்னார். நல்லதென்று சொல்லிவிட்டு வந்தேன். அப்பால் அப்பை அழைத்து, நானும் ஒருநாள் மணவிருந்துக்கு வருகிறேன் வாழையிலை போட்டுக் கொண்டு நானும் உங்களுடன் பந்தியிலேயிருந்து சாப்பிடுகிறேன் என்று சொன்னதற்கு ஐயா, அப்படியே செய்கிறதானென்று சொன்னாராம். நான் ஒருநாளைக்கு மணவிருந்து பண்ணுவிக்கிறேன் என்று சொன்னார். முகூர்த்தமான பிற்பாடு வாடிக்கையில்லை யென்று சொன்னான். ஆனால் பெண் சரீரம் சுவஸ்தமில்லையே. பெண் சரீரம் சுவஸ்தமான பிற்பாடு மாப்பிள்ளையும் பெண்ணையும் இவ்விடத்துக்கு அழைப்பித்து சம்பிரமம் பண்ணுவோமென்று பின்னையும் ஐந்தாறு வெள்ளைக்காரரிக்கச்சே பேசிக்கொண்டு உற்சாகமாயிருந்தாரென்று கபுறு வந்தது.

பாப்பம்மாள் மரணம்

(ஆனந்தரங்கப்பிள்ளையின் மகள் பாப்பம்மாள் திருமணம் 1747 ஜூலை முதல் வாரத்தில் நடந்தது. தொடர்ந்து, ஜூலை 7ம் தேதி (ஆனி 27) வெள்ளிக் கிழமை இரவு ஒன்பதரை மணிக்கு

பாப்பம்மாள் காலமானார். ஆனால், ஆனந்தரங்கரின் நாட்குறிப்பு 1747 ஜூன் 31ம் தேதியைத் தொடர்ந்து, ஜூலை 13ம் தேதிதான் தொடர்கிறது. இடையிலுள்ளப் பதிவுகள், பாப்பம்மாள் மரணம் உள்ளிட்டப் பதிவுகள் நமக்குக் கிடைக்கவில்லை.)

1747 ஜூலை 13 ஆடி 1 குருவாரம்

அப்பால் கலியாணமான சேதி சென்னப்பட்டணத்துக்குப் போச்சுதே காலம் பண்ணிப்போன சேதி போன மாதம் முப்பதாந்தேதி திங்கட்கிழமை நாள் முசியே துலோராமுக்கு சேதி போய்வர, முத்தியப் பிள்ளையை அழைத்தனுப்புவித்துப் பாப்பாள், ஆனி 27 வெள்ளிக்கிழமை ராத்திரி ஒன்பதரை மணிக்குக் காலம் பண்ணிப் போன சேதி தனக்குத் தன் மருமகன் முசியே பெடுத்தலேன் எழுதி அனுப்பினதாய்ச் சொல்லி, மாப்பிள்ளை ரொம்ப துரதிர்ஷ்டம் பண்ணினவன். ரங்கப்பனுக்கு ரொம்ப விசாரம் வந்ததென்று ரொம்ப தாபந்தப்பட்டு சொன்னதின் பேரிலே முத்தியப்பிள்ளை விழுந்து புரண்டு அழுததை ஒரு மட்டுமிதத்துக் குள்ளே சொல்லியும் முடியாதென்று வெள்ளைக்காரர்கள், வெள்ளைக்காரிச்சிகள், தமிழர்கள், துலுக்கர்கள் சமஸ்தான பெண்டுகளான பிள்ளைகள் அங்கலாயாதவர்கள் ஒருத்தருமில்லை. பட்டணமெல்லாம் ஏக ரோதையாகியிருந்ததென்றும், முசியே துலோராம் மற்றுமுள்ள வெள்ளைக்காரர்கள் நமக்குத்தானே இப்படி கேட்ட மாத்திரத்திலே தாபந்தமாய்ச் சகிக்கவில்லை.

ரங்கப்பனும் அவன் பெண்சாதியும் எப்படிச் சகிப்பார்களென்று மிதுவெல்லாம் மாப்பிள்ளை துரதிர்ஷ்டனென்றும் இனிமேல் சகிக்கச் சொல்லி மனம் பொறுத்துப் பார்க்கவேணுமென்று சொல்லி முசியே துலோராம், கோபாலகிருஷ்ணய்யனை அழைப்பித்துச் சொல்லி, தன் பாகுத்தியாய் காகிதம் எழுதி அனுப்பச் சொன்னாரென்றும் கோபாலகிருஷ்ணய்யன் எழுதின காகிதத்திலே எழுதியனுப்பின வயணமெல்லாம் பார்த்துக் கொண்டு மிகுதியும் மனஸ்தாபமாச்சுது.

... ஆனால் கேட்ட சனங்களுக்கே இப்படிப்பட்ட துயரம் அனுபவித்தார்களே யானால் இந்தத் துக்கம் பிறத்தியக்ஷமாய் அனுபவித்த என் சரீரம் நின்றதுக்கு எனக்குத் தானே ஆச்சரியமா யிருக்குது. ஆனால் என்னெஞ்சு இரும்பினால் பண்ணினதே யல்லாமல் மாமிசத்தினாலே செய்ததல்லவென்று தோற்றுது.

இந்தக் கலியாணத்துக்குள்ளே நடவாமல் பத்துநாள் முந்தி ஆனாலும் பத்துநாள் பிந்தி ஆனாலும் இத்தனை துக்கம்படத்

தேவையில்லை. இந்தச் சமயத்திலே ஆனதினாலே இத்தனை துக்கத்துக்கு இடமாச்சுது. ஆனால் மனுஷருடைய எத்தனம் என்ன கலைக்கு வருகுது. தெய்வ எத்தனப்படி நடக்கிறதற்கு நாமென்ன வென்றாலும் ஒன்றும் நடக்கத்தக்கதில்லை. தெய்வம் அப்படி நடக்கவும் நாம் இப்படி சகித்துக் கொண்டிருக்கவும் நேமித்திருக்கச்சே அதைத்தள்ள ஒருத்தராலே கூடுமோ? சுவாமியினுடைய சித்தத்தின் படிக்கு எந்த வேளைக்கு எது நடக்க வேணுமோ அதிலே ஒரு அற்பத்தளவிலே ஏறவும் ஏறாது. குறையவும் குறையாது. நான் செய்ய வேண்டியது என்ன இருக்கிறது?

ஸ்ரீமத் புண்ணியகுமாரர் செனனம்

1748 சனவரி 7 மார்கழி 27 ஆதிவாரம் ரேவதி அஸ்த அஷ்டமா

(பாப்பம்மாள் காலமாகி ஐந்துமாதங்கள் கழித்து ஆனந்தரங்கருக்கு மகன் பிறக்கிறான்).

செனனி சென்ம சௌக்கியானாம் வர்த்தனீ குலசம்பதாம் பதவி பூர்வ புண்ணியானாம் விக்கியதே சென்ம பத்திரிகா, பெற்றார் பிறந்தார் பிறவித்துயர் தீர உற்றார் குலந்தழைக்க உண்மையாய்த்தே ராமனெழுதியபடி யதனை எல்லாரும் காண வழுத்தினோம். பத்திரிகை வாய்த்து உ சுவஸ்த ஸ்ரீசாலிவாகன சகாப்த 1669 - கலியுகாப்த 4848க்கு மேல்செல்லா நின்ற பிரபவ மார்கழி மீ 27 உ ஆதிவாரம் பூர்வ பக்ஷம் சப்தமி $21^{3}/_{4}$ ரேவதி நக்ஷத்திரம் 50க்கு, சிவநாம யோகம் $52^{7}/_{8}$. வணிகரணம் $21^{1}/_{2}$. திரி $24^{1}/_{2}$. உத்திராடம் 25-14க்கு மேல் ரேவதிக்கு சுபதினத்தில் ஸ்ரீபிரம்பூர் தி.திருவேங்கடப்பிள்ளையவர்கள் குமாரன் ஆனந்தரங்கப்பிள்ளை அவர்களுக்கு ஸ்ரீமத் புண்ணியகுமாரர் செனனமானதற்குக் காலக்கிரக நிலை: இராத்திரி $2^{3}/_{4}$க்கு மேல் கற்கடக லக்கினத்தில் செல்லு $2.2^{1}/_{2}$ க்கு கடுசந்திரவோரை விருச்சிகச் செவ்வாய், திரிகரணம் விருச்சிகச் செவ்வாய், நவாங்கிசம் தனுர்குரு, துவாதி சங்கிசம், சூத்திரி காங்கிசம் 104. வேளை சென்ம லக்கினம் கற்கட லக்கினத்திலே ஆயில்யம், 4-ங்காலிலே மீனாமிசையில் சனி, ஆறாமிடமான தனுசில் உத்திதற்காலில் தனுரா மிசையில் சூரியன் இதில் மூலம் ரெண்டாங்காலில் கன்னியாங்கிசையில் இராகு. இதில் திருவோணம், ரெண்டாங்காலில் ரிஷபமா மிசையில் சுக்கிரன், இதில் உத்திராடம், 4-ங்காலிலே மீனாமிசையில் ராசா, எட்டாமிடமான கும்பத்தில் சதயம். மூன்றாங்காலில் கும்பா மிசையில் சந்திரன் ரேவதி. ஆதியந்தம் 2-61க்கு மூன்றாம் பாதத்தில்

செல்லு 2-7 நின்ற நாழிகை $8^1/_4$. புதன் மகாதிசையில் செல்லுக்கு $10^1/_2$ நின்ற வருஷம் $6^1/_2$. புத்தி அறிய புதனில் ராகு புத்தி. வருஷம் $1^1/_2$. நாள் 15. சுபமஸ்து. தீர்காயுஷ்யுமஸ்து.

1748 சனவரி 28 தை 18 ஆதிவாரம்

பிறகு, உனக்கு முன்னே எத்தனை பிள்ளைகள் பிறந்தது, இப்போது எத்தனை இருக்கிறதென்று கேட்டார். நாலு பெண் பிறந்து மூத்த பெண்ணும் அதற்கு நேரிளைய பெண்ணும் போச்சுது. இப்போது இரண்டு பெண்ணிருக்கிறது. நேற்று ஒரு ஆண் பிள்ளை, உங்கள் பேர் வாங்கிக் கொள்ளவும், அடிமை வேலை செய்யவும் பிறந்திருக்கிறானென்று சொன்னதற்கு, நீ அப்போதே என்னுடனே சொல்லாதே போனதென்ன வென்று கேட்டார். நானும் முன்சொன்னபடிக்கு தேவனாம்பட்டணத்துச் சாம்சரமும் சண்டைக்குப் போகிற அலுவல் அவசரத்தின் பேரிலே இருக்கிற அலுவல் வேளையானபடியினாலே சொல்லவில்லை என்று சொன்னதற்கு, திரும்பியும், நீ சொல்லாதே போனதென்னவென்று அதைத்தானே இரண்டு தரம், மூன்று தரம், நாலுதரம் கேட்டார். அவரபிப்ராயம் இன்னதென்று நன்றாய் நிச்சயமாய்ப் படவில்லை.

பாப்பம்மாள் புருஷன் மரணம்

1748 மார்ச் 31 பங்குனி 22 ஆதிவாரம்

இற்றைநாள் காலத்தாலே சிரஞ்சீவி பாப்பம்மாள் புருஷன் லக்ஷுமணு முன் தை 16உ காலம் பண்ணிப்போன படியினாலே நேற்றைய வரைக்கும் முத்தியப்பிள்ளை கருமாந்திரம் பண்ணிப்பாரங்காட்டுமென்று பார்த்தவிடத்திலே, அவர் கருமாந்திரம் பண்ணாதபடியினாலே அவன் தமையனைக் கொண்டு இன்றைய தினம் செய்வித்துப் போடுவேமென்று யோசனை பண்ணி, அவன் தமையன் அக்கப்பிள்ளையைக் கொண்டு கருமாந்திரம் செய்விக்கத்தக்கதாக, சுங்குவார் தோட்டத்துக்கு பந்துக்கள், சிநேகிதரைக் கூட்டிப்போய் அவ்விடத்திலே நாராயணபலி செய்யச் சொல்லித் திட்டம் பண்ணினேன்.

வைகுண்ட பிறாப்த்தி ஆனார் தம்பி

1754 செப்தம்பர் 8 ஆவணி 27 ஆதிவாரம்

இத்தனாள் ராத்திரி பதினோரு மணிக்கு நான் சாப்பிட்டு யிருக்கச்சே பதினொன்றரை மணிக்கு தம்பிக்கு ஊர்த்த சுவாசம் போலே

கண்டுது. அப்பால் நான் கிட்டப் போய் செய்விக்க வேண்டிய சடங்குகளெல்லாம் செய்விச்சு, அவனும் சொல்லத்தக்க சேதிகளெல்லாம் சொல்லி ஆன பிற்பாடு பனிரெண்டு மணி சரியாய் அடிச்ச உடனே தம்பி சரீரத்தைவிட்டு ஆத்துமா சுவாமியுடைய பாதார விந்தத்தை அடைந்தது.

இவனுடைய சனனம் விசைய வருஷம் மார்கழி மாசம் 7ஆம் தேதி திங்கட் கிழமை பூராட நக்ஷத்திரம் ராத்திரி யிருபத்தஞ்சு நாழிகைக்கு துலா லக்கினத்தில் ரெண்டாமிடமான தனுசில் ரவி, புதன், சந்திரன், நாலாமிடமான மகரத்தில் அங்காரகன்: அஞ்சாமிடமான கும்பத்தில் குரு: எட்டாமிடமான விருஷபத்தில் கேது: பத்தாமிடமான சிங்கத்தில் சனி: யிப்படி நவக்கிரகங்களு மிருக்கிற வேளையிலே பிறந்த பிரம்பூர் திருவேங்கடப்பிள்ளை அவர்கள் சனனம். யிவருக்கு கலியாணம் ராட்சஸ வருஷம், ஆனி மாசம் 11ஆம் தேதி. புத்திர சனனம் நள வருஷம், மாசி மாசம், 19ம் தேதிக்கு செவ்வாய்க்கிழமை ராத்திரி நாழிகை 27க்கு மகர லக்கனம், புத்திரி சனனம். ரவுத்திரி வருஷம் அற்பிசி மாதம் 10ஆம் தேதி சனிவாரம் ராத்திரி 24 நாழிகைக்கு கன்னியா லக்கினத்தில் யிப்படி யெல்லாமிருந்து சகல சவுக்கியத்திலேயும் போகத்துக்குள்ளே தேவேந்திரனைப் போலேயும் தானத்துக்குள்ளே கருணன் போலேயும் புத்தியிலே யூகி மந்திரியைப் போலேயும் தைரியத்திலே யிமாசலத்தைப் போலேயும் காம்பிரயத்திலே சமுத்திரத்தைப் போலேயும் யிப்படியாக நாற்பது வருஷமும் யெட்டு மாசமும் யிருபது நாளும் சுகமாயிருந்து, பவ வருஷம் ஆவணி மாதம் 27ஆம் தேதி ஆதிவார னாள் ராத்திரி பதினைஞ்சு நாழிகைக்கு மேல் பதினாறு நாழிகைக்குள்ளாக வைகுண்ட பிறாப்த்தி ஆனார். அப்போது நமது வீட்டுக்குள்ளேயிருந்த சனங்கள் சகலமான பேருக்கு யிருந்த மனது பிறபஞ்சம் முழுகினாப் போலேயிருந்ததே யல்லாமல் பின்னை ஒருவிதமா யிருக்கவில்லை.

மறண லக்கனம், மிதுனம், நக்ஷத்திரம் ரோகுனி: தத்துக்கால பஞ்சாங்கம். பவ வருஷம் ஆவணி மாசம் 27ம் தேதி ஆதிவாரம் அமரபக்ஷம் ஷஷ்ட்டி திதி. நாழிகை 6லுக்கு மேல் சப்தமி காற்திகை, நாழிகை $20^{3}/_{4}$, ஆறுஷணம் $26^{1}/_{2}$. பத்திரவாக்கணம் $6^{3}/_{4}$. திவா ராத்திரி வற்சியம் பூச்சியம் பிருதுக்கு தத்க்கா கிரக நிலை மூமாமிடமாகிய சிங்கத்தில் குரு, சூரியன், புதன்; நாலாமிடமாகிய கன்னியில் சுக்கிறன், செவ்வாய், ராகு; ஏழாமிடமான தனுசில் சனி, பத்தாமிடமாகிய மீனத்தில் கேது; பனிரெண்டாமிடமான

விருஷபத்தில் சந்திரன்; யிப்படி நவக்கிரக நிலை நிற்க மறணத்தை அடைந்தார்.

1754 செப்தம்பர் 9 ஆவணி 28 சோமவாரம்

இத்தனாள் காலத்தாலே தந்தப் பல்லக்கை முஸ்தீது பண்ணிவிச்சு சகலமாக வாத்தியங்கள் கோஷிக்க, அரிகை, நெமிலி, பிஞ்சம் முதலான மெயி வரிசை யென்னென்ன உண்டோ அதுகளை யெல்லாம் கூட வரத்தக்கதாகவும் பட்டணத்திலுள்ள பெரிய மனுஷர், கும்பினீர் வர்த்தகர்கள், மத்துமுள்ள சமஸ்தான பேர்களும் வர, சபுறு சங்கியும் சுட, கமசாசனம் வரைக்கும் நடைபாவாடை போட, யிப்படியாக சகல சம்பிறமங்களுடனேயும் பிரேதத்தை யெடுப்பிப்பிக்கச்சே, உபய கெருடர் வீடு விட்டுப் பிறப்பட்டது முதல் கமசானம் மட்டுக்கும் வந்து, தகனம் ஆகுற மட்டுக்கும் வட்டமிட்டுக் கொண்டு போயிருக்க, பத்து நாழிகைக்கு சுமசானத்திலே செயிவிக்க வேண்டிய சடங்குகளெல்லாம் செய்விச்சு தகனமான பிற்பாடு பனிரெண்டு நாழிகைக்கு வீட்டு வந்தோம்.

நாட்குறிப்பு 19

ஆளுநர் துய்ப்ளேக்ஸ் பெற்ற பட்டங்களும், பட்டணத்தில் நடந்த கொண்டாட்டங்களும்!

புதுச்சேரியில் 1742இல் இருந்து 1754 வரை 12 ஆண்டுகள் முடிசூடிய மன்னராக ஆட்சிசெய்தவர் ஆளுநர் துய்ப்ளேக்ஸ். இவரது நிர்வாகத் திறமையைப் பாராட்டி பிரான்சு அரசானது அவ்வப்போது, சென் மிஷல் செவாலியே, சென்லூயி, மர்க்கி ஆகிய பட்டங்களை அவருக்கு வழங்கிக் கௌரவித்தது. அப்போதெல்லாம் புதுச்சேரி பட்டணம் விழாக்கோலம் பூண்டது. வீதிகள் தோறும் தோரணங்கள் கட்டப்பட்டன. வீடுகள் தோறும் விளக்குகள் ஏற்றப்பட்டன. அனைவருக்கும் சர்க்கரை இனிப்பு வழங்கப்பட்டது.

சென்லூயி பட்டம் வழங்கப்பட்ட போது, 'இந்த முத்திரைப்படிக்கு பரிசிலே (பாரிசில்) ராசாவண்டையிலே இருபத்தினாலு பேருக்கு இருக்கிறது. என்னுடன் சேர்த்து இது இருபத்தைந்து ஆகிறது' எனப் பெருமைப்பட்டுக் கொண்டார் துய்ப்ளேக்ஸ். மேலும், மர்க்கி எனும் பட்டத்தை அவருக்கு வழங்கிய பிரான்சு அரசாங்கம், அதை அவர் மட்டுமல்லாமல் அவர் வம்சமும் அனுபவித்துக்கொள்ள அனுமதி வழங்கியது. அந்நேரத்தில் 'யிப்படி யிந்தமட்டுக்கும் பிறான்சு ராச்சியத்திலே வெள்ளைக்காறர் களுக்கும் நடந்ததில்லை. அப்படி வொருத்தருக்கும் நடவாத காரியம் யெனக்கு நடக்க கிடைச்சபடியினாலே யென் அதிருஷ்டத்துக்கு சமானமான

அதிருஷ்டவான் லோகத்திலே ஒருத்தருமில்லை' பெருமிதத்துடன் சொன்னார் துய்ப்ளேக்ஸ். இம்மாதிரியான நேரங்களில் எல்லாம், 'அதற்கு எப்படி அவரை தோத்திரமாய் சொல்ல வேணுமோ அந்தப்படிக்குச்' சொல்லியிருக்கிறார் ஆனந்தரங்கர்.

ஆளுநருக்கு இப்படியானப் பட்டங்கள் வழங்கப்படும்போது ஊரிலுள்ள முக்கியஸ்தர்கள் அவரைச் சந்தித்து வாழ்த்துகள் சொல்லுவது வழக்கம். அப்படியாக வாழ்த்துச் சொல்ல வந்த தானியப்ப முதலி, 'பனைமரம் சாய்ந்தாப்போலே' நெடுஞ்சாண் கிடையாக துரையின் கால்களில் விழுந்திருக்கிறார். இன்றைய அரசியல்வாதிகளுக்கு முன்னோடியாக இவர் இருந்திருக்கிறார்!

பட்டங்கள் பெற்ற சந்தோஷத்தில் ஆளுநர் இருந்தபோது, வெற்றிலைப் பாக்கு விலையைக் குறைப்பது, காவலில் இருப்பவர்களை விடுவிக்கச் செய்வது எனும் தமது (பொதுநலன் சார்ந்த) கோரிக்கைகளையும் சந்தடிசாக்கில் நிறைவேற்றிக் கொண்டார் நம் ஆனந்தரங்கர்.

1747 ஏப்ரல் 6 பங்குனி 27 குருவாரம்

இதல்லாமல் குவர்னதோர் துரையவர்கள் முசியே துய்ப்ளேக்சு அவர்களுக்குச் சீர்மையிலிருந்து முன்னே முசியே தும்மாவுக்கு வந்ததே முத்திரை அந்தச் சட்டம் ஒரு முத்திரைக்குப் பேர் செமிகல் ஷெவாலியேர் முத்திரை வந்ததைப் பார்த்தவுடனே கோட்டையிலே காலமே எட்டுமணிக்கு இருபத்தொரு பீரங்கிப் போட்டார்கள். அந்நேரமே தானே நான் போய் இருபத்தைந்து மொகரி துரை வீட்டிலே தானே வாங்கி நசர் வைத்து முபார்க்கு பரதி சொல்லி பேட்டி பண்ணிக் கொண்டேன்.

இன்றைய தினம் நாம் சர்க்கரை வழங்கிப் பாக்குக் கிடங்கினண்டையிலே தெரு விளக்கு வைத்து, தோரணம் கட்டி செகல சம்பிரமத்துடனே பண்டிகை கொண்டாடினோம். நாளைய தினம் பட்டணங்களிலே தோரணங்கள் கட்டிப் பட்டணமெல்லாம் அவரவர் வீட்டிலே வீதியெல்லாம் விளக்கு வைத்து அலங்கிருதம் பண்ணிவைக்கச் சொல்லி நயினாருடனே சொல்லி ஊரெல்லாம் சொல்லுவித்தோம்.

ஸ்ரீதுரையவர்களுக்கு முத்திரை வந்த சந்தோஷத்திலே வெற்றிலையை எப்போதும் போலே உயர்த்தி விற்கத்தக்கதாக உத்தாரங் கொடுக்க வேணுமென்று கேட்டேன். அந்தப்படிக்குப் பட்டணத்திலுள்ள ஜனங்களெல்லாம் சந்தோஷமாகும்படியாய் வாசுதேவ பண்டிதனை அழைத்து எப்போதும் போலே அந்தப்

படிக்குக் காசுக்கு ஒன்பது வெற்றிலை விழுக்காடு விற்கச் சொல்லி உத்தாரங் கட்டளையிட்டார்கள்.

1747 ஏப்ரல் 7 பங்குனி 26 சுக்கிரவாரம்

இற்றைநாள் நடந்த அதிசயமென்னவென்றால்: ஸ்ரீதுரையவர்கள் முசியே துய்ப்ளேக்சு அவர்களுக்குச் சீர்மையிலிருந்து வந்த முத்திரை செமிகல் ஷெவாலியேர் என்கிற முத்திரை வந்தபடியினாலே அந்த முத்திரைய அவருக்குத் தரிக்கிறதற்கு இவ்விடத்திலே யிப்படிப்பட்ட முத்திரை தரிக்கிறபேர் ஆறாமலுமிருந்தால் அவர்களிந்த முத்திரைய கையிலே வாங்கி வைத்துக் கொண்டு கோவிலிலே போய் பூசைக்கேட்டான்.

உடனே இவரை முட்டிக்காலிலே யிருக்கச்சொல்லி, கத்தியை உருவி, கத்தியினாலே முதுகிலே மூன்றுதரம் அடித்து அதன் யிப்படிப்பட்ட முத்திரையத் தரிக்கிறவனுடைய கையினாலே இவருக்குத் தரிக்க வேண்டியது. அதற்கு அப்படிப்பட்ட முத்திரைய யெடுத்துக் கழுத்திலே போட்டுக் கொண்டு துரையவர்கள் வளவிலேயிருந்து ஏழு மணிக்குப் புறப்பட்டு துரை வீடு துவக்கிக் கோட்டை வாசல் மட்டுக்கும் மாயே சிப்பாய்களும் சொல்தாதுகளும் வரிசை நின்று கோட்டை வாசல் மட்டுக்கும் போனவுடனே கோட்டைக்குள்ளே கீழண்டை வாசல்படி துவக்கி, கோவில் வாசல்படி மட்டுக்கும் இரண்டு புறத்திலேயும் வரிசை வைத்து, கப்பித்தான் மாரெல்லாரும் ஈட்டி சுழற்றி மரியாதை பண்ணி கொடி விசிறினார்கள்.

அப்பால் கோட்டை வாசல்படி நுழைந்தவுடன் 21 பீரங்கிச் சுட்டார்கள். கோவில் வாசல்படியண்டைக்குப் போய் உள்ளே நுழைந்து போகச்சே ஒரு வரிசை துப்பாக்கிகளெல்லாம் தீர்ந்து, கோட்டையிலே 21 பீரங்கியும், கப்பின் பேரிலே 21 பீரங்கியும் போட்டார்கள். அப்புறம் கோவிலுக்குள்ளே போய் பூசை கேட்டுக் கொண்டிருக்கச்சே ஒருதரம் வரிசையாக நின்று சொல்தாதுகள் துப்பாக்கி எல்லாம் சுட்டார்கள். அதன் பேரிலே பீரங்கிச் சுட்டார்கள். இப்படி கோவிலுக்குள்ளேயிருந்து பூசை கேட்டு வெளியே புறப்படுவதற்குள்ளே மூன்றுதரம் துப்பாக்கியும் சுட்டு, மூன்றுதரம் பீரங்கியும் சுட்டார்கள்.

பூசைகேட்டு வெளியே புறப்பட்டு வரச்சே மறுபடியும் கப்பித்தான்மார் அனைவரும் இப்படி ஈட்டி சுழற்றிச் சலாம்பண்ணிக் கொடி விசிறினார்கள். கீழண்டை கோட்டை வாசற்படியண்டை வந்தவுடனே வீவ்லெருவா என்று ஏக சத்தமாக மூன்றுதரம் கூப்பிட்டார்கள். அதன் ஒருதரம் பீரங்கிப்

போட்டார்கள். அந்த மட்டிலே புறப்பட்டு அவர் வீட்டுக்கு வந்தவுடனே 21 பீரங்கிப் போட்டார்கள்.

அதன்பேரிலே சந்தாசாயபு குமாரன் கல்லிழைத்த தொராய் ஒன்று கொண்டு வந்து துரையவர்களுக்கு முபார்க்கு பரதி சொல்லி பேட்டி பண்ணிக்கொண்டான். அவனுக்கு பதிலுக்கு ஒரு சிப்பம் சிகப்பு சகலாத்தும் ஒரு சிப்பம் பிஸ்தாய் சகலாத்தும் வெகுமானம் கொடுத்தார்கள். ஆனால் அவன் கொடுத்த தொராயை துரையவர்கள் வாங்கி தொப்பியிலே சொருவித்துக் கொண்டார்கள். அதுவும் அழகாகயிருந்தது.

அதன்பேரிலே மகாநாட்டார் யாரார் என்னென்ன நன்தீர்வைத்துப் பேட்டி பண்ணிக் கொண்டார்களென்றால் அதற்கு வயணம் எழுதுகிறேன். சந்தித்த பேர் வயணம்: தானியப்ப முதலி காலமே வந்து பதினைந்து மொகரி கொண்டுவந்து ஒரு கடுதாசியிலே சுருட்டி ஸ்ரீதுரையவர்கள் கையிலே கொடுத்துப் பனைமரம் சாய்ந்தாப் போலே இறங்கி இரண்டு காலையும் பிடித்துக் கொண்டு ரொம்பவும் உபசாரமாய்ச் சொன்னான். அதற்குத் துயைவர்களும் நல்லது, எழுந்திரு எழுந்திரு என்று சொன்னார்கள். அந்த மட்டிலே எழுந்திருந்து இப்புறத்திலே வந்துவிட்டான்.

... இற்றைநாள் செமிகல் ஷெவாலியே முத்திரை துரையவர்களுக்கு வந்த படியினாலேயும் இன்றைய தினம் அந்த முத்திரிகையைத் தரித்துக் கொண்ட படியினாலேயும் மத்தியானம் பனிரண்டு மணிக்குத் தீனிதின்னும் போதும் துரும்பேத்துகள், வீணை வாத்தியங்கள் முழங்கத்தக்கதாகத் தீனி தின்னவுடனே ஒரு தரம் 21 பீரங்கியும் தீர்த்து, மேசை போட்டவுடனே ஒருதரம் 21 பீரங்கியும், எழுந்திருக்கச்சே ஒருதரம் 21 பீரங்கியும் போட்டார்கள். சாயங்காலம் நம்முடைய பாக்குக் கிடங்குக்கு எதிரில் தேர் விளக்கும் பண்ணி, விளக்கு வைத்து, வாழைகள் தோரணம் கட்டி நாமும் பண்டிகை கொண்டாடினோம்.

... இப்படி பேசிக்கொண்டிருக்கச்சே கப்பிசு கோயில் பாதிரியார் ஒருத்தர் பேர் இப்பொலீத் என்கிறவர் வந்தார். அவர் துரையண்டையிலே வந்து பேசிக்கொண்டிருந்தவர் என்னைப் பார்த்து, ரங்கப்பன் பெரிய வஞ்சனை பண்ணினா னென்று சொன்னார். துரையிருந்து கொண்டு அது என்னவென்று கேட்டார். அதன் பேரிலே பாதிரியாரிந்து கொண்டு ரங்கப்பன் சர்க்கரை வழங்கினானாம். சர்க்கரை வழங்கினவன் பட்டணத்திலே உள்ள தமிழர்வீடு, வெள்ளைக்காரர் தெருக்களிலேயும் சர்க்கரை வழங்கினவன் கிறிஸ்துவர்கள் வீடுகளுக்கு மாத்திரம் சர்க்கரை வழங்காமல் அவர்களைத் தள்ளி நடத்தினான் என்று சொன்னார்.

அவரிப்படி சொன்ன மாத்திரத்திலே துரையவர்கள் உதட்டைப் பிதுக்கி, அவர் நோக்கத்தை அறிந்து, பாதிரியார் திருப்பிக்கொண்டு அவனுடைய அவனுக்குச் சம்மதியான பேருக்குச் செலவுப்பண்ணாப் போகிறான். நம்முடையவர்கள் மனம் பொறாமையினாலே இப்படியெல்லாம் வந்து சொன்னார்களென்று சொன்னார்கள்.

அதன்பேரிலே முசியே மத்தேயு இருந்துகொண்டு ரங்கப்பன் வழங்கினது பட்டணமெல்லாம் எடுத்துக்கொண்டு போகிறாப் போலே யிருக்கிறது என்று சொன்னார்கள். தலையை உடைக்கிறாப் போலே மேளம் அடித்துக்கொண்டு சர்க்கரை வழங்கிக்கொண்டு போனார்கள். எங்கள் வீட்டு வெள்ளாட்டி பார்க்கப் போனாள். அவளுக்கு ஒரு கை சர்க்கரை வாரிப் போட்டார்களென்று சொன்னார். அதன் பேரிலே எல்லோரும் நகைத்துக் கொண்டிருந்தார்கள்.

1750 ஜனவரி 18 தை 9 ஆதிவாரம்

இற்றைநாள் காலையிலேயே யெட்டுமணிக்கு துரையவர்கள் அண்டைக்கு வர்த்தகரை யெல்லாம் அழைத்துக்கொண்டு போய் அவரவர் யெலுமிச்சம் பழத்தைக் கொண்டுபோய்க் கொடுத்து பேட்டி பண்ணிக்கொண்டு தேவரீர் அவர்களுக்கு சீர்மையிலிருந்து ராசா அவர்கள் சந்தோஷப்பட்டு மரிக்கி யென்கிற முத்திரை சிகப்பு பித்தாவிலே கோத்திருக்கிறது. வந்துதாம் அதுகளெல்லாம் யெங்களுடைய சந்தோஷமான படியினாலே கண்டு சந்தித்துக் கொண்டு போகத்தக்கதாய் வந்தோம். உங்களுக்கு யிந்த முத்திரை வந்தது அதிசியமல்ல பின்னம் வெகு அதிசயமான தெல்லாம் வரப்போகுது யென்று ரொம்பவும் உபசாரமாய்ச் சொன்னார்கள். அதற்கு துரை அவர்களும் வெகுசந்தோஷமாய் தானே அவர்களுக்கு உத்திரவு சொல்லியனுப்பிவிட்டார்கள்.

1750 மார்ச் 11 பங்குனி 2 புதவாரம்

இத்தனாள் ராத்திரி நடந்த அதிசயமென்ன வென்றால் மகாராசா ஸ்ரீஜெனரல் முசியே துப்ளேக்சு அவர்கள் இவ்விடத்திலே இங்கிலிசுக்காரர் வெகு கப்பலுடனே வந்து சண்டை பண்ணினதற்கு அவர்களை செயித்ததுக்கும் துலுக்கருடனே சேர்ந்து காரியங்கள் அடித்து தெருத்திவிட்டு செயங்கொண்டதும் இது முதலான சமாசாரங்கள் சீர்மையிலே ராசானவர்கள் கேட்டு வெகு நிருவாகம் பண்ணாரென்று சந்தோஷப்பட்டு சேன்லூசேன் என்கிற முத்திரை சிகப்பு பித்தையுடனே கட்டி அந்த முத்திரையை சான்சோமா மென்கிற கப்பலிலே போட்டு அனுப்புவித்தார்கள்.

... துரையவர்கள் என்னைப் பார்த்து நானும் இனிமேல் லோகத்துக்குள்ளே பிறதிஷ்கை சம்பாதிக்க வேண்டியதில்லை. சீர்மையிலே ராசாவானவர்கள் தயவுபண்ணி சேமலு யென்ற முத்திரையும் சிகப்பு பித்தையும் கொடுத்து அனுப்புவித்தார்கள். இனிமேல் நாம் மேன்பாடு சம்பாதிக்க வேணுமென்று கவையில்லை. இந்த முத்திரை வந்ததினாலே நாம் ராசாவினுடைய ஒபிசியாலே யானோம். இந்த முத்திரைபடிக்கு பரிசிலே ராசாவண்டையிலே இருபத்தினாலு பேருக்கு இருக்கிறது. யென்னுடனே கூட இருபத்தஞ்சாம் போர்ச்சுது யென்று சொல்ல அதற்கு நான் எப்படி அவரை தோத்திரமாய் சொல்ல வேணுமோ அந்தப்படிக்குச் சொன்னேன்.

அப்பால் துரையவர்கள் சேம்லூயி என்கிற முத்திரைக்குத் தாழ்வான முத்திரை ரெண்டு மாசம் போட்டிருந்தும் அப்பால் அந்த முத்திரை தரிக்க வேண்டியதான படியினலே ஒரு சின்ன முத்திரை அப்ப தானே தரித்துக் கொண்டு பீரங்கி மேஸ்திரியை அழைப்பித்து இருபத்தோரு பீரங்கி போடுவித்து பண்டிகை கொண்டாடினார்கள். நான் பாக்கு வெத்திலை பன்னீர் வாங்கிக் கொண்டு வீட்டுக்கு வந்து சதீர் பண்ணிச் சொல்லி சங்கீத மேளதாள சம்பிறமத்துடனே கூட சகலமான பேருக்கும் சக்கரை வழங்கி பாக்கு வெத்திலை பன்னீர் கொடுத்து அவரவர்களை வீட்டுக்கு அனுப்பினேன்.

1750 அவ்றீல் 19 சித்திரை 10 ஆதிவாரம்

அந்தப்படிக்கு முசேபுரிக்கு ஒரு நாற்காலி போட்டு உட்காரச் சொல்லி அவனுக்கெதிரே புமொரேனை முழங்கால்படியாய் உட்கார வைத்து கைக்குப்பிக் கொண்டிருக்க மயாறாரா அனுப்பின அந்த முத்திரையுனுடைய பத்தேந்தைப் படிக்க யெல்லாரும் கேட்டவுடனே யிவனை முசேபுரி யெழுந்து கட்டி முத்தமிட்டுக் கொண்டு அப்பால் தன் கத்தியை வாங்கிக் கொண்டு புசத்தின் பேரிலேயும் ரெண்டு அடிச்ச முகத்தின் பேரிலே ஒரு அடி அடிச்ச ஆனவுடனே முசேபுரி தொப்பியைக் கழட்டி ஆசாரம் பண்ணி சேம்லூயி யென்கிற முத்திரையைக்கொடுத்தான். அதை அவன் சட்டையிலே சிகப்பு பெத்தையிலே கோத்துருக்கிறதை கட்டிக்கொண்ட பிற்பாடு முசேபுரி கட்டி முத்தமிட்டுக் கொண்டு ஆனவுடனே துரையவர்களுக்கு ஆசாரம் பண்ணினான். அவர் கட்டி முத்தமிட்டுக் கொண்டு அப்பாவலரவர் வரிசையாய் கட்டி முத்தமிட்டுக் கொண்டு ஆன பிற்பாடு ஒருத்தருக்கொருத்தர் உபசாரம் ஆன பிற்பாடு...

1750 மாயு வையாசி 9 அங்காரக வாரம்

இன்றைய தினம் துரையவர்களுக்கு பிறான்சுறாசா இங்கிறேசுக் காறர்களை செயித்ததுக்கு அனுப்பின செம்லூயி முத்திரையும்

சிகப்பு அகலப்பட்டையும் உடைய சந்தோஷம் பட்டணத்துக் குள்ளே அவரவர்களுக்கு நிக்ஷேபம் அகப்பட்டால் எத்தனை சந்தோஷமோ அத்தனை சந்தோஷப்பட்டார்கள். அந்த சந்தோஷத்தை எத்தனை யென்று எழுதப்போகிறேன் யென்னாலே எழுதி முடியாது.

1752 செப்தம்புறு 13 பிறட்டாசி 1 புதவாரம்

துரையவர்களென்னை யழைத்துச்சொல்லிப் பாத்தீயா இந்தியாவிலே ஆறுக்காகிலும் யித்தனை மரியாதையாய் இத்தனை அதிகாரமாய் பாதுசாவென்கிறன் யெழுதுகுறதுண்டா வென்று கேட்டார். உம்மை யாராகிலும் ஒருத்தருக்கொருத்தர் கெத்துக்குண்டாயிருந்தாலும் யினிமேல்ஒருத்தன் உண்டானாலும் எழுதப்படுமென்றுஞ் பின்னையுஞ் சொல்லித் தக்க மரியாதையாயி யெப்படியோ அப்படி சொல்லி ஆசாரம் பண்ணினேன். ரெண்டு பாரம் சரக்கரை வாங்கி வூரிலே சமஸ்தான பேர்களுக்கும் பங்கிடச் சொல்லுவென்று சொன்னார். நல்லதய்யா வென்று சொல்லி சாவடி கணக்கப்பிள்ளைகளை யழைப்பிச்சு சர்க்கரை பங்கிடச் சொல்லி உத்தாரம் கொடுத்து அனுப்பிச்சேன். இது சந்துக்கட்டென்று அய்யாயிதைவிட உண்ணதம் யில்லையே யிந்த சந்தோஷ வேளையிலே காவல் கூடத்திலிருக்கிற பேர்களை விட்டுவிடச் சொல்லக் கட்டளையிட வேணுமென்று சொன்னேன். பகலைக்கு மேலாக விட்டுவிடச் சொல்லுகிறேனென்று சொன்னார்.

1753 மாயு 12 வையாசி 3 சனிவாரம்

இத்தனாள் காலத்தாலே துரையவர்களண்டைக்குப் போய் கபுறு சொல்லப்போன விடத்திலே துரையவர்கள் கபுறுகள் யிருக்கட்டும் என்று அமத்தி யென் அதிருஷ்டத்தினுடைய பெலனைப் பார்த்தியா. யெனக்கு மறக்கி பட்டம் வந்துதே யிதுயென் சரீரத்துடனே மாத்திரமே யல்லாமல் அப்பிறம் யெனக்குப் பிள்ளை யில்லாததைத் தொட்டு யித்தனை பிறயாசத்தின் பேரிலே கிடைச்ச வலுவு கிடைச்சும் விறுதாவாய்ப் போச்சுதென்று யெண்ணினதுக்கு ராசா அவர்கள் யெனக்கு யினிமேலும் பிள்ளைக்கு யிடம்பாடில்லாமல் லிருக்கிறதைத் தொட்டு அதையறிந்து யென் தமயனார் குமாரர் யெனக்குப் பிறகு யாருயிந்த மறக்கிப் பட்டம் அனுபவிக்க யெங்கள் வமுசத்துக்கு கூட யெழுதித்தீத்துப் போட்டார். யிப்படி யிந்தமட்டுக்கும் பிறான்சு ராச்சியத்திலே வெள்ளைக்காறர்களுக்கும் நடந்ததில்லை. அப்படி யொருத்தருக்கும் நடவாத காரியம் யெனக்கு நடக்க கிடைச்சபடியினாலே யென் அதிருஷ்டத்துக்கு சமானமான

அதிருஷ்டவான் லோகத்திலே ஒருத்தருமில்லை யென்று சொன்னார்.

அதுக்கு நான் சொன்னது: யிதென்ன ஆச்சரியம். யெந்த பிறான்சுக்காறன் தக்கன சுபா நாசறுசங்குவைத் தலையை வெட்டி தக்கனசபைகூட ஆண்டான். அப்படிப்பட்ட காரியமும் டில்லி தகுத்திலே யிருக்கிற அகம்மதிசா பாதுசாகூட பயந்துபட்ட உம்முட சினேகம் கோரி உம்முட பெலனை யிச்சிச்சான். யிப்படிப்பட்ட காரியம் லோகத்துக்குள்ளே ஆருக்கு சம்பவிச்சுது. உமக்கு ஒருத்தருக்குமே யல்லாமல் யிப்படிப்பட்ட மகத்தாகிய காரியங்கள் வந்து அடைஞ்ச உமக்கு யிந்த மறக்கு பட்டம் உமக்கு பிள்ளையில்லாதத்தினாலே உன்னுட அண்ணன் மகனை சேருகிறதும் அப்பாலும் வமுசத்தை அனுசரித்து நடக்கிறதென்ன ஆச்சரியமென்று சொன்னதுக்கு குல்லாவைக் கழட்டி ஆசாரம் பண்ணினார்.

...இத்தனாள் சாயங்காலம் ஆறரை மணிக்கு துரையவர்கள் அழைப்பிச்சு நான் போனவிடத்திலே யென்னைப் பார்த்து துரையவர்கள் நகைச்சுக் கொண்டு நீ சொன்னபடிக்கு 1752 யெல்லாம் பொல்லாப்பே கண்டுது. 1753 யிந்த வருஷம் சுபப்பலம் கண்டுது. நீ சொன்ன பேச்சுபடிக்கி சரிப்பட்டுது. இனி உன் மனதிலே யெப்போ யென்ன நினைத்து யிருக்கிறாயோ அந்தப்படிக்கு நான் கடைப்பிடிக்கிறே னென்று உச்சாகத்தின் பேரிலே அவர் சொன்னதையெல்லாம் யெழுதினால் மெய்யாய்க் காணுது.

நாட்குறிப்பு 20

துய்ப்ளேக்ஸை எரிச்சலடைய வைத்த லபோர்தொனே!

லபோர்தொனே. ஆளுநர் அந்தஸ்த்தில் இருந்த இவர் இந்தியக் கடற்பகுதியில் பிரெஞ்சு கப்பற்படைத் தலைவராகவும் இருந்தார். ஆங்கிலேயரின் பிடியில் இருந்த சென்னையை எப்படியாகிலும் கைப்பற்ற வேண்டும் என புதுச்சேரி ஆளுநர் துய்ப்ளேக்ஸ் துடித்தபோது, அவரது அழைப்பை ஏற்று எட்டுக் கப்பல்களுடன் புதுச்சேரி வந்தார் லபோர்தொனே.

துய்ப்ளேக்ஸ் - லபோர்தொனே சந்தித்துக் கொண்டபோது இருவரும் கட்டித் தழுவிக் கொண்டனர். ஆனால் அடுத்த சில நாட்களில் இருவருக்குமான இடைவெளி அதிகமானது. கப்பற் படையின் தலைவன் மட்டும் அல்லாமல் ஆளுநரும் கூட. அந்த வகையில் புதுச்சேரியில் ஆளுநருக்கு என்ன மரியாதை வழங்கப்படுகிறதோ அந்த மரியாதை தனக்கும் வழங்கப்பட வேண்டும் எனப் பெரிதும் எதிர்பார்த்தார் லபோர்தொனே. ஆனால், கடலில் தான் உன் ராஜ்யம் எல்லாம். தரையில் எல்லாம் நான் தான் எனும் நினைப்பில் இருந்தார் துய்ப்ளேக்ஸ். 'இப்படிப் பரஸ்பரம் ஒருத்தருக்கொருத்தர் இருக்கிற படியினாலே விரோதத்தின் பேரிலே நடக்கிறது' என வருத்தப்பட்டார் ஆனந்தரங்கர்.

இதன் காரணமாக சென்னை முற்றுகை என்பது தள்ளிப் போய்க் கொண்டிருந்தது. இதுபற்றி லபோர்தொனேயிடம் துய்ப்ளேக்ஸ் கேட்கும் போது, 'கடலில் சண்டை போடுவதற்குத்தான் தனக்கு

உத்தரவு வழங்கப்பட்டிருக்கிறது. கரையில் போட அல்ல; வேண்டுமானால் அந்த மாதிரியான உத்தரவை நீங்கள் வழங்குங்கள்' என்று சொல்லி இருக்கிறார் லபோர்தொனே. அப்படியான உத்தரவைப் புதுச்சேரி கவுன்சில் வழங்கிய போதும், 'தனக்கு உடல்நிலை சரியில்லை' எனக் காரணம் சொன்ன லபோர்தொனே, தனக்குப் பதிலாக வேறு யாரையும் சென்னை முற்றுகைக்குத் தலைமை தாங்கவும் அனுமதிக்கவில்லை.

பல மாதங்களாகவே போருக்கான முஸ்தீபுகளைச் செய்துவந்த துய்ப்ளேக்சை லபோர்தொனேவின் நடவடிக்கைகள் மிகவும் எரிச்சலடைய வைத்தது. 'இவன் மோசக்காரன். என்னைக் கடன்காரனாக்கி விட்டான்' என்று எரிந்து விழுந்தார். இதற்கிடையே சென்னைக்குப் புறப்பட்டுப் போன ஓரிரு பிரெஞ்சு கப்பல்கள், ஆங்கிலேயரிடம் போக்குக் காட்டிவிட்டுத் திரும்பின.

'இப்படி சிறுபிள்ளை விளையாட்டு விளையாடி மற்றவர்கள் நம்மை எகத்தாளம் பேசுவதற்கு இடம் கொடுத்து விட்டான் அந்த நாய்' என லபோர்தொனே குறித்து துய்ப்ளேக்சின் உச்சக்கட்டக் கோபத்தையும் பதிவு செய்திருக்கிறார் ஆனந்தரங்கர்.

'லபூர்தொனேக்கும், புதுச்சேரி குவர்னேர் துய்ப்ளேக்கும் உண்டான பகை, எப்படிப் பிறந்து வளர்ச்சி பெற்றன என்பதை அறிய வேண்டுமானால் இந்தப் புத்தகத்தை வாசிக்க வேண்டியது அவசியம்' எனப் பரிந்துரைக்கிறார், ஆனந்தரங்கப்பிள்ளையவர்களின் சொஸ்த லிகித தினப்படி சேதி குறிப்பினை, *1949*இல் பதிப்பித்து வெளியிட்ட ஞானு தியாகு.

1746 சூலை 8 ஆனி 28 வெள்ளிக்கிழமை

இற்றைநாள் பதினொன்றரை மணிக்கு ஒரு கப்பல் கண்டது. வெள்ளைக் கொடி போட்டு வருகிறதென்றும் கோட்டையிலே கொடி போட்டிருக்குதென்றும், துரைக்கு கபுறு வந்து சொன்னார்களென்றும் அருணாசல செட்டி வந்து சொன்னதின் பேரிலே...

...ஆனாலிந்தக் கப்பல் கொண்டு வந்த சேதி சுபசேதியானபடியினாலே இந்தப் பட்டணத்திலுண்டான சனங்களெல்லாருக்கும் நிக்ஷேபம் அகப்பட்டா போலேயும் நஷ்டப்பட்ட திரவியம் லபித்தா போலேயும் மரணத்தை யடைந்தவர்கள் புளகா சீவ வந்தராய் வந்தாப் போலேயும் இப்படியனேக விதமாய் எழுத வேணுமென்றால் எழுத அவரவர்கள் வளவிலே கலியாணங்கள் போலேயும் புத்திர

உற்சவத்திற்குச் சந்தோஷம் போலேயும் இப்படி பட்டணமெல்லாம் தேவாமிர்தத்தைப் பக்ஷித்தாலெத்தனை சந்தோஷமா யிருப்பார்களோ அத்தனை சந்தோஷமா யிருந்தார்கள். இன்றைய சந்தோஷத்தைக் காகிதத்திலே யெழுதி முடியாது.

1746 சூலை 9 ஆனி 29 சனிக்கிழமை

இற்றைநாள் ஐந்து மடியிலே முசே லபோர்தொனே இறங்கினான். இறங்கும் போது கப்பலிலே பதினைந்து பீரங்கி போட்டார்கள். கரையிலே இறங்கின உடனே கடற்கரை வாசறாபடியண்டை வரும்போது இவ்விடத்திலே பதினைந்து பீரங்கி போட்டார்கள். பெரிய துரை முசே துய்ப்ளேக்ஸ் தவிர மற்ற சின்னதுரை முதலான கோன்சிலியேர், கப்பித்தான்மார் அனைவரும் கடற்கரை மட்டுக்கும் எதிரே போய் அழைத்துக் கொண்டு வந்தார்கள். துரை வீட்டுக்குள்ளே வரும்போது துரை சாந்தினேர் கார்க்கிறபடிக் கப்புறம் வந்து ஒருத்தருக்கொருத்தர் கட்டிக் கொண்டு உள்ளே சாலையே போனாப்போலே பதினைந்து பீரங்கி போட்டார்கள். அப்பால், துரையவர்களும் முசே லபோர்தொனேயும் வராந்தாவுக்கு அப்புறம் இருக்கிற வெளியே போய் பேசியிருந்தார்கள்.

1746 சூலை 13 ஆடி முதல் புதவாரம்

... முசே லபோர்தொனே மனதிலே தானே ஒரு பட்டணத்துக்குக் குவர்னராயிருக்க இதல்லாமல் சண்டைக்கும் கப்பல்களுக்கும் ராசாவுடைய உத்தாரப்படிக்குக் கொமாந்தனாயிருக்க நமக்கும் குவர்னதோருக்கும் அடிக்கிற தம்பூர்ஷாம் அடிக்கப் போகாது என்கிற விசனம். முசே துய்ப்ளேக்சுக்கு, நாம் பட்டணத்துக்கு அதிகாரி. நமக்கு இவன் கரையிலே இறங்கினால் தாழ்த்தி, கப்பலின் பேரிலே ஏறினால் இவன் எசமானிவனுக்கு. இத்தனை பிடாயியாயில்லாமல் இவன் தமக்கு சரியா ஒப்பிசியேமார் பதினெட்டு பேரை வைத்துக் கொள்ளலாம் என்றும் சாப்பிடும் போது துரோமாபேத்து ஊதுகிறதும் ஒரு விதம் டோல் அடிக்கிறதும் இப்படி அனேகம் மேன்மை பண்ணுகிறா னென்றும் முசே துய்ப்ளேக்ஸ் மனதிலே குறைக்கு...

1746 சூலை 14 ஆடி 2 வியாழக்கிழமை

முசே துய்ப்ளேக்சுக்கும் முசே லபோர்தொனேயுக்கும் மனதுக்குள்ளே ஒன்றுக்கொன்று போதாமல் சர்ச்சையாயிருக்கிறது. முசே துய்ப்ளேக்சு மனதிலே தனக்குக் கீழ்படிந்து நடவாமல் தனக்குச் சமானமாய் ஒப்பிசியேமாரையும் வைத்துக் கொண்டு தானிருக்கிற விடத்திலே சொல்தாதுகளைக் காவலும், அப்பால்

ஒப்பிசியோமாருக்குக் காவலும் மாப்பிள்ளையும் அனேகஞ் சம்மதியெல்லாம் பின்னையும் தன்னையெண்ணாமல் நடத்தலாமா வென்று எந்தக் காரியமும் தன் மனதுபடியே இவர் மனதிலே கோபமும் முசே லபோர்தொனே மனதிலே நம்மைப் போலே இவன் இவனைப் போலே நாம் அவனுக்கு நடக்கிற மரியாதை யெல்லாந் தான் நடப்பித்துக் கொள்ள வேணுமென்கிறது. சண்டைக்கு எசமான் தான் தன் மனதின்படியே நடத்துகிறதே யல்லாமல் இவனைக் கேட்டா நடத்துகிறதென்று முசே லபோர்தொனே நினைப்பு. இப்படி பரஸ்பரம் ஒருத்தருக்கொருத்தர் இருக்கிற படியினாலே விரோதத்தின் பேரிலே நடக்கிறது. இனிமேல் என்னமாய் நடக்குமோ தெரியாது.

1746 ஆகஸ்டு 25 ஆவணி 13 வியாழக்கிழமை

இற்றை நாள் பத்து மணிக்கு கோன்சேல் கூடினார்கள். காரியமென்ன வென்றால் சென்னப்பட்டணத்தின் பேரிலே சண்டைக்குப் போகிற யோசனையாய்த் தோற்றுது.

1746 ஆகஸ்டு 26 ஆவணி 14 வெள்ளிக்கிழமை

இற்றை நாள் கோன்சேல் கூடி பனிரண்டு மணி மட்டுக்கும் இருந்து கோன்சேல் கலைந்தார்கள். மறுபடியும் பகலுக்கு மேலாய் கோன்சேல் கூடியிருந்தார்கள். இதனுடைய காரியமென்னவென்று யோசனை செய்து பார்த்தால் சென்னப் பட்டணத்தின் பேரிலே சண்டைக்குப் போகிற யோசனையே யல்லாமல் வேறல்ல. சென்னப்பட்டணத்தின் போகிற மட்டுக்கும் எளிதல்லவே. அதினாலே அதற்கு என்ன யோசனை பண்ண வேணுமோ அந்த யோசனை பண்ணுகிறதாய் தோற்றுது.

1746 ஆகஸ்ட் 29 ஆவணி 18 சோமவாரம்

இற்றைநாள் காலையில் சுகசிங்கு வியாச்சியத்துக்கு துரையுடனே தீர்த்துப்போடுமென்றும் சொல்லுவோமென்றும் துரை வீட்டுக்குப் போகச்சே முசே தெம்ரேய் எதிரே வந்தான். என்னைக் கண்டு ஆசாரம் செய்து வெளி மனுஷர் வந்து ஓர் லோசு கேட்டார்களே என்னமாச்சுது என்று கேட்டார். வேலூருக்குப் போனார்கள், உத்திரம் வந்தவுடனே சொல்லுகிறேன் என்று சொன்னேன்.

சென்னப்பட்டணத்தின் பேரிலே சண்டைக்குப் போகிறது என்ன எது நிமித்தியம் நின்றது அறிவையா வென்று கேட்டான். நன்றாய்த் தெரியவில்லை யென்று சொன்னேன். ஆனால் சொல்லுகிறேன் கேளென்று அவன் சொன்ன சேதி,

துரை செய்ய எத்தனம். கப்பல்கள் ராத்திரியிலே பிடிக்கவும் இவ்விடத்திலே ஏற்ற வேண்டியதுகளெல்லாம் ஏற்றி தயார் செய்யவும் சென்னப்பட்டணத்தின் பேரிலே கப்பல்கள் சமுத்திரத்தின் பேரிலேயிருந்து சண்டை தொடுக்கவும் இப்படியெல்லாம் யோசனை செய்ய இருந்தார்களே,

முசே லபோர்தொனேயை ராத்திரி தானே பாயெடுக்கச் சொன்னால் பாயெடுக்காமல் கண்டு பேச வேண்டியிருக்கிறது எனக்குச் சீரம் சுவஸ்தமில்லையென்று மூடு பல்லக்கிலே இறங்கி துரை வீட்டுக்கு வந்த பிற்பாடு துரையும் அவனும் கண்டு பேசினதென்ன வென்றால் துரை உன் கப்பல் போய் சென்னப்பட்டணத்தின் பேரிலே சண்டை தொடுக்கிறதற்கு அப்படியென்ன வென்று கேட்டார். எனக்கானால் கும்பினியார் ஒடுதியும் மினீஸ்தர் ஒடுதியும் இங்கிலீசுக் கப்பல்களைக் கடலின் பேரிலே கண்டவிடத்திலே சண்டை தொடுத்துப் பிடிக்கச் சொல்லி உத்தரவே யல்லாமல் கரையின் பேரிலே சண்டை தொடுக்கச் சொல்லி உத்தாரமில்லை. ஆனபடியினாலே சண்டை தொடுக்கப் போகாது. அல்லவென்று நீங்கள் போய்ச் சண்டை தொடுக்கச் சொன்னால் தொடுக்கிறேன். கோன்சேலிப் பெரிசியோம் எழுதி என் கையிலே கொடுங்கோ ளென்று கேட்டான். அதற்குத் துரையிருந்து கொண்டு நீ யெனக்கு எழுதிவித்து முஸ்தீது பண்ணிவிக்கச் சொன்ன படியாயல்லோ நான் சகலமும் முஸ்தீது பண்ணினேன். இப்போது நீ இப்படி நாங்கள் பாத்தியமாய் கோன்சேலிப் பெரிசியோம் எழுதிக் கொடுத்தால் சண்டைக்குப் போகிறோமென்று சொல்லுகிறது என்ன ஞாயமென்று கேட்டு ஒருத்தர் பேச்சு நடந்தாப் போலேயும் அதன் பேரிலே கோன்சேல்காரர்களை அழைத்துக் கேட்ட விடத்திலே அப்போது எங்களுடனே யோசனை செய்து நடப்பித்தீரா, இப்போது நாங்கள் ஏன் மேல்போட்டுக்கொள்வோம் என்று கோன்சேல்காரர் சம்மதிக்க மாட்டோமென்று சொன்னாப் போலேயும் இந்தச் சண்டை நிமித்தியம் செய்ய செலவு எல்லாம் துரையின் பேரிலே பொறுப்பாய் நிற்கிறது. இனிமேல் என்னமாய் நடக்குமோ வென்றும் முசே லபோர்தொனே சீரம் சுவஸ்தமில்லாம லிருக்கிற படியினாலே முசே பரிதியை கொமாந்தனாக வைக்க வேணுமென்று முசே துய்ப்ளேக்சு சேன பிரயாசைப்பட்டார். அதற்கு முசே லபோர்தொனே சம்மதிக்க மாட்டேனென்றார்.

....இதின் பேரிலே சென்னப்பட்டணத்துக்கு யோகம் நன்றாயிருக்கச்சே முசே லபோர்தொனேக்கும் முசே துய்ப்ளேக்சுக்கும் ஒருத்தருக்கொருத்தர் இடஞ்சலான படியினாலே

சென்னப்பட்டணத்தின் பேரிலே போகிற சண்டை நின்றது என்று சொன்னான். முசே லபோர்தொனேக்கு புதுச்சேரி கோன்சேலை ஆலோசனையும் கேட்டு நடந்துகொள்ளச் சொல்லி முசே லபோர்தொனேக்கு உத்தாரமில்லையா வென்று கேட்டேன். முசே லபோர்தொனேக்கு மினிஸ்தர்களுடைய ஒடதி சண்டைக்கு அவர் மனதின் படியே நடப்பித்துக்கொள்ளச் சொல்லி எழுதி வந்த படியினாலேயும் உத்தாரம். முசே துய்ப்ளேக்சுக்கு மினிஸ்தர்களுடைய ஒடதி என்னவென்றால் முசே லபோர்தொனே கேட்கிறதெல்லாம் சாஞ்சாமீ செய்து கொடுக்கச் சொல்லி எழுதி வந்த படியினாலேதான் முசே துய்ப்ளேக்சுக்கு அவனை இப்படி நட அப்படி நடவென்று சொல்லுகிறதற்கு அடைய மனமில்லை.

அதனாலே தான் குவர்னதோர் நினைத்தச் சென்னப்பட்டணத்துக் காரியம் சண்டை செய்து சென்னப்பட்டணத்தைக் கைவசம் பண்ணிக் கொள்ளலாமென்று முசே துய்ப்ளேக்சு நினைத்துக் கொண்டிருந்த நினைவுக்கு விரோதமாய் விட்டது என்றும் சென்னப்பட்டணத்தார் சண்டை கொடுப்பார்கள். இவர்களும் சென்னப்பட்டணத்தின் பேரில் போய்ச் சண்டை கொடுப்பார்கள். சண்டை கொடுத்து அலங்கோலம் செய்கிறதற்கு தானேயல்லாமல் முன்னே துய்ப்ளேக்சு நினைத்துக் கொண்டு சென்னப்பட்டணத்தை வாங்கி தாம் துரைத்தனம் செய்யலாமென்று இருந்ததற்கு விரோதமாச்சுது என்று சீமையிலிருந்து வந்த ஏழு கப்பலும் பொம்பாயின் பேரிலே சண்டைக்குப் போச்சுது என்றும் இப்படியாகச் சொல்லிப் போட்டுப் போனான்.

1746 செப்தம்பர் 4 ஆவணி 23 ஆதிவாரம்

சென்னப்பட்டணம் சேதி என்னவென்று கேட்டார். அதற்கு நான் ஒரு சாடையாய்... சொன்ன மாத்திரத்திலே துரை சொன்னது: அப்படி இருந்த பரத்தை முசே லபோர்தொனே சென்னப் பட்டணத்தின் பேரிலே கப்பலையனுப்பி பரத்தைக் கெடுத்துப் போட்டானென்று சொன்னார். இவர் சாடை இப்படியா யிருக்கிறது. இதற்குத்தக்கதாய்ச் சொல்லுவோமென்று உத்தேசித்து நான் சொன்னதும் அதற்கும் அவர் சொன்னதும் விஸ்தரித்து எழுதவில்லை. சுருக்கமாயெழுதுகிறேன்.

... ஆ! ரங்கப்பா! நீயறியாயா, என்னுடைய தைரியமும் நான் கொண்ட நிருவாகத்தையும் நான் சவாரி ஒழுகரைக்குப் புறப்பட்ட போது தேவனாம்பட்டணம் கூடலூரும் வலசை வாங்கினதும் சென்னப்பட்டணம் தட்டுக்கெட்டு நடந்ததும் முசே லபோர்தொனே மகா சின்ன மனுஷனானபடியினாலே

இவ்விடத்திலே பிரான்சுக்காரர் பேருக்குப் பங்கம் வந்திருக்கிறதேயென்று எண்ணாமல் எனக்கு ராசாவுடைய ஓடதி கடலின் பேரிலே சண்டை கொடுக்கிறதற்கு உத்தரவே இல்லாமல் கரையின் பேரிலே சண்டை கொடுக்கிறதற்கு உத்தரவு இல்லையென்று சொன்னான். அதற்கு நான் இங்கிலீசுக்காரர் நடப்பித்ததையெல்லாம் எழுதியிருந்த சம்மதியைப் படித்துக் காண்பித்து இதுகளெல்லாம் அறிக்கை இல்லாததினாலே அவரறிந்த மட்டுக்கும் அவர் உத்தரவு கொடுத்தார். இதுகளெல்லாம் அறிந்தால் நீங்கள் இனத்திற்குத் தக்கதாக நடத்தாமல் போனீர்களென்று கோபம் பண்ணுவார் என்று அனேக நியாயமாய்ச் சொன்னதின் பேரிலே, ஆனால் கோன்சேலிப்ரேசியோம் கொடுத்தால் நான் போகிறேன் என்றும் சொன்னான். இது காரியமெல்லாம் உன் யோசனையில்லாமல் நடத்தினானாவென்று அனேகம் நியாயமாய்க் கேட்டேன்.

இவன் மோசக்காரன் ஆனபடியினாலே என்னைச் சகலமும் முஸ்தீது செய்து வைக்கச்சொல்லி இந்தச் செலவு எல்லாம் என் தலையிலே போட்டான். இப்படி என்னைக் கெடுத்தான். இவன் வரச்சே மேலே போட்டிருந்த கம்பளிச் சட்டையைத் தவிர வேறே கெதியில்லை. ஒரு பிச்சைக்காரனாய் வந்தவனை நன்றாய் நீ பார்த்திருக்கிறாயே, நீ யறியாததொன்றுமில்லை. உன் கண்முன்னே பார்த்திருக்கிற காரியம். நீ புத்திசாலி உனக்குத் தெரியாததொன்று மில்லை. இப்போது சீர்மையில் ராசாவினிடத்திலே யிருக்கிறவர்களைத்தொட்டு இப்படி நடக்கிறதென்று சொன்னார்.

அதிலே நானிருந்து கொண்டு முன்னிருந்தவர்கள் அப்படிப்பட்ட காரியம் நடத்துகிறதில்லை. இப்போது கோந்திரோலேர் செனரலாயிருக்கிற முசே எறி யென்றிருக்கிறவரைத் தொட்டு நடக்கிற காரியம் என்று சொன்னேன். அப்படியல்ல, அவன் தம்பியைத்தொட்டு என்று சொன்னார். அதற்கு நான் சொன்னது: மெய்தான் முசே புல்லியைத் தொட்டுத்தான் நடக்கிறது. அவன்தான் அவன் சம் வாங்குகிறது. அவனுக்குச் சொல்லிக் காரியமாகச் செய்து கொடுக்கிறது. ஆனபடியினாலே கோந்திரோலர் செனராலைச் சொல்லுகிறது என்று அதற்கு வயணமாய்ச் சொன்னேன். அது மெய்தானென்று ஒத்துக் கொண்டார்.

... நீ சொல்லுகிறது மெய்தான். ரங்கப்பா நான் என்ன செய்வேன். என்னாலே ஆன மட்டுக்கும் எப்படியெப்படி பார்க்க வேண்டுமோ அப்படியெல்லாம் பார்க்கிறேன் என்று சொன்னார். அதற்கு நான் கோன்சோலிப்பிரேசியோம் கொடுக்கிறது தான் முசே

லபோர்தொனேக்கு தள்ளக்கூடாதேயென்று சொன்னேன். அப்படி கோன்சேவிப்பிரேசியோம் கொடுக்கிறோமென்று சொன்ன பிற்பாடு எனக்குச் சரீரம் சுவஸ்தமில்லையானால் சொஸ்தமானவுடன் போகிறேன் என்று சொன்னான். உனக்குச் சரீரம் சுவஸ்தமில்லாவிட்டால் அதுக்கேற்ற பேரை யனுப்புகிறது தானே என்று கேட்டால் நான் போகாதபடிக்குக் கூடாதென்று சொன்னான். இன்னமும் நான் விட்டவனல்ல எப்படியும் செயப்பட்டம் வாங்குவேனென்று சொன்னார்.

அப்படி செய்யாதே போனால் உம்முடைய கீர்த்தி டில்லி பரியந்திரம் ஓங்கியிருக்கிறதற்குத் தப்பு வரும் என்று சொன்னேன். அது நியாயமானது. நீ சொல்லுகிற பேச்சு என்று சொல்லி என் மனதிற்கு மனிதனுடைய தைரியமும் முசே லபோர்தொனே அதற்கு விரோதமாய் சின்னதனம் பண்ணுகிறதும் நீ வந்தவருக்குச் சாடையாய்ப் பார்த்தாலும் துலுக்கரண்டையிலே தமிழரிடத்திலே பிரஸ்தாபம் பண்ண வேணுமென்று சொன்னார். இப்போதானே எல்லோரும் பேசிக்கொள்ளுகிறார்கள். இன்னம் அவரவருடனே பிரஸ்தாபம் பண்ணிப் போகிறேன் என்று சொன்னதின் பேரிலே எனக்கு ரெம்பயித்தினாலே யெல்லாம் நஷ்டம் வந்திருக்கிறது. இதற்கு எப்படி ஆதாயம் வரச்செய்ய வேணுமோ உனக்குத் தெரியுமென்று சொல்லி இரண்டு வருஷமே பிடித்துக் கடலின் பேரிலே நஷ்டம் வியாபாரமாயில்லை செலவானாலோடிக் கொண்டிருக்கிறது. ஒரு நாளுக்கொருநாள் விஸ்தாரமான செலவு வந்துவிடுகிறது. இதுவெல்லாம் எப்படி நிருவாகம் செய்ய வேணுமோ அந்தக் காரியத்தின் பேரிலே மனதை வைத்திரு என்று சொன்னார். நான் உங்கள் அடிமை. நான் நடத்தும் காரியம் காரியத்திலோ உங்கள் சித்தத்திற்குத் தெரியவருமென்று சொன்னேன்.

இப்படியிருக்கச்சே மயிலாப்பூரிலிருந்து சின்னைய முதலி பேருக்கு வந்த ஓலை வயணம் முன்னாலே எழுதியிருக்கிறதே அதை திரான்சிலிட்டுபண்ணி முசே மத்தேசு கொண்டு வந்து கொடுத்தார். அதைப் படித்து எனக்குக் காண்பிக்க நீ சொன்னபடிக்குச் சென்னபட்டணத்திலேயும் மயிலாப்பூரிலேயும் இருக்கப்பட்ட பெரிய மனுஷர், துலுக்கர், தமிழர், வெள்ளைக்காரர் எல்லாரும் எகத்தாளம் செய்கிறார்களாம் பார்த்தாயா, இந்தக் கப்பல் போன மட்டுக்கும் சென்னப்பட்டணத்துத் துறையிலேயிருந்த ஒரு கப்பலையாகிலும் பிடித்து வந்தானா போகாமலிருந்தாலும் மகா பரமாயிருக்கும். அதையும் கெடுத்து எகத்தாளி செய்யத்தக்கதாகச் செய்தான். இந்த முசே லபோர்தொனே மினிஸ்தர்கள் என்னுடைய ஆலோசனையையும் கூடக்கேட்டு என் ஆலோசனைப்படிக்கு

நடந்துகொள்ளச் சொல்லி உத்தாரங் கொடுத்தனுப்பியாமல் போனதே இந்த நாய் லபோர்தொனே என்கிறவன் இப்படி யெல்லாம் தலை இறக்குக்கு ஆனகாரியமும் எகத்தாளிக்கிடமும் பண்ணுவித்தான். சென்னப்பட்டணம் அரைநாழிகையிலே பிடித்துக் கொள்ளலாம். அதுவும் செய்யாமல் கப்பல் ஒரு கப்பல் அதையும் பிடியாமல் சிறுபிள்ளை விளையாட்டு விளையாடி யெல்லாரும் எகத்தாளி பண்ணத்தக்கதாகக் கொண்டு வந்தானென்று சொன்னார்.

நான் முன்னேதான் சொன்னேனே மெத்த ஏகத்தாளிக்கிடமா யிருக்கிறது எப்படியும் சென்னப்பட்டணம் வாங்கா விட்டால் இந்தப் புதுச்சேரி பட்டணத்திலே யிருக்கத் தேவையில்லை. பிறான் சாகப் போகிறது நல்லதென்று சொன்னேன். மெய்தான் நம்முடைய பேர் இந்த ராச்சியத்திலே யிருக்கிறது என்னத்துக்கு. சென்னப்பட்டணம் வாங்கா விட்டால் அப்படிச் செய்கிறது நல்லது என்று சொன்னார். சொல்லி முசே லபோர்தொனேக்குப் பேர் எப்படி போனாலும் போகட்டும் காசு வந்தால் போதும் என்று நடத்துகிறான். சென்னப்பட்டணத்துச் நீட்டியும் கிண்டனும் விதுருகளும் லெங்குசும் கூண்டு கூண்டாய் அழைப்பிக்கிறான். அதெல்லாம் கண்டு பண்ணிப் போட்டேன் என்று இதுவே பிரஸ்தாபமாய் நாலு நாழிகை தேசகாலம் பேசினார். நானும் வர மனோபாவத்துக்கு அடுத்தாப்போலே எந்த யோசனை எப்படி அவரை ஸ்தவுத்தியமாய்ச் சொல்ல வேணுமோ அப்படியெல்லாம் சொன்னேன்.

நாட்குறிப்பு 21

பிரெஞ்சுக்காரர் வசமானது சென்னப்பட்டணம்!

பிரெஞ்சு கப்பற்படைத் தளபதி லபோர்தொனே - புதுச்சேரி ஆளுநர் துய்ப்ளேக்ஸ் இடையிலான மோதல் ஓரளவுக்கு முடிவுக்கு வந்தது. 1746 செப்டம்பர் 11ம் தேதி பிரெஞ்சு கப்பற்படை சென்னை நோக்கிப் புறப்பட்டது. இதற்காக இரண்டு வருடங்களாகச் சேர்த்து வைக்கப்பட்டப் பொருள்களெல்லாம் கப்பல்களில் ஏற்றப்பட்டன. 'துடைப்பக்கட்டை கூட ஏற்றப்பட்டன' என்கிறார் ஆனந்தரங்கர்.

இதற்கிடையே சென்னப்பட்டணத்திலே துபாஷித்தனம் பண்ணுவதற்கு ஆனந்தரங்கரின் தம்பி திருவேங்கடம் பிள்ளையை அனுப்பி வைக்க வேண்டும் என்று ஆளுநர் உத்தரவிட்டார். ஆனந்தரங்கருக்கோ சற்றுத் தயக்கம். போர்க்காலத்தில் தம்பி அங்குச் செல்வது சரியில்லை எனக் கருதினார். என்னளவிற்குத் தம்பிக்கு விவரம் போதாது. நான் வேண்டுமானாலும் போகிறேன் என்று ஆளுநரிடம் சொல்லிப் பார்த்தார். ஆனால் துய்ப்ளேக்ஸ் விடவில்லை. திருவேங்கடம் பிள்ளையை அனுப்பி வைப்பதில் குறியாக இருந்தார். வேறுவழியில்லாமல் சென்னப் பட்டணத்துக்குத் தம்பியை வழியனுப்பி வைத்தார் ஆனந்தரங்கர். அப்போது யாரோ தும்மிவிட, சகுனம் சரியில்லையோ என மனக்கிலேசம் ஏற்பட்டது ஆனந்தரங்கருக்கு.

மொரட்டாண்டி, திருக்கழுக்குன்றம் வழியாக கொய்லம் (கோவளம்) சென்று அங்கிருந்து கடற்கரை வழியாக சென்னை சென்றடைந்தார் திருவேங்கடம் பிள்ளை.

சென்னப்பட்டணத்தில் இருக்கும் வர்த்தகர் முதலான வசதி படைத்தவர்களைப் புதுவைக்கு அனுப்பி வைக்க வேண்டும் என்பது திருவேங்கடம் பிள்ளைக்கு இடப்பட்ட பிரதான கட்டளை. இப்படி வருபவர்கள் மூலம் தனக்கு எவ்வளவு கிடைக்கும் எனக் கணக்குப் போட்டார் துய்ப்ளேக்ஸ். ஐந்து லட்சம் வராகன் கிடைக்கலாம் என்பது ஆனந்தரங்கரின் எதிர்பார்ப்பு. ஆனாலும் அவ்வளவு கிடைக்காது என்று சொன்ன ஆளுநர், எந்தளவுக்கு தனக்குக் கிடைக்க வேண்டுமோ அந்தளவுக்குப் பார்த்து செய் என ஆனந்தரங்கரிடம் பொறுப்பை ஒப்படைக்கிறார்.

இதற்கிடையே பிரெஞ்சுப்படை சென்னப்பட்டணத்துக் கோட்டையை நெருங்கி விட்டார்கள். அங்கிருந்த பிரிட்டிஷ் கவர்னர் மாசுக்குப் பைத்தியம் பிடித்துவிட்டது. விசாகப்பட்டிணம் கவர்னர் அந்த இடத்திற்கு நியமிக்கப்பட்டு இருப்பதாகவும் தகவல்கள் வந்தன. இதனைத் தொடர்ந்து 1746 செப்டம்பர் 21ம்தேதி பிற்பகல் சென்னப்பட்டணம் பிரெஞ்சுக்காரர்கள் வசமானது. அடுத்தநாள் இந்தத் தகவல் அறிந்த புதுச்சேரிப் பட்டணம் விழாக்கோலம் பூண்டது. மகிழ்ச்சி வெள்ளத்தில் மிதந்தார் ஆளுநர் துய்ப்ளேக்ஸ்.

இதுதான் நேரம் என்று சிறையிலே அடைக்கப்பட்டிருக்கிற கடன்காரரை விடுவிப்பது, வெற்றிலை புகையிலை விலையைக் குறைப்பது, உத்தியோகம் இல்லாமல் கஷ்டப்படும் சுப்பய்யனுக்கு வேலை போட்டுக் கொடுப்பது, இடிக்கப்பட்ட வேதபுரீஸ்வரர் கோயிலுக்கு மதில் கட்டுவது போன்ற பொதுநலன் சார்ந்த தனது கோரிக்கைகளையும் ஆளுநரிடம் நிறைவேற்றிக் கொண்டார் ஆனந்தரங்கப்பிள்ளை.

1746 செப்தம்பர் 9 ஆவணி 28 வெள்ளிக்கிழமை

ராசஸ்ரீ துரையவர்கள் குவர்னதோர் துய்ப்ளேக்சு அழைத்தனுப்புவித்துப் பதினைந்து குதிரை சென்னப்பட்டணத்தின் பேரிலே சண்டை செய்யப் போகிறதற்கு முஸ்தீது செய்யச்சொல்லி உத்தராரங்கொடுத்தார்.

1746 செப்தம்பர் 11 ஆவணி 30 ஆதிவாரம்

காலையிலே ஒன்பது மணிக்கு சென்னப்பட்டணத்தின் பேரிலே சண்டை பண்ணுகிறதற்குப் பயணம் புறப்படுகிற முசே லபோர்தொனே துரை வீட்டிற்கு வந்து பயணம் அனுப்புவித்துக் கொள்ள வந்த மாத்திரத்திலே துரையும் முசே லபோர்தொனேயும் இரண்டு நாழிகைகூடப் பேசியிருந்து முசே லபோர்தொனேயைப் பயணம் அனுப்பத்தக்கதாக கடற்கரை மட்டுக்கும் கூட வந்து

துவானண்டையிலே அனுப்புவித்துக் கொண்ட மாத்திரத்திலே இருபத்தொரு பீரங்கி சுட்டார்கள். அப்பால் சலங்கின் பேரிலே ஏறினாப்போலே இருபத்தொரு பீரங்கி சுட்டார்கள். அவர் ஏறிப்போகிற சலங்கிற்கு இரட்டைக்கொடி போட்டு கப்பலின் பேரிலே போய் ஏறினான். முசே தெப்ரோமேனி கோட்டையைப் பிடித்துக் கொடி போட்டவுடனே குவர்னதோராக இருக்கத்தக்க தாகவும் முசே பரிதி அதற்கு இரண்டாவதாகவும் இந்தப்படி இங்கேயிருந்து போகிற வெள்ளைக்கார சொல்தாதுகள், சட்டைக்காரர் மாயே சிப்பாய்கள், கர்னாட்ட சேவகர் எல்லாரும் இவர் எசமானாகவும் பண்ணியனுப்பி இவர்களும் முசே தொத்தேல் கப்பித்தான் குவாது, கொசினா குவாதுகள் கூட கப்பலின் பேரிலே ஏறினார்கள். கும்பினீர் குதிரைகூட முப்பத்தாறு குதிரைகள் ஏறிற்று. அப்பால், இரண்டு வருஷமே சென்னப் பட்டணம் சண்டைக்குச் சம்பாதித்த சண்டை சாமான்கள் ஒன்றும் வையாமல் சமஸ்தமும் ஏற்றித் தீர்த்தார்கள். ஒரு வஸ்துவும் அவ்விடத்திலே தேடவேணுமென்று நினையாமல் சமஸ்தமும் ஏற்றித் தீர்த்தார்கள். துடைப்பக்கட்டை ஏற்றினார்கள் என்றால் அதிலே சமஸ்தமும் பார்த்துக்கொள்ள வேண்டியதுதான். இந்தப்படிக்குச் சகல சாமான்களும் ஏற்றியனுப்பிப் போட்டு முசே துய்ப்ளேக்சு குவர்னதோர் வீட்டுக்கு வந்தார்.

...மயிலாப்பூர் அமுல்தாரன், பூந்தமல்லி அமுல்தாரன் யார் வந்தாலும் பேசுகிறதற்கும் உன் தம்பி திருவேங்கடத்தை யுனுப்புவிக்கவேணுமென்று சொன்னார். அதற்கு அவன் அறியாதவன். இப்படிப்பட்டவைகளை யறிய அறிந்தவனல்ல. சண்டை வேலையானபடியினாலே பயப்படுவான். ஆனபடியி னாலே நான் போகிறேன் என்னை அனுப்புங்கோளென்று சொன்னதற்கு, அவன் மகா புத்திசாலி. உன்னைப் பார்க்கிலும் புத்தியுள்ளவன். சமர்த்தன். அவனை யனுப்ப வேணுமே யல்லாமல் உன்னையனுப்பப் போகாது. நான் போகும்போது நீ கூட வரவேண்டுமென்று சொன்னார். அப்பால் தட்டிச் சொன்னால் அவர் கோபம் பண்ணுவார்போலே தோற்றிற்று. ஆனபடியினாலே நல்லதென்று சம்மதித்துக்கொண்டுவிட்டோம். ஆனால் அவன் பிறகே போகிறதற்கு யாரை கும்பினீர் உத்தியோகஸ்தரிலே அனுப்ப வேண்டுமென்று கேட்டேன். உனக்கு யார் சம்மதியோ அவர்களையெல்லாம் அனுப்பு என்று உத்தாரங் கொடுத்தார். அதின் பேரிலே அவசரம் கிருஷ்ணய்யனையும் சின்னதம்புசெட்டி ரங்கப்ப செட்டியையும் கூடப்போகத்தக்கதாகத் திருவேங்கடத்துக்கும் சொல்லியனுப்பி முஸ்தீதாய்க் கரை வழியே போகிறதற்குத் தயாராயிருக்கச் சொல்லச் சொன்னேன்.

1746 செப்தம்பர் 13 புரட்டாசி முதல் மங்களவாரம்

இற்றைநாள் காலையிலே திருவேங்கடத்தையும் அவசரம் கிருஷ்ணய்யரையும், சின்னதம்பிசெட்டி, ரங்கப்ப செட்டியையும் கூட்டி இருபது சேவகரையும் கூடக்கூட்டி மொரட்டாண்டிச் சாவடி மேலே புறப்பட்டு, திருக்கழுக்குன்றத்தின் வழியாய்ப் புறப்பட்டு, கொய்லத்தைப் போய் அவ்விடத்திலே யிருந்து கடற்கரை வழியாய்ப் போகச்சொல்லியும், முசே லபோர்தொனேக்கு ஒரு காகிதமும் முசே தெப்பிரமேனிக்கும் பரிதிக்கும் இரண்டு காகிதமும் துரையவர்கள் என் கையில் கொடுத்து உன் தம்பியைப் பயணம் பண்ணியனுப்புவிக்கச் சொல்லி உத்தாரங்கொடுத்த படிக்கு மூன்று காகிதமும் தம்பி திருவேங்கடத்தின் கையிலே கொடுத்து வர்த்தகர் மற்றுமுண்டான பேரையெல்லாம் கண்டுபேசி அவரவர்கள் உடைமையையெல்லாம் பட்டணத்திலே யிருக்கிறதைக் கொடுத்துவிடுகிறோம். புதுச்சேரியிலே வந்து குடியிருக்கச் சொல்லி, பின்னையும் அவர்கள் ஏதாகிலும் உடன்படிக்கைக் கேட்டால் அதுவும் உனக்குச் சம்மதியானபடிக்கு எழுதிக் கையெழுத்துப் போட்டுக் கொடுத்தபடிக்கு எனக்குச் சம்மதியென்று துரையவர்கள் தம்பி திருவேங்கடத்துடனேயும் முகதாவிலே சொல்லி என்னுடனே பத்திரமாய்ச் சொல்லியனுப்பச் சொன்னபடிக்குச் சொல்லி அங்கே நடக்கிற வயணமெல்லாம் அப்போதைக்கப்போது எழுதியனுப்பச் சொல்லி, தினசரி நடக்கிறதையெல்லாம் அன்றாடம் நடக்கிறதைத் தஸ்திரத்திலே வயணமாய் எழுதிவிக்கச் சொல்லியும், பின்னையும் ஏதாகிலும் முசே லபோர்தொனே அவன் தம்பியை அழைப்பித்துக் கொண்டு போகிறபடியினாலே அவன் நடப்பிக்கிற சம்மதியெல்லாம் அப்போதைக்கப் போது நீ யறிந்ததை முசே தெப்பிரமேனி முதலான பேருடனே சொல்லச் சொல்லியும், துரையவர்கள் மனது சந்தோஷம் வருகிற காரியம் பார்க்கச் சொல்லியும் தம்பி திருவேங்கடத்துடனே வயணமாய்ச்சொல்லி, கிருஷ்ணய்யனை யும் ரங்கப்ப செட்டியையும் கூடக்கூட்டிப் பயணம் பண்ணி ஒன்பது மணிக்கு அனுப்புவித்தேன்.

ஆனால் இவன் போகையிலே சண்டை காரியத்துக்குப் போகிற படியினாலே எப்படியோ யென்று என் மனதிலேயிருந்த கிலேசம் சுவாமிக்குத் தெரியும். இவன் பல்லக்கின் பேரிலே ஏறினாப்போலே பிறகே தும்புச்சு. அந்தச் சாடை முசே லத்துசு துபாசி குஞ்சானென்கிறவன் கேட்டிருந்து அருணாசல செட்டியுடனே சொன்னான். அருணாசலசெட்டித் தம்பியை வழுதாவூர் வாசல்படி மட்டுக்கும் கொண்டுபோய் அனுப்பிவிட்டு

மறுபடி என்னண்டைக்கு வந்ததும், பல சேதியைச் சொல்லி மற்றப்படி நல்ல சகுனமுமில்லை. பொல்லாத சகுனமுமில்லை என்று சொன்னான். அதற்கு நான் சொன்னது: மனதிலே கிலேசமாய்ப் புறப்பட்ட பயணமே யல்லாமல் சந்தோஷமாய்ப் போகிறோமென்று புறப்பட்டதல்லவே. ஆனபடியினாலே மறுபடி சுகமாய் வருவாயென்று தும்புச்சு. நல்லதுதானென்று இரண்டு நாளாய் கெவுனி வாசல்களெல்லாம் மூடி இவ்விடத்து மனிதரை எல்லாம் வெளியே விடாமலிருந் தார்களே. இற்றைநாள் சூரிய உதயத்துக்குத்தானே கெவுனிவாசல் எல்லாம் திறந்துவிட்டு எதாக்கிரமமாய் சனங்கள் போக்குவரத்துமாய் நடந்தது.

1746 செப்தம்பர் 14 புரட்டாசி 2 புதவாரம்

... அந்தக் காரியத்தளவிலே எவ்வளவு திரவியம் அகப்படுமென்று கேட்டார். நான் சொன்னபடிக்கு அரண்மனைக்காரர் வர்த்தகர் முதலாகிய இங்கிலீசுக்காரர் குவர்னதோர் சின்ன துரைக்கும் கூட என் யோசனையின் பேரிலே நடத்தினால் ஐந்து லக்ஷம் வராகன் ஆகப்பண்ணிக் கொடுக்கலாமென்று சொன்னேன். ஆனால் அவ்வளவு அகப்படமாட்டாது என்று சொல்லி ஆன மட்டுக்கும் நீ வஞ்சனை யில்லாமல் பார்க்க வேணுமென்றும் தனக்கு இரண்டு வருஷமே பிடித்துவந்த நஷ்டமும் செலவும் நாளுக்குநாள் விருத்தி போந்திரதும் இப்படி அனேகவிதமாய்ச் சொல்லி உன் மனதின்படியே சென்னப்பட்டணம் காரியம் நடத்துகிறேன், எப்படி எனக்கு ஆதாயம் வரப்பண்ண வேணுமோ அப்படிப் பாரென்று சொல்லி, உன் தம்பிக்கு எழுதியனுப்பி அன்றாடம் நடக்கிற சமாசாரம் எழுதியனுப்பச் சொல்லி, அதற்கு என்ன யோசனை பண்ண வேணுமோ அந்த யோசனையின் பேரிலே இரு என்று சொல்லி, பின்னையும் சென்னப்பட்டணம், கைவசமானால் மனோராச்சியம் சேனே என்று சொன்னார். நானும் அதற்குத் தக்கதாய் உத்தரப் பிரதி உத்தரம் சொல்லிக்கொண்டு வந்தேன். அப்பால் என்னை வீட்டே போகச்சொல்லி அவரும் வீட்டுக்குப் போனார்.

வீட்டுக்குவந்து தம்பிக்கு அவ்விடத்திலே நடக்கிற சமாசாரத்திற்கு அப்போதைக்கப் போதுக்கு எழுதித் தபாலிலே அனுப்பச்சொல்லியும், அங்கே நடக்கிற தினசரி எழுதச் சொல்லி ஒரு புஸ்தகமும் காகிதமும், செகப்பு அரக்குக் கொம்பு ஒன்றும் சீவின இறகு பத்தும் தம்பிக்குக் காகிதமும் டபாலிலே கொடுத்தனுப்புவித்தோம்.

1746 செப்தம்பர் 16 புரட்டாசி 4 சுக்கிர வாரம்

இற்றைநாள் காலத்தாலே துரை என்னை அழைப்பித்து சென்னப்பட்டணத்துச் சேதி ஏதாகிலும் வந்ததா என்று கேட்டார்.

எங்கள் தம்பி காகிதம் இன்னும் வந்ததில்லை என்று சொன்னேன். முசே பரிதி எனக்கு எழுதின காகிதத்திலே திருவான்மியூருக்குப் புறத்திலே என்னவோ ஒரு ஊர் எழுதி இருக்கிறது. அந்த ஊரிலே இறங்கி திருவான்மியூரிலே ஆயிரம்பேர் சொல்தாதுகளும் மாயே சிப்பாய் முதலானவர்களுடனே போய்ச்சேர்ந்தோமென்று எழுதினான். இன்றைய தினத்துக்குள்ளே மயிலாப்பூரிலே போய்ச் சேர்ந்திருப்பார்களென்று சொன்னார்.

1746 செப்தம்பர் 18 புரட்டாசி 6 வியாழக்கிழமை

இற்றைநாள் மயிலாப்பூரிலிருந்து தானப்பமுதலி பேருக்கு அனுப்பின ஓலையிலே எழுதியிருந்த வயணம்: முன் திருவல்லிக்கேணி தெள்ளிய சிங்கபெருமாள் கோவிலிலே இறங்கி இருந்தவர்களை அதைவிட்டுச் சிந்தாதிரிப்பேட்டையிலே வெள்ளைக்கொடி போட்டார்களென்றும், அதைப்பார்த்துச் சென்னப்பட்டணத்தார் ஏழு பீரங்கி போட்டார்களாம். தண்டுக்கு அரை நாழிகை வழியன்றச்சே தானே குண்டு விழுந்து போனதாகவும் சென்னப்பட்டணம் குவர்னதோர் மாசுக்குப் பயித்தியம் பிடித்தாற்போலேயும், அதற்குப் பதில் விசாகப் பட்டணம் குவர்னதோரிடத்துக்கு வைத்ததாகவும் ஊரைச்சுற்றிலும் இருந்த கொத்தளத்திலே இருந்த பீரங்கிகளை யெல்லாம் காதிலே ஆணி அடித்துத் தள்ளிப் போட்டார்களென்றும் பட்டணத்துக் கதவு திறந்துவிட்டு அப்புறம் வெள்ளைக்காரர் இருக்கிற கோட்டையை மாத்திரம் பத்திரப்படுத்திக் கொண்டார்களென்றும் ஊரிலே பெத்துநாயக்கன் சேர்ந்த ராணுவிலே சிறிதுபேர் சண்டைக்குப் போகிறோம் என்று சொல்லி ஓடிப்போய்விட்டதாகவும், முசே பொரனேவால், முசே லபோர்தொனேயண்டைக்கு வந்து கண்டு பேசிப்போனதாகவும் இத்தியாதி வயணங்கள் எழுதிவந்த ஓலையைத் தானப்பமுதலி படித்துத் துரைக்குச் சொன்ன விடத்திலே துரையங்கேயிருந்த கோன்சேல்காரர் மற்றுமுண்டான பேருடனே யெல்லாம் குவர்னதோர் மாசுக்குப் பயித்தியம் பிடித்ததென்றும் விசாகப்பட்டணம் கப்பித்தானை குவர்னதோரிடத்துக்கு நேமித்தார்களென்றும் நம்முடையவர்கள் சிந்தாதிரிப்பேட்டையிலே போய் இறங்கினார்களென்றும் இப்படி மேலே எழுதப்பட்ட வயணமெல்லாம், பின்னையும் விஸ்தரித்து வயணம் வயணமாய்ச் சொல்லி எகத்தாளியும் பரியாசமும் பண்ணிக்கொண்டிருந்தார்.

அப்பால் என்னையழைத்து மேலே எழுதியிருக்கப்பட்ட சாடையெல்லாம் சொல்லி இப்படி இப்படி நடந்ததாம் என்று

சொன்னார். அதற்கு நான் சொன்னது: மெத்த ஆச்சரியமல்ல. நீர் ஒழுகரைக்குச் சவாரி புறப்பட்ட மாத்திரத்திலே சென்னப்பட்டணம் தட்டுக்கெட்டுத் தடுமாறிப் போனவிடத்திலே இப்போது பிரத்தியக்ஷமாய் தனம் இறங்கினால் பிடிக்கிறதென்ன ஆச்சரியமாவென்று சொன்னதற்கு. மெய்தானென்று ஒத்துக் கொண்டு அப்பால் சிந்தாதிரிப்பேட்டையிலிருந்த வயணமும் கோட்டையினுடைய திட்டமும் கேட்டார். அதற்கு எனக்குத் தோன்றின மாத்திரம் அவருடைய உற்சாகத்துக்கு அடுத்ததாய் அவருக்கு சந்தோஷம் வரத்தக்கதாய் உத்தரவு சொன்னதெல்லாம் எழுத வேணுமானால் ஆறு காகிதமாகிலும் செல்லும். ஆனபடியினாலே சுவாரசியம் மாத்திரம் எழுதினேன்.

1746 செப்தம்பர் 22 புரட்டாசி 10 வியாழக்கிழமை

இற்றைநாள் மத்தியானம் பனிரெண்டு அடித்து மூன்று மணிக்குச் சென்னப்பட்டணத் திலேயிருந்து தபாலிலே துரையவர்களுக்கும் கடுதாசி வந்தது. அப்போது துரையவர்கள் சவாரி போகத்தக்கதாக வெளியே புறப்பட்டுக் கடலோரத்தண்டை போகச்சே சேவகன் கொண்டு வந்து கடுதாசி கொடுத்தான். அந்தக் கடுதாசியைப் பிரித்துப் பார்த்தவுடனே வெகு சந்தோஷத்தையடைந்து துவானிலே போய் பார்த்தவிடத்திலே ராமச்சந்திரய்யன் மாத்திரம் இருக்கச்சே அவரையழைத்து இப்படி சென்னப்பட்டணத்திலே நேற்றைய தினம் கோட்டை பிடித்து வெள்ளைக்கொடி போட்டார்களென்று சொல்லிப் பீரங்கி சுடச்சொல்லி உத்தாரங்கொடுத்தார்கள். அந்த வேளையிலே வெள்ளைக்காரர், உத்தியோகஸ்தர், பீரங்கி மேஸ்திரிகள் சகலமான பேரும் அவரவர்கள் சாப்பாட்டுக்குப் போயிருக்கிற வேளையான படியினாலே சேந்திரனேர் தவிர மற்றபேர் ஒருத்தருமில்லை. ஆனபடியினாலே அவ்விடத்திலே யிருந்த வெள்ளைக்காரர்தானே இருபத்தொரு பீரங்கி சுட்டார்கள். அந்நேரமே கொமிசேல்காரர் மற்றப் பெரிய மனுஷர் சகலமான பேருக்கும் அவரவர் வீட்டிலே போய்ச் சொல்லிப்போட்டு வரச்சொல்லி சேவகரை யனுப்பிவிட்டு நம்மண்டைக்கும் ஒரு சேவகனுடனே சொல்லி யனுப்பு வித்தார்கள். இதற்குள்ளே துரைத்தனக்காரர் சகலமான பேரும் வந்தார்கள். நானும் ... கொண்டுபோய் இந்திரவத்து பேட்டிப் பண்ணிக்கொண்டு முபார்க்கு பாதி சொல்லிக்கொண்டவிடத்திலே மகா சந்தோஷத்துடனே சென்னப்பட்டணம் நேற்றைய தினம் (அக்ஷய புரட்டாசி 9 புதவாரம்) நாள் மத்தியானம் பனிரெண்டு மணிக்கு கோட்டையிலே வெள்ளை நிசானும் போட்டு கும்பினி உத்தியோகஸ்தர் மற்றப்பேரும் பெரியதுரை சின்னதுரை

முதலாகிய பேரையும் காவல்பண்ணிவித்து நம்முடையவர்கள் சமஸ்தான பேரும் சென்னப்பட்டணம் கோட்டையைத் தாக்கினார்கள் என்கிறதாய்ச் சொல்லிப் பின்னையும் சிறிது உத்தரவுகள் சொல்ல வரச்சே அவர்களுடைய சந்தோஷப் பூரிப்பினாலே நின்று போகக்கூடாமல் சகல துரைத்தனக்காரருடனே கூட கோட்டைக்குள்ளே போய்க் கோவிலிலே பூசை கேட்க உட்கார்ந்தார்கள்.

அந்நேரம் ஒரு வரிசை பீரங்கியும் சுட்டுக் கோட்டையிலே யிருக்கிற மணி, கப்புசேங் கோவில் மணி, சம்பா கோவில் மணி எல்லாம் முழங்கத்தக்கதாகப் பூசைகேட்டு ஆன உடனே துரையவர்களிருந்து கொண்டு தொப்பியைக் கழட்டிக் கையிலே பிடித்துக்கொண்டு 'வீவல்றூவா' என்று கூப்பிட்டார்கள். அதின்பேரிலே கோவிலிலே இருக்கப்பட்ட வெள்ளைக்காரர் வெளியிலே யிருக்கப்பட்ட கோட்டைக்குள்ளே யிருக்கப்பட்ட வெள்ளைக்காரர் சமஸ்தான பேரும் ஏக காலத்தில் கூப்பிட்டார்கள். அந்தச் சந்தோஷ சப்தத்துடனே கோஷம் கோட்டையை எடுத்துக்கொண்டு போகிறாப்போலே யிருந்தது. அதின் பிற்பாடு பூசைகேட்டு ஆனவுடனே ஒரு வரிசை பீரங்கி இருபத்தொரு பீரங்கி வேட்டுச் சுட்டார்கள். அதன் பேரிலே கப்பலிலேயிருந்தும் இருபத்தொரு பீரங்கி போட்டார்கள். அந்த மட்டிலே புறப்பட்டு துரையவர்கள் வளவுக்கு வந்து முசே லபோர்தொனே அவர்கள் பேரைச் சொல்லி அவரவர் சாராயம் குடித்து சந்தோஷம் கொண்டாடினார்கள்.

அந்த வேளையிலே பின்னையும் பட்டணத்திலே உண்டான கும்பினி உத்தியோகஸ்தர் வெள்ளைக்காரர், தமிழர், செட்டிமார்கள், வர்த்தகர் முதலாகிய சமஸ்தான பேரும் வந்து முபார்க்குச் சொல்லச்சொல்லிப் பேட்டி பண்ணிக்கொள்ளுகிறார்கள். அந்தச் சந்தடியிலே ராமச்சந்திரய்யனை அழைத்துப் பத்துப்பார் சர்க்கரைக்கு உத்தாரங்கொடுத்து பட்டணத்திலே சகலமான பேர் வீட்டுக்கும் சர்க்கரை வழங்கத்தக்கதாக உத்தாரங் கொடுத்தார்கள். அதன் பேரிலே என்னைப் பார்த்து பட்டணமெல்லாம் அலங்கிருதம் பண்ணிவித்து பட்டணத்திலே சகலமான பேர் வீட்டிலும் விளக்கு வைக்கச்சொல்லி உத்தாரங்கொடுத்தார்கள். அந்தப்படியே நயினாரை யழைத்து உத்தாரங்கொடுத்து பட்டணமெல்லாம் விளக்கு வைக்கச் சொன்னோம்.

அதன்பேரிலே என்னைப்பார்த்து உனக்கென்ன வேணும் அதுகளெல்லாம் கேள். நல்ல மனதுடனே உத்தாரங்

கொடுக்கிறோம் என்று சொன்னார்கள். அதன்பேரிலே காவலிலே யிருக்கிற சிறைக்காரர் கடன்காரன் மற்றப்பேர் எல்லோரையும் விட்டுவிட வேணுமென்று சொன்னேன். அந்த க்ஷணம் விட்டுத் துரத்திவிடச் சொன்னார்கள். ... அதன் பேரிலே புகையிலை எப்போதும் போலே விற்கத்தக்கதாக உத்தாரங் கொடுக்க வேணுமென்கிறதாய்க் கேட்டோம். அந்நேரமே வாசுதேவப் பண்டிதனை அழைப்பித்து இன்று முதலாய்ப் பழயபடிக்கு எப்போதும் போலே காசுக்கு ஒன்பது வெற்றிலையும் பணத்துக்கு பனிரெண்டரைப் பலம் புகையிலையும் விற்கச் சொல்லி உத்தாரங் கட்டைளையிட்டார்கள். அதின் பேரிலே சுப்பய்யனுக்கு உத்தியோகம் கொடுக்க வேணும் அய்யா. அவர் வெகுநாளாய் கஷ்டப்படுகிறார் என்று சொன்னேன். அவருக்கு எப்போதும் போலே கோட்டை கிடங்கிலே உத்தியோகம் கொடுத்து காரைக்காலுக்கு அனுப்புவிக்கச் சொல்லி உத்தாரங் கட்டளையிட்டார்கள்.

இதன்பிறகு கும்பினீர் வர்த்தகரும் மகாநாட்டாரும் கும்பலாய் கூடிக்கொண்டு வந்து பேட்டி பண்ணிக்கொண்டு சென்னப் பட்டணம் பிடித்ததற்கு முபார்க்குச் சொல்லி அதன் பேரிலே வேதபுரீஸ்வரன் கோவில் மதில் கட்டுகிறதற்கும் உத்தாரங் கேட்டார்கள். அதற்குத் துரையவர்கள் இருந்துகொண்டு யோசனை பண்ணிக்கொண்டு பிறகு சொல்கிறோம் என்று சொன்னார்கள். அப்படியல்ல எப்படியாகிலும் உத்தாரங் கட்டளயிட வேணும். சகல சனங்களும் ஆனந்தகரமாய்ச் சந்தோஷத்தையடையும் பொருட்டாய் வெகு காரியங்களுக்கு உத்தாரங் கொடுத்து அவரவர் மனதிற்கு அவரவர் வீட்டுச் சந்தோஷம் போலே பூரிக்கும்படியாய் உத்தாரங் கட்டளையிட்டது பட்டணத்திலே உண்டாகிய சனங்களெல்லோரும் தேவரீரைப் புகழ்ந்து கொண்டு வாழ்த்துகிறார்கள். இப்படிப்பட்ட வேளையிலே அந்த மதில் கட்டுகிறதற்கு மாத்திரம் கட்டளையிட்டால் வெகுதூரம் கீர்த்தியாய் இருக்குமென்று பின்னையும் தோத்திரமான உபசாரமான வார்த்தைகளாய்ச் சொல்லிக் கேட்டவிடத்திலே நல்லது அப்படியே உத்தாரங் கொடுக்கிறோம் என்கிறதாய் சொல்லிக் கொண்டே நடந்து கணக்கு எழுதுகிற அறையிலே போய் விட்டார்கள். அந்த மட்டிலே மகாநாட்டாரும் வர்த்தகரும் புறப்பட்டு வெளியே வந்துவிட்டார்கள். அந்தமட்டிலே துரைகளெல்லாரும் கூடிக்கொண்டு விருந்து சாப்பிட்டு வெகு சந்தோஷத்துடனே யிருந்தார்கள்.

நாட்குறிப்பு 22

11 லட்சம் வராகனுக்கு விற்கப்பட்ட சென்னப்பட்டணம்!

சென்னப்பட்டணம் தங்கள் கைக்கு வந்ததும் புதுச்சேரி ஆளுநர் துய்ப்ளேக்சுக்கு மகிழ்ச்சி தாங்க முடியவில்லை. ஏனென்றால் இரண்டு ஆண்டுகால கனவு நனவாகி இருக்கிறதே. இதன் மூலம் தனது கீர்த்தி பிரான்சு தேசம் முழுவதும் பரவும் என்று நம்பிக்கைக் கொண்டார்.

துய்ப்ளேக்சின் மகிழ்ச்சி கணநேரம் கூட நீடிக்கவில்லை. அதற்குக் காரணம், சென்னை தாக்குதலை முன்னின்று நடத்திய கப்பற்படைதளபதி லபோன்தெனே, பட்டணத்தின் ஆட்சிப் பொறுப்பையும் தானே எடுத்துக் கொண்டது தான். லபோன்தெனே புதுச்சேரியில் இருந்து வரும் எந்த உத்தரவுகளையும் மதிப்பது கிடையாது. கேள்வி கேட்ட பிரெஞ்சு அதிகாரிகளைச் சிறைப்படுத்தினார். இதன் உச்சக்கட்டம், 11 லட்சம் வராகனுக்கு பட்டணத்தை விற்பதாக ஆங்கிலேயருடன் ஒப்பந்தம் போட்டுக் கொண்டது.

இதெல்லாம் ஆளுநர் துய்ப்ளேக்சுக்குப் பேரிடியாக அமைந்தது. பட்டணம் தன் கைக்குள் வந்தவுடன் பெரும் பொருளீட்டலாம் எனப் பெருங்கனவுடன் இருந்தவர் அவர். 'துரை சகல கஷ்டப்பட்டு, சகலமும் தயார் பண்ணி, கலத்திலே வடித்துச் சாப்பிடுகிற வேளையிலே தட்டிப்போட்டுப் பின்னையொருத்தன் சாப்பிட்ட கதையாய் முசே துய்ப்ளேக்சுக்குப் பிரயாசைப்படவும்

முசே லபோர்தொனே எடுத்துப் போகவுமாகத் தீர்ந்து போனால் முசே துய்ப்ளேக்சுக்கு எத்தனை விசாரமிருக்குமோ அதற்குக் கரையிருக்கிறதா? புருஷ ஆயுசுலேயும் இப்படிப்பட்ட வாய்ப்பு வாய்க்கலாமா? வாய்க்கமாட்டாதே? அப்படிப்பட்ட வாய்ப்பு வாய்த்துத் தட்டிப்போறது, பாக்கிய திசையில்லாத படியினாலே தட்டிப் போய்விட்டது' என்றெல்லாம் துரைக்காக விசனப்படுகிறார் ஆனந்தரங்கர்.

சென்னப்பட்டணம் நிலவரம் குறித்து விவாதிக்க புதுச்சேரி கவுன்சில் ஒரே நாளில் பலமுறை கூடியது. விவாதித்தது. இரவு வரை ஆளுநர் விழித்திருந்தார். இந்தத் தொந்தரவுக்கு எல்லாம் காரணம், லபோர்தொனே நடவடிக்கைகள் தான் என்கிறார் ஆனந்தரங்கர்.

இந்த நிலையில்தான் சென்னப்பட்டணத்தில் திடீர் திருப்பம் ஏற்படுகிறது. ஆங்கிலேயருடன் தான் செய்துகொண்ட ஒப்பந்தத்தைத் தானே கிழித்துப் போட்டார் லபோர்தொனே. பிரெஞ்சு அதிகாரிகள் உடனடியாக சென்னைக்குத் திரும்ப வந்து பொறுப்புகளை ஏற்றுக்கொள்ள துய்ப்ளேக்சுக்கு கடிதம் எழுதினார். அவரது இந்தத் திடீர் மனமாற்றத்திற்குக் காரணம்?

தனது வீரர்களை எல்லாம் கப்பல் ஏற்றிவிட்டுத் தானும் புறப்படத் தயாரானார் லபோர்தொனே. அப்போதுதான், கோட்டை கொடி மரத்தின் கீழே இரண்டு லட்சம் வராகனை ஆங்கிலேயர் புதைத்து வைத்திருந்ததைப் பிரெஞ்சு படையினர் கண்டுபிடித்தனர். இதனால், 'என்னை மோசம் செய்து விட்டீர்கள். இன்னும் என்னென்ன மோசம் செய்திருப்பீர்களோ?' என்று ஆவேசமடைந்தார் லபோர்தொனே. இவரிடம் ஏற்பட்ட இந்த மாற்றம் துய்ளேக்ஸ் முகத்தில் மலர்ச்சியை ஏற்படுத்தியது!

1746 செப்தம்பர் 29 புரட்டாசி 17

...இதெல்லாமல் முசே புயல் என்கிறவன் கப்பலிலே வந்த கடுதாசியும் தபாலிலே வந்த கடுதாசியும் துரையவர்கள் பார்த்துக்கொண்ட விடத்திலே அதிலே எழுதி வந்த சேதி: முசே லபோர்தொனே என்கிறவர் துரையவர்கள் ஒடுதிப்படிக்கு நடக்கவில்லை யென்றும் துரையவர்கள் அனுப்புவிக்கிற கடுதாசிக்கும் மறு உத்தரம் எழுதுகிறதில்லை யென்றும் இப்படி நீர் நடத்துகிறது என்னவென்று முசே தெப்பிரமேனி, முசே துலோராம், முசே பெடத்தல்மே இவர்கள் கேட்டால் நீங்கள் கேட்கிற தென்னவென்றும் உங்கள் வேலையல்ல நாம்

கும்பினியாருக்கு உத்தரவாதம் பண்ணிக்கொள்ளுகிறோம். நீங்கள் கணக்கு மாத்திரம் எழுதிக்கொள்ளுங்கள் என்று செம்மரம், புடவை, சீலைப் பணங்காசு, தட்டுமுட்டுப் பெரிய பீரங்கிகள் முதலானதுகள் கோட்டையிலே பட்டணத்திலே யிருக்கிறதெல்லாம் கப்பலின் மேலே ஏற்றிக்கொண்டு சென்னப்பட்டணம் கோட்டையையும் சின்ன பீரங்கிகளும் சிறிது மருந்து குண்டும் பதினொரு லட்சம் வராகனுக்கு இங்கிலீசுக்காரர் வசத்திலே கோட்டையையும் விட்டுப்போட்டு மசுக்கரைக்குப் போகிறதாய் முன்பே லபோர்தொனே யோசனை தீர்த்துக் கொண்டு அந்த அடியிலே காரியங்களெல்லாம் இப்படி வித்தியாசமாய் நடத்துகிறார் என்றும் இப்படி நடத்துகிறது நியாயமல்லவென்று முசே தெப்பிரமேனியும் முசே துலோராம் முசே பெடத்தல்லமியும் நானாவிதத்திலே இவர்கள் மூவரும் முசே லபோர்தொனே அவர்களுடனே கோபித்துக் கொண்டு புறப்பட்டு மயிலாப்பூரிலே வந்ததாகவும் எழுதி வந்தது. அது பார்த்ததும் துரையவர்களுக்கு மெத்தவும் விசாரமாச்சுது.

இப்படியிருக்கிறதிலே சென்னப்பட்டணமிருந்து முசே லபோர்தொனே அவர்கள் காகிதம் துரையவர்களுக்கு வந்தது. அதிலே எழுதியிருந்த வயணம்:

சென்னப்பட்டணத்திலே கும்பினியாரது பணம் காசு புடவை சீலைகள் சகலமும் நாம் எடுத்துக்கொள்கிறது. அரமனைக்காரர் வழியிருக்கிற பணம் காசிலே பாதி கொடுத்து பாதி எடுத்துக்கொள்கிறது. இன்னம் மற்றப்படி கோட்டையிலே இருக்கிற மருந்து குண்டு, பீரங்கி, துப்பாக்கி, மூடி கத்தி இதுகள் முதலான ஆயுதங்களிலே பாதி எடுத்துக்கொள்ளுகிறது. பாதி இங்கிலீசுக்காரருக்குக் கொடுத்து கோட்டையுங் கொடுக்கிறது. இங்கிலீசுக்காரர் இரண்டு வருஷத்திலே பதினோரு லக்ஷம் வராகன் கொடுக்கிறோமென்று சீட்டெழுதிக் கொடுக்கிறது. இனிமேல் என்றைக்கும் பிரான்சுக்காரருடனே சண்டை கொடுக்கிறதில்லை யென்று சீட்டெழுதிக் கொடுக்கிறது. இப்படித் தீர்த்திருக்கிறேன் என்று எழுதியிருந்தது. இந்தக் காகிதம் பார்த்துக் கொண்டவுடனே துரையவர்களுக்கு வந்த கோபமும் விசாரமும் எழுதி முடியாது. இது நடந்த சேதி.

1746 செப்தேம்பர் 30 புரட்டாசி 18

...சகலமான பேரும் துரையவர்கள் வீட்டுக்கு வந்து துரையவர் களுடனே சொன்ன சேதி: நாங்களானால் பிரான்சு மகாராசாவினுடைய கீர்த்தியினாலே அவருடைய கொடியின் கீழே யிருக்கிறோம். இங்கிலீசுக்காரர் அனேகமாய் நியாயந் தப்பிதமான

காரியங்களும் நடத்துவித்து ஏகத்தாளியும் பண்ணினார்கள். அப்படியிருக்கிற பேரை நீங்கள் மகாராசாவுக்கு இந்தத் தேசத்திலே டில்லி பார்சா மட்டுக்கும் கீர்த்தி யென்றைக்கும் நிற்கும் பொருட்டாக இங்கிலீசுக்காரரைப் பங்கம் பண்ணி சென்னப்பட்டணமும் கட்டினீர்கள். இது உம்முடைய மூர்த்தி வந்தமும் யோகாதிசயமும் அல்லாமல் மற்றப்படி ஒருத்தனாலே சாதிக்கிற காரியமல்ல.

இப்போதானால் முசே லபோர்தொனே அவர்கள் திரும்பவும் சென்னப்பட்டணம் கோட்டையை மறுபடியும் இங்கிலீசுக் காரருக்குக் கொடுக்கிறதாகச் சேதி கேட்டோம். அப்படிக் கொடுத்ததே உண்டானால் இந்த துலுக்காணியதிலே தலை நீட்டிக்கொண்டு நாங்களிருக்கத் தேவையில்லை. எங்கள் வெட்கம் எல்லாம் போய்விடும். இத்தனைப் பிரயாசைப்பட்டு மகத்தான கீர்த்தி சம்பாதித்து வாங்கின பட்டணத்தைத் திரும்பி விடுகிறதென்ன. இது நிமித்தியம் நாங்களெல்லாரும் உங்களுடனே மனுவாகக் கேட்க வந்தோம் என்று சொன்னார்கள்.

அந்தச் சேதி துரையவர்கள் கேட்டு உங்களுக்குச் சம்மதியில்லாத காரியம் நடந்ததா நடத்தத்தக்கதில்லையே என்று இந்தப் படிக்குத்தானே இந்த க்ஷணம் முசே லபோர்தொனே யவர்களுக்கும் காகிதம் அனுப்புவிக்கிறோமென்றும் அவர்களுக்குச் சமாதானமாகச் சொல்லி அவர்களை யெல்லாம் அனுப்புவித்து அனுப்புவித்து...

1746 ஒக்தோபர் 2 புரட்டாசி 20

முசே லபோர்தொனே சென்னப்பட்டணத்திலேதான் உத்தரவாதம் பண்ணிக் கொள்ளுகிறோம் என்று கும்பினியாருக்கு புதுச்சேரி கோன்சேலுக்குக் கவையில்லையென்று நடத்தினதற்கு இங்கேயிருந்து முசே தெப்ரமேனியைப் பெரியவனாக்கி இவனாக்கினைக்குள்ளே எல்லாரும் நடக்கச் சொல்லியும் முசே லபோர்தொனே நடவாமல் போனால் அவனைக் காவல் வைக்கச் சொல்லியும் அனுப்பி ஒடுதிப்படிக்கு முசே லபோர்தொனே நடப்பானோ இல்லையென்று இவன் பெலத்து இருக்கிறபடியினாலே தள்ளிப் போனவர்களை வெளியே போகச் சொல்லுவானென்று அந்த பிக்கூர் பேரிலே துரையிருக்கிறது. மற்ற வெள்ளைக்காரரெல்லாரும் இதுவாய்ப் பேசுகிறதுமாய் இருந்தார்களே அல்லாமல் வேறே சேதியில்லை.

1746 ஒக்தோபர் 4 புரட்டாசி 22 மங்கள வாரம்

இற்றை நாள் முசே துபுவா வீட்டுக்குப் போனவிடத்திலே முசே துபுவா பேசியிருக்கச்சே சொன்ன வயணம்: முசே லபோர்தொனே

புதுச்சேரி குவர்னதோர் முசே துப்பிளேக்சு பேச்சில்லாமல் இங்கிலீசுக்காரருக்கு உடன்படிக்கை பண்ணப் போகாது. பட்டணத்தைப் பதினொரு லக்ஷம் வராகனாகவும் விற்கவும் போகாது. இவர்களுத்தரவின் பேரிலே போன கோன்சேல் காரர்களைத் தள்ளிப்போட்டு நடத்தவும் போகாது. அவர்களைக் கோட்டையிலேயிருக்கக் கவையில்லையென்றும் உத்தரவே யல்லாமல் வேறே உத்தரவில்லை. நான் கும்பினீருக்கு உத்தரவாதம் பண்ணிக் கொள்கிறேன்.

1746 ஒக்தோபர் 4 புரட்டாசி 22 மங்கள வாரம்

.... அப்பால் துரை என்னை அழைத்தார். நான் போனவுடனே முசே லபோர்தொனே சென்னப்பட்டணத்திலே நடப்பித்த காரியத்தைப் பார்த்தாயா. சென்னப்பட்டணம் பதினொரு லக்ஷம் வராகனாக விற்றுப் போட்டானாம். காவற்காரர் கையிலே ஈரோப்பாவிலே இங்கிலீசுத் தேராவிலே வாங்கிக் தொள்ளத்தக்கதாக உண்டிகை வாங்கிக் கொண்டானாம். காவல்காரன் எழுதிக் கொடுத்தால் ஒருக்காலும் செல்லாது. அதறிந்தும் எழுதி வாங்கிக் கொண்டானாம். பின்னையும், இவன் கொள்ளையிட்டதும் இவன் நடத்தினதும் பார்த்தாயா ரங்கப்பா என்று கேட்டார். மெய்தானையா பொல்லாத வேளையான படியினாலே முசே லபோர்தொனே இப்படிப்பட்ட வேலை செய்யவும் அதனாலே பொல்லாப்பு வரவும் இருக்கச்சே தான் இப்படிப்பட்ட புத்தி அவனுக்கு வந்தது என்றும் இவர் மனோபாவத்துக்கு அடுத்தாப் போல் உத்தரவு சொன்னதின் பேரிலே உன் தம்பிக்கு இவன் நடத்தையும் இவன் செய்த காரியமும் ஒருக்காலும் சம்மதியாயிராது. முசே லபோர்தொனேயின் பேரிலே ரொம்ப பிராது எழுதியிருப்பான் என்று சொன்னார். மெய்தான், அவன் நடத்தின காரியமெல்லாம் பரிச்சேதமாய் சம்மதியில்லாமல் எழுதினது சேனையுண்டு என்று சொன்னேன். அது மெய்தான் என்று ஒத்துக்கொண்டு...

இற்றை நாள் சாயங்காலம் சென்னப்பட்டணத்திலிருந்து முசே தெப்ரெமெனி முசே துலோராம் முதலான பேர் காகிதங்கள் அனுப்பினார்கள். அந்தக் காகித வயணம்:

இவ்விடத்திலேயிருந்து *(18உ)* 30உசெப்தம்பர் வெள்ளிக்கிழமை நாள், போன முசே பரிதி, முசே புரி முதலான பேர் போனவர்கள் *(19உ புரட்டாசி 1உபுரட்டாசி 1அக்டோபர்)* சனிவாரம் மயிலாப்பூரிலிறங்கி அங்கே முசே லபோர்தொனேயுடனே கோபித்துக் கொண்டு வந்திருக்கிற முசே தெப்பிரமேனி முதலான

பேருடனே கண்டு பேசி அங்கேயிருந்து 20உ ஆதிவாரம் சென்னப்பட்டணத்துக்குப் போய் முசே லபோர்தொனே யண்டையிலே

நீ சென்னப்பட்டணத்தை மறுபடியும் இங்கிலீசுக்காரருக்கு விற்கக் காரியமென்ன வென்று கேட்டார்கள். புதுச்சேரி கோன்சேல் காகிதம் என் மனதின்படியே நடந்துகொள்ளும்படி சொல்லி உத்தரவு கொடுத்தபடியினாலே என் மனதின் படியே விற்றேன் என்று சொன்னானாம். அதற்கு இவர்கள் சொன்னது: புதுச்சேரி கோன்சேல் ஒடுதி என்னவென்றால் சண்டைக்கு மாத்திரம் உன் மனதின் படியே நடப்பிக்கச் சொல்லி உத்தாரமே யல்லாமல் சண்டையான பிற்பாடு கோட்டை காரியத்துக்கும் உன் மனதின் படியே நடப்பிக்கச் சொல்லி எழுதிக் கொடுத்தோமா வென்று முசே தெப்பிரமேனி, முசே துலோராம் முதலான பேர் கேட்டார்கள்.

கரையிலே சண்டை கொடுக்கச் சொல்லி ராசாவினுடைய உத்தாரம் இல்லாத படியினாலே நாம் எல்லாரும் கூடிச்செய்த காரியமான படியினாலேயும் கோட்டையிலே வெகு பணம் இருந்ததை யெல்லாம் எடுத்துக்கொண்ட படியினாலே கோட்டைக்குப் பதினொரு லக்ஷம் வராகன் வருகிறபடியினாலேயும் நான் செய்தேனென்றும், அதன் பேரிலே இவர்கள் சொன்னது:

இப்போது புதுச்சேரி கொன்சேல் ஒடுதி யென்னவென்றால், முசே தெப்பிரமேனி ஒடுதியின் பேரிலே சமஸ்தான பேரும் நடந்து கொள்ளுகிறதே யல்லாமல் இனிமேலுன்னுடைய ஒடுதி நடவாது சொன்னதின் பேரிலே கத்தியை உருவிக் கொண்டு கப்பற்காரரெல்லாம் அழைத்தவுடனே இவர்கள் கப்பற்காரர், ஒபிசியேல்மார்கள், கப்பித்தான்மார் சமஸ்தான பேருக்கும் ராசாவினுடைய பேரிலே ஆணையிட்டு புதுச்சேரி கோன்சேலில் ஒடுதி முசே தெப்பிரமேனி உத்தாரப்படிக்கு நடக்கவேணுமென்று இவ்விடத்துக் கோன்சேல் காகிதம் படித்து முசே லபோர்தொனேயைக் கத்தியை வைத்துப்போட்டு இந்த ஒடுதிக்கு ஒப்தே சேரிட்டு நடந்து கொண்டாலாச்சுது இல்லாவிட்டால் உன்னைக் காவல் பண்ணி வைக்கச்சொல்லி உத்தாரம் அந்நபடிக்குச் செய்வோமென்று சொன்னதின் பேரிலே அந்த மட்டிலே யடங்கி கப்பல் கப்பித்தான்மாரும் ஒபிசி கப்பல் ஒபிசியேமாரும் சும்மாயிருந்தார்கள்.

அப்பால் கோட்டைச் சாவியை முசே தெப்பிரமேனி வாங்கிக் கொண்டு சகல ஒடுதியும் முசே தெப்பிரமேனி கொடுத்தான். அப்போது இங்கிலீசுக்காரர் துரையாயிருக்கிற மேஸ்தர் மாசு

முதலானவர்கள் அழைத்து நீங்கள் காவல் உங்களுக்குக் கோட்டை விற்கவில்லை யென்று சொல்லி யந்தச் சேதிக்குப் புதுச்சேரி குவர்னதோருக்குக் காகித மெழுதியனுப்பியதாய் முசே றபேர், முசே லொஸ்தீசு, முசே துபுவா முதலான பேர் என்னுடனே சொன்னார்கள். இந்தக் காகிதம் நாலு மணிக்கு வந்தது. அப்போது கோன்சேல் கூடி எட்டுமணிக்குக் கலைந்தது. பதில் காகிதம் எழுதி ஒன்று டபாலிலேயும் ஒன்று கட்டுமரத்தின் பேரிலேயும் அனுப்பினார்கள். இதற்குப் பதிலுத்தாரம் எழுதினதற்கு வயணம் இன்னதென்று தெரியாது. இனிமேலறிய வேண்டியது.

1746 ஒக்தோபர் 6 புரட்டாசி 23

ஏழெட்டு மணிக்குக் கூடின கொம்மிசேல் பண்ணி பனிரெண்டு மணி வரைக்கும் எழுந்திராமல் கொம்மிசேல் பண்ணி பதினொரு மணிக்குச் சென்னப்பட்டணத்துக்குத் தபாலிலே காகிதமும் அனுப்புவித்து திரும்பவும் கொம்மிசேல் பண்ணிக்கொண்டிருக் கிறார்கள். மறுபடி சாப்பிட்டுச் சாயங்காலம் ஆறுமணி மட்டுக்கும் கோன்சேல் கூடியிருந்தது. மறுபடியும் காகிதமும் எழுதித் தபாலிலே யனுப்பினார்கள். அப்பால் கோன்சேல் கலைந்து பிற்பாடு துரை மாத்திரம் கபினேத்திலே ராத்திரி சாப்பிடுகிற வேளை மட்டுக்கும் எழுதிக் கொண்டிருந்தார். இந்தக் குழப்பம் சென்னப்பட்டணத்திலே யிருக்கிற முசே லபோர்தொனே பண்ணுகிற தொந்தரையினாலே இப்படியெல்லாம் குழப்பமாய் வேசடையும். காலத்தாலே துவக்கின கோன்சேல் ராத்திரி மட்டுக்கும் நிற்கிறது...

1746 ஒக்தோபர் 7 புரட்டாசி 25

நேற்று உதய முதல் ராத்திரி ஆறு மணி வரைக்கும் கொம்மிசேல் பண்ணினதென்ன, இன்றைக்கும் இரண்டு மணி மட்டுக்கும் கொம்மிசேல் பண்ணினதென்ன. துரையவர்கள் ரொம்பவும் வியாசடையாய் இருக்கிறதென்ன வென்று விசாரிக்குமிடத்திலே முசே லத்தூஸ் சொன்ன வயணம்:

நாளது 21உ 22உ சென்னப்பட்டணத்திலே முசே லபோர்தொனே தமக்குப் பண்டிகை யென்று உதயத்திலே பீரங்கிகள் போடுவித்ததாகவும் முசே தெப்பிரமேனி, முசே துலோராம், முசே புரி, முசே பரிதி, முசே பெடதல்மே, முசே லத்தூர் இவர்கள் முதலான பெரிய மனுஷருக்கெல்லாம் சாப்பாட்டுக்குச் சொல்லப் பனிரண்டு மணிக்குள்ளே கோட்டை மெத்தைமேலே தீனிக்கு அழைப்பித்து எல்லாருங்கூடி சாப்பிடுகிற போது முசே லபோர்தொனே இவர்களைப் பார்த்துச் சொன்ன சேதி:

இங்கிலீசுக்காரர் கப்பல் வருகிறதாகச் சேதி கேட்கப்பட்டது. ஆகையாலே புதுச்சேரியிலிருந்து வந்திருக்கிற சொல்தாதுகளை யெல்லாம் கப்பலிலே ஏற்ற வேணுமென்று சொன்னதாகவும், உடனே முசே புரி, முசே பரிதி முதலான பேர் அப்படி கப்பலிலே ஏற்றப்படாது என்று சொன்னதாகவும், உடனே தன் மனுஷர் இருபத்து நாலு பேர் உருவின கத்தியும் கையுமாயிருக்கிற பேரை கிட்டேயழைத்து முசே புரி, முசே பரிதி, முசே லத்தூர் இவர்கள் நாலு பேரையும் காவல் பண்ணி முசே தெப்பிரமேனி அதிகாரத்தையும் தள்ளிப்போட்டத் தன்னுடைய அதிகாரம் பண்ணிக்கொண்டு கோட்டையிலே பட்டணத்திலே யிருக்கிற சரக்குகளை யெல்லாம் கப்பலிலே ஏற்றுகிறதாகவும் சொல்தாதுகளயும் கப்பலிலே ஏற்றிவிட்டதாகவும் சொன்னார்.

இப்படி ஒடுதி தப்பி முசே லபோர்தொனே துடுக்காய் நிராகரித்து நடத்துகிற படியினாலே இருக்கிற சரக்குகளை யெல்லாம் கப்பல் மேலே ஏற்றிக்கொண்டு இங்கிலீசுக்காரருக்குக் கோட்டையை விற்றுப் போட்டபடிக்குத்தானே நடப்பித்துப் போட்டத் தானும் சீர்மைக்குப் போய்விடுவாரென்று தோற்றப்படுகிறது. அப்பால் எப்படி நடத்துவானோ தெரியாது.

இதனால் துரைக்கு இருக்கிற விசாரம் ஒரு மிதத்திலேயில்லை. ஆனால் இவர் இரண்டு வருஷமும் சென்னப்பட்டணத்தை வாங்க வேணும் என்று பிரயாசைப்பட்டு கடைசியில் முசே லபோர்தொனே தனக்கு ராசாக்கள் மினீஸ்தர்கள் ஒடுதியில்லை யென்றதற்குக் கூட தான் ராசாக்களுக்குக்கூட மினிஸ்தர்களுக்குக் கூட உத்தரித்தக் கொள்ளுகிறோமென்று பாத்தியமாய்க் காகிதமெழுதிக் கொடுத்தனுப்பி ஆக்கீருக்குச் சென்னப் பட்டணமும் பிடித்துக் கொடியும் போட்டுக் கோட்டையிலே உண்டான திரவியமும் சுற்றிக் கொண்டு கோட்டையையும் மறுபடியும் இங்கிலீசுக்காரருக்குக் கொடுத்துவிட்டு இவருடைய ஒடுதியும் இல்லாமல் இவருக்குப் பிரயோசனமுமில்லாமல் இவர் அனுப்பப்பட்ட மனுஷருக்கும் காவலும் வந்ததனால் இதைவிட துக்கம் வேறே உண்டா பிரபஞ்சத்திலே. ஆனபடியினாலே இவர் துக்கத்தக் கரைகண்டு எழுதப் போகாது. வெளியிலே யிருந்த கீர்த்திக்கும் மகா தாட்சி வந்தது.

1746 ஒக்தோபர் 10 புரட்டாசி 28 சோமவாரம்

பட்டணம் இந்த இந்திய ராச்சியத்துக்குள்ளே சென்னப் பட்டணத்துக்குச் சமானமான பட்டணம் இல்லாதத்தினாலேயும் சுவர்ண பட்டணம் என்று ராச்சியமெல்லாஞ்

சொல்லுகிறபடியினாலேயும் குபேரனுடைய பட்டணம் இதுதான் என்று பார்க்கிற பேருக்கெல்லாம் தோற்றியிருக்கிற படியினாலே அப்படிப்பட்ட பட்டணத்தை இவன் மனதின் படியே கொள்ளையிட்ட படியினாலே கோடி திரவியமென்று சொன்னாலும் சரிப்பட்டிருக்கும். துரை சகல கஷ்டப்பட்டு, சகலமும் தயார் பண்ணி, கலத்திலே வடித்து சாப்பிடுகிற வேளையிலே தட்டிப்போட்டுப் பின்னையொருத்தன் சாப்பிட்ட கதையாய் முசே துய்ப்ளேக்சுக்குப் பிரயாசைப்படவும் முசே லபோர்தொனே எடுத்துப் போகவுமாகத் தீர்ந்து போனால் முசே துய்ப்ளேக்சுக்கு எத்தனை விசாரமிருக்குமோ அதற்குக் கரையிருக்கிறதா? புருஷ ஆயுசுலேயும் இப்படிப்பட்ட வாய்ப்பு வாய்க்கலாமா? வாய்க்கமாட்டாதே? அப்படிப்பட்ட வாய்ப்பு வாய்த்துத் தட்டிபோறது, பாக்கிய திசையில்லாத படியினாலே தட்டிப் போய்விட்டது. நடந்திருக்கிற சம்மதிக்கு எழுதினது பத்து லக்ஷத்திலே ஒரு பங்கு காணாது.

சென்னப்பட்டணம் இங்கிலீசுக்காரருக்கு விற்ற பணம் பதினொரு லக்ஷம் வராகன் உடன்படிக்கை யின்னதென்று நன்றாய் வெளிப்படவில்லை. வெளிப்பட்டவுடனே பிறகாலே வயணமாய் எழுதுகிறேன்.

1746 ஒக்தோபர் 12 புரட்டாசி 30 புதவாரம்

இற்றை நாள் சென்னப்பட்டணத்திலிருந்து முசே மெல்வீல் வந்தான். வந்து அவ்விடத்துச் சமாசாரம், கோட்டையை மறுபடி இங்கிலீசுக்காரருக்குக் கொடுத்ததும் முசே லபோர்தொனே புதுச்சேரி கோன்சேல் ஒடுதியைத் தள்ளி இங்கேயிருந்து போனவர்களைக் காவல் வைத்துவிட்டதும் முசே துலோராம், முசே தெப்ரமேனி, முசே பர்த்தேலேமி முதலான பேரெல்லாம் தம்பி திருவேங்கடம் கூட வருகிற சேதியும் அவர்கள் வந்து மயிலாப்பூரிலே வந்திருக்கிறதும் இப்பால் பயணம் சாகி வருகிற சாடையும் வந்து சொன்னான்.

இதுவுமல்லாமல் முசே லபோர்தொனே சகல ஆயுதத்துடனேயும் கப்பலில் சரக்கும் மற்ற தீனி முதலானதும் ஏற்றிக்கொண்டு கப்பலின் பேரிலே ஏறிப்போகப் பயணமாயிருக்கிறதும் வந்து சொன்னான். தம்பி எனக்கு எழுதின காகிதத்திலேயும் முசே தெப்பிரமேனி முதலான வெள்ளைக்காரருடனே கூட புதுச்சேரிக்குப் பயணமாய் வரத்தக்கதாக மயிலாப்பூர் வந்து சேர்ந்தோம். நாளைய தினம் புறப்பட்டு வருகிறோமென்றும் ஒருவேளை அடிபட்டால் தனக்குச் சரீரம் சுவஸ்தமில்லையென்று

அழைப்பித்துக்கொள்ளச் சொல்லியும் இப்படியாக எழுதினான். துரை சீர்மைக் கப்பலின் பேரிலே யனுப்புகிறதற்குக் காகிதங்கள் எழுதுகிறதும் அவர் முகத்திலே இருக்கிற வேசடையும் காகிதத்திலே எழுதி முடியாது.

இற்றைநாள் பத்து மணிக்குச் சென்னப்பட்டணத்திலிருந்து வந்த தபாலிலே இங்கிலீசுக்காரர் கொடி மரத்தின் கீழே இரண்டு லக்ஷம் வராகன் மட்டுக்கும் புதைத்து வைத்ததாய்ப் போலேயும், அது முசே லபோர்தொனே இங்கிலீசுக்காரரை மேஸ்தர் மாசு குவர்னதோரைப் பார்த்து, நீ என்னை மோசம் பண்ணினாய். நீங்கள் எனக்கு நிசமாய்ச் சொன்னீர்களென்று நான் புதுச்சேரி குவர்னதோருடனே கூட நான் துவேஷித்துக் கோட்டையும் பட்டணமும் உங்கள் வசம் பண்ணிவைக்க வேண்டுமென்று எல்லாரையும் போகச் சொல்லி உடன்படிக்கை எழுதிக்கொடுத்து நானும் இரண்டு மூன்று நாளையிலே பயணமாய் ஏறிப்போகிறதா யிருக்கும் போது இப்படி என்னை நீங்கள் மோசம் பண்ணின மட்டுக்கும் இன்னும் என்ன என்ன மோசம் பண்ணியிருக் கிறீர்களோ தெரியாது என்று அவர்களுக்கு எழுதிக்கொடுத்த உடன்படிக்கைக் காகிதத்தையும் கிழித்துப்போட்டு மேஸ்தர் மாசு முதலான பேரையும் காவல் வைத்துப் போட்டு இறக்கின இங்கிலீசுக்காரரையும் மறுபடி கப்பலின் பேரிலே ஏற்றிப் புதுச்சேரி சொல்தாதுகளைக் கப்பலிலே இருந்த பேரை இறக்கிப்போட்டு, கெவுனி வாசல்களுக்கெல்லாம் பிரான்சுக்காரர் சொலுதாதுகளை வைத்து,

புதுச்சேரி குவர்னதோரை அவர்களுக்கு முசே லபோர்தொனே காகிதம் இங்கிலீசுக்காரர் தன்னை மோசம் பண்ணின படியினாலே தான் மோசம் போனேனென்று இப்பவும் இங்கிலீசுக்காரருக்கு எழுதிக்கொடுத்த உடன்படிக்கை காகிதம் கிழிபட்டுப் போச்சுதென்றும், இங்கிலீசுக்காரரை யெல்லாம் காவல் வைத்திருக்குதென்றும், முசே தெப்பிரமேனி முதலான பேரை யனுப்புவித்துக் கோட்டையைக் ஒப்புவித்துக்கொள்ளச் சொல்லியும் எழுதியனுப்பினா னென்றும் அதின் பேரிலே துரைக்கு இருந்த மனது வேசடையெல்லாம் போய்ச் சந்தோஷம் வந்து முசே தெப்பிரமேனி முதலான பேரை யெல்லாம் மறுபடி வழியிலே எங்கே வந்தாலும் திருப்பிக் கொண்டு போகச் சொல்லி, கோன்சேல் கூடி காகிதம் எழுதி அனுப்பிவிட்டார். இது சேதி முசே லத்தூசு முதலான பேர் சொல்லக் கேட்டது. உள் வர்த்தமானம் அவ்விடத்திலே என்ன நடந்ததோ தெரியாது. இன்னம் நன்றாய் விசாரித்துப் பிறகாலே வயணமாய் எழுதுகிறேன்.

நாட்குறிப்பு 23

பிரெஞ்சுக்காரர்களிடம் கொள்ளை போன சென்னப்பட்டணம்

சென்னப்பட்டணத்தைச் சுலபமாகப் பிடித்துவிட்டனர் பிரெஞ்சுக் காரர்கள். ஆனால் பட்டணத்தை நிர்வாகம் செய்வதென்பது அவ்வளவு எளிதாக இருக்கவில்லை அவர்களுக்கு. காரணம், பிரிட்டிஷாரின் நண்பரான மாபூஸ்கான் பிரெஞ்சுக்காரர்களுக்கு அடிக்கடி தொல்லை கொடுத்துக் கொண்டிருந்தார்.

இதனால் எரிச்சலடைந்த புதுச்சேரி ஆளுநர் துய்ப்ளேக்ஸ், 'எங்கள் மனுஷனாகப்பட்டவர்களை அடிக்கடி மிரட்டுகிறதும் கொல்லுவோமென்று இப்படிக் கஷ்டப்படுத்துகிறார்களாம். இது உமக்கு நல்லதல்ல. நான் உம்முடைய தம்பியான படியினா லேயும் உமக்குப் பழியில்லாமல் சொல்லுகிறேன். உங்கள் வமிசத்தார் துலுக்கக் கூட்டம் சென்னப்பட்டணத்திலேயும் புதுச்சேரியிலேயுமாய் வெகுபேர் இருக்கிறார்கள். அவர்கள் மூன்று பேரையும் ஏதாகிலும் நடத்தினால் இத்தனையாயிரம் துலுக்கருக்கும் மோசம் வரும். இதல்லாமல் வெகு சனங்கள் செத்து இரத்த ஆறு ஓடும்' என்றெல்லாம் ஆனந்தரங்கரை வைத்துக் கடிதம் எழுதினார்.

இதற்கெல்லாம் அசரவில்லை மாபூஸ்கான். ஒருமுறை நுங்கம்பாக்கத்து ஏரிக்கருகில் பிரெஞ்சு - ஆற்காடு படைகள் நேருக்கு நேர் சந்தித்துக் கொண்டன. அப்போது ஏரியின்

முகத்துவாரம் ஆற்காடு படைகளால் வெட்டிவிடப்பட்டது. இந்த மோதலில் இறுதி வெற்றி பிரெஞ்சு படைகளுக்குத்தான் என்பதை விலாவாரியாக விவரிக்கிறார் ஆனந்தரங்கர்.

சென்னப்பட்டணத்தின் பிரிட்டிஷ் அதிகாரியாக இருந்த மார்ஸ் மற்றும் அவரைச் சார்ந்தவர்கள் காவலில் வைக்கப்பட்டு புதுச்சேரி அழைத்து வரப்பட்டனர். அவர்களை நேரில் சென்று அழைத்தார் துய்ப்ளேக்ஸ். அவர்களுக்கு பீரங்கிக் குண்டுகள் முழங்க மரியாதையும் அளிக்கப்பட்டது. 'காவலாய் வந்தவர்களுக்கு இப்படி மரியாதை பண்ணுகிறது நியாயமில்லை' என அங்கலாய்த்த ஆனந்தரங்கர், இவர்களை வேடிக்கை பார்க்க புதுச்சேரி பட்டணத்து ஜனங்கள் திரண்டதையும், இதையெல்லாம் பார்க்கும் மார்ஸ் மனசு எப்படி இருக்குமோ? இந்தக் கஷ்டம் சத்ருக்குக் கூட வரலாகாது என்றும் தாபந்தப்பட்டதும் குறிப்பிடத்தக்கது.

'முசே பரிதி சென்னப்பட்டணத்துக்குக் கொம்மாந்தனாகி கொள்ளையிட்டுத் தின்றுகொண்டு சுகத்திலே யிருக்கிறான்' - பிரெஞ்சுத் தளபதியும் படைகளும் சென்னப்பட்டணத்தைக் கொள்ளையடிப்பதை வழக்கமாக்கி இருந்தனர் என்பதை இவ்வாறு குறிப்பிடுகிறார் ஆனந்தரங்கர். கொள்ளையடித்த பணத்துடன் புதுச்சேரி திரும்பிய பரிதி, முகலாயப் படைகளால் வழிமறிக்கப் பட்டார். அவரிடமிருந்த பெரும் பொருள் கொள்ளையடிக்கப் பட்டது. எப்படி வந்த பணம் எப்படிப் போகும் என்பது குறித்தெல்லாம் ஆனந்தரங்கர் விவரித்து இருப்பதை வாசகர்கள் வாசித்து அறிந்து கொள்வார்களாக:

1746 ஒக்தோபர் 24 அற்பசி 11 சோமவாரம்

இற்றைநாள் பனிரெண்டு மணிக்கு வந்த டபாலிலே சென்னப் பட்டணத்திலிருந்து நாளது அற்பிசி 8 கண்டால் குருவப்பசெட்டி எழுதின காகிதம் வந்தது. எழுதியிருந்த வயணம் (8உ) சாயுங்காலம் சென்னப்பட்டணத்திலே நடந்த வர்த்தமானம் என்னவென்றால்:

இங்கிலீசு குவர்னதோர் முசே மாசு முதல் கோன்சேல்காரர் பேரும் முசே லபோர்தொனே யண்டைக்கு வந்து தாங்கள் கொடுக்க வேண்டிய பணத்துக்குக் கடன் சீட்டெழுதிக் கொடுத்து உடன் படிக்கைப் பண்ணியும் இன்னமும் என்ன உண்டோ அதெல்லாம் எழுதி கையெழுத்துப் போட்டுக் கொடுத்ததாகவும் அதன் பேரிலே முசே லபோர்தொனே கோட்டையை அவர்களுக்கு விற்ற விலைக்கிரயக் காகிதத்திலே கையெழுத்துப் போட்டுப் பின்னையும்

என்ன உபாயம் உடன்படிக்கைகள் பேசிக்கொண்டார்களோ அதுக்கெல்லாம் முசே லபோர்தொனே கையெழுத்துப் போட்டு இவர்கள் கைக்காகிதமும் அவர்கள் கைக்காகிதமும் ஒருத்தருக் கொருத்தர் வாங்கிக் கொண்ட பிற்பாடு இருபத்தொரு பீரங்கி சுட்டுச் சந்தோஷமாயிருந்தார்களென்றும் இந்த உடன்படிக்கைகள் நடக்கையிலே முசே தெப்பிரமேனியை அழைக்கவுமில்லை, அழைத்தாலும் இவன் போகவும் போகான் என்றும், முசே தெப்பிரமேனியைத் தவிர நடப்புவித்தானென்றும் தம்பி திருவேங்கடம் வந்த பிற்பாடு பதினைந்து காகிதம் எழுதினதற்கு ஒரு உத்தரவாகிலும் வரவில்லை யென்றும் இப்படியாக எழுதி யனுப்பினான். இனிமேல் நடக்கிற சேதி முசே லபோர்தொனே ஏறிப்போன பிற்பாடு முசே துய்ப்ளேக்ஸ் நடத்துகிற சாடையறிய வேணும்.

1746 ஒக்தோபர் 25 அற்பிசி 12 மங்களவாரம்

இற்றைநாள் காலத்தாலே சென்னப்பட்டணத்துத் தபாலிலே ஒன்பது மணிக்குத் துரையவர்களுக்குக் காகிதம் வந்தது. அத்துடனே கூட எனக்குக் கண்டால் குருவப்பசெட்டி எழுதின காகிதம் நாளது 9உ எழுதின காகிதம் ஒன்றும் 10உ எழுதின காகிதம் இரண்டும் ஆக மூன்று காகிதங்களும் வந்தன. அந்தக் காகிதங்களிலே எழுதியிருந்த வயணம்:

இங்கிலீசுக்காரருக்கு முசே லபோர்தொனேக்கு விருந்து பண்ணினதும் அப்பால் முசே தெப்பிரமேனி கூட விருந்து சாப்பிட்டுச் சாயங்காலம் நாலு நாழிகை தேசகாலம் ஒப்பு உடம்படிக்கைப் பண்ணிக் கொண்ட காகிதம் எல்லாம் படித்துக் காண்பித்தும் அப்பாலிறங்கி வந்து நாளது 10உ (23உ அக்டோபர்) ஞாயிற்றுக்கிழமை கால்மேல் கோட்டையை முசே தெப்பிரமேனி வசம் ஒப்புவித்தாப்போலே இருபத்தொரு பீரங்கி போட்டதும் அப்பால் பத்தரை மணிக்கு முசே லபோர்தொனே லசீப் என்கிற கப்பலின் பேரிலே ஏறிப்போனதும் அப்போது இருபத்தொரு பீரங்கி போட்டதும் அன்று சாயுங்காலம் வரைக்கும் கப்பல் தெரிகிற சேதியும் முசே தெப்பிரமேனிக்கு அதிகாரம் நடக்குதென்றும் முசே தெப்பிரமேனிக்கு இங்கிலீசுக்காரர் இரண்டு வேளையும் விருந்து பண்ணுகிறார்களென்றும் இது முதலாகிய சேதி எழுதி வந்தது. இதல்லாமல், பின்னையும் பல சேதியும் எழுதிவந்த படியினாலே அந்த மூன்று காகிதமும் தெலுங்கிலே எழுதிவந்த படியினாலே அந்தக் காகிதத்திலே யிருக்கிறபடிக்கு தன் கீழே மூன்று காகித வயணமும் தெலுங்கிலே எழுதியிருந்தது.

1746 நவம்பர் 1 அற்பிசி 19

அப்பால் துரை என்னை அழைப்பித்து மாபூசுகானுக்கு ஒரு காகித மெழுதியனுப்பச் சொன்ன வயணம்: எங்கள் மனுஷனாகப் பட்டவர்களை யடிக்கடி மிரட்டுகிறதும் கொல்லுவோமென்று இப்படி கஷ்டப்படுத்துகிறார்களாம். இது உமக்கு நல்லதல்ல. நான் உம்முடைய தம்பியான படியினாலேயும் உமக்குப் பழியில்லாமல் சொல்லுகிறேன். உங்கள் வமிசத்தார் துலுக்கக் கூட்டம் சென்னப்பட்டணத்திலேயும் புதுச்சேரியிலேயுமாய் வெகுபேர் இருக்கிறார்கள். அவர்கள் மூன்று பேரையும் ஏதாகிலும் நடத்தினால் இத்தனையாயிரம் துலுக்கருக்கும் மோசம் வரும். இதல்லாமல் வெகு சனங்கள் செத்து இரத்த ஆறு ஓடும். இதுகளை நினைக்கிறதற்கு மார்க்கமெப்படி யென்றால், நீர் ஏதாகிலும் மனதுவைத்து அந்த மூன்று பேரையும் பிடித்த சமேதாரனையும் கூட கூட்டிச் சென்னப்பட்டணத்துக்கனுப்பி என் அண்டைக்கு அதற்கேற்ற மாற்றுப்பேர் மனுஷர்களை அனுப்புவித்தால் நல்ல மார்க்கமாய்ச் சமாதானமாய்ப் போமென்று எழுதச் சொன்னார்.

... அப்பால் சென்னப்பட்டணத்திற்குத் துரை தான் போக வேணுமென்று நினைத்ததும் முசே லபோர்தொனே யினாலே தடையாய்ப் போனதும் அவன் பண்ணின தொந்தரவையும் பேசியிருந்தோம்.

1746 நவம்பர் 4 அற்பிசி 22 சுக்கிரவாரம்

குவர்னதோர் கடற்கரைக்குச் சவாரி போனார். சவாரி போனவிடத்திலே சென்னப்பட்டணத்திலேயிருந்து கட்டுமரத்திலே முசே பெடுதல்மி காகிதம் வந்தது. அதிலே எழுதி இருந்த வயணம்:

மாபூசுகான் நுங்கம்பாக்கத்து ஏரிக்கரை மேல் கூடாரம் போட்டிருந்ததாகவும் அவர் பவுஞ்சு கப்பித்தான் தோட்டம் சுற்றிப் பிடித்துக் கொண்டிருந்த படியினாலே முகத்துவாரம் வெட்டிவிட துலுக்க மனுஷர் போனதும், மாமே சிப்பாய்கள் அதை விலக்கத்தக்கதாக ஐம்பது பேர்களை அனுப்புவிக்கையிலே துப்பாக்கியில் குண்டு போட்டுச் சுடாமல் மருந்து மாத்திரம் போட்டுச்சுட்டு மிரட்டித் துரத்திவிட்டு சொல்ல சொல்லியனுப்பின தாகவும் இதல்லாமல் கப்பித்தான் தோட்டத்திலே யிருக்கிற துலுக்கர் பவுஞ்சு இப்பால் வராதபடிக்கு முசே லத்தூரும் இருநூறு சொல்தாதுகளும் ஐம்பது மாயே சிப்பாய்களையும் எதிர் பாளையம் இறக்கியிருக்கிறபோது சொன்னாற் போலேயும் இப்படியிருக்கிற அவசரத்திலே முகத்துவாரத்து அண்டையிலே போன மாயே

சிப்பாய்கள் குண்டு இல்லாமல் மருந்தை மாத்திரம் கெட்டித்திருக்கிற துப்பாக்கியை முகத்துவாரம் வெட்டுகிற துலுக்கர் மனிதரிலே சுட்டாற் போலேயும் அவர்கள் ஓடினார்களென்றும், அப்பால் துப்பாக்கியிலே குண்டு போடாத சாடை தெரிந்து மறுபடி வந்து வெட்டினார்கள் என்றும்,

மறுபடி சுட்டால் அவர்கள் போகாமலிருந்தார்க ளென்றும் அந்தச் சேதி வந்து முசியே பெடுதல்மிக்கு சொன்னவிடத்திலே, யவர்கள் கை மிஞ்சாமல் நாம் சண்டைப்பண்ணப் போகாது. முகத்துவாரம் வெட்டிவிட்டால் வெட்டிவிடட்டும் என்றும் சொன்னதாகவும் அதிகாலத்தாலே ஐந்து மணிக்குத் துலுக்கர் பவுஞ்சு கோட்டை நிறுத்தி மூலையிலே சிறிதுபேர் வந்தாற் போலேயும் அவர்களைப் பார்த்துக் குண்டு போடாமல் இரண்டு பீரங்கி சுட்டாற் போலேயும் முசே லத்தூர் இருநூறு சொல்தாதும் மாயே சிப்பாய்களும் ஐம்பது பேருடனே இறங்கியிருந்தவன் தன்னைச் சண்டை பண்ணச் சொல்லி அடையாளம் காண்பிப்பதாக எண்ணிக்கொண்டு கப்பித்தான் தோட்டத்திலேயும் அதற்கு மேல் பக்கத்திலேயும் இறங்கியிருக்கிற பவுஞ்சு பேரிலே போய் புதனன்று காலமே துப்பாக்கிகள் தீர்த்தார்கள். கர்னாத்துக் கென்ற தீ குடுக்கைகள் சுட்டுப் போட்டார்கள்.

இந்தச் சாடை சண்டை சுற்றிக் கொண்டதென்று கோட்டையின் பேரிலே யிருக்கிற சிறிது பீரங்கிகள் குண்டு போட்டுக் கெட்டித்ததும் குண்டில்லாமல் கெட்டித்திருந்ததும் ஏக வேளையிலே சுட்டமாத்திரத்திலே கப்பித்தான் தோட்டத்திலேயும் அதற்குப் பிறகேயும் இருக்கிற கோவிலேயும் இறங்கி யிருந்தவர்களுக்குக் கால் போனவனும் தலை போனவனும் குதிரைகள் பேரிலே வரிக்குதிரையாய் ஏறிக்கொண்டு ஓடினவனும் சும்மா ஓடினவனும் குதிரைகள் செத்தும் இப்படி நானா விதமாய் துலுக்கர் பவுஞ்சு முறிந்து ஓடி அப்பால் மாபூசுகான் இறங்கியிருக்கிற பாளையத்தில் கையிலே விழுங்காட்டிலும் மாபூசுகானும் ஆனையின் பேரிலே ஏறிக்கொண்டு ஓடினானாம்.

இந்தப்படி அவர்களோட இவர்கள் துரத்த ஐந்து நாழிகை மட்டுக்கும் துரத்தி, அப்பாலிவர்கள் துலுக்கர் பவுன்சிலே போட்டுவிட்டுப் போன தட்டுமுட்டுகள் சிறிது எடுத்துக்கொண்டு அந்த ஈசுரன் கோவிலிலே போட்டிருந்ததைச் சிறிது கொளுத்திப் போட்டு வந்ததாய் துரையவர்கள் யென்னை ஆறு மணிக்குச் சரியாய்ப் போய் வீட்டுக்கு வந்தவுடனே யழைப்பித்து உற்சாகமாய்ச் சொன்னார்கள்.

... அப்பால் துரை யன்னை அழைத்து ராத்திரி ஏழு மணிக்குச் சென்னப்பட்டணத்து மாபூசுகான் சண்டை சமாசாரஞ் சொன்ன பிற்பாடு, நான் ஐந்தாறு நாளையிலே சென்னப்பட்டணம் போக வேணுமென்று சொன்னார். முன்னே தானே போனால் வெகு காரியமுண்டென்று மினிமேல் போனாலும் ஊரை சுஸ்தப்படுத்திச் சீக்கிரமத்துக்கு வரலாமென்றும் சொன்னதற்கு இங்கேயிருந்து புறப்படும் போது இருநூற்றைம்பது முன்னூறு சொல்தாது களுடனே புறப்பட்டு சதுரங்கப்பட்டண மட்டுக்கும் போகிறதற்குள்ளே சென்னப்பட்டண மிருந்து இருநூற்றைம்பது சொல்தாதுகள் சதுரங்கப்பட்டண மட்டுக்கும் வருவார்கள். அவர்களைக் கூட்டிக்கொண்டு சென்னப்பட்டணத்துக்குப் போவோம். நீயும் தயாரா யிரு வென்று சொன்னார். நல்லதப்பா வென்று சொன்னேன்.

1746 நவம்பர் 13 கார்த்திகை 1 ஆதிவாரம்

முசே பரிதி சென்னப்பட்டணத்துக்குக் கொம்மாந்தனாகி கொள்ளையிட்டுத் தின்று கொண்டு சுகத்திலே யிருக்கிறான்.

1746 நவம்பர் 14 கார்த்திகை 2 சோமவாரம்

...துரையழைத் தனுப்புவித்துச் சென்னப்பட்டணத்தில் இருந்தவர்கள் எல்லாரும் வெளியே அங்கங்கே போயிருக் கிறார்களே அவர்களுக் கெல்லாம் நீ காகிதங்கள் அனுப்புவித்துச் சென்னப்பட்டணத்திலே இனிமேல் இங்கிலீசுக்காரருக்கு ஆசையில்லை. அவர்களெல்லாரும் புறப்பட்டுப் போகிறார்கள். இனிமேல் அவர்களுக்குச் சென்னப்பட்டணம் ஆமென்கிற பிரமையை விட்டு விடுங்கோளேன். புதுச்சேரியிலே வந்து சுகமாயிருக்கிற தானால் சென்னப்பட்டணத்திலே அவரவர் தட்டுமுட்டுகள் வீடுகள் கொள்ளையிலே போனதுமாக மற்றதுகள் எல்லாம் கொடுத்துவிடுகிறோமென்று அவரவருக்குக் காகிதங்களெழுதி யனுப்பச் சொன்னார். நல்லதென்று சொன்னேன்.

1746 நவம்பர் 24 கார்த்திகை 12 குருவாரம்

இற்றைநாள் சாயங்காலம் ஐந்து மணிக்குச் சென்னப்பட்டணம் குவர்னதோர் மேஸ்தர் மாசு, அவர் பெண்சாதி, அவர் பெண்கள், பிள்ளைகள், சின்னதுரை மேஸ்தர் மானுஷன் பின்னையும் ஐந்தாறு பேர் இங்கிலீசுக்காரர் கூட இவ்விடத்திலிருந்து போயிருந்த முசே பெடுத்தல்மி, புரி, லவீல்பாகு, திலார்ஷ் பின்னையும் இரண்டொரு வெள்ளைக்காரர் முதலான நூறு சொல்தாதுகளும் நூறு சிப்பாய்களும் கூட வந்தார்கள்.

இவ்விடத்திலிருந்து நூறு சொல்தாதுகளும் ஐம்பது மாயே சிப்பாய்களும் இருபது ஒபிசியேல்மார்களும் எதிரே காலாப்பட்டு மட்டும் போனார்கள். அங்கே மத்தியானத்திற்குச் சாப்பிட்டுச் சாயங்காலம் புறப்பட்டார்கள்.

புதுச்சேரி குவர்னதோர் முசே துப்பிளேக்சும், கோன்சேல்காரரும் மீனாட்சியம்மை சத்திரமட்டும் எதிரே போய் அழைத்து வந்தார்கள். சென்னப்பட்டணம் கெவுனி வாசல் படியிலே நுழையும் போது இருபத்தொரு பீரங்கி போட்டார்கள். அப்பால் சாராயம் வாங்கிக் கொள்ளும் போது அப்படித்தான். அந்தப்படிக்கு இரண்டு நாழிகை தேசகாலம் பேசியிருந்த பிற்பாடு இவர்களுக்கு விடுதி அமர்த்தி இருக்கிற குவர்னதோர் வீட்டுக்கு மேற்கே இருக்கிற கோன்சேல் வீட்டை இவர்களுக்கு விடுதியாக முன்னே தானே அமர்த்தியதை எல்லாம் திட்டமாய்ச் சிங்காரித்து கட்டில்களமைத்து மற்றதெல்லாம் போட்டு முஸ்தீதாக இருக்கிற வீட்டைத் துரை பெண்சாதி கொண்டு போய்க் காண்பித்து அதைப் பார்த்துவிட்டு மறுபடியும் குவர்னதோர் வீட்டிற்குப் போய் சாப்பிட்டு அவர்களுக்கு விடுதி விட்டிருக்கிற வீட்டுக்குள்ளே படுத்துக்கொள்ளப் போனார்கள்.

ஆனாலிவர்களுக்கு நடந்த மரியாதை, காவலாய் வந்தவர்களுக்கு இப்படி மரியாதை பண்ணுகிறது நியாயமில்லை. இவன் சென்னப்பட்டணத்திலே குவர்னதோராய் இருக்கிற போது வந்தாலுமிதற்குச் சற்றுக் குறைச்சலாய் மரியாதை நடத்துகிறதே யல்லாமல் இவ்வளவு நடக்காது. அப்படி வெகுமரியாதை பண்ணின படியினாலே துரையைச் சமஸ்தான ஜனங்களும் ஸ்தவுத்தியம் பண்ணினார்கள்.

ஆனால் இந்த குவர்னேர் மாசு வருகிற போது இந்தப் பட்டணத்து ஜனங்கள், குண்டுதாழை எதுவக்கி குவர்னதோர் வீடு மட்டுக்கும் வந்து வேடிக்கை பார்த்த ஜனங்களை மட்டாய் மேரையாமித்தி இவ்வளவு என்று சொல்லக் கூடாது. ஜனங்கள் நெருக்கமும் இந்த மட்டுக்கும் தொகை புரியாததும் எள்ளு போட்டால் எள்ளு விழாது.

இப்படி பட்டணத்திலுள்ள ஜனங்கள் எல்லாம் வந்து பார்க்கிற போது முசே மார்சு அவர்களுடைய மனசு எப்படியிருக்குமோ அந்த துக்கத்தை இன்ன பிரகாரமென்று எழுதப் போகாது. ஆனால் லோகத்துக்குள்ளே சுகமுந் துக்கமும் உடந்தையான படியினாலே விவேகிகள் இதை ஒரு அவமானமா யெண்ணார்கள்.

கோட்டைக்கு இக்கட்டு வருகிறதும் பட்டணத்துக்கு இக்கட்டு வருகிறதும் அதிலே யிருக்கப்பட்ட ஜனங்கள் வழிப்படுகிறதும்,

சுவாமியுடைய ஆக்கினையே யல்லாமல் மற்றப்படியல்ல. ஆனால் கஷ்டம் சத்துருக்குக் கூட வரலாகாது.

1746 டிசம்பர் 7 கார்த்திகை 23 சோமவாரம்

இற்றை நாள் பத்து மணிக்குச் சென்னபட்டணம் குவர்னதோர் மேஸ்தர் மாசு என்பவர் இவ்விடத்திலே வந்திருக்கிறார்களே அவருடைய குமாரன் ஐந்தாறு வயதுள்ள பிள்ளை. அதற்கு வலி கண்டு இரண்டு முழியும் பிதுங்கி வெளியே வந்தது. அதன் பேரிலே யவர்கள் பட்ட தாபந்தி எழுதி முடியாது. அப்போது இவ்விடத்துக் குவர்னதோர் முசே துப்பிளேக்சும் அவர் பெண்சாதியும் அந்தச் சேதி கேட்டவுடனே, அந்த க்ஷணமே போய் விசாரித்தார்கள். வைத்தியனை அழைப்பித்து அந்நேரமதுக்குச் சிகிச்சை மற்றதெல்லாம் நடப்பித்து அவர்களுக்குத் துக்கோப சமனாகத்தக்கதாக ரொம்பவும் தெரியப்படச் சொல்லி ஒரு சாமபரியந்திர மிருந்து சற்றுச் சுவஸ்தமான பிற்பாடு புறப்பட்டு வீட்டுக்கு வந்தார்கள்.

ஆனால், லோகத்திலே இடறின காலிலே இடறுமென்று சொல்வார்களே அதுவும், இக்கட்டு வந்தாலும் பரம்பரையாய் வருமென்று சொல்லுகிறார்களே அதுவும் அபத்தமல்ல. வெகுசா பார்த்தது முண்டு. ஆனால், நன்றாயிருந்தவர்களுக்கு இக்கட்டு வரப்பண்ணலாகாது (தெய்வம்) அப்பால் மனுஷனாலே செய்ய வேண்டியதென்ன? அனுபவித்துத் தீரவேணும். சுவாமிக்கா சித்தம் திரும்ப வேண்டும்.

1746 டிசம்பர் 10 கார்த்திகை 28 சனிவாரம்

இற்றைநாள் காலத்தாலே டபால்காரன் கொண்டு வந்த கபுறு என்னவென்றால் முசே பரிதி சென்னப்பட்டணம் விட்டு இப்போது திருப்போரூர் தாண்டி வருகையிலே மாபூசுகான் பவுஞ்சு ஐந்நூறு குதிரையும் ஆயிரத்தைந்நூறு ஸ்தோமமும் வந்து சுற்றிக்கொண்டதாகச் சேதி வந்தது. அந்தச் சேதி துரையுடனே போய்ச் சொன்னேன்.

...நான் கேட்ட சேதி என்னவென்றால்: நூறு சொல்தாதுகளும் நாற்பது ஐம்பது காப்பிரிகளும் முப்பது மாயே சிப்பாய்களும் சமேதாரன் சேக்கு அசேன் என்கிறவனும் கூட வருகையிலே சொல்தாதுகளுக்கும் மாயே சிப்பாய்களுக்கும் சிறிது காப்பிரிகளுக்கும் பேருக்கு ஆறு வேட்டு மருந்து குண்டுங் கொடுத்துச் சிறிது மருந்து குண்டும் ரஸ்துமெடுப்பித்துக் கொண்டு அவனவன் சென்னப்பட்டணத்திலே சம்பாதித்த தட்டுமுட்டுப் பணம்காசுப் புடவைச் சீலைகளும் எடுப்பித்துக் கொண்டு

வரும்போது திருப்போரூருக்கு இப்புறம் வரும்போது அன்வருதிகானும் மேற்படி பவுன்சும் ஆயிரங் குதிரையும் இரண்டாயிரம் சேனையும் நாலு மூலையும் வந்து சுற்றிக்கொண்டு சண்டை பண்ணுகிறதிலே துலுக்கரிலே முப்பது நாற்பது குதிரை மட்டுக்கும் விழுந்தது. இவர்களிலே ஒரு மாயே சிப்பாய்க்கும் ஒரு காப்பிரியனுக்கும் காயமிந்த மட்டுக்கும் தள்ளூ நோக்குமாய் சதுரங்கப் பட்டணம் வந்து சேர்ந்தோம்.

இவர்கள் வந்து பிறகே வந்து சேர்ந்த முசே பரிதி சொந்தம் சிறிது பணம் காசும், சிறிது உயர்ந்த ரத்தினங்களும் தினுசுவாரி புடவைகளும் பெட்டியிலே போட்டுப் பிறகே கூலிக்காரரெடுத்து வந்தார்களாம். அந்தப் பெட்டியின் பிறகே ஆறேழு சொல்தாதுகளும் ஆறேழு மாயே சிப்பாய்களும் கூட வந்தார்களாம்.

அதை முகலாயக் குதிரைக்காரர் கொண்டு போனதுமல்லாமல் பின்னையுஞ் சிப்பாய்களும் புதுச்சேரியிலிருந்து போயிருக் கிறவர்கள் சிறிது கொள்ளையிட்டதும் சிறிது கொள்ளையுடைமை வாங்கினதும் இதுகளிலே சிறிது பரிதி பிறகே கூட வந்தவர்கள் கொண்டு வந்ததில் கொஞ்ச நஞ்ச மாத்திரம் தப்பித்தது. மற்றது செத்துப் பின்னிடஞ்சி வந்ததெல்லாம் வழியிலேயே துலுக்கர் குதிரைக்காரர் நின்று பறித்துக்கொண்டு, கொண்டு வந்தார்கள். அவர்களை ரெண்டு போட்டு துரத்தி விட்டதாய்ச் சேதி கேட்டேன். முசே பரிதியது போனது பதினாயிரம் வராகன் மட்டுக்கு உண்டென்று சிறிதுபேர் சொன்னார்கள். கூட வந்தவன் ஒருத்தன் சொன்னது, பத்துக்குமேல் உண்டென்று சொன்னான்.

அநியாயற்சிதம் வித்தம் அஷாளாவின் சியத்தி என்று எப்படிச் சம்பாத்தியமோ அப்படிப் போச்சுது. அது பதினாயிரம் ஆகட்டும், இருபதினாயிரம் ஆகட்டும், நூறு வராகன் மட்டுக்கும் சரி. வெகுபேர் அவனவன் எப்படிக் கஷ்டப்பட்டுச் சம்பாதித்தானோ இந்த உடைமையைப் போக்கடித்துக் கொண்டாப் போலே, எப்படி அவனுக்குத் திகிலிட்டுக் கிலேசப்பட்டானோ அந்த நெருப்பு நிரம்பி இருக்கப்பட்ட உடைமையை இவன் கொண்டு வந்து வீட்டிலே வைத்தால் அந்த நெருப்பு இவனுக்குப் பழயதாகி இவன் சம்பாதிக்கிறதைக்கூட பஸ்மம் பண்ணாதே போமா?

அதற்குத் திருஷ்டாந்திரமாக, முன் புதுச்சேரி கப்பல் மணிலாவுக்குப் போய் வருகிறதைப் பிடிப்பதற்கு எத்தனை பேர் அங்கலாய்த்தார்கள். அந்த நெருப்பும் போய்த்தானே சென்னப் பட்டணத்திலே விழுந்து சென்னப்பட்டணம் இந்தப் பாடாச்சுது.

இது அப்படி லக்ஷம் பங்கு அதனங்கொண்ட நெருப்பு வந்து விழுகிறது என்னமாய்ப் போமென்று விவேகிகளாயிருக்கிறவர்கள் தெரிந்து கொள்வார்கள்.

அறிய வேண்டியது, இந்தப்படிக்கு முசே பரிதி வந்து சேர்ந்து சதுரங்கப்பட்டணம் வந்து, வெளி ஈசுவரன் கோவிலைப் பிடித்துக் கொண்டு தட்டுமுட்டு, பெட்டிப் பேழை போனதற்குத் தாபந்தப் படவில்லை. அதனாலே நான்கு கண்ணாடி ஒன்றரை புருஷப் பிரமாணத்திலே கொண்டு வந்து கண்ணாடி போனதற்கு மெத்தக் கிலேசமாய் இருக்குதென்று சொன்னானென்று வந்தவர்கள் சொன்னார்கள். ஆனாலிவன் வந்த மடிப்புக்குச் சுவாமி பிராஞ்சுக்காரருக்குச் செயகாலங் கொடுத்திருக்கிறபோது தப்பி வந்தாரே யல்லாமல் இல்லாமற் போனால் வந்து சேர மாட்டான்.

நாட்குறிப்பு 24

நவாபை நண்பராக்கிக்கொண்ட துய்ப்ளேக்ஸ்

சென்னையைக் கைப்பற்றிய பிரெஞ்சுக்காரர்களுக்குத் தலைவலியாக இருந்தவர் ஆற்காடு நவாப் மாபூஸ்கான். நுங்கம்பாக்கம் ஏரியில் நவாப் - பிரெஞ்சு படைகளும் மோதிக்கொண்டதையும் நவாப் படைகள் புறமுதுகிட்டு ஓடியதையும் கடந்த அத்தியாயத்தில் நாம் பார்த்தோம். இதற்கிடையே நவாபின் படையணிகள் புதுச்சேரி அருகிலுள்ள திருக்காஞ்சியில் முகாமிட்டிருந்தன. பிரெஞ்சு எல்லைப் பகுதிகளில் கலகம் செய்வது இவர்களின் நோக்கமாக இருந்தது. அருகிலுள்ள கிராமங்களில் ஆற்காடு படைகள் தாம் தூம் செய்வதாகத் தகவல்கள் வந்தன. மேலும். பகையை வளர்க்க விரும்பவில்லை ஆளுநர் துய்ப்ளேக்ஸ்.

நவாபுடன் பேச்சுவார்த்தை நடத்த பிரெஞ்சு தூதுக்குழு ஒன்று திருக்காஞ்சி விரைந்தது. இதற்கு முன்னிலை வகித்தவர் ஆனந்தரங்கர். முக்கிய பிரமுகர்களைச் சந்திக்கும் போது நசர் (மொய்?) வைப்பது வழக்கம். இப்படி நவாபிடம் கொடுப்பதற்காக 22 மோகரி கொடுத்தனுப்பினார் துய்ப்ளேக்ஸ். ஆனால் போகும் வழியில் ஆனந்தரங்கர் மனம் மாறியது. 11 மோகரியே போதும் என முடிவு செய்தார். அதைத்தான் நவாபிடமும் கொடுத்தார்.

ஆனந்தரங்கரைக் கட்டித்தழுவி வரவேற்ற நவாபு மாபூசுகான் தான் போர்த்தியிருந்த சால்வையை எடுத்து ஆனந்தரங்கருக்குப்

போர்த்தினார். தன்னிடம் இருந்த கட்டாரியை எடுத்து பிள்ளையிடம் கொடுத்தார். 'உன்னுடைய எதிரிகளை நீ ஜெயிக்க வேணும்' என்று வாழ்த்தினார். புதுச்சேரிக்கு வர வேண்டும் எனும் ஆனந்தரங்கரின் அழைப்பையும் ஏற்றுக் கொண்டார்.

திரும்பி வந்தவரிடம் இருந்த கட்டாரியை துய்ப்ளேக்ஸ் ஆச்சரியத்துடன் வாங்கி, இருபது முப்பது தரம் பார்த்திருக்கிறார். கவுன்சிலுக்கு வந்தவர்களிடம் எல்லாம் 'ஆனந்தரங்கன் சிப்பாய் ஆனான்' என்று சந்தோஷப்பட்டுச் சொல்லியிருக்கிறார். ஆனாலும் ஆளுநருக்குள் சின்னச் சந்தேகம்! 'ஆமாம், இந்தக் கட்டாரியை நவாப் உனக்கு ஏன் கொடுத்தார்?'. இதற்கு ஆனந்தரங்கரின் பதில் இப்படியாக இருந்தது: 'ஒருவேளை அவர்கள் சமாதானத்துக்கு வராவிட்டால் அவர்களைக் கூட செயிக்கத்தக்கதாகக் கொடுத்தார்'.

ஆனந்தரங்கரின் அழைப்பினை ஏற்றுக்கொண்டு அடுத்த நாள் காலையிலேயே புதுச்சேரி வந்துவிட்டார் ஆற்காடு நவாப். மேளதாளத்துடன் தடபுடலான வரவேற்பு. 'உங்கள் வீட்டிற்கு நீங்கள் வருவதற்கு தடையென்ன இருக்கிறது? வாருங்கள்' என்று நவாபின் கையைப் பிடித்து ஆளுநர் அழைத்தது அரசியலின் உச்சக்கட்டம் என்றே சொல்லலாம். தொடர்ந்து, நவாப் பல்லக்கில் ஆளுநரும், ஆளுநர் பல்லக்கில் நவாபும். இருவரும் ராசியாகிவிட்டதை (சமாதானம் ஆனதை) உலகிற்கு அறிவிக்கும் நிகழ்வு இது.

விருந்து உபசாரங்கள் முடிந்தவுடன், நபாவுக்கு வெகுமானங்கள் வழங்கப்பட்டன. இவற்றை வரிசையாகப் பட்டியலிடுகிறார் ஆனந்தரங்கர். இதில், ஆனைக் குட்டியும் சங்கீதப் பெட்டியும் அடக்கம். ஆனாலும் பொருல்கள் பலவற்றின் பெயர்கள் நமக்கு விளங்கவில்லை.

இதற்கிடையே ஆற்காடு நவாபும் பிரெஞ்சு ஆளுநரும் சமாதானம் ஆனதை இங்கே கொண்டாடுவதுபோல சென்னப்பட்டணத்திலும் பண்டிகைக் கொண்டாடச் சொல்லி புதுச்சேரியில் இருந்து காகிதம் எழுதப்பட்டது!

1747 பிப்ரவரி 14 மாசி 6 மங்களவாரம்

ஒழுகரையிலே இருந்து சேதி வந்ததென்ன வென்றால் கொண்டூர் தோப்பிலே யிறங்கியிருந்த மாபூசுகானுடைய குதிரைகளிலே நானூறு குதிரையும், இருநூறு இருநூற்றைம்பது சஞ்சால் துப்பாக்கியும், இருநூற்றைம்பது பேர் கத்தி கேடயக்காரருமாக அரியாங்குப்பத்து சமீபமாக வந்ததாகவும் அரியாங்குப்பம்

கொத்தளத்தின் பேரிலே தாளையுமிருந்த வெள்ளைக்காரர், நாற்பத்தேழு பேர் வெள்ளைக்காரர் வெளியே புறப்பட்டுக் குதிரைக்காரரைத் துரத்திச் சுட்டார்கள். அதிலே ஒரு குதிரை விழுந்தது. அந்த மண்ணிலே குதிரைக்காரர் புறப்பட்டு ஓடிப்போனார்களாம். அதன் பேரிலே வெள்ளைக்காரர் மறுபடியும் அரியாங்குப்பத்துக்கு வந்துவிட்டார்களாம்.

ஓடிப்போன குதிரைக்காரர் கிளிஞ்சி குப்பத்தின் பேரிலே விழுந்து ரெட்டிகள், வீட்டுக் குடியானவர்கள் வீட்டிலே புகுந்து புடவை, சீலை, தட்டுமுட்டுகள், சமஸ்தமுங் கொள்ளையிட்டுக் கொண்டு திருக்காஞ்சி கோவிலை அடித்துப் பிடித்து இதற்கு எசமானாய் வந்திருக்கிற நாசறு கொல்லிகானிருந்து கொண்டு சுவர் போடுவிக்கிறான் என்றும், அதேனென்றால் மாபூசுகானும் மமுதல்லிகானும் அவ்விடத்துக்கு வந்திறங்கியிருக்க வேணுமென்றும் வருகிறதாகச் சொல்லுகிறார்களென்றும் சேதி வந்தது.

...அதன் பேரிலே உசேன் சாயபு அவர்களுடைய ஸ்தானாதிபதியாய் வந்திருக்கிற மகமதாக்கல் என்கிறவரை அழைப்பித்து அவரைப் போய் இப்போது திருக்காஞ்சி ஆற்றண்டையிலே யிறங்கியிருக்கிற குதிரைகளுக்கு எசமானாய் வந்திருக்கிற நாசறு கொல்லிகான் அண்டைக்குப் போய் கண்டு பேசி, நீங்களென்ன சண்டைக்கு வந்தீர்களா அல்லவென்று ஆற்காட்டுக்குப் பயணம் போகிற நிமித்தியம் ஏதாவது தண்டு கதலி பாளையம் கூச்சுப்பண்ணிப் பார்த்து இதுவழியாய் வந்தீர்களா அல்லவென்று அவர்களுடைய அபிப்பிராயம் என்னமா யிருக்குதென்று உசாவிப் பேசித் தெரிந்து கொண்டு வரச்சொல்லி மகமதாக்கலைப் பயணம் பண்ணினார்கள்.

1747 பிப்ரவரி 15 மாசி 7 புதன்கிழமை

இற்றைநாள் காலத்தாலே தண்டிலேயிருந்தும், அரியாங் குப்பத்திலே யிருந்தும், ஒழுகரையிலேயிருந்தும் சேதி வந்ததென்னவென்றால்: இன்றைய தினம் காலையிலே மறுபடியும் நேற்று வந்ததல்லாமல் இன்றைய தினம் ஆயிரம் குதிரை வந்து திருக்காஞ்சி ஆற்றிலே யிறங்கியிருக்கிற தண்டுடனே கூடச் சேர்ந்தார்களென்றும் மாபூசுகானும் மமுதல்லிகானும் பாளையம் கதலி வாக்கூரண்டையிலே வந்திறங்கியிருக்கிறார்களென்றும், பாளையத்துக்குள்ளே யிருக்கப்பட்ட குதிரைக்காரர் சிறிதுபேர் புறப்பட்டு அழிசபாக்கத்தைக் கொளுத்திக் கொள்ளையிட்டும், கொம்மையபாக்கம், கிளிஞ்சிக்குப்பம் இதுகளெல்லாம் தாம்தூம் பண்ணுகிறார்களென்றும் அடிக்கடி யிவ்விடத்துக்குச் சேதி

வந்துகொண்டே யிருக்குது. அழிசபாக்கத்துக்கு அடுத்த கிராமங்களாயிருக்கப்பட்ட தெருவாநத்தம், திம்மப்பநாயக்கன் பாளையம், பூரணாங்குப்பம், பின்னையும் சுற்றுப்பட்டிலே யிருக்கப்பட்ட கிராமங்களெல்லாம் தாம்தூம் பண்ணிச் சேதப்படுத்துகிறார்களென்கிற சேதி வந்து கொண்டேயிருக்கிறது.

1747 பிப்ரவரி 18 மாசி 10 சனிவாரம்

இந்த நாள் நடந்த சேதி என்னவென்றால்: அசறத்து மாபூசுகானவர்களும், மமுதல்லிகானவர்களும், மகம்மதாக்கலுக்கு எழுதியனுப்புவித்த வயணமென்ன வென்றால்: குவர்னதோர் சாயபு அவர்கள் எழுதினபடிக்கு நமக்குச் சம்மதிதான். இப்பவும் ஆனந்தரங்கப்பன் வந்தவுடனே கண்டு பேசிக்கொண்டு அவரை அழைத்துக்கொண்டு நீயுமவரும் மூன்றாஞ் சாமத்துக்கு வருகிறோமென்று எழுதியிருந்தது. அதன் பேரிலே அந்தக் கடுதாசி வயணம் பார்த்துக்கொண்டு துரையவர்கள் உடனே என்னையும் முசே திலார்சையும் மகமதாக்கலையும் மூன்று பேரையும் பயணமாகச் சொல்லி ஸ்ரீ துரையவர்கள் உத்தாரங் கட்டளையிட்டார்கள்.

அந்த உத்தாரப்படி யின்றையதினம் மத்தியான மிரண்டு மணிக்குப் பயணப்பட்டு மாபூசுகானண்டைக்குப் போனோம். அவருக்கு நசர் வைத்துப் பேட்டி பண்ணிக்கொள்ளுகிறதற்கு இருபத்திரண்டு மோகரி என் கையிலே கொடுத்தார்கள். அதுவுங் கூட கொண்டு போனோம். அவ்விடத்திலே போனவுடனே யோசனை பண்ணிப் பதினொரு மோகரி பண்ணினால் போதுமென்று மனதிலே எண்ணிக்கொண்டு பதினொரு மோகரியை வைத்துக் கொண்டு திருக்காஞ்சியிலே இறங்கியிருக்கிற மாபூசுகானவர்களண்டைக்குப் போனோம்.

நான் போய் பதினொரு மோகரையும் நசர்வைத்துப் பேட்டி பண்ணிக்கொண்டவுடனே எழுந்திருந்து கட்டிக்கொண்டு உட்காரச் சொல்லி உத்தாரங் கொடுத்தார்கள். அதன் பேரிலே அவரும் சொல்ல வேண்டிய உபசாரமான வார்த்தையாய்ச் சொன்னார். அதற்கு உத்தரவு அதற்கேற்றபடிக்கு ரொம்பவும் உபசாரமாய்த் தானே உத்தரவு சொன்னோம்.

அதன் பேரிலே சீரொப்பா கொண்டு வரச்சொல்லி நமக்கு நூற்றைம்பது ரூபாயிலே சீரொப்பாவுங் கொடுத்துத் தம்முடைய கையினாலே நடுகட்டும் கட்டிவிட்டுத் தாம் கையிலே வைத்திருக்கிற கட்டாரியை எடுத்து என்னுடைய அறையிலே சொருகிவிட்டு இனிமேல் உனக்குச் சத்துருவாயிருக்கப்பட்ட

பேரையெல்லாம் செயிக்கத்தக்கதாக கொடுத்தோம் என்கிறதாய்ச் சொல்லி, தம்முடைய பேரிலே போர்த்திக் கொண்டிருந்த சாலுவையை எடுத்து என் மேலே போர்த்தி உம்முடைய சினேகிதம் நமக்கு இருக்க வேணும், இனிமேல் நம்முடைய காரியத்திலே யிருக்க வேணும். என்னுடைய வெட்கம் உன்னுடையதே யல்லாமல் மற்றப்படி யல்லவே. ஆனபடியினாலே அதற்கெப்படி உண்டோ அந்தப்படி நடப்பித்துக்கொள்ளவுமென்றும் சொல்லி முசே திலார்சுக்கும் நாற்பத்தைந்து ரூபாயிலே ஒரு சீரொப்பாவும் கொடுத்து, மகமதாக்கலை அழைத்து, இப்போதேயானால் பொழுது போச்சுதே நாளை சூரிய வுதயத்துக்கு வருகிறோமென்று சொல்லி அனுப்பிவிட்டார்கள். அனுப்புகிறபோது அவ்விடத்துக் கவை உங்களுக்குச் சம்மதியானபடியென்று சொன்னார்கள்.

நல்லதென்றனுப்புவித்துக் கொண்டு புறப்பட்டு ஏழு மணிக்கு ஸ்ரீ துரையவர்களண்டைக்கு வந்து அவ்விடத்திலே நடந்த மரியாதைகளெல்லாம் சொல்லிக் கட்டாரி கொடுத்ததும் சொன்னோம். அந்தக் கட்டாரியை வாங்கிப் பார்த்து வெகு சந்தோஷப்பட்டு அந்தக் கட்டாரியை இருபது முப்பது தரம் உண்டு அதை வாங்கிப் பார்க்கிறதும் வருகிற குமிசெல்காரர், வெள்ளைக் காரர், சமஸ்தமான பேர், வெள்ளைக்காரர் பெரிய மனுஷர் வருகிற பேருக்கெல்லாம் காண்பிக்கிறதும் ரங்கப்பன் சிப்பாய் ஆனானென்கிறதும் சந்தோஷமாகச் சொல்லிக் கொண்டே யிருந்தார்.

பிற்பாடு என்னை அழைத்து இந்தக் கட்டாரி உனக்கெதற்காகக் கொடுத்தாரென்று கேட்டார். உங்களுக்குத் தெரியாமலிருக்குதா வென்று சொன்னேன். ஆனாலும் ஒருவேளை அவர்கள் சமாதானத்துக்கு வராவிட்டால் அவர்களைக் கூட செயிக்கத்தக்கதாகக் கொடுத்தார் என்று சொன்னேன். மெய்தானென்று சொல்லி, இந்தக் கட்டாரி கொடுத்ததைத்தானே வெகுநேரம் பிரஸ்தாபம் பண்ணிக்கொண்டிருந்து சந்தோஷப்பட்டுக் கொண்டிருந்தார்கள்.

1747 பிப்ரவரி 19 மாசி 11 ஆதிவாரம்

இற்றைநாள் காலமே ஐந்து மணிக்கு நபாபு மாபூசுகான் அவர்களை அழைத்துக் கொண்டு வரத்தக்கதாக இவ்விடத்திலே யிருந்து மகமதாக்கலும், மதானந்த பண்டிதரும், நானும் பெடுத்தலமே என்கிற வெள்ளைக்காரரும் பாளையக்காரனும் கொம்பு தமுக்குடனே திருக்காஞ்சி மட்டுக்கும் போனோம். போன உடனே அவ்விடத்திலே யிருந்து அசரத்து மாபூசுகான் அவர்களும் பத்து

குதிரைக்காரர்களுடனே ஆனையின் பேரிலே நிசான் பிடித்துக்கொண்டு கூடத்தானே வந்தார்கள். வரச்சே தேவநாயக்கன் செட்டிச்சாவடி யண்டையிலே சின்ன துரையவர்களும் முசியே திலார்சும், முசியே கில்லியாரும் மூன்று பேரும் எதிர்கொண்டு வந்திருந்தார்கள். அவ்விடத்திலே மாபூசுகானவர்கள் வந்தவுடனே நபாபு பல்லக்கின் பேரிலே யிருந்தபடியே சின்ன துரையவர்கள் நின்று கொண்டிருந்தவர்கள் நவாபுடைய பல்லக்கு மட்டுக்கும் நடந்து போய்க் கிட்டே வந்தவுடனே நபாபு பல்லக்கின் பேரிலேயும் சின்னதுரை நின்றபடிக்கு ஆலிங்கனம் பண்ணிக்கொண்டு உபசாரம் பண்ணினார்கள்

பின்னோடே முசியே திலார்சையும் முசியே கில்லியாரையும் ஆலிங்கனம் பண்ணிக்கொண்டு உபசாரஞ் சொன்னவுடனே அவரவர் பல்லக்கின் பேரிலே அவரவர் ஏறிக்கொண்டு கூடத்தானே வந்தார்கள். வரச்சே நம்முடைய தோட்டம் தாண்டிப்புறம் உப்பாற்றண்டை வரச்சே துவக்கி இருபத்தொரு பீரங்கி போட்டார்கள். அந்த மட்டிலே அகதிக்கு வெளியே போட்டிருக்கிற கூடாரத்திலே வந்திறங்கி உட்கார்ந்தார்கள். அந்தச் சேதி அகதிக்குள்ளாகக் கெவுனிக்கு வெளியே போட்டிருக்கிற கூடாரத்திலே வந்திறங்கியிருக்கிற முசியே துய்ப்ளேக்சு அவர்களுடனே சொன்னார்கள்.

அவ்விடத்திலே யிருந்து ஸ்ரீ துரையவர்கள் புறப்படச் சம்பிரமம் என்னவென்றால், துரையவர்கள் கால்நடையாய் நடந்து வரச்சே இருபுறம் இரண்டு வெள்ளைக் குடையும், ஒரு சுருட்டியும் வெள்ளைப் பாவாடை விசறத்தக்கதாக இரண்டு புறமும் மயில் கொத்தும் ஈச்சம் சவுரியும் புடைசூழத்தக்கதாக அரிகையும் பிடித்துக்கொண்டு அவருக்கு முன்னே இருபுறமும் ஐம்பது பேர் சொல்தாதுகள் வரத்தக்கதாக மத்தியே சேருவைக்காரரும் காப்பிரிகளும் இசாபுதாரமாய்ச் சந்தடிகளை விலக்கிக் கொண்டு வரத்தக்கதாகச் சகல சம்பிரமத்துடனே நபாபுடைய வளவண்டையிலே போனவுடனே நபாபு எழுந்திருந்து ஆலிங்கனம் பண்ணிக்கொண்டு ஒருத்தருக்கொருத்தர் உபசாரம் பண்ணிக் கொண்டார்கள். துரையவர்களும் நபாபும் சந்திக்கச்சே 21 பீரங்கி போட்டார்கள்.

அதன் பேரிலே துரையவர்கள் இருந்துகொண்டு உங்கள் வீட்டுக்கு நீங்கள் வருகிறதற்குத் தடையென்னவிருக்கிறது? வாருங்கோளென்று கையைப் பிடித்து நபாபை அழைத்தார். அப்படியே வருகிறோமென்று சொல்லி ஸ்ரீ துரையவர்களுடைய

பல்லக்கின் பேரிலே நபாபு மாபூசுகானும், மாபூசுகான் பல்லக்கிலே துரையவர்களும் ஏறிக்கொண்டு நவபத்து நாசுர மேளம் முழங்கத்தக்கதாக இரண்டு பேர் பல்லக்கும் சோடாய் வரத்தக்கதாக கெவுனிக்குள்ளே புல்லுக்கடை மட்டுக்கும் இருபுறமும் சொல்தாது பாறுக்குள்ளாகச் சகல சம்பிரமத்துடனேயும் புறப்பட்டுச் செம்மையாய்ப் பத்து மணிக்கு வந்து ஸ்ரீ துரையவர்கள் வீட்டுக்கு வந்து சேர்ந்தார்கள்.

நபாபு வந்து இறங்கினவுடனே கோட்டையிலே இருபத்தொரு பீரங்கி போட்டார்கள். அந்த மட்டிலே இரண்டு நாழிகை மட்டுக்கும் பேசிக்கொண்டிருந்து துரையவர்கள் வீட்டிலே யிருந்தபடியே குமிசெல் வீடாகிய விடுதிக்கு வந்தார்கள். வரச்சே துரையவர்களும் கூடவந்து விடுதியிலே விட்டுவிட்டுச் சற்றுநேரம் பேசிக்கொண்டிருந்த துரையவர்களும் மறுபடி வீட்டுக்குப் போனார்.

1747 பிப்ரவரி 20 மாசி 12 சோமவாரம் நாள்

இந்த நாள் நடந்த சேதி அதிசயமென்ன வென்றால்: நவாபு மாபூசுகான் அவர்களை துரையவர்கள் தம்முடைய வளவுக் கழைத்துக் கொண்டு போய் அவ்விடத்திலே யிருக்கப்பட்ட அதிசயங்களெல்லாம் காண்பித்தார்கள். அதன் பேரிலே மத்தியானம் சாப்பிட்ட பிற்பாடு துரையவர்கள் போய் நவாபை அழைத்துக்கொண்டு போய்த் தம்முடைய வளவிலே கொண்டு வந்து வைத்திருந்த வெகுமான தட்டுமுட்டுச் சாமான்களெல்லாம் நவாபு அவர்களுக்குக் காண்பித்தார்கள். அதுகளெல்லாம் கண்ணினாலே பார்த்துக்கொண்டு வந்து நடுச்சாலையிலே உட்கார்ந்தார். அதன் பேரிலே துரையவர்களும் வந்து கிட்டே உட்கார்ந்து கீழண்டை பக்கம் முசியே திலார்சு உட்கார்ந்தார்.

மற்றப்படி நபாபு பிறகே வந்த சுவாருகளெல்லாம் வரிசையாய் நாற்காலியின் பேரிலே உட்கார்ந்தார்கள். அதன் பேரிலே பன்னீர் கொண்டு வந்து செம்பைக் கொண்டு போய்த் துரையவர்களின் கையிலே கொடுத்தேன். அவர் வாங்கி மாபூசுகானுக்குக் கொடுத்து ஒரு தட்டிலே பாக்கு வெற்றிலையும் கொடுத்தார்கள். பாக்கு வெற்றிலை கொடுக்கச்சே இருபத்தொரு பீரங்கிப் போட்டார்கள். அப்போது நாலு மணியடித்துப் பாக்கு வெற்றிலை வாங்கிக் கொண்டவுடனே அனுப்புவித்துக் கொண்டு நபாபு மாபூசுகானவர்கள் ஒரு பல்லக்கிலேயும் துரையவர்கள் ஒரு பல்லக்கிலேயும் ஏறிக்கொண்டு புறப்பட்டார்கள். வெளியே

புறப்படச்சே துரையவர்கள் வீட்டு மெத்தையின் பேரிலே துரும்பேத்தும் நாதசுர மேளமும் வாத்தியம் பண்ணினார்கள்.

இப்புறம் வாசற்படி தாண்டினவுடனே வெள்ளைக்காரர் பாறு வைத்துத் தம்பூர் அடித்துக்கொண்டு ஆனையின் பேரிலே நிசான் பிடித்துக்கொண்டு போகத்தக்கதாக நபாபு பல்லக்குத் தென்னண்டையும் துரையவர்கள் பல்லக்கு வடவண்டையும் சோடு பல்லக்காய்ப் போட்டுக்கொண்டு இருபுறமும் வெள்ளைச் சாமரம், மயில் கொத்து, ஈச்சஞ்சவுரி, வெள்ளைக் கொடை, நாதசுர மேளம், புல்லாங்குழல், நாதசுர மிப்படியாகச் சகல சம்பிரமத்துடனே முன்னே மாயே சிப்பாய்களும், அதன் பிறகே பாளையக் காரருடைய சேவகரும், அதன் பிறகே நபாபு பல்லக்கும் துரையவர்கள் பல்லக்கும் வரத்தக்கதாகவும் அதன் பிறகே குதிரைச் சுவார்களும் அதன் பின்னோடே பாறுமாக இந்தப்படிக்குச் சகல சம்பிரமத்துடனே பயணம் புறப்பட்டுப் போகச்சே கடைத் தெருவிலே இருக்கிற சுங்குவார் கிடங்கு முதற்கொண்டு கெவுனிமட்டு மிப்புறமுஞ் சொல்தாதுகள் பாறு வரிசையாய் விற்கத் தக்கதாக நபாபு மாபூசுகான் அவர்கள் பயணம் புறப்பட்டுப் போனார்கள்.

போய்க் கெவுனி தாண்டியவுடனே துரையவர்கள் செலவு வாங்கிக் கொண்டவுடனே கொத்தளத்தின் பேரிலே இருபத்தொரு பீரங்கிப் போட்டார்கள். அலங்கத்துக்கு வெளியே அகறத்திற்குள்ளாக வாசற்படிக்கு இருபுறமும் சுவரின் பேரிலே சொல்தாதுகள் வரிசையாய் நிற்கத்தக்கதாக அலங்கத்தின் பேரிலே இரு பாரிசமும் மாயே சிப்பாய்கள் நிற்கத்தக்கதாக நபாபு அனுப்புவித்துக் கொண்டு அப்புறம் நடந்தார்கள். நான் போய் அலங்கத்தின் வெளியிலே போட்டிருக்கிற கூடாரத்திலே போய் நான் நின்றேன். அதன் பேரிலே மாபூசுகான் அவர்கள் வெளியே புறப்பட்டவுடனே நான் போய் அனுப்புவித்துக் கொண்டேன். அவர் அப்புறம் நம்முடைய தோட்டத்துக்கு அப்பாலே போகிற மட்டுக்கும் துரையவர்கள் அகரத்தின் மேட்டின் பேரிலே ஏறிக்கொண்டு பார்த்துக் கொண்டிருந்தார்கள். அவர் அப்புறம் போய்விட்டார். பிற்பாடு துரையவர்கள் புறப்பட்டு வளவுக்குப் போய்விட்டார்கள். நபாபு பிறகாலே மகமதாக்கலும் கூடப் போனார். அவரை நிறுத்திக் கொண்டேன். அதேனென்றால் அவரிந்தக் காரியத்திலே பிரயாசைப்பட்ட படியினாலேயும் பிலம்பாய் வெகுமானம் பண்ணி அனுப்புவிக்க வேணுமென்று நிறுத்தி வைத்தோம்.

அசறத்து மாபூசுகானவர்களுக்குக் கொடுத்த வெகுமான வயணம்:

பெரிய கண்ணாடி 3

மணிக்கூண்டு 1

வெள்ளி போட்ட பெரிய துப்பாக்கி 2

பித்தளை போட்ட பெரிய துப்பாக்கி 2

இரட்டைக் குழல் துப்பாக்கி 2

வெள்ளி போட்ட பிஸ்தோல் 4

பித்தளை போட்ட பிஸ்தோல் 4

சிகப்பு முகமல் கிசம் 160

எக்தோபு பொன் பூ போட்டது சீர்மை சுருட்டி 87

இங்கிலீசு சட்டம் சகலாத்து 10

பிராஞ்சு சட்டம் சகலாத்துக் கட்டு 10

பன்னீர் சொம்பு 18

சீனாபெட்டி விந்தை விந்தையாய் காணுகிற பெட்டி 2

புட்டே தார் சகலாத்து தீவாசு 10

மெழுகுவர்த்தி 140

மெழுகுவர்த்தி வைக்கிற வீதர் கூண்டு 6

நச்சுக்குழல் சின்னது 10

நச்சுக்குழல் பெரியது 1

இருபுறமும் இரண்டு வர்ணமாயிருக்கிற சகலாத்துச் சிப்பம் 1

கற்கண்டு பவுண்டு 290

பொன்கலாம் இஸ்பதான் சீர்மை இது '0' மார்க்கு அவுன்சு 1

சீர்மை பொன்கலாம் மார்க்கு 13 ஒ 4 ?4

சீர்மை வெள்ளி கலாம் 9 அவுன்சு 4

சூரிகத்தி 12

சின்னக் கண்ணாடி 7

ஆகுதே மெல்லிஸ் சீசா 24

ஆகுசம்பீரியேல் சீசா 24

ஆகுதுங்கிரி சீசா 24

ஆனைக்குட்டி 1

சங்கீதப் பெட்டி 1

பொன்வேலை செய்த சூரி கத்தி 1

உக்கா மேலே சுங்கான் மேலே மூடுகிற கொட்டி பொன்னாலே பண்ணினது 1

ஆக தினுசு வராகன்.

நபாபு மாபூசுகான் தம்பி நசமல்லிகானுக்குக் கொடுத்தது:

இரட்டைக் குழல் துப்பாக்கி 1

துப்பாக்கி 1

சூரிகத்தி 8

சிகப்பு முகமல் கிசம் 17

ஏகதோப்பு பொன் பூ போட்டது சீர்மை சுருட்டி 12

வெள்ளி சீர்மை கலாமார்க்கு 4

புட்டேதார் சகலாத்து திவர்சு 4

விந்தை விந்தையாய் காணுகிற சீனா பெட்டி 1

பச்சை நிகமல் கிசம் 15

சகலாத்துக் கட்டு 3

பொன்கலாம் சீர்மை பத்து மார்க்கு 7

இசுபஹான் கலாம் மார்க்கு 2 அவுன்ஸ் 4

ஆக தினுசு கிரயம் கூடின வராகன்

இந்தப்படிக்கு வெகுமானம் கொடுத்தார்கள். அதுகளை வாங்கிக் கொண்டு ராசியாய் இற்றைநாள் சாயங்காலம் நாலு மணிக்குப் பயணம் புறப்பட்டுப் போய் விட்டார்கள்.

1747 பிப்ரவரி 25 மாசி 17 சனிவாரம்

மத்தியானம் தண்டுக் கதலி நபாபுக்கும் துரைக்கும் சமாதானமானதற்குத் திங்கட்கிழமை இங்கே பண்டிகைக் கொண்டாடுகிறாப் போலே சென்னப்பட்டணத்திலேயும் பண்டிகைக் கொண்டாடச் சொல்லி நாலு மணி வேளை முசே தெப்பிரமேனி பேருக்குக் காகிதமெழுதி டபாலிலே நாளைய சாயங்காலம் கொண்டுபோய்க் கொடுக்கச் சொல்லி தாக்கீது பண்ணிக் கொடுத்தனுப்பச் சொன்னபடிக்குக் கொடுத்தனுப்பினேன்.

நாட்குறிப்பு 25

ஆனந்தரங்கரின் தைரியம்: வியந்த ஆற்காடு நவாபு..!

ஆனந்தரங்கப்பிள்ளையின் நாட்குறிப்பில் இற்றைநாள் *(26.02.1747)* பதிவு என்பது மிகவும் நீண்டதொரு பதிவாகும். பத்துப் பக்கங்களையும் கடக்கிறது இந்தப் பதிவு. ஆற்காடு நவாப் வந்து சமாதானமாகிச் சென்ற ஆறாவது நாள் இக்குறிப்புகளை எழுதியிருக்கிறார் ஆனந்தரங்கர்.

பல இடங்களில் நிறுத்தற்குறி இல்லாமல் நீண்டு செல்லும் வாக்கியங்கள். அயற் சொற்களின் தாராளப் பயன்பாடு. இது, வாசகர்களுக்கு சற்று அயர்ச்சியை ஏற்படுத்தலாம். இவற்றின் ஊடாக இரண்டு விஷயங்கள் குறித்து இங்குப் பேசுகிறார் ஆனந்தரங்கர்.

ஒன்று, சென்னப்பட்டணம் மீதான பிரெஞ்சு வெற்றி. இதற்குக் காரணம், ஆளுநர் துய்ப்ளேக்ஸ் சூரியனாகவும் ஆனந்தரங்கர் சூரியனின் காந்தியாகவும் இருந்ததுதானாம்.

அடுத்து, ஆற்காடு நவாப் மாபூஸ்கான் வந்து சமாதானமாகிச் சென்றது. இதுகுறித்து மிகவும் விரிவாகவே எழுதியிருக்கிறார் பிள்ளை. சென்னையில் பிரெஞ்சுக்காரர்களிடம் அடிபட்டு ஓடிய ஆற்காடு நவாபு, படைதிரட்டிக் கொண்டு புதுச்சேரி அருகே முகாமிடுகிறார். இதற்காக அவர் ஆற்காட்டில் இருந்து புறப்படும் போது அவரது தந்தை அன்வருதிகான் இப்படி எச்சரித்தாராம்: புதுச்சேரி பட்டணத்தை சாதிக்கிறதற்கு இவ்வளவு ஆத்திரம்

கூடாது. அங்கே இருக்கும் ஆனந்தரங்கப்பன் நினைத்தால் இரண்டு நாழிகையில் ஆற்காடு காணாமல் போகும்.

இதையும் மீறி புறப்பட்டு வந்த மாபூசுகான், புதுச்சேரியாரின் பலத்தை உணர்கிறான். ஆனந்தரங்கப் பிள்ளையின் தந்திர சாமார்த்தியத்தை மைலாப்பூரில் எதிர்கொண்டது அவன் நினைவுக்கு வருகிறது. ஆனந்தரங்கப்பிள்ளை, கோட்டைக்கு வெளியே இருப்பவர்களிடம் சற்றுக் கண் காட்டினால் தமது படைகள் காணாமல் போய்விடும் என்பதையும் தனது தந்தையின் எச்சரிக்கையையும் உணர்கிறான். சண்டைக்குப் போவதைவிட சமாதானமாகிப் போவதே நல்லது எனும் முடிவுக்கும் வருகிறான். இதற்கு நவாபு முன்வைத்த ஒரே நிபந்தனை: என்னை அழைப்பதற்கு ஆனந்தரங்கப்பிள்ளை இங்கு வர வேண்டும்.

இந்தத் தகவல் புதுச்சேரிக்குச் செல்கிறது. ஆனந்தரங்கரும் புறப்படுகிறார். ஆளுநர் துய்ப்ளேக்சுக்கு இவரை அங்கு அனுப்புவதில் உடன்பாடு இல்லை. 'நம் கையினால் அவமானப் பட்டவன் மாபூசுகான். இத்தனைக்கும் நீதான் காரணம் என்று அவனுக்கு நன்றாகத் தெரியும். எங்களுக்கு எல்லாமுமாக இருப்பது நீதான். உன்னை எப்படி அனுப்புவது?' என்று கேட்டிருக்கிறார். அவரைச் சமாதானப்படுத்திவிட்டுப் புறப்படுகிறார் பிள்ளை.

இவர் வருகிறார் எனும் தகவல் அறிந்து மாபூசுகானுக்கு பெரிய ஆச்சரியம். 'ஆனந்தரங்கப்பிள்ளையின் தைரியம் உலகத்தில் வேறு யாருக்கும் வராது' என்று உடன் இருப்பவர்களிடம் சொல்லிச் சந்தோஷப்படுகிறார்.

பிள்ளையை நேரில் பார்த்த நவாபு ஆலிங்கனம் செய்து வரவேற்கிறார். 'உன்னைப் போல் ஒருத்தன் பாதுஷா அல்லது நிசாமிடம் மந்திரியாக இருக்க வேண்டும். பிரெஞ்சுக்காரர்கள் செய்த அதிர்ஷ்டம் நீ அவர்களுடன் இருப்பது' என அங்கலாய்க்கிறார். பின்னர், 'உன்னை நம்பி நான் புதுச்சேரி வருகிறேன்' என்று புறப்படுகிறார். அந்த நேரம் எப்படி இருந்தது தெரியுமா? 'ஆனந்தரங்கப் பிள்ளையாகிய பிரம்மதேவன் பிரதிஷ்டையாகி சகல சனங்களுக்கும் சீவாதாரை வார்த்தது போல் இருந்தது.'

இந்தக் காரியங்களால் டில்லி பாதுஷா முதற்கொண்டு ஏரோப்பா ராச்சியம் வரைக்கும் பிள்ளையின் கீர்த்தி பரவியது. 'இது பத்து லட்சம் வராகன் செலவழித்தாலும் வராத கீர்த்தி' என ஆயாசப் படும் ஆனந்தரங்கர், 'இந்தக் கீர்த்தி எல்லாம் என்னுடைய சாமார்த்தியத்தால் கிடைத்ததில்லை: சுவாமி கடாட்சத்தால் கிடைத்தது' என்றும் அடக்கத்துடன் குறிப்பிடுகிறார்.

இக்குறிப்புகள் ஒருவகையில், ஆனந்தரங்கர் தன்னைப் பற்றி பெருமையாகத் தானே சொல்லிக் கொள்பவையாகத்தான் இருக்கின்றன. ஆனால் இத்தனையும் சொல்லிவிட்டு, 'தன் பெருமையைத் தான் எழுதிக் கொள்ளுகிறது அப்புத்தனமான படியினாலே சூசனையாய் எழுதி வைத்தேன்' என்று ஆனந்தரங்கர் சொல்வது இதில் உச்சக்கட்டம்!

1747 பிப்ரவரி 26 மாசி 18 ஆதிவாரம்

சுவாமியுனுடைய கிருபா கடாக்ஷத்தினாலே கும்பினீர் காரியத்துக்கு என்னை நேமிக்கவு மிந்த கலாபம் வந்ததற்கும் நான் சமஸ்தான காரியமும் வந்ததுக்கும், ராத்திரி பகல் சகல சாக்கிரதையும் பட்டுச் சமஸ்த யோசனையுஞ் சொன்னதற்கும் சருவசீவ தயாபரனுடைய கடாக்ஷத்தினாலே யிந்த இராச்சியத்துக்கு எசமானா யிருக்கிறவன் தானே சண்டைக்கு வந்து அபசெயப்பட்டு அப்பால் உங்கள் சமாதானம் வேணும் என்று பலவந்தமாய் வந்தானே, வந்து நம்முடைய பிரபு இருக்கிறவிடத்துக்கு வந்து பிரார்த்திக்க வந்த யோகத்தையும் அப்பால் சமாதானம் பண்ணிக்கொண்டு பிரபு முன், ஆதியிலே எந்தப் படிக்கு என்னுடனே சொல்லியிருந்தானோ அதிலேயும் அனேகம் பத்துப் பங்கு குறையத்தக்கதாகச் சம்மதித்துக் கொண்டு கொடுத்த வெகுமானத்தையும் வாங்கிக் கொண்டு பிரபுவின் சம்ஷமத்துக்கு வந்தவிடத்திலே நம்முடைய பிரயாசையும் காரிய சவரணையும் தம்முடனே பேசின சாதுரியம் நியாயச் சம்மதியும் சகலமும் பிரபுவுக்குக் கொடுத்த வெகுமானத்தையும் வாங்கிக் கொண்டு போன கீர்த்தி எனக்குக் கிடைத்தாற் போல முன்னூற்றுக்காத வழிக்குள்ளாகத் தெற்கு வடக்கு டெல்லி முதல் மலையாளப் பரியந்திரமும், கிழக்கு சமுத்திரம் முதற்கொண்டு மேற்கு சமுத்திரம் பரியந்திரமிதற் குள்ளே யிருக்கப்பட்ட சமஸ்தானாபதிகள், தோராதுரைகள், பெரிய மனுஷாள் சகல சனங்களும் ஆனந்தரங்கப்பன் போலே தன் தந்திரத்திலேயும் புத்தி சாதுரியத்திலேயும் தைரிய விதரணங் களிலேயும் சகல அம்சையிலேயும் இப்படிக்கொத்த புருஷன் நாம் பார்த்த பேரிலேயுங் கேள்விப்பட்டிருக்கிற பேரிலேயும் ஒருத்தரையும் பார்த்ததுமில்லை கேள்விப்பட்டதுமில்லை என்று சகலமான பேரும் கொண்டாடத்தக்கதாக எனக்குக் கீர்த்தி கிடைத்தாற் போலே ஒருத்தருக்குங் கிடைத்ததில்லை.

இந்தச் சேதிகளெல்லாம் விஸ்தாரமாக ஆற்காட்டிலே யிருக்கிற வர்த்தகர், வீனிசுகள், கும்பினீசுகள் வர்க்கநாபாதுகள் எழுதி நிசாமுக்கனுப்பி, நிசாம் மசுக்கரையிலே யிருக்கப்பட்டவர்

கானிசுகள் அதை தஸ்திரத்திலே தாகலா பண்ணி வார்சா பாதுகள் அனேகமெழுதி டில்லி சாத்தாரா, பங்களா, காசி, சிக்கல் தேசங்களுக்கும், வர்க்கா பாதுகளெழுதி அனுப்புவிக்க அவ்விடங்களிலே யிருக்கிற துரைகள், அமீர், வசீர், அமுல்தார், சுபேதார் பெரிய சாவுகாரிகள் சகல சனங்களும் பார்த்துக் கொண்டு ஆத்திரத்தை ஆச்சரியத்துடனே யிப்படி நடந்த சாமார்த்தியம் எங்கும் கண்டதுமில்லை, நாங்கள் கேட்டதுமில்லை. அதை எழுதினாலோ என்றால் இராச்சியத்திலேயும் யுத்தம் பண்ணுகிற பேருமுண்டு. சந்தி சமாதானம் பண்ணுகிற பேருமுண்டு. அந்த சந்தி ஒசந்த கையாய் வெகுதனத்துடனே யிருக்கிற பேருக்குத் தாழ்க்கையா யிருப்போர் சந்திப்பேசுவைத்து தனத்தினாலே அவர்களுக்கு விசேஷமாய் ஆசை சொல்லி, அதன் பேரிலே சந்தி பண்ணுவிப்பார்கள்.

ஆகையால், அதெல்லாம் ஆச்சரியமல்ல. இப்போது இந்த ஆற்காட்டு சுபேதாரனுக்கும் புதுச்சேரி பிராஞ்சுக்காரனுக்கும் ஆனந்தரங்கப்பிள்ளை என்கிற மகா ஓநாவான புருஷன், அந்தப் புருஷன் புதுச்சேரியிலே யிருந்த படியினாலே மகத்தான காரியமாய் வந்து தீவானத்துப் பகைகளும் வந்து மூண்டதற்கும் வெண்ணையிலே மயிர் வாங்கினாப் போலேயும், சூரிய உதயம் கண்ட பனி நீங்கினாப் போலேயும் சுனாயாசமாய்ச் சமாதானம் பண்ணிவைத்துச் சகல தேசங்களிலேயும் கீர்த்தி கொண்டாடத்தக்க தாகப் பிரதிஷ்டை வந்தது....

... அதன் பேரிலே புதுச்சேரியிலே யிருக்கிற ஆனந்த ரங்கப்பன் ஒருத்தனும் புதுச்சேரி பிரபுவும் ஒரு சூரியனும் ஆனந்த ரங்கப்பன் சூரியனுடைய காந்தியுமாய்ப் பிரகாசித்து யுத்த சன்னாகத்துக்கார் ஆரம்பித்துக்கொண்டு சகல முஸ்தீதுகளும் பண்ணிக்கொண்டு தங்கள் சொந்தக் கப்பல் மசுக்கரையிலே யிருந்த எட்டு கப்பலை அழைப்பித்துக் கொண்டு ஆனைக் கூட்டத்தில் சிங்கம் பிரவேசித்தாப் போலே போய்ச் சென்னப்பட்டணத்திலே பிரவேசித்துக் கோட்டையைச் சுற்றிக்கொண்டு ஒரு நாளையிலே அதிலேயிருந்த துரை ஆலோசனைக்காரர், சாவுகாரிகள், பெரிய மனுஷர் சகலமான பேரையுந் திக்குமுக்கட்டாய்ப்பண்ணி அந்தப் பட்டணத்து மேலேயும் நெருப்பு மயமாய் நெறித்து மறுநாளெல்லாம் இந்த புரட்டாசி 6உ பகல் 12 நாழிகைக்குக் கோட்டையைச் செயித்துத் தங்கள் சண்டாவையும் கொண்டுபோய்ப் போட்டுப் பட்டணமெல்லாம் கைவசம் பண்ணிக்கொண்டு நக்ஷத்திர தேசுகளெல்லாம் செகத்திலே யிருக்கிற பேர்களுக்குத் தெரியாதபடிக்கு, சூரியனுடைய காந்தியை செகமெல்லாம் பரவத்தக்கதாகச் சூரியனப்படி விளங்கினார்கள்.

அதன் பேரிலே சென்னப்பட்டணத்து வர்த்தகர் காரியக்காரரிலே சிறிதுபேர் தப்பி ஓடிப்போய்க் காடுகள், மலைகள் சேர்ந்து ஒளிந்திருந்து கொண்டு அங்கேயிருந்து ஆற்காட்டுக்கு ராசாவட்டங்களனுப்பி,. உங்களுக்கு வெகு திரவியங்கள் தருகிறோம். தண்டு கற்கக் கொடுக்கிறோம். நாங்களும் முன்னின்று சண்டை கொடுக்கிறோம். நீங்கள் தண்டு சேகரித்துப் பாளையக்காரரையுஞ் சேகரித்துக் கொண்டு வரவேணுமென்று தீவானத்தாருடனே பேச, அவர்கள் திரவியா பேக்ஷயினாலே முன் தாங்கள் எழுதியனுப்புவித்த நியாயத்தையும் விட்டுவிட்டு வெகு தனங்களுடனே மாபூசு சென்னப்பட்டணத்தின் மேலே இறங்கிச் சுற்றிக்கொண்ட விடத்திலே புதுச்சேரியார் அந்த எட்டுக் கப்பலிலேயும் சென்னப்பட்டணத்திலே அகப்பட்ட திரவிய சாமான்களெல்லாம் தங்கள் சீர்மைக்கு அனுப்பினாப் போலே யனுப்பிப் போட்டு இங்கிலீசுக் கப்பலைச் சண்டைபண்ணி முழுக்கடிக்க அதுபோகையிலே அகப்பட்ட கப்பலை இரண்டு மூன்று உருவை வைத்துக்கொண்டு சமுத்திரத்திலே இங்கிலீசுக்காரர் கப்பலென்கிற பேரில்லாமற் படிக்கு அடித்துத் துரத்திப்போட்டு இங்கிலீசுக்காரருக்கு உபனுலாயிருந்த ஒலாந்துக்காரரையும் அவர்கள் கப்பல்களையும் பிடித்து,

அவர்களையும் இதற்கிருந்தாளாய்ப் பண்ணிக்கொண்டு கரைமேலே புதுச்சேரிக்கும் சென்னப்பட்டணத்துக்கும் பன்னிருகாத வழி ஐந்நூறு பேருடனே புறப்பட்டு மயிலாப்பூரிலே அன்வருதிகானுக்கு மூத்தப் பிள்ளையாயிருக்கிற மாபூசுகான் ஆறாயிரங் குதிரையும், முப்பதினாயிரம் ஷத்தோமும் (காலாட்படை) இரண்டாயிரம் சேசாலும் (Rocket) பதினையாயிரம் துப்பாக்கியும் முப்பது பீரங்கியுமிது முதலாகிய சாமான்களுடனே தான் கூட தண்டிறங்கிச் சுற்றிலுமோற் சாமம் மற்றதுக் கொண்டு வெகு சாக்கிரதையாக இருக்கிற தண்டிலே சூரிய உதய வேளையிலே போய் விழுந்த ஒரு நாழிகைக்குள்ளே தண்டெல்லாஞ் சின்னாபின்னமாகத் தக்கதாக அடித்து வெகுவாய்க் குதிரைகளையும் சனங்களையும் சங்காரம் பண்ணி அனேகங் குதிரைகளையு மொட்டைகளையும் நவபத்துக்காலன் செண்டாவும் காவந்து ஏறியிருந்த பல்லக்கும் தலைப்பாயும் கசானா மீது முதால் தெல்லாம் பாளையம் தமாம் கொள்ளையிட்டுத் தண்டையும் முக்காத வழி துரத்திப் பிழைத்துப் புனர்ச்சன்மமென்று தப்பி ஒருத்தன் போனவழி ஒருத்தனுக்குத் தெரியாமல் ஓடிப்போகத்தக்கதாகத் துரத்திச் சகல செயத்துடனே சென்னப்பட்டணஞ் சேர்ந்தார்கள்.

அதன் பேரிலே பாதுஷா தீவானத்தைக் கூட இத்தனை அடித்த போதே இனிமேலே புதுச்சேரி வாங்காமல் விடத்தக்கதில்லை யென்று வெகு ரோஷத்துடனே தலைப்பாகு கூட அகப்படாமல் அன்வருதிகான் பிள்ளை மாபைசுகானும் அவன் தம்பி மமுதல்லிகானும் தகப்பனாகிய அன்வருதிகானுடனே சொன்னவிடத்திலே,

'புதுச்சேரியார் மெத்தப் பொல்லாதவர்கள். வெகு க்ஷாத்திரவந்தர்கள். அதில் புருஷரத்தினமா யிருக்கிற ஆனந்த ரங்கப்பிள்ளை ஒருத்தன் கூடியிருக்கிறான். ஆனபடியினாலே அந்தப் புதுச்சேரிப் பட்டணம் சாதிக்கிறதற்குப் பாதுஷாவாலேயுங் கூடாது. அந்தப் பட்டணத்தைச் சாதிக்கிறோமென்று ஏன் ஆத்திரப்படுகிறது. அந்த ஆனந்த ரங்கப்பிள்ளை புத்திக்கு இந்த ஆற்காடு சாதிக்க வேணுமென்று தோன்றினால் நாழிகை இரண்டிலே சாதிப்பான். அது நியாயமல்ல. தெய்வத்துக்கு ஒப்பாவிராது. இன்னும் வெருமனுடனே இருக்கிறான். ஆனபடியினாலே நீங்கள் அந்த வழியில் போகிறது சங்கதி யென்னென்று' வேண விதத்திலே புத்தி சொன்ன விதத்திலேயும்,

அவர் குமாரன் மாபூசுகான் தனக்கு வந்த அவமானத்தினாலே அந்தப் புத்தி தகப்பன் சொன்னதெல்லாம் சம்மதிப்படாமல், 'ஒன்று தன் பிராணன் போகிறது. அல்லவென்றால் புதுச்சேரி சாதிக்கிறது. இதற்கு நீர் தடை சொன்னால் இந்தட்சணங் கழுத்திலே புடவையைக் கிழித்துப் போட்டுக்கொண்டு பக்கிரியாகி மக்காவுக்குப் போய்விடுகிறேன்' என்று சொல்ல; ஆனால் உன் மனது என்று தகப்பன் சொல்லி அதன் பேரிலே மாபூசுகானும் மமுதல்லிகானும் ஆற்காட்டிலே யிருக்கிற சகல குதிரைச் சுவார்களையும் சேகரித்துக் கொண்டு வெகுதனங்களையும், பாளையக்காரரையும் சேகரித்துக் கொண்டு கடலூர் தேவனாம்பட்டணத்திற்கு மேல்புறமாய் வந்து பாளையமிறங்கி ஆறாயிரங் குதிரையும் இருபதினாயிரம் மஷத்தோமமும் பாளையக்காரர் சைனியத்திலே இருபதினாயிரம் பேரும் வந்து இறங்கினார்கள். இவர்கள் தேவனாம்பட்டணத்தாரையும் கூட சேகரித்துக் கொண்டு பாளையம் பலத்து இறங்கினார்கள்.

அப்படி மேல்புறமாய் பெரிய தண்டு தீவானம் இறங்கியிருக்கக் கீழ்ப்புறமாகிய தேவனாம்பட்டணத்துக் கோட்டையிலே வெள்ளைக்காரர் இரண்டாயிரம் பேரும் தமிழர் ஐயாயிரம் பேரும் வெகு முஸ்தீதாக நெருப்பு மயமாயிருக்கிறதிலே புதுச்சேரியார் ஆயிரம் பேர் வெள்ளைக்காரரும் மாயே சிப்பாய்களுமாகப் புறப்பட்டு ஐந்து பீரங்கியுங் கொண்டு ஆட்டுக்கறி கையிலே பெரிய புலி விழுந்தாப் போலே நடுவிலே போய்ப் பூந்து தீவானத்துத்

தண்டுமேலே திரும்பி வெகு குதிரைகளையும் கால்பலன்களையும் கொன்று, தளங்களெல்லாம் சின்னாபின்னமாய்ப்பண்ணி, நபாபுக்குப் பட்டத்தானையாயிருக்கிறதை ஒரு குண்டினாலே கபாலம் பிளந்து கூக்குரலிட்டுக் கொண்டு பத்துநாழி வழி ஓடி சாகத்தக்கதாக அடித்துச் சகல செயத்தையும் அஞ்சிப்போன சனங்களுக்கு ஒருத்தருக்காகிலும் காயம் அன்னிலே புதுச்சேரியை வந்து சேர்ந்தார்கள்.

அதன் பிறகு மாபூசுகான் இங்கிலீசுக்காரரை அழைப்பித்து அவர்களுடனே சொன்ன சேதி: பிராஞ்சுக்காரருடைய சவுரியப் பிரதாபமும் ஆனந்த ரங்கப்பிள்ளை யொருத்தன் அவர்களிடமாய்ச் சேர்ந்திருந்து கொண்டு அவன் நடத்துவிக்கிற தந்திர சாமார்த்தியமும் நமக்கு மைலாப்பூரிலே தானே நன்றாய்த் தெரியும். அப்படியிருக்க உங்கள் பேச்சுகளையும் உங்களையும் நம்பி நம்முடைய தகப்பனார் சொன்ன புத்தியுந் தட்டிவிட்டு நீங்கள் இங்கே கீழ்ப்புறமாய் இருக்கிறபடியினாலே சமீபத்திலே நீங்கள் வந்து நிர்வாகம் பண்ணுவீர்களென்று முழிகண் திருடன் கிணற்றிலே விழுந்தாப் போலே இங்கே வந்து பாளையம் இறங்கினோம்.

சென்னப்பட்டணத்தைப் போலொத்த பட்டணமும் அதற்குத் தக்கன சாமான்களும் கையிலே யிருக்கிறதிலே அற்ப பலனுமன்னிலே புதுச்சேரியார் கொஞ்ச பலனோடே வந்து ஒரு நாழிகையிலே கோட்டையைக் கட்டிக்கொண்டு போனான். அப்படிக்கொத்த இங்கிலீசுக்காரர்கள் நீங்கள் உங்கள் கிட்டே காரியரும் நீங்கள் திராசு பிடிக்கிறபோது உங்களுக்கு நிறை கல் எடுத்துக் கொடுக்கத் தக்கன நேரே யல்லாமல் டச்சமா வேளையிலே தன் தந்திர சாமார்த்தியம் அந்த ஆனந்தரங்கப் பிள்ளைக்கு ஒருத்தனுக்கே யல்லாமல் இவர்களுக்குத் தெரியுமாவென்று இது முதலாகிய உத்தாரங்களை எல்லாம் அவர்களுக்கு ரோஷம் வரத்தக்கதாய்ச் சொல்லி அதன் பேரிலே இங்கிலீசுக்காரர் சொன்ன சேதி:

எங்களுக்கு விசேஷமாய்க் கப்பல் வந்தாலன்னியில் நாங்கள் புதுச்சேரியார் மேலே எதிர்த்துப் போகத்தக்கதில்லை. நீங்களெங்கள் பேரிலே இத்தனை கோபம் பண்ணிக்கத் தேவையில்லை. இன்று முதல் தீவானம் தண்டுக்கு முன்னதாய் நாங்கள் இறங்கினோம். உங்கள் தண்டு செலவுக்கு நீங்கள் சொன்னபடிக்குத் தட்டுமுட்டுச் சாமானாகிலும் விற்றுக் கொடுக்கிறோம் என்று சொல்லி அவர்களும் கோட்டைக்கு வெளியிலேயும் தண்டுக்கு உபளுவாய் வந்திறங்கி யிருக்கிற

இதுவல்லாமல் மாபூசுகானும் அவன் தம்பி மமுதல்லிகானும் திருச்சினாப்பள்ளி முதலான ஸ்தானங்களுக்கும் எழுதியனுப்பித்து அவ்விடத்திலே யிருக்கிற குதிரை ராணுவத்தையும் சேகரித்துக் கொண்டு புதுச்சேரிக்கு சமீபத்திலே வந்திறங்கி வெகு பத்திரமாய் இருந்தவிடத்திலே,

ஆனந்த ரங்கப்பிள்ளை இத்தனை அதிருக்கும் மனது சஞ்சலியாம வித்தனை தண்டையும் ஒரு திரணமாக வெண்ணி புதுச்சேரி துரைக்கு எப்படி தைரியஞ் சொல்ல வேணுமோ அப்படச் சொல்லி ஊரிலே யிருக்கிற சனங்களும் மலைக்காத படிக்கு எந்தெந்த மார்க்கங்களிலே ஆராரை நேமிக்க வேணுமோ அவர்களை நேமித்து தானும் ராத்திரியிலும் பகலிலும் நித்திரை ஆகாரமில்லாமலும் வெகு சாக்கிரதையாய்க் கோட்டையைச் சுற்றிலும் மூன்று நாழிகை வழிக்கு அகழிக் கோட்டையாய்ப் போட்டுக் கொண்டு லக்ஷம் குதிரை வந்தாலும் பரவாயில்லாமற் படிக்குச் சிறுபிள்ளைகளுக்கும் கூட தோன்றத் தக்கதாக வெகு சபுருஷத்துடனே க்ஷாத்திரமே வகித்து தைரிய லக்ஷ்மியுடனே இருக்கிற நடவடிக்கை எல்லாம் மாபூசுகான் அறிந்து,

செகத்திலே இவனல்லவோ புருஷன்! இவன் தைரியமிவனை வெல்லுகிறதற்கு ஒருத்தராலேயும் ஆகாது. நம்முடைய தகப்பனார் சொன்ன வார்த்தை நிசமே. சரி! நாமெத்தனை நாளிருந்தாலும் புதுச்சேரிக் கோட்டையைக் காணக் கண்ணெடுத்துப் பார்க்கப் போகாது. நம்முடைய பாளையம் இருக்கிற அபந்தரைக்கும் இங்கிலீசுக்காரர் நம்முடைய தண்டு மறைவிலே வந்து திகிலெடுத்திருக்கிறதற்கும் சதி பார்த்து ஆனந்தரங்கப் பிள்ளை கோட்டைக்கு வெளியே யிருக்கிற சனத்திலே இரண்டு முகத்து சனம் இரண்டாயிரம் பேரை சற்று கண் காட்டிவிட்டானானால் இரண்டு நாழிகையிலே நம்முடைய தண்டு முழுகி நமக்கும் வடகம் வரும்.

ஆகையினாலே இனிமேல் நாம் வெருமனே அரைநாழியாகிலும் இருக்கப் போகாது. இந்த இங்கிலீசுக்காரரெங்கே போனாலென்ன? இனி ஆர் பேச்சும் நாம் கேட்கத் தேவையில்லை. ஆரென்ன சொல்லிக்கொண்டாலும் சொல்லிக் கொள்ளட்டும். நம்முடைய பிராணன் பிழைத்து நம்முடைய தலைப்பாகையும் பிடுங்கிக் கொண்டானே அவன் கையினாலே தான் நம்முடைய பாகையுங் கட்டுவித்துக் கொண்டு சினேகம் பண்ணிக்கொண்டு தண்டு வாங்கிப் போகிறதே பெரிய காரியமென்று தீர்க்காலோசனை பண்ணிக்கொண்டு இதற்கு ஆனந்தரங்கப்பிள்ளை கிட்டே போய் அவனுடனே பேசி வர்த்தகன் போகிறானென்றும் விசாரித்து

அதற்குள்ளே உளவனாயிருக்கிற மமுதாக்கல் என்கிறவனைப் பயணப்படுத்தி அனுப்புவித்துப் பேசுவித்த விடத்திலே அந்த ஆனந்தரங்கப்பிள்ளை மகா போதனையான படியினாலே எதிர்த்தவனுடனே காரியமே யல்லாமல் வணங்கின பேருடனே க்ஷாத்திரம் பண்ணவேண்டிய தென்னவிருக்கிறது. ஒரு நாளைக்கு நாலு நாழிகை முச்சட்டையாய் நபாபு முன்னே சண்டை விளையாட்டுக் காண்பித்துப் போடலாம் என்றிருந்தோம் இப்போதும் அவர் மனதிலே அப்படித் தேவையில்லை யென்கிறதாகத் தோன்றியிருந்தால் நபாபு அவர்களுக்கு எப்படி சம்மதியோ அப்படி நடந்து கொண்டு வருகிறது எங்களுக்கு விகிதமான காரியம் வேறல்லவே.

நபாபு மாமூசுகான் அவர்கள் இங்கிலீசுக்காரருடைய பலமும் எங்கள் துரை அவர்களுடைய பலமும் பார்க்க வேணுமென்று தமாஷுனாலே பார்த்தார்கள். அந்தச் சென்னப்பட்டணத்துக் கூட்டமெல்லாம் ஒரு மலையாகிய செத்தேயும் பிரான்சுக் காரரென்கிற பேர் ஒரு நெருப்பு என்று யோசனை பண்ணாமல் அவர்கள் இங்கிலீசுக்காரர் சொல்லுகிற பேச்சை நிசமா யெண்ணி வேடிக்கைப் பார்த்தார்கள். ஆனாலொன்ன இப்போதும் நம்முடைய குவர்னதோர் அவர்களுக்கும் நபாபு அவர்களுக்கும் மிலாகத்துப் பண்ணிவைத்து நம்முடைய குவர்னதோர் அவர்கள் கிட்டே சகல வெகுமதியும் வாங்கிக் கொடுத்துப் பாகையுங் கூட்டிவைத்து அனுப்புவிக்கிறோமென்று சொல்ல அந்தச் சேதியை அங்கே நபாபு மாபூசுகானண்டையிலே யிருந்து போன காரியக்காரன் மறுபடி வந்து மாபூசுகானுடன் சொல்ல ஆனந்தரங்கப்பிள்ளை சொன்ன சேதி யெல்லாம் கேட்டு மெத்தவுஞ் சந்தோஷத்தை அடைந்து,

மாபூசுகான் சொன்ன சேதி ஆனந்தரங்கப்பிள்ளை வந்து என்னை அழைத்துக் கொண்டு போனால் நான் அவசியமாய் வருகிறேன். மற்றப்படி யாரையும் நான் வரத்தக்கதில்லை அவிவேகிகளுடைய சத்துருத்துவம் நல்லதென்று உலக வாடிக்கையாய்க் கேட்டிருந்தோம். ஆனபடியினாலே இப்போதும் நீர் போய் அவனை அழைத்துக்கொண்டு வந்தால் நாம் ஆனந்தரங்கப்பிள்ளை கிட்டே நம்பிக்கை கேட்டுக் கொண்டு புதுச்சேரிக்கு வருகிறோம். ஆகையினாலே நீர் சீக்கிரமாய் போய்க் கேட்டுக் கூட்டிக்கொண்டு வரவேணுமென்று சொல்ல,

உடனே அந்த மாபூசுகான் வக்கீலாம் மமுதாக்கல் என்கிறவன் புதுச்சேரிக்கு வந்து மாபூசுகான் சொன்ன சேதி யெல்லாம் நபாபு

மாபூசுகான் அவர்கள் என்னை வரச்சொல்லச் சொல்லி யனுப்பினார்கள். நான் அவரண்டைக்குப் போய் அவருக்குக் குற்றப் பிரியம் பிறக்கும் படியாகச் சொல்லி அழைத்து வருகிறேன். நமக்குத் தீவானத்தாருடனே பகை என்ன இருக்கிறது. அவரை யழைத்து வந்து அவருக்கு நல்ல வெகுமானம் பண்ணி அனுப்புவிக்க வேணுமென்று குவர்னதோருடனே ஆலோசனைக் காரரையும் கூட வைத்துக்கொண்டு ஆனந்தரங்கப்பிள்ளையுடனே சொன்ன சேதி யென்னவென்றால்:

இந்த நாளையிலே துலுக்கரை நம்பப் போகாது. அதிலேயும் மாபூசுகான் நம்முடைய கையினாலே ரொம்ப அவமானப் பட்டிருக்கிறவன். அதிலேயும் நீ இவ்விடத்திலே யிருந்து கொண்டு இத்தனை காரியமும் பண்ணுகிறாயென்றும் அவனுக்குத் திரளாய் துக்கம் உன் பேரிலே யிருக்கும். அப்படி யிருக்கிற விடத்திலே அவன் வெகு தண்டுடனே இறங்கியிருக்க அதிலே நீ எப்படிப் போகிறது உன்னை நாங்கள் இத்தனைபேரும் எங்களுடைய கண்ணாக எண்ணி எவன் வந்தாலும் அவனுக்குத் தக்கதாகத் தந்திரம் பண்ணி நடத்துகிறதற்கு நீ இருக்கிறாய் என்கிற பலத்திலே யிருக்கிறோம். உன்னை அவனண்டைக்கு நானனுப்பத்தக்க தில்லை. அப்படி அவனுக்கிங்கே வருகிறதற்குப் பயந்தோன்றி யிருந்தால் அவனினத்திலே பெரிய மனுஷரை யுமிங்கே அனுப்பட்டும். நாமும் இங்கிருந்துகொண்டு ஒரு ஆலோசனைக் காரனை அனுப்புவிக்கிறோம். அதன் பேரிலே வரட்டுமென்று துரை சொல்ல அதற்கு ஆனந்தரங்கப்பிள்ளை சொன்ன சேதி:

இத்தனை ராசகாரியமும் இங்கிலீசுக்காரர் பேச்சைக் கேட்டுக் கொண்டு நடத்தி வெகுசனங்களை சாகக் கொடுத்து இனிமேல் கலாபம் பண்ணுகிறதினாலே காரியமில்லை யென்று தோன்றிச் சந்தியை முக்கியமென்று ஆசித்துச் சொல்லி அனுப்புவித்த மட்டுக்கும் நான் போகாதே போனால் என்னைப் போலே பயந்தவனோருத்தருமில்லையே. ஆகையினாலே நீங்கள் இந்தக் காரியத்துக்குத் தடை சொல்லத் தேவையில்லை. உங்கள் தயவினாலே நான் போய் அழைத்து வருகிறேன் என்று துரையுடனே அனுப்புவித்துக் கொண்டு புறப்பட, அந்த வேளையிலே பட்டணத்திலிருக்கிற சகல சனங்களும் மலப்புத் தோன்றிச் சொல்ல, அதற்கு மனங் கலங்காமல் அவர்களுக்குத் தைரியஞ் சொல்லிட்டுப் புறப்பட்டு மாபூசுகானண்டைக்குப் போக,

இவர் வருகிறாரென்று சேதி மாபூசுகான் கேட்டவுடனே வெகு ஆச்சரியத்தை அடைந்து, அங்கே இருக்கிற பெரிய சமேதாரர்களை

எல்லாம் பார்த்துத் தைரியமென்றால் ஆனந்தரங்கப்பிள்ளையுதே தைரியம். இந்தத் தைரியமிந்த உலகத்திலே ஆருக்கும் வராது என்று வெகுவாய்த் தோத்திரம் பண்ணி ஆனந்தரங்கப்பிள்ளை போய்க் கண்டவுடனே மாபூசுகான் எழுந்து வந்திருந்து ஆலிங்கனம் பண்ணிக்கொண்டு கையைப் பிடித்து தனித்த ஒரு விடத்திலே கூட்டிப் போய் வைத்துக்கொண்டு, இரண்டு நாழிகை வரைக்கும் தன் மனதிலே இருந்த துக்கமெல்லாம் சொல்லிக்கொண்ட விடத்திலே அதற்கு ஆனந்தரங்கப்பிள்ளை மாபூசுகானுக்கு மறு உத்தாரஞ் தோன்றாமற் படிக்கு சன்னதுகளுடனேயும் சொன்ன விடத்திலே மாபூசுகான் வெகு சந்தோஷத்தை அடைந்து அப்போது அவன் சொன்ன சேதி:

உன்னைப்போலொத்த புருஷன் பாதுஷா அண்டையிலே மந்திரியாயிருக்க வேணும். அல்லவேன்றால் நிசாமண்டையாகிலும் மந்திரியா யிருக்க வேணும். பிராஞ்சுக்காரர் செய்த அதிர்ஷ்டம் அவர்களுக்குக் கிடைத்தது. இப்போதும் நீ எந்தப்படி சொன்னாலும் அந்தப்படி நாங்கள் கேட்கிறோம். உன்னை நம்பி வருகிறோம் என்று கேட்க, அந்தப்படியே என்னை நம்பி வாரும். சிந்தனை என்னவிருக்கிறது என்று சொன்னவுடனே மாபூசுகான் தன் கையிலே யிருக்கிற கட்டாரியும் கத்தியும் ஆனந்தரங்கப் பிள்ளை கையிலே கொடுத்து சகல வெகுமானமும் பண்ணி அவர் பிறகாலே புதுச்சேரிக்குப் போனான்.

அந்த வேளையிலே தண்டிலே வந்திருந்த இங்கிலீசுக்காரரெல்லாரும் சேர்ந்து ஒருத்தன் போனவழி ஒருத்தனுக்குத் தெரியாமல் தேவனாம்பட்டணம் போய்ச் சேர்ந்தார்கள். தண்டிலே யிருந்த சகல சனங்களுக்கும் மெத்தவுஞ் சந்தோஷம் உண்டாயிருந்தது. அந்த வேளை எப்படி இருந்ததென்றால் ஆனந்தரங்கப்பிள்ளையாகிய பிரம்மதேவன் பிரதிஷ்டையாகி தண்டிலே வந்து சகல சனங்களும் ஆயுசுங் கொடுத்துச் சீவதாரையும் வார்த்தாப்போலே யிருந்தது. அதன் பேரிலே ஆனந்தரங்கப் பிள்ளை மாபூசுகானை அழைத்துக் கொண்டு புதுச்சேரிக்குப் போய் குவர்னதோருக்கு மிலாக்காத்துப் பண்ணிவைத்துச் சகல வெகுமதியும் வாங்கிக் கொடுத்துப் பாகையுங் கட்டிவைத்து வெகுமரியாதையும் பண்ணிவைத்து அனுப்புவித்தான். அந்த மாபூசுகானும் அந்த குவர்னதோர் முன்னே இரண்டு நாழிகை ஆனந்தரங்கப்பிள்ளை குணாதிசயங்களை யெல்லாம் நன்றாகச் சொல்லி வெகுமானம் வாங்கிக்கொண்டு தண்டுக்கும் போய் தண்டையும் கூட்டிக்கொண்டு ஆற்காட்டுக்குப் போய்ச் சேர்ந்தான்.

இந்த சாமார்த்திய மிந்த செகத்திலே யொருத்தருக்குமில்லை என்று சகல பெரிய மனுஷர் தோரா துரைகளும் சொல்லத்தக்கதாக எனக்குக் கிடைத்த கீர்த்தி சுவாமி கடாட்சத்தினாலே கிடைத்ததே யல்லாமல் என்னுடைய சாமார்த்தியத்தினாலே கிடைத்ததென்று. மிதுவல்லாமல் நானிந்த காரியத்திலே பிரயாசைப்பட்டதெல்லாம் நம்முடைய புதுச்சேரிப் பட்டணத்திலே யிருக்கப்பட்ட வெள்ளைக் காரரும் கும்பினியாரும் சீர்மைக்கு எழுதுகிற கடுதாசிகளிலே நான் இராப்பகல் நித்திரை யில்லாமல் கும்பினீர் காரியத்திலே வெகு சாக்காரதையாய் நடந்து கொண்டதும் அதனாலே செகமெல்லாம் கும்பினியாருக்குச் சகல கீர்த்தியும் பிரதாபமும் டில்லி பாதுஷா முதலான தோரா துரைகள் எல்லாம் அறியத்தக்கதாய் நடந்ததும் அவரவர் பேசிக்கொள்ளுகிற படியினாலே இந்தப்படிக்குச் சீர்மைக்கு எழுதுவார்கள். கும்பினீர் காரியத்திலேயும் ரங்கப்பன் ரொம்ப பிரயாசைப்பட்டானென்று எழுதுவார்கள்.

இந்தச் சேதி பிராஞ்சு முதலான ஏரோப்பு ராச்சியமெல்லாம் பேருண்டாம். இந்தக் கீர்த்தி நான் சம்பாதிக்க வேணுமானால் பத்து லட்சம் வராகன் செலவழித்தாலும் வராத கீர்த்தி. என் பேரிலே ஆண்டவன் கடாட்சம் வைத்துச் சுனாயசமாய் லபிக்கப் பண்ணின ஆச்சரியத்தை என்னவென்றெழுதப் போகிறேன். ஆனாதினாலே வரப்பட்ட கீர்த்தியை விஸ்தரித்து எழுதுவேன். தன் பெருமையைத் தான் எழுதிக்கொள்ளுகிறது அப்புத்தனமான படியினாலே சூசனையாய் எழுதி வைத்தேன்.

இதல்லாமல், நபாபு மாபூசுகான் என்னுடைய கீர்த்தியைத் தோத்திரம் பண்ணுகிறதே யல்லாமல் துரையவர்கள் முன்பாகப் பண்ணின தோத்திரம் என்னவென்றால்: ஆனந்தரங்கப் பிள்ளை உங்களுடைய சமஸ்தானத்திலே யிருந்த படியினாலே உங்களுக்கு இப்படி ஒன்றுமில்லாமல் செய்து என்னை உங்களிடத்துக்கு நேர்பாயமைழத்துக் கொண்டு வந்து சமாதானம் பண்ணிப் போட்டான். இவனுடைய புத்திக்கு இந்தவிடம் போதாது. நிசாம் கீழே மந்திரியாயிருக்க வேணும். அல்லது பாதுஷாவிடத்திலே மந்திரிதனத்துக்கு யோக்கியனே யல்லாமல் மற்றப்படி பின்னையொருவிதமாய்ச் சொல்லக் கூடாதென்றும் பின்னையும் அநேகவிதமாய் தாரீபு பண்ணினதற்குத் துரை இருந்து கொண்டு மெய்தான். இவன் மெத்த புத்திசாலி.மகா நிருவாகி. அவனுக்கிவன் தகப்பன் மெத்த புத்திசாலி. அவன் பிறந்த மட்டுக்கும் இவனிடத்திலே தேவரீர் தாரீபு பண்ணுகிற மட்டுக்கும் புத்தியிருக்கிறது. ஆச்சரியமல்ல வென்று துரையவர்கள் ரொம்ப தாரீபு சொன்னார்கள்.

இப்படி எல்லாம் ராச்சியாதிபத்தியம் பண்ணுகிறவன் கூட நம்மை தாரீபு பண்ணவும் நம்மை பகவான் போகிறாப் போலே போகப்பட்டதாகக் கிடைத்தது. சுவாமியினுடைய கடாட்சம் என் பேரிலே பரிபூரணமா யிருக்கையிலே இப்படி நடந்ததென்று எண்ணிக்கொண்டேன் என்று எண்ணத் தேவையில்லை. சமஸ்தான சனங்களுக்கும் இப்படியே ராச்சியமெல்லாம் சொல்லிக் கொண்டார்கள்.அதுகளை நான் தானே விஸ்தரித்து எழுதுகிறது நியாயமல்ல வென்று எழுதவில்லை.

நாட்குறிப்பு 26

புதுச்சேரியை முற்றுகையிட்ட பிரிட்டிஷ்காரர்கள்!

பிரெஞ்சு கப்பற்படைதளபதி லபோன்தெனேவிடம் சென்னையில் அடிவாங்கிக் கொண்டு புறமுதுகிட்டு ஓடிய பிரிட்டிஷ்காரர்கள் அதே வேகத்தில் திரும்பி வந்தனர். இப்போது அவர்களது இலக்கு, தென்னிந்தியாவின் பிரெஞ்சு தலைமையிடமான புதுச்சேரி! பட்டணத்தை நோக்கி இங்கிலீஷ் கப்பற்படை கப்பல்கள் வந்து கொண்டிருப்பதாக அடிக்கடி தகவல் வந்து கொண்டே இருந்தது. இது, புதுச்சேரி மக்களைப் பெரும் கலவரமடைய வைத்தது.

ஒழுகரை மற்றும் அரியாங்குப்பத்தில் இருந்த கிறிஸ்துவக் கோயில்களின் கதவுகள் ஜன்னல்கள் மற்றும் தட்டுமுட்டுச் சாமான்கள் புதுச்சேரிக்குக் கொண்டு வரப்பட்டன. இதுபற்றி ஆளுநர் விசாரித்தபோது, இங்கிலீஷ்காரர் தாக்குதல் நடத்துவார்கள் என்பதற்காக ரங்கப்பிள்ளை குடும்பத்தினர் ஊரைவிட்டுச் சென்றுவிட்டனர் என அறிந்தோம். அதனால் நாங்களும் முன்னெச்சரிக்கையாக இப்படிச் செய்தோம் எனப் பாதிரிகள் விளக்கம் அளித்தனர். ஆனால் ரங்கப்பிள்ளையோ ‘என் குடும்பத்தினர் யாரும் வெளியே போகவில்லை. வேண்டுமானால் ஆளைவிட்டு விசாரித்துக் கொள்ளுங்கள்’ என்றார். இதனால் பாதிரிகளைக் கடிந்து கொண்டார் ஆளுநர்.

பயம் பீதி காரணமாகப் பிரெஞ்சு அரசாங்கத்திடம் இருந்து தினம் தினம் ஓர் உத்தரவு வந்து கொண்டிருந்தது. ஊரில் இருந்து யாரும்

வெளியே போகவும் வெளியே இருந்து யாரும் உள்ளே வரவும் தடை விதிக்கப்பட்டது. இங்கிலீஷ்காரர்களுக்கு ஆதரவான கிராமங்களைப் பட்டியலிட்டு பத்து வீடுகள் வீதம் கொளுத்திப்போடப் பிரெஞ்சு வீரர்களுக்கு உத்தரவிடப்பட்டது. ஒவ்வொரு வீட்டின் முன்பும் முப்பது நாற்பது குடம் தண்ணீர் வைக்க வேண்டும் என உத்தரவிடப்பட்டது. அப்படி வைக்காதவர்களின் காதுகள் அறுக்கப்படும். அவர்களின் சொத்துக்கள் பறிமுதல் செய்து பிச்சைக்காரர்களுக்கு வழங்கப்படும். ஊரைக் காவல் காப்பவர் ஒழுங்காகத் தங்கள் பணியைச் செய்ய வேண்டும். இல்லாவிட்டால் அவர்களுக்கு மரண தண்டனை தான். இப்படியான உத்தரவுகளால் மக்கள் எப்படியெல்லாம் தாபந்தப்பட்டார்கள் என விவரிக்கிறார் ஆனந்தரங்கர்.

இங்கிலீஷ்காரர்கள் புதுச்சேரி பட்டணத்தை நெருங்கிவிட்டனர். தங்கள் முற்றுகையைத் தொடங்கிவிட்டனர் எனும் தகவலறிந்து கோட்டையில் பலரும் கண்ணீர் விடத்தொடங்கினர். துரை துய்ப்ளேக்ஸ் கண்களிலும் தண்ணீர் தளும்புவதைப் பார்த்தார் ஆனந்தரங்கர். இப்படியான நேரத்திலும்கூட துய்ப்ளேக்சுக்கு நல்ல அதிர்ஷ்டம் யோகம் இருக்கிறது. அவருக்குக் காரிய அனுகூலம் நடக்கும் என நம்பிக்கையுடன் எழுதுகிறார் ஆனந்தரங்கப்பிள்ளை.

1748 ஆகஸ்ட் 12 ஆடி 32 சோமவாரம்

நேற்றைய தினம் சம்பாவுலு கோயில் பாதிரிகள் ஒழுகரை, அரியாங்குப்பத்து கோயில்களுடைய கதவுகள் சன்னல்கள் கூடக் கழட்டிக் கொண்டு வந்தார்களென்றால், அப்பாலதிலேயிருந்த கருபு முதலானது யெடுத்துக் கொண்டு வந்தார்களென்று எழுதக் கவையில்லையே.

அந்தச் சேதி கேழ்க்கிற நிமித்தியம் சம்பாவுலு கோயில் சுப்பெரியேர் கடுதுவை துரை வரவழைத்து நீங்க ளெதினாலே அரியாங்குப்பத்துக் கோயிலிலே இருந்த சுரூபம் தட்டுமுட்டுக் கதவுகள் சன்னல்கள் கூட ஒழுகரை கோயிலுதும் அப்படிக் கொண்டு வந்தது யென்னவென்று கேட்டார்.

அதுக்கு அவர் சொன்னது: ஆனந்தரங்கப்பிள்ளை வீட்டிலே இருந்த அவர் பெண்சாதி பிள்ளைகள் சமஸ்தமும் போய்விட்டார்களென்றும் அரும்பாத்தை வீட்டுக் குழந்தைகள் பெண்டுகள் ஆண் பிள்ளைகள் போய் விட்டார்களென்றும் இப்படி சமஸ்தான பேர்கள் போய்விட்டார்களென்று சேதி கேட்டபடியினாலே நாங்களுமதை யெடுத்துவரச் சொன்னோமென்று சொன்னார்.

அதற்கு துரையவர்கள் என்னை யழைத்து பட்டணத்திலுண் டானவர்கள் சமஸ்தான பேரும் போய்விட்டார்களாவென்று கேட்டார். அதற்கு நான் சொன்னது: ஏழை ஜனங்கள் பிறாமணால் போனதுண்டு. இதல்லாமல் இந்த வூரிலே பிறந்தப் பெண் அசலூரிலே வாழ்க்கப்பட்டிருக்கும். அதுகள் மறுபடியும் இப்போ போயிருப்பார்கள். மற்றப்படி யென்னேரமும் போக்கு வரத்தாயிருக்கிறதே ஒழிய மற்றப்படியல்லவே; அந்தப்படிக்கு போனதே அல்லாமல் மற்றப்படி போனதில்லை யென்று சொன்னேன்.

அப்பால் உங்கள் வீட்டிலே யிருக்கிற பெண்டுகள் போனார்களா வென்று கேட்டார். எங்கள் வீட்டிலே யிருக்கிற பெண்டு பிள்ளைகளிலே ஒருத்தராகிலும் போனதில்லை. இப்போதானே மனுஷரை அனுப்பி போய் பார்த்துவரச் சொல்லுங்களென்று சொன்னேன். அதற்கு பாதிரியை துரை பார்த்து நீ சொன்ன பேச்சு எப்படியிருக்கிறதென்று கேட்டதற்கு எங்களுடனே அப்படி வந்து சொன்னார்களென்றார். அப்பால் அரும்பாத்தை வீட்டு பெண்டுகள் போனார்களாவென்று கேட்டார். அவர் வீட்டு பெண்டுகளிலே வினாயகம்பிள்ளை பெண்சாதி வில்வநல்லூர் கோயிலுக்கு நேற்றிய நாயிற்றுக் கிழமையன்று போனார்கள். அவர்கள் சாவடி ஒன்று இருக்கிறபடியினாலே பெண்டுகள் ஆண் பிள்ளைகள் எப்போதும் போக்குவருத்துண்டாயிருக்கு மென்று சொன்னதற்கு,

துரை நீங்கள் ஒரு தப்பிதம் பண்ணுகிறது ஏன் பண்ணிணீர்கள் யென்று கேட்டால், ஒருத்தர் மேலே எரிகிறது உங்களுக்கு வாடிக்கை. நீங்கள் தானே இங்கிலீஷ்காரர்கள் வருகிறார்களென்று சன்னல்கூட பிடிங்கி வந்தால் ஒன்றுமறியாதிருக்கிற தமிழர் ஓடிப்போரது ஞாயம்தானே. நீங்கள் தானே பட்டணத்தை காபிறா பண்ணுகிறீர்கள் என்றும் பின்னையும் பேசியிருந்து அவரைப் போகச் சொல்லி பரசுராமப்பிள்ளையை அழைக்கச் சொன்னார்.

1748 ஆகஸ்ட் 15 ஆவணி 3 குருவாரம்

... பிற்பாடு பாக்கு கிடங்குக்கு வந்து பனிரெண்டு மணிக்கு வீட்டுக்குப் போகும் போது இங்கிலீஷ்காரர் கப்பல் மூன்று கப்பல்காரரை நெருங்கி ஓடிவருகிறதென்று சேதிச் சொன்னார்கள். ஒரு மணி வேளைக்கு வீராம்பட்டிணத்துக்கு நேராய் கொண்டு வந்து வைத்து பிடித்தானென்றும் அந்தச் சேதி துரை மதாம் தொத்தேல்பேர் பண்டிகையினாலே முசியே தொத்தேல் வீட்டிலே சாப்பிட்டுக் கொண்டிருக்கும் போது வந்து சொன்ன மாத்திரத்திலே சாப்பிடுகிறதை விட்டுப் போட்டு தெலெஸ்கோ எடுத்துக் கொண்டு

வரச்சொல்லி மெத்தை மேலே ஏறிப்போய் பார்த்து அந்த உசிணம் போரமார்களை அழைப்பித்து வெள்ளைக்காரரையெல்லாம் சேர்த்து கடற்கரையிலே பீரங்கிகளை யெல்லாம் முஸ்தீது பண்ணச் சொல்லி அனுப்பி ஷேக் இப்ராமை அழைத்து மேட்டுக்கும் தாக்கீது பண்ணி உள்ளூரிலே யிருந்து வெளியே போகிற மனுஷரை ஒருத்தரையும் விடவேண்டாமென்று உத்தாரம் கொடுத்தார்.

...அப்பால் பட்டணத்திலுண்டான ஜனங்கள் விறகு விற்று போட்டுப் போகிறவர்கள் வைக்கோல் விற்று போகிறவர்கள் முதலாய் மற்ற போக்குவருத்துக்காரர் சமஸ்தான பேரும் தாபந்தபட்டதை எழுதி முடியாது. இதைத்தொடர்ந்து பட்டணங் காபிராவாய் அவரவர் சொல்லிக்கொண்டதுகளை விஸ்தரித்து எழுதுகிறதல்ல. ஆகிலும் இங்கிலீஷ்காரன் கப்பலைக் கண்டவுடன் எஜமானாக இருக்கப்பட்டவன் தானே காபிராபட்டு போக்கு வருத்து மனுஷரைக் கூட விடவேண்டாம் என்றால் ஒன்றும் தெரியாமலிருக்கிற ஜனங்கள் என்னமாய் காபிராப்படவேணும். அதுவுமல்லாமல் நம்முடைய வீட்டுக்கு எதிரே இருக்கிற மிசியனாரையும் கோயிலிலே யிருக்கத்தக்கதாக எஜமான் தானே பாதிரி அழைத்து இடம்கேட்டு அமத்திக் கொண்டால் ஒரு பொறுப்பும் சண்டையுடா மார்க்கமும் அறியாத தமிழர் என்னமாய் பயப்படவேணும். இந்த நியாயம் எல்லாம் சிறிது வெள்ளைக் காரரறிந்து அவரவர் வீடுகள் நம்முடைய வீட்டிலே முத்திரை சாவடிக்கு மேற்கே யிருக்கத்தக்கதாக யோசனைபண்ணி தீர்த்துக் கொண்டார்கள்.

சிறிது வெள்ளைக்காரர் வெளியே போவோமென்றால் துரை உத்தாரம் கொடாரோ என்றே அங்கலாய்க்கிறவர்களும் இப்படி வெள்ளைக்காரர் பேச்சு இத்தனை பயத்திலே உழைத்துக் கொண்டால் தமிழர் பேச்சு எழுத வேண்டியதில்லையே. நானும் சீட்டுக் கொடுக்கிற லிங்கப்பனை அழைத்து இனிமேல் ஒருத்தருக்கும் சீட்டு கொடுக்கத் தேவையில்லை யென்று திட்டம் பண்ணிப்போட்டு இராத்திரி எட்டு மணிக்கு வீட்டுக்குப் போனேன்.

1748 ஆகஸ்ட் 20 ஆவணி 8 மங்களவாரம்

...இதல்லாமலின்று ஐந்து மணி வேளைக்குக் கோட்டைக்கு அக்கினி மூலையிலே யிருக்கிற கடற்கரை கொத்தளத்திலே முன் கெட்டிச்சு இருந்த பீரங்கியெல்லாம் குண்டை கழற்றிப் போட்டு பழைய மருந்தை வாங்கிப் போடுகிறதற்கு சுட்ட பாவனையாய் சிறிது குண்டு போட்டிருந்ததைக் கூட சுட்டுப்பார்த்தார்கள். இது

எத்தனை தூரம் போகுதென்று. அந்தச் சப்தம் கேட்டவுடனே பட்டணத்திலே உண்டான ஜனங்களெல்லாம் புறப்பட்டு கடற்கரையே யோட்டிப் பார்த்து தெளிந்த பிற்பாடு அவரவர் குதிர்ப்பட்டு வீட்டே போனார்கள்.

1748 ஆகஸ்ட் 21 ஆவணி 9 புதவாரம்

கப்பலொன்றும், சுலுப்பொன்றும் தேவனாம்பட்டினத்திலே யிருந்து பாயெடுத்து ஓடிவருகிறதென்று கபுறு வந்து சொன்னார்கள். துரையும் முசியே பாரதியும் மெத்தையின் பேரிலே போய்ப் பார்த்து வந்தார்கள். நானுமிந்தமட்டுக்கும் பாக்குக் கிடங்கிலே யிருந்து ஒரு மணி அடிக்கிற வேளையிலே வீட்டுக்குப் போனேன்.

...அப்பால் அதை விட்டுவிட்டு திரும்பியும் வந்து இங்கிலீஷ்காரர் இறங்கியிருக்கிற துலுக்கர் கிறாமத்திலே ஒருத்தருக்கும் தெரியாமல் கொளுத்திவிடச் சொல்லு. பத்து பேர் சேவுகரை வேஷமாறி அனுப்புமென்று சொன்னார். அதற்கு நான் சொன்னது அந்தபடிக்கு அனுப்புகிறேன். அவர்கள் யேழை ஜனங்களானதே அவர்களுக்கு சேதங்கொடுக்க வேணுமென்று சொன்னேன். அந்தப்படிக்கு கொடேன்று சொன்னார். அப்பால் மலையப்பன் சேவகரை அழைப்பித்து இங்கிலீஷ்கார மனுஷர் எந்தெந்த வூரிலே காவல் வைத்தானோ அந்தந்த வூரெல்லாம் என்று சொல்லி ஒரு ஏற்பாடும் சொன்னேன்.

சிங்கர்கோயில், கீழழிஞ்சிப்பேட்டு, பாகூர், கர்க்களாம்பாக்கம், கிருமாம்பாக்கம், பின்னையும் அண்டை அசல் கிராமங்களில் பத்து குடிசை விழுக்காடு கொளுத்திவிடச் சொல்லி இந்தப்படிக்கு கொளுத்திப் போட்டு வந்தவனுக்கு பத்து பத்து ரூபாய் கொடுக்கிறதென்று சொல்லி அனுப்பி வைத்தேன்.

1748 ஆகஸ்ட் 22 ஆவணி 10 குருவாரம்

இற்றைநாள் காலத்தாலே என்னை துரையவர்கள் அழைத்தனுப்பி வைத்து என் பெண்சாதி பிள்ளைகளைக் கொண்டு போய் உங்கள் வீட்டுக்கு எதிரே பாதிரி கோயிலிருக்கிறதே அந்தக் கோயிலிலே கொண்டு போய் வைக்கிறேன். இதிலே அந்த வீட்டின் பேரிலே போடுகிறதற்கு நேற்று சொன்ன இருபத்தைந்து பாரமும் (பஞ்சும்) அந்தக் கோயிலிலே சேர்த்துப் போடச்சொல்லி உத்தாரம் கொடுத்தார்.

... அப்பால் வீட்டுக்கு வீட்டுக்கு முப்பது நாற்பது குடம் தண்ணீர் வைக்காவிட்டால் அவனை ஆக்கினை அபராதம் வருமென்று

தமுக்குப் போடச்சொன்னார். அப்பால் நயனாருக்கு தாக்கீது பண்ணி பட்டணத்தை பத்திரமாய் காக்கச் சொன்னார். அந்தபடிக்கு தமுக்குக் காரனை அழைப்பித்து வீட்டுக்கு வீடு (தண்ணீர்) முப்பது குடத்துக்கு மேலே எவ்வளவு அதனம் வைத்தாலும் சரி அதற்கு குறையாமல் வைக்காவிட்டால் ஐம்பது அடி அடித்து இரண்டு காதும் அறுத்து அவர்கள் ஆஸ்தியும் பிச்சைக்காரருக்குக் கொடுத்து விடுவார்கள். இந்தபடிக்கு துரையவர்கள் கட்டளை யென்று தமுக்குப் போடச் சொன்னேன். அந்தபடிக்கு தமுக்குப் போட்டார்கள். அப்பால் பெரியண்ண நயினாரையும் வீராநாய்க்கரையும் அழைத்து நூறு சேவகரை வைத்து பத்திரமாய்ப் பட்டணத்தைக் கார்க்காவிட்டால் உங்களை தூக்கில் போடுவோமென்று துரையவர்கள் சொல்லச் சொன்னார்கள் என்று சொன்னேன். அதற்கு சேவகருக்கு சம்பளம் கூட்டிக்கொடுக்க வேணுமென்று கேட்டார்கள். நல்லது. கும்பினீரிலே முன் கூட்டி கொடுத்திருக்கிறது. இப்பவும் கூட்டிக்கொடுக்கச் சொல்லுகிறேன். அல்லாமல் நீங்கள் சமயத்திலே மனுஷருக்குப் பாராமல் வைத்துக்கொண்டு பட்டணத்தை பத்திரமாய்க் காருங்களென்று சொன்னேன். அப்படித்தானே செய்கிறோமென்று சொல்லிப் போனார்கள்.

அப்பால் பாக்குக் கிடங்குக்கு வரவேணுமென்று இருக்கும் போது துரை வந்து எங்கே யெழுந்து போகிறீர்? இங்கேயிருந்து அவர்களை அழைத்து உத்தாரம் கொடுக்கிறதெல்லாம் கொடுத்து இங்கே தானே இருவென்று சொல்லிவிட்டு உள்ளே போனார்.

மறுபடி வந்து நானிங்கே யிருந்து அடிக்கடி அவர்களை அழைப்பித்து உத்தாரம் கொடுக்கிறதற்கு இந்த வேளை பொசுங்காது. ஆனபடியினாலே நான் கோட்டையிலே யிருக்கப் போகிறேன். நீயும் இராத்திரி பகலென்னுடனே இருக்க வேணுமென்று சொன்னார். நல்லது அப்படியே இருக்கிறேனென்று சொன்னேன். அப்பால் கப்பல்களெல்லாம் பாயெடுத்து ஓடிவருகுதென்று அடிக்கடி கபுறு வந்தது. அதன் பேரிலே துரைய்வர்கள் முசியே பாரதியை அழைத்துக் கொண்டு கடற்கரை மூலை கொத்தளத்துக்குப் போய் அங்கே இருந்து கப்பலைப் பார்த்து வந்ததும் தம்முடைய வீட்டு தட்டுமுட்டெல்லாம் அப்புறத்திலே சாக அனுப்பி வைத்தார். தம்முடைய பெண்சாதி பிள்ளைகள் போயிருக்கிறதற்குப் பாதிரி கோயிலுக்கு சகல சாமானும் கட்டில் மெத்தை உள்பட அனுப்பிவிட்டார்.

... இன்று இராத்திரி இங்கிலீஷ் கப்பலின் பேரிலே யிருந்து குண்டும் தீக்குடுக்கையும் போடுவானென்று சமஸ்தான வெள்ளைக்காரர்

வீட்டுப் பெண்டுகளெல்லாம் நம்முடைய வீட்டுக்கெதிரே இருக்கிற கோயிலிலேயும் அதுக்கப்புறமிருக்கிற தமிழர் வீட்டிலேயும் இறங்கி யிருந்தார்கள். இன்னாரென்று வயணமேன் எழுதவில்லை யென்றால் பத்துபேரறிந்து போனால் பேர் வயணம் எழுதவேண்டியதே யல்லாமல் ஊரிலே உண்டானவர்கள் அனைவருமானால் என்னமாய் எழுதுகிறதென்று பொதுவிலே சமஸ்தான பேரென்று எழுதிப் போட்டேன்.

1748 ஆகஸ்ட் 23 ஆவணி 11 சுக்கிரவாரம்

இற்றைநாள் காலத்தாலே ஆறுமணி வேளைக்கு துரை அவர்கள் என்னை அழைத்தனுப்பிவைத்து ஒழுகரை குண்டு கிராமங்கள் முதலான விடங்களிலே இருக்கப்பட்ட நெல், வைக்கல் முதலான வஸ்துக்கள் எவ்வளவு உண்டோ அதெல்லாம் பட்டணத்துக் குள்ளே கொண்டு வரச்சொல்லியும் அல்லவென்று வைக்கல் முதலானது சஊரிலே வந்து சேராமல் போனதேயானால் நெருப்புப் போட்டு கொளுத்திப்போடச் சொல்லியும் அடுத்தாப்போலிருக்கிற துலுக்கர் கிராமங்களிலே இருக்கிற வைக்கல், நெல் அதையும் எடுத்து கட்டிக்கொண்டு வருகிறதற்கு வாக்கானால் கட்டி எடுத்து வருகிறதுதான். அல்லவென்றால் அதையும் கொளுத்திப்போடச் சொல்லியும் இப்படியாகச் சொல்லியும் சொன்னார். அந்தபடிக்கு பெரியண்ண நயினாரையும் பதினைந்து சேவகரையும் குண்டு கிராமங்கள் ஒழுகரை முதலான கிராமங்களுக்கெல்லாம் தாக்கீது பண்ணச்சொல்லி அனுப்பி வைத்தேன். அப்பால் வில்லியநல்லூர், பிரம்பை முதலான விடங்களிலே நெல், வைக்கல் இருக்கிறதா என்று விசாரிக்கிறதற்கு மனுஷரை அனுப்பி வைத்தேன்.

மற்றபடி நேற்றைய தினம் இங்கிலீஷ் பவுன்சு வந்து முத்திரிசப்பிள்ளைசாவடி அண்டையிலே யிருந்த பாளைப்பட்டு வாங்கிக் கொண்டார்களே அந்த மட்டுக்கும் தங்கள் தளமும் தாங்களும் தங்கள் சரஞ்சாமிகளையும் அவ்விடத்திற்கு கொண்டு வந்து சேர்த்துக் கொள்ளுகிறது. அதை டிக்கானாக வைத்துக் கொண்டு அப்பால் அரியாங்குப்பம் வாங்கிக் கொண்டு அப்பால் புதுச்சேரியின் பேரிலே சண்டைப் போடவும் யோசனைப் பண்ணிக்கொண்டு முந்திரிசப்பிள்ளைசாவடியைக் காணாவாய் வைத்துக்கொண்டு வீராம்பட்டணத்தண்டையிலே சிறிது சான்சாமிகள் கப்பலிலே யிருந்து இறக்குகிறதும் முந்திரிசப் பிள்ளைசாவடியிலே இருக்கிற சாமான்களைக் கொண்டு வந்து சேர்க்கிறதாகவும் இந்த வேளை இருக்கிறதாகவும் நாளைய தினம் அரியாங்குப்பத்தின் பேரிலே சண்டைப் பண்ணுகிறதாகவும் இப்படியாக சேதி கேழ்க்கப்பட்டது. நம்முடையவர்கள்

அரியாங்குப்பத்து ஆற்றுக்கிக்கரை சாரத் துறைமுக முதலாக இவர்களும் சிப்பாய்களையும் சொலுதாதுகளையும் பீரங்கிகளையும் கொண்டுபோய் முஸ்தீது பண்ணுகிறார்கள்.

1748 ஆகஸ்ட் 24 ஆவணி 12 சனிவாரம்

இற்றைநாள் காலத்தாலே ஐந்து மணிக்கு இங்கிலீஷ்காரர் பவுன்சு அரியாங்குப்பத்து சமுத்திரக்கரை ஓரமாய்ப் புறப்பட்டு பாதிரிகோவில் வந்து அசார் பிடிக்கிறதற்கு எறும்பு சாரையாய்ப் புறப்பட்டால் எப்படியோ அந்தபடிக்கு இங்கிலீஷ்காரர் பவுன்சு வந்தது. நம்முடையவர்கள் அரியாங்குப்பம் பாதிரியார் கோயிலுக்கு நேராய் அதற்கு இப்புறம் பவுன்சு எல்லாம் ஆற்றோரம் முடிய இருந்து கொண்டு ஆற்றோரத்தண்டையிலே போட்டிருக்கிற மணிக்கொத்தளம் இரண்டிலேயும் பீரங்கிகளை ஏத்தி அதற்கு நேராய் தாழவும் சிறிது பீரங்கிகள் அச்சாயல் துப்பாக்கிகள் முதலான துகளினாலே இவர்கள் விஸ்தாரமாய் குண்டு மாரியாய் இங்கிலீஷ்காரர் பவுன்சுப் பேரிலே வழங்கினார்கள். அவர்களுக்கு செத்தவன் சாகட்டுமென்று மெரிச்சேரி வந்து பாதிரி கோவிலை அசளப்பண்ணி பிடித்துக் கொண்டார்கள். இதிலே அவர்கள் செத்தவர்களும் காயம் பட்டவர்களுமாய் நூத்தன்பது பேர் மட்டுக்கும் உண்டென்று துரையவர்களுக்கு முசியே லத்தூஸ் எழுதியனுப்பினான். என் புத்திக்கேற்கவும் சாவுகாயமும் அந்த மட்டுக்கு உண்டென்று தோணுது.

... கொத்தளத்தை இங்கிலீஷ்காரர் நெருக்கினார்களென்று நாலு பக்கமும் சுற்றிக் கொண்டார்கள் என்றும் அரியாங்குப்பத்தி லிருக்கிறவர்களை நாலு பக்கமும் பெகுதளம் சுத்திக் கொண்டதாய் யெழுதி வந்தது. அதன் பேரிலே அங்கங்கே அழுகை உண்டானது. துரையவர்களுக்கொன்றும் தோத்தாமல் கண்ணீர் கூட கண்ணிலே தளும்புகிற மட்டுக்கும் சாடையிலே பேசும்போது கண்டேன். மெத்த பேயாய் குண்றிக்கொண்டு காபிராபட்டு போனதை நானென்ன வென்று காகிதத்திலே எழுதப் போகிறேன். ஆனாலித்தனை அதைரியஸ்தனாய் பேய் பிடுங்களாய் பிடிங்கினாலும் நல்ல அதிர்ஷ்டம் யோகம் இருக்கிற படியினாலே காரியமார்க்கமாய் அனுகூலத்திலே நடந்துகொண்டே வருகிறது. இதை யொருக்காலே விஸ்தரித்து எழுதலாகாது சூக்ஷமமா எழுதினது போதும்.

நாட்குறிப்பு 27

'திகிலில் செத்துப் போகும் ஜனங்கள்'

புதுச்சேரியை முற்றுகையிட்ட ஆங்கிலேயர் அரியாங்குப்பத்தைத் தங்களது தளமாக அமைத்துக் கொண்டனர். அரியாங்குப்பத்து ஆற்றின் இந்தப் பக்கம் இவர்களும் அந்தப் பக்கம் பிரெஞ்சுக் காரர்களுமாக சண்டையிட்டுக் கொண்டிருந்தனர். இங்கிலீஷ்காரர் பயன்படுத்திய பீரங்கிகள், அதன் குண்டுகள், அவற்றின் அளவு போன்றவற்றை எல்லாம் விவரிக்கும் ஆனந்தரங்கர், இங்கிலீஷ்காரர் போடும் குண்டு நிதானமாய் வந்து அடிக்கிறது என்கிறார்.

இந்தச் சண்டையின் காரணமாக இருதரப்பிலும் கணிசமான சாவு, காயங்கள் ஏற்பட்டன. இதற்கிடையே புதுச்சேரி, இங்கிலீஷ் காரரிடம் முழுகிப் போச்சென்று தகவல் பரவியது. திண்டிவனம் கிள்ளேதார் முத்துமல்லா ரெட்டி தன் பங்கிற்கு ராணுவத்தைத் திரட்டிவந்து புதுச்சேரியைக் கொள்ளையிட்டுச் சென்றார்.

அரியாங்குப்பம் கொத்தளம் முழுவதும் இங்கிலீஷ்காரர் வசமானது. அங்கு வந்து செல்லும் புதுச்சேரியாருக்கு சர்வ சுதந்திரம் வழங்கப்பட்டது. நீதி பரிபாலனம் சிறப்பாக நடப்பதாக ஆனந்தரங்கருக்குத் தகவல் வந்தது.

அரியாங்குப்பம் இங்கிலீஷ்காரர் வசமான தகவல் புதுச்சேரி வாசிகளிடம் பெரும் காபிராவை ஏற்படுத்தியது. பட்டணத்தில் இருந்து மக்கள் குடும்பம் குடும்பமாக வெளியேறத் தொடங்கினர். ஒரு சில வீடுகளில் வயதான கிழவிகள் மட்டுமே இருந்தனர். இந்தச்

சூழ்நிலையிலும் ஆனந்தரங்கரின் வீட்டில் இருந்து யாரும் வெளியேறவில்லை என்பது குறிப்பிடத்தக்கது. இப்படியாக வெளியேறும் மக்களிடம் நகை நட்டுகள் பணம் காசுகள் வலுக்கட்டாயமாகப் பிடுங்கப்பட்டன. இதற்கு ஆளுநரின் மனைவியின் உத்தரவு என்று சொல்லப்பட்டது.

சாராயம் விற்பவர்கள் தூக்கில் போடப்படுவார்களென்று அரசு எச்சரித்தது. கோட்டை கொடிமரம் இறக்கிப் போடப்பட்டது. பட்டணத்தில் நிலவிய சூழல் துரையின் கண்களில் தண்ணீரை வரவழைத்தது. இதற்கெல்லாம் காரணம், மதாம் துய்ப்ளேக்ஸ் துரைத்தனம் பண்ணுவதுதான் என்பது ஆனந்தரங்கரின் குற்றச்சாட்டு. இதனால் தான் பட்டணத்திற்குக் கேடு காலம் வந்தது என்கிறார். 'ஜனங்கள் தண்ணீர் குடம் தளும்புராப் போலே ராத்திரியும் பகலும் திகிலிலே செத்துப் போகிறார்கள்' என்று வேதனைப்படும் ஆனந்தரங்கர், 'இந்த முசியே துய்ப்ளேக்சு பெண்சாதி அதிகாரத்தை நிவர்த்தி பண்ணி சகல ஜனங்களையும் எப்போ ரக்ஷிக்கிறாரோ நான் அறியேன்.' என்றும் அங்கலாய்க்கிறார்.

1748 ஆகஸ்ட் 24 ஆவணி 12 சனிவாரம்

...இன்றைய தினம் சண்டையிலே அவரவர் வந்து கபுறு சொல்லுகிறபடிக்கு சாவு காயமும் திறளாயெழுத வேணும். ஆனால், என் புத்திக்கேற்க தோத்துகிறது என்னவென்றால்: நூற்றன்பது சாவு இருநூறு முன்னூறு மட்டுக்கும். காயம் வெள்ளைக்காரர் தமிழர்கள் உள்படவென்று தோன்றுகிறது. இந்தபடிக்கே யிருக்கும். சற்றேறக்குறைய அப்பால் நம்முடையவர்கள் டிக்காணாவிலேயிருந்து சண்டை பண்ணின படியினாலே காயக்காரர் இருபது பேரும், சாவு அஞ்சு பேரும் உண்டானது.

இதுகள் நடந்த பிறகு சாயங்கால வேளை இங்கிலீஷ்காரருடைய கப்பித்தான் முசியே தெ லத்தூருக்கு எழுதியனுப்பி எங்கள் பிணத்தையும் காயக்காரரையும் நாங்கள் பார்த்து எடுத்துப் போகிறதற்கு உத்தாரம் கொடுத்து அனுப்பினதற்கு அவர்கள் மனுஷன் வெள்ளைக்கொடி யொன்று பிடித்துக்கொண்டு வந்து ரெணகளம் சோதித்து காயக்காரரை யெல்லாம் எடுத்துக்கொண்டு போனார்கள். சிறிது பிணங்களையும் எடுத்து அப்பாலே கொண்டு போய் புதைத்துப் போட்டு போறவர்கள் அரியாங்குப்பம் கொத்தளத்தண்டையிலே சிறிது பிணங்கள் விழுந்திருக்கிறது. எங்களிடத்திலே கூலிக்காரரில்லை. நீங்கள் புதைத்து

போடவேணுமென்று முசியே தெ லத்தூருக்குச் சொல்லி அனுப்பினபடிக்கு போய்ப் பார்க்க இருபத்தாறு பிணங்கள் விழுந்து கிடந்தது. அதைப் புதைத்துப் போட்டார்கள். அதிலொரு பெரிய மனுஷன் நானூறு பேருக்கு எஜமானாம். அவன் கால்போய் ஜீவனுடனே யிருந்தான். அவனை முசியே தெ லத்தூர் பல்லக்கிலே போட்டு துரை அண்டைக்கு அனுப்பினார். அவனை ஒப்பித்தாலுக்கு அனுப்பி விட்டார்கள். இது பார்த்த சேதியும் அடிக்கடி துரையவர்கள் சொன்ன கபுறும் எழுதினேன்.

...இதல்லாமல் இன்று வந்த சேதி முத்துமல்லா ரெட்டி முந்தாநாள் வியாழக்கிழமை யன்று புதுச்சேரி இங்கிலீஷ்காரர் வந்து பிடித்துக்கொண்டு போனதாய் வெளியே சொல் பிறந்திருக்கிற படியினாலே இவரும் புதுச்சேரி முழுகிப் போச்சென்று தீர்த்துக்கொண்டு தானே சிறிது ராணுவத்துடனே வந்து பெரும்பாக்கத்திலே யிருக்கிற நம்முடைய குமஸ்தா திருமுடயா பிள்ளை முதலான பேரை காயப்படுத்தி பிடித்துக்கொண்டு போனதுமல்லாமல் அங்கேயிருந்த தான்யம் தவசம் சமஸ்தமும் எடுப்பித்துக் கொண்டு போய் அப்பால் சித்தாமுறி ராமு ரெட்டி முதலான பேருது இருந்த நாலாயிரக் கலம் நெல்லும் பின்னையுமிருந்த நவதானியங்களும் யெடுப்பித்துக் கொண்டு போனதுமல்லாமல் மாடு ஆடுகளென்ன உண்டோ அதுகளை ஓட்டிக்கொண்டு போனானென்று நதிராமுடையப் பிள்ளை முதலான பேரை வெகு அடி அடிக்கிறானென்றும் அடித்து உப்பைக் கரைத்து வார்க்கிறாரென்றும் இப்படி சேதி வந்தது.

நல்லது சுவாமியிருக்கிறார். இந்த ராகுபுத்தி அந்திரத்திலே இப்படிக் கிலேசத்தைக் கொடுத்தவர் பின்னை ஒரு நல்ல சுப கரகச் சித்திரம் வந்து அந்த முத்துமல்லா ரெட்டியை அதுக்கேற்றபடி நடத்தி அந்த சந்தோஷத்தைக் கொடுத்து நடத்த அறியாதாவென்றும் யோசனை பண்ணிக்கொண்டேன்.

1748 ஆகஸ்ட் 25 ஆவணி 13 ஆதிவாரம்

...நேற்றைய தினம் நம்முடையவர்கள் அரியாங்குப்பம் போய் சேருகிறதற்கு இல்லாமலிருந்ததே. இன்றைய தினம் மண்வெட்டி கோடாலி வெட்டுக்கத்தி முதலானதுகளை யெல்லாம் கொடுத்தனுப்பி அரியாங்குப்பத்துப் பாதிரி கோவில் சமீபத்திலே இருக்கிற மரங்களை யெல்லாம் வெட்டித் தள்ளிப்போடச் சொல்லியும் கோவில் மதிலை இடிக்கச் சொல்லியும் கோவிலிலே நானூறு சிப்பாய்களைக் கொண்டுபோய் வைக்கச் சொல்லி உத்தாரம் கொடுத்தனுப்பி ஆற்றங்கரை ஓரத்திலே பின்னையும்

இரண்டொரு கொத்தளம் போடத்தக்கதாக முசியே பாரதி போய் கொத்தளம் போட வைக்கிறார். இப்படி மத்தியான மட்டுக்கும் சேதி கேழ்க்கப்பட்டது.

... மற்றபடி இங்கிலீஷ்காரர் அசந்தாப்போலே இருந்தார்கள். பின்னையொன்றும் நடக்கவில்லை. கனகராயமுதலி தோட்டம் பாதிரி தோட்டம் அப்புமுதலி தோட்டம் முசியே ஒசே தோட்டம் இதுகளை யெல்லாம் வெட்டிப்போடச் சொல்லி உத்தாரம் கொடுத்தார்கள். அந்தப்படிக்கு வெட்டியும் போட்டார்கள். மற்றபடி விசேஷ விந்தைகள் கேழ்க்கப்படவில்லை.

1748 ஆகஸ்ட் 28 ஆவணி 16 புதவாரம்

...அப்பால் இங்கிலீஷ்காரர் வீராம்பட்டணத்தண்டையிலே மொற்சாவுக்கு ஞாயிற்றுக்கிழமை முதலெத்தனம் பண்ணினவர்கள் நேற்றைய வரைக்கும் தாங்களங்கே வந்து இருக்கிறதற்கு இடம்பார்த்து பந்தோபஸ்து பண்ணிக்கொண்டிருந்த தங்கள் பவுன்சை யெல்லாம் அழைத்துக்கொண்டு பதினெட்டு ராத்தல் குண்டு ஓடுகிற பீரங்கியும் பனிரெண்டு ராத்தல் குண்டு ஓடுகிற பீரங்கியும் வைத்துக்கொண்டு ஆற்றங்கரைக் கிப்புறம் இருக்கிற பவுன்சு பேரிலே அரியாங்குப்பத்து கொத்தளத்தின் பேரிலேயும் சுடுகிறதும் முருங்கப்பாக்கத்தண்டையிலே குதிரை சுவார்கள் வெள்ளைக்காரர் இறங்கி இருந்தவர்களில் ஒருத்தனை அடித்து அவன் செத்தான். பறையர்களுக்குக் கஞ்சி கொண்டுபோகும் பெண்டுகள் இரண்டு பேரை அடித்தது அவர்கள் செத்துப் போனார்கள். அப்பால் நாலு காப்பிரிகளுக்கு ஆற்றங்கரையிலே இருக்கிறவர்களுக்கு அடித்தது. இந்தடுக்கிலே சாவிலே நாலைந்து பேரும் காயத்திலே பத்து பேருக்குமுண்டு. நயினார் மண்டபம், முருங்கப்பாக்கம் எங்கும் மனுஷர்கள் நடமாடவில்லையென்று முதலாகிய சேதி யெல்லாம் பொழுது விடிந்து ஐந்தாறு நாழிகைக்குள்ளே சேதி வந்தது.

அப்பால் துரையவர்களும் பொர்த்துகல் காரன் நெடுவல் பீரங்கி மேஸ்திரியுடனே இருக்கிறவனாம் காட்டும் கப்பல் போய் கொளுத்துகிறதற்கு சின்ன கப்பல் போலே பண்ணி இராத்திரி இருட்டிலே கட்டுமரத்தின் பேரிலே வைத்துக்கொண்டு போய் கிட்ட அதை கொளுத்திவிட்டதும் அதுபோய் கப்பலை அரை க்ஷணத்திலே போய் பிடித்துக்கொண்டு கொளுத்தி விடுகிறதாய் யோசனை பண்ணி முன்னே தானே முஸ்தீது பண்ணி வைத்தார்கள். அதை இப்போ கொண்டு வந்து பார்த்து அதுகளுக்குப் பின்னை

என்னயென்ன முஸ்தீது பண்ண வேணுமோ அதுகளெல்லாம் முஸ்தீது பண்ணி வைத்து அதைக் கொண்டுவரச் சொல்லிப் பார்த்து அனுப்பிவிட்டார்.

காயப்பட்டவர்களை நோவாளி கிடங்கிலே கொண்டு போனார்கள். செத்தவர்களை அங்கே புதைத்துப் போட்டார்கள். முசியே பாரதி ஆற்றங்கரையிலே போக்குவரத்தாயிருக்கும் போது அவர் தலையின் பேரிலே இரண்டு குண்டு ஓடிப்போன தாகவும் இங்கிலீஷ்காரர் சுடுகிற குண்டு நிதானமாய் வந்து அடிக்கிறதென்றும் சொல்லிவிட்டு சுடுகிறது கூட மகா திட்டமாய் வந்து அடிக்கிறதென்றும், ஆற்றங்கரைக்கு இக்கரையில் இறங்கியிருக்கிற நம்முடையவர்கள் சுடுகிற பீரங்கி குண்டு ஆறு ராத்தல் ஆனபடியினாலேயும் பீரங்கி சின்னது ஆனபடியினாலேயும் அவன் சுடுகிறது மேடானபடியினாலேயும் நம்முடையவர்கள் இருக்கிற தாவு பள்ளமானபடியினாலேயும் நம்முடையவர்கள் பீரங்கிக் குண்டு அவர்கள் பவுன்சிலே போய் விழவில்லை என்றும், இப்புறத்திலே நெட்டிப்படி போடுகிறதென்றும் இப்படியாக முசியே பாரதியண்டையிலிருந்து வந்த சட்டைக்கார பிள்ளையாண்டான் காயம்பட்டவர்கள் செத்தவர்கள் சேதி கூட வந்து சொன்னான்.

அதன்பேரிலே நம்முடைய குதிரை சுவார்கள் வெள்ளைக்காரர் திராகோன், முசியே தொத்தேல் கூட இங்கிலீஷ்காரர் குண்டு அவ்விடத்திற்கு வருவதற்கு பயந்து முசியே பாரதியை உத்தாரம் கேட்டுக்கொண்டு குண்டு சாலைக்குள்ளே வந்துவிட்டார்கள் என்றும் சொன்னதின் பேரிலே துரையவர்களண்டைக்கு முசியே பாரதி வந்துக்கண்டு பேசின பிற்பாடு சென்னப்பட்டணத்து வாசற்படியிலிருந்த இருபத்தி நாலு ராத்தல் குண்டு ஓடுகிற பீரங்கிகளில் ரெண்டும் கோட்டையிலே யிருந்து பதினேட்டு றாத்தல் குண்டு ஓடுகிற பீரங்கி ஒன்றும் லிமித்துக்கு (எல்லைக்கு) கொண்டு போனார்கள்.

இந்தபடிக்கு அரியாங்குப்பத்து கொத்தளத்தின் பேரிலே யிருந்தும் ஆத்துக்கு அக்கரையிலே யிருந்தும் ரெண்டு கொத்தளத்து பீரங்கியினாலேயும் போட்டுக்கொண்டே யிருந்தார்கள். இவர்கள் போடுகிற குண்டு அவர்களுக்குப் பட்டதோ யில்லையோ சுவாமிக்குத் தெரியும். நம்முடையவர்கள் பாளயத்து கபுறு நமக்கு அடிக்கடி வருகிறபடியினாலே காயப்பட்டதும் சாவும் அதிகமாய் மத்தியானம் வரைக்கும் யெழுதினேன்.

...இற்றைநாள் பகலைக்கு மேலாக நம்முடைய அரியாங் குப்பத்திலே யிருக்கிற கொத்தளத்தின் பேரிலே கிரனாத் (grenades) என்கிற சின்ன தீக்குடுக்கை இரனூறு மாத்திரம் ஒரு பீப்பாயிலே போட்டு மேலே வைத்திருந்தது. அதிலே இங்கிலீஷ்காரர் சுடுகிற பீரங்கிக் குண்டு ஒன்று விழுந்து அது பற்றிக்கொண்டது. பீப்பாயை தூக்கிக்கொண்டு அக்கரையிலே தண்ணீரிலே போட்டுவிட்டது. அதினாலே ஒருத்தருக்கும் காயம்படாமல் சுவாமி ரக்ஷித்தாரென்று கபுறு வந்தது.

இற்றைநாள் காலத்தாலே முசியே பாரதி புதுசாய் ஒரு மோர்சாவொன்று முஸ்தீது பண்ணி அதன் பேரிலே பீரங்கிகள் இருபத்தி நாலு ராத்தல் குண்டு ஓடுகிற பீரங்கியும் பதினெட்டு ராத்தல் குண்டு ஓடுகிற பீரங்கியும் ஏற்றி முன்னாற்றங் கரையிலே யிருக்கிற கொத்தளத்தின் பேரிலே மூன்று கொத்தளத்திலும் இருந்து அரியாங்குப்பம் கொத்தளத்திலும் இருந்து ஏகமாய் பீரங்கி சுடங்காட்டியும் அவர்கள் போட்டிருந்த கொத்தளமும் செவுர் வளர்த்தி யிருந்ததும் ஏகமாய் பிடுங்கிக் கொண்டு அங்கே வெகு பேர்களுக்குக் காயமும் சாவும் காணுங் காட்டிலும் அவர்கள் அவ்விடத்திலிருந்து நியாயிக்கா விட்டால் (நிர்வகிக்க மாட்டாமல்) அப்புறம் போனார்கள். சாவு காயம் இவ்வளவென்று தெரியாது.

இப்படியிருக்கும் போது குண்டு போய் ஒரு மருந்து பீப்பாயிலே விழுந்து பற்றிக்கொண்டது. கூடாரம் பற்றிக்கொண்டது. இந்த மட்டுக்கும் அவர்கள் பாளையத்திலே கூச்சம் ரொம்ப உண்டானது. வெகுஜனங்கள் முறிச்சல் கொடுத்து அப்புறம் போய்விட்டார்கள். மத்தியானம் வரைக்கும் இப்படி நடந்தது. அந்தக் கும்பலிலே யிருந்து மூன்று வெள்ளைக்காரர் இவ்விடத்திற்கு ஓடிவந்து விட்டார்கள். ஒரு தொப்பாக ஒருத்தன் கூட வந்துவிட்டான். மற்றபடி இன்றைய தினமெல்லாம் நம்முடையவர்களது ஜெயமும் எதிரிகளுக்கு அப ஜெயமுமாக இருக்கிறது.

1748 ஆகஸ்ட் 30 ஆவணி 18 சுக்கிரவாரம்

பத்தரை மணிக்கு (இங்கிலீஷ்காரர்) அவர்கள் சுடுகிற குண்டு முசியே பாரதி கொத்தளத்தண்டையிலே யிருக்கிற மருந்து பெட்டியிலே வந்து விழுந்து நாலு பெட்டி ஏக வேளையிலே பத்திக்கொண்ட சப்தம் துரை வீடுகூட அதிர்ந்தது. அதிலே எண்பது வெள்ளைக்காரருக்கு மருந்துப்பட்டு வெந்துப் போனது. சாவு காயமும் பின்னையும் நாலத்து இரண்டு பேருக்கு சிப்பாய்களுக்குக்கூட சாவு காயமும் உண்டானது. அப்பால் அவர்கள் மிஞ்சி சுடுகிற பீரங்கி குண்டுகளினாலே ஆற்றங்கரைக்கு

இக்கரையிலே யிருக்கிற நம்முடைய பவுன்சுகளுக்கும் அரியாங் குப்பத்துக் கொத்தளத்தின் பேரிலேயும் குண்டு போய் விஸ்தாரமாய் விழுங்காட்டிலும் இங்கே இருக்கிறவர்கள் அரியாங்குப்பத்துக் கொத்தளத்திலே இருக்கிறவர்களுக்கு அடையாளங்காட்டி வந்துவிடச் சொன்னார்கள். அதிலே யிருந்த முசியே லாசும், முசியே லத்தூசும் இரண்டு பேரும் இருந்த சிப்பாய்களையும் சொல்தாதுகளையும் இறக்கிப்போட்டு அதிலே யிருந்த மருந்து குண்டுகள் தீக்குடுக்கை களையும் பலகை மரங்களெல்லாம் ஏகத்திற்கு சேத்துக் கொளுத்திப் போட்டு ஆற்றங்கரைக்கு இக்கரையிலே யிருக்கிற நம்முடைய பவுன்சை வந்து சேர்ந்தார்கள். அது ஒண்ணரை மணி வேளை அப்போ அதரு சப்தமுண்டானது.

இந்தப்படிக்கு அவர்களிலேயும் சாவு காயமும் நூத்தைம்பது பேர் காணும். இதன் பேரிலே அரியாங்குப்பமெல்லாம் இங்கிலீஷ்காரர் வந்தவர்களை அழைத்துக்கொண்டு போவதற்கு அரியாங்குப்பம் தங்களாதீனம் பண்ணிக்கொண்டு இரண்டு கொடி இங்கிலீஷ் கொடி போட்டார்கள். கொத்தளத்தின் பேரிலே ஒரு கொடி போட்டார்கள். இந்தச் சேதி பட்டணத்திலுண்டான ஜனங்கள் முன்பின் போனவர்கள் போக இருக்கிறவர்கள் கேட்டதே வெகு காபிரா அடைந்து கொஞ்சனெஞ்சம் பெண்டுகள் இருக்கிறவர்களைக் கூட புறப்பட்டுப் போனார்கள்.

...இற்றைநாள் சாயங்காலம் சாராயம் விற்றால் தூக்குப் போடுவோமென்று தமுக்குப் போட்டார்கள். கோட்டை கொடிமரமிறக்கிப் போட்டார்கள். இப்படி நடந்தது. கனகராய முதலியார் பெண்சாதி க்ஷேயார் தம்பி தானப்ப முதலியார் பெண்சாதி பிள்ளைகளுட்பட சமஸ்தான பேர்களும் பின்னையும் அரும்பாத்தைப்பிள்ளை வீட்டுப் பெண்டுகள் பிள்ளைகளுட்பட கோட்டை உத்தியோகஸ்தர் (வீட்டு பெண்டுகள்) சகலமான பேர்களும் நம்முடைய வீடு தவிர மற்ற பேரெல்லாம் தட்டு முட்டுகள் நகைகள் ரொக்கம் நாணயங்கள் உட்பட சமஸ்தமும் தாண்டவைத்துக் கொண்டு அவரவர்கள் வீட்டுக்கு ஒரித்தரிரண்டு பேரும் அல்லவென்றால் பெண்டுகளிலே கிழவிகளிலே ஒருத்தர் இரண்டு பேருமாய் இருக்கிறவர்களே யல்லாமல் மற்றபடி போக வேண்டிய பேர்களனைவரும் புறப்பட்டுப் போய் விட்டார்கள்.

1748 ஆகஸ்ட் 31 ஆவணி 19 சனிவாரம்

நேற்றைய தினம் நடந்த விபரீதத்தினாலே மருந்து பத்திக்கொண்டு செத்ததும் அந்தச் சாடையின் பேரிலே அரியாங்குப்பம் கொத்தளத்தையும் கோவிலையும் இங்கிலீஷ்காரர் பிடித்துக்

கொண்டதும் இதனாலே நம்முடையவர்கள் அரியாங்குப்பத்து ஆற்றங்கரையை விட்டுப்போட்டு குண்டுசாலை வந்து சேர்ந்ததும் இதனாலே பட்டணம் காபிரா பட்டாப்போலே பிரபுவும் கலங்கி முகம் ஒரு பாடாய்க்கண்டது.

மற்றபடி இன்றைய தினம் இங்கிலீஷ்காரர் அரியாங்குப்பம் கொத்தளத்தின் பேரிலேயும் கோவிலின் பேரிலேயும் கொடிப் போட்டுக்கொண்டு ஒவ்வொரு பீரங்கி சாடையாய் சுட்டுக் கொண்டிருந்தார்கள். மற்றப்படி விசேஷித்த கலாபமில்லை.

ஆனால் இங்கிலீஷ்காரன் அரியாங்குப்பத்திலே தமுக்குப் போடவைத்தது அரியாங்குப்பம் முதலான குண்டு கிராமத்துக் குடிகள் சுகமாய் வந்து அவரவர் பயிர் செய்துக்கொண்டு குடுத்தனம் பண்ணுங்கள். ஒருவேளை யெங்களுக்கு கூலியாள் தேவையா யிருந்தால் மனது சம்மதியான பேர் வந்து கூலிவேலை செய்கிறது. ஒவ்வொரு பணமும் படியும் கொடுத்து விடுகிறோம். மற்றப்படி வெள்ளைக்காரர் உங்களை சுலுமி பண்ணினால் அவர்களை தொழுவிலே போடுவேன். பின்னையும் சுருக்கான குற்றம் பண்ணினால் தூக்கிலே போடுவேனென்று தமுக்குப் போடச் சொல்லி சொன்னாறாம்.

இதல்லாமல் அவர் தண்டிலே வெளியார் சமஸ்தான பேரும் வந்து அரிசி, நெல், பால், தயிர், மோர், நெய், காய்க்கரிகள் பின்னையும் வேணுமென்ற வஸ்துக்கள் கொண்டு வந்து அவரவர் சம்மதியானபடிக்கு விற்றுப்போட்டு சுகமாய் போகிறார்கள். யாராகிலும் சுலிமி சாஸ்தி ஒன்றும் நடக்கிறதில்லையாம். மகா நீதியுடனே நடத்துகிறார் என்று போக்குவருத்து மனுஷர் சகலமான பேரும் சொல்லிக்கொள்ளுகிறது மல்லாமல் புதுச்சேரியார் அங்கே வலசை போயிருக்கிறவர்கள் அங்கே பால், தயிர், காய்கறி விற்கப் போய் இந்த சாடை துக்காணி ரெட்டைக்கா சென்று சொல்லி அதை சிறிது பேர் வீணர் பிடித்துக்கொண்டு போய் எஜமான் முன்னே விட்டால் பிடித்து வந்தவர்களைக் கோபம் பண்ணி அவ்விடம் விட்டு இவ்விடம் வந்தால் அவர்களுக்கு என்ன சகாயம் பண்ணவேணுமோ அது பண்ணவேணுமே யல்லாமல் அவர்களைக் கோபம் பண்ணுகிறவன் விவேகியா வென்று கூப்பிட்டு வந்தவர்களுக்கு திலாசா சொல்லிப் போகச் சொல்லுகிறபடியினாலே சமஸ்தான பேரும் சகல சாமக்கிரிகளும் தாஷியில்லாமல் கொண்டு போய் விற்கிறார்களென்று இப்போ வந்த மேஸ்தர் பொஸ்காவென் என்கிற கோந்திரு அமிரால் மெற்ற பெரிய மனுஷனென்றும் மகா தர்மவானென்றும் நீதியுடனே

நடக்கிறவனென்றும் சகல ஜனங்களும் சொல்லிக் கொள்ளத்தக்கதாக கேழ்க்கப்பட்டது. அப்பால் மணி பனிரெண்டான பிற்பாடு வீட்டுக்குப் போனேன்.

...இதெல்லாம் முசியே துய்ப்ளேக்ஸ் துரை பெண்சாதி நூறு சேவகரை வைத்து அவர்களிலே பதினைந்து பேர் பத்து பேர் விழுக்காடு குண்டுசாலை வழிக்கு வழியில் வைத்து, போகிறவர்கள் போங்கள் பெண்டுகள் பிள்ளைகளைக் கையிலே காதிலே உடம்பிலே யிருக்கிற உடமை பணங்காசுகளைப் பிடிங்கிக் கொடுக்கச் சொல்லி அவர்களைக் கொண்டு தான் உள்ளாந்தரங்க மாயமழைத்துக் கொள்ளுகிறான். இந்தபடிக்கு மனுஷரை வைத்து பறிக்கத் துவக்கிறான். இதுகளுக்குக் கூட கேழ்பாரில்லை. வழியிலே இருக்கிற சிப்பாய்கள் வெள்ளைக்காரர் ஷேக்கு இப்ராம் கூட அறிவார்கள். அறிந்தாலும் அம்மாளவர்கள் காறுபாறு அவளென்ன செய்துக்கொண்டு போனாலும் போகட்டுமென்று பயந்து அவளுடைய அபாண்டத்துக்கு நடுநடுங்கி யிருக்கிறார்கள்.

முசியே துய்ப்ளேக்ஸ் துரைத்தனம் போய் நாலு மாசமாச்சுது. முசியே துய்ப்ளேக்சு பெண்சாதி நாலு மாசமாய் துரைத்தனம் பண்ணுகிறாளென்று வெள்ளைக்காரர் ஆண் பெண் தமிழர் ஆண் பெண் துலுக்கர் ஆண் பெண் அடங்கலும் இதென்னமோ கேடுகாலமென்று சொன்னபடிக்கு பட்டணத்துக்கு கேடும் வந்து சமஸ்தயிக்கட்டு மனுபவிக்கிறார்கள். சுவாமி இந்த முசியே துய்ப்ளேக்சு பெண்சாதி அதிகாரத்தை நிவர்த்தி பண்ணி சகல ஜனங்களையும் எப்போ ரக்ஷிக்கிறாரோ நான் அறியேன். இப்போ பட்டணத்திலுள்ள ஜனங்கள் தண்ணீர் குடம் தளும்புராப் போலே றாத்திரியும் பகலும் திகிலிலே செத்துப் போகிறார்கள். இந்த ஜனங்கள் திகிலை எப்போ நிவர்த்தி பண்ணுகிறாரோ தெரியாது. ஆனால் நிவர்த்தி பண்ணுவாரென்று பரவசமிருக்குது. இதற்குள்ளே என்னமோ வென்று சனங்கள் அங்கலாய்க்கிறதை காகிதத்திலே எழுதி முடியாது.

நாட்குறிப்பு 28

ஆனந்தரங்கரின் ஆதங்கம்!

அரியாங்குப்பம் கொத்தளத்தைப் பிடித்துக்கொண்ட இங்கிலீஷ் காரர்களின் பீரங்கிகள் இப்போது புதுச்சேரி பட்டணத்தை நோக்கித் திரும்பின. ஒருநாள் மாலை திடீரென பட்டணத்தில் அங்கெங்கெண்ணாதபடி பீரங்கி குண்டுகள் விழுந்தன. இதனால் பீதியடைந்த பொதுமக்கள் அங்கும் இங்கும் ஓடினர். கும்பலின் ஊடாக ஆனந்தரங்கரும் ஓடினார். அப்போது அவரது அங்கி கிழிந்தது. இப்படிப் பயந்து ஓடியவர்கள் பெரும்பாலும் வெள்ளைக்காரர்தான். இதைப் பார்க்கும்போது 'நம்முடைய தமிழர்கள் வெகு தைரியவான்களென்று நூறு தரம் சொல்லலாம்' எனப் பெருமிதப்படுகிறார் ஆனந்தரங்கப்பிள்ளை.

அடுத்த நாள் காலை கடற்கரை கொத்தளத்தை ஆளுநர் துய்ப்ளேக்ஸ் பார்வையிட்டபோது சீறிப்பாய்ந்து வந்த பீரங்கிக் குண்டு ஒன்று அவருக்கு அருகிலே விழுந்தது. அவர் தாழக் கவிழ்ந்து படுத்துக் கொண்டார். நல்ல வேளை அந்தக் குண்டு வெடிக்கவில்லை. இங்கிலீஷ்காரர்களைத் திருடன், சண்டித்தாயோழி என்றெல்லாம் வசைபாடுகிறார் ஆனந்தரங்கர்.

இவ்வளவு கலவரத்துக்கு இடையிலும் ஆளுநர் துய்ப்ளேக்ஸ் மனைவி மதாம் துய்ப்ளேக்சின் தனி அரசாங்கம், ஆவர்த்தனம் தொடர்ந்தது. வீராநாய்க்கன் வீட்டுத் தோட்டத்தில் வெற்றிலை பறித்தப் பொதுமக்களிடம் இருந்து மதாமின் ஆட்கள் வலுக்கட்டாயமாகப் பறித்தனர். கொடுக்க மறுத்தவர்கள் மதாம் முன்பு கொண்டு போய் நிறுத்தப்பட்டு இங்கிலீஷ்காரருக்கு உளவு

சொன்னார்கள் என்கிற பொய் குற்றச்சாட்டு சுமத்தப்பட்டு கழுத்தில் விலங்கிடப்பட்டுச் சிறையில் அடைக்கப்பட்டனர்.

கலவர பீதியில் வீட்டைக் காலி செய்து ஓடியவர்கள் தங்களின் தட்டுமுட்டுச் சாமான்களைத் தோட்டத்தில் மண்ணில் புதைத்துச் சென்றனர். இவற்றைக் கொள்ளையடிப்பதையே தங்களின் முழுநேரத் தொழிலாகக் கொண்டனர் மதாமின் ஆட்கள்.

இதற்கெல்லாம் உச்சகட்ட நிகழ்வு: பட்டணத்தைவிட்டு வெளியேறிய பிராமணர், கோமுட்டிகள், வெள்ளாளர்கள் வீடுகளில் பறையர்கள் வலுக்கட்டாயமாக குடியேற்றப்பட்டனர். இதைத் தட்டிக் கேட்டவர்களை அடித்தனர். 'அம்மாளிடம் வாருங்கள்' என்று இழுத்தனர். இதனால், பட்டணத்திலே கலியுக அந்தியம் ஏற்பட்டு, சகல வர்ணாசிரமங்களும் தப்பிவிட்டதாக ஆதங்கப்படும் ஆனந்தரங்கர், பட்டணத்திற்கு இந்தளவிற்குக் கஷ்டதிசை கொடுத்து ஏன் கட்டளையிட்டீரோ என்றும் சுவாமியை கேட்கிறார்!

1748 செப்டம்பர் 9 ஆவணி 28 ஆதிவாரம்

இற்றைநாள் இங்கிலீஷ்காரர் ஓர் இரண்டு பாய்மரச் சுலுப்பு அதைச் சுற்றிலும் எட்டு வத்தலும் வைத்துப் பிடித்து இன்றைய தினம் இருட்டோடே தீக்குடுக்கை எரிய ஆரம்பித்து எட்டுப் பத்து தீக்குடுக்கைகள் மாத்திரம் பட்டணத்திலே போட்டான். இதிலே ஒரு குண்டு துரையவர்கள் வீட்டிற்கு அடுத்த மேலண்டை சந்து வீதி இருக்கிறது; அந்த வீதிக்கு மேல் சின்னதுரை கிடங்கு ஒன்று. அப்பால் பீரங்கி மேஸ்திரி வீடு ஒன்று. அடுத்தாப்போலே பின்னையுமிரண்டு வீடு. வெள்ளைக்காரர் முசியே கெர்ழான் இருக்கிற வீடு முதலானது இருக்கிறது.

அதிலே பீரங்கி மேஸ்திரி முசியே புரோல் வீட்டுக் கீழண்டைச் சுவரிலே வாசற்படியண்டையிலே இருக்கிற பூவரசு மரத்துக் கிளையை முறித்துக் கொண்டு பீரங்கி மேஸ்திரி அடி சுவரிலே விழுந்தது. வெடிக்காதபடியினாலே விழுந்த அதிர்ச்சியிலே சுவர் பக்கவாய்விட்டது. அப்பால் ஒன்று துரை வீட்டுக் கீழண்டை பாரிசம் வீட்டோரத்திலே விழுந்து முசியே பெடுத்தரான் துரை எழுதுகிற வீட்டுக் கீழண்டைச் சுவர் கொற்னேசுவை பேற்றுக் கொண்டு ஓரத்திலே விழுந்தது. சுவர் கொஞ்சம் முச்சு விட்டது. அது வரும்போது நடுபாதையிலே வெடித்து அதிலே எட்டிலே ஒரு பங்கு துண்டு விழுந்ததினாலே ஆகறவாய்ப் போனது. பின்னை ஒன்று கோட்டைக்கு கீழண்டை வாசலுக்கு அடுத்த

வடவண்டையிலே இரண்டு தீக்குடுக்கைகள் விழுந்து இடித்துக் கொண்டு போனது. வானூர் பாபுரெட்டி வீட்டு நடு வாசலிலே ஒரு குண்டு விழுந்து அரை அளவு புதைந்தது. பின்னை ஒரு தீக்குடுக்கை கனகராயமுதலி வீட்டுத் தெரு நாறசத்திலே பவழக்காரன் வீட்டுக்கு அடுத்தாப்போலே விழுந்தது.

இந்தபடிக்கு ஆங்காங்கே பத்து குண்டு மாத்திரம் விழுவதற்குள் வெள்ளைக்கார தெருவிலே யிருக்கிற பெண்டுகள் சமஸ்தான பேரும் நம்முடைய வீட்டுக்கு மேல் பக்கத்திலேயும் நம்முடைய வீட்டுக்கு எதிரிலே யிருக்கிற பாதிரி கோவிலிலேயும் ராவில் வருகிறதும், பகலில் மறுபடி அவரவர் வீட்டைப் போய் விடுகிறதும் இப்படி யிருந்தார்கள். மதாம் துய்ப்ளேக்ஸ் மதாம் தொத்தேலு மாத்திரம் நம்முடைய வீட்டுக்கு எதிரே இருக்கிற கோவிலிலே வீடுகள் முஸ்தீது பண்ணிக்கொண்டு தட்டுமுட்டுச் சமஸ்தமானதுகளும் கொண்டு வந்து வைத்துக்கொண்டு தீக்குடுக்கைப் போட எப்போ ஆரம்பிக்கிறார்களோ அந்த உத்திரக்ஷணமே போவோமென்று காத்துக் கொண்டிருந்தவர்கள் குண்டு எப்போ வந்து விழத் துவங்கினதோ சுருட்டி மடக்கிக் கொண்டு அஞ்சு மணி நேரமெல்லாம் ஓடிவந்து கோவிலில் சேர்ந்தார்கள். வரும்போது குண்டு விழப்போகுது சீக்கிறமத்துக்கு உள்ளே கொண்டு போ கொண்டு போ என்கிற வாக்கியத்துடனே வருகிற வெள்ளைக்கார்ச்சிகள் கோவிலுக்குள்ளே போய் எப்போ சேருவோமோ இதற்குள் என்னமோ என்ற பயத்தின் பேரிலே கோவிலுக்குள்ளே துரை பெண்சாதி முதலான பெண்டுகள் போனார்கள்.

துரையவர்களும் கோட்டைக்குள்ளே வாய்வு மூலையிலே யிருக்கிற புறாக் கூண்டின் கீழே இரண்டு காம்பிறா சின்னதிருக்கிறது. அதிலே ஒரு காம்பிராவிலே தாமும் பின்னையொரு காம்பிராவிலே சின்ன துரையும் முசியே கில்லியார் பராதி முதலான பேருக்கும் ஒவ்வொரு கட்டில் மாத்திரம் போடுகிறதற்கு இடம் பண்ணி அதற்கு சுற்றிலும் பெரிய பெரிய தேக்கு உத்திரங்களும் முழு முழு தென்னை மரங்களையும் சாத்தி அதிலே யிருந்தார்கள்.

இந்தப்படிக்கு அவரவர்கள் முஸ்தீது பண்ணிக்கொண்டு யிருந்து கடற்கரையிலேயும் வழுதாவூர் வாசற்படியிலேயும் வாணியத் தெருவு கொத்தளத்திலேயும் நடுக் கொத்தளத்திலேயும் சென்னப் பட்டணத்து வாசற்படி யண்டையிலே யிருக்கிற கொத்தளங்களிலே யிருக்கிற சட்டி பீரங்கியும் நிறுத்தி நாலு ராத்தல் குண்டு ஓடுகிற பீரங்கிகள் விடாமல் சுட்டார்கள்.

சற்றேறக்குறைய ஆயிரம் பீரங்கிக் குண்டுகள். இதிலே அவர்கள் ஒருத்தருக்கும் சேதமில்லை. ஏனென்றால் இவர்கள் போடுகிற பீரங்கி சுமார். அவர்கள் பார்த்துக்கொண்டு அதற்கப்பாலேயும் இப்பாலேயுமாக இருந்தார்கள். இந்தக் குண்டு போகமாட்டாது தீக்குடுக்கைப் போகிறது. விழுகிற சுமார் அவர்களுக்குத் தெரிந்திருக்கிற படியினாலே வெளியான படியினாலே வருகிறபோது நன்றாய் சப்தம் தெரிகிறபடியினாலே வருகிறது வெகு மெதுவின் பேரிலே வருகிறபடியினாலேயும் வரும்போது அப்புறத்திலே இடஞ்சி போகிறதினாலே ஒன்றும் செய்ய மாட்டாமல் போனது. இந்தப்படிக்கு சாயங்காலம் பரியந்திரம் இவர்கள் சுட்டு நிருத்திப் போட்டார்கள்.

சாயங்காலம் கேள்விப்பட்ட சேதி யென்னவென்றால்: கடற்கரையிலே வைத்துக் கொளுத்தின இரண்டு வெண்கல சட்டி பீரங்கியும் வெடித்துப் போனதென்றும் வழுதாவூர் வாசற்படியிலே வைத்து சுட்ட சட்டி பீரங்கியும் அடிப்பலகையெல்லாம் அணுக்கணுக்காய் போனதென்றும் அதனாலே அடிப்பலகை முஸ்தீதான பிறகு சுடவேணுமே யல்லாமல் அதற்கு முன் சுடப்போகாதென்று கடற்கரையிலே சுட்ட இருபத்தி நாலு ராத்தல் குண்டு ஓடுகிற பீரங்கிகளிப்படி நாலு பீரங்கிகள் விட்டுப்போச் சென்றும் சொன்னார்கள். இங்கிலீஷ்காரர் சாயங்கால மட்டுக்கும் பீரங்கி பாம் ஒன்றும் போடவில்லை சும்மாயிருந்தார்கள்.

... சாயங்காலமான ஆறு மணிவேளை துவக்கி தீக்குடுக்கைகள் போடும் போது நான் பாக்குக் கிடங்கிலே அன்னபூர்ணய்யன் வீராநாய்க்கன் முதலாக ஐந்தாறு பேர் தெரு வீதியிலே யிருந்து பேசிக்கொண்டு இருக்கும் போது தீக்குடுக்கை வந்தபடியினாலே நாங்களொருத்தருக் கொருத்தர் மேல் விழுந்து பாக்குக் கிடங்குக்குள்ளே ஓடினோம். அப்போ மெறிபட்டு என் அங்கி கூட கிழிந்தது. அப்போ சிறிது மிஷ்த்திசுக்கார்ச்சிகள் முதல் சட்டைக்கார்ச்சிகள் கூட குழந்தைகளை இழுத்துக்கொண்டு வந்து அழுத அழுகையும் அவர்கள் பட்ட தாபந்தமும் காகித முகாந்திரத்திலே எழுதி முடியாது.

அப்பால் அந்தக் குண்டு பாக்கு கிடங்கு எதிரே சின்னதுரை வீட்டுத் தோட்டத்திலே விழுந்தது. உடனே பின்னையொன்று அந்தச் சாடையிலே விழுந்தது. அப்பால் நாம் அங்கே இருக்கிறது உத்தமமல்ல வென்று புறப்பட்டு வீட்டுக்கு வந்தேன். அப்பால் ஒரு தீக்குடுக்கை புகையிலை கிடங்கு அண்டையிலே வந்து விழுந்து உடைந்தது. ஒன்று வந்து மிசியோனேர் கோவில் தோட்டத்திலே

விழுந்தது. இப்படி மீராப்பள்ளியிலே மீர் குலாமுசேன் வீட்டு சமீபத்திலேயும் அடுத்த வீதியிலேயுமாக பத்துப் பன்னிரண்டு தீக்குடுக்கைகள் விழுந்து இரண்டொன்று கைக்கள தெருவண்டையிலே சேடத் தெருவண்டையிலே இந்தபடி சிதற பட்டணமெங்கும் போட்டார்கள்.

அவன் போடவேணுமென்றால் பட்டணத்திலே எங்கே விழப் போடவேணுமோ அங்கே விழப் போட சாமார்த்தியம் உண்டென்று தோன்றத்தக்கதாக எங்கும் விழப்பட்டன. நாலு மூலைகளிலும் போட்டான். அப்போ அந்த குண்டு வரும் போது சிறிது நடு ஆகாசத்திலே வெடித்து எட்டு துணுக்குகளாய் சிதறி விழுகிறது. சிறிது பூமியின் பேரிலே விழுந்தவுடனே வெடிக்கிறது. விழுந்து அரை அளவு ஆழம் கழுத்தளவு ஆழம் பூமியிலே பதிந்து போகிறது. இந்தப்படிக்கு விழுந்து மீராப்பள்ளியிலே நாலு இரண்டு வீட்டின் பேரிலே விழுந்து சேதப்பட்டது. சிறிது கோட்டையிலே யிருக்கிற கோவிலின் ஓரத்திலே விழும்போது வெடித்த துணுக்கு விழுந்து ஒரு பாரிசமிடித்துக் கொண்டு போனது. இரண்டொன்று அகரதையிலே விழுந்தது.

கோட்டை கீழண்டை வாசலுக்கு எதிரே விழுந்து இப்படி எங்கும் சர்வத்திரஸ்தானமாய் போட்ட பிற்பாடு ஒரு தீக்குடுக்கை கனகராயமுதலி வீட்டுத் தெருவிலே சடையப்ப முதலி வீட்டுக்குக் கீழண்டைப் பக்கத்திலே படேசாயபு வீட்டில் குடியிருக்கிற படியினாலே அந்த வீட்டிலே தெற்கு பார்த்த கூடத்திலே மேலண்டையிலிருக்கிற அறை வீட்டிலே விழுந்து கைகள் வலைச்சல் தட்டோடு எல்லாமுடைந்து சுக்கு சுக்காக்கி அந்த வீட்டிலே பெட்டி இருந்ததையும் உடைத்து இப்படி அலங்கோலம் பண்ணினது.

... மற்றபடி பட்டணத்திலுண்டான ஜனங்களை சமஸ்தான ஜனங்களும் இராத்திரி முப்பதும் அலைந்ததும் அவர்கள் துக்கப்பட்டதும் அவர்களுடைய கிலேசத்தை காகிதத்திலே எழுதி முடியாது. துரையவர்களிந்த கலாபமான வேளையிலே வெளியிலே போவதற்கு உத்தாரம் கொடாமல் போனாரென்று துக்கம் இந்த ஜனங்களெல்லாம் அது பேச்சாய்ப் பேசினார்கள்.

மற்றபடி அவன் போட்ட தீக்குடுக்கைகள் எல்லாம் நாற்பதுக்கு உண்டு. அது இப்படி சகல ஜனங்களும் அவஸ்தைப்பட்டார்கள். இந்த தீக்குடுக்கை 1-க்கு சிறிய நூற்றைம்பது ராத்தல் முதல் இருநூத்தி பத்து பதினைந்து மட்டுமிருக்கிறது. இது வரும் போது ஒரு சோதி போலவே புறப்படுகிற வேடிக்கையும் அப்பாலே

மெல்ல அசைந்து அசைந்துகொண்டு அப்பாலே விழுந்தவுடனே வெடிக்கிற வேடிக்கையும் பார்க்கிறதற்கு ஒரு வேடிக்கையாகத் தானே இருக்கிறது. இத்தனை தீக்குடுக்கை விழுந்தும் ஒரு மனுஷருக்கும் சேதமில்லை. ஒருத்தருக்கும் காயம்பட்டது மில்லை. இன்றைய தினம் இராத்திரி இப்படி நடந்தேறிப் போனது தீக்குடுக்கையினுடைய மகத்துவம். அதனுடைய சப்தமானதும் இந்த மட்டுக்கும் அது ஒருத்தருக்கும் தெரியாது. இன்றைய தினம் சிறு பெண்கள் பிள்ளைகள் சமஸ்தான பேருக்கும் தெரியவந்தது. தீக்குடுக்கை பயம் சிறிது பேருக்கு பயம் அரைவாசி தீர்ந்தது. ... ஆனாலின்றைய தினம் பயந்தவர்களுக்குள்ளே வெள்ளைக்காரர் வெள்ளைக்கார்ச்சிகளுக்கு நம்முடைய தமிழர்கள் வெகு தைரியவான்களென்று நூறு தரம் சொல்லலாம்.

1748 செப்டம்பர் 10 ஆவணி 29 செவ்வாய்க்கிழமை

இற்றைநாள் காலத்தாலே ஏழரை மணிக்கு துரையவர்கள் கடற்கரைக் கொத்தளங்கள் பார்க்கப் போன விடத்திலே தீக்குடுக்கை சமீபத்திலே விழக்கண்டதும் துரையவர்கள் தாழக் கவிழ்ந்துப் படுத்துக்கொண்டார். அவரைப் போலவே மூன்று பொம்பார்தேர் படுத்துக்கொண்டார்கள். அது தெய்வாதீனமாய் வெடிக்காமல் பூமியிலே அமிழ்ந்து போனது. உடனே புறப்பட்டு துரை கோட்டைக்குப் போய்விட்டார்.

1748 செப்டம்பர் 11 ஆவணி 30 புதவாரம்

வீராநாய்க்கன் தோட்டம் வாரத்திற்கு பயிரிடுகிறவனுடையவர் களில் இரண்டு பேர் வெத்திலைத் தோட்டத்திலே எல்லாரும் போய் வெத்திலை பறிக்கிறார்களென்று அவர்களும் போய் வெத்திலை பறிக்கப்போன விடத்திலே மதாம் துய்ப்ளேக்ஸ் சேவகரும் வெத்திலை கொள்ளையிடப் போரார்கள். அவர்களிந்த இரண்டு பேரையும் கண்டு நீங்களெங்கே வந்தீர்களென்று கேட்டார்கள். இந்தத் தோட்டத்திலே பறச்சியர், பறயர்கள், சட்டக்காரர் ஏகத்துக்கு இருநூறு பேர் வெத்திலை பரிக்க வந்தோம் என்று சொல்லும் போது அவர்களைப் போலவே நாங்களும் வெத்திலை பறிக்க வந்தோம் என்று சொன்னார்கள். நல்லது நீங்கள் பறித்த வெத்திலையைக் கொடுத்து விடுங்களென்று கேட்டார்கள். நீங்கள் பறித்தது போலவே நாங்களும் பறித்தோம். நாங்களேன் உங்கள் கையிலே கொடுப்போம் என்று சொல்லி சொன்னதற்கு இவர்களிரண்டு பேர் கையிலிருக்கிற வெத்திலையைப் பிடுங்கினார்கள். நல்லது நாங்கள் போய் வீராநாய்க்கருடனே போய் சொல்லுகிறேமென்று சொன்னதற்கு அவர்கள் இவர்களைப் பின்

கட்டு முறையாய்க் கட்டிக்கொண்டு வந்து மதாம் துய்ப்ளேக்ஸ் அண்டையிலே விட்டு வீராநாய்க்கன் தோட்டத்து ஆள்கள் வெத்திலை திருடி வந்தார்களென்று சொல்லி சொன்னதின் பேரிலே அதற்கு மதாம் துய்ப்ளேக்ஸ் அப்படிச் சொல்ல வேண்டாம். இங்கிலீஷ்காரருக்கு வேகு பார்க்கப் போனார்கள் என்று சொல்லச் சொல்லி அவர்கள் இரண்டு பேருக்கும் சாவடிக் கிடங்கிலே கொண்டு போய் வைத்து விலங்குப் போட்டு வைத்தார். அந்தபடிக்கு மரச்சி விலங்குப் போட்டு வைத்தார். ஆனால் பட்டணத்திலே அநியாயங்களிப்படி இருக்கிற படியினாலே சுவாமி என்னமாய் நடந்தேற விடுவாறோ நான் அறியேன்.

1748 செப்டம்பர் 19 புரட்டாசி 7 குருவாரம்

இற்றைநாள் காலத்தாலே சூரிய உதயத்திற்கு இங்கிலீஷ்கார திருடன் போட்ட தீக்குடுக்கை இரண்டும் சேன்லூய் கொத்தளத்துக்கு நேராய் வந்து வடவண்டை அகரதியிலே விழுந்துப் போனது. இற்றைநாள் இங்கிலீஷ்காரன் பாக்குமுடையான்பட்டு பறச்சேரியை மோற்சா போட்டது தெரியாமலிருந்ததே இன்றைக்கு நன்றாய் தெரிந்தது. அதைப் பார்த்து நம்முடையவர்கள் போடுகிற பீரங்கியும் படுது. போம்பூம் விழுந்து கலைத்துப் போடுகிறது. கலைத்துப் போட்டாலும் சண்டித்தாயோழி மறுபடி கொத்தளத்தை மண்போட்டு முஸ்தீது பண்ணிக்கொண்டு இருக்கிறான். அவர்கள் மனுஷர்களிலேயும் நம்முடையவர்கள் போடுகிற பீரங்கியினாலே யும் தீக்குடுக்கை யினாலேயும் வெகு மனுஷருக்கு சேதமுண்டு.

இதல்லாமல் நம்முடைய சேக்கு அப்துலாயிமான் தாலுக்கு சிப்பாய்கள் இன்று ஐந்து நாள் துவக்கி ராமார் முந்நூறு சிப்பாய்களும் அறுபத்தெழுபது குதிரை சுவார்கள் இருக்கிறவர்களும் புறப்பட்டு வடவண்டை நயினிப்ப சாவடி மட்டுக்கும் போனோமென்று சொல்லிப் போறோமென்று காண்பித்து குண்டுசாலை இதுக்குள்ளாக போயிருந்துக் கொண்டு முத்தாலுப்பேட்டையிலே அவரவர் கலகமென்று புதையல் போட்டு வைத்த தவலைகள், சொம்புகள், உலக்கை, உரல், ஏந்திரங்கள், கட்டில், புடவை, சீலைகள், பெட்டிகள், தேக்கு உத்திரங்கள், செம்மரத் தூண்கள், பூவரசம் பலகைகள், பூவரச உத்திரங்கள், வேப்பம் பலகைகள், வேப்பம் உத்திரங்கள், தென்னை மரங்கள், கொஞ்சம் நஞ்சமிருந்த பணம், காசு உடமை, தட்டுமுட்டுகள், நெல் முதலாகிய நவதானியங்கள் குழிப்போட்டு இருந்ததுகளையெல்லாம் இந்தச் சிப்பாய்களும் குதிரை சுவார்கள் மதாம் துய்ப்ளேக்ஸ் வேகு சேவகரென்று இருபது பேர் கூட போகிறவர்களும் ஏகத்துக்கு இவர்கள் காலத்தாலே

கோட்டைக்குள்ளே வரும்போது பிரதி தினமும் மேலெழுதப்பட்ட தினுசுகளை அவரவர்கள் சரிபோன படிக்கெல்லாம் கொள்ளையிட்டுக் கட்டிக்கொண்டு வருவதே வேலையல்லாமல் மற்றபடி அவர்கள் வெளியே போய் சண்டை பண்ணுகிற சேதி கேட்டதுமில்லை. பார்த்ததுமில்லை.

முத்தாலுப்பேட்டை குடிகள் மேலெழுதப்பட்ட தானியம் முதலான தினுசுகள் இவர்கள் எடுக்கிறதை நாலைந்து பேர் போய்க் கேட்டதின் பேரிலே அவர்களை வேகுக்காரரென்று பிடித்துக் கொண்டு போய் மதாம் துய்ப்ளேக்ஸ் அண்டையிலே விட்ட விடத்திலே அவள் அவர்களை பேருக்கு நூறு அடி அடித்து கழுத்திலே சங்கிலியைப் போட்டு இவர்கள் சொல்லிக் கொள்ளுகிற முறைபாட்டைக் கேளாமல் மண் சுமக்கச் சொல்லிவிட்டபடியினாலே மற்ற பேர்கள் என்ன போனாலும் போகுது இங்கிலீஷ்காரன் வந்து எடுத்துக்கொண்டால் நாம் கேழ்க்கப்போகிறதில்லையே அப்படி யென்று எண்ணிக்கொண்டு சும்மாயிருக்கிறதே உத்தமமே யல்லாமல் அல்லவென்று உடமை போகுதென்று வாயைத் திறந்து சொன்னால் உடமை போகிறதும் அல்லாமல் சரீரத்துக்கு வேதனையும் வந்து அடிமைப்பட்டு விலங்குப் போட்டுக்கொண்டு மண் சுமக்க வேண்டியல்லோ பிராப்தமாகுது. ஆனபடியினாலே இந்தப் பேச்சைப் பேசுகிறதல்லவென்று அவரவர் சும்மா யிருந்துவிட்டார்கள்.

இப்படிப்பட்ட கஸ்தி சுவாமி நிரபராதியாய் இருக்கப்பட்டவர் களுக்குக் கூட கட்டளையிட்டது எது நிமித்தியமோ நான் அறியேன். இப்படி அகாரணமாய் நடத்தப்பட்ட அநீதிகளை சுவாமியினுடைய ஆக்கினை யென்று எண்ணினேன் அல்லாமல் மற்றபடி வேறே விதமாய் எண்ணவில்லை.

...முத்தியாலுப்பேட்டை முதலான இடங்களெல்லாம் கொள்ளையிட்டுக் கொண்டு குதிரைகள் சிப்பாய்களுடனே கூட வரும்போது முன்னும் பின்னுமாய் வரும்போது நம்முடைய ஊர் குடிகள் அவாளவாள் தட்டுமுட்டு கொள்ளைப் போகுதென்று பார்க்கப் போகிறவனையும் வெளியிலே அவரவர்களிருக்கிற யோக க்ஷேமங்கள் அறியத்தக்கதாகப் போக்குவரத்தா யிருக்கிறவர்களையும் இங்கிலீஷ்காரர் வேகுக்காரரென்று பிடித்துக்கொண்டு வந்து அம்மாளண்டை விட்ட மாத்திரத்தில் தன் வேகுக்கானா யிருக்கப்பட்ட திருட்டுப் பசங்கள் பேச்சை வேத வாக்கியமா யெண்ணிக்கொண்டு இது முன்னிலையாய்தான் வெகுபேரை அடிக்கவும் காதறுப்பிக்கவும் விலங்குப் போட்டு மண் சுமக்கச் சொல்லவும் தன்னுடைய அதிகாரத்திற்குப் பட்டணத்திலே

யிருக்கிற ஜனங்களெல்லாம் நடுநடுங்குகிறதே ஒரு சந்தோஷமும் உற்சாகமும் மேலிடத்தக்கதாக இதனாலே மகத்தாகிய பாவம் சம்பவிக்குதென்கிற தோற்றமில்லாமல் பட்டணத்துக்குள்ளே தன் அதிகாரமே இல்லாமல் மற்றொருத்தன் வேறே துரைத்தனம் பண்ணி அவன் அதிகாரம் நடக்கிறதென்று சமஸ்த ஜனங்களும் தோற்றாதபடிக்கு அதிகாரம் பண்ணுகிறது தானென்றும் சமஸ்த ஜனங்களும் அறிய வேணுமென்கிற கருத்து எப்போதும் இருந்ததற்கு இப்போ சமயமென்று உத்தேசித்து நடத்துகிற படியினாலே பிடித்துக்கொண்டு வந்தவர்களை எவ்விடம் யார் என்று பூருவோத்திரம் கூட விளங்காமல் பிடித்த படியினாலே நூறடி இருநூறு அடி அடிப்பிக்கிறது, காதறுக்கிறது, கழுத்துக்கு விலங்குப் போட்டு மண் சுமக்கச் சொல்லுகிறதும் இந்தபடி வெகுபேரை பொழுது விடிந்து அந்திமட்டும் இது வேலையா நடத்துகிற படியினாலேயும் தமிழன் மதமென்று பேரில்லாமல் எல்லாம் சுவமதமாக்க வேணுமென்கிற புத்தியினாலே...

பிராமணாள், கோமுட்டிகள், வெள்ளாழர்கள், இப்படிப் பட்டவர்கள் இருக்கிற வீடுகளிலே யெல்லாம் பறயரைப் போய்க் குடியிருக்கச் சொல்லி அவர்கள் போய் குடியிருக்க அந்த வீட்டுக்காரர் பறயர் வரலாமா வென்று துரத்தினால் அவர்கள் போய் அம்மாளுடனே பிராது சொல்ல, அம்மாள் அந்த வீட்டுக்காரரை அழைப்பித்து ஆக்கினை பண்ணுகிற படியினாலே அவரவர்கள் வீடு போனாலும் போகுது என்ன போனாலும் போகுது. இந்த வேளைக்கு மானம் மாத்திரம் காப்பாற்றிக் கொண்டால் போதுமென்று அவர்கள் பயந்து நடுங்குகிறதை நான் என்னவென்று காகிதத்திலே எழுதப் போகிறேன்.

பட்டணத்துக்குள்ளே இருக்கிற ஜனங்கள் சொல்லிக்கொள்ளுகிறது என்னவென்றால்: கலியுக அந்தியத்திலே சகல மதங்களும் கெட்டுச் சங்கரசாதியா வர்னாஸ்ரம தர்மங்களில்லாமல் போகுமென்கிற சொல் இப்போ புதுச்சேரி பட்டணத்திலே மதாம் துய்ப்ளேக்சுனுடைய தயவினாலே இப்போதானே கலியுக அந்தியம் பார்த்தோமென்று வெகுஜனங்கள் சொல்லிக் கொள்ளுகிறார்கள்.

இந்தப்படி பட்டணத்துக்குள்ளே வர்னாஸ்ரமங்கள் தப்பியும் சகல மதங்களும் போய் சங்கர சாதியாயிருக்கவும் சுவாமிக்குச் சித்தமிராவிட்டால் முசியே துய்ப்ளேக்சுனுடைய அதிகாரம் நின்று மதாம் துய்ப்ளேக்ஸ் அதிகாரம் பண்ணத்தக்கதாக புறப்பட மாட்டாளென்றும் தோத்துது. இப்படிப்பட்ட அநியாயங்கள் பட்டணத்திலே நடக்கத்தக்கதாக அவனவன் தான் தான் துரையாய் அதிகாரம் செலுத்துகிறதும் பட்டணத்திலே காப்பிரிகள்,

சிப்பாய்கள், வெள்ளைக்காரர், சட்டைக்காரர் அவரவர் சரிபோனபடிக்கு அம்மாள் வேகுகார ரென்று நூறுபேர் கூட வீடுகளிலே பூராவும் கொள்ளையிடவும் பிராமணாள் கோமுட்டிகள் வெள்ளாழர்கள் செட்டிகள் இப்படிப்பட்டவர்கள் வீடுகளிலே பறயர் போய் குடியிருக்கவும் ஸ்திரீ ஜனங்களை பலவந்தமாய்க் கெடுக்கவும் இதுகளுக்கு தாது பிராது யில்லாமல் போனதென்னவென்றால்,

மற்றபடி அவனவன் காபிரி சட்டைக்காரன் வெள்ளைக்காரன் கோடாலி மண்வெட்டி எடுத்துக்கொண்டு வருவதும் தெருவிலே யிருக்கிற தென்னை மரங்களை வெட்டுகிறதும் குருத்தெடுத்துக் கொள்ளுகிறதும் போட்டுவிட்டு போகிறதுமல்லாமல் மரத்தை வீட்டின் பேரிலே தள்ளிப்போட்டுப் போகிறதினாலே அது வீட்டின் மேலே விழுந்து சேதப்படுத்துவதும் அப்படி சிறிது வீடுகள் சேதப்பட்டுப் போனது. தன்னரசு நாடாயிருக்கிற இப்போ புதுச்சேரி பட்டணம் முசியே துய்ப்ளேக்ஸ் குவர்னதோரிடமில்லை. மதாம் துய்ப்ளேக்சாம் காட்டும் மதாம் துரைத்தனம் பண்ணுகிறாள்.

அதினாள் அவள் மனுஷர் ஊரிலே அவரவர் வீட்டிலே புகுந்துக் கொள்ளையிட்டால் அம்மாள் மனுஷரை ஒருத்தரும் பேசப்போகாது. அல்லவென்று எவனாவது இங்கிலீஷ்காரனல்லவே வந்து கொள்ளையிடுவானென்று பத்திரம் பண்ணினோம், நீங்கள் தானே கொள்ளையிடுகிறீர்களாவென்று கேட்டால் அவனைக் கட்டாய்க் கட்டுகிறதும் வேகுக்காரனென்று கொண்டு போய் அம்மாளண்டையிலே விடுகிறதும் அவன் காதறுக்கிறதும் நூறு இருநூறு அடி அடிப்பிக்கிறதும் கழுத்துக்குக் காலுக்கு சங்கிலியை ரெவ்வெண்டு பேருக்குப் பின்னலாய் மாட்டுகிறதும் மண் சுமக்க விடுகிறதும் இப்படியாக இருக்கிற படியினாலே எவர்களும் தன்னைத்தான் தப்பித்துக் கொண்டால் போதும் என்ன போனாலும் போகட்டுமென்று இருக்கிறார்கள்.

... இந்தபடிக்குப் பட்டணத்திலே நடக்கிற அலங்கோலத்தைக் காகிதத்திலே என்னவென்று எழுதப் போகிறேன். இப்படி அலங்கோலம் வந்த காரியமென்ன? பிரபுவுக்கு இப்படி பட்டணத்துக் காரியத்தை சரிபோனவன் சரிபோனபடிக்குக் கொள்ளையிட்டுக்கொள்ளச் சொல்லச்சொல்லி புத்தி வந்ததென்ன வென்றால்: இவர் சுவாபமே யிப்படி. அது எனக்கு நன்றாய் தெரியும். இப்படி துரைத்தனத்திலே கலாபம் வந்ததென்ன வென்றால்: முன் அக்ஷய புரட்டாசி 9உ (செப்டம்பர் 1746) சென்னப்பட்டணம் இவர்கள் வாங்கி அந்தப்

பட்டணத்திலுண்டான ஜனங்களெல்லாம் எப்படி பிராஞ்சுக்கார மனுஷர் போய்க் கொள்ளையிட்டு அவரவர்களெப்படி அந்தப் பட்டணத்தார் அலைந்தார்களோ அந்தபடிக்கு இங்கிலீஷ்காரன் வாங்கிக்கொண்டு அந்தப்படிக்கு கொள்ளையிட்டு இந்தப் பட்டணத்து ஜனங்கள் அலைந்தும் கொள்ளைக் கொடுத்து வலசை போயும் சேதப்பட்டு கெட்டுப்போக வேணும்.

அதற்கு புதுச்சேரிக்கு கஷ்டதிசை மாத்திரமே யல்லாமல் நாசப்படுகிறதற்கு இல்லாத படியினாலே இங்கிலீஷ்காரன் வசமாய் அந்த அநுபவம் இந்தப் பட்டணத்திற்கு இங்கிலீஷ்காரரைத் தொட்டு இல்லாததினாலே நம்முடையவர்களைத் தொட்டடுத் தானே பட்டணத்திற்கு இந்த அவஸ்தை யெல்லாம் சுவாமி கட்டளையிட்டார் என்று எண்ணுகிறது மல்லாமல் சுவாமிக்கு அவனெப்போது முன் சுபாவம் அளந்த நாழிகைக்கொண்டு அளப்பான் என்று ஞாயம் லோகப்ரசித்தமாய் இருக்கிற படிக்கு அநேக விடத்திலே நடந்திருக்கிற படியினாலே இது சமஸ்தமான ஜனங்களும் அறிந்திருக்கிற படியினாலேயும் இதை நான் விஸ்தரித்து எழுத வேண்டியதென்ன? விவேகிகளா யிருக்கிறவர்கள் இதன் பேரிலே பார்த்துக்கொள்ளுகிறார்கள். அவ் விவேகிகளா யிருக்கிறவர்களுக்கு எழுதினாலும் தெரியப்போவதில்லை. ஆனபடியினாலே சூக்ஷமமா யெழிதினேன்.

நாட்குறிப்பு 29

முற்றுகையை கைவிட்ட இங்கிலீஷ் படை

புதுச்சேரி பட்டணத்தை முற்றுகையிட்டு ஓயாமல் குண்டுமழைப் பொழிந்து கொண்டிருந்த இங்கிலீஷ் படையிடம் திடீர் மாற்றம். தங்களின் கொத்தளத்தைக் காலி செய்து தேவனாம்பட்டணம் நோக்கிப் புறப்பட்டனர். இதற்குக் காரணம், இங்கிலீஷ் படைவீரர்கள் பலரும் தொடர் காய்ச்சலால் பாதிக்கப்பட்டது, கொத்தளம் போட்டிருந்த இடத்தில் தேங்கிய சேறும் தண்ணீரும் படைவீரர்களுக்குக் கால்வீக்கம் போன்ற நோய்களை ஏற்படுத்தியது. அப்புறம், பிரெஞ்சுக்காரர்களின் எதிர்த் தாக்குதலினால் ஏற்பட்டு வந்த தொடர் உயிரிழப்புகள்.

இங்கிலீஷ் படையினரின் பின்வாங்குதலை அவர்களைப் பின்தொடர்ந்து சென்று பிரெஞ்சுப் படையினர் உறுதி செய்தனர். அவர்கள் போட்டுச் சென்ற ஆயுதங்கள் உள்ளிட்டவற்றை இவர்கள் சேகரித்து எடுத்து வந்தனர். ஆனாலும் அவர்கள் மீண்டும் எப்போது வேண்டுமானாலும் தாக்குதல் நடத்தலாம் என்பதால் பவழக்காரன் சாவடி உள்ளிட்ட இடங்களில் தடுப்பு நடவடிக்கைகளில் பிரெஞ்சு படையினர் ஈடுபடுத்தப்பட்டனர்.

புதுச்சேரி பட்டணத்தின் மீதான இங்கிலீஷ் படையினரின் தாக்குதல் ஏறக்குறைய 39, 40 நாள் நீடித்தது. இத்தனை நாட்களும் ஆனந்தரங்கர் தனது வீட்டைவிட்டுக் குடும்பத்தினருடன் வெளியே இருந்தார். இப்படியாக மூன்று வெவ்வேறு இடங்களில் ஆனந்தரங்கர் குடும்பத்தினர் தங்குவதற்கு நேர்ந்தது. இங்கிலீஷ் படையினர் வெளியேறிய பின்பு இவர்கள் மீண்டும் தங்கள்

வீட்டிற்கே வந்தனர். வீட்டுக்கு வந்து உள்ளே நுழையும் போது கண கணவென்று எதிர் கோயிலிலே மணி சப்தம் நன்றாய் கேட்டது. திவ்ய சகுனமானது!

இங்கிலீஷ் படைகள் பின்வாங்கியது, பிரெஞ்சு ஆளுநரின் வெற்றியாகப் பார்க்கப்பட்டது. பொதுமக்களும் பிரெஞ்சு படையினரும் 'மன்னர் சிரஞ்சீவியாய் இருக்க' என வாழ்த்தினர். இதுதொடர்பான கொண்டாட்டங்கள் பட்டணத்தில் களைகட்டின. இந்த நேரத்தில் ஊர் முக்கியஸ்தர்களை ஆளுநர் துய்ப்ளேக்சிடம் அழைத்து வந்த ஆனந்தரங்கர், பட்டணத்திற்கு வந்த இக்கட்டினை நீக்கியதற்காக ஆளுநருக்கு நன்றி தெரிவிக்க வைத்தார்!

1748 அக்டோபர் 13 ஐப்பசி 1 ஆதிவாரம்

இற்றைநாள் காலத்தாலே கேழ்விப்பட்ட சேதி யென்னவென்றால் நேற்று இராத்திரி இங்கிலீஷ்காரர் போட்டிருந்த பறச்சேரி கொத்தளத்து அண்டையிலிருந்து மூன்று இங்கிலீஷ்காரர் நேற்று இராத்திரி ஓடிவந்து கூடலூர் வாசற்படி அண்டையில் இருந்து கொண்டு எச்சரித்து உள்ளே வந்து துரையவர்களுக்கு கபுறு சொன்னது யென்னவென்றால்: இங்கிலீஷ்காரர் பாத்ரியிலே யிருந்து வந்தோமென்றும் அந்த லசுக்கரிலே வெகு ஜனங்கள் காச்சலினாலேயும் இவ்விடத்திலேயிருந்து புறப்படுகிற குண்டுகளாலேயும் வெகு பேர் சேதப்பட்டு போனார்களென்றும் வெகுபேர் வியாதியஸ்தர்களையும் காயக்காரர்களையும் தேவனாம் பட்டணத்து டோலியின் பேரிலே அனுப்பின வண்ணமாயிருக் கிறார்களென்றும் மிதமில்லாமல் தாங்கள் கொத்தளம் போட்டுக் கொண்டிருக்கிற இடமும் சேரும் தண்ணீரும் அதில் இராப்பகல் வாங்காமல் இருக்கிறதினாலே கைகள் கால்கள் எல்லாம் வீக்கம் கொடுத்து சாகிறார்களல்லவென்று தலையை யெடுத்தால் பீரங்கி குண்டு தலைகட்டக் கூடயில்லை யென்று மேஸ்தர் புஷ்காவேனும் தன் கையினாலே ஆன மட்டுக்கும் பார்த்தான். ஜனங்கள் சாவதினாலே இனிமேல் நிர்வாகமில்லை யென்று பீரங்கிகள் சாமான்க ளெல்லாம் யேற்றுகிறார்கள்.

இதல்லாமல் மழைக்காலமும் வந்ததென்று கப்பல் காரர்களெல்லாம் தாங்கள் இருக்கிறதில்லை யென்று சொல்லுகிறார்கள். ஆனபடியினாலே சகல சாமான்களும் ஏத்துகிறார்கள். அவர்களும் பயணம் போகிறதாக இருக்கிறார்களென்கிற சேதியும் ஒலாந்துக் காரன் வந்தவன் மாத்திரம் இப்படி போகலாகாது. மழைக் காலமானாலென்ன? மனுஷர் செத்தாலென்ன? சண்டைக்கு வந்த மட்டுக்கும் மனுஷர்கள் சாவு இல்லாமல் இருக்குமா என்றும்

நாங்கள் இன்னம் மருந்து, குண்டுகள், மனுஷர், சாமான்கள் அழைப்பிக்கிறோம். கப்பல்கள் போய் மழைக்காலத்துக்குப் பிறகு வெற்னேரிட்டு வரப்போகுதென்று சொல்லுகிறதாகவும் மேஸ்தர் புஸ்காவேன் சம்மதிக்காமல் புறப்பட்டுப் போகிறா யிருக்கிற தென்று சொன்னார்கள். அவர்கள் கையிலே கொஞ்சனஞ்சம் ரெண்டாயிர ரூபாய் மட்டுக்கும் கொண்டு வந்தார்கள் என்று அவர்களைக் கொண்டு இந்த சேதி யெல்லாம் தெரிந்து கொண்டு அவர்களுக்கு ரொட்டி சாராயம் இறைச்சி அவர்களுக்கு இஷ்டமானபடிக்குக் கொடுத்து இருக்கச் சொல்லி கோட்டை வாசலிலே சகாயமாய்விட்டு அந்த சேதி கேட்ட பிறகு துரையவர்கள் மிகுந்த உத்சாகமாய் இருக்காறார்களென்று இதற்கு திருஷ்டாந்திர மாயிருக்குது. ...

...அப்பால் இன்றைய தினம் பிரபு சத்துரு போறானென்று சந்தோஷத்துடனே இருப்பாரே நாமும் போய் பிரபுவை தரிசனம் பண்ணிக்கொண்டு வருவோ மென்று கோட்டையைப் போனவுடனே கோட்டை வாசற்படியண்டையிலே போகும் போது மஞ்சகண்ட மெதிராக வந்ததுமல்லாமல் அதிகாலமே எழுந்திருந்து முகம் கழுவிக்கொண்டு பாக்குப் போட்டுக்கொண்டு எதிரே இருக்கிற திருவீதி பாலுசெட்டி வீட்டிலே இறங்கியிருக்கிற லட்சுமண நாயக்கர் மதானந்த பண்டிதனண்டையிலே போய் நேற்று இராத்திரி ஆறுபேர் இங்கிலீஷ்காரர் புறப்பட்டதற்கு மூன்று பேர் வந்து சொன்ன சேதியும் கப்பல்கள் எல்லாம் பாயெடுத்து வடவண்டை பாரிசமாய் வைத்துப் பிடித்து சாமான்கள் ஏத்துகிற சாடையும் இங்கிலீஷ்காரன் வருஷகாலமானதே அவனுக்கு நிர்வாக மில்லாமல் போய்விடுகிறானென்று குண்டு விழாமல் வரவர மரத் துகளையும் தழைகளையும் மண்ணுகளையும் போட்டு முஸ்தீப்பு பண்ணினார்களே அதுகளின் மேல் கவையில்லை யென்றும் அவரவர் வீட்டைவிட்டு வலசை வந்திருக்கிறோமே அந்த வலசை தீர்ந்து ஐந்தாறு நாளையிலே அவரவர் வீட்டைப் போவோமென்று முன்னமே தானே ஐப்பசி மாதம் பிறந்தால் சத்துருவாங்கிப் போவானென்று சொன்னதற்கு சரியாய் இன்றைக்கு முதல்தேதி ஆனதே சுபசூசிகம் காணுதென்று பேசிக்கொண்டிருக்கும் போது கப்பல்களிலே பீரங்கிச் சத்தம் கேட்டவுடனே கப்பல் பீரங்கி எங்கே சுடுகிறான் என்று பயந்தார்கள். பயப்படத் தேவையில்லை.

இதோ ஒரு கப்பல் தேவனாம்பட்டணத்திலிருந்து பாயெடுத்து ஓடிவருகிறதென்று சேதி வந்து சொன்னதற்கு இரண்டு தரம் பீரங்கி கேட்டது சரியென்று ஏதாவது சமாசாரம் கொண்டு வந்ததாக

வேணுமென்று சொல்லிக் கொண்டிருக்கும் போது அமிரால் கப்பலும் கலியோத்துங் கொண்டு துரைக்கு நேராயிருந்ததே அது இரண்டுமிப்போது வந்தது கூட பாயெடுத்து ஓடுகிற தென்று கபுறு வந்து சொன்னார்கள். அப்போ லட்சுமண நாயக்கரையும் மதானந்த பண்டிதரையும் பார்த்து நாம் சொல்லிக் கொண்டிருந்த சங்கதிக்கு சரியாயிப்போ பாயெடுத்து மற்ற கப்பல்கள் இருக்கிற வட பாரிசமே துறைவிட்டு ஓடுகிறானென்கிற கபுறு வந்த மட்டுக்கும் இங்கிலீஷ்காரன் பயணமும் சாகிப் போகிறது உசிதமாச்சுதென்று பேசியிருந்துப் போட்டு,

சீக்கிரத்துக்கு பழையது சாப்பிட்டு துரையவர்களண்டைக்குப் போக வேணுமென்று லட்சுமண நாயக்கருடனேயும் மதானந்த பண்டிதருடனேயும் சொல்லி நானிரங்கி யிருக்கிற சுங்குவார் வீட்டுக்குப் போக வேணுமென்று நடந்தவுடனே லட்சுமண நாயக்கருடனே ஆசீர்வாதம் பண்ணி கிச்சிலிப் பழமொன்று கொடுத்தார். அப்போ எனக்கு இத்தனை நாளாய் மனதுக்கு சங்கடமாயிருந்ததே அது நிவர்த்தியாய் இன்று முதல் நமக்கு சுப்ரமாய் சகல காரியங்களும் அனுகூலமாய் சத்துருக்களெல்லாம் நாசத்தை அடைவார்களென்று யோசனை பண்ணிக்கொண்டு போர்த்து ரோயல் ஆகிய கீழண்டை வாசலிலே நுழைந்து போகும் போது கப்சு கோயில் பாதிரியார் எதிரே வந்தார். அவர் இருந்து கொண்டு ரங்கப்பிள்ளை, ஆரோக்கியத்துடனே இருக்கிறாய வென்று கேட்டார். உங்களுடைய அநுகிரகத்தினாலே சகல ஆரோக்கியத்துடனேயும் இருக்கிறேனென்று சொன்னதற்கு, இங்கிலீஷ்காரன் போய்விட்டானென்று சொல்லி முழுக்கப் போனதாய் அல்ல இன்னம் கொஞ்சமிருக்கிறது. அதுவும் ஒரு மழை துவக்கினால் போய்விடுவானென்று சொன்னார். உங்கள் மனதிலெப்போ நினைத்தீர்களோ அப்பவே போய்விட்டா னென்று எண்ணிக்கொள்ளுங்கோளென்று சொன்னேன். ...

1748 அக்டோபர் 16 ஐப்பசி 4 புதவாரம்

இற்றைநாள் இங்கிலீஷ்காரன் பவுன்சு குண்டுசாலைக்குள்ளே யிருந்த பாக்குமுடையான்பேட்டு பறச்சேரி அண்டையிலே போட்ட பத்திரியும் மோர்சாவையும் நேற்று இராத்திரி கொளுத்திப்போட்டு பெருமாள் நாய்க்கன் சாவடிக்குப்போய் அதற்கு மேற்கே முத்திரபாளயத்து மேட்டுப் பேரிலே போட்டிருந்த கூடாரத்திலே போயிருந்து சாமான்களை யெல்லாம் யெடுத்து பொம்மயப்பாளயத்து துறை வெள்ளாழச் சாவடி துறையிலே யேத்திப் போட்டது போக வில்லியநல்லூர் தென்னல் வழியாய் தேவனாம்பட்டணம் போய்ச்சேர சாமான்கள் மூன்று நாலுனாள்

துவக்கி அனுப்புகிறது போக மற்றது நின்றது. அனுப்புகிற நிமித்தியம் இருந்தாலும் நம்முடைய பிரான்சுக்காரர் பவுன்சு வரப்போகுதென்று ஒவ்வொரு பீரங்கி சுட்டுக்கொண்டே யிருந்தான். ஆனால் நம்முடைய சிப்பாய்கள் மற்றபேர் அவ்விடத்திற்குப் போகவில்லை.

நம்முடையவர்கள் குண்டுசாலை வாங்கினது முதல் ஆவணி 28 தேதி வெள்ளிக்கிழமை துவக்கி நேற்றைய வரைக்கும் ஆயிரம் பீரங்கி சுட்ட நாளுமுண்டு. 800, 700, 600, 500, 300, 200 , கட்சி 100க்கு குறைய சுட்டதில்லை. இந்த நாற்பது நாளும் விடாமல் பீரங்கிச் சத்தம் போம்புச் சத்தம் கேளாத னாளில்லை. இதற்கு இன்றைய தினம் இவர்கள் பீரங்கி சுடாமல் நின்றார்கள். மற்றப்படி அவர்கள் போட்டிருந்த மோர்சாவிலே ஜனங்கள் போய் எடுத்துவந்த பீரங்கிக் குண்டுகள் அவர்கள் போட்டுப் போனது 3000, 4000 குண்டு. எல்லாம் 24 றா, 28 றா, குண்டுகள் முதல் 12 றா மட்டுக்கும் தினுசு தினுசாய் குண்டுகளெடுத்தார்கள்.

இதல்லாமல் மண்வெட்டிகள், கோடாலிகள், வெட்டு கத்திகள் பின்னையும் மோர்சா போடுகிற ஆயுதங்களென்ன உண்டோ அந்த ஆயுதங்களெல்லாம் மிதமில்லாமல் போட்டுப் போனார்கள். இதுமல்லாமல் சீர்மை மரப்பலகைகள் ஆறு விரல் முதல் பனிரெண்டு விரல் கணம் மட்டுக்கும் வெகு நேர்த்தியான பலகைகள், உத்திரங்கள் தேக்கு வுத்திரம் பலகைகள் முதலானது மிதல்லாமல் போட்டுப்போனது மல்லாமல் அவனவன் சரிப்போனாப்போலே கொண்டு வந்து வீட்டிலே சேர்த்துக் கொண்டவனும் விற்றுப்போட்டு விட்டவர்களும் இப்படி மிதமில்லாமல் யெடுத்து வந்தார்கள்.

இதல்லாமல் மதாம் துய்ப்ளேக்ஸ் சேவகர்கள் போய் முன் கொள்ளையிட்டது போக இன்றைய தினம் நம்முடைய ஊரார்களுடைய சால் ஏத்தம் வீட்டு வகைகள், தாவர வகைகள், உரல் உலக்கைகள் முதலானதும், வாழயிலை முதலானதும், தோட்டத்து வாழக்காய், கருணைக் கிழங்கு முதலானதும் நெல் அறுப்பு சமயமாய் பசுங்காயாய் கொஞ்சனஞ்ச மிருந்ததை யெல்லாம் சரியாயவர்கள் ஒரு யிடத்திலே கொள்ளையிட்ட வூரே அவரவர் கொண்டு போய் சேர்த்துக் கொண்டார்கள். இதல்லாமல் பயிர்களை யெல்லாம் துத்து முறுக அறுத்துக்கொண்டு வாரார்கள். இங்கிலீஷ்காரன் இத்தனை நாள் இரங்கியிருந்தவன் மோர்சாவைச் சுற்றிலுமிருந்த தென்ன மரங்கள் பயிர்களை ஒருதர்களையாகிலும் தீண்ட வேண்டாமென்று சொன்னபடிக்கு ஒரு தருணமும் ஒடியாமல் வைத்துக் கொண்டிருந்ததை நம்முடைய உடமையை

நம்முடைய வூரார்தானே கொள்ளையிட்டு தீர்த்துப் போட்டார்கள். எடுத்த குண்டுகள் மாத்திரம் கோட்டையிலே கொண்டு போய் கொடுத்து வாடிக்கைபடிக்கு ஒரு பணம் விழுக்காடு குண்டுக்கு வாங்கிக் கொண்டார்கள்.

மற்றப்படி நான் கோட்டைக்குப் போன உடனே துரையவர்கள் என்னைப் பார்த்து இங்கிலீஷ்காரர்கள் ஓடிப்போனார்களென்றும் நேற்று இராத்திரி மோர்சாவை கொளுத்தினானென்றும் இதுமுதலான சேதிகளெல்லாம் பேசிக்கொண்டிருந்தது மல்லாமல், துலுக்கர்கள் பொல்லாதவர்கள், நாய்கள். அவர்களுக்கு யெல்லாம் புத்தி சொல்ல வேணுமென்று…

… இன்றைய தினம் தங்கள் வீட்டிலே ஒன்பது நாளாய் வலசைக்கு வந்திருக்கிற நீங்கள் ஒருபொழுதாகிலும் சாப்பிடவில்லை யென்றும் சொன்னபடியினாலே பனிரெண்டு மணிக்குப்போய் விருந்து சாப்பிட்டேன். அப்பால் நாளை காலையில் வீட்டுக்குப் போக வேணும். இன்றைக்கு ஒன்பதாம் நாள் ஆனபடியினாலே போகவில்லை. இங்கிலீஷ்காரனும் குண்டு சுடுகிறதை நிருத்தினானே குஞ்சுக் குழந்தைகள் தப்பியுடனே நாளைக் காலையில் மகர நக்ஷத்திரம் வியாழக்கிழமை போகிறோமென்று சொன்னதற்கு நல்லது அப்படியே போங்களென்று சொல்லி நாளைய தினத்திற்கு இங்கிலீஷ்காரர் கலகம் நிமித்தியம் வீடுவிட்டு புறப்பட்டு 39 நாள் ஆகிறது. வலசை மாடிப்போறோமென்று இஷ்டமாய் பேசியிருந்தோம். …

1748 அக்டோபர் 17 ஐப்பசி 5 குருவாரம்

இற்றைநாள் காலத்தாலே முத்திரப்பாளையமா கதிராம பிள்ளையார் கோவில் இந்த வட்டங்களிலே இருந்த பவுன்சு களெல்லாம் தேவனாம்பட்டணம் கூடலூர் போய் சேரத்தக்கதாக பயணம் புறப்படும் போது எடுத்து அனுப்பின அரிசி சரக்குகள் முதலான சர்க்கரை, கற்கண்டு, பேரீச்சம் பழம் முதலாகிய கூலிக்காரர் கண்ட கண்ட வாக்கிலே ஓடிவிட்ட படியினாலே இந்தச் சாமான்கள் எடுக்க மனுஷரில்லாததினாலே அரிசி முதலான சரக்குகளையும் சாமான்கள் முதலானதுகளைச் சேர்த்து கொஞ்ச மருந்தை வைத்து நெருப்பைக் கொளுத்திப் போட்டு இங்கிலீஷ் காரர் பவுன்சு நடந்தது. நம்முடையவர்கள் அவர்களைத் துடர்ந்துக் கொண்டு போனார்கள்.

அவர்கள் முருங்கப்பாக்கம் ஆரு கடந்தவுடனே இவர்கள் பிறகே துரத்திக் கொண்டு வருகிறவர்களைப் பார்த்து பீரங்கியை

அங்கேயிருந்து முஸ்தீப்பு பண்ணி நம்முடைய பவுன்சைப் பார்த்து சுட்டான். சுட்ட மாத்திரத்திலே நம்முடைய சிப்பாய்கள் குதிரை சுவார்கள் சோல்ஜர்கள் யேகத்துக்கு முறிந்துக் கொண்டு திரும்பினார்கள். நம்முடையவர்களிலே அவர்கள் பீரங்கிப் பட்டு ரெண்டு குதிரை சாவு காயம். இரண்டு சிப்பாய்கள் சாவு காயம். 6,7 சிப்பாய்கள் காயம். மதாம் துய்ப்ளேக்சு சேவகர் பிறகே தூரத்திலே நின்றார்கள். அவர்களிலே இரண்டு பேருக்கு சாவு. இந்த மட்டிலே திரும்பிக் கொண்டு அரிசி முதலான சாமக்கிரிகைப் பற்றிக்கொண்டு எரிகிறதே அதை சீக்கிரமாய் அவித்துப் போட்டு வேகாத அரிசி சாக்குகளை சிப்பாய்களும் சேவகர்களுமாய் விபரீதமாய்க் காட்டினார்கள். குதிரை சுவார்கள் குதிரை யெடுக்கும் பாரம் கட்டினார்கள். அவனவன் எடுக்கும் பாரமும் கட்டிக்கொண்டு கூலியும் கொடுத்து எடுப்பித்துக் கொண்டு வந்து ஒன்பதரை மணிக்கு கோட்டையே வந்து சேர்ந்தார்கள்.

அந்த சேதியப்படி யிருக்க அப்பால் போம்பு முன் புரட்டாசி மாதம் 27 தேதி ஆதிவாரம் இராத்திரி பொழுது விடியற்காலத்தாலே போட துவக்கினார்கள். 28 தேதி சோமவாரம் போம்பு போடத் துவக்கினான். அப்போ வீடுவிட்டு எம்பெருமாள் பிள்ளை வீடுபோய் குஞ்சி குழந்தைகளுடனே போய் சேர்ந்தோம். அப்பால் மேலண்டை மோர்சா குண்டு புறப்பட்டதும் அவ்விடத்திலிருந்து 13ம் நாள் புறப்பட்டு பாலயப்ப முதலி வீடாகிய நம்முடைய கிடங்கு வந்து சேர்ந்தோம். அங்கே 14 நாளிருந்து குண்டு வருஷம் வருஷித்த அங்காரக வாரமாகிய புரட்டாசி 20 இராத்திரி அந்த வீடுவிட்டு ராத்திரி பனிரெண்டு மணிக்கு குஞ்சு குழந்தைகளுடனே சுங்குவார் வீடு வந்து சேர்ந்தோம். சுங்குவார் வீடு சேர்ந்து இன்றைக்கு பத்தாம் நாள் ஐப்பசி 10 வியாழக்கிழமை காலமே சுங்குவார் வீடுவிட்டு குஞ்சு குழந்தைகள் முன்னதாக அனுப்பி அப்பால் நானும் முத்துராம ரெட்டியார், சேஷாசல செட்டியார், லக்ஷ்மண நாய்க்கர் முதலான பேர் கையில் அனுப்புவித்துக் கொண்டு வீட்டுக்கு வந்து உள்ளே நுழையும் போது கண கணவென்று எதிர் கோயிலிலே மணி சப்தம் நன்றாய் கேட்டது.

நாகப்பட்டணம் தேவராய செட்டி சாமய்யன் ரெண்டு பேரும் வாசற்படியிலே நின்றவர்கள் என்னைப் பார்த்து இத்தனை நாளும் நீங்கள் வீடுவிட்டு வலசை போயிருந்து இன்றைய தினம் வீட்டிற்குள்ளே பிரவேசிக்கிற போது தேவ சன்னதியிலே பூசை மணி அடிபட்ட நேத்தி என்ன சொல்லப் போகிறோம். என்ன இடத்திலே குடியிருந்தாலும் கலகமுமாய் மூன்று விடத்திலே குடியிருந்த படியினாலே வலசை பிச்சில்லையே. அப்பாலும் நாலு

நாள் ஆறு நாளல்லவே. 30, 39 நாள் இன்றைய தினம் கூட ஆகிற மட்டுக்கும் வலசை என்கிறதற்கு சந்தேகமில்லையே. அப்படி வலசை போய் நெடுநாளிருந்து மறுபடி வீட்டிற்குள்ளே நுழையும் போது திவ்யமான சகுனமானது. இனிமேல் வெகு ஸ்ரேயஸ் நடக்கிறதற்கு ஏஷ்யமாய் யிருக்கும் போதுதான் இப்படிப்பட்ட திவ்ய சகுனம் கிடைத்ததென்று சொன்னார்கள்.

அப்பால் நம்முடைய வீட்டுக்கு குடிவந்து கோட்டைக்குப் போய் பிரபு தரிசனம் பண்ணிக்கொள்ள வேணுமென்று போகும்போது எதிரே நம்முடைய வீட்டுக்கு நேராய் வரும்போது பிரபு எதிராக இங்கிலீஷ்காரன் போட்ட கொத்தளங்கள் மோர்சாக்கள் முதலான இடங்களெல்லாம் பார்க்கத்தக்கதாக போகிறவரை நான் பார்த்து பல்லக்கு விட்டிரங்கி சலாம் பண்ணின உடனே நீயும் வா என்றார். அந்த மட்டுக்கும் அவர் பிறகே வழுதாவூர் வாசற்படியாலே புறப்பட்டு பாக்கமுடையான்பட்டு பறச்சேரி அண்டையிலே போட்ட மோர்சாவும் அப்பால் வளர்த்தி யிப்புறம் இரண்டு விடத்திலே கொண்டு வந்து போட்டதும் அதன் பேரிலே பதினாலு பீரங்கி வைத்து சுட்டதும் அப்பால் மெடுத்தியே வைத்து போம்பு சுட்டதும் நம்முடையவர்கள் சென்னப்பட்டணத்து வாசலுக்கு வாய்வு மூலையிலே ஒரு கொத்தளம் வளர்த்தி அதிலே இரண்டு பீரங்கி வைத்து அவர்கள் மோர்சாவைப் பார்த்து அவர்கள் தண்டைப் பார்த்தும் சுட்டார்கள். அதற்கு பதில் அவன் ஒரு கொத்தளம் போலே யெழுப்பி நாலு பீரங்கி வைத்து எதிராக சென்னப்பட்டணத்து வாசற்படியில் இருந்து மனுஷர்கள் வெளியே புறப்படாமலும் நம்முடையவர்கள் வாய்வு மூலையிலே கொத்தளம் போட்டுக்கொண்டு எதிர் கொத்தளக்காரனுக்கு நேர் முகம் ஆட ஒட்டாமலும் பண்ணிக்கொண்டிருந்த கொத்தளத்தையும் மோர்சாவையும் போய்ப் பார்த்தோம்.

அப்பால் வழுதாவூர் வாசற்படிக்கு நேராய் பவழக்காரன்சாவடி அண்டையிலே நம்முடையவர்கள் மோர்சா போட்டுக்கொண்டு அதிலே இரண்டு பீரங்கி வைத்துச் சுட்டதற்கு பதில் ரெண்டு அவன் போட்டுக்கொண்டு இரண்டு பீரங்கி வைத்து சுட சின்ன கொத்தளம் மோர்சா முதலானது களெல்லாம் பிரபு போய்ப் பார்த்தார். நானும் கூட போய்ப் பார்த்தேன். அப்பால் மனுஷர் நாலுபேர் தடையில்லாமல் வருகிறதற்கு ஒரு வாய்க்கால் குண்டுசாலைக்கு அப்புறமிருந்து கொண்டுவந்து போட்ட மோர்சா அண்டையிலே கொண்டுவந்து விட்டு அப்பால் அதிலே நாலாறு கவிறாய் பிரித்து அந்தந்த மோர்சாக்களுக்கு நம் மனுஷர்கள் போகிறதற்கு நம்முடையவர்கள் போடுகிற குண்டுகள் அகப்படாமல்

வாய்க்காலிலே போகவும் அந்த வாய்க்காலுக்கு அணை ஒன்று அந்த அணை மறைவிலே மனுஷர் போகவும் போகும்போது குண்டு வந்தாலும் அணையிலே பட்டுப் போகவும் இப்படியெல்லாம் முஸ்தீப்பு பண்ணியது பார்த்து அப்பால் அந்த கொத்தளத்திலே இருக்கிற மனுஷர்களுக்கு குண்டு விழுந்தாலும் படாமலும் போம்பு விழுந்தாலும் படாமலும் ஒரு மெத்தைப் போட்டான்.

அதற்கு சீர்மை நார்ப் பலகைகள் உள்ளூர் பலகைகளும் எட்டு அங்குல பத்து அங்குல கனமுள்ள பலகையாய்ப் போட்டு அதன் பேரிலே தழைகளைப் போட்டு இப்படி என்னென்ன பலக்க போடவேணுமோ அந்தபடி பலக்கப்போட்டு 100 போம்பு விழுந்தாலும் சங்கையில்லாமல் போட்டு அதற்குள்ளே சோல்ஜர்கள் இருக்கத்தக்கதாக இடம் முஸ்தீப்பு பண்ணிய வேடிக்கையும், அப்பால் ஒப்பிசியல்மார் பெரிய மனுஷர்களிருக்கத் தக்கதாக ஒரு இடம் மேலே எழுதின படிக்கு மெத்தை பலக்கப் போட்டதையும், மருந்துகள் வைக்கிற நிலவரையும், தீக்குடுக் கைகள் நிலவரையும் அதற்கு உபய பார்சமும் கிணறும் இப்படி பின்னை எந்தெந்த விதம் போட வேணுமோ. அந்தந்த விதமெல்லாம் பலமாய்ப் போடுகிறதற்கு அவன் ஜனம் ஒன்றுக்கு கூடலூர் பணம் நம்முடைய ஒண்ணே கால் பணம் அப்படிப்பட்ட கூடலூர் பணம் மூணு விழுக்காடு கூலிக்காரனொன்றுக்கு கொடுத்த படியினாலே பதினாயிரம் கணக்காய் கூலிக்காரர்கள் வந்து இந்த குண்டு சாவுக்கு துணிந்து செய்தார்கள். ஆனபடியினாலே அவனுக்கு மேலெழுதப்பட்ட வேலைகள் சுறுக்காய் வேலை ஆக மாட்டாது என்று வெள்ளைக்காரர் கூட வந்தவர்கள் துரையவர்கள் கூட ஆச்சரியப்பட்டார்கள்.

இற்றைநாள் பகலைக்கு மேலாக ஐந்து மணிக்கு கோட்டைக்குக் கிழக்கே சோல்ஜர்களை யெல்லாம் வரிசை வைத்துக் கொத்தளங்கள் பேரிலே உண்டான சிப்பாய்களையும் மலையப்ப சேருவக்காரன் சேவகர் கும்பினீர் சேவகர் முதலான பேர்கள் இருக்கிறவர்களை யெல்லாம் ஒவ்வொரு துப்பாக்கி சுட்டார்கள். அதன்பேரிலே சோல்ஜர்கள் துப்பாக்கிகள் மூன்று வரிசை தீர அப்பால் கொத்தளங்கள் பேரிலே இருக்கிற பீரங்கிகளை யெல்லாம் சுடச்சொல்லி நேமித்து இன்று 41 நாளாய் கொடி போடாமல் கொடிமர முஸ்தீப்பு பண்ணுகிறதற்கு நேரமில்லாமல் ஒரு மனிதன் தானே கொடிமரம் முஸ்தீப்பு பண்ணி அதிலே வெள்ளைக் கொடியும் போட்டு சுவாமி சத்துருக்கள் துரத்தி விட்டு, ரக்ஷித்தாரென்கிறதற்கு கோயிலிலே பூஜை கேழ்க்கத்தக்கதாக

பெரிய துரை அவர்கள் அம்மாள் முதலான சகல வெள்ளைக் காரர்கள், வெள்ளைக்கார பெண்டுக ளெல்லாரும் நல்ல உடுப்புகளை உடுத்திக்கொண்டு முக மலர்ச்சியுடனே கோவிலுக்குப் போய் பூஜை கேழ்க்கும் போது கொத்தளத்திலே இருக்கிற சிப்பாய்கள் சேவகர்கள் வரிசையாய் துப்பாக்கி சுட்டு அப்பால் 3 தரம் சோல்ஜர்கள் துப்பாக்கிகள் தீர்த்து உடனே 3 தரம் 21 பீரங்கி சுட்டு அப்பால் ஊரை சுற்றிலும் கொத்தளங்களிலே உண்டான பீரங்கிகளெல்லாம் சுட்டு தீர்ந்தவுடனே தொப்பியைக் கழட்டி மூன்று தரம் இராஜா சிரஞ்சீவியாயாயிருக்க, சிரஞ்சீவியாயிருக்க என்று கூப்பிட்டு ஆனவுடனே கோவிலுக்கு வெளியே வந்து உடனே சமஸ்தான வெள்ளைக்காரர்கள், வெள்ளைக்கார பெண்டுகள் அனைவரும் துரையவர்கள் தைரியத்தைப் பிரியத்துடனே யிருந்து சத்துருக்கள் மகா பலத்துடனே பட்டணத்தைச் சுற்றிக் கொண்டதற்கு பட்டணத்தையும் கார்த்து சத்துருக்களுடனேயும் சண்டை பண்ணி சத்துருக்களைத் துரத்திவிட்டு, பட்டணத்துக்கும் தங்களுக்கும் வந்த ஆபத்தைத் தீர்த்து எல்லாரையும் ரக்ஷித்ததற்கு நன்றி அறிந்த உபசாரணை துரையவர்களுக்குச் சொல்லி, கட்டி முத்தமிட்டான பிறகு அங்கே ஒரு விசை இராஜா சிரஞ்சீவியாயாயிருக்க வேணுமென்று மூன்று தரம் சொல்லி ஆனவுடனே சமஸ்தமான பேரும் புடவை பார்க்கிற சாலையிலே பெரிய மேஜைப் போட்டு அவர்கள் வழக்கப்படிக்கு சாப்பிட வேண்டிய ஜாதி ஆகார பதார்த்தமெல்லாம் முஸ்தீப்பு பண்ணி சாராயம் கூட வைத்திருக்கும் இடத்திற்கு வந்தார்கள்.

துரையவர்கள் கோன்சேவியக்காரர்கள் படைத்தலைவர்களுடனே கோட்டைக்கு வெளியே கீழ்ப்பார்சத்திலே சோல்ஜர்கள் வரிசை வைத்து இருக்கிற விடத்திற்குப் போனவுடனே அவர்கள் ஜாதி வழக்கப்படிக்கு படைத்தலைவர்கள் எல்லாம் துரையவர்களுக்கு ஈட்டி சலாம் பண்ணி அப்பால் அவர்களுக்கு எல்லாம் பதிலாசாரம் பண்ணி ஆனவுடனே சொல்தாதுகள் படைத்தலைவர்மாரெல்லாம் மூன்று தரம் தொப்பியை விசிரி ராஜா சிரஞ்சீவியாயிருக்க வேணுமென்று ஏக தவனியைத் தவனித்தான பிறகு படைத் தலைவரெல்லாம் கோன்சேல்காரருடனே மறுபடி கோட்டைக் குள்ளே வந்து இப்போ புதுசாய் கட்டுகிற குவர்னமாவுக்கு எதிரே அந்த கூட்டத்துடனே நின்று ஒரு பெரிய வெள்ளித் தட்டில் 20, 30 வீரர்கள் வைத்து அதிலே சாராயம் வார்த்து ஆனவுடனே இராஜாவினுடைய ஆரோக்கியத்தைக் கோரி சாராயத்தைக் குடித்தானவுடனே மறுபடி தொப்பியைக் கழற்றி இராஜா

சிரஞ்சீவியாயாயிருக்க வேணுமென்று மூணுதரம் தவனித்து அப்பால் மேஜை போட்டிருக்கிற புடவை பார்க்கிற சாலையிலே சமஸ்தான வெள்ளைக்காரர் வெள்ளைக்கார பெண்டுகள் அரண்மனைக்காரர்களிருக்கிற இடத்திற்கு வந்தவுடனே அங்கே ஒரு தரம் அல்லாள மெனவிக் கொண்டு அப்பால் சாப்பிட்டு சாராயம் குடித்து துரையவர்களை பிடவை பார்க்கிற சாலையிலே உலாத்தும் போது,

நான் பழங்கும்பினீர் வர்த்தகர்கள், சுங்கு சேஷாசல செட்டி, முத்துராம செட்டி, லக்ஷ்மண நாய்க்கர், திருவீதி பாலுசெட்டி குமாஸ்தா ஜலது வெங்கடாசல செட்டி, தானப்ப முதலியார், கடற்கரை உத்தியோகத்தர்கள் சாவடி கணக்கப்பிள்ளை கோட்டை கச்சேரி கணக்கு பரசுராம பிள்ளையும் பின்னையும் வூரிலே யிருக்கப்பட்ட பேர் சொல்லத்தக்க மனுஷர்களெல்லாம் வரிசையாய் நின்று ஆசாரம் பண்ணி மகத்தாகிய பிரதாபத்தை அடைந்த பிற்பாடு பிரபுவைப் பார்த்து வெகு பலனுடனே வந்து நாங்கள் பொருந்தியிருக்கப்பட்ட பட்டணத்தைச் சுற்றிக்கொண்டு பண்ணப்பட்ட இக்கட்டை நிவர்த்தி பண்ணத்தக்கதாக நீர் இராத்திரி பகலென்று பாராமல் ஆகார நித்திரை பரிகரித்து சத்துருக்களை அப ஜெயப்படுத்தி யோசனை என்னமோ அந்த யோசனையை இராத்திரி பகலாய் நினைத்து சத்துருவை போகச் செய்து அவன் பலகீனமாய் போகத்தக்கதாக செய்து எங்களையும் எங்களுடைய சம்சாரங்களை யும் எங்களுடைய ஆஸ்திகளையும் சத்துரு வசமாக்காமல் எங்களை ஆதீனத்தில்தானே நிலைக்கப்பண்ணி ரக்ஷிக்கப்பட்ட உமக்கு நாங்களென்ன ப்ரதி உபகாரம் செய்யப் போகிறோமென்றால் நாங்கள் ஸ்வாமியைப் பார்த்து வேண்டிக்கொண்டிருக்கிற தென்னவென்றால்: நீர் சிரஞ்சீவியாயிருக்கவும் இந்த பிரான்சு தேசத்தை சூரிய பிரகாசம் போலே லோகமெல்லாம் கீர்த்தியாகிய கிரணத்தினாலே ப்ரகாசிக்கப் பண்ணியதுபோல் இன்னம் அனேக ஜெயமுண்டாக எப்போதும் உம்முடைய பேர் சொன்ன மாத்திரத்திலே அங்கங்கே இருக்கப்பட்ட சத்துருக்கள் அப்படி அப்படித்தானே அபஜெயப்பட்டு போக வேணுமென்று சுவாமியை பிரார்த்திக்கின்ற உபகாரம் செய்கிறதற்கு நாங்கள் பாத்திரர்களான படியினாலே அந்தபடிக்கு ஸ்வாமியைப் பிரார்த்தித்துக் கொள்ளுகிறோமென்று நன்றி அறிந்த உபசாரனை சொல்லுகிறோமென்று சொன்னதற்கு அவரும் பதிலுக்கு உங்களை ரக்ஷிக்கிறதற்காகத்தான் இத்தனைப் பிரயாசைப் பட்டாரென்று சொன்னார். அந்தப்படிக்கு அவரவர் ஆசாரம் பண்ணிக்கொண்டு அவரவர்கள் வீட்டுக்குப் போனார்கள்.

நாட்குறிப்பு 30

‘குபேரன் பட்டணம் கொள்ளைப் போகுது!’

சென்னப்பட்டணத்தை பிரெஞ்சுக்காரர்கள் நிர்வாகம் செய்த விதம் ஆனந்தரங்கருக்குக் கடும் அதிருப்தியை ஏற்படுத்தியது. இதனால் புதுச்சேரி ஆளுநர் துய்ப்ளேக்சுக்கு அபகீர்த்தி வந்ததாகக் கருதினார். சென்னப் பட்டணத்தை நிர்வாகம் செய்வதற்குப் புதுச்சேரியில் இருந்து அனுப்பப்பட்டவர்கள் துய்ப்ளேக்சின் மனைவி மதாமின் ஆட்களாவர். அவர்களைத் திருட்டுப் பசங்கள் என்றும் சுருட்டுப் பொறுக்கி என்றும் திட்டுகிறார் பிள்ளை.

மேலும், சென்னப்பட்டணத்தின் எசமானாக இருக்கிறவன் குறித்த ஆனந்தரங்கரின் மதிப்பீடு வருமாறு: செவிடன். எழுதிக் கொடுத்தால்தான் தெரியும். நிர்வாகம் குறித்து ஏதும் அறியாதவன். பச்சைப் பாம்புருட்டி. பணத்தைத் தவிர வேறு எதையும் அறியாதவன். பெண்டாட்டி காலிலே நாருறிக்கிறவன். இவர்கள் எல்லாம் சேர்ந்தால் பட்டணத்திற்குக் கேடு வராமல் என்ன செய்யும்?

சென்னப்பட்டணத்தை பிரெஞ்சுக்காரர்கள் தங்களது கட்டுப்பாட்டில் கொண்டு வந்தபோது அங்கிருந்த வர்த்தகர்கள் உள்ளிட்டோர் பணம் காசு தட்டு முட்டுச் சாமான்களையெல்லாம் தோட்டத்தில் மண்ணில் புதைத்துச் சென்றனர். அவற்றைப் பிரெஞ்சு படையினர் திருடி வந்தனர். கூலிக்காரர் கூட நூறு வராகனுக்குக் குறையாமல் இப்படியாகச் சேர்த்தனர். அப்படியானால் கவர்னர் மற்றும் அதிகாரிகள் எவ்வளவு சேர்த்திருப்பார்கள் என்று கேட்கிறார் ஆனந்தரங்கர். மனம் போன

போக்கில் வீடுகள் இடித்துத் தள்ளப்பட்டன. குபேரன் பட்டணம் கொள்ளைப் போகுது என்று அலறுகிறார் ஆனந்தரங்கர்.

இதையெல்லாம் ஆளுநர் துய்ப்ளேக்சு கவனத்திற்கு எடுத்துச் சென்றபோது, சென்னப்பட்டணத்து வர்த்தகரை எல்லாம் புதுச்சேரிக்கு வந்து குடியேறச் சொல் என்றார். மேலும், சென்னப்பட்டணத்தைத் தரைமட்டமாக்கி அங்கிருப்பவர்களை இங்குக் குடியமர்த்தி புதுச்சேரி பட்டணத்தை அகண்டப் பிரதேசமாக்குவதே தனது திட்டம் என்றும் தெரிவித்தார். இதற்கிடையே சென்னப்பட்டணத்தில் நடக்கும் அநியாயத்தை காகிதம் முனையிலே எழுதி முடியாது என்பது ஆனந்தரங்கரின் வழக்கமான அங்கலாய்ப்பாக இருந்தது!

1747 மார்ச் 24 பங்குனி 14 சுக்கிரவாரம்

... இற்றைநாள் சென்னப்பட்டணத்துத் தபாலிலே வந்த காகிதத்திலே எழுதியிருந்தபடிக்கு மேலே எழுதியிருக்கிறது. பார்த்துக் கொள்ளுகிறவர்கள் பார்த்துக் கொள்ளலாம். ஆனால் சென்னப்பட்டணத்தைப் போலொத்த பட்டணம் கையிலே அகப்பட்டும் பட்டணத்தை எப்போதையும் போலே பந்தோபஸ்து பண்ணி வைக்கிறதற்கு ஓர் அதிகாரஸ்தனை விவேகியாக ஏற்படாது போனபடியினாலேயும் அல்லது புதுச்சேரியிலே எசமானாகி இருக்கிறவராகிலும் கேள்வி இப்படியே கேட்டு அலைந்து போச்சுது. பட்டணத்திலுள்ளவர்களும் பட்டணமும் எப்படியாகிலும் போகுது:

பட்டணம் ஆளுகிற முசியே துய்ப்ளேக்சுக்கு இரண்டு விதத்திலே அபகீர்த்தி வந்தது. ஒரு காரியம் தாம் சுதாவாய்ச் செய்காரியம். தவிர காரியம். 1-வது கேள்வியாம்படிக் கேட்டு நடத்தாதே போன குற்றமொன்று. 2-வது அவர் பெண்சாதி தலைப்பட்டுதான் வரவேணுமென்று அவளொரு இடத்திலே சென்னப்பட்டணத்திலே வர்த்தகரண்டைக்கெல்லாம் மனுஷரை யனுப்புகிறதும் சென்னப்பட்டணத்திலே இவளொரு இடத்திலே திருட்டுப் பசங்கள் பாப்பனப்பிள்ளை என்கிறவனையும் வெங்கிட்டராயன் என்கிறவனையும் சென்னப்பட்டணத்துக்கனுப்பி அவளொரு இடத்திலே காறுபாறும் காசு சுற்றுகிற சாடையிலே நடத்துகிற படியினாலே, 3-வது சென்னப்பட்டணத்துக் கெசமானாயிருக்கிறவன் செவிடன். எழுதிக்கொடுத்தே யல்லாமல் தெரியாது.

அப்பாலும் மகாராசன் பிள்ளையாயிருந்தவனான படியாலே பணம் சம்பாதிக்கிறது வருத்தமென்று தெரியாமல் கூடைகூடையாய்க் கொட்டிக்கொள்ள வேணுமென்கிற நினைப்பினாலே கையிலே

காசில்லாதவனுமான படியினாலே காசு கொடுக்கிறோமென்று சொன்னால் எந்தக் காரியம் மெப்படிச் செய்ய வேணுமோ அப்படி நடத்திப்போடுகிறது. விவேகமென்கிறது இந்த ஊரிலே குடியிருந்தும் அறியாதவன். தொழில்மார்க்கமறியான். அமுல்பண்ணி அறியாதவன். இப்படி அவிவிவேகத்துக்கெல்லாம் இருப்பிடமா யிருக்கிறவனை அந்த இடத்திற்கு வைத்தது மல்லாமல் அதற்கு அனுசாரியாய் அவன் பெண்டாட்டி காலிலே நாருறிக்கிறவன். பச்சைப் பாம்புருட்டி. காசென்றால் பின்னை ஒன்றையும் யோசனை பண்ணாதவன். அவன் ஒரு பெரிய தவம் பண்ணுகிறாப்போலே ஆச்சுது.

இதற்கு ஒரு துபாசி பொறுப்பா ஏற்படாமல் கடற்கரைக்கு உத்தியோகத்துக்குப் போன மராட்டிய பாப்பாரன் ராமச்சந்திரய்யன் ஒருத்தனும் சேர்ந்த துபாசித்தனம் தஞ்சாவூர் சுருட்டுப் பொறுக்கி நல்லதம்பி யென்று காசு முகமறியாதவனொருத்தன் கூடினால் பட்டணத்துக்குக் கேடு வர வேணுமா? இப்போது எழுதப்பட்ட காரியத்திலே ஒன்று மாத்திரம் போதும். மூன்று நாலு கூடினால் என்னமாய்ப் போகாது? விவேகளிதிலே அறிந்துகொள்ளுவார்கள். விஸ்தரித்து எழுதலாகாதே, சுருக்கி எழுதினேன்.

1747 ஏப்ரல் 23 சித்திரை 14 ஞாயிற்றுக்கிழமை

இன்றைய தினம் இதுவரைக்கும் சென்னப்பட்டணத்திலே நடக்கிற அநியாயத்தை காகிதம் முனையிலே எழுதி முடியாது. இதல்லாமல் அந்தப் பட்டணத்திலேயிருந்த வர்த்தகர் லக்ஷாதிகாரிகளாக அல்லாமல் மற்றப் பட்டணங்களைப் போலே ஒரு பட்டணத்திலே பத்து வீட்டுக்காரர் வர்த்தகர் பத்துப் பணம் விசேஷித்து உண்டானவர்களாம். மற்றவர்கள் தற்போசிகள். தரித்திர குடித்தன முறையாயிருந்த பட்டணமல்லவே. அப்படிப்பட்ட பட்டணமும் கலாபமாகி இவர்கள் வசமாய் வந்தது முதல் அதற்கு முன்காலம் கலாபமமிருந்தாப் போலேயும் வருது. சுற்றிக்கொண்ட படியினாலே அவனவன் ரொக்கமாயிருக்கிறதை மாத்திரம், சிறிது பேர்கள் மாத்திரம் கொண்டு போனார்களே அல்லாமல் மற்றப் பேரெல்லாம் வீட்டிலே புதைத்தவனும் அடுப்பங்கறையிலே புதைத்தவனும் குளத்துக்குப் போகிற விடத்திலே புதைத்தவனும் சாக்கடையிலே புதைத்தவனுமாய் இருந்தாப்போலேயும் இருந்து போய்விட்ட படியினாலேயும் மறுபடி இங்கிலீசுக்காரருக்குத் தானே பட்டணம் ஆகுதென்றிருந்த பேரும் கோட்டையென்ன கோட்டையா, எளிதில் பிடிபடுவோமென்று நம்பிக்கையாய் வைத்துப்போட்டுப் போனவர்களும் இப்படி நானாவிதமாய்

பணதிகளை வைத்துப்போட்டுப் போனவர்கள் எல்லாரும் சமானமாய் சரக்குகள், வீட்டுத் தட்டுமுட்டுகள், தானியம் தவசம் கூட வைத்துப்போட்டுப் போனதெல்லாம் கொள்ளையிலே மாயே சிப்பாய்கள் சொல்தாதுகள் முதலாய் கடைசி கூலி வேலை செய்கிறவன் உள்பட அவறவனுக்குப் பத்துப் பணம் விசேஷித்து அகப்பட்டதே யல்லாமல் கூலிக்காரன் கூட நூறு வராகனுக்குக் குறைய அகப்பட்டு வந்தவனில்லை.

கூலிக்காரனிப்படியானால் முசியே லபோர்தொனே முதலான சர்தார்கள், கோன்சேல்காரர், கணக்கர், மற்றுமுள்ள உத்தியோகஸ்தருக்கு என்ன அகப்பட வேணுமோ இதன் பேரிலே யோசனைப்பண்ணிக் கொள்ளுங்கோள். மாயே சமேதாருக்கு மாத்திரம் இரண்டு லக்ஷம் வராகனுக்கு உண்டு. அவர்களுக்குக் கொள்ளை அகப்பட்டதென்றால் மற்றப்படி எவ்வளவோ என்று எந்தத் தொகையைக் கண்டு எழுதலாம்.

குபேரன் பட்டணம் கொள்ளை போனால் போன பேருக்கு அவனவன் அதிர்ஷ்டானுசாரமாய் அவனவன் அதிகார குணமாகப் பட்டது. அதுதான் சண்டை கொள்ளையிலே அகப்பட்ட படியினாலே அதை விசாரிக்க நியாயமில்லை. அப்பால் பட்டணமிவர்கள் சுவாசமான பிற்பாடு மேலே எழுதப் பட்டவர்கள், உத்தியோகஸ்தர், லக்ஷாதிகாரிகள் பிராஞ்சு கொடி போட்ட மட்டுக்கும் நாம் குடித்தனம் பண்ணுகிற பேர், பட்டணம் ஆர் வசமானாலும் அவன் கீழேயிருந்து குடித்தனம் பண்ணுவோம் என்றிராமல் அவனவன் கஷ்டகாலமென்னப்பட்டது. பிராஞ்சுக் காரர் பலவந்தமாய்க் கிரிஸ்தாமாக்கு வார்களென்றும் இங்கிலீசுக் காரரைப் போலே லிபிடுதாது இல்லை. மனம் பொறுக்கிற வர்களல்ல. காதறுக்கிறதும் தூக்குகிறதுங் கண்டனை தெண்டனை ரொம்ப வென்றாப் போலேயும் இவர்களுக்குப் பூத தயவில்லை என்றாப் போலேயும் மனம் சனுவுப்பட்டு விடுவிப்பில்லை யென்றும் இங்கிலீசுக்காரருக்கு மறுபடியும் பட்டணம் ஆகும். அவர்கள் விட்டுப் போகிறதில்லை யென்றும் அப்போது அவர்களண்டையிலே போய் நிற்கிற தெப்படி?

அவரவர் சாப்போனபடிக்கெல்லாம் யோசனை பண்ணிக்கொண்டு வராமல் நின்று போன படியினாலே அதைத் துரைத்தனம் பண்ணுகிற முசே துய்ப்ளேக்ஸ் குவர்னதோர் அவர்கள் அதற்கொத்த பேரை வைத்து அந்தத் தட்டுமுட்டுச் சரக்குகள் முதலாகிய தினுசுகளெல்லாம் எடுத்தெழுதி பத்திரப்படுத்தாமல் அதை அங்கே இருக்கிறவர்களுக்கு எழுதுகிறதைக் கண்டிப்பா யெழுதாமல் அவனுக்கு அவரவர்கள் சரக்கைப் பத்திரம் பண்ணி

வைக்கவுமென்றும் எழுதினால் அவன் தனக்குச் சம்மதியான பேரை தனக்குத் திருடிக்கொண்டு வந்து கொடுக்கிறவர்களாய் அனுப்பினால் அவர்கள் பத்துப் பேராய்ப் போவார்கள். பேருக்குச் சத்தாய் திருடுவார்கள். அப்பால் எசமானுக்குச் சிறிது கொடுப்பார்கள். இதிலே அந்த வீட்டுக்காரர் வந்து பேசினால் அந்தச் சரக்கை வெளியே கொண்டு போகிறதுக்குக் கால்வாசி அரைவாசி பேசிக்கொண்டு விட்டு விடுகிறது.

இந்தப்படிக்குப் பேசாமல் போனவர்கள் சரக்கு எசமானுக்குச் சற்றும் போகிறவர்களுமாய்ச் சரிகட்டி கும்பினீர் தளத்தின் பேரிலே எவ்வளவாகிலும் எழுதி வைக்கிறதும் அதற்குப் பேருக்கு எழுதி அதையும் அப்பாலே அனுப்பி விடுகிறதும் இப்படி நானாவிதமாய் நாள்தோறும் நடக்கிற சேதியைக் குவர்னதோருடனே சொல்லி, இப்படியெல்லாம் நடக்கிறதென்றால் அப்போது மாத்திரம் கோபித்துக் கொண்டும் நீர் வர்த்தகருக்கு எழுதியனுப்பும். புதுச்சேரியிலே குடி வந்திருந்தால் உங்களுக்குத் தட்டுமுட்டுச் சரக்கு சப்பட்டைகள் சமஸ்தமும் கொடுத்து விடுகிறோம் என்று சென்னப்பட்டணம் வர்த்தகருக்கெல்லாம் சென்னப்பட்டணம் பிடிக்கப் போகிற நாள் முதல் பங்குனி 20 வரைக்கும் வர்த்தகருக்கு எழுதி அனுப்பச் சொல்லுகிறதும் அவரவர்கள் தங்கள் நிறைவு குறைவுகளை எழுதி, இப்படி அப்படி நடக்க வேணுமென்றும் சொன்னால் அதற்கு எங்கே இல்லாத கோபமும் வருவித்துக் கொள்ளுகிறதும் அதற்குத்தக்க உத்தரவில்லாமற் போகிற படியினாலேயே அவர்களுக்குப் பீக்காம் விடாமல் அவர்களுக்கு அவர்களே எழுதுகிற உத்தரவிலே அவர்கள் பேரிலே மெதலையாக்கி பதிலுத்தரவு இரண்டு மூன்று தரம் எழுதி வெங்குபாது கண்டி வெங்கய்யன், வரதய்யன் முதலான பேர்கள் அனுப்பினதற்கு அவர்களும் இங்கிலீசுக்காரரும் சென்னப்பட்டணத்தை விடத்தக்கதில்லை யென்றும், அவர்களுக்கும் கப்பல் வருகிற சாடை யிருக்கிறதென்றும் இந்தத் தடுக்கிலே வராமற் போனார்கள்.

1747 நொவம்பர் 19 கார்த்திகை 7 ஆதிவாரம்

இற்றைநாள் காலத்தாலே துரை கோவிலுக்குப் போய் வந்த பிற்பாடு நானும் போனேன். அப்பால் சென்னப்பட்டணத்திலே இருக்கிற குடிகள் அனைவரும் அப்போது கண்டி வெங்கய்யரைப் பயணம் பண்ணித் துரை பேருக்கு ஒரு காகிதமும் என் பேருக்கு ஒரு காகிதமும் எழுதியனுப்பினார்கள். அந்தக் காகிதத்துத் தலைப்பு முன் சிந்தாதிரிப்பிள்ளையார் கோவில் மட்டுக்கும் இடித்து நிரவினார்கள். அந்த மட்டிலே நிறுத்தி யிருந்தது. இப்போது லாகிரி கடைகள் மட்டுக்கும் இடிக்கிறதாய்க் கூச்சலிட்டார்கள்.

நாங்கள் சர்வ சோபானமும் போக்கடித்துக் கொண்டு வீடாகிலும் தப்பினால் போதுமென்று நிழலிலே இருப்போமென்றும் இதையும் இடிப்போ மென்றால் எங்களுக்கு விஷப்பிரயோகம் பண்ணிக்கொள்ளுகிறதே யல்லாமல் வேறே இல்லையென்றும் அப்பால் உபசாரமும் தங்களுக்கு வந்த கஷ்ட காலத்தையும் எண்ணி ரொம்பவும் எழுதி அவர்கள் அனைவரும் கையெழுத்துகள் போட்டனுப்பினார்கள். அந்தக் காகிதத்திலே இருந்தது என் கையிலேந்தி என்ன எழுதி இருக்குதென்று கேட்டார்.

தெலுங்கிலே எழுதி சென்னப்பட்டணத்து வர்த்தகர் குடிகள் அனைவரும் கையெழுத்துப் போட்டிருக்கிறார்களென்று உபசாரம் ரொம்பவும் எழுதினதாய்ச் சொல்லிட்டுப் படிக்கச் சொல்லி உத்தாரம் கொடுத்தீர்களா? முன் சென்னப்பட்டணம் கலாபத்திலே சர்வ சோபானமும் போக்கடித்துக் கொண்டு காலம் கருப்பு களினாலே மெலிந்து வேறே ஆதரவில்லை. உம்முடைய ஆதரவாகிய நிழலில் வந்து சேர்ந்து சாக்ஷாமடம் பிரமமாகிய வெய்யிலிலே அடிபட்ட கங்கையைச் சம்பனம் பண்ணிக் கொள்ளுவோ மென்று யோசனை பண்ணி வந்த எங்களை ரட்சிக்கிறது பெரிய காரியமே யல்லாமல் அட்டி சொல்லுகிறது பெரிதல்ல. சுவாமி தயவினாலே உமக்கு வெகு கீர்த்தியும் புண்ணியமும் அநேக திக்கு விஜயமும் உண்டாகப் போகிறதென்று இத்தனை சனங்கள் எழுதிக்கொண்ட மன்றாட்டின் படிக்குத் தயவுபண்ணினால் உமக்குச் சுவாமி மேலே எழுதப்பட்ட இத்தோதிக்க ஐசுவரியமெல்லாம் கொடுப்பார் என்றும் அந்தப்படிக்கு நாங்கள் உத்திரவாதியென்று எழுதினார்களென்றும், பின்னையும் எப்படி ஸ்தோத்தரித்துச் செப்பனிட வேணுமோ அந்தப்படிக்கெல்லாம் சொன்னதற்கு அவர் ஒரு பேச்சாய் என் வாய் மூடத்தக்கதாகச் சொன்னார்.

நான் அந்தப் பட்டணம் வைக்க வேணுமென்கிற மனதிருந்தாலல்லவோ இந்தப் பேச்சுகளெல்லாம் கேட்க வேணும். அதைச்சுற்றித் தரையாக்கி அவர்களைக் கொண்டு வந்து புதுச்சேரியிலே சேர்த்துப் பெரிய பட்டணமாக்க வேணுமென்று நினைத்திருக்கிற எனக்கு நீ சொல்ல வருகிற யோசனை சரிப்படுமா? சுவாமி தயவினாலே இந்தப் பட்டணம் சென்னப் பட்டணத்தைப் போலவே நூறு பங்கு அதனமாய்ப் பண்ண வேணும் என்று நினைத்திருக்கிறதற்கு நீ சகாவாய் இருக்கிறாப் போலே காணவில்லை. உன் நினைப்பைப் பார்த்தால் என்று ஒரு வாட்டு போட்டார். அதற்கு நான் போன வருஷந்தானே என்ன சொன்னேன். விபவ முதற்கொண்டு இந்தப் பட்டணம் மாமூறாயம்

காபிரு பலமாய் நடக்கும். அப்போது வெகுசனம் வீடுகட்டுகிறதற்கு இடமில்லாமல் திரியப் போகிறார்களென்று சொல்லவில்லையா? அதற்கு இன்னும் நாலு மாதம் கெடுவு போகவேணும் என்று சொன்னேன். நல்லது. வந்த பிராமணனுக்குத் தெரியச் சொல்லி அந்த சனங்களெல்லாம் இவ்விடத்துக்கு வந்து வீடுகட்டி யிருக்கத்தக்கதாக எப்படிச் சொல்ல வேணுமோ அப்படிச் சொல்லி அதற்கு அவர்களுக்கு உத்தாரம் சம்பிரமமாயிருக்கத் தக்கதாக எழுதி பிராமணனுக்குத் தெரியச் சொல்லி அனுப்பிவிடு என்று சொன்னார். ...

1747 நொவம்பர் 27 கார்த்திகை 15 சோமவாரம்

தம்பிச்சா முதலி மருமகன் கனகராயமுதலிக்குச் சகலபாடியாகிய வெள்ளைக் குஷ்டம் பிடித்த மலைக்கொழுந்து முதலியைச் சென்னப்பட்டணத்துப் பெரிய துபாசித்தனம் பண்ணுகிறதற்கு ஏற்பாடு செய்து விசாரித்து நியமித்து மலைக்கொழுந்து முதலியை முசியே பெடுத்தல்மிக்குக் காண்பித்து இவன் பெரிய துபாசி, இவனைக்கூட அழைத்து ... . ப்போவென்றும் அப்பால் திரிந்திடும் திருட்டுப் பயல், சுருட்டுப் பொறுக்கிக்கொண்டு, சின்னதுரை வீட்டிலே எச்சல் பீங்கான் எடுத்துக்கொண்டு திரிந்த நல்லதம்பி என்கிற பாளையக்காரனென்று காண்பித்து அவனுக்குத் தளவாய் நாய் பிடித்த சவுரி என்கிற பள்ளிப்பயலையும் அப்பால் மலைக்கொழுந்து முதலி மகன் வற்லாமுக்கு மூத்தவன் கொழுந்தையப்ப னென்கிறவனைச் சாவடிக்குத் துபாசி என்று நியமித்த பேரைக் காண்பித்து அழைத்துப் போகச் சொல்லி சொன்னார்.

அப்பால் முசியே பெடுத்தல்மேயையும் மோராவையும் சென்னப் பட்டணத்திற்குப் போகத்தக்கதாக பயணமாய் அனுப்புவித்துக் கொண்டு போனார்கள். துபாசிகளும் பாளையக்காரரும் கூடப் போனார்கள். இந்தப் பெரிய துபாசியும் இந்தப் பாளையக்காரரும் வந்த வரலாறென்ன வென்றால் மதாம் துய்ப்ளேக்சுக்கு ஆயிரத்தைந்நூறு ரூபாய் மட்டுக்கும் நல்லதம்பி பள்ளிப்பயல் செலவழித்துப் பாளையக்கார உத்தியோகம் வாங்கிக் கொண்டான். இதல்லாமல் ஒரு உடம்படிக்கைச் சென்னப்பட்டணத்திலே முன்னேயிருந்த பாளையக்காரன் வாரினதெல்லாம் அவன் எடுத்துக்கொண்டு போனானென்றும் மனதிலே எப்போதும் தைரியத்தைப் பாராட்டித் கொண்டு இருக்கிறபடியினாலே துபாசிகளை பாளையக்காரன் எல்லாம் தன் மனுஷராய்ப் போட்டுச் சும்மா வாரிப்போடலாமென்றும் சகலமும் தன் அமுலாய்த் தன் அதிகாரத்தின் பேரிலே தன் சொல்லின் பேரிலே நடத்திக்

கொள்ளலாமென்றும் பெடுத்தல்மி துரைத்தனம் பண்ணப் போகிறவன் முசியே துலோராம் போலே விவேகியல்ல வென்றாப்போலேயும் இப்படி எல்லாம் யோசனைபண்ணி அந்தப் பக்கத்திலே எழுதப்பட்ட துபாசிகளையும் பாளையக்காரரையும் அமர்த்தி முசியே துய்ப்ளேக்சுக்கு, முசியே துலோராம் நடப்பித்த காரியத்திற்கெல்லாம் சாதகம் வரவேணு மென்றாப் போலேயும் கொள்ளையிடுகிறதற்கு லகுவென்றாப் போலேயும் இப்படியாக அவர் புத்தியை மயக்கித் தன் அதிகாரம் செலுத்தவும் காசு சுற்றவும் யோசனை பண்ணித் துரை கையிலே உத்தாரம் வாங்கிக் கொடுத்து அனுப்புவித்தான். ...

1747 டிசம்பர் 10 மார்கழி 8 செவ்வாய்க்கிழமை

அப்பால் சென்னப்பட்டணத்திலே யிருந்து முசியே பெடுத்தல்மி, மலைக்கொழுந்து முதலி, தபாலிலே யிருந்த சேவகன் என்றவன் நயினாராய் வந்த நல்லதம்பி எச்சல் பீங்கானெடுத்தவன். இவனுக்கு நயினார் உத்தியோகம் பண்ணவும் பெரிய துபாசித்தனம் பண்ணவுமிவர்கள் யோக்கியரல்ல. வேறே அனுப்பச் சொல்லி இப்படியாகச் சென்னப்பட்டணத்திலே யிருந்து முசியே பெடுத்தல்மி இவ்விடத்து கொமிசேலுக்கு எழுதி அனுப்பினார். அவர் எழுதியனுப்புவித்தது, அவர்களை அவ்விடத்திலே நடப்பித்த காரியமென்ன வென்றால் நல்லதம்பி என்கிற பள்ளிப்பையன் பாளையக்காரனும் வற்லாம் தமையன் சாவடி துபாசி கும்பினீர் கொடுத்தியேர் முகாந்திரமாக உத்தியோகத்துக்கு ஏற்பட்டு அதிகாரம் பண்ணிக்கொண்டு வருகிற சமயத்திலே அவ்விடத்திலே அரும்பாத்தைப்பிள்ளை உத்தியோகமாய்ப் போயிருக்கிற திருக்காமிப் பிள்ளை குமாரனும், முத்தய்யனும், சுப்பய்யன் குமாரனும், செல்லப்பிள்ளையும் இவர்கள் இரண்டு மூன்று பேரும் கூடிக்கொண்டு அவ்விடத்திலே முசியே மோறவுடனே என்னென்ன சொன்னார்களோ தெரியாது.

அதன் பேரிலே ஒரு நாள் வேளையிலே முசியே மோற, சாவடி நியாயத்துக்குப் போனவிடத்திலே நல்லதம்பி என்கிற பள்ளிப்பையன் சிறிது நியாயங்கள் சொல்லப்போன விடத்திலே மனதிலே ஒன்றை நினைத்துக்கொண்டு அவனை ஏன் என் உத்தாரமில்லாமல் காவல் வைத்தாய், அவனை ஏன் விட்டு விட்டாயென்று ஒன்றைப் போட்டு ஒன்றை சுமத்தி உனக்கும் பாளையக்கார உத்தியோகத்துக்கும் எத்தனை தூரம், உனக்கு எச்சல் பீங்கான் எடுக்கத் தெரியுமே யல்லாமல் இந்த உத்தியோகத்துக்கு நீ பாத்திரமா? உனக்கென்ன தெரியுமென்று பாளையக்கார உத்தியோகத்துக்கு வந்தாயென்று சொல்லி பெரம்பை

எடுத்துக்கொண்டு பத்து பதினைந்து அடி வரிசையாய் மாட்டிவிட்டு, சூத்துமேலே இரண்டு உதை போட்டுத் துரத்தி விட்டார்.

அதன் பேரிலே வற்லாம் தமையன் சாவடி துபாசித்தனம் பண்ணப்போன விடத்திலே அவனுக்குப் பேச்சு நன்றாய் தெரியவில்லை யென்கிறதாய் இந்த உத்தியோகத்துனுடைய சாடை யுனக்கென்ன தெரியுமென்கிறதாய் சூத்துமேலே இரண்டு உதையைக் கொடுத்து போகச் சொல்லி முசியே பெடுத்தல்மி அண்டைக்குப் போய் இவர்கள் இந்த உத்தியோகத்துகத்துக்கு யோக்கியரல்ல. பெரிய துபாசி கும்பினீர் கொடுத்த சியோமாய் வந்திருக்கிற மலைக்கொழுந்து முதலி டபாலிலே சேவகனா யிருந்தவன். இவனுக்கு வர்த்தகருடைய தாரதமியம் தெரியுமா? அவரவருடைய மட்டந்திட்டம் தெரியுமா? இவனுக்கு என்ன தெரியும் என்று துபாசியாய் அனுப்புவித்தார்கள்? இந்த உத்தியோகத்திலே பெரிய மனுஷனாகவும் யோக்கியனாகவும் இருக்க வேணுமே யல்லாமல் இப்படிப்பட்ட சுருட்டுப் பொறுக்கிகளையா வைக்கிற தென்றும், மலைக்கொழுந்து முதலியையும் ஒரு நாள் சூத்துமேலே உதைத்து இந்த உத்தியோகத்தின் லக்ஷணமே தெரியுமா வென்று சொல்லி அதன் பேரிலே இவர்களெல்லோரும் முட்டாள்கள்; இவர்கள் மதாமுடைய ஒத்தாசை அனுசரணையின் பேரிலே இவ்விடத்திலே யிருக்கிறதெல்லாம் கொள்ளையிட்டு அனுப்புவிக்கிறோமென்று சொல்லி வந்திருக்கிறார்களென்று யோசனை பண்ணி, அவ்விடத்திலே அவர்களுக்குத் தக்கபடிக்கு நடத்திப்போட்டு இவ்விடத்துக் கொமிசேலுக்கு எழுதிக்கொண்டார்கள். வேறே மனுஷரை அனுப்பச் சொல்லி எழுதினார்கள்.

அப்படியிருக்க, அவ்விடத்திலே உதையும்பட்ட பெரிய மனுஷர் இவ்விடத்து மதாமுக்கு எழுதிக்கொண்டதென்ன வென்றால்: முத்தையனும் சுப்பையன் குமாரனும் செல்லப்பிள்ளையும் சொல்லி அடிப்பித்தார்களென்று சொல்லி எழுதியனுப்பின கடுதாசியை மதாம் திரான்சிலிட்டு பண்ணி துரையவர்கள் கையிலே கொடுத்தாள். அந்தக் கடுதாசியைப் பார்த்துக்கொண்டு அவர்கள் இரண்டு மூன்று பேரையும் இவ்விடத்துக்கு அனுப்புவிக்கச் சொல்லி எழுதி முசியே பெடுத்தல்மிக்கு எழுதின காகிதத்திலே அவர்களுக்குத் தெரிந்ததும் தெரியாததற்கும் பத்து நாளைக்கு கவையிருந்தார்களானால் தன் இச்சையாய் தெரிந்துவிட்டுப் போகுது. அவர்கள் பேரிலே சற்று தயவுபண்ணிக் கொண்டு வர வேணுமென்று உபசாரமாய் எழுதியனுப்புவித்தார்கள். மற்றப்படி இனிமேலவர்கள் இவ்விடத்துக்கு வந்த பிறகு என்ன நடக்குதோ அறியவேணும்.

நாட்குறிப்பு 31

சென்னை கோட்டையில் கிடா வெட்டு

சொந்த நாட்டு மக்களிடமே கொள்ளையடித்த ராணுவத்தைப் பற்றி, சென்னைப் பட்டணத்தில் பிரெஞ்சு படையினர் நடத்திய அட்டூழியத்தைப் பற்றியெல்லாம் 'குபேரன் பட்டணம் இப்படிக் கொள்ளைப் போகிறது' எனும் ஆனந்தரங்கரின் ஆதங்கத்தையும் கடந்த பதிவில் விரிவாகப் பார்த்தோம்.

சென்னைப் பட்டணத்தைத் தரைமட்டமாக்க வேண்டும்; இங்கிருந்து வெளியேறுபவர்களைப் புதுச்சேரியில் குடியமர்த்தி அந்தப் பட்டணத்தை அகண்ட பட்டணமாக்க வேண்டும் என்பதே பிரெஞ்சு ஆளுநர் துய்ப்ளேக்சின் கனவு. ஆனால் இது நிறைவேற வில்லை. பிரான்சில் (பிரெஞ்சு, பிரிட்டிஷ்) ராஜாக்களிடையே ஏற்பட்ட உடன்படிக்கையின்படி சென்னைப்பட்டணம் கிழக்கிந்திய கம்பெனி வசம் மீண்டும் ஒப்படைக்க வேண்டியதாயிற்று.

இது தொடர்பான கடிதப் போக்குவரத்துகள் 1749 ஜூலை இரண்டாவது வாரத்திற்குப் பிறகு நடந்தேறின. இது, ஆளுநர் துய்ப்ளேக்சுக்கு பெரும் விசனத்தை ஏற்படுத்தியது. பட்டணத்தை ஒப்படைப்பதற்குத் தவணை கேட்டு இங்கிலீஷ்காரர்களுக்குக் கடிதம் எழுதினார். இதற்கிடையில் சென்னையின் நிர்வாகப் பணிக்குப் போயிருந்த பிரெஞ்சு அதிகாரிகள் தட்டுமுட்டுச் சாமான்களுடன் புதுச்சேரி திரும்பினார்.

ஆமாம்: 1749 செப்டம்பர் மாதம் முதல் தேதி திங்கட்கிழமையன்று சென்னைக் கோட்டை இங்கிலீஷ்காரர் வசம்

ஒப்படைக்கப்பட்டது. இதன் மூலம் இரண்டு வருஷம் பதினொரு மாதம் பத்து நாள், பிரெஞ்சு ஆட்சி முடிவுக்கு வந்தது. இதற்கு முன்பு நூற்று இருபத்தொரு வருஷமும் ஐந்து மாதத்துக்கு இங்கிலீஷ்காரர் ஆட்சி சென்னப்பட்டணத்தில் நடந்தது என்கிறார் ஆனந்தரங்கர். இது, அவரது வரலாற்று அறிவை நமக்குக் காட்டுகிறது.

சென்னை கோட்டையில் இங்கிலீஷ்காரர் மீண்டும் கொடி போட்டவுடன், 'அந்தக் கொடி போடுகிற வேளைக்கு அநேகம் தமிழர்களும் துலுக்கர்களும் சோணகர்களும் பட்டணவர்கள் கூலிக்காரர் முதலாய் பத்து லக்ஷம் பிரஜைகள் வந்து நிரம்பிப் போனதாக' சொல்கிறார் ஆனந்தரங்கர்.

கொடி போடுவதற்கு முன்பாக, கோட்டையில் பிராமணர்களைக் கொண்டு தேங்காய் உடைத்துப் பூசைகள் நடைபெறுகின்றன. மேலும், ஆடுகள் வெட்டி பலியிட்டு தமிழர் முறைப்படி என்னென்ன சடங்குகள் செய்ய வேணுமோ அவற்றையும் செய்தனர். மீண்டும் ஆட்சிப் பொறுப்பை ஏற்றுக்கொண்ட இங்கிலீஷ்காரர்கள் சகல ஜனங்களுக்கும் தமுக்கு போட்டுச் சொன்னது: 'தீர்வை வரி மற்றும் சகல சரக்கு வீட்டு வரி குப்பை வரி முதலானது களென்ன என்ன உண்டோ அதுகளெல்லாம் இன்னும் ஐந்து வருஷத்துக்கு செலுத்தத் தேவையில்லை. '

'பட்டணத்துக்குள்ளே குடியிருக்கிற ஜனங்கள் வந்து நிரம்பினாலும் பழய சென்னைப்பட்டணமாக இன்னம் இருபது முப்பது வருஷம் செல்லாமல்படி சுவர்ண பட்டணமாகமாட்டாது. அது எதனாலென்றால் நூற்று இருபத்தொரு வருஷம் பட்டணமானது எடுபட்டுப் போய் சின்னாபின்னமாய் தெரித்துப் போய் மறுபடி பழையப்படி யாகிறது விளையாட்டிலே யிருக்கிறதா?' என்றும் கேட்கிறார் ஆனந்தரங்கர்.

இவற்றினூடாக 'கோல்கொண்டா விசாபுரம் ஆற்காடு முதலான பட்டணங்கள் அழிந்து ஒரு சென்னைப் பட்டணமாச்சுது' எனும் தகவலையும் பதிவு செய்கிறார் ஆனந்தரங்கர்.

இதற்கிடையில் சென்னை கோட்டை தங்கள் வசமான தகவல் செப்டம்பர் 3ம் தேதி தான் தேவனாம் பட்டணத்திலுள்ள இங்கிலீஷ்காரர்களுக்குக் கிடைத்தது. அந்த சந்தோஷத்தை வெளிப்படுத்தி அவர்கள் விஸ்தாரமாய் போட்ட பீரங்கி குண்டுகள் சத்தம் புதுச்சேரியில் கேட்டது!

சென்னைப்பட்டணம் இங்கிலீஷ்காரர் வசமானமானதைச் சொல்லும் பதிவிலிருந்து அடுத்த மூன்று (செப்டம்பர் 5 முதல் 8

வரையிலான) நாட்களுக்கான குறிப்புகள் ஆனந்தரங்கரின் நாட்குறிப்பில் இல்லை. அவை இருந்திருந்தால் ஆங்கிலேயரிடம் சென்னை ஒப்படைத்தது குறித்த மேலும் பல தகவல்களை நாம் அறிந்துகொள்ள ஏதுவாக இருந்திருக்கும்!

சுக்கில ஆடி 6 1749 சூலை 18 சுக்கிரவாரம்

... அப்பால் இங்கிலீஷ்காரருக்கு எட்டு நாளைக்குள்ளாக இரண்டு கப்பல் சீர்மையிலிருந்து வந்ததே அதிலே சென்னைப்பட்டணம் ஒப்பித்துக்கொள்ளச் சொல்லி சேதி வந்தது. ...

சுக்கில ஆடி 7 1749 ஜூலை 19 சனிவாரம்

இற்றைநாள் காலையில் துரையவர்களிடத்தில் போனவிடத்திலே அவர்கள் மேஸ்தர் புஸ்காவேன் அனுப்பின காகிதத்துக்குப் பதில் எழுதுகிறதற்கு கோன்சேல் பண்ணி பதில் காகிதமெழுதிக் கொடுத்து அங்கேயிருந்து வந்த சோபுதார் மூன்று நாளாய் காத்திருந்தவன் கையில் கொடுத்துப்போகச் சொன்னார்கள். இந்த காகித சேதி பார்த்தால் அவர்கள் சென்னைப்பட்டணம் ஒப்பிச்சுக் கொள்ளச் சொல்லி தங்களுக்கு சீர்மையிலிருந்து ஏழெட்டு நாள்களுக்கு முன்பாக வந்த சீர்மை கப்பலிலே வந்த சேதி யெழுதினதாக வேணும். அதற்கு அவர்களப்படியே ஒப்புச்சுப் போடுகிறோம். எங்களுக்கு கப்பல் வருகிறதற்கு நாழிகை கெடுவின் பேரிலே யிருக்கிறது. அப்படியே வந்த உடனே அதன் பேரிலே எங்களுக்கு வருகிற காகிதம் பார்த்துக்கொண்டு ஒப்பித்துப் போகிறோமென்று எழுதினார்களே அல்லவென்று அதிலே யாதொரு தவணை எழுதியிருந்து அந்த தவணைபடிக்கு ஒப்பித்து போகுகிரோமென்று எழுதினார்களே. இதிலே இரண்டிலே ஒன்று எழுதியிருக்க வேண்டுமென்று தோற்றுவது. ...

சுக்கில ஆடி 11 1749 ஜூலை 23 புதவாரம்

இற்றைநாள் காலையிலே பிரபுவுனிடத்திலே போனவிடத்திலே பிரபு அலுவலாயிருந்த படியினாலே பாக்குக் கிடங்குக்கே வந்தேன். ஆனால் மூன்று நான்கு நாளாய் வெகு யோசனையின் பேரிலே யிருக்கிறதாய் தோற்றி யிருக்கிறது. அது எதனா லென்றால்: சென்னப்பட்டணம் முசியே லபோர்தொனே ஒப்பித்து வந்தபடிக்கு சென்னப்பட்டணத்தை இங்கிலீஷ்காரருக்கு ஒப்பித்துப் போடச்சொல்லி சீர்மையிலிருந்து மாஸிஸ்தருகான் எழுதி கொடுத்த காகிதத்தை மேஸ்தர் புஸ்காவேன் அனுப்புவித்து ஒப்பிக்கச் சொல்லி எழுதியனுப்பின படியினாலே அதற்கு பதிலுத்தாரம் எங்களுக்கு கப்பல் ஏழெட்டு நாளையிலே வரும்.

வந்தவுடனே அதன் பேரிலே வருகிற காகிதங்களைப் பார்த்துக்கொண்டு உங்கள் பட்டணம் உங்களுக்கு ஒப்பித்துப் போடுகிறோம் என்று எழுதியனுப்பின படியினாலே முசியே லபோர்தொனே ஒப்பித்தும் போனபடிக்கு ஒப்பித்துப் போடச்சொல்லி எழுதிவந்த படியினாலே பிற்பாடு வீடுகளெல்லாம் பிடித்துப் போட்ட படியினாலே வீட்டுக்கிரயங்கள் கொடுக்க வேண்டி வரப்போகுதென்று அந்தப் பிக்காரமிலே மனதுக்கு விசாரமாயிருக்கிறதாய் சொல்லிக்கொள்ளுகிறார்கள்.

சுக்கில ஆவணி 23 1749 செப்டம்பர் 4 குருவாரம்

இந்த நாள் பகலுக்கு மேலாக முசியே பெடுத்தல்மி முசியே மோறா முதலான சென்னைப்பட்டணம் கொம்மாந்தாம் இரண்டாவது சொல்தாது கப்பித்தான் மாரி சேருவைக்காரன் முதல் கூலிக்காரர் முதலாய் இவ்விடத்திலிருந்து சென்னப்பட்டணம் பிரான்சு காரதானப் பிற்பாடு போயிருந்தவர்கள் சமஸ்தான பேருக்கும் அவரவர் தட்டுமுட்டுகள் சட்டிப்பானை உட்பட முன் அனுப்பிவிட்டது போக மற்றதுகளிருக்கிறதை எடுத்துக் கொண்டு வந்து சேர்ந்தார்கள். அப்பால் நாலரை மணிக்கு கோட்டைக்கு துரையவர்களண்டைக்குப் போய் சந்தித்துக் கொண்டு முசியே பெடுத்தல்மி முசியே மோறா முசியே குப்பி சொல்தாது கப்பித்தான் முசியே லொத்திசு இவர்கள் நாலு பேரும் துரையவர்களுடனே சொன்னதென்னவென்றால்:

நாளது செப்டம்பர் மாத முதல் தேதி திங்கட்கிழமையன்று சென்னப்பட்டணம் கோட்டையும் பட்டணமும் இங்கிலீஷ்காரர் முசியே லேரென்சு தேவனாம்பட்டணம் மேஜர் அரியாங்குப்பத்து சண்டையிலே அகப்பட்டு பிரிசோன்னாயிருந்து அப்பால் சென்னப் பட்டணம் ஒப்பிக்கொள்ளுகிற நிமித்தியம் இவ்விடத்திற்கு வந்து சென்னைப்பட்டணம் செப்டம்பர் முதல் தேதி ஒப்பித்துக் கொள்ளுகிறதற்கு உடன்படிக்கை பண்ணிக்கொண்டு போன மேஸ்தர் லேரென்சு நாளாகிய செப்தம்பர் முதல் தேதி திங்கட்கிழமை எட்டு மணி வேளைக்கு அவர்களிங்கே ரெசு போடச்சே பிராமணர்கள் வந்து பூசைபண்ணி தேங்காயுடைத்து ஆடுவெட்டி பலியிட்டு என்ன என்னமோ தமிழ்ச்சடங்குகள் செய்து கொடி போட்டார்களென்று அப்பால் கோட்டையிலே இருக்கிற பீரங்கிகளும் கப்பல்களிலே இருக்கிற பீரங்கிகளும் ஏக வேளையிலே விபரீதமாய் சுட்டார்களென்றும் முன் சென்னப் பட்டணத்திலிருந்து வெளியே போயிருந்த தமிழர்கள் நம்முடைய நாளையிலே ஒருத்தராவது வராது இருந்தவர்களெல்லாம் எங்கே யிருந்தார்களோ அந்த கொடி போடுகிற வேளைக்கு அநேகம்

தமிழர்களும் துலுக்கர்களும் சோணகர்களும் பட்டணவர்கள் கூலிக்காரர் முதலாய் பத்து லக்ஷம் பிரஜைகள் வந்து நிரம்பிப் போய் அவரவர்களுக்குத்தான் கோட்டையும் பட்டணமும் வந்தாப் போலே அந்த ஜனங்களுடைய சந்தோஷத்தையும் அவர்களங்கே நடப்பித்த தமிழ் சடங்குகளையும் சொல்லி அப்பால் மேஸ்தர் புஸ்காவேன் அமிரால் மலாட்டு என்கிற ராஜாவினுடைய இஸ்காதுக்கு தலைவன் முதலான பேர்களும் கும்பினீரை சேவித்த மேஸ்தர் மார்சு முதலான இங்கிலீஷ்காரர்களும் இறங்கி மத்தியானத்துக்கு சாப்பிடுகிறதற்கு என்னைக் கூட இருக்கச் சொன்னார்கள்.

அதற்கு முன்பாக நான் தவிர மற்ற சமஸ்தமான பேரும் மயிலாப்பூரிலே போயிருந்து நான் வருகிற மட்டுக்கும் காத்துக் கொண்டிருந்தார்களென்றும் அப்பால் நான் பகலுக்கு சாப்பிட்டு இங்கிலீஷ்காரருடனே மூன்று மணிக்கு புறப்பட்டு வந்தேனென்றும் இங்கிலீஷ்காரர் பட்டணத்துக்குள்ளே வந்து கோட்டையிலே கொடி போட்ட உடனே சகல ஜனங்களுக்கும் சொன்னது என்னவென்றால் ஐந்து வருஷத்துக்கு தீர்வை வரி முதலானதுகள் சகல சரக்கு வீட்டு வரி குப்பை வரி முதலானதுகளென்ன என்ன உண்டோ அதுகளெல்லாம் கவையில்லை யென்று தமுக்கு போட்டுவிச்சார்களென்று இதுமுதலான சேதிகளெல்லாம் துரையவர்களுடனே சொல்லிக் கொண்டிருந்து கோட்டையிலிருந்து துரையவர்களுடனே கூட வீட்டுக்கு வந்தார்கள்.

ஆனால் இங்கிலீஷ்காரர் முன் இந்தியாவுக்கு வந்து சென்னபட்டணத்திலே வந்து கொடி போட்ட நூற்று இருபத்தொரு வருஷமும் ஐந்து மாதத்துக்கு பிற்பாடு புறப்பட்டு பட்டணத்துக்கு இந்த கேடு வந்து முன் அக்ஷய புரட்டாசி 9 புதவாரம் நாள் 1746 செப்டம்பர் 29 பிரான்ஸ் கொடி பறக்க பிரான்சுகாரர் வசமாய் முசியே லபோர்தொனே சண்டை போட்டு மேஸ்தர் மார்சு கொவர்னதோர் வசத்திலே ஒப்புக்கொண்டு மறுபடி இங்கிலீஷ்காரருக்கும் பிரான்சுகாரருக்கும் முன் 1748 (ஒக்தோபர் 17) விபவ வருஷம் ஐப்பசி 5 சீர்மையிலே ராஜாக்கள் சமாதானமாய் கையெழுத்துப் போட்டுக்கொண்டு சென்னப்பட்டணம் ஒப்புவித்துப் போடச் சொல்லி எழுதி வந்து இங்கிலீஷ்காரர் மேஸ்தர் புஸ்காவேன் முதலான பேர் போய் ஒப்பித்துக்கொண்டது. 1749 செப்டம்பர் முதலுக்கு சுக்ல ஆவணி 20 சோமவாரம் நாள் ஒப்பித்துக் கொண்ட மட்டுக்கும் வருஷம் மூன்றுக்கு குரைச்சல் நாள் இருப்பதொன்று இந்த ரெண்டு வருஷம் பதினோரு மாதம் பத்து

நாளும் சென்னப்பட்டணம் பிரான்சுக்காரர் துரைத்தனம் சொல்லவும் வெள்ளைக்காரர் கொடி பறக்கவும் சங்கல்பம் இருந்த படிக்கு நடந்தது.

அப்பால் எப்போதையும் போலே இங்கிலீஷ் கொடி பறக்க பிராப்தியான படியினாலே இங்கிலீஷ் கொடி போட்டுக்கொண்டு இங்கிலீஷ்காரரும் சென்னைப்பட்டணம் போய் சேர்ந்தார்கள். ஆனபடியினாலே மனுஷ வல்லமை படிக்கு ஒன்றும் நடக்கத் தக்கதல்ல. சுவாமி ஆதியிலே சங்கல்பித்தபடிக்கு நடக்கப் போகிறது என்பது விவேகிகளாயிருக்கிற பேர்கள் கெட்டியா யெண்ணுவார்கள். ஆனால் பட்டணம் கஷ்டகாலம் வந்து ஒரு கொடி போய் மறு கொடியானதினால் வீடுகள் முதலானவை களெல்லாம் இடிபட்டுப் போனதுமல்லாமல் கனமான வர்த்தகர்கள் வெளியே புறப்பட்டு திரவியங்களைப் போக்கடித்துக் கொண்டு போனதுமல்லாமல் அனேகம் பெரிய மனுஷர்கள் எல்லாம் செத்துப் போனார்கள். ஆனபடியினாலே பட்டணத்துக்குள்ளே குடியிருக்கிற ஜனங்கள் வந்து நிரம்பினாலும் பழய சென்னைப்பட்டணமாக இன்னம் இருபது முப்பது வருஷம் செல்லாமல்படி சுவர்ண பட்டணமாகமாட்டாது. அது எதனாலென்றால் நூற்று இருபத்தொரு வருஷம் பட்டணமானது எடுபட்டுப் போய் சின்னாபின்னமாய் தெரித்துப் போய் மறுபடி பழையப்படியாகிறது விளையாட்டிலே யிருக்கிறதா. கோல்கொண்டா விசாபுரம் ஆற்காடு முதலான பட்டணங்கள் அழிந்து ஒரு சென்னைப்பட்டணமாச்சுது.

இதல்லாமல் இப்போ தீவு தீவாந்திரங்களெல்லாம் நூறுக்கு இரனூறு ஆதாயம் வந்து அவனவன் வெகு பணம் நாளது வரையிலே சம்பாதித்து இப்போ தீவாந்திரங்கள் மணிலா மொச்சா முதலான இடங்களெல்லாம் முதல் பணம் வருகிறது ரொம்பவும் பிரயாசையாயிருக்கிற காலமானபடியினாலே இப்போ சென்னப் பட்டணமே யல்லாமல் பழய சுவர்ண பட்டணம் இப்போதுக் கெல்லாம் ஆகமாட்டாது போலே என் புத்திக்குத் தோற்றினபடிக்கு எழுதினேன். ஆனால் சுவாமி என்ன பண்ணுகிராறோ நானறியேன்.

சென்னப்பட்டணம் இங்கிலீஷ்காரர் வசமான சேதி நேத்துதான் தேவனாம்பட்டணத்துக்கு வந்தது. அவர்களும் கோட்டையிலே பீரங்கிகள் விஸ்தாரமாய் சுட்டது இங்கே கேட்டது.

நாட்குறிப்பு 32

'தேவனாம்பட்டணத்திற்கு அப ஜெபம்'

தேவனாம்பட்டணம். சென்னைப் பட்டிணத்துக்கும் நாகப்பட்டினத்துக்கும் இடைப்பட்ட பட்டிணம், துறைமுக நகரம். சென்னைக்கு அடுத்தபடியாக இங்கிலீஷ்காரர்கள் வணிகத்துக்காகக் கால்கொண்ட இடம் இந்தத் தேவனாம் பட்டிணம். பின்னர் இது, வணிகத்திற்கு மட்டுமல்ல, ஆட்சி அதிகாரத்திற்கான முக்கியக் கேந்திரமாகவும் மாறியது.

தேவனாம்பட்டணத்தில் இருந்து கூப்பிடு தூரத்தில்தான் புதுச்சேரி நகரம். இங்குக் குண்டு போட்டால் அங்குச் சத்தம் கேட்கும். புதுச்சேரியில் பிரெஞ்சு ஆட்சி நடந்து கொண்டிருந்தது. இங்கிலீஷ்காரர்களுக்கும் பிரெஞ்சுக்காரர்களுக்கும் தொடக்கத்தில் சுமுகமான உறவு இருந்திருப்பதையே ஆனந்தரங்கரின் நாட்குறிப்பின் மூலம் நாம் அறியமுடிகிறது.

1742 நவம்பரில் தேவனாம்பட்டணம் நிர்வாகப் பொறுப்பை ஏற்றுக்கொண்ட மேஸ்தர் மானுசன் என்பவர், துபாசிகள் கிருஷ்ண நாயகர், அவரதுத் தம்பி முத்தாலு நாயகர் ஆகியோருடன், சென்னையில் இருந்து தேவனாம்பட்டணம் செல்லும் வழியில் புதுச்சேரி வருகிறார். ஆனந்தரங்கர் அவர்களை வரவேற்று விருந்து உபசாரம் செய்து வழியனுப்பி வைக்கிறார். இதே நபர்கள் அடுத்த ஓராண்டில் மீண்டும் சென்னை பயணமாகின்றனர். செல்லும் வழியில் பிள்ளையின் தண்ணீர்த் தோட்டத்தில் இரவு தங்கியிருந்து அடுத்த நாள் காலை புறப்பட்டுச் சென்றனர்.

தொடர்ந்து, 1744 பிப்ரவரியில் மேஸ்தர் இன் என்கிறவர் தேவனாம்பட்டணம் துரைத்தனத்திற்கு வந்தார். அவரும் சென்னையில் இருந்து புறப்பட்டு, வழியில் புதுச்சேரி வருகிறார். இப்போது அவரை எதிர்கொண்டு வரவேற்று, அழைத்தவர் புதுச்சேரி ஆளுநர் துய்ப்ளேக்ஸ். இருவரும் கோட்டைக்குள் நுழையும் போதும், இருக்கைகளில் அமரும் போதும், தித்திப்பு தின்னும் போதும், சாராயம் குடிக்கும் போதும் ஒவ்வொரு முறையும் 21 பீரங்கிகள் குண்டுகள் முழங்க (காவல்துறையில் தற்போது 21 குண்டுகள் முழங்குவதற்குத் தொடக்கப்புள்ளி இதுபோன்ற நிகழ்வுகளாக இருக்கலாம்) மரியாதை செய்யப்பட்டது. தொடர்ந்து, அடுத்த நாள் காலை 'அஸ்த நக்ஷத்திரத்திலே ஆறு மணிக்கு சூரிய உதயமாகும் போது மேஸ்தர் இன் தேவனாம்பட்டணத்துக்குப் போனார்' என்று குறிப்பிடுகிறார் ஆனந்தரங்கர்.

இப்படியாகச் சென்று கொண்டிருந்த புதுச்சேரி - தேவனாம் பட்டணம் உறவில் திடீரென விரிசல் ஏற்பட்டுள்ளது. புதுச்சேரியில் தங்கியிருந்த இங்கிலீஷ்காரர்களின் வக்கீல் ஆதியப்பன் உள்ளிட்டவர்கள் உளவு பார்த்ததாக 1745 டிசம்பரில் கைது செய்யப்பட்டனர். இதற்கு முந்தைய ஐந்து மாதங்களுக்கான தகவல்கள் ஆனந்தரங்கரின் நாட்குறிப்பில் இல்லை. இதனால் இடைப்பட்ட நாட்களில் பிரெஞ்சு - இங்கிலீஷ் நிர்வாகங்களுக்கு இடையில் ஏற்பட்ட உரசல்களை நம்மால் உணர இயலவில்லை.

இதற்கிடையில், 1746 ஆம் ஆண்டு தொடக்கத்தில் தேவனாம் பட்டணத்தின் மீது பிரெஞ்சுக்காரர்கள் எப்போது வேண்டுமானாலும் தாக்குதல் நடத்தலாம் எனும் தகவல் பரவி, மக்களிடையே அச்சத்தை ஏற்படுத்தியது. அதே நேரம் புதுச்சேரியில் கோட்டை கொத்தளங்கள் பலப்படுத்தப்பட்டன. காயம்பட்டு வருபவர்களுக்குச் சிகிச்சை அளிப்பதற்கான விரிவான ஏற்பாடுகள் செய்யப்பட்டன. இவற்றை எல்லாம் விவரிக்கும் ஆனந்தரங்கர், புதுச்சேரிக்கு ஜெயமும், தேவனாம்பட்டணத்திற்கு அப ஜெயமும் வந்திருக்கிறது, இங்கு ஜெயலக்ஷ்மியும் அங்கே மூதேவியும் குடியேறி இருக்கின்றனர் என்கிறார்!

1741 ஆகஸ்டு 20 ஆவணி 8 ஆதிவார நாள்

இராத்திரி இரண்டு மணிக்கு தேவனாம்பட்டணத்து துரையவர்கள் மெஸ்த்தர் ஆபர்ட்டு அவர்கள் செண்ணு போனார்கள். மறுநாள் 9 உ-க்கு 21உ சோமவாரம் நாள் சாயங்காலம் ஆறுமணிக்கு எடுத்தார்கள். எடுக்கிற போது சாயங்காலம் ஆறுமணி துவக்கி ஒன்பது மணி மட்டுக்கும் பொறுத்துப் பொறுத்து பீரங்கி போட்டார்கள்.

1742 நவம்பர் 13 கார்த்திகை 1 செவ்வாய்க் கிழமை நாள்

காலமே 7 மணிக்கு மேஸ்தர் மானுசனவர்கள் தேவனாம்பட்டணம் துரைத்தனக்கு சென்னப்பட்டணத் திலேயிருந்து மேற்கு வாசல் அலங்கரித்து ஓரமாய்ப் புறப்பட்டு தேவனாம்பட்டணத்துக்குப் போகிறார். அவர் துபாசி கிருஷ்ண நாயகரும் அவருடைய தம்பி முன்னாலே மேஸ்தர் ஆப்பர்ட்டு அவர்களண்டையிலே முன்னாலே தேவனாம்பட்டணத்திலே துபாசியாயிருந்து மேஸ்தர் ஆப்பர்ட்டு செத்துப் போனதும் பிற்பாடு சென்னப்பட்டணத்துக்குப் போன முத்தாலு நாயக்கரும் கூட தேவனாம் பட்டணத்துக்குப் போனார்கள். அவர்கள் போகிற போது முத்திரசப்பிள்ளை சாவடி மட்டுக்கும் நாமும் ஏகாம்பரமய்யரும் கூடப்போய் இந்த மத்தியானத்துக்கு இவ்விடத்திலே எல்லாருமாய் சாப்பிட்டு மத்தியானத்துக்கு மேல் புறப்பட்டுப் போய்விட்டார்கள். நாமும் ஏகாம்பரமய்யரும் சிங்கர் கோயிலே யிருந்து இராத்திரிக்கு சுவாமி தரிசனம் பண்ணி காலமே வில்லியனூருக்குப் போய் மத்தியானத்துக்கு சுவாமி தரிசனம் பண்ணி அங்கே மத்தியானத்துக்கு சாப்பிட்டு சாயங்காலம் துக்கு ஒழுகரையே வந்து துரையவர்கள் பேட்டி பண்ணிக்கொண்டு இராத்திரி ஏழு மணிக்கு புதுச்சேரி வந்து சேர்ந்தோம்.

1743 தெசம்பர் 26 மார்கழி 15 வியாழக்கிழமை நாள்

மத்தியானத்துக்குமேல் தேவனாம்பட்டணத்திலே துரைத்தனம் பண்ணிக் கொண்டிருந்த மேஸ்தர் மானுசானும் அவருடைய துபாஷி கிருஷ்ண நாய்க்கரும் முத்தாலு நாய்க்கரும் கூட தேவனாம்பட்டணத்திலே யிருந்து பயணம் புறப்பட்டு சென்னப்பட்டணத்துக்குப் போகத்தக்கதாக சாயங்காலம் ஏழு மணிக்கு வந்தவர்கள் இந்த ஊருக்குள்ளே வராமல் அலங்கத்தைச் சுற்றினாப் போலே புறப்பட்டு ராத்திரிக்கு நம்முடைய தண்ணீர்ப் பந்தலிலே யிருந்து அப்புறம் பொழுது விடிய நாலு நாழிகை இருக்கும் போது எழுந்திருந்து அப்புறம் பயணம் புறப்பட்டுப் போனார்கள்.

ஆனாலிவர்கள் சென்னப்பட்டணத்துக்குப் போகிறது எதினாலே யென்றால், சென்னப்பட்டணத்திலே துரைத்தனம் பண்ணின ஆதியப்ப நாயக்கருடைய துரை மேஸ்தர் பிரிங்கன் சீர்மைக்குப் போகிறார் என்றும் சென்னப்பட்டணம் துரைத்தனம் மேஸ்தர் மார்சும் சின்னத்துரைத்தனத்திற்குத் தேவனாம் பட்டணத்திலே யிருந்து போகிற மேஸ்தர் மானுசான் இருக்கப் போகிறார் என்று சொல்லுகிறார்கள். முத்தாலு நாயக்கர் மேஸ்தர்

மார்சுவண்டையிலே துபாசியாக இருக்கப் போகிறார் என்றும் சொல்லுகிறார்கள்.

1744 பிப்ரவரி 2 தை 23 ஆதிவார நாள்

காலமே தேவனாம்பட்டணத்துக்கு துரைத்தனமாய் வருகிற மேஸ்தர் இன் என்கிறவர் சென்னப்பட்டணத்திலே யிருந்து இன்றைய நாள் காலமே எட்டுமணிக்குப் புதுச்சேரிக்கு வந்தார். வரும்போது இவ்விடத்திலே யிருந்து கொம்மி செலியர் நாலத்து இரண்டு பேர் எதிர்கொண்டு போய் முத்தாலுப்பேட்டைக்கப்புறம் நயினியப்பபிள்ளை சாவடி மட்டுக்கும் போய் அழைத்துக்கொண்டு வந்தார்கள். வரும்போது கெவுனியிலே பதினைந்து பீரங்கி போட்டார்கள். பிற்பாடு துரையவர்கள் வீட்டினண்டை வந்தவுடனே துரையவர்கள் எதிர்கொண்டு அழைத்துக்கொண்டு போய் இருவருக்கும் சந்திப்பானவுடனே கோட்டையிலே 21 பீரங்கி போட்டார்கள்.

அதின்பேரிலே கப்பல் மேலே எல்லாம் அந்தப்படியே 21 பீரங்கி விழுக்காடு ஒரு வரிசை தீர்த்தார்கள். அப்பால் மத்தியானம் பனிரெண்டு மணிக்கு தீனித்தின்றான வுடனே 21 பீரங்கி போட்டார்கள். பிற்பாடு எழுந்திருக்கும் போதும், ஒருதரம் தித்திப்பு வைக்கும் போதுமான ஒருதரம், சாராயம் குடிக்கும் போதும் ஒருதரம் இப்படி நாலாவர்த்தி பீரங்கி போட்டார்கள். அந்த மட்டிலே சாயங்காலம் ஐந்து மணிக்கு கெவுனிக்கு வெளியே சாரி போகத்தக்கதாக துரையவர்கள் துய்ப்ளெக்சு அவர்களும் தேவனாம்பட்டணத்து துரையவர்கள் மெஸ்தர் இன் அவர்களும் ஒரு வண்டியின் பேரில் ஏறிக்கொண்டு பின்னையும் இருக்கப்பட்ட கொமிசியேலவரல்லாரும் சவாரி போய் ஆறுமணிக்கு மறுபடியும் வந்தார்கள். அந்த மட்டிலே ராத்திரிக்கும் இவ்விடத்திலே தானே யிருந்து தீனி தின்று நித்திரை போய் நாலு மணிக்குப் பயணம் புறப்பட்டு தேவனாம்பட்டணம் துரைத்தனக்குப் போனார்.

போனவர் 24 திங்கட்கிழமை நாள் காலமே பஞ்சமி அஸ்த நக்ஷத்திரம் விடிந்து இரண்டு நாழிகை மட்டுமிருக்கையில் அஸ்த நக்ஷத்திரத்திலே ஆறு மணிக்கு சூரிய உதயமாகும் போது போய் தேவனாம்பட்டணத்துக்குப் போனார்.

1744 சூன் 11 ஆனி 1 வியாழக்கிழமை நாள்

மத்தியானம் தேவனாம்பட்டணம் துபாசி ஒரகண்டி ரங்கப்ப நாயக்கர் சென்னப்பட்டணத்திலே கலியாணம் பண்ணிக்கொண்டு இவ்விடத்திற்கு வந்தார். வந்தவுடனே மத்தியானமும் ராத்திரிக்கும்

நம்முடைய வளவிலே விருந்து பண்ணிவித்துச் சிறப்பாக வெகுமானமும் கொடுத்தோம். மறுநாள் (சூன் 12) 2 சுக்கிரவாரம் நாள் காலமே அனுப்பிவித்துக் கொண்டு தேவனாம் பட்டணத்துக்குப் போனார்.

1745 தெசெம்பர் 31 மார்கழி 20 வெள்ளிக்கிழமை நாள்

ராத்திரி கிரிமாசி பண்டிதரும் தலையாரி சேவகருமாய்ப் போய் தேவனாம்பட்டணம் வக்கீலாய் இவ்விடத்திலே யிருந்த ஆதியப்பனையும், அவனுடன் கூடேயிருந்த குட்டை வடுகச் சேவகனையும் பின்னையும் இரண்டு துலுக்கச் சேவகரையும் ஆக நாலு பேரையும் முதலியார்பேட்டையிலே ஒரு வீட்டிலே குடியிருக்கும் போது அவன் காகிதம் எழுதி, இரண்டு பேர் துலுக்கர் சேவகர் கையிலே கொடுத்ததைப் பார்த்துக்கொண்டிருந்து பிடித்துக்கொண்டு வந்து சாவடியிலே வைத்து அதன் பிறகு அவன் எழுதின காகிதத்தைப் படித்துப் பார்த்து, உடனே ஆதியப்பனை மாத்திரம் மறுநாள் ராத்திரி கோட்டை வாசலிலே மேல்புறத்திலே இருக்கிற பாதாளக் கிடங்கிலே கொண்டுபோய்க் காலிலே பெரிய மாச்சு விலங்கு போட்டு மேலே இருந்த புடவையையும் பிடுங்கிக் கொண்டு அரைஞாண் கயிற்றையும் அறுத்துப் போட்டு வைத்தார்கள்...

1746 பிப்ரவரி 6 தை 28 ஆதிவாரம் நாள்

கூடலூரிலே தேவனாம்பட்டினத்திலே நடந்த சேதி என்னவென்றால் புதுச்சேரியார் தங்களைப் பிடிக்கிறதற்கு வருகிறார்களென்கிற படியினாலே பட்டணத்தை வாங்க வருகிறார்களென்றும் அவர்களும் தேவனாம்பட்டணத்துக் கோட்டையையும் கூடலூரையும் சொலுதாதுகளை வைத்துக் கொண்டு சாலை வழியிருக்கிற விடத்திலே கர்நாடக சிப்பாய்களில் இருபது முப்பது பேருமாகப் படையைத் தயார் பண்ணி வைத்துக் கொண்டார்கள். ... (நாட்குறிப்பில் 13 வரிகள் கிழிந்து போயிருக்கின்றன.)

பிராஞ்சுக்காரர் எந்தச் சமயத்திலும் கூடலூரையும், தேவனாம்பட்டணத்துக் கோட்டையையும் பிடிக்கிறதற்காக, எந்தச் சமயத்திலும் தாக்கப்படும் என்று மஞ்சகுப்பம், திருப்பாப்புலியூரிலுள்ள ஜனங்கள் சகலரும் தங்கள் தட்டுமுட்டுச் சாமான்களையும் ஆஸ்திபாஸ்திகளையும் வெகுதூரத்தில் பந்தோபஸ்து பண்ணிவைத்துவிட்டுச் சண்டை கடுமையாக நடக்கிறதானால் குடும்பங்களையும் அனுப்பி விடுவதற்குத் தக்கதாக முஸ்தீது பண்ணி வைத்திருந்தார்கள்.

1746 மே 11 வைகாசி முதல் தேதி புதவாரம்

இந்த நாள் புதுச்சேரி பட்டணத்திலே கேட்ட சேதியென்ன வென்றால் தேவனாம்பட்டணத்துக் கோட்டையிலே பீரங்கி வேட்டு விஸ்தாரமாய் கேட்கப்பட்டது. சித்திரை 31 செவ்வாய்க்கிழமை ஐந்து மணிக்கு இங்கிலீஷ் கப்பல் சண்டை கப்பல்களுக்கு எல்லாம் கொம்மாந்தனாய் வந்திருந்த முசே பர்னேத்து என்கிறவன் வியாதியாய் இருந்து மரணத்தை அடைந்தார். அது நிமித்தியமாய் கப்பல்கள் மேலேயும் கரையிலேயும் விஸ்தாரமாய் சுட்டார்கள். எல்லாரும் லோக வழக்கமாய் இந்த நாள் இராத்திரி எட்டு மணிக்குக் கொண்டுபோய் அடக்கினார்கள். அப்போதும் கோட்டையின் பேரிலேயும் கப்பலின் பேரிலேயும் ஆறரை மணிக்குத் துவக்கி யெட்டேகால் மணி மட்டுக்கும் பீரங்கி சுட்டார்கள். இந்த இரண்டு நாளும் காலத்தாலே மாறும் இப்படித்தான் விஸ்தாரமாய் சுட்டார்கள்.

எல்லாரும் வழக்கமாய்ச் சொல்லிக்கொள்ளுகிறதென்ன வென்றால் இந்த நாளும் இங்கிலீஷ்காரருக்கு ஜெயகாலமும் பிரஞ்சுக்காரருக்கு அபஜெய காலமும், இங்கிலீஷ்காரருக்கு அபஜெயகாலமுமாய் நடக்கும். அதுக்கு ஏஷ்யந்தான் பற்னெத்து என்கிற கமாண்டோர் செத்ததும் அதுக்குப் பத்து நாளைக்கு முன்னே கொள்ளிட முனையிலே ஒரு கப்பல் உடைந்ததும் இந்தக் கப்பல் கப்பித்தான்மாருக்குள்ளே ஒருத்தனையும் பின்னையும் பத்துப் பனிரெண்டு மத்திலேத்தையும் தீவுக் கோட்டையிலே இறங்கி மாடு சுட்டு மனுஷரையும் அலக்கழித்த விடத்திலே தீவுக் கோட்டையிலே தானே தானியம் இருக்கிற கப்பல் கப்பித்தானையும் பத்து பனிரெண்டு மத்திலேத்தையும் பிடித்துக் கொண்டு வந்து, தீவுக்கோட்டையிலே காவல் வைத்ததினாலேயும் இப்படி ஒன்றுக்கொன்று துக்க பரம்பரையாய் வருகிற படியினாலே அபஜெயத்துக்குத் துவக்கிச் சென்றும், சயம் வரச்சேயும் அப்படித்தான் அந்தக் கப்பலைப் பிடித்தான். இந்தக் கப்பலைப் பிடித்தான். அங்கே ஜெயங்கொண்டான். இங்கே ஜெயங்கொண்டான் போலே இனிமேலும் அப ஜெயமும் அங்கே நஷ்டமும் வந்தது. இங்கே நஷ்டம் வந்தது என்றும் அங்கே அவன் செத்தான், இங்கே இவன் செத்தான் என்றும் வருகிறது என்று சொல்லிக் கொள்ளுகிறார்கள்.

இதல்லாமல் இங்கிலீஷ்காரருக்குக் கும்பினீர் ஒப்பந்தம் கொடுக்கிறதை நிறுத்தினார்கள். அதுவே மூதேவி பிடித்ததற்கு அடையாளமென்று பிரஞ்சுக்காரருக்கு ஜெயக்காலத்துக்கு

ஆரம்பித்தது. நாளுக்கு நாள் விருத்தியாய் வருமென்றும் அவ்விடத்திலே யிருந்த ஜெயலக்ஷிமி இவ்விடத்திற்கு வந்து சேர்ந்தாளென்றும் இவ்விடத்திலே யிருந்த மூதேவி அவ்விடத்திலே போய்ச் சேர்ந்தாளென்றும் அவர்கள் பட்டணத்திலேயுள்ள பேர்களும் இந்தப் பட்டணத்திலுள்ளவர்களும் சருவத்திர சகலமான ஜனங்களும் சொல்லிக் கொள்ளுகிறார்கள்.

இவ்விடத்து துரையும் வெகுஜனங்களுக்கு ரஸ்து சேர்க்கிற சாடையும் முன் முஸ்த்தீது பண்ணதல்லாமல் இப்போது இருநூறு கட்டிலும் அதுக்கு மெத்தையும் அதுக்கு தலைகாணி முஸ்தீது பண்ணுகிறதும் அதுக்கு கட்டில் துப்பட்டியும் துவாலைகளும் நாலாயிரம் பேருக்கு முஸ்தீது பண்ணிவைக்கச் சொன்னார் என்று முஸ்தீது பண்ணுகிற சாடைகளும், கோழிகளும் ஆடுகளும் முஸ்தீது பண்ணுகிற சாடைகளும், விறகு சேர்க்கிற சாடையும், கடற்கரையோரத்துச் சுவரெல்லாம் முஸ்தீது பண்ணி கொத்தளங்கள் சீக்கிரமத்துக்கு கட்டிமுடிக்கிற சாடையும் இதின் பேரிலே இராத்திரி பகல் பண்ணுகிற சாக்கிரதையினாலேயும் கப்பல்கள் சுருக்கிலே வருகிறதென்று சொல்லிக் கொள்ளுகிறார்கள்.

சுவாமியுடைய தயவினாலே கப்பல்கள் சுருக்கிலே வந்து சகல சனங்களும் சுகப்படத்தக்கதாக ரக்ஷிப்பார் என்று எல்லாரும் சொல்லுகிறார்கள். இவர்கள் சுகப்படுவார்கள் என்கிறதுக்கு இரண்டு வருஷமாய்க் கஷ்டம் அனுபவித்த படியினாலே இனிமேல் சுகப்படுவார்கள் என்று சொல்லுகிறார்கள். வெகுசன வாக்கியம் பொய்யாதென்று அந்தபடிச் சுவாமி கடாக்ஷம் பண்ணி ரக்ஷிப்பார் என்று தோற்றுகிறது. தோற்றுகிறபடிக்கு எழுதினேன்.

நாட்குறிப்பு 33

பிரெஞ்சு படைக்குள்ளேயே பிரச்னை

1746 டிசம்பர் மாதத் தொடக்க நாளில் ஆனந்தரங்கருடன் பேசிய ஆளுநர் துய்ப்ளேக்ஸ், 'தேவனாம்பட்டணத்தை நாம் வாங்கினால் (பிடித்தால்) தவிர இங்கு நாம் வியாபாரம் செய்வது கஷ்டம்' எனத் தெரிவித்தார். 'ஆஹா. தேவனாம்பட்டணத்தைப் பிடிக்க வேண்டும் எனும் எண்ணம் உனக்குத் தோன்றியதே. இப்பவே அந்தப் பட்டணம் உன் கைவசமான மாதிரிதான்' எனப் பாராட்டினார்.

மேலும் தேவனாம்பட்டணத்தின் அனைத்து நிலவரங்களையும் கைவசம் வைத்திருந்த ஆனந்தரங்கர் ஆளுநரை அதிசயப்பட வைத்தார். 'இதுபோன்ற தகவல்களை மதானந்த பண்டிதர் போன்றவர்களுக்குத் தெரியாமல் உன் பீரோவில் பத்திரப்படுத்தி வை' என்று சொன்ன துய்ப்ளேக்ஸ், 'நீ மிகவும் சாக்கிரதையா யிரு' என்றும் ஆனந்தரங்கரை எச்சரித்தார்.

இதற்கிடையில் பிரெஞ்சு படைத்தலைவர்களில் ஒருவரான தெப்ரமேனியை சென்னைக்கு அனுப்பினர். அங்கிருந்த பரதி (பரிதி) புதுவைக்கு வரவழைக்கப்பட்டார். தேவனாம் பட்டணத்தின் மீதான தாக்குதலுக்கு இவரைத் தலைமை தாங்க வைப்பது திட்டமானது. ஆளுநரின் இந்தத் திட்டத்திற்கு சீனியர் படைத்தலைவர்கள் எதிர்ப்புத் தெரிவித்தனர். எஞ்ஜினியராக இருந்த ஒருவரின் (பரதி) கீழ் நாங்கள் எப்படிப் பணியாற்றுவது என எதிர்க் கேள்வி கேட்டனர். அதோடு நிற்காமல், தாங்களே தேவனாம்பட்டணத்தின் மீது படைநடத்திச் சென்று தோல்வியுடன்

திரும்பினர். இந்தத் தோல்வியை ஆளுநர் வரவேற்றார். எதிர்ப்பாளர்களுக்குத் தக்கப்பாடம் கிடைத்துவிட்டதாக ஆனந்தரங்கரிடம் சொன்னார்.

புதுச்சேரி கவுன்சில் மீண்டும் மீண்டும் கூடியது. பரதியை கொம்மாந்தனாக்கி (கமாண்டர்) அனுப்புவது குறித்து விவாதித்தது. சீனியர்கள் மீண்டும் இதற்கு எதிர்ப்புத் தெரிவித்தனர். பரதியின் பூர்வோத்திரம் குறித்தெல்லாம் பேசினர். இதனால் துய்ப்ளேக்ஸ் கடும் கோபத்திற்கு ஆளானார். ஆனால், வேறுவழியில்லை: தேவனாம்பட்டணத்தின் மீது தாக்குதல் நடத்தியாக வேண்டும். இறுதியில், லத்தூரை கமாண்டராக்குவது என்றும் அவர் பரதியின் ஆலோசனைப்படி நடக்க வேண்டும் என்றும் ஓரளவுக்கு அனைவரும் ஏற்றுக்கொள்ளும் முடிவு எட்டப்பட்டது.

பிரெஞ்சு படைக்குள் இருந்த ஒழுங்கின்மை, கீழ்ப்படியாமை போன்றவற்றை மேற்காணும் நிகழ்வுகள் அம்பலப்படுத்துவதாக வரலாற்று ஆசிரியர்கள் சொல்கின்றனர். இனி, ஆனந்தரங்கரின் நாட்குறிப்பினை நீங்கள் வாசிக்கலாம்...

1746 டிசம்பர் 1 கார்த்திகை 10 வியாழக்கிழமை

...மெய்தான் சீக்கிரமத்துக்குத் தேவனாம்பட்டணத்தையும் வாங்கித் தீர்த்தாலே யல்லாமல் இந்த விடத்திலே நாம் வியாபாரம் பண்ணுகிறதற்குச் சங்கடமென்று சொன்னார். அதன் பேரிலே நானிருந்து கொண்டு தேவனாம்பட்டணமிருக்கிறது எப்போது உமக்குச் சங்கடமாய்த் தோற்றினதோ அதுவும் உம்முடைய கைவசமாச்சுதென்று எண்ணிக்கொள்ளுங்கோளென்று சொன்னேன். அதெப்படி யென்றார். இப்போது நடக்கிற சேதி அப்படி நினைக்கவும் அப்படி முடியும்படியாய் வேளை வந்திருக்கிறது என்று சொன்னேன்.

1746 டிசம்பர் 3 கார்த்திகை 21 சனிவாரம்

தேவனாம்பட்டணம் சமாசாரம் என்னவென்று கேட்டார். அதற்கு நான் சொன்னது: கூடலூரிலே ஒருத்தருமில்லை. வாசற்படிக்குப் பத்து பேர் இங்கிலீஷ்காரரும் பத்துச் சட்டைக்காரருமாக நாலு வாசற்படிக்கு மாத்திரம் இருக்கிறார்கள். ஊருக்குள்ளே ஒருத்தரும் வெள்ளைக்காரரில்லை. கூடலூர் பட்டணத்திலே தமிழ் ராணுவம் ஐந்தாறு பேருக்குண்டு. வடக்கேயிருந்து வந்தவன் ஒருத்தரும் வெள்ளைக்காரரில்லை. மல்ராசா னென்கிறவன் ஒரு சின்ன பாளையக்காரன் ஒருத்தன் வந்தவன் கூடலூரிலேயே இருக்கிறான்.

தேவனாம்பட்டணம் கோட்டையிலே முன்னூறு நானூறு சொல்தாதுகளில் இங்கிலீசுக்காரர் இருநூறு சட்டைக்காரரும் இருக்கிறார்கள். இதல்லாமல் துரைத்தனக்காரர்கள் இருக்கிறார்கள். தேவனாம்பட்டணம் கோட்டையிலே தாழ ஆரபிக் கோட்டையிலேயுமாய் நூறு பீரங்கி மாத்திரம் இருக்குது. ரஸ்து நூற்றிருபது கரிசை நெல்லிருக்குது. இருபத்தைந்து கரிசை முப்பது கரிசை அரிசியிருக்குது. நூறு பார மட்டுக்கும் மருந்திருக்கிறது. ஒரு பண்டகசாலையிலே அரிசியிருக்கிறது. மற்றப்படிக்குத் தேவனாம்பட்டணம் சுற்றிலும் சோதனை மட்டுக்கும் ஆயிரம் பேர் தமிழர் ராணுவமிருக்கிறது. இது வந்த சமாசாரம், அப்பாலென்னமா யிருக்குதோ புதிதாய் தேவனாம் பட்டணம் கோட்டைக்கு வாயு மூலையிலே யிருக்கிற வீடுகள், வடவண்டையிலே இருக்கிற வீடுகள், முத்தியாலு நாயக்கன் வீட்டு மட்டுக்கும் ஏகத்துக்கு இடித்துச் சமன் பண்ணுகிறானென்றும் கபுறு வந்தது என்று சொன்னேன்.

இது மெய்தான். இதற்குமேல் இவ்விடத்திலே என்ன அதிசயமிருக்கிறாப் போலே யிருக்குது என்று சொல்லி, தேவனாம்பட்டணம் நான் போய் வாங்கப் போகிறேன் என்று துரை சொன்னார். நீர் போய் இறங்கினால் சுவாமி யுமக்குச் செயங்கொடுப்பார். உமக்கிப்போது சகல சயமுங் கொடுக்கத்தக்க ஆசீராயிருக்கிறார். நீர் தளம் சண்டைக்கு அனுப்புகிறது பத்தேயாகிறதே யல்லாமல் தடையாய் நிற்கத்தக்கதில்லை. பின்னையும் ஸ்தவுத்தியமாய்ச் சொன்னேன். அவரும் சந்தோஷமாய்த்தானே இது உனக்குச் சரிதானென்று சொன்னார். நானென்ன அடிமை. என்னைத் தொட்டு என்ன? நீர் சொன்ன வேலை செய்கிறவனென்று சொன்னேன். அப்பால் அனுப்புவித்துக் கொண்டு வீட்டுக்கு வந்தேன்.

1746 டிசம்பர் 4 கார்த்திகை 22 ஆதிவாரம்

... துரை இருந்துகொண்டு நல்லது உசேன் சாயபு காகிதத்திலேயும் தேவனாம்பட்டணம் சோலிப்போக வேண்டாமென்றுந் தானல்லோ எழுதி இருக்கும். இது மதானந்த பண்டிதர் அறியப் போகாது உன் அலமாரியிலே வை யென்று சொன்னார். நல்லதென்று சொன்னேன். இனி தேவனாம்பட்டணம் கோட்டையின் பேரிலே ராச காரியம் நடத்துகிறேன். நீர் மாத்திரம் தேவனாம்பட்டணம் சமாசாரம் அப்போதைக்கப்போது சமாசார மழைப்பிக்கவேணும். நீர் மிகவுஞ் சாக்கிரதையாயிருந்து சமாசார மழைப்பியுமென்று சொன்னார்.

1746 டிசம்பர் 7 கார்த்திகை 23 சோமவாரம்

இற்றைநாள் ராத்திரி முசே தெப்பிரமேனி சென்னப்பட்டணத்துக்கு எசமானத்துவமாகப் போனான். இவன் போனவுடனே முசே பரிதி அங்கேயிருந்து கொண்டு வருகிறது. வந்தவுடனே தேவனாம் பட்டணத்தின் பேரிலே சண்டைக்குப் போகிறதாய் தீர்ந்து முசே தெப்ரமேனியைச் சென்னப்பட்டணத்துக்கு அனுப்பினான்.

1746 டிசம்பர் 14 மார்கழி 3 புதவாரம்

... அதற்குத் துரை இருந்து கொண்டு தேவனாம்பட்டணத்தாருக்குத் தண்டு செலவுக்குக் கொடுக்கிறதற்குப் பணமெப்படி என்று கேட்டார். நாகப்பட்டணத்து ஒலாந்துக்காரர் கொடுத்தனுப்பு கிறார்கள் என்று சொன்னேன். நல்லது. இன்னும் மனுஷரை அனுப்பித் தேவனாம்பட்டணத்துச் சுற்றிலே யிருக்கிற கொத்தளத்திலே கோட்டையிலே இருக்கிற பீரங்கிகள், தமிழ்ச் சேவகர், சொல்தாதுகள், சட்டைக்காரர், கூடலூரிலே இருக்கிறதுகள், இதுகள் வயணமாய்ச் சேதி அழைப்பிக்க வேணுமென்று சொன்னார். அதற்கு நான் அழைப்பித்து வைத்திருக்கிறேன் என்று சொன்னேன். அந்தப்படிக்குப் பிரஞ்சு எழுத்திலே எழுதுவித்துக் கொண்டு கொடு என்று சொன்னார். நல்லதென்று சொன்னேன். நான் சொல்லாததுக்கு முன்னே தெரிந்து சேதியழைப்பித்து வைத்தேனென்று எப்படி என்று கேட்டார். இந்தக் காரியம் நடக்க வேண்டியிருக்கும் போது இதுகள் நீங்கள் கேட்பீர்களென்று அழைப்பித்த காகிதத்திலே எழுதி வைத்தேன் என்று சொன்னதற்குச் சந்தோஷப்பட்டுச் சிறிது ஸ்தவுத்தியமாய்ச் சொன்னார்.

என்னை ஸ்தவுத்தியமாய்ச் சொன்ன அப்பால் தேவனாம் பட்டணத்துமேலே சண்டைக்குப் போகிறதற்குச் சொல்தாது கப்பித்தேன்மார், ஒபிசியேல்மார்கள், இன்சின்கள் றுததினாந்துகள் முசே பரிதி ஆணை ஆக்கினையின் கீழ்..படிந்து நடக்கிறதில்லை யென்று தகராறு பண்ணினார்களென்று கொமிசேல் பண்ணி, அப்பால் ஒபிசியேல்மாரை, கப்பித்தேன்மாரை, முடியே புரி, முசியே லத்தூர், முசியே பெலான்சு முதலானவர்களை தனித்தனியே அழைத்துக் கொண்டு பேசுகிறதும், நாலுபேர் ரெண்டு பேரை அழைத்துக்கொண்டு பேசுகிறதும், அவரவருக்குச் சீர்மையிலே நடந்திருக்கிற வயணங்களும் அதற்கு முன் நடந்ததற்கு எழுதியிருக்கப்பட்ட லீவுருகளும் காகிதங்களும் காண்பித்துச் சமாதானம் பண்ணிக் கொண்டிருந்தார். என்னையழைத்து நயினாருக்குச் சொல்லி அறுபது சேவகரும்

அவனையும் பயணமாய் முஸ்தீதாயிருக்கச் சொல்லு. முசியே பரிதி பிறகே வந்த ஒட்டகங்களுக்கெல்லாம் சாமான் முஸ்தீது பண்ணி வை என்று சொன்னார்.

1746 டிசம்பர் 20 மார்கழி 9 மங்களவாரம்

...இதுகளெல்லாம் துரையவர்களுக்கும் நமக்கும் கபுறுகள் வந்தன. இந்தச் சண்டையாகிற சேதி கேட்டவுடனே துரையவர்கள் நம்மைக் கூட்டிவரச் சொல்லி சொன்ன வயணம்: என்னைப் பார்த்து, பார்த்தாயா நாலுநாளாய் முசே பரிதிக்குக் கொம்மாந்தானிடம் கொடுத்து அனுப்புவோமென்று அநேக விதத்திலே தெரியச் சொன்னோம். முசே புரி கேட்கமாட்டேனென்று போனான். ஓடி வருகிறான் பார்த்தாயாவென்று தங்கள் பேச்சுப்படி கேளாமல் தான்தானே யோசனை பண்ணிப்போன படியினாலே இத்தனையும் வந்ததென்றும் ஆருக்கும் தலைக்குப் பட்டால் தெரியுமென்றுஞ் சொல்லி இனிமேல் நடக்கிற காரியத்தைப் பார். எப்படி நடக்கிறதோ அதைப் பாரென்று சொன்னார்கள்.

ஊரிலே இருக்கிற ஜனங்கள் வெகுவாய் பாளையம் தாமாக முழுகிப் போகிறதாய் மலைத்தார்கள். உடனே எல்லாரும் சுகமாய் இருக்காறார்களென்று கேட்டவுடனே சகலமான சனங்களும் வெகுவாய் சந்தோஷப்பட்டார்கள். அதன் பேரிலே நாமும் சகலமான பேருக்கும் தைரியம் வரத்தக்கதாக நடந்த சேதிகளெல்லாம் சொல்லி அதன் பேரிலே வளவுக்குப் போய் யோசனை பண்ணி நித்திரை போனோம். நம்முடைய மனதுக்கும் கலக்கந் தோன்றவில்லை. பாளையத்திலே சேர்த்துப் பாளைய மாத்திரம் அவர்கள் கையிலே அகப்பட்டுப் போச்சுது. மற்றப்படி ஒரு சேதமுமில்லை. சகலமான பேரும் வந்து சேர்ந்தார்கள். இது நடந்த சேதி, கேட்ட சேதி எழுதினேன்.

இற்றைநாள் மத்தியானம் துரையவர்கள் என்னுடனே சொன்னது நம்முடையவர்கள் அபசயப்பட்டு வந்தது எனக்கு மெத்த சந்தோஷம். ஏனென்றால் முசே பரிதியை கொம்மாந்தனாக்கி அனுப்புவோமென்று என்னாலே ஆனமட்டும் சொன்னோம். முசே புரி முதலான பேர், ஒபிசியேல் மாரெல்லாம் அவன் ஒரு இஞ்சினீராயிருந்தவன். அவன் கீழே நாங்கள் அடங்கி நடக்கிறதில்லை என்றும், அவன் போய் செயித்து வருகிற காரியம் எங்களாலே ஆகாதா. எங்களை அனுப்பிப்பாரு மென்றுஞ் சொன்னாலிவரீகள் போய் பங்கப்பட்டு வரவேணுமென்று நினைத்தேன். அப்படியே ஆச்சுதென்று சந்தோஷமாயிருக்கிறது. ஆனால் நம்முடையவர்கள் முறிந்து வந்தார்களென்கிறது

கஞ்சத்துப் பரதிக்கு என்று சொல்லி, நீ, முசே புரி முதலான பேர் பயணமாகிப் புறப்பட்டுப் போகச்சே முசே பரிதி என்ன! பட்டணமாக இப்போது காணோமே வேகுகாரர் வந்து ஆருக்குக் கபுறு சொல்லுகிறது என்று கேட்டதற்கு இப்போது முசே புரி போகிறான். இவனுக்குச் சொல்லச் சொல்லு. நீ சொன்னபடிக்கு முசே பரிதி இனிமேல் போவான். அப்போது அவனுக்குக் கபுறு சொல்லச் சொல்லு என்று சொன்னதற்கு, நீ, முசே பரிதி போகிறது நன்றாய்க் காணுது. இவன் போகிறேன் என்று சொன்னால் எல்லாரும் பயப்பட்டு நடுங்கினார்கள். இவன் போகாவிட்டால் இதுவே ஒரு அச்சம் இல்லாமலிருக்கும் என்று சொன்னியே அப்படியே நடந்தது என்று சொன்னார். இப்படி நாலு நாழிகை தேசகாலம் பேசினோம். அதுவெல்லாம் எழுத வேணுமானால் நூறு காகிதமாகிலுஞ் செல்லும். சுவாரசியப் பேச்சென்னமோ அதை மாத்திரமெழுதினேன்.

இற்றைநாள் ராத்திரி குவர்னதோர் என்னுடனே சொன்ன தென்னவென்றால்: முசியே புரி வந்து என்னுடனே சண்டை வயணமெல்லாம் சொன்னான். துலுக்கரிலே எழுபது எண்பது குதிரை விழுந்தது. போஸ்ரத்து சிப்பாய்களிலே இருநூறு முன்னூறு விழுந்து போனது உண்டென்று சொன்னான். பின்னையும் இரண்டு நாழிகை மட்டுக்கும் சண்டை பண்ணினால் துலுக்கரிலே வெகு சனம் விழுந்து போவார்கள். தண்டு ஆற்காடு போய்ச் சேர்ந்துபோ முந்தியே போன ஒபிசியேலுக்குள்ளே கொம்மாந்தனா யிருக்கிறவன் பேச்சுக் கேளாமல் அவனவன் தனித்தனியே பெரியதனம் பண்ணின படியினாலே கெட்டுப் போச்சுது. கூட்டிப் பாளையத்தைக் காணாதே போனபடியினாலே அது கொள்ளை போனதினாலே இவர்களுக்கும் மருந்து குண்டு தாழ்த்தியும் சாப்பிடுகிற வஸ்து முதலானது தாக்ஷியான படியினாலே யவர்கள் வரத்தக்க வேண்டி வந்ததென்றும் முசியே புரி முதலான பேர் கப்பல் மத்லோத்துகள் சொல்வழிக்கு வராமல் போனபடியினாலே கெட்டுப் போச்சுதென்று குற்றமவர்கள் பேரில் வைத்தார்கள். நான் முசியே புரி முதலான ஒபிசியேல் பேரில் வைத்தேன் என்று சொன்னார்.

அதற்கு நான் சொன்னது: முசியே பரிதியுடைய பேர் அவ்விடத்திலே யிருக்கிற சாடைக்கு முசியே பரிதி சண்டை பண்ணாமல் சும்மா போனாலும் ஓடிப்போய் விடுவார்கள். அந்த தண்டிலே முசியே பரிதி என்று பேர் சொன்னால் நடுங்குகிறது. நான் சொல்ல மாட்டேன். அதை எங்களின் களுக்குள் மே துப்பாக்கி லக்ஷ்மண நாய்க்கனென்று ஒருத்தனிருந்தான். அவன் நடத்தை துலுக்கர் குதிரை தண்ணீர் காட்டப் போனால் தலையெடுத்த

வாக்கிலே குதிரை வழியே நிக்குமாம். துப்பாக்கி லக்ஷ்மண நாய்க்கனில்லை தண்ணீர் குடியென்று சொன்னால் அதன் பிறபாடு குதிரை யானைகள் கூட தண்ணீர் குடிக்குமாம்.

அப்படி முசியே பரிதி பேரென்றால் துலுக்கர் தண்டிலே அப்படி நடக்குது என்று சொல்லிச் சொன்னால் முகபரோதரவாயிருக்கும் இன்ன முகங்களுக்கு, பரஸ்பரமாய் கபுறு வந்தாலப்போது தெரியுமென்று சொன்னேன். அதற்கு மெய்தான். இனிமேல் பரிதியைத்தான் அனுப்புகிறேன். நீ கபுறு மாத்திரம் திட்டமாய் விசாரித்துச் சொல்லென்று சொல்லி, இந்தக் கூலிக்காரர்கள் மாடுகளித்தோடே சேர்ந்தது எனக்குத் தொந்தரையை வையாமல் நடப்பித்துக் கொள்ளென்று சொன்னார். நல்லதென்று சொன்னேன்.

1747 மார்ச்சு 10 மாசி 30 குருவாரம்

... குவர்னதோர் வீட்டுக்குப் போனவிடத்திலே குவர்னதோர் கோன்சேல் காரரையெல்லாம் அழைக்கச் சொல்லி, கோன்சேல் கூடி யோசனை பண்ணி, சண்டைக்குத் தேவனாம்பட்டணம் கோட்டையின் பேரிலே சண்டை பண்ணுகிறதற்குக் கோன்சேல் பண்ணித் தீர்த்து, அப்பால் படைக்குக் கொம்மாந்தேரிகிடுகிறதற்கு முசியே பரதி அனுப்ப வேண்டுமென்று குவர்னதோரும் கோன்சேலும் கூடி யோசனை பண்ணித் தீர்த்து முசே புரி, லத்தூர் முதலான பேர், ஒப்பிசியேல்மாரைக் கேட்டால் அவனெசமானாய் கொம்மாந்தேரிட, அவன் சொன்ன சொல்லின் கீழ் நாங்கள் உபதேசரிடுகிறதில்லை. இதல்லாமல் முன் மசுக்கரையிலே கூலிக்காரருக்கு ஆளோட்டியாயிருந்தான் அப்பால் மாயேயிலே இன்சினீர் உத்தியோகஸ்தன் கீழே அஸ்தனாயிருக்கிறவனை முசியே தெரேமிசோம் கொம்மாந்தனா யிருந்தவர் செத்துப்போன படியினாலே அவன் பெண்சாதி ரூபத்துக்குள்ளே குரங்கு போலேயும் வயதிலே கிழவியானபடியினாலே பின்னை ஒருத்தருஞ் சீந்தாமலிருந்தாலும் பணம் விஸ்தாரமாயிருந்த படியினாலே இவனுக்கு மவளுக்கும் ரொணானுபந்தமிருந்த படியினாலே இவன் பேரிலே யவளுக்கு வலப்பு உண்டாயிருந்து இவனைக் கலியாணம் பண்ணிக்கொண்டு படியினாலே அந்தப் பணம் கையிலே நடமாடுகையில் வட்டத்துக்குக் கொடுக்கிறாப் போலேயுஞ் சரக்குக்குக் கொள்ளுகிறாப்போலேயுஞ் சற்று பேருண்டானதின் பேரிலே அந்த இன்சினீர் செத்துப் போனவுடனே அந்தவிடமிவனுக்குக் கிடைத்தது. அப்பால் முசியே தும்மா குவர்னதோரிக்கும் போது காரைக்கால் கோட்டைக் கட்டுவிக்க வேணுமென்று இவ்விடத்துக்கு அழைப்பித்தவிடத்திலே முன்

இன்சினீராயிருந்த பாதிரியாருக்கு பெரிய வயதானபடியினாலே அவனை நிறுத்தி இவனை வைத்தார். அப்பால் காரைக்கால் கலாபத்தும் போது முசியே துய்ப்ளெக்ஸ் அனுப்பினவிடத்திலே அங்கே செயமாச்சுது. அப்பால் முசியே பெப்வ்ரியே மருந்துக் கிடங்கிலே பற்றிக்கொண்டு செத்தான். அந்தவிடம் குவர்னதோர் முசியே துய்ப்ளேக்ஸ் இவன் பேரிலே பட்சமானப்படியினாலே இவனைத்தானே அடைந்தது. அப்பாலும் கொப்பாஞ்ஞியார் அறியவும் இவன் ஒப்பிசியேலாகப் போகவில்லை. வெகுநாளாய் கும்பினீரைச் சேவித்த முசியே புரி லத்தூர் முதலான பேர்கள் கோன்சேலிலே பேசினதின் பேரிலே துரை எத்தனை விதமாய்ச் சமுதாயத்துச் சொன்னாலும் சம்மதிக்க மாட்டோமென்றார்கள். கோபத்தின் பேரிலேயும் எத்தனை சொன்னாலுங் கேட்க மாட்டோமென்றார்கள். அதன் பேரிலே முசியே லத்தூர் கொம்மாந்தனாக்கி முசியே பரதி யோசனை கேட்டுக்கொண்டு நடத்தச் சொல்லிக் கோன்சேலுத்தார மெழுதிக் கொடுத்துத் தீர மணி பனிரெண்டு அடித்தது. அந்தமட்டுக்கும் துரையிருந்த கோபம் எழுதி முடியாது. அப்பால் கோன்சேல் தீர்ந்து போகச்சே முசியே பரதி முகம் மாகா சின்னம் போய் வீட்டுக்குப் போனான்.

நாட்குறிப்பு 34

பின்வாங்கியது பிரெஞ்சுப் படை

பிரெஞ்சு படைக்குள் ஏற்பட்ட பிரச்னை ஓரளவுக்குச் சரிகட்டப்பட்டது. 1747 மார்ச் 11ம் தேதி முசியே லத்தூர் தலைமையிலான படைவீரர்கள் தேவனாம்பட்டணம் முற்றுகைக்குப் புறப்பட்டனர். இதில் ஏறக்குறைய 2000 பேர் இடம்பெற்று இருந்தனர். இவர்கள் எந்தெந்தப் பிரிவினர், அவர்கள் எடுத்துச் சென்ற பொருள்கள் என்னென்ன அத்தனையையும் பட்டியலிடுகிறார் ஆனந்தரங்கர். மார்ச் 12ம் தேதி தேவனாம்பட்டணம் எல்லைக்குள் நுழைந்தது பிரெஞ்சுப்படை.

இதற்கிடையில் அங்கிருந்து தொடர்ந்து முற்றுகை தொடர்பான தகவல்கள் வந்துகொண்டிருந்தன. இவர்கள் சந்தோஷப்படும் படியானத் தகவல்கள் அவை. இரவு தூங்கிக் கொண்டிருந்த ஆளுநரை எழுப்பிச் சொல்லி இருக்கிறார் ஆனந்தரங்கர். இதனால் தன்னுடனேயே கோட்டையில் தங்குமாறு ஆனந்தரங்கரைப் பணித்திருக்கிறார் ஆளுநர் துய்ப்ளேக்ஸ். தேவனாம்பட்டணத்தில் முற்றுகை நடந்தது, கொல்லப்பட்டவர்கள், நாள் முழுவதும் கேட்ட பீரங்கி சப்தம் என எல்லாவற்றையும் பதிவு செய்கிறார் ஆனந்தரங்கர்.

பிரெஞ்சு படைகள் தேவனாம்பட்டணம் கோட்டையை நெருங்கும் நேரத்தில் திடீர் திருப்பம் ஏற்பட்டது. கடலில் இங்கிலீஷ் கப்பல்கள் மிதந்து வருவதைக் கண்டனர் பிரெஞ்சுப் படையினர். அவ்வளவுதான், தங்களது முற்றுகை முயற்சியைக் கைவிட்டுப் பின்வாங்கியது பிரெஞ்சுப் படை. திரும்பி வரும்போது

‘சாமான்களையெல்லாம் எடுக்கிறதற்குக் கூலி ஆட்களில்லாமல் மருந்துப் பெட்டிகளையெல்லாந் தண்ணீரிலே போட்டு அவ்விடத்திலே யிருந்த பீரங்கிகளை யெல்லாம் ஆணியடித்து அதுகளையும் இழுத்துத் தண்ணீரிலே போட்டு, அரிசி சாக்குகளை அறுத்துக் கிணறுகளிலேயும் குளத்திலேயும் சொட்டிப் போட்டு, சாராய பீப்பாய்களை யெல்லாம் உடைத்து ஊத்திப்போட்டு, தோட்டத்திலே யிருக்கிற நாற்காலிகள், பெட்டிகள், மேசைப் பலகை, வீடு வாசல்களை யெல்லாம் உடைத்து இடித்துத் தகர்த்துப்போட்டு, ஏணிகளையெல்லாம் கொளுத்திப்போட்டுத் தாம்தூம் பண்ணி அவ்விடத்திலே யிருந்த வீடுகளையும் கொளுத்திப் போட்டு, அவ்விடத்திலே யிருந்து’ புறப்பட்டதாக விவரிக்கிறார் ஆனந்தரங்கர்.

இன்னும் இரண்டு நாட்கள் மட்டும் இங்கிலீஷ் கப்பல்கள் வராமல் இருந்திருந்தால் தேவனாம்பட்டணம் கோட்டை தங்கள் வசமாகி இருக்கும் என வருத்தப்பட்ட ஆனந்தரங்கர், ‘மனுஷ எத்தனத்திலே எத்தனை பிரயத்தனம் பண்ணித் தன் புத்தியினாலே என்னதான் தப்பித்தாலும் தெய்வ சங்கல்பம் உள்ளபடி நடக்குமே யல்லாமல் அதுக்கொருக்காலும் திருக்கு வரத்தக்கதில்லை’ என தனது வழக்கமான அங்கலாய்ப்பையும் வெளிப்படுத்துகிறார்.

1747 மார்ச்சு 11 பங்குனி 1 சனிவாரம்

இற்றைநாள் மத்தியானம் மூன்று மணிக்கு முசியே லத்தூரும், முசியே பரதியும் வந்து துரையைக் கண்டு அவரனுப்புவித்துக் கொண்டு தேவனாம்பட்டணம் சண்டைக்குப் பயணமாய் புறப்பட்டு வாசற்படியிலே வந்து பல்லக்கு ஏறினாப்போலே இதிலே துரையுடனே நான் மஞ்சகுப்பம், தோட்டம், பின்னையும் கூடலூருக்குப் போகிற வழிகளிலே மருந்து புதைத்திருக்கிறதென்று கபுறு கேட்டேன். இவர்கள் போகிற விடத்திலே சாக்கிரதையாய் விசாரித்துக் கொண்டு போகச்சொல்ல வேணுமென்று சொன்னேன். நல்லதென்று சோபுதாரருடனே முசியே லத்தூர், முசியே பரதியை அழைக்கச் சொன்னார். நடுவே நானிருந்து கொண்டு, அழைப்பானேன்? நான் சொல்லுகிறேன் என்று சொன்னேன். நீ சொல்லுகிறதல்லவென்ற போது சோபுதாரரை யழைத்து வந்தான். அப்போது என் மனதிலே தோற்றினது இன்னமொரு தாலுக்கு இடம் வைத்தானென்று தோற்றிற்று. ஆனால் சுவாமியுனுடைய சித்தம் அறியக்கூடாது.

இற்றைநாள் காலத்தாலே ஐந்து மணிக்குப் பிரஞ்சுப்படை புதுச்சேரி கோட்டையிலிருந்து தேவனாம் பட்டணம்

கோட்டையின் பேரிலே சண்டைப் பண்ணப் போகிறதற்குப் புறப்பட்ட படை வயணம்:

வெள்ளைக்காரர் சொல்தாது மத்லோத்து சட்டைக்காரர் வகையறா சனம் 1000

காப்பிரிகள் 200

கும்பினீர் சேவகர் 30

மாயே சிப்பாய்கள் 600

ஆலத்தூர் பாளையக்காரர் தாலுக்கு விராநாயக்கன் கூட சனம் 200

மண்வெட்டிக்காரர் 305

இதல்லாமல் கூலிக்காரர், எடு கூலிக்காரர், மூட்டைக்காரர், வாளாக்காரர், எட்டு ஒட்டகம், எண்பத்தைந்து எருது, அரிசி நாலு.

தீக்குடுக்கை பீரங்கி ஐம்பது, ஏணி இருநூறு, பால் ஐந்து, பெரிய கூடாரம், மண்வெட்டி, கோடாலி குந்தாணி இது முதலாகிய சாமக்கிரிகைகள் சண்டைச் சாமான்களுக்கு அடுத்த தென்னன்ன வுண்டோ அதுகளும் மருந்து குண்டுகள் தீக்குடுக்கைகள் முதலான சண்டை ஆயுதங்களும் முசியே லத்தூர் கொம்மாந்தானாய் புறப்பட்டு அரியாங்குப்பத்திலே போய் சூரிய உதயவேளைக்கு இறங்கினார்கள். அப்பாலிவ் விடத்திலே சாப்பிட்டு பகலைக்கு மேலாக ராத்திரி நல்லமபாபு ரெட்டி சத்திரத்திலே இருந்தார்கள்.

1747 மார்ச்சு 12 பங்குனி 2

இற்றைநாள் நடந்த சேதி யென்னவென்றால் தேவனாம் பட்டணத்தின் பேரிலே சண்டைக்குப் போனவர்கள் நேற்று ராத்திரி நல்லமபாபு ரெட்டி சாவடியில் இருந்தவர்கள் இற்றைநாள் காலத்தாலே புறப்பட்டுத் தேவனாம்பட்டணம் குண்டுக்குள்ளே நுழையும் போது மலையராசா பாளையம் சேவகரும், கடையம் வேங்கடாசல நாயக்கன் சமேத்து சேவகரும், சேருவைக்காரர் ஆதியப்ப நாயக்கன் சமேத்து சேவகரும், கொஞ்ச மிங்கிலீசுக்காரரும் சட்டைக்காரருமாய் வந்து எதிர்த்தார்களாம். அப்போது மாயே சிப்பாய்களும் கும்பினீர் சேவகரும் ஆலத்தூர் பாளையக்காரன் தாலுக்குச் சேவகர்களும் சண்டை போட்டதின் பேரிலே அவர்கள் நிற்க மாட்டாமல் ஓடிப்போய் மஞ்சக்குப்பம் சேர்ந்ததாய் இவர்கள் உச்சிமேட்டிலே பெண்ணையாற்றங் கரைக்கு இக்கரையிலே யிருக்கிற தண்டில் முத்தியாலு நாயக்கன் அக்கிராகரத்திலே பிராஞ்சுக்காரர் படை போயிறங்கினார்கள்.

அதற்கடுத்த எதிர்கரையிலே யிருக்கிற சின்னப்பையன் சாவடியிலே இங்கிலீசுக்காரர், கர்நாடக ராணுவம், சிறிது இங்கிலீசுக்காரருமா யிருந்தவர்கள் பேரிலே நம்முடைய பிராஞ்சுக்காரர் நாலு பீரங்கிச் சுட்டார்கள். அந்தக் குண்டு போய் விழுந்தவுடனே அங்கேயிருந்த இங்கிலீசுக்கார ராணுவம் ஓடிப்போய் மஞ்சகுப்பம் போய்ச்சேர்ந்தார்கள் என்றுமப்போது பிராஞ்சுக்காரரிலே ஒரு சொல்தாது புறப்பட்டு இங்கிலீசுக்காரர் தளத்திலே நடக்கச்சே பார்த்து என்ன அழைத்தாலும் வராமல் அவர்களிடத்திலே யிருக்கிற கர்நாடக சுவாரிலே ஒருத்தனை துப்பாக்கியினாலே போட்டாப் போலே அவன் விழுந்தானாம்.

அப்பால் மூன்று பேர் கர்நாடகக்காரரை வெட்டிப்போட்டானாமிந்த ஒரு வெள்ளைக்காரன் பேரிலே அவர்கள் ஆயிரம் சனம் வந்து விழுந்து தலையை வெட்டிப் போட்டும் அப்பால் குதிரைவால் கொத்தளத்தின் பேரிலே யிருந்தும் உப்பல்வாடி கொத்தளத்தின் பேரிலேயிருந்தும் விடாமல் ஆறு ராத்தல் குண்டு ஓடுகிற பீரங்கியினாலேயும் மூன்று ராத்தல் குண்டு ஓடுகிற பீரங்கியினாலேயும் பனிரெண்டு மணிக்குத் துவக்கினது ஒன்பது மணிக்கு மட்டுக்கும் சுட்டுக்கொண்டே யிருக்கிறார்கள். இதற்குள்ளே விழுந்தவர்கள் குவாடுது வெள்ளைக்காரன் குதிரையின் பேரிலே யிருந்தவன் செத்தானாம் மிரண்டு வெள்ளைக்காரருக்குக் குண்டு காலிலே விழுந்து காயம்பட்டுதாம். ஒரு பீரங்கி மேஸ்திரி செத்தானாம். மூன்று நாலு மாயே சிப்பாய்களுக்குக் காயமென்று கபுறு வந்தது. அவர்களிலே செத்த சேதி தெரியவில்லை. இந்தப்படிக்குக் கபுறு வந்துகொண்டே யிருந்தது.

அவர்கள் சுடுகிற குண்டு இவர்கள் இருக்கிற விடத்திற்கு நூறடிக்கு இப்புறத்திலே விழுகிறது மிவர்கள் சுடுகிற பீரங்கிக் குண்டு அவர்களிலே போய் விழுகிறதென்று கபுறு வந்தது. இதுகள் தாக்கீதாய் நாளைய தினம் கபுறு வரும். வந்த பிற்பாடு எழுதுகிறேன்.

... அப்போது நம்முடைய பாளையத்திலிருந்து சேஷய்யன் எழுதின ஓலை. பெண்ணையாற்றிலே யிறங்கி இங்கிலீசுக்காரர் கர்நாடகச் சேவகர் கூட வந்து நம்முடைய பிராஞ்சுப் படையின் பேரிலே சண்டைக்கு வந்து சண்டை கொடுத்தார்கள் என்று இவர்கள் படை முனைந்து நடந்ததென்றும் எதிரிகள் தளம் பின்வாங்கிச் சின்னப்பையன் சாவடியை விட்டுவிட்டு அப்பாலே ஓடினார்கள் என்றும் அப்போது முசியே பரதி, இருந்த காப்பிரிகளுக்குக் கொஞ்சம் சாராயத்தை வார்த்து உற்சாகம் பண்ணி உப்பளவாடி கொத்தளத்தின் பேரிலே லக்கை ஏறச்சொல்லி

அனுப்பினவிடத்திலே இவர்கள் போய் லக்கை ஏறினவுடனே அதன் பேரிலே ஆயிரம் கர்நாடகத்தா ரிருந்தும் திகைத்துக் கொடுத்தார்கள். பீரங்கிகளைக் கொளுத்தினால் கத்தரித்துப் போச்சுதா மிவர்களுக்குச் செய்தால்தான் படியினாலே பீரங்கிகள் கத்தரித்துப்போனதும் ஆயிரம் பேரிருந்தும் முழித்துக் கொடுத்தும் அப்பால் காப்பிரிகள் துப்பாக்கிப் பிடங்காலே அடித்தும், கோடாலியாலே வெட்டியும், பெயினாட்டிலே குற்றங் காட்டியும், அங்கேயிருந்தவர்கள் எல்லாரும் ஓடிப்போனார்களப்போது உப்பல்வாடி கொத்தளத்தைப் பிடித்துக்கொண்டு வெள்ளைக் கொடி போட்டு அந்தக் கொத்தளத்தின் பேரிலேயிருந்த பீரங்கியிலே மூன்று பீரங்கிச் சுட்டார்களாம். அந்தச் சந்தோஷக் கபுறு எழுதிக்கொண்டு வந்தவனுக்கு ஒரு ரூபாய் உச்சிதம் கொடுக்கச் சொல்லி எழுதினான்.

பதினொன்றரை மணிக்கு இந்தக் காகிதங் கொண்டு வந்து கொடுத்தவுடனே அப்போது துரையுடனே எச்சரிக்க வேணுமென்று போனவுடனே அவர் படுத்துக் கொண்டிருந்தவரை யெழுப்பிச் சொன்னவிடத்திலே அவர் சந்தோஷப்பட்டு நடந்த பூருவாத்திரம் எல்லாம் கேட்டார். அந்த வயணமெல்லாம் சொன்ன விடத்திலே வந்தவர்களுக்கு இரண்டு ரூபாய் யினாம் கொடுக்கச் சொல்லி முசியே, ரங்கப்பிள்ளை இந்தக் காரியம் தீருகிற மட்டுக்கும் இவ்விடத்திலே தானே சாப்பிட்டுக்கொள்ளவுமென்று சொன்னார். நல்லதையா, அப்படியே செய்கிறேன். சுவாமியினுடைய கடாட்சத்தினாலே யுமக்கு இந்த மட்டுக்கும் எசமானத்துவ மில்லாமலின்னஞ் சகல காரியமும் செயமாமென்று நான் சுவாமியைப் பார்த்துப் பிரார்த்திக் கொண்டிருக்கிறேன் என்று சொன்னேன்.

ஏனென்றால் அடிக்கடி சமாசாரம் மனுஷர் வருகிற படியினாலே நீர் இருந்து தீர வேண்டியிருக்கிறதென்றும், ஆனபடியினாலே இப்பவுந் தீக்குடுக்கை மருந்துகள் எல்லாம் முஸ்தீது பண்ணி யனுப்புவிக்கிறார்களிதற்கு எருதுகள் கூலியாட்களும் இதற்கு என்ன சரஞ்சாமி வேண்டியிருக்கிறதோ அதுகளெல்லாம் சீக்கிரமாய் முஸ்தீதுபண்ணி யனுப்பி வையுமென்று சொன்னார். நல்லதென்று பாக்குக் கிடங்குக்கு வந்து அங்கேதானே யிருந்து சாப்பாடு அழைப்பித்துச் சாப்பிட்டு அங்கேதானே நித்திரை போய் அப்பால் ராத்திரி பனிரெண்டு மணிக்கு மேல் துரையவர்கள் புறப்பட்டுக் கொத்தளங்கள் பேரிலே ஏறி தீக்குடுக்கைகள் மற்றது முஸ்தீது பண்ணுகிற விடத்துக்குப் போய் அதுக்கெல்லாம் திட்டம் பண்ணிச் சீக்கிரமாய் முஸ்தீது பண்ணச் சொல்லிட்டு மறுபடியு மிரண்டு மணிக்கு வந்து நித்திரை போனார்.

இதற்குள் மேல் வந்த கபுறு யென்னவென்றால்: இங்கிலீசுக் காரர்கள் தளம் வந்தவர்கள் முறிந்து மஞ்சகுப்பத்திலே கும்பினீர் தோட்டத்தண்டையிலே ஆசுரா பிடித்துக் கொண்டிருந்தவர்கள் பேரிலே நாங்கள் போய்க் கும்பினீர் தோட்டம் கைவசம் பண்ணிக்கொள்ளுகிறோமென்று எழுதி வந்தது. எப்போதிவர் களிதைப் பிடிக்க நடக்கத் துவக்கினார்களோ மற்ற மூன்று கொத்தளத்தை விட்டு ஓடிப்போனார்கள் என்று எழுதி வந்தது. இதல்லாமல் இவ்விடத்திலேயிருந்து கொண்டுபோன பீரங்கியிலே இரண்டு பீரங்கி வெடித்துப் போச்சுதென்றும் சேதி வந்தது. சுவாமியினுடைய தயவினாலேயும் செயகால மிவர்களுக்கிருக்கிற படியினாலேயும் இங்கிலீசுக்காரருடைய பீரங்கி பதினெட்டுப் பீரங்கி இவர்களுக்கு அகப்பட்டது. ஆனால் இன்று பனிரெண்டு மணிக்குத் துவக்கிச் சாயங்காலம் ஆறரை மணி மட்டுக்கும் ஓய்வில்லாமல் விபரீதமாய் விட்டதற்குப் பீரங்கி சப்தம் கேட்கப்பட்டது.

அப்பாலே ஏழு மணிக்குத் துவக்கிப் பத்துமணி மட்டுக்கும் பொறுத்துப் பொறுத்துச் சாடையாய் சப்தம் கேட்டுக்கொண்டிருந்து பத்து மணிக்கு மேல் பீரங்கி நின்றுபோய் பனிரெண்டு மணிக்கு இரண்டொரு பீரங்கிக் கேட்டது. பொழுதுவிடிய காலத்தாலேயும் இரண்டொரு சப்தம் கேட்டது. அந்த மட்டிலே நடந்த சேதியல்லாமல் ராத்திரி எட்டு மணியிலே ஒரு பேய் ராசபுத்திரன் உத்தியோகம் இல்லாமலிருந்தவன், அவ்விடத்திலே நம்முடைய பிராஞ்சுக்காரர் தண்டிலே போயிருந்து இங்கிலீசுக்காரர் சுட்ட பீரங்கி குண்டிலே எட்டுகுண்டு ஆறு ராத்தல் குண்டு மூன்றும், மூன்று ராத்தல் குண்டு ஐந்தும் ஆக எட்டு குண்டையும் கொண்டு வந்ததின் பேரிலே துரையவர்களிந்தக் குண்டுக்கு ஒரு ரூபாய் விழுக்காடு கொடுக்கச் சொல்லி அவனுக்கு எட்டு ரூபாய் கொடுக்கச் சொன்னார். அந்தப்படி கொடுத்தார்கள்.

1747 மார்ச்சு 13 பங்குனி 3

இற்றைநாள் நடந்த சமாசார மென்னவென்றால்: நம்முடைய படையுடனே கூடப்போன வீராநாயக்கன் வந்து சொன்ன சமாசாரம் என்னவென்றால்: நேற்றைய தினம் ஆதிவாரம் நாள் ராத்திரி போய் உப்பிலவாடி கொத்தளம் பிடித்தவுடனே மற்ற மூன்று கொத்தளத்தின் பேரிலே இருந்தவர்களும் ஓடிப்போனார்களென்று எழுதியிருக்கிறோமே, அதன் பிற்பாடு பத்து மணிக்கு அவ்விடத்திலேயிருந்து முத்தாலு நாயக்கன் தோட்டமும் சத்திரமுமிருக்கிறதைக் கிட்ட நம்முடைய சோத்துப்பாளையமும்

அதற்கு எசமானாயிருக்கிற முசியே வியாழாசம், முசியே செம்மடுத்தேனையும், வீரா நாயக்கன் தாலுக்கு சேவகரையும் வைத்துப் போட்டு முசியே பரதி முதலான பேரும் சொல்தாதுகளும் மாயே சிப்பாய்களுமாய் பதினொரு மணிக்கு அவ்விடத்திலே யிருந்து சாகி அப்புறம் மஞ்சகுப்பத்திலே யிருக்கிற கும்பினீர் தோட்டத்தைப்போய்ப் பிடித்தார்கள். அதன் பேரிலே அவ்விடத்திலே கொஞ்சம் நஞ்சமிருந்த ராணுவமெல்லாம் ஓடிப்போய்விட்டார்களாம். அந்த மட்டிலே கும்பினீர் தோட்டத்திலே தானே டிகாணி பண்ணி அவ்விடத்திலே யிறங்கி நம்முடைய வெள்ளைக்காரர் சேவகர் தோட்டத்தைச் சுற்றிலும் மெத்தைமேலேயுஞ் சந்தினேர் வைத்து எல்லாம் வேஷத்துப் பண்ணி வைக்கிறதற்குள்ளே சூரிய உதயமாச்சுது.

சூரிய உதயமானவுடனே சோத்துப்பாளையத்தின் பேரிலே யிருக்கிற முசியே வேசாழக்கும் முசியே செம்மடுத்தேனுக்கும் எழுதி வந்தது. அவர்களும் நாங்களும் எல்லாருங்கூடப் பயணப்பட்டு மஞ்சகுப்பத்திலே யிருக்கிற கும்பினீர் தோட்டத்தைப் போய் எட்டுமணிக்குச் சேர்ந்தோம். அவ்விடத்திலே யிருந்து படையெல்லாம் சேகரித்துக் கொண்டு வண்ணாரப்பாளையத்து ஒட்டு பிடித்துக்கொண்டு கோட்டையின் பேரிலே ராசகாரியம் நடத்துகிறதற்குத் தோட்டத்துக்குக் கிழக்கு வாசற்படி யண்டையிலே நம்முடைய ராணுவ சொல்தாதுகள், காப்பிரிகள், மாயே சிப்பாய்கள் சமஸ்தமான பேரும் வரிசை வைத்துக்கொண்டு அப்பால் சாகி நடக்கிறதற்கு ஆயத்தமாயிருக்கையிலே மெத்தையின் பேரிலே சந்தினேரிருந்து கொண்டு ஏழு கப்பல் ஓடிவருவதைக் கொண்டு இந்தக் கப்பல் இங்கிலீசுக்காரரதுதான் என்று நிஷ்கரிஷை ஏற்படுத்தி, பிற்பாடு இறங்கி வந்து இந்தப் படைக்கு எசமான்களாய்ப் போன படைத்தலைவர் மார் முசியே பரதி, முசியே லத்தூர், முசியே சன்ழாக்கு, முசியே செம்மடுத்தேன், முசியே வேன்சான், முசியே சன்ழனியாக்கு முதலான படைத்தலைவர்மார் எல்லாருமாய் குமிசேல் கூடி, அவர்களுக்கானால் கப்பல் வந்து போச்சுதே. ஒருவேளை இந்தக் கப்பலையெல்லாம் கொண்டுபோய்ப் புதுச்சேரி துறையிலே வைத்துப் பிடித்துதானால் அவ்விடத்திலே ராணுவமில்லையே. இனிமேல் நாமிங்கே யிருக்கிறது காரியமில்லை யென்று சொல்லி,

பத்தரை மணிக்கு அவ்விடத்திலே யிருந்து சோத்துப் பாளையத்தையும் அதன் பிறகே நம்முடைய ராணுவங் கூட்டி அதன் பிறகே இரண்டு வெண்கலப் பீரங்கியும், பின்னையும் நான்கு மூன்று பீரங்கிகளையும் இழுத்துக் கொண்டு இதுகளையெல்லாம்

மேல்புறமாய் வாகூருக்குக் கிழக்கு வழியாய்ப் புறப்பட்டுப் போகச்சொல்லி, அப்புறம் சிறிது சாமான்களையெல்லாம் எடுக்கிறதற்குக் கூலி ஆட்களில்லாமல் மருந்து பெட்டிகளை யெல்லாந் தண்ணீரிலே போட்டு அவ்விடத்திலே யிருந்த பீரங்கிகளை யெல்லாம் ஆணியடித்து அதுகளையும் இழுத்துத் தண்ணீரிலே போட்டு, அரிசி சாக்குகளை அறுத்துக் கிணறுகளிலேயும் குளத்திலேயும் சொட்டிப் போட்டு, சாராய பீப்பாய்களை யெல்லாம் உடைத்து ஊத்திப்போட்டு, தோட்டத்திலே யிருக்கிற நாற்காலிகள், பெட்டிகள், மேசைப்பலகை, வீடு வாசல்களை யெல்லாம் உடைத்து இடித்துத் தகர்த்துப்போட்டு, ஏணிகளையெல்லாம் கொளுத்திப்போட்டுத் தாம்தூம் பண்ணி அவ்விடத்திலே யிருந்த வீடுகளையும் கொளுத்திப் போட்டு, அவ்விடத்திலே யிருந்து பயணம் புறப்பட்டு வரும்போது குதிரைவால் கொத்தளத்திலே ஏறி கொடி மரத்தையும் வெட்டிப் போட்டு, அதிலே யிருந்த பீரங்கிகளை ஆணியடித்துத் தண்ணீரிலே இழுத்துப் போட்டுவிட்டு அதிலே யிருந்த மருந்து குண்டுகளை யெல்லாம் எடுத்துத் தண்ணீரிலே போட்டுவிட்டு, அவ்விடத்திலேயிருந்த குடிசைகளையும் கொளுத்திப்போட்டு, மரிகிருஷ்ணாபுரத்து வழியே புறப்பட்டு வரும்போது இதற்குள்ளே தேவனாம்பட்டணத்துக் கோட்டைக்குக் கபுறாகி அவ்விடத்திலே யிருந்து இருநூறு பேர் வெள்ளைக்காரரும் ஐம்பது குதிரையுமாகப் பின்தொடர்ந்து வந்தார்கள்.

நாங்கள் முன்னும் அவர்கள் பின்னுமாய் மரிகிருஷ்ணாபுர மட்டுக்கும் வந்த பிறபாடு நம்முடைய ராணுவம் திருப்பிக் கொண்டு துரத்தினார்கள். அந்த மட்டிலே அவர்கள் ஓடிப் போனார்கள். அந்த சமயத்திலே நம்முடையவர்களுக்குள்ளே ஒரு மூட்டைக்காரனை வெட்டிப்போட்டார்கள். அந்த மூட்டைக்காரன் பிறகே வந்த நம்முடைய சேவகன் வேங்கடாசலம் என்கிறவனைப் பிடித்துக்கொண்டு அவனுடைய கத்தி, துப்பாக்கி, புடவை சீலைகளை எல்லாம் பிடுங்கிக்கொண்டு விட்டார்கள். அவன் மாத்திரம் பிராணன் தப்பித்துக்கொண்டு ஓடிவந்துவிட்டான். இதல்லாமல் ஒரு வெள்ளைக்காரன் சாராயத்தைக் குடித்துவிட்டுத் தண்ணீர் தாகத்தினாலே பின்னே நின்று பனைமரத்தோரமாய் வரச்சே கண்டு அவனைத் தேவனாம்பட்டணத்துக் குதிரைக்காரர் அவன் தலையை வெட்டி எடுத்துக்கொண்டு போய்விட்டார்கள். அவர்களைத் துரத்திக்கொண்டு விடப்போய் ஆற்று மட்டும் விட்டுவிட்டு மறுபடியும் புறப்பட்டு இப்புறம் வந்துவிட்டார்கள். அங்கேயிருந்துப் புறப்பட்டுப் பயணம் அரியாங்குப்பத்திலே வந்து

நின்றார்கள். அதன் பேரிலே இவ்விடத்திலே யிருந்து துரையவர்கள் கடுதாசி வந்து பார்த்துக்கொண்டு அவ்விடத்திலே யிருந்து இன்று சாயங்காலம் ஏழு மணிக்கு ராணுவப் படைகள் சமஸ்தமான பேரும் புதுச்சேரி தங்கலானார்கள்.

...ஆனாலின்ன மிரண்டு நாளைக்கு மாத்திரம் கப்பல் வராமல் இருந்து நானாலீவர்கள் போன முஸ்தீதும் சபுருசஷத்துக்கு மிரண்டு நாளையிலே கோட்டையைப் பிடித்துக் கோட்டையிலே வெள்ளை நிசானும் பறக்கும். ஆனால் இன்னஞ் சிறிது நாளைக்கு அந்தக் கோட்டையிலே இங்கிலீசுக் கொடி பறக்கத்தக்கதாகப் பிராப்தி யிருக்கிற படியினாலே சுற்றுக் கொத்தளமெல்லாம் கைவசப்பட்டுக் கோட்டை பிடிக்கப் போகிற சமயத்திலே இங்கிலீசுக்காரருக்குக் கப்பல் வந்து கைக்கொத்தி கையாச்சுது. ஆனபடியினாலே மனுஷ எத்தனத்திலே எத்தனை பிரயத்தனம் பண்ணித் தன் புத்தியினாலே என்னதான் தப்பித்தாலும் தெய்வ சங்கல்பம் உள்ளபடி நடக்குமே யல்லாமல் அதுக்கொருக்காலும் திருக்கு வரத்தக்கதில்லை.

நாட்குறிப்பு 35

போருக்குப்போன துரை, திரும்பி வந்த கதை!

தேவனாம்பட்டணத்தைப் பிடிக்கப் போன பிரெஞ்சுப் படைகள் அது முடியாமல் திரும்பி வந்தது புதுச்சேரி ஆளுநர் துய்ப்ளேக்சுக்கு பெரும் மன வருத்தத்தை ஏற்படுத்தியது. இன்னும் இரண்டொரு நாள் இங்கிலீஷ் கப்பல்கள் வராமல் இருந்திருந்தால் கோட்டையைப் பிடித்திருக்கலாம் எனும் தனது ஆதங்கத்தை ஆனந்தரங்கரிடம் பகிர்ந்து கொண்டார். மே மாதம் பிறந்தால் தேவனாம்பட்டணம் கோட்டை நம் கைவசமாகும் என அவருக்கு ஆறுதல் சொன்னார் ஆனந்தரங்கர்.

இதுநடந்து சரியாகப் பத்து மாதங்கள் கழித்து தேவனாம் பட்டணத்தின் மீதான மீண்டுமொரு முற்றுகைக்குத் தயாரானது பிரெஞ்சுப் படைகள். இந்தமுறை இதற்குத் தலைமை தாங்கிப் புறப்பட்டவர் ஆளுநர் துய்ப்ளேக்ஸ். அவருடன் செல்வதற்கு ஆனந்தரங்கரும் தயாரானார். இதை அறிந்த ஆளுநர், இதற்கு அனுமதி மறுத்தார். 'நாம் வெளியே போகும்போது ஆனந்தரங்கர் இங்கிருப்பது அவசியம்' என்றார். ஆனால், ஆனந்தரங்கரோ 'நீங்கள் இருக்கும் இடத்தில் நானும் இருப்பேன்' என அடம்பிடித்தார். ஆனால் இதையெல்லாம் காதில் வாங்க மறுத்த துய்ப்ளேக்ஸ், 'நிர்வாகத்தை நடத்துவதில் சின்ன துரைக்கு உதவியாக இருக்க வேண்டும்' என்றும் இன்னும் ஆனந்தரங்கரின் தகுதி, திறமை குறித்தெல்லாம் புகழ்கிறார்.

இதற்கிடையில் 1748 ஜனவரி 14ம் தேதி தேவனாம்பட்டணம் கோட்டையைப் பிடிக்கப் புறப்பட்டது, ஆளுநர் துய்ப்ளேக்ஸ் தலைமையிலான பிரெஞ்சுப் படை. 'ராசமானிய மகாராச ராசஸ்ரீ துரையவர்கள் முசியே ஷெவாலியேர் துய்ப்ளேக்சு மகாராசாவானவர் தேவனாம்பட்டணத்துக் கோட்டையிலே பிராஞ்சுக்கொடி போடுவிக்கிறே னென்று துவசங் கட்டின மகாராசன் தேவனாம் பட்டணத்து மேலே சண்டைக்குப் போகத்தக்கதாகப் பயணப்பட்டு இன்றைய தினம் காலமே ஆறு மணிக்கு இவ்விடத்திலேயிருந்து பயணம் புறப்பட்டு அரியாங்குப்பம் போய்ச் சேர்ந்தார். நானும் ஆறரை மணிக்குப் புறப்பட்டு அரியாங்குப்பத்துக்குப் போய்ச் சேர்ந்தேன்' என்கிறார் ஆனந்தரங்கர். இங்கு, ஆளுநரை இவர் வர்ணிக்கும் வார்த்தைகள் குறிப்பிடத்தக்கது.

பிரெஞ்சுப் படைகள் புறப்பட்டு இரண்டொரு நாள்தான் ஆனது. தூக்கணாம்பாக்கம் வரை சென்றிருந்தார்கள். அதற்குள் கடலில் இங்கிலீஷ் கொடி போட்ட ஆறு கப்பல்கள் வருவது கண்டு புதுச்சேரி கோட்டையில் பீரங்கிச் சுட்டார்கள். இதையறிந்து கலவரமான துய்ப்ளேக்ஸ் உடனடியாகப் படைகளைத் திருப்பிக் கொண்டு புதுச்சேரி வந்து சேர்ந்தார். 'இங்கிலீஷ் கப்பல்கள் வந்தாலும் வரட்டுமென்று ஒரு கை பார்ப்போமென்று இராமல் வந்துவிட்டது' ஆனந்தரங்கருக்குக் கடும் அதிருப்தியைக் கொடுத்தது. முன்பு, ஆளுநரைத் தூக்கி எழுதிய இவர், இப்போது 'ஆளுநருக்குப் புத்தி பேதலித்து விட்டது' என்றும் இதனால் ஜனங்கள் எகத்தாளம் பேசுகிறார்கள் என்றும் எழுதுகிறார் ஆனந்தரங்கர்.

1747 மார்ச்சு 14 பங்குனி 4 மங்கள வாரம்

இற்றைநாள் தேவனாம்பட்டணத்திலே நடந்த சமாசாரம் விசாரித்துக் கொண்டு வரத்தக்கதாக வேவுக்காரரை, ஆறு பேர் பிராமணரைப் பயணம் பண்ணி ஆறு பேருக்கும் இருபது ரூபாய்க் கொடுத்து அனுப்புவித்தோம். துரையவர்களிருந்து கொண்டு தேவனாம்பட்டணத்துக் கபுறு அடிக்கடி வரவேணுமென்றும், அதற்கேத்த பேரை கெட்டிக்காரரை அனுப்புவித்துக் கபுறு தெரிந்துகொண்டு சொல்லென்று சொன்னார்கள்.

இதல்லாமல் பின்னையும் துரையவர்கள் சொன்னதென்ன வென்றால்: பார்த்தாயா ரங்கப்பா, நாம் பண்ணின பிரயத்தனம் என்ன! நாம் நடப்பித்த காரியமென்ன! கொத்தளங்களெல்லாம் பிடிபட்டுக் கோட்டை பிடிக்கப் போகிற சமயத்திலே இந்தக் கப்பல் வரவேணுமா! இனி இரண்டு மூன்று நாளைக்கு மாத்திரம் இந்தக்

கப்பல்கள் வராமலிருந்துதானால் அனாயாசமாய்க் கோட்டையைப் பிடித்து வெள்ளைக்கொடி போட்டு விடலாம். அதனாலே எனக்கு ரொம்ப கீர்த்தி வரும். அதுக்கெல்லாம் வீணாய். நான் பண்ணின பிரயத்தனம் எல்லாம் விருதாவாய்ப் போய்விட்டதே பார்த்தாயா! என்று மனதிலே இருக்கிற துயரத்தை அடக்கக் கூடாமல் இப்படியாக என்னுடனே சொன்னார்கள்.

அதற்கு நானிருந்து கொண்டு நீங்கள் பிரயத்தனம் பண்ணின காரியம் வீண் போகிறதில்லை. இப்போது இல்லாவிட்டாலும் இன்னமிரண்டு மாசம் பொருத்த பிறகாகிலும் அந்தக் கோட்டை உம்முடைய வசமாகிறதற்குச் சந்தேகமில்லை. ஆனால் என் மனதிலே யிருக்கிற தாபந்தம் என்னவென்றால்: இப்போது இந்தக் கப்பல் வந்தபடியினாலே தேவனாம் பட்டணத்துக் கோட்டையிலே யிருக்கிற சரக்கெல்லாம் ஏற்றிக்கொண்டு போய்விடுவார்களே. இந்தக் கப்பல் வருகிறதற்கு முன்னே தானால் கோட்டையைப் பிடித்துக்கொண்டவுடனே இருக்கிற சரக்கையெல்லாம் எடுத்துக் கொள்ளலாமே. அது தப்பிப்போச்சுது என்கிற தாபந்தமே யல்லாமல் கோட்டையைப் பிடியாதே போறோமே யென்கிற தாபந்தம் இல்லை. அதேனென்றால் கோட்டை இரண்டு நாள் ஏறக்குறைய நம்முடைய கைவசமாகிறது சித்தம். அதற்கொன்றும் திருக்கில்லை. அந்தப்படி வேணுமென்றால் நான் சீட்டெழுதிக் காட்டுகிறேன். ஆனாலின்னஞ் சிறிது நாளைக்கு அவர்கள் வசமாயிருக்கத் தக்கதாகப் பிராப்தி யிருக்கிற படியினாலே தான் நாம் மூன்று நாலு தரம் பிரயத்தனம் பண்ணியும் தட்டிப்போச்சுது. ஆனாலுமென்னமாயாச்சுது, மாயு மாதம் பிறந்துதானால் அப்புறமந்தக் கோட்டையைக் கைவசம் பண்ணுகிறதல்லாமல் பின்னையும் அநேகங் காரியம் எல்லாம் அனுகூலம் படத்துக்காக ஏஷியமிருக்கிறது. அந்தப்படிக்கெப்படியும் கெட்டியாயிருக்கிறது. நீங்களிதை யோசனை பண்ணத்தேவையில்லை யென்று சொன்னேன்.

அது மெய்தானென்று ஏற்றுக்கொண்டு நீ சொல்லுகிறதெல்லாம் சரிப்பட்டு வருகுது. ஆனாலிதொன்று மாத்திரம் சரிப்படாதே போச்சுதென்று சொன்னார். அதற்கு நான் சொன்னது: சென்னப்பட்டணம் பிடித்தவுடனே தேவனாம் பட்டணத்தைப் பிடித்துப்போடவேணும். அது இருக்கலாகாதென்று கூடியும், தலையாட்டும் பாம்பாயிருக்குமென்றும் உடனே பிரயத்தனம் பண்ணினது உண்டானால் அனாயசமாய் எளிதத்திலே வாங்கிப்போடலாமென்று நானப்போ தானே சொல்லிக்கொண்டு வந்தேனே. அப்போது பாராமுகமா யிருந்தீர்களே.

அப்படியிருந்தும் நம்முடைய கப்பல் இருக்கச்சேதானே போய்ப் பிடிக்கவேணுமென்று சொன்னதற்கு அந்தக் கோட்டையைப் பிடிக்கிறதற்கு இந்தக் கப்பலையும் அஞ்சாங்கல் தலைச்சேரிக்கு அனுப்பிவிட்டீர்களென்றும், ஆனாலென்னாமா யாச்சுது. இந்த மாதமும் போனால் அப்படியே கைவசம் படுகுதென்று சொன்னேன்.

நான் சொன்னதின் பேரிலே அவருக்குச் சற்றே மனது குதிர்பட்டு, அதுவுமெய்தானென்று சொல்லிப் பின்னையும் வெகுநேரமட்டாய் அந்தப் பேச்சாய்தானே பேசிக்கொண்டு இருந்தார்கள். அவர்கள் சொல்லுகிறதற் கெல்லாம் சவுத்திரமாய்த்தானே அவர் மனதுக்குச் சந்தோஷம் வரும்படியாகச் சொன்னோம். நாம் சொன்னபடிக்குத் தானே சுவாமி தயவு பண்ணி வைப்பாரென்று சொல்லிட்டு அனுப்புவித்துக் கொண்டு பாக்குக் கிடங்குக்கு வந்தேன்.

1748 சனவரி 13 தை 3 சனிவாரம்

இற்றைநாள் மத்தியானம் பத்து மணிக்கு நடந்த சேதி என்னவென்றால்: துரையவர்களண்டையிலே முசியே தெப்ரேனும், முசியே தொத்தேலும், முசியே புரியேலும் ஆகிய இவர்கள் இரண்டு மூன்று பேரும் கூட இருக்க, நான் போனவிடத்திலே முசியே தொத்தேல் இருந்துகொண்டு துரையவர்களுடனே, ரங்கப்பிள்ளை சண்டைக்குப் பயணம் புறப்படுகிறதற்கு முஸ்தீதாய் இருக்கிறார். பிஸ்தோலுக்கும் மற்றதுகளுக்கெல்லாம் லெஸ்து பண்ணுவித்துக் கொண்டு பயணமாய் இருக்கிறார். துபாக்கி மாத்திரம் இல்லை, நல்ல துபாக்கியாய் இரண்டு துபாக்கி மாத்திரம் கொடுக்க வேணுமென்று சொன்னதின் பேரிலே,

துரையவர்கள் இருந்து கொண்டு அவர் எங்கே வருகிறார்? நாம் வெளியே போகிற மட்டுக்கும் இவ்விடத்துக் கவைக்கு அவரிருக்க வேணுமென்று சொன்னார். அதன்பேரிலே நானிருந்து கொண்டு, நீங்களிருக்கிற விடத்திலே நானுங்கூட இருக்கிறதே யல்லாமல் உங்களை விட்டுவிட்டு நான் அவ்விடத்திலே இருக்கிறதில்லை என்று சொன்னேன். அதிலே முசியே தொத்தேலும் முசியே தெப்ரேனும் இருந்து கொண்டு, மெய்தான். நீரிருக்கிற விடத்திலே தான் ரங்கப்பிள்ளையும் இருக்கவேணும். அது நியாயம். சரிதானென்று சொன்னார்கள்.

அதற்கு துரையிருந்து கொண்டு சின்னதுரையை இவ்விடத்திலே வைத்துப் போகிறோமே, அவர் நல்லவர் தான். மெத்த சாது. அவருக்குப் பின்னையொன்றும் தெரியாது. ரங்கப்பிள்ளையைப்

போலே கப்பாசல்லவா, ரங்கப்பிள்ளை என்னுடைய கையுங் கீழேயிருந்து எல்லாம் வாடிக்கைப்பட்டு என்னுடைய புத்தியிலே தோன்றுகிறபடிக்கு, அதற்கு முன்னமேயே எல்லாக் காரியமும் சேகரித்து நடத்தத் தக்கவாறு மிதல்லாமல், துலுக்கருடைய காகிதங்களுக்கு உத்தரவு பிரதி உத்தரவும் தெரிந்து எழுதி சமதாயிருக்கிறதற்கு வாடிக்கைப்பட்டவன். என்னுடைய புத்திக்குச் சமானமாய் நடத்தத்தக்க யோக்கியனான படியினாலேயும், என்னிடத்திலே ரொம்பமருவி வாடிக்கை பட்டவனான படியினாலேயும், அவனிங்கே தானே யிருந்து இவ்விடத்திலே காரியங் கவையெல்லாம் சமாளித்துக் கொண்டிருக்க வேணும். ஆன படியினாலே அவர் போகாது இவ்விடத்திலே இருக்க வேணுமென்றார்.

அதன் பேரிலே நானிருந்து கொண்டு ஐயா, நான் ஒரு வார்த்தைச் சொல்லுகிறேன் கேட்க வேணுமென்று சொன்னேன். என்ன என்றார். ஐயா, உம்முடைய யோகத்தினாலேயும் உம்முடைய அதிர்ஷ்டத்தினாலேயும் நீங்களின்னம் அநேகமான கீர்த்தி சம்பாதிக்கத்தக்கதாக ஆயத்தப்பட்டிருக்கிற கனயோகசாலி ஆனபடியினாலே உம்முடைய யோகநாதனே எங்கே போனாலும் திக்கு விசயமாகிறதே யல்லாமல் பின்னை யொருத்தனைத் தொட்டிருக்கிறதென்று யோசனை பண்ணத் தேவையில்லை. இப்போது சொல்லுகிறது: முசியே பரதி போய் கெலித்தானென்றும் மற்றவன் கெலித்தானென்றும் இவனைத்தொட்டு நிருவாகமா யிருக்குதென்றும் இப்படியாகச் சொல்லப்படுகிற தென்னவென்றால்: நீர் மகா யோக்கியசாலி ஆனபடியினாலே உங்களை நாங்கள் சேர்த்திருக்கிற படியினாலே உங்களுடைய சாயை எங்கள் பேரிலே சேர்ந்திருக்கிற படியினாலே மற்றப் பேருக்குக் கீர்த்தியே யல்லாமல் மற்றப்படி ஒருத்தரைத் தொட்டு ஆகிறதென்ன விருக்கிறது? உம்முடைய யோகமே தேவனாம்பட்டணத்துக் கோட்டையிலே நிசான் கொண்டு போய்ப் போடுவிக்கப் போகிறது. ஆகையினாலே ஒருத்தருக்கும் பிரயாசை இல்லையென்று சொன்னேன்.

நானிப்படி யெல்லாஞ் சொன்னவுடனே துரையவர்களும், முசியே தொத்தேலும், முசியே தெப்ரேனும் எல்லாரும் நகைத்துக் கொண்டிருந்தார்கள். துரையவர்கள் நகைத்து ரங்கப்பிள்ளை எப்போதும் இப்படித்தானே சொல்லுகிறதென்றும் சொன்னார். ஆனால் அவர் சொன்னது பின்னையும் ரொம்பவும் உண்டு. ஆனாலும் அதிலே காரியத்தை மாத்திரம் எழுதினோம். இன்னும் அவர் சொன்னபடிக்கெல்லாம் அவர் ஷடைக்கு எழுதினாரா

யிருக்கும். ஆனால், உண்டானபடி நடந்த காரியத்திலேயும் சூசனையாய் எழுதினேன்.

1748 சனவரி 14 தை 4 ஆதிவாரம்

இற்றைநாள் நடந்த சேதி என்னவென்றால்: ராசமானிய மகாராச ராசஸ்ரீ துரையவர்கள் முசியே ஷெவாலியேர் துய்ப்ளேக்சு மகாராசாவானவர் தேவனாம்பட்டணத்துக் கோட்டையிலே பிராஞ்சுக்கொடி போடுவிக்கிறே னென்று துவசங் கட்டின மகாராசன் தேவனாம்பட்டணத்து மேலே சண்டைக்குப் போகத்தக்கதாகப் பயணப்பட்டு இன்றைய தினம் காலமே ஆறு மணிக்கு இவ்விடத்திலேயிருந்து பயணம் புறப்பட்டு அரியாங்குப்பம் போய்ச் சேர்ந்தார். நானும் ஆறரை மணிக்குப் புறப்பட்டு அரியாங்குப்பத்துக்குப் போய் தண்டு முஸ்தீதுகளும் பார்த்து, துரையவர்களையும் கண்டு பேசிக்கொண்டு மறுபடியும் பத்து மணிக்கு இவ்விடத்துக்கு வந்துவிட்டோம். இவ்விடத்திலே வந்த பிற்பாடு, ஆள்கள், மாடுகள், பின்னையும் தேவையான சாஞ்சாமி களெல்லாம் முஸ்தீது பண்ணி அனுப்புவிக்கிறோம். இதல்லாமல் சாயங்காலம் ஆறுமணிக்கு வந்தவாசியிலே யிருந்து நாலு யானை வந்து சேர்ந்தது. அந்த நாலு யானையையும் அரியாங்குப்பத்துக்கு அனுப்பிவித்தோம்.

இற்றைநாள் தண்டு பிறகே போன அப்புமுதலியார் அண்ணனும் நடந்த சேதியை எழுதிக்கொண்டு வந்து எழுதி வைத்தபடிக்குத் தண்டு சமாசாரம் எழுதிவைத்த வயணம்:

இற்றைநாள் சகலமும் சண்டை முஸ்தீதுடனே புறப்பட்டு அரியாங்குப்பத்துக்குப் போய்ச் சேர்ந்தார்கள். சேர்ந்தவுடனே சகல ராணுவங்களும் படைத்தலைவரும் அறியத்தக்கதாக பாறு நிறுத்தி, தம்பூர் அடித்து, முசியே பரதி, முசியே பிஷார், பின்னையும் இரண்டொரு துரைகளுக்கும் படைத்தலைவர்மார் உத்தியோகம் கொடுத்து, இவர்களைப் படைத்தலைவர்மார் என்றறியுங்கோளென்றும், மற்றப்பேருக்கெல்லாம் உத்தாரம் கட்டளையிட்டு, பிற்பாடு சம்பாவு கோவிலிலே வந்திறங்கி காடுது குதிரைக்காரர்களை அனுப்பி வழியிலே எதிராளி ராணுவ ரவுத்து ஏதாகிலும் இருக்குதா வென்று போய்ப் பார்த்துவரச் சொல்லி யனுப்புவித்தார்கள். அவர்கள் போய் அப்படியே மரிகிருஷ்ணாபுர மட்டுக்கும் போய்ப்பார்த்து எங்குமில்லைய யென்று சொன்னார்கள்.

பிற்பாடு நூறு மண்வெட்டிக்காரர்களை அனுப்பி, மேடுபள்ளம், வாய்க்கால் வெட்டி நிரவிவைத்துப் போடச்சொல்லி உத்தாரங்

கொடுத்தார்கள். அப்படியே காதவழி மட்டுக்கும் போய் நிரவிப்போட்டு வந்தார்கள். பிற்பாடு தட்டுமுட்டுத் தளவாடங்கள் எடுக்க மாடுகள், ஆள்கள், கூலிக்காரர்கள் எல்லாரும் லெஸ்தா இருக்கிறார்களாவென்று கேட்டார்கள். அதை விசாரித்து நான் சொன்னது என்னவென்றால்: நாலு நாளாய் வந்து சேர்ந்த சாமான்கள் எல்லாம் நீங்கள் புறப்படுகிற பயணத்துக்கு உங்களுடனே கூட நடக்க மாட்டாது என்று சொன்னேன். அது எதனாலே என்று கேட்டார். அதற்கு நான் சொன்னது: கொண்டு வந்த மாடுகளும் கூலிக்காரரும் அப்போதைக்கப்போது சுமைகளை இறக்கிப் போட்டுப் புதுச்சேரிக்குப் போய்விட்டார்கள் என்று சொன்னேன். அதன் பேரிலே துரையவர்கள் காரியத்துக்காரரைக் கோபித்துக்கொண்டு உங்களுக்குக் கடுதாசி எழுதியனுப்பு வித்தார்கள். அனுப்புவித்த பிற்பாடு நீங்கள் ஆள்களும் முஸ்தீது பண்ணுவித்து அனுப்புவித்தீர்கள். அவைகளும் வந்து சேர்ந்தன.

1748 சனவரி 15 தை 5 திங்கட்கிழமை

இற்றைநாள் நடந்த சேதி என்னவென்றால்: நேற்றைய தினம் இவ்விடத்திலே யிருந்து அரியாங்குப்பத்துக்குப் போயிருந்தோம். மதாம் துய்ப்ளேக்சு, மதாம் பெடுத்தல்மி மற்றப் பேரெல்லாரும் நேற்று ராத்திரி அரியாங்குப்பத்திலே துரையவர்களுடனே கூட தீனி தின்றுவிட்டுப் பதினொரு மணிக்கு அவ்விடத்திலே யிருந்து புறப்பட்டுப் புதுச்சேரிக்கு வந்து சேர்ந்தார்கள். நாலு மணி வேளைக்கு அரியாங்குப்பத்திலே யிருந்த தண்டு குதிரைகள், ராணுவ வெள்ளைக்காரர் மற்றப்பேரெல்லாரும் ஸாகிப்போனார்கள். துரையவர்களும் இன்றைய தினம் காலமே ஏழு மணிக்குப் புறப்பட்டுத் தேவனாம்பட்டணத்து மேலே சண்டைக்குப் போகத்தக்கதாகப் புறப்பட்டார்கள்.

1748 சனவரி 17 தை 7 புதவாரம்

இற்றைநாள் காலமே பழையது சாப்பிட்டு ஏழுமணிக்குக் கோட்டைக்குப் போய் சின்ன துரையவர்களைக் கண்டுபேசி கொண்டிருக்கச்சே, கடலிலே கப்பல்கள் காணுதென்று சொன்னார்கள். அதை நச்சுக்குழல் வைத்துப் பார்த்ததிலே ஆறு கப்பல்களும் ஒரு சுலுப்பும் கண்டது. அதிலே இங்கிலீஷ் கொடி போட்டிருந்தது. அந்தக் கப்பல்களைக் கண்டவுடனே மூலைக்கொத்தளத்திலே ஏழு பீரங்கிச் சுட்டான். அந்தப் பீரங்கிச் சத்தம் தண்டு தூக்கணாம்பாக்கத்துக்கு அப்புறம் போகச்சே துரையவர்களுக்குக் கேட்டதாகவும், அந்தச் சாடை அறிந்த அந்நேரமே திருப்பிக்கொண்டு தண்டு, மற்றது சாமான்கள்,

சகலமும் திருப்பி மறுபடி வந்துவிடச் சொல்லிவிட்டுத் துரையவர்களும் முசியே பரதியும் ஐம்பது காடுது குதிரையுடனே $11^1/_2$ மணிக்கு வீட்டிற்கு வந்து சேர்ந்தார்கள். மற்ற தண்டு ராணுவம், வெள்ளைக்காரர், சொலுதாதுகள், சாமான்கள் எல்லாம் ஒன்று பிறகே ஒன்று வந்துவிட்டார்கள்.

இங்கிலீஷ் கப்பல்கள் வந்தாலும் வரட்டுமென்று ஒரு கை பார்ப்போமென்று இராமல் வந்துவிட்டது, தேவனாம்பட்டணம் இங்கிலீஷ்காரருக்கு இன்னுமிருக்கப் பிராப்தமிருக்கிற படியினாலே முசியே துய்ப்ளேக்சுக்குப் பேதை புத்தித் தோன்றி வந்துவிட்டார். முன் போகச்சே தானே இந்தப் பலனை யெல்லாம் யோசனை பண்ணிப்போக வேண்டியது. அப்போது பெண்சாதி, வேகுகாரர் வந்து சொன்ன பேச்சை மெய்யென்று நம்பிப் புறப்பட்டுத் தூக்கணாம்பாக்கம் மட்டுக்கும் எஜமான்தான் தானே போய்த்திருப்பிக் கொண்டு வந்து அப்புறம் திசையை அடைந்தான்.

முன் தான் போகாமல் முசியே புரி துரையை அனுப்பினபோது குண்டுக்குள்ளே போய்க் கொத்தளங்களை வாங்கி கும்பினீர் தோட்டத்தையும் பிடித்துக் கொண்டு திருப்பாதிரிப்புலியூரைக் கொள்ளையிட்டு, கூடலூர் மட்டுக்கும் ஓடிப்போக எதிராளிகளைத் துரத்திக் கூடலூரையும் பிடித்துக்கொள்ளுகிறதா யிருக்கச்சே கோட்டையிலே இருக்கிறவர்களும் சலங்குகள் அமர்த்திக் கொண்டு பாயை விரிக்கிற மட்டுக்கும் இருக்கச்சே கப்பலைக் கண்டு பிடிபட்டு வந்துவிட்டார்கள். இப்போது அது தானும் இல்லாமல் எஜமானனே போன விடத்திலே தூக்கணாம்பாக்கத்து அத்துக்கு இப்புறமே புறப்பட்டு வந்துவிட்டது.

எப்படி யிருந்த தென்னவென்றால் முன் பயணம் புறப்பட்ட இரண்டு நாளென்றைச்சே தானே எனக்கு வந்த ஓலைச்சேதி. ஆனால், மேலே கமாண்டோர் இஸ்காதுரு ஐந்தாறு கப்பல்கள் இருக்கிறதாகவும், அதனை வரச்சொல்லி எழுதினதாகவும், அதுவும் வருமென்று இப்போது ஒரு கப்பலிலே அறுநூறு சொலுதாதுகள் வந்து இறங்குகிறார்களென்றும் இப்படி எழுதிவந்தச் சேதியைப் போய்ச் சொன்னாப்போலே உனக்குச் சேதி அனுப்பினவன் மெய் எழுதவில்லை என்று சொல்லி கமாண்டோர் வரச்சொல்லி எழுதினதற்கு, என் கப்பலை வெதாபாக்கம் கொண்டு போகிறேன் வரக்கூடாது. நீயாச்சுது கோட்டையாச்சுது ஸரிப்போனபடி பார்த்துக்கோவென்று எழுதியனுப்பினான் என்று சொன்னதுமல்லாமல் மேஸ்தர் மாசை அழைத்து கோன்சேல் கூடி, இனிமேல் நடக்கவேண்டியதென்னவென்று கேட்டாப்

போலேயும் இனிமேல் வேறே அடமானமில்லை. நாங்கள் சென்னப்பட்டணம் ஒப்புவித்தாப் போலே நீங்களும் ஒப்புவித்துப் போடுங்களென்று சொன்னதாயும், அதன் பேரிலே அவர் தட்டுமுட்டுகளை அப்பால் படுத்துகிறதாகச் சேதி வந்திருக்கிறதென்று சொன்னார். மற்றச் சேதியெல்லாம் அப்படி இருந்தாலும் கோன்சேலிலே மேஸ்தர் மாசு அப்படிச் சொல்லி வரச்சொல்லிச் சொல்லானென்று யோசனை கூடப்பண்ணுகிறதற் கில்லாமல் பெண்டாட்டி தனக்கு வந்த சேதியென்று எழுதிக் கொடுத்தாப்போலே அது மெய்யென்று எண்ணி தேவனாம் பட்டணத்தின் பேரிலே சண்டைக்குப் போன புத்தியைப் போலே வந்துவிட்டாரென்று தோற்றுது. இதுவும் அல்லாமல் ஏகதாளி பண்ணுகிற ஜனங்கள் விசேஷம் காதுகொடுத்துக் கேட்க முடியவில்லை என்று என் புத்தி கேட்டு நடக்கிறவர்களுக்கெல்லாம் வருகிற அப்பிரதிஷ்டை இப்படித்தான் என்று அறிய வேண்டியது.

இற்றைநாள் பாளையம் கூச்சுபண்ணி அணிவகுத்து நடக்கச்சே தூக்கணாம்பாக்கத்துத் தென்மேற்கே மூன்று நாழிகை வழிக்கப்பாலே போகச்சே, புதுச்சேரியிலே போட்ட பீரங்கி வெடி, ரெண்டு வெடி கேட்டது. கேட்டவுடன் அப்போதே பாறா நடக்க வொட்டாமல், சந்தடி பண்ணாமல் நிறுத்தினார். சற்று நேரத்துக்குள்ளே அப்படியே ஒருவருக்கொருவர் பேசாமல் நின்றார்கள். நின்ற பிறகு முசியே பெடுத்தல்மி என்கிற செக்ரெத்தேர் கையிலே எழுதியிருந்த கடுதாசியைப் பார்த்துக்கொண்டு வரச்சொல்லி படித்துப் பார்த்துத் துரையவர்கள் சொன்னது: இன்னும் சற்று நேரத்துக்குள்ளே ஐந்தாறு வெடி பீரங்கிக் கேட்குமென்று சொன்னார். அப்படியே கேட்டது.

கேட்டவுடனே மனது மெத்த விசனமாய்க் கால் நாழிகை பரியந்தம் குதிரை மேலே இருந்தபடியே மவுனமாயிருந்து குதிரையை விட்டிறங்கி கையை முறித்துக் கொண்டு காலை பூமியிலே உதைத்து இப்படி நிர்ப்பாக்கியத்தனம் எங்கேயாகிலும் உண்டா என்று சொல்லி, முன்னேயும் புறப்பட்ட போதெல்லாம் இப்படி ஒவ்வொரு காரியமும் சம்பவிக்கிறது என்று சொன்னார். சொல்லி, சற்று நேரத்துக்குள்ளே மழோர், மற்றுமுண்டான பேரை அழைத்துப் பாளையத்தைப் புதுச்சேரிக்குத் திரும்பச் சொல்லிவிட்டு பல்லக்கேறிக் கொண்டு சற்றிடம் வந்து ஒரு மரத்தின் கீழே இறக்கி, ஒரு துண்டு ரொட்டி சாப்பிட்டு, ஒரு லீதர் சாராயங் குடித்துப் பல்லக்கிலே ஏறிக்கொண்டு தாமும் காடுது குதிரைக்காரரையும் நாலத்து ரெண்டு துரைகளுமாத்திரம்

புறப்பட்டு இரண்டு நாழிகை வழி பிறகே வந்து இறங்கி காரைக்காலிலே யிருந்து பறங்கிப்பேட்டையிலே வந்து இறங்கியிருக்கிற சொலுதாதுகளுக்கு கடுதாசி எழுதியனுப்பி, அவ்விடம் புறப்பட்டு, செவ்வையாய்ப் புதுச்சேரிக்கு வந்துவிட்டார்.

புறப்பட்ட நாலு நாளும் நாளுக்கு நாள் பாளையம் கூச்சு ஆகிறது. அதிசீக்கிரம் அதிசீக்கிரமாக நடந்து ஜனங்களுக்கு ரஸ்து தின்பண்டங்களுக்கு மேன்மேலாய், குதிரை இல்லாமல் நடந்து பாளையம் புறப்பட்டு கதலிப் போகிறதைப் பார்த்தால் எதிராளி கெர்ப்பம் கலங்கிப்போம். அவர்களும் மனசு உற்சாகமாயிருந்து, கோமுட்டிசெட்டி கூலிக்காரர் முதலாய் வெகு தைரியத்துடனே இருந்தார்கள். பாளையம் கதலிப் போகிறபோது ஜனங்கள் வெள்ளம் புரண்டாப்போலே சற்றேறக்குறைய பதினாயிரம் பேருக்குக் குறையாது. பின்னையும் சில்லரைச் சேதிகள் எழுத வேணுமானால் எழுதலாம். அதிலே அதிசயமில்லை.

நாட்குறிப்பு 36

சந்தா சாகிப் விடுதலைக்கு 22 லட்சம்

சந்தா சாகிப். ஆற்காடு நவாபுகளில் குறிப்பிடத்தக்கவர். பிரெஞ்சு ஆதரவாளர். புதுச்சேரி ஆளுநர் துய்ப்ளேக்சின் நண்பர். ஒருமுறை புதுச்சேரி வந்த சந்தா சாகிபின் வைத்தியர் பிரான்சிஸ்கோ பெரோரா என்பவர் ஒரு லட்சம் வராகனை துய்ப்ளேக்சிடம் கொடுத்தார். இதன் மூலமான வட்டி வருவாயை நவாப் எதிர்பார்த்தார். இப்படி வட்டிக்குக் கொடுத்துவிட்டு பின்னர் இதே அளவுக்கு அவர்கள் வியாபாரம் செய்யப் போகிறார்கள் என்கிறார் ஆனந்தரங்கர்.

பின்னர் ஒருநாள் சந்தா சாகிப் சார்பில் திருவதி பாலு செட்டியார் புதுச்சேரி வந்து ஆளுநரைச் சந்தித்தார். அப்போது அவரிடம் ''சந்தாசாகிப் எப்படி இருக்கிறார்'' என்று விசாரித்தார் துய்ப்ளேக்ஸ். முஸ்லிம் ஆட்சிக்குட்பட்ட பகுதிகளில் மராத்தியரின் தாக்குதல் நடந்தது. எனவே அந்தப் பகுதிகளில் இருக்கும் கோட்டைகளில் இருந்து ஆளுகிறவர்களின் உறவினர் குறிப்பாக பெண்கள், புதுச்சேரியில் தஞ்சம் புகுந்தனர். இப்படியாக சந்தா சாகிப் மனைவியும் 1740 ஜூலையில் புதுச்சேரி வந்தார்.

1740 செப்டம்பரில் புதுச்சேரி வந்த சந்தா சாகிப் சுமார் 15 நாட்களுக்குப் பிறகு புறப்பட்டு ஆற்காடு சென்று அங்கிருந்து திருச்சிக் கோட்டையைச் சென்றடைந்தார். அடுத்த சில மாதங்களில் மராத்தியரின் முற்றுகைக்கு உள்ளானது திருச்சிக் கோட்டை. இதில் சிக்கிக்கொண்ட சந்தா சாகிப், நிருவாகம் செய்ய முடியாமல் முடங்கிக் கிடப்பதாகவும், பணம் கொடுத்து மராத்தியர்களுடன் உடன்படிக்கை ஏதாவது செய்யாததால் தான்

தன்னால் உயிரோடு தப்பிக்க முடியும் என்றும் ஆற்காட்டிற்கு கடிதம் எழுதினார். இதனைத் தொடர்ந்து சந்தா சாகிப் மனைவி உள்பட பலரிடமும் ரூ. 22 லட்சம் வசூல் செய்து சந்தா சாகிபை விடுவிப்பது என முடிவு செய்யப்பட்டது.

இதற்கிடையில் ரகசியமாக கோட்டையில் இருந்து வெளியேறிய சந்தா சாகிப், மராத்திய மன்னரிடம் சரணடைந்தார். அவரது கத்தியை வாங்கிக் கொண்ட மன்னர், தஞ்சையில் சாதாரண காவலில் வைத்தார். இந்தத் தகவல் அறிந்த துய்ப்ளேக்ஸ் பெரிதும் அங்கலாய்த்தார். இச்சம்பவம் நடந்த சில நாட்களில் புதுச்சேரியில் இருந்து தஞ்சாவூர் அரசருக்கு கடிதம் அனுப்பப்பட்டது. அதில் குறிப்பிட்டிருந்த விவரம் தெரியவில்லை. மேலும் தொடர்ந்து இங்கிருந்து அங்கும் மராத்திய அரசாங்கத்தில் இருந்து இங்கும் கடிதம், ஆள் போக்குவரத்து நடந்து வந்தது. ஆனாலும் சந்தா சாகிப் குறித்து இருதரப்பும் ஏதும் பேசவில்லை எனத் தெரிகிறது.

இதன் பிறகு சுமார் 5 ஆண்டு காலம் சந்தா சாகிப் குறித்த தனிப்பட்ட குறிப்புகள் ஏதும் ஆனந்தரங்கர் நாட்குறிப்பில் இல்லை.. 1746 நவம்பரில் துய்ப்ளேக்சுக்குக் கடிதம் எழுதிய போளூர் மமுதலி (முகமது அலி) சந்தா சாகிபை விடுவிக்க தங்களால் ஆன பிரயத்தனம் செய்து வருவதாகவும் நீங்களும் பிரயத்தனம் செய்யுங்கள் என்றும் வலியுறுத்தி இருந்தார். இதனைத் தொடர்ந்து தஞ்சாவூர் மன்னர் உள்ளிட்டவர்களுக்கு சந்தா சாகிபை விடுதலை செய்யக்கோரி ஆளுநர் துய்ப்ளேக்ஸ் கடிதம் எழுதினார். இக்கடிதத்தை புதுச்சேரியில் இருந்த சந்தா சாகிப் கணக்கர் ரகோ பண்டிதரைக் கொண்டு எழுதப்பட்டது. இதனை ஆனந்தரங்கர் சரிபார்த்தார்.

இதற்கிடையில் சந்தா சாகிப் மகள் திருமணத்திற்கான ஏற்பாடுகள் புதுச்சேரியில் நடந்தன. தேவையான உதவிகளை ஆளுநர் துய்ப்ளேக்ஸ் செய்தார். இந்நிலையில் 1747 ஜனவரியில் தனக்கு ரூ.ஐம்பதாயிரம் கடன் தர வேண்டும் எனும் வேண்டுகோளை தனது மகன் மூலமாக ஆளுநர் துய்ப்ளேக்சிடம் வைத்தார் சந்தாசாயபு. பிரெஞ்சு அரசாங்கத்திற்கு ஒரு லட்சம் கடன் கொடுத்தவர், இப்போது அதே அரசாங்கத்திடம் 50,000 கடன் கேட்கிறார்!

இந்தப் பணம் கொடுக்கப்பட்டதா? சந்தா சாகிப் விடுதலை செய்யப்பட்டாரா? பின்னாட்களில் அவரது நிலை? போன்ற விவரங்களை அடுத்தப் பதிவில் பார்க்கலாம்!

1738 ஜூலை 9 ஆனி 29 புதன் கிழமை

இன்றைய மத்தியானம் பிறான்சிஸ்கோ பிரோரா சந்தா சாகிப்புவின் வைத்தியன். சந்தா சாகிப்பு, குவர்னர் துரைக்கு அனுப்பிய

வெகுமானத்தைக் கொண்டு வந்தான். முசே இங்கிராமும், முசே கோலாரும் மேளதாளம் நல்ல தட்டுமுட்டு இந்த வாத்தியங்களுடனே திருவேங்கடபிள்ளை அவர்கள் தோட்டத்திலே அந்த ஹக்கீம் இறங்கியிருக்கிற சமயம் அந்த மட்டுக்கும் போய் அந்த வெகுமானம் பிடிச்சுக் கொண்டு வழுதாவூர் கேட்டு வாசலிலே வரச்சே ஏழு பீரங்கி போட்டார்கள். அப்புறம் துரை வீட்டுக்குப் போய் படியின் மேலே ஏறிப்போய் மேலே போனவுடனே துரை எதிரே கட்டிக்கொண்டு வந்து நடு சால்லே அழைத்துக்கொண்டு போய் பாங்கு மேல் உட்கார்ந்தவுடனே பதினேழு பீரங்கி போட்டார்கள்.

இவர் கொண்டு வந்த வெகுமானம் என்னவென்றால்: ஒரு முடிச்சு பட்டு சட்டகமாய் மாட்டியிருக்கிறது. அது நூற்றுக்கு மேலே பெறும். ஒரு பாகை பத்து வராகன் பெறும். அதன் மேல் ஒரு கச்சையும் அப்படித்தான் இதுக்கு முன்னே ஒரு மாதத்திற்கு முன்னே வந்து குவர்னர் துரைக்கு ஒரு துருக்கி குதிரையும் நான்கு நகை வெகுமானமும் சந்தா சாகிபுவினதென்று கொண்டு வந்ததல்லாமல் கோன்செல்லியர்களுக்கெல்லாம் அவரவர்களுக்கு நாற்பது அன்பது வராகனுக்கும் அதிகமாகத்தானே கொடுத்து பதினஞ்சு நாளும் இவ்விடத்திலிருந்து அவ்விடத்திற்குப் போனவர் சந்தாசாகிபு திருவண்ணாமலை மட்டும் வந்து அங்கேயிருந்து இந்த ஹக்கீமை மறுபடி அனுப்பிவிச்சதென்ன யென்று விசாரிக்குமிடத்தில் அவர் வராகன் லட்சம் கூட கொண்டு வந்து துரைக்கு கொடுத்தார். இதுக்கு வட்டி ஒரு வருஷம் மட்டுக்கும் கவையில்லை. அப்புறம் வருஷத்துக்கு மேல் யிருக்கிற வட்டியும் இதுக்குள்ளாகக் கொடுத்துவிட்டால் கவையில்லை யென்றும் உடன்படிக்கை பண்ணிக் கொண்டதாய் ஊர்ச்சிதமான சேதியாய் சொன்னார்கள். அந்தப்படி இவர்கள் கொண்டு வந்து கொடுத்து பின்னால் லட்சம் வராகன் வியாபாரத்துக்கு ஆகும்படி போய்க்கொண்டு வரப்போகிறான் என்று சொன்னார்கள்.

ஆவணி 8 1738 ஆகஸ்ட் 20 புதன்கிழமை

பகலுக்கு மேல் சுமார் நாலரை மணிக்கு மேல் அஞ்சு மணிக்குள்ளாக திருவதி பாலுசெட்டியார் துரையவர்களைப் பேட்டி காணப்போனார். போய் சந்தித்த உடனே கோட்டையிலே ஒன்பது பீரங்கி போட்டார்கள். பிற்பாடு துரையவர்கள் வீட்டு நடுசாலையிலே போய் உட்கார்ந்து இரண்டு வார்த்தை லோகாபிசாரமாய் பேசிக்கொண்டு இருக்கச்சே சந்தாசாயபு நன்றாயிருக்கிறாரா என்று துரையவர்கள் பாலு செட்டியாரைக்

கேட்க அதுக்கு அவர் சொன்னது அவர்கள் சிறிது சேதி உங்களுக்குச் சொல்ல சொன்னார்கள். அது தனிச்சுக் கண்டு பேசிக்கொள்ள வேண்டுமென்று சொன்னார். அதின் பேரிலே துரையவர்கள் எழுந்து கபினெத்தை திறந்து அதுக்குள்ளே துரையவர்களும் கனகராய முதலியாரும் திருவதி பாலுசெட்டியாரும் சலத்து வேங்கடாசல செட்டியாரும் இவர்கள் நாலு பேரும் மூணு மூணரை நாழிகை நேரம் பேசிக்கொண்டிருந்து இப்புறத்திலே வந்து நடுச்சாலையிலே உட்கார்ந்த உடனே திருவதி பாலு பெட்டிக்கு வெகுமானம் கொடுத்த வயணம்:

1740 சூலை 8 ஆனி 28 வெள்ளிக்கிழமை

காலமே 11 மணிக்கு திருச்சிராப்பள்ளியிலே இருந்து சந்தாசாயபு பெண்சாதி புதுச்சேரிக்கு வந்தாள்.

1740 செப்டம்பர் 1 ஆவணி 20 வியாழக்கிழமை

சாயங்காலம் ஐந்து மணிக்கு அசரத்து நவாபு சப்பிதரல்லிகான் சாயபு அவர்களும் சந்தாசாயபு - டக்கே சாயபு பின்னையும் பெரிய மனுஷரெல்லாம் கூட வருகிறார்களென்று சொல்லி மேற்கு கெவுனி வாசல் தோட்டத்து கடைத்தெரு சந்து மட்டுக்கும் இரண்டு புறமும் பாருவைத்து கெவுனிக்கு மேலே வடபாரிசத்திலே பந்தல் போட்டு அந்தப் பந்தலுக்குள்ளே வெள்ளைக்காரச்சிகள், துரைத்தனத்தார் பெண்சாதிகளெல்லாம் நின்று கொண்டிருக்க கெவுனிக்கு அடுத்தாப் போல் போட்டிருக்கப்பட்ட துரையவர்கள் கூடாரத்திலே சுத்தி நாற்காலியைப் போட்டு துரையவர்களும் மற்றுமுள்ள கோன்சேல்காரரும் சகலமான பேரும் அந்தக் கூடாரத்திலே இருந்து கொண்டு சின்ன துரையவர்களும் அவர் பிறகே ஒரு இஸ¬த் தாங்கி ஐம்பது பேர் சொல்தாதுகளும் கொடியும் புள்ளாங்குழல் தம்பூறு கொம்பு தமுக்கு மேளதாளம் தாசியள் கூட இதல்லாமல் கனகராய முதலியார் முத்தியாப்பிள்ளை யவர்களுமாய் சகல சம்பிரமத்துடனே எதிர்கொண்டு குண்டுதாழை மட்டுக்கும் போய் அழைத்துக்கொண்டு வந்தார்கள். வந்தவுடனே கெவுனிக்கு வெளியிலே போட்டிருக்கப்பட்ட கூடாரத்திலே இறங்கி துரையவர்கள் எதிரே வந்து கட்டிக்கொண்டு கூடாரத்திலே உட்கார்ந்த உடனே அலங்கத்தின் பேரிலே 21 பீரங்கி போட்டார்கள்.

1740 செப்தம்பர் 17 புரட்டாசி 5 சனிவாரம்

காலமே 10 மணிக்கு மேல் நவாபு சப்பித்தரல்லிகான் சந்தாசாயபு மற்றுமுள்ள சத்தியன் கூட செஞ்சிக்குப் போக வேணுமென் கிறதாகப் பயணமாகி, சுக்கிரவார நாள் இராத்திரி இரண்டு

சாமத்திற்கு மேல் ஒரு நகராவும் வெடிய சாம மென்னச்சே ஒரு நகராவும் அடிச்சார்கள். காலமே ஏழு மணிக்கு துரையவர்களும் கோன்செல்காரரும் பல்லக்கின் பேரிலே ஏறிக்கொண்டு ஒரு இஸ்த்தாங்கி அன்பது சொலுதாதுமாக வரிசை வச்சுக்கொண்டு நவாபு இருக்கப்பட்ட கேட்டினைக் கூடத்துக்கு எதிரான வீட்டிற்கு வந்து நபாபு அவர்களை பேட்டி பண்ணிக்கொண்டு சற்றுநேரம் பேசிக்கொண்டிருந்து அனுப்பிவிச்சுக் கொண்டு புறப்பட்டுப் போய்விட்டார்கள். அதன் பேரிலே சாப்பிட்டு பத்து மணிக்கு பயணம் புறப்பட்டு போனார்கள். போகச்சே கொத்தளத்தின் பேரிலே பீரங்கி போட்டார்கள். அன்றைய தினம் ஆனந்தரங்கப் பிள்ளையவர்கள் பரங்கிப்பேட்டையிலிருந்து காலமே எட்டரை மணிக்கு புதுச்சேரி வந்து சேர்ந்தார்கள்.

அசரத்து நவாபு சப்பித்தல்லிகான் சாயபு அவர்களும் சந்தாசாயபும் செஞ்சிக்குப் போகவேணுமென்று புறப்பட்டவர்கள் அவ்விடத்துக்குப் போகாமல் ஆற்காடு போய்ச் சேர்ந்து அவ்விடத்திலே இருந்து நவாபு சந்தாசாயபு கையிலே அனுப்பிவிச்சுக் கொண்டு தம்முடைய ராணுவுக்கு திரையுடனே புறப்பட்டு திருச்சிராப்பள்ளிக் கோட்டைக்குப் போய்ச் சேர்ந்தார்கள்.

1741 மார்ச்சு 15 பங்குனி 6 புதன்கிழமை நாள்

... இதல்லாமல் இதுக்கு முன் அஞ்சாறு நாளைக்கு முன்னே நடந்த சேதி: திரிச்சிராப்பள்ளி கோட்டைக்குள்ளே யிருக்கிற சந்தாசாயபு தமக்கு நிருவாகமில்லாமல் ஒரு கடுதாசி எழுதி சப்பித்தரல்லிகான் மோரசாவிலே போட்டாராம். அந்தக் கடுதாசியை அவர்கள் எடுத்துக்கொண்டு போய் சேர்த்துப்பட்டிலே யிருக்கிற சப்பித்தரல்லிகான் கையிலே கொடுத்தான். உடனே அவர் அதை வாசித்துக்கொண்டார். அதிலே எழுதியிருக்கிற சேதியானால் மறாட்டியர் கோட்டை நெருங்கி வந்து போனார்கள். வெகு முத்திக்கையா யிருக்கிறது. இனிமேலே இனி என்னாலே ஒன்றும் நிருவாகத்துக்கு வருகிறதில்லை. இந்த வேளை நீங்கள் அவர்களுக்கு உபேக்ஷயாயிருந்தால் இனிமேல் என்னைக் காண மாட்டீர்கள் என்றும் கண்டிதமாய் எழுதியிருந்ததாம்.

அவர் அதைப்பார்த்துக் கொனார் முதலியவை அழைத் தனுப்புவித்து காரியமானால் இப்படி நிருவாகம் தப்பியிருக்குதே. சிறிது திரவியமாகிலும் கொடுக்க உடன்படிக்கை பண்ணிக் கொண்டே அவர்களை பிராணத்தோடே வெளியே விட்டு விடத்தக்கதாக ஆகிலும் யேற்படுத்துவோம் என்று யோசனை பண்ணி இருபத்து இரண்டு லக்ஷம் ரூபாய் கொடுத்தால்

அந்தப்படிக்கு மறாட்டியர் சம்மதிப்பார்களென்று பேசிக்கொண்டு இதுக்கு சப்பிரத்தல்லி 5 லக்ஷமும் சப்பிரத்தல்லிகான் தாயார் 5 லக்ஷமும் சந்தாசாயபு பெண்சாதி 5 லக்ஷமும் படேசாயபு பெண்சாதி 5 லக்ஷமும் போளூர் மமுதலி ஒரு லக்ஷமும் அல்லினக்கி சாயபு ஒரு லக்ஷமும் ஆக இருபத்து இரண்டு லக்ஷம் பிரிவு எழுதிக்கொண்டு இந்தபடிக்கு இவ்விடத்திலே யிருக்கிற சந்தாசாயபு பெண்சாதி படேசாயபு பெண்சாதி இரண்டு பேரும் எழுதி அனுப்பினார்கள். அதுக்கு இவர்கள் எழுதின உத்திரவு எசமான் உத்தாரமில்லாமல் கொடுக்கிறதில்லை என்று எழுதிவிட்டார்கள். இந்த மட்டிலே இருக்கிறது இராசகாரியம்.

1741 மார்ச்சு 21 பங்குனி 12 செவ்வாய்க்கிழமை நாள்

மத்தியானம் மூன்று மணிக்கு வேலூரிலே யிருந்து போளூர் மமுதல்லியும் டக்கே சாயபு குமாரன் அல்லினக்கீம் சாயபும் இரண்டு பேரும் வந்தார்கள். வரச்சே கோட்டையிலே யிருந்து கனகராய முதலியார் ஒரு கும்மிசெல்காரன் முத்தியா பிள்ளையும் கொம்பு தமுக்கு மேளத்துடனே எதிர் போகச்சே அவர்களுக்கு நிண்ணு மெதுவிலே வருகிறதுக்கு கூட இல்லாமல் அவதிப்பட்டு ஓடி வருகிறார்களோ லே எதிர்கொண்டு போனவர்கள் கெவுனிக்கு வெளிப்படுகிறதுக்கு முன்னமே அவர்கள் உள்ளே வந்துவிட்டார்கள். அவர்கள் என்ன காரியமாய் வந்தார்கள் என்றால் சந்தாசாயபு திருச்சிராப்பள்ளி கோட்டைக்குள்ளேஅகப்பட்டுக் கொண்டு மறாட்டியர் முத்திகையினாலே ரொம்ப அவதிப்பட்டு பிரா்ணனை போக்கடிச்சுக் கொள்ளுகிறதா யிருக்குதென்றும், மறாட்டியருக்குப் பணங்காசு எவ்வளவாகிலும் கொடுத்து சமாதானம் பேசினால் பிராணன் மாத்திரமாகிலும் தப்பவிட்டார்களேயென்று சந்தாசாயபு படேசாயபு இரண்டு பேர் பெண்டுகளையும் பணம் கேட்டனுப்பிவிச்சதுக்கு இவர்கள் கொடுக்கிறதில்லை யென்று சொன்ன படியினாலே இவர்கள் இரண்டு பேரும் வந்தார்கள் என்று சொன்னார்கள்.

1741 மார்ச்சு 22 பங்குனி 13 புதன்கிழமை நாள்

சாயங்காலம் எட்டு மணிக்கு போளூர் மமுதல்லியும் அல்லினக்கீம் சாயபும் இரண்டு பேரும் பயணம் புறப்பட்டு வேலூர் கோட்டைக்குப் போய்விட்டார்கள்.

1741 மார்ச்சு 30 பங்குனி 21 வியாழக்கிழமை

மத்தியானம் 11 மணிக்கு திரிச்சிராப்பள்ளியிலே மறாட்டியர் தண்டியிலே யிருந்து பிராஞ்சுக்காரருடைய வக்கீலும் நாம் அக்கீமும் எழுதின கடுதாசி துரையவர்களுக்கு வந்தது. அந்த

கடுதாசியிலே எழுதியிருந்த வயணம் என்னவென்றால் பங்குனி 16 சனிவார நாள் ரகோசி போசுறா பாளையக்காரர் மறவன் தொண்டைமான் மனுஷர் கள்ளர் பெண்டியள். இவர்களை அழைச்சு கோட்டையின் பேரிலே லக்கை ஏறச்சொல்லி உத்தாரங் கொடுத்த உடனே அவர்கள் எல்லோரும் ஒருமிச்சு லக்கை ஏறினார்கள். அதின்பேரிலே கோட்டைக்குள்ளே இருக்கிற சந்தாசாயபு யோசனை பண்ணி இனிமேலிருந்தால் பிராண சேதம் வருமென்று சொல்லி பட்டாணியன் பெரிய மனுஷன் முன்னிலையாய் சந்தாசாயபு ராசாவிடம் பேசி சந்தாசாயபு பனிரெண்டு லக்ஷம் ரூபாய் மறாட்டியருக்கு கொடுக்கவும், சந்தாசாயபை பிராண சேதம் இல்லாமல் வெளியிலே விடவும் உடன்படிக்கை பண்ணிக்கொண்டு அன்றைய தினம் சனிவார நாள் இராத்திரி பதினைந்து நாழிகைக்கு கோட்டையை விட்டு வெளியே சந்தாசாயபும் அவர் குமாரன் அபீத்து சாயபும் அவருடைய மருமகன் கான்பகதூரும் செரீபு சாயபும் இவர்கள் நாலு பேரும் புறப்பட்டு மறாட்டியன் தண்டிலே போய் ரகோசி போசுறாவை சந்தித்தார்கள். அவரும் இவர்களைக் கண்ட மாத்திரத்திலே பின்னே ஒன்றும் சொல்லாமல் அவர்கள் கையிலே யிருந்த கத்திகளை வாங்கி வைத்துக்கொண்டு தண்டிலே தானே மரியாதைக் காவலாய்த்தானே வைத்துக்கொண்டு இருக்கிறார் களென்றும் மறாட்டியர் திருச்சிராப்பள்ளி கோட்டையிலே சண்டை போட்டார்களென்றும் இப்படியாக உத்த கபுறா எழுதி வந்தது.

இந்தக் கடுதாசியைப் பார்த்துக்கொண்டவுடனே துரையவர்களும் ரொம்பவும் அங்கலாச்சுக் கொண்டு அந்தக் கடுதாசியை கனகராய முதலியார் கையிலே கொடுத்து சந்தாசாயபு மாலிலே கொண்டுபோய் படிச்சுக் காண்பித்து வரச்சொல்லி உத்தாரங் கொடுத்தார்கள். அந்தப் படியே கனகராய முதலியார் போய் படித்து காண்பித்திருந்த சமாசாரம் சொன்ன உடனே அவர் பெண்சாதி கேட்டு மெத்தவும் அழுது அங்கலாய்த்துக் கொண்டிருந்தாள். இன்றைய தினம் சாயங்காலம் நாலுமணிக்கு சேத்துப்பட்டிலே யிருந்து சந்தாசாயபு மாலுக்கு பயண ஒட்டகம் ஒன்று வந்தது. அந்த ஒட்டகம் வந்த சேதி என்ன வென்றால் சந்தாசாயபு மறாட்டியர் கையிலே அகப்பட்டுப் போனார் என்றும் மறாட்டியர் திருச்சிராப்பள்ளி கோட்டையைப் பிடித்துக் கொண்டு சண்டைப் போட்டார்களென்றும் இப்படி எழுதி வந்ததாகச் சொன்னார்கள்.

1741 ஏப்ரல் 3 பங்குனி 24 ஆதிவார நாள்

மத்தியானம் இவ்விடத்திலே யிருந்து நாலுபேர் கும்பினி சேவகர் துரையவர்களுடைய கடுதாசி ரகோசி போசுறாவண்டைக்கு கொண்டு போனார்கள்.

1746 நவம்பர் 11 அற்பிசி 29 சுக்கிரவாரம்

...அந்த நாள் சந்தாசாயபு மகளுக்குக் கலியாணமென்று சிறிது தினுசுகளுக்கும் வீட்டுகளுக்கும் கேட்கவந்த விடத்திலே துரையுடனே போய்ச்சொன்ன விடத்திலே தம்முடைய கையிலேயிருந்து குலாபி அத்தர் ஆறு சின்ன சீசா ஒரு பெட்டியிலேயிருந்து கொடுத்தார். இருபது டொரையாக (துரியாம்பழம்) கும்பினீரிலே ஒரு கட்டிருக்க வேணும். அது பார்த்து எடுத்துத் தருகிறோம் என்று சொன்னார். அப்பால் சந்தாசாயபு மகளுக்கு ஒரு துப்பாக்கி ஒற்றைக் குழலும் கொடுக்கிறோமென்று சொல்லியிருந்ததைக் கேட்டதற்கு முசே கெர்னேவுக்கு உத்தாரங் கொடுத்தார். பாதாங்காய் முதலான தினுசு எல்லாம் சென்னப்பட்டணத்துக்கு எழுதியனுப்பி அழைப்பித்துத் தருகிறோமென்று என்னை லீஸ்துரு எழுதிக்கொண்டு வந்து கொடுக்கச் சொன்னார்.

நல்லதென்று சொன்னதன் பின்பு, வீட்டிற்குக் கனகராய முதலி வீடு இருக்கிறதே என்று கேட்டார். இருக்கிறது. அவர் கொடுப் பார்களோ என்னமோ வென்று சொன்னதற்கு லாசரை அழையென்று சொன்னார். அவன் வந்த பிற்பாடு அவனைக் கேட்டதற்கு, மகா மரியாதை தாழ்வித்து, நானிருக்கிற வீடு ஒன்றும் கனகராய முதலி விடுதி வீடும் விடுகிறோமென்று சொன்னார்...

1746 நவம்பர் 16 கார்த்திகை 4 புதன்கிழமை

அப்பால் துரை வீட்டுக்கு வந்தவிடத்திலே மமுதல்லிகான் காகிதம் வந்தது. அதிலே எழுதியிருந்த வயணம்: ... சந்தாசாயபை அழைப்பிக்கிற பிரயத்தனத்தின் பேரிலே நானும் பிரயத்தனம் பண்ணுகிறேன். நீங்களும் பிரயத்தனம் பண்ணுங்கோளென்றும் பின்னையும் உபசாரஞ் சொல்லி எழுதியனுப்பச் சொன்னான். அந்தப் படிக்கு எழுதியனுப்புவித்தோம்.

1746 நவம்பர் 19 கார்த்திகை 7

...அப்பால், சந்தாசாயபு அவர்கள் நிமித்தியம் பத்தே சிங்குக்கும், றகோசி பாசுராசாவுக்கும், ராயருக்கும், சாயாசிராவுக்கும் நிசாமண்டையிலே யிருக்கிற ஷா அகமத்கான் மகன் அமனத்துக் கானுக்கும், சந்தாசாயபு மனுஷர் ரகோ பண்டிதரைத் தானே எப்படி எழுதவேணுமோ அந்தப்படியே எழுதி வரச்சொல்லிச் சொன்னார். அவர்களும் நல்லதென்று போனார்கள்.

1746 டிசம்பர் 3 கார்த்திகை 21 சனிவாரம்

இற்றைநாள் சனிவாரம் துரையண்டைக்குப் போனவிடத்திலே சந்தாசாயபு, பால அமுசத்திராச பண்டிதர், ரகோசிபோன்,

சிலாபத்தேசிங்கு, பாஜிராவ், பதிராயன், சாகு ராசாவுக்கு இவர்களுக்கு நான் காகிதமெழுத வேண்டிய வயணமுண்டா யிருந்தால் நீங்கள் சவாதுப் பண்ணக் கொண்டு வாருங்கள். அதைப் பார்த்துக்கொண்டு காகிதமெழுதி அனுப்புவிப்போமென்று துரையவர்கள் உத்தாரங் கொடுத்தபடிக்கு ஐந்தாறு நாளைக்காக இன்றைக்கு எழுதிவந்த சவாதுகளைப் படித்துக் காண்பித்து சொன்னவிடத்திலே அவர் சொன்னது: இது உனக்கெப்படி இருக்குதென்று கேட்டார். இதற்குச் சந்தாசாயபு அவர்களை அனுப்புகிறதற்கு இந்த ராச்சியம் நவாத்து சபை நீக்கினது. தப்பிதமாய் அன்வருதிகான் சபைக்கு வந்த பிற்பாடு ராச்சியமெல்லாம் எடுத்துப் போட்டதுமல்லாமல் கரை துறையிலே இருக்கிற பறங்கிகள்... பண்ணினதாலே இரண்டு லக்ஷம் வராகன் மட்டுக்கும் தீவானத்துக்கு மிருக்குது. அப்படிப்பட்டவர்களுக்கு அநியாயமாய் நடத்தலாமென்றும், இதைத்தொட்டு வெகு சண்டை.... தப்பாயிருக்கிறது... அதற்கு ராச்சியத்தையுங் குட்டிச்சுவராக்கினானென்றும், சந்தாசாயபு அனுப்புவித்தால் அந்தப் பணம் நானுமுத்தரவாதியாய் இருக்கிறான் என்றும் எழுதியிருக்கிற படியினாலே மற்ற வயணமெல்லாம் மிருக்க வேண்டு... வேண்டியதுஞ் சரி, பணத்துக்கு உத்தரவாதம் நானே... திரம் எழுதப் போகாதென்றும் சொன்னேன். அதற்கு மெய்தான் அப்படியிருக்கலாகாது. சந்தாசாயபு ஒப்புக்கொள்ளுகிறோம், அதற்கு நான் தங்கள் குமாஸ்தாவாயிருந்து பணம் அறுவு பண்ணி அனுப்புகிறோம். இந்தப் பணம் தங்களுக்குச் சேருகிறதற்கு என்னாலே ஆன சகாயமெல்லாம் செய்து சேரப்பண்ணுகிறே னென்றும் என் சகாயமில்லாமல் போனால் அவருக்கு ஒரு காசாகிலும் சேர மாட்டாதென்று மிப்படியாக எழுதச் சொல்லி எப்படி இதுவென்று கேட்டார். நன்றாயிருக்குது எழுதலாமென்று சொன்னேன்.

1747 சனவரி 24 தை 15 மங்களவாரம்

இற்றைநாள் மத்தியானம் சந்தாசாயபு மகனும், சாத்திராவுக்கப்புறம் பதினைந்து கோசிலே யிருக்கிற பொன்னா என்கிற துறக்கத்திலே யிருக்கிற சந்தாசாயபு அண்டையிலே யிருந்து இருபத்திரண்டு நாளையிலே வந்த அல்லி அக்பர் என்கிறவனும் சாமராயனும் முதலான முசத்திகளுடனே துரையண்டைக்கு வந்து சந்தாசாயபு அவர்கள் அனுப்பின காகிதமும் கொடுத்துச் சொன்ன சேதி யென்னவென்றால்: நிசாம் அண்டையிலே யிருக்கிற அமானத்துக்கான் என்கிறவர் சந்தாசாயபுக்கு அவர் குமாரனை அனுப்பச் சொல்லி எழுதினதாகவும் அன்வருதிகான்கூடச்

சென்னப்பட்டணத்து அண்டையிலே யிருக்கிற மயிலாப்பூர் சண்டையிலே பிராஞ்சுக்காரருக்கு நிற்க மாட்டாமல் காஞ்சீபுரத்துக்கு ஓடிப்போய்விட்ட சேதி நபாபு அசபுஷா அறிந்து அவர்கள் பேரிலே கோபமாய் இருக்கிறதினாலே இனிமேலவர்களுக்கு ஆற்காட்டு சுபா நிற்க அறியாது. உம்முடைய குமாரனை அனுப்புவித்தால் உங்களுக்கு ஆற்காட்டு சுபா மோகர் பண்ணிக் கொடுக்கிறோமென்று வரச்சொல்லி எழுதினதாகவும் அதன் பேரிலே அபித்து சாயபை நிசாமல் சர்க்காருக்கு அனுப்புகிறதாய் எத்தனம் பண்ணி யிருக்கிறாரொன்றும் ஒரு வேளை நபாபு அசபுஷா சம்மதிக்க மாட்டார் என்றால் சவாபாசி ராயன் முப்பதினாயிரம் குதிரை கூட்டி அன்வருதிகானைத் துரத்திவிட்டுச் சந்தாசாயபை வைக்கிறதாய் மோகர் பண்ணியிருக்கிறார்களென்றும் இந்தச் செலவுக்கு நீங்கள் சொல்லியிருந்த லக்ஷம் ரூபாயிலேயும் ஐம்பதினாயிரம் ரூபாய் கடப்பைச் சேர்ந்தாப் போலே கொடுக்க உண்டிகை அனுப்பச் சொல்லியும் மற்ற ஐம்பதினாயிரம் ரூபாய் சத்தாரா செலவுக்கு அனுப்பச் சொல்லியும் எழுதி வந்தது என்றும்...

நாட்குறிப்பு 37

சந்தாசாயபு கடுதாசியும் துய்ப்ளேக்சின் கண்ணீரும்!

ஆற்காடு நவாபுகளில் ஒருவரான சந்தாசாகிப் மராத்தியர்களால் கைது செய்யப்பட்டதையும் அவரை விடுதலை செய்ய இலட்சக் கணக்கில் பேரம் பேசப்பட்டதையும் கடந்த பதிவில் பார்த்தோம். இதற்கிடையில் சதாராவிற்கு நாடு கடத்தப்பட்டார் சந்தாசாகிப். இடையிடையே பிரெஞ்சு அரசாங்கத்துடனான அவரது கடிதப் போக்குவரத்து தொடர்ந்தது. 1747 ஜூலையில் புதுச்சேரி ஆளுநருக்கு சந்தாசாகிப் எழுதிய கடிதத்தில் தன் மீதான அன்பிற்கும் தன் மனைவி குழந்தைகள் புதுச்சேரியில் மரியாதையுடன் நடத்தப்படுவதற்கு நன்றியும் தெரிவித்துக் கொண்டார்.

இதற்கிடையே சந்தாசாகிப் அங்கு வந்து கொண்டிருக்கிறார் இங்கு வந்து கொண்டிருக்கிறார் என்றெல்லாம் புதுச்சேரிக்குத் தகவல்கள் வந்தன. ஆனால் அவை தவறான கபுறா (தகவலாக) கவே இருந்தன. ஆனால் 1748 மார்ச்சில் வந்த தகவல் தான் ஊர்ஜிதமானது என்கிறார் ஆனந்தரங்கர். சாகு மகாராஜாவின் இரண்டு மனைவியர் மூலமாகப் பேசிப் பணம் கொடுத்து சந்தாசாகிப் விடுதலை ஆனதாகவும், திருச்சிராப்பள்ளி மற்றும் ஆற்காடு ஆட்சிப் பொறுப்பு மீண்டும் தன்னிடம் ஒப்படைக்கப்படும் என ஒப்பந்தமாகி இருப்பதாகவும் இப்போது வந்த தகவலில் தெரிவிக்கப்பட்டிருந்தது.

1748 ஜூலையில் வந்த மற்றொரு கடிதத்தில் சந்தாசாகிப், கிருஷ்ணை நதிக்கரையில் மராட்டியக் குதிரை வீரர்களுடன்

வந்திருப்பதாகத் தெரிவிக்கப்பட்டது. மேலும் சந்தாசாகிப்புக்குத் திருச்சிராப்பள்ளியும் அவரது மகனுக்குச் செஞ்சி சீர்மையும் அளிக்கப்பட இருப்பதாகவும் அதில் தெரிவிக்கப்பட்டிருந்தது. இதல்லாமல், சந்தாசாகிப் தமையன் ஆரணி சீர்மையைத் தான் வாங்கிக் கொண்டு காஞ்சிபுரத்தில் இருக்கும் சிவ, விஷ்ணு ஆலயங்களை இடித்துவிட்டு மசூதி கட்டுவதற்கு எண்ணி இருக்கிறான் என்றும் தகவல் வந்தது.

*1748*ம் ஆண்டின் இறுதியில் புதுச்சேரியைப் போர் மேகங்கள் சூழ்ந்திருந்தன. இங்கிலீஷ்காரர்கள் எப்போது வேண்டுமானாலும் முற்றுகையிடுவார்கள் எனும் சூழல் இருந்தது. இந்நிலையில் புதுச்சேரியில் தஞ்சம் புகுந்திருக்கும் சந்தாசாகிப் மனைவியை விட்டு, தேவனாம்பட்டணம் கவர்னருக்குக் கடிதம் எழுத வைப்பது எனும் யோசனை ஆளுநர் துய்ப்ளேக்சுக்கு ஏற்பட்டது. இதனை ஆனந்தரங்கர் வரவேற்றார். இதற்கிடையில் *1748* ஆகஸ்டில் சந்தாசாகிப் இடமிருந்து *50, 60* கடுதாசிகள் புதுச்சேரிக்கு வந்தன. அதிலே சில கடுதாசிகள் மீது அத்தர் பூசப்பட்டுக் கமகமத்தன. கடிதம் எடுத்து வந்தவர்கள் இன்னும் இருபது நாட்களில் சந்தாசாகிப் இங்கு வந்துவிடுவார் என்று தெரிவித்தனர்.

இதனைக் கேட்ட ஆளுநரின் கண்களிலே தண்ணீர் தளும்பியது. 'எங்கள் பட்டணத்தை இங்கிலீஷ்காரர் பிடித்துக்கொள்ளுகிறா யிருக்கிறது. நீர் சீக்கிரமத்துக்கு வந்து எங்களை ரக்ஷிக்க வேணுமென்று' பதில் கடிதம் எழுதுமாறு ஆனந்தரங்கரிடம் கூறினார் ஆளுநர். அப்போதைய அவரது நிலைமையைப் பார்த்த பிள்ளை, 'அப்போ அவர் முகம் பார்த்த எனக்கு மாத்திரமல்ல எப்படிப்பட்ட கடினச் சித்தனானாலும் துக்கம் வருமானால் என் பிறகுருதிக்கு என்ன கிலேசமும் துக்கமும் தோத்துமோ. நான் எழுத வேண்டியதென்ன? விவேகிகளாயிருக்கிறவர்கள் பார்த்துக் கொள்ளுகிறவர்கள்' என விசனப்படுகிறார்.

போர்ச் சூழலில் இருந்து தப்பித்துக்கொள்ள அருகிலுள்ள வழுதாவூருக்குப் பயணப்படுகின்றனர், சந்தாசாகிப் மனைவி மற்றும் உறவினர்கள். பிரெஞ்சு வீரர்களால் அவர்கள் வழிமறிக்கப் படுகின்றனர். 'இத்தனை அவமரியாதை எங்கள் ஜென்மத்திலேயும் அறியோமென்று' அவர்கள் அப்போது வருத்தப்பட்டார்களாம். பதிவு செய்திருக்கிறார் ஆனந்தரங்கர்.

1747 ஜுலை 18 ஆடி 6 மங்களவாரம்

இற்றைநாள் காலத்தாலே சந்தராவிலேயிருந்து சந்தாசாயபு காகிதம் என் பேருக்கொன்றும் துரையவர்கள் பேருக்கொன்றுமாக

வந்தது. ரசோ பண்டிருதருங்கூட வந்தார். அந்தக் காகிதச்சேதி துரையவர்களுக்குச் சொன்ன வயணம்:

சயராம் பண்டிதர் ரகோசிபோன்சலேவுடைய குமாஸ்தாக்களண்டைக்கு வந்து அவ்விடத்திலே தங்கள் கையிலனுப்புவித்து இவ்விடத்துக்கு வந்த பிற்பாடு தங்களதிசயமும் தங்களுக்கு வந்த செயமும் தங்களுடைய தைரியஸ் தைரியமும் பராக்கிரமும் தங்கள் கீர்த்தியும் தர்மங்கள் அவருக்கு என் நிமித்தியம் சாத்தாரா விட்டுப் புறப்பட்டவுடனே லக்ஷம் ரூபாயும் ஆற்காடு தாக்கீலானாப் போலே லக்ஷம் ரூபாயும் என்னைக் கொண்டு வந்து சேர்த்தால் பதினாயிரம் ரூபாயும் கொடுக்கிறோமென்று சொன்னது முதலான மரியாதை அவருக்கு நடப்பித்ததும் சமுசாரத்தின் பேரிலே மிகுந்த தயவாய் என் குமாரனுக்கு நடப்பித்துக் கொண்டு வருகிறதும் விஸ்தாரமாய் வந்து சொல்லச்சே என் மனதுக்கு அத்தியந்த சந்தோஷமானேன். இப்பவும் தாங்கள் இப்படியெல்லாம் தயவுபண்ணி இருக்கிறீர் ளென்கிற சேதி செயராம் பண்டிதர் வந்து சாவு ராசா, ரகோசி போன்சலா முதலான பேர்களுடனே சொன்னபடியினாலே என் காரியத்துக்கு மெத்தவும் அனுகூலப் பட்டிருக்கிறது. ஆனபடியினாலே சுவாமியும் உமக்கு இன்னும் அநேகமாகிய கீர்த்தியும் கொடுப்பார்.

இப்பவும் நான் அந்தப் பிராந்தியங்களுக்கு வரவேணுமென்று பவுன்சு முஸ்தீது பண்ணிக்கொண்டு புறப்படுகிற வேளையிலே நபாபு அசபுசாவும் நாசறசங்கு அவர்களும் சீர்ப்பி அந்த வட்டங்களுக்கு வந்ததைத் தொட்டு தாமசமாய் நிற்கவேண்டியதாய் வந்தது. இதல்லாமல் நிசாமவர்கள் அவுரங்கபாத்துக்குப் போனபிற்பாடு நாசறசங்கு அந்தப் பிராந்தியங்களிலே இருக்கிறதைத் தொட்டு அப்படிப்பட்டது அவருக்கு அந்தப் பிராந்தியங்களுக்குக் குல்யே குத்தியார் கொடுத்தனுப்பினவரல்ல. மைசூர் பேஷ்கஷ் பணமும் ஆற்காட்டிலுள்ளவர்கள் முதலானவர் சுபாவின் பேரிலே வெகு பணம் வரவேண்டியதான படியினாலே அந்தப் பணம் தாசில் பண்ணிக்கொண்டு வரச்சொல்லி இவரை நிறுத்திப் போனதே யல்லாமல் மற்றப்படி யல்ல. இதிலே மழைக்காலம் ஆகிறதாம். தாமதம் அவரிவ்விடத்திற்கு வருவார். நான் அவ்விடத்திற்கு வருவேன். வந்த உத்திரக்ஷணம் தாங்கள் நடப்பிப்பதற்கு என் தவுலத்தெல்லாம் தங்களுடையதாக நடப்பிப்பேன் என்றும், அந்த மழைக்காலம் போன பிற்பாடு கெட்டியாய் வருகிறேன் என்று எண்ணவும் என்று எழுதி,

இங்கிலீசுக்காரர் கப்பல் இரண்டொன்று மூலைக்கு மூலையாய் ஓடித்திரியுதென்றும் அப்படித் திரிந்தாலும் உம்முடைய தைரியமும்

கோட்டை லாகாதிவிப்பம் போலேயிருக்கிறதை அவர்களைத் தொட்டுச் செய்யத்தக்கதொன்றுமில்லை ஆனாலும் ஒருவனைக் கொண்டு வந்தால் நம்முடைய குஞ்சு குழந்தைகள் இருக்கிறதற்குப் பயப்படுவார்கள். அவர்களை வந்தவாசிக்கு அனுப்புவிக்கச் சொல்லியும் அவ்வளவு பயம் தேவையில்லை யென்றால் குண்டு விழாமலிருக்கிற தாவாய்ப் பார்த்து அங்கே வைக்கச் சொல்லியும் எழுதி...

1748 மார்ச்சு 8 மாசி 29 சுக்கிரவாரம்

இற்றைநாள் சாயங்காலம் துரையவர்கள் அழைத்தனுப்பின விடத்திலே நான் போய்க் கண்டு பேசினபோது நடந்த சமாசாரம்: சந்தாசாயபு பெண்சாதி பேரிலே வர வேண்டியதும் கான்பகதூர் பேரிலே வரவேண்டியதும் அவர்கள் எப்போது கொடுப்பார் களென்று கேட்டார். அவர்களும் இனி ஒருமாசம் இரண்டு மாசத்துக்குள்ளாக சம்மதி பண்ணிப்போடுகிறதாகச் சொல்லிக் கொண்டு வருகிறார்களென்று சொன்னேன்.

அதன் பேரிலே சந்தாசாயபு வருகிற சேதி என்ன? ஊர்ஜிதமாயிருக்குமா வென்று கேட்டார். முன்னாலே சொன்னது அங்கே வந்தார். இங்கே வந்தார் என்று பிறந்தது. அது அபத்தமாகி இவர்களாகத் தானே பிறப்பித்தார்கள். இப்போது ஊர்ஜிதமாகி வந்த சேதி என்னவென்றால்: சாகுவார் சாவுக்கு இரண்டு பேர் பெண்சாதிகள். அவர்கள் இரண்டு பேரும் அமுலே அல்லாமல் ராசாவினுடைய யோசனைபடிக்கு நடக்கிறதில்லையாம். ஆனபடியினாலே அந்தப் பெண்டுகள் வழியிலே கண்டுபேசி அவர்கள் அபிமானத்தார் சாவுக்குச் சொல்லி, அவர்கள் பரவசத்தின் பேரிலே திரிச்சிராப்பள்ளியும் ஆற்காடும் இவன் வசம் பண்ணிக்கொண்டு வருகிறேனென்று சேதிகள் எழுதி வந்தது மெய்தானென்று சொன்னேன். ...

1748 சூலை 14 ஆடி 3 ஆதிவாரம்

அல்லிநக்கீம் சாயபு சந்தாசாயபு வீட்டுக்கு யெழுதியனுப்பின பசினிசு காகிதம் ராசோ பண்டிதன் அனுப்புவித்தானென்று கொண்டுவந்து படித்துச் சொன்ன வயணம்: சந்தாசாயபு எழுபதினாயிரம் குதிரைகளுடனே வந்து கிருஷ்ணை அக்கரையிலே யிறங்கி யிப்பால் வருகிறதாய் யெழுதி வந்ததாய் அதன் பேரிலே சந்தாசாயபுக்கு முத்திரைசலிகான் நடக்க வேண்டிய பாரதஸ்து யெழுதியனுப்பினது மல்லாமல் யோசனைப்பண்ணி தீர்த்து அப்புரம் நடத்துகிறதாயிருக்கிற மனதென்றும் யெழுதினபடி அதிலேயிருந்தபடிக்கு சந்தாசாயபுக்கு

திருச்சினாப்பள்ளியும், அவர் குமாரன் அபிது சாயபுக்கு செஞ்சிக் கோட்டையும், செஞ்சி சீர்மை முன் கர்னாடகத்துக்கு நடந்த படிக்குச் சீர்மையும் நபாபு கிரியும் பவுஞ்சதருகீறீயும் வேலூர் முறுத்து சலிகானுக்கும் இந்தப்படி யோசனைப்பண்ணி தீர்த்து சந்தாசாயபுக்கு எழுதியனுப்பினதாகவும் சந்தாசாயபு தமயன் மமுதல்லிகானுடைய எண்ணம் என்னவென்றால்: ஆரணி கோட்டையும், காஞ்சீபுரத்துச் சீர்மைகளையும் வாங்கிக் கொண்டு பெருமாள் கோயில், ஈசுவரன் கோயில் இரண்டையும் இடித்து மசூதி கட்டவும் இப்படி யெல்லாம் நினைத்துக் கொண்டிருக்கிற தாகவும் இப்படிக்கு பெருமாள் தொண்டிக்காரன் கதையாய் நினைத்திருக்கிறார்கள். சுவாமி என்னமாய் நினைக்கிறாரோ என்னமாய் நடத்த இருக்கிறாரோ நான் அறியேன்.

இந்தச் சேதி எழுதியிருந்த மட்டுக்கும் துரையுடனே சொல்லாம லிருக்கப் போகாது என்று அவருடனே எச்சரித்ததற்கு அவரவர் பங்கு போட்டுக் கொண்டால் எனக்கு ஒரு பங்கு ஏன் போடவில்லை. இந்த சந்தாசாயபு கூட்டத்திற்கு எல்லாம் நான் வீணாக வர பிரயாசைப்பட்டது எனக்கும் ஒரு பங்கு போடச் சொல்லி சொல்லவில்லையா? சந்தாசாயபு பெண்சாதி பிள்ளைகள் முதலான பேர் எழுதியனுப்பவில்லையா வென்று அவர் சொன்ன படபடப்பும் கோபமும் இதிலே மிஞ்சிப் போனதாய் வருகிறது. முழுகிப் போனதாய் வர படவே சாடை. காகிதத்திலே எழுத முடியாது. சொன்னாலேயும் இன்னவித மென்று அதைப் பிரித்துச் சொல்லவும் தெரியாது.

1748 ஆகஸ்ட் 21 ஆவணி 9 புதவாரம்

அப்பால் சற்று நேரம் பொறுத்து என்னை அழைத்து நீ எங்கும் போக வேண்டாம். அடிக்கடி நானேதாகிலும் கேழ்க்க வேண்டியிருக்கிறது. போக வேண்டாமென்று சொன்னார். நல்லதென்று உட்கார்ந்தேன். அவ்விடத்திற்கு வந்த சந்தாசாயபு பெண்சாதியைக் கொண்டு இங்கிலீஷ்காரருக்கு ஒரு காகிதமெழுதி அனுப்பப் போகாதாவென்றார். அப்படி செய்யலாமென்றும் சொல்லி என்னவென்று எழுதுகிறதென்று கேட்டேன். அதற்கு துரை வயணம் சொன்னது: நான் இந்தப் பட்டணத்திலே இருக்கும் போது நீ இந்தப் பட்டணத்தின் பேரிலே சண்டைக்கு எப்படி வருவாய். என் புருஷன் மராட்டியர் பவுன்சுடனே வருகிற சேதி நீ அறியாயா. அல்லவென்று வந்தால் என் புருஷன் வந்து உன்னை என்ன செய்வானோ அறிந்திரு என்றும் நீ தூரம் விசாரித்துப் பார். அப்பால் அதனாலென்ன சம்பவிக்குமோ அறிவீரா வென்று எழுதினால் பயப்படுவானென்று தோற்றுது. அப்படி எழுதச்சொல்லென்று சொன்னார்.

1748 ஆகஸ்ட் 22 ஆவணி 10 குருவாரம்

அப்பால் துரையிருந்துக் கொண்டு நேற்று சொன்ன ஜாடை படிக்கச் சந்தாசாயபு மகனைக் கொண்டு தேவனாம்பட்டணம் குவர்னதோருக்கு எழுதிவைத்து அனுப்பச் சொன்ன படிக்கு அனுப்பவில்லையா யென்று கேட்டார். நேற்று உங்களுடனே அப்படி சமயம் வந்தால் பார்த்துக்கொள்ள வேண்டியதென்று சொன்னதற்கு நல்லதென்று சொன்னாப் போலே இருந்தது. ஆனபடியினாலே நிறுத்திப் போட்டேன். இப்பவும் இன்னும் நடக்கிற காரியத்தைப் பார்த்துக்கொண்டு செய்யலாமென்று சொன்னதற்கு, அப்படியல்ல, இப்போ தானே செய்ய வேண்டியதென்று சுருக்காய்ச் சொன்னார்.

இதிலே நாமேன் இரட்டிக்க வேணும். அவருக்குக் கோபம் வரவேணுமா வென்று மனதிலே எண்ணிக்கொண்டு அப்போ பதினொண்ணரை மணி ஆனபடியினாலே பாக்கு கிடங்குக்கு சந்தாசாயபு வீட்டு முசத்தி ராசோ பண்டிதனை அழைப்பித்து உங்கள் எஜமான் சந்தாசாயபு மகன் காகிதமாய் தேவனாம்பட்டணம் குவர்னதோர் பேருக்கு காகிதமெழுதி அனுப்ப வேணுமென்று சொன்னதற்கு, என்னவென்று எழுத வேணுமென்று கேட்டான். அதற்கு எழுத வேண்டிய வயணம் சொன்னது:

நாங்களும் நபாபு அல்லிதொஸ்துகான் மற்ற முதலான குடும்பமாய் ஐம்பது குடும்பம் மாத்திரம் நாங்கள் இந்தப் பட்டணத்திலே இருக்கிறது நீங்கள் அறிவீர்களே. அப்படி அறிந்திருந்தும் நீங்களிந்தப் பட்டணத்தின் பேரிலே சண்டைக்கு வருகிறதாய் கேழ்விப்பட்டோம். அப்படி வராமலிருந்தால் தானாச்சுதே அல்லவென்று வந்தால் எங்கள் தகப்பனார் சந்தாசாயபு எண்பதினாயிரம் குதிரையுடனே வருகிற சேதி கேழ்விப் பட்டிருக்கிறீர்கள். அப்பால் உங்களுக்கு அதற்குத் தக்க பலனை அனுபவிக்கப் போகிறீர்கள். அப்படி வராமல் நடத்திக்கொள்ளும் என்று எழுதியனுப்ப வேணுமென்று சொன்னேன்.

அப்பால் அவன் நகைத்து, அதற்கு பதிலுத்தாரம் நபாபு அல்லிதோஸ்துகான் மகன் சென்னப்பட்டணத்திலே இருக்கும் போது தானே பிராஞ்சுக்காரர் பட்டணம் பிடித்தார்களே. அதற்கு பிராஞ்சுக்காரரை என்ன செய்து போட்டீர்களோ அது எங்களுக்கு மாகுதென்று எழுதினால் அப்பால் அதற்கு எழுத வேண்டியதென்ன? அப்படி எழுதாவிட்டால் உங்கள் கையிலே ஆகிறதை நீங்கள் செய்யுங்கோல் நாங்களும் ஆஜராயிருக் கிறோமென்று எழுதினானல்லவென்று உங்களுக்குப்

பயமிருந்தால் வெளியே புறப்பட்டுப் போய்விடுகிறது தானே யென்று எழுதினால் அதற்கென்ன உத்தாரம் சொல்லுகிறது? பயந்தெழுதினதாய் அவனுக்குத் தோணுமே யல்லாமல் மற்றபடி பின்னையொன்றுமாய் தோற்றாது.

இந்தப் பேச்சு கேட்டதும் எனக்குத்தான் பயமாயிருக்கிறது. அப்பாலே எங்களெஜமானிகள் நாங்கள் பெண்டுகளாச்சே பின்னையொரு சாதியார்ப் போலே ஆண் பிள்ளைகள் முன்னே போக்குவரத்தா யிருக்கக் கூடாமல் ராணி வசமாய் இருக்கிற சாதியானதே. அப்போ குண்டு வந்து விழுந்தால் நாங்கள் தெருவிலே எப்படி அந்நேரத்தில் ஓடப்போகிறோமென்று இப்போ தானே வெளியே போகிறோமென்று கேழ்ப்பதற்கு அட்டி சொல்லுவானேன். உங்கள் துரைகள் பெண்சாதி இருக்கிறதற்கு பயந்து தானல்லவோ உங்கள் வீட்டு அண்டையிலே இருக்கிற கோவிலை முஸ்தீது பண்ணதுமல்லாமல் மேலேகூட இருபத்தைந்து பாரம் பஞ்சுகூடப் போட்டு நனைத்து சேராமல் வைத்திருக்கிறது. எங்களுக்கு எந்த வீடும் எந்த பஞ்சு மூட்டையும் இருக்கிறது. இதிலே ஆயிரம் பங்கிலே ஒரு பங்கு ஜனங்கள் பேரிலே பச்சாதாபம் இருந்தால் சகல ஜனங்களும் பிழைத்துப் போவார்கள் என்று சொல்ல, அதற்கு நியாயமெப்படியோ அப்படியெல்லாம் சொல்லி காகிதமெழுதி வரச் சொன்னோம். அதன் பேரிலே இந்த சேதியையும் எஜமானிகளும் எஜமானுக்குச் சொல்லி அப்படியே தேவனாம்பட்டணம் குவர்னதோர் பேருக்கு காகிதமெழுதிக் கொண்டு வருகிறேனென்று சொல்லி இராசோ பண்டிகை அனுப்பிவித்துக் கொண்டு போனேன்.

1748 ஆகஸ்ட் 24 ஆவணி 12 சனிவாரம்

இதிலே சந்தாசாயபு அவர்கள் வீட்டுக்குச் சந்தாசாயபுவை பன்னீராயிரம் குதிரைகளுடனே சாவனூர், பங்காபுறத்திலே விட்டுப்போட்டு வந்தேன். அவர்கள் துரையவர்களுக்கும் சந்தாசாயபு அவர்களுக்கும் காகிதங்கள் கொடுத்தார்களென்றும் சற்றேறக்குறைய ஐம்பது அறுபது காகிதங்கள் மாத்திரம் அத்தர் கூட தடவி வாசனை கம கமமாயிருக்கிறது. கொண்டு வந்து காண்பித்த சேதியும் சொன்னார்கள். வந்த ஜோடிகள் இரண்டு பேரையும் கேட்டதற்கு சுவாமி தயவினாலே பன்னீராயிரம் குதிரைகளும் இன்று இருபதாம் நாள் இவ்விடம் வந்து சேருகிறார். அந்தபடிக்கு சுவாமி தயவு பண்ணினாரென்று சொன்னார்கள்.

அப்பால் துரையவர்களண்டைக்குப் போய் இப்படி சந்தாசாயபு மராட்டிக் குதிரை பன்னீராயிரம் குதிரைகளுடனே மங்காபுரம்,

சாவனூர் வந்து சேர்ந்தார்களென்றும் அவ்விடத்திலிருந்து அவர் வீட்டுக்காரன் கையிலே தானே அவர்கள் வளவுக்கும் உங்களுக்கும் மற்றுமுண்டான உறவின் முறையாருக்கும் நாற்பது, ஐம்பது காகிதங்கள் அனுப்பினார்களென்று சொன்ன மாத்திரத்தில் கண்களிலே தண்ணீர் தளும்ப இப்போதானே கடுதாசி எழுதி எங்கள் பட்டணத்தை இங்கிலீஷ்காரர் பிடித்துக்கொள்ளுகிறாயிருக்கிறது. நீர் சீக்கிரமத்துக்கு வந்து எங்களை ரக்ஷிக்க வேணுமென்று பின்னையும் எப்படி எழுத வேணுமோ அப்படியெல்லாம் எழுதி அவர்களையும் எழுதச் சொல்லி இப்போ தானே பயணம் பண்ணி, ரங்கப்பிள்ளை இது சமயமென்று எழுதென்று அவர் தீனவார்த்தையா யழுதுக்கொண்டு சொன்னதற்கு அதை காகிதத்திலே என்னவிதமென்றெழுதப் போகிறேன். அப்போ அவர் முகம் பார்த்த எனக்கு மாத்திரமல்ல எப்படிப்பட்ட கடின சித்தனானாலும் துக்கம் வருமானால் என் பிறகுருதிக்கு என்ன கிலேசமும் துக்கமும் தோத்துமோ. நான் எழுதவேண்டிய தென்ன? விவேகளாயிருக்கிறவர்கள் பார்த்துக் கொள்ளுகிறவர்கள்.

1748 செப்தம்பர் 1 ஆவணி 20 ஆதிவாரம்

நேற்று சாயங்காலம் சந்தாசாயபு பெண்சாதி அல்லி தொஸ்துகான் பெண்சாதி அசனல்லிகான் பெண்சாதி முதலான பேர் போகாமல் இற்றைநாள் காலமே ஏழரை எட்டுமணி வேளைக்கு பயணமாகி நடந்தார்கள். இவர்கள் போரார்களென்று ஊரிலே வர்த்தகர் செட்டி முதலான பேர்கள் எல்லாம் ஏகத்துக்கு ரெண்டாயிரம் மூட்டையும் கூட கொண்டுபோக வேணுமென்று யோசனை பண்ணி காத்துக்கொண்டு தெத்துவாசலிலே தெத்துவாசல் சந்தாசாயபு வீடு மட்டுக்கும் ஏக மூட்டைகளாயிருந்து சந்தாசாயபு அவர்கள் சீட்டிலே யெழுதப்பட்டது ஐந்து எருதுகளும் அன்பது கூலிக்காரர்கள் ஆனபடியினாலே அந்தப்படிக்கு எண்ணி விடுவேனே யல்லாமல் அதனமாயொரு மூட்டையாகிலும் விடுகிறதில்லை என்று வாசற்படியிலே யிருக்கிற சாரசந்து ராஜா சாயபுடனே சொன்னதும் அவர் குதிரை விட்டிறங்கி தங்கள் மூட்டையை மாத்திரம் அப்புறம் கையைக் காண்பித்து அப்புறத்திலே யிருக்கிறதும் மற்றவர்களாகிலும் வந்தால் இதுகள் எங்களுதல்லவென்று சொல்லுகிறதும் சொன்ன மாத்திரத்தில் வெள்ளைக்காரன் அவனை துப்பாக்கியினாலே இடிக்கிறதுமானது. அப்படி பத்து பேருக்கு மாத்திரம் துப்பாக்கி யிடிபட்டு போகாமல் இரண்டு பேர் மூட்டைகளைப் பிடிங்கினார்கள். அத்துடனே அங்கே நின்றவன் அங்கே பாயை விரித்து வீட்டுக்குக் கொண்டு போய் மூட்டைகளைச் சேர்த்துப் போட்டார்கள். சந்தாசாயபு அவர்கள்

தட்டுமுட்டுகளும் அவர்கள் பெண்டுகளும் குஞ்சுகளும் கூட மேட்டு தாண்டினார்கள்.

இதிலே ராசோ பண்டிதர் யென்கிறவர் துரை பெண்சாதிக்கு சலாம் சொல்லி வரப்போனார். அவன் அங்கே போய் சொன்ன உடனே துரையும் அங்கே வந்தார். என்னவென்று துரை கேட்டார். நன்றியரிந்த உபசாரம் சொல்லி வரச் சொன்னார்களென்று சொன்னதற்கு துரை பெண்சாதி நாங்களுங்களை காப்பாற்றினதற்கு எங்களுக்கு ஒரு இக்கட்டு வந்த வேளையிலே விட்டுப்போட்டுப் போகிறது உங்களுக்கு நல்லதல்ல வென்று சொல்ல: அப்படி போகிறதில்லை. குண்டுக்கு பயந்து வெளியேயிருந்து வருவோமென்கிறதே யல்லாமல் மற்றபடி நாங்களுங்களை விட்டுப் போகிறதில்லை யென்று உபசாரமாய் பின்னையும் சொல்லதக்கபடிக்கு யெப்படி உண்டோ அப்படிச் சொல்லிப் போட்டு வந்து என்னுடனே வந்து சொன்னார்.

அப்போதானே எனக்கு அய்யம் தோன்றியது. அப்படியிருக்க அதிலே துரையுடனே அவர்களின் மேல் பரிச்சேதமாய் வருகிறதில்லை. வீட்டிலே யிருந்த முறம், விளக்குமாற் கூட நாலு பணத்து உடமையை ஒரு பணத்துக்கு விற்றுப்போட்டு வருகிறதேது? இனிமேல் வருகிறதில்லை யென்றும் யென் பேரிலே இவன் அரிந்திருந்தும் உம்முடனே சொல்லவில்லை யென்று சொல்லி பின்னையும் என்னென்ன சொன்னாறோ தெரியாது. நான் அவருடனே அல்லிதோஸ்துகான் மகன், அசனல்லிகான் மகன் வந்தவாசி ஆற்காடு வேலூர் போகிறதில்லை. கலாபமான பிறகு இவ்விடத்திற்கு வருகிறதே யல்லாமல் அப்பால் போவதில்லை. அந்த மட்டுக்கும் வழுதாவூரிலே இருப்பார்கள். சந்தாசாயபு பெண்சாதி மாத்திரம் ஒருவேளை வந்தவாசிக்குப் போவார்களா போகார்களா தெரியாது என்று சொன்னதற்கு துரை இருந்துக்கொண்டு எனக்கும் அப்படித்தான் தோணுது. சந்தாசாயபு அவர்களினிமேல் இவ்விடத்திற்கு வருவதில்லை யென்று அவர் வாயினாலே சொல்லி தீர்ந்திருக்கிற பேச்சான படியினாலே என்னைக் கண்டிக்கக் கூடாது.

...அப்பால் (துரை) சந்தாசாயபு அவர்கள் குஞ்சு குழந்தைகள் நேற்று போகவில்லையாவென்று கேட்டார். நேற்று போகவில்லையென்றும் காலத்தாலே போனார்களென்றும் (நான்) சொன்னேன். அவர்கள் வீட்டிலே யிருந்த முறங்கூட விற்றுவிட்டுப் போனார்களாம். நமக்கு பணம் வர வேணுமே அதை கொடுத்துவிட்டுப் போகச்சொல் என்று (துரை) என்னுடனே

சொல்லிப்போக அப்பால் ஒரு கப்புறாலை அழைத்து மேட்டுக்கு அப்புறம் விடவேண்டாமென்று மேட்டிலே இப்போ யிருக்கிற ஒபிசியேமாருடனே சொல்லிவிட்டு வா வென்று அனுப்பினார்.

நான் வழுதாவூர் வாசற்படியண்டைக்கு சந்தாசாயபு மகனண்டைக்குப் போகும் போது அவரும் சுங்குவார் கிடங்கண்டையிலே யெதிரே வந்தார். அவரை நீர் அப்புரம் போக வேண்டாம். கண்டுபேசக் கவையுயிருக்குதென்று அவர் வீட்டை அழைத்துபோய் துரையண்டையிலே நடந்த சேதியைச் சொன்னேன். அவர் பணத்தை சம்மதி பண்ணிபோட்டு அப்பாலே போகிறேனென்று சொன்னார். நல்லதென்று அவரை அனுப்பி வைத்துக்கொண்டு துரையண்டைக்குப் போய் சந்தாசாயபு மகன் சொன்ன சேதியைச் சொன்னேன். ஆனால் பெண்டுகள் தட்டுமுட்டு போகிறவர்களை மறுபடி யழைத்து வந்து சாரத்து வெளியிலே மரித்துப் போட்டார்கள். அவர்களை விட்டுவிடச் சொல்லி வழுதாவூர் வாசற்படி சார சந்துடனே சொல்லியனுப்பினார். அவன் போய் மேட்டிலே யிருக்கிற வெள்ளைக்கார ஒப்பிசியாலுடனே சொல்லி மறித்திருந்த சந்தாசாயபு குஞ்சி குழந்தைகள் தட்டுமுட்டுகள் சமஸ்தமும் வெளியே அனுப்பிவிட்டார்கள். இத்தனை அவமரியாதை எங்கள் ஜென்மத்திலேயும் அறியோமென்று அவர்கள் மனது நொந்துக் கொண்டது காகித முகாந்திரத்திலே யெழுதி முடியாது. ரவுத்திர வைகாசி துவங்கி நாளது வரைக்கும் அவர்களுக்குப் பண்ணப்பட்ட உபகார மெல்லாம் இன்றைய தினம் நடத்தியதுடனே தீர்ந்து போனது என்று பட்டணத்திலுண்டான ஜனங்கள் சமஸ்தான பேரும் சொல்லிக் கொண்டார்கள்.

நாட்குறிப்பு 38

இந்த சரீரம் உங்களது: சந்தா சாகிப் உருக்கம்!

சந்தாசாகிப் அதோ வருகிறார் இதோ வருகிறார் என்று சரி, தப்பு கபுறுகள் (தகவல்கள்) புதுச்சேரிக்கு வந்து கொண்டிருந்தன. இதற்கிடையில் 1749 செப்டெம்பரில் புதுச்சேரி வந்தார் சந்தாசாகிப். அங்கு வருவதற்கு முன்பு படை நடத்திச் சென்று ஆற்காட்டின் ஆட்சியை மீண்டும் கைப்பற்றினார். இதற்குப் பிரெஞ்சுப் படைகள் மற்றும் நிஜாம் முசாபர் ஜங்கு ஆகியோரின் உதவி சந்தாசாகிப்பிற்குக் கிடைத்தது. இந்த மோதலில் அன்வருதீன்கான் கொல்லப்பட்டார். இத்தகவல்கள் அடங்கிய நாட்குறிப்பின் பக்கங்கள் விடுபட்டுள்ளதால் ஆற்காடு போர் குறித்த முழுமையான விவரங்களை நம்மால் அறிய இயலவில்லை.

புதுச்சேரி வந்த சந்தாசாகிப்பிற்கு ஆளுநர் துய்ப்ளேக்ஸ் தடபுடலான வரவேற்பு அளித்தார். அப்போது அவருடன் உரையாடிய சத்தாசாகிப், தான் நாடு கடத்தப்பட்டது, பட்ட துன்பங்கள், பின்னர் விடுதலையானது குறித்தெல்லாம் விலாவாரியாக விவரித்துள்ளார். மேலும், ஆற்காட்டை மீண்டும் வசமாக்கப் போதிய படை உதவிகள் அளித்ததற்கும் தனது சத்ருவான அன்வர்திகானை இல்லாமல் செய்ததற்கும் மிகவும் நன்றி தெரிவித்துக்கொண்ட சந்தாசாகிப், ‘இந்தச் சரீரம் உங்களது’ என உருக்கமாகவும் பேசியிருக்கிறார்.

பாதர் இதாயத்து மொகதீன்கான் என்று மரியாதையுடன் அழைக்கப்பட்ட முசாபர் ஜங்கு, சந்தாசாகிப் வந்த அடுத்த நாள்

வழுதாவூர் வந்து, அங்கு ஆற்றோரம் பங்களாவில் தங்கினார். சந்தாசாகிப்புடன் அங்குச் சென்ற ஆனந்தரங்கர், 'உங்கள் சாகா இந்தப் புதுச்சேரி யிருக்கிறது. ஒருதரம் நீங்கள் வந்து கண்குளிரப் பார்த்து அப்பால் சாகிப்போகலாம்' என்றுச் சொல்லி ஆளுநரின் சார்பில் அழைப்பு விடுத்தார். பின்னர் அன்றிரவு வழுதாவூரிலேயே ஆனந்தரங்கரும் தங்கினார்.

அடுத்த நாள் காலை புதுச்சேரி வந்தார் நிஜாம் முசாபர் ஜங்கு. அவரை வரவேற்கப் புதுச்சேரி சுற்றுப்பட்டில் இருக்கிற பெரிய மனிதர்கள் அனைவரும் புதுச்சேரியில் குழுமினர். பட்டணமே விழாக்கோலம் பூண்டிருந்தது. 'ஆனால் போன வருடம் புரட்டாசி மாதம் இந்த நாளுக்கெல்லாம் இந்தப் பட்டணத்தின் பேரிலே இங்கிலீஷ்காரரர் வந்திறங்கி சண்டை பண்ணி பீரங்கிக் குண்டு மழையாய் பட்டணமெங்கும் வருஷித்து இனிமேல் எது என்று சங்கடப்பட்டதற்கு உடனே ஈஸ்வரன் எதிராளியாய் வந்த இங்கிலீஷ் காரனுக்கு சகல கீர்த்தி பிரதிஷ்டைகளும் கொடுத்து இவ்வருஷம் புரட்டாசி மாதம் எல்லாம் இந்த ராஜ்யத்திற்கெல்லாம் அதிபதியாயிருக்கப்பட்ட நிஜாமானவர் இவ்விடத்திற்கு வந்து போகத்தக்கதாக பண்ணினா ரென்றால் அது மஹா ராமான்ய ராஜ் ஆன்றாசன்றால் முசியே துப்ளேக்சு அவர்கள் யோகமே யல்லாமல் மற்றப்படி என்னயிருக்கிறது?'

கடந்த ஆண்டு இதே நாளில் புதுச்சேரி பட்டணம் இருந்த நிலவரத்தை எண்ணிப்பார்த்த ஆனந்தரங்கரின் அங்கலாய்ப்பு இது.

மேலும், சந்தா சாகிப்பை ஆனந்தரங்கர் சந்தித்தபோது அவர் குறித்து இவரும் இவர் குறித்து அவரும் சொல்லிய வார்த்தைகள் சுவாரஸ்யமானவை!

புரட்டாசி 7 1749 செப்தம்பர் 19 சுக்கிரவாரம்

...அங்கேயிருந்து துரை வீட்டுக்கு வந்த உடனே சந்தாசாயபு காகிதமொன்று மதாமுக்கு ஒன்றும் துரைக்கு ஒன்றும் எழுதியிருந்தது. அந்தக் காகிதத்திலே எழுதியிருந்தது, நபாபு இதாயத்து மொகதீன்கான் சோமவாரம், இரண்டாம் ஜாமத்துக்கு புதுச்சேரிக்கு வர பயணமாய் புறப்பட்டு திமிரியிலே வந்து இறங்கினாரென்றும் அவ்விடத்திலே ஒரு நாளிருந்து குதிரை சுவார்களிது களெல்லாம் சேர்த்துக்கொண்டு புதவாரம் நாள் புறப்பட்டு சேத்துப்பட்டு வழியாய் செஞ்சிக்கு வருவார். அங்கே நாமும் போய் கூட்டிக்கொண்டு புதுச்சேரிக்கு வருகிறோமென்று எழுதி ராஜா சாயபு ஆற்காட்டுக்குப் போனவிடத்திலே அங்கேயிருந்து எழுதியனுப்பின காகிதம் பார்த்துக்கொண்டு அது

தங்களுக்கு அனுப்பிவித்தோம். அது பார்த்துக் கொள்ளச்சே தெரியவருமென்று எழுதியிருந்தது. அப்பால் அந்தக் காகிதத்திலே எழுதி வந்த சேதி: நபாபு இதாயத்து மொகதீன்கான் ஆனை வாங்க வேண்டுமென்று விலை என்னமாய் வாங்கலாமென்று கேட்டதாயும் அதற்கு ராஜா சாயபு விலை சொன்னதாயும் அதன் பேரிலே இதாயத்து மொகதீன்கான் வெகு சந்தோஷப்பட்டு ராஜா சாயபுவை தாரிபு பண்ணதாயும் நாசர் சங்கு அண்டையிலே இருந்து கபுறு வந்ததாகவும் அவ்விடத்து சேதி. ஆற்காட்டு சுபா அன்வர்திகானை வெட்டிப்போட்ட சேதி கேட்டு தலைப்பாகையை வாங்கிக் கீழே போட்டு கையைக் கடித்துக் கொண்டதாகவும் எழுதியிருந்தது. இந்தச் சேதியெல்லாம் எழுதியிருந்தபடி துரையவர்களுக்கு சொன்னதின் பேரிலே பதிலுத்தாரம் தங்கள் வரவுக்கு எதிர்பார்க்கிறோமென்றும் மற்ற சமாசாரமெல்லாம் சமஸ்தானம் பேசிக்கொள்ளச்சே தெரிய வருமென்றும் உபசாரமாய் எழுதியனுப்பச் சொன்னார். அந்தபடி யெழுதி தபாலிலே அனுப்பி வைத்தேன்.

புரட்டாசி 16 1749 செப்தம்பர் 28 ஆதிவாரம்

இற்றைநாள் காலையில் வில்லியனூர் வாசற்படி முதல் கொண்டு துரையவர்கள் வீட்டு மட்டுக்கும் ஏகமாய் சொல்தாதுகளும் இருக்கிற சிப்பாய்களும் வரிசை வைத்து துரையவர்களும் ஏழரை மணிக்குப் போய் வில்லியநல்லூர் வாசற்படியிலே போட்டிருக்கிற கூடாரத்தில் சகல கோன்சேய்கள் பின்னையும் வெள்ளைக்கார பெரிய மனுஷர்களுடனே கூட நவ பொத்து முதலான சங்கீத மேளவாத்தியங்கள் பொழிய அங்கே போயிறங்கி அங்கேயிருந் தென்னையும் சின்னதுரை முசியே கில்லியார் பின்னையும் இரண்டொரு ஒப்பிசியேல்மார்கள் மேளதாள சம்பிரத்துடனே குண்டுதாழை மட்டுக்கும் எதிர்கொண்டுபோய் நவாபு சந்தாசாயபு அவர்களை அழைத்துக்கொண்டு வரச்சொல்லி உத்தாரம் கொடுத்தபடிக்கு நாங்கள் போய் அழைத்துக்கொண்டு வர போனவிடத்திலே அதற்குள் மொரட்டாண்டி சாவடியிலே சந்தாசாயபு வருகிறாரென்று காத்துக்கொண்டிருந்த முசியே தொத்தேல் முசியே புசி முதலான ஆற்காட்டுக்குப் போன பவுன்சு அப்படியே சந்தாசாயபு அவர்களைக் குண்டு தாழைக்கு நேராக வரச்சே அவர்களும் மொரட்டாண்டி சாவடி விட்டுப் புறப்பட்டுக் கூட வந்து கலந்துகொண்டு அவர்கள் சந்தாசாயபு, ராஜா சாயபு, அல்லிநசீ சாயபு, சபீர் நல்லீகான் சாயபு மச்சான் பதரதி உசேன் சாயபு முதலான பேர்கள் நவபொத்து முதலான ஆரவாரத்துடனே அவர்கள் வந்துகொண்டே இருந்தார்கள். நாங்களும்

நயினியபிள்ளை அவர்கள் தோட்டத்திற்குச் சமீபத்திலே போய்க்கண்டு சந்தித்துக் கொண்டு அப்பாலவர்களைக் கூட அழைத்துக்கொண்டு ஒன்பது மணி வேளைக்கு வில்லியநல்லூர் வாசற்படி யண்டையிலிருந்த துரையவர்களுக்கு நபாபு சந்தாசாயபு அவர்களுக்கும் பேட்டியாகி ஆலிங்கனம் பண்ணிக்கொண்டு உட்கார்ந்த உடனே இருபத்தொரு பீரங்கி போட்டார்கள். அப்பால் துரையவர்களும் நவாபு அவர்களும் ஒருவருக்கொருவர் குசலப் ரஸனை பண்ணிக்கொண்டு அங்கிருந்து துரையவர்கள் வீட்டுக்குப் போகிறதாய் அவர்கள் வாகனங்களிலே ஏறிக்கொண்டு வாசற்படி கல்குளம் மே வரச்சே இருபத்தொரு பீரங்கிப் போட்டார்கள். இதுக்கெல்லாம் துரையவர்கள் மைத்துனன் அல்பேர் என்பவர் துலுக்கப் பேச்சி பேசுகிறதற்கு துபாசித்தனம் அவர் மாரிபத்திலே நடக்குது. அப்பாலும் அங்கேயும் பேச்சுவார்த்தை நடந்த பிற்பாடு துரையவர்கள் சந்தாசாயபையும் ராஜா சாயபையும் அல்லிநக்கீம் சாயபையும் இவர்களை மதாமிருக்கிற காமராவிலே அழைத்துப் போய் அங்கேயும் பேசிக்கொண்டிருந்தார்கள்.

இப்படி லோகபிரமமாய் துரையவர்களுடனேயும் மதாமுடனேயும் சந்தாசாயபு தான் மராட்டியருடனே புறப்பட்டு சதாராவுக்குப் போனதும் அங்கு மரியலிலே இருந்ததும் தன்னை மராட்டியர் வெகுசாய் அயினான் பண்ணி துரகத்தின் பேரிலே கொண்டுபோய் போட்டது. இப்படியாகத் தான் அவஸ்தைப்பட்டதும் அப்பால் தனக்கு நல்லகாலம் வந்து சுவாமி ரக்ஷித்து தனக்கும் மராட்டியருக்கும் ஒப்பு உடன்படிக்கையாகி அவ்விடத்திலிருந்து சிறிது மராட்டியர் குதிரை சுவருடனே பவுன்சை கூட்டிக்கொண்டு புறப்பட்டு வந்ததும் அப்பால் சித்திரைக்கால பரமனுக்கு அவ்விடத்தில் சகாய சம்மதி பண்ணினதும் அந்தச் சண்டையிலே தன் பெரிய குமாரன் அபிசாயபு விழுந்து போனதும் அப்பால் இதாயத்து மொகதீன்கான் பாதர் முஜபர்சங்கு அவர்கள் பேருக்கு பிரதக்ஷவிலிருந்து அக்கினி இராஜ்யத்துக்கு நாசர்ஜங்குவை அல்லவையென்று அவர் பேருக்கும் பாலி பர்வனா வந்ததும் அப்பால் தன்னை அவர் ஆதரித்து பரவசம் ஆற்காடு சும்மா தனக்கு கொடுக்கிறோமென்று தன்னை அழைத்து வந்ததும் அப்பால் தாங்களென் பேரில் பரிபூரணமா யபிமானித்து என் குமாரன் ராசா சாயபுவையும் சொல்தாதுகள் சிப்பாய்கள் பீரங்கி மொகுத்தீயே துப்பாக்கி மருந்து, குண்டு, தீக்குடுக்கைகள் இது முதலான சண்டை சாமான்கள் கொடுத்து ஆற்காட்டின் பேரிலே அனுப்பி வைத்து எனக்கு சத்ருவான அன்வர்திகானை சங்கரித்து சகல ஜெயங்களும் உண்டாக்கிக் கொடுத்து எங்களுக்குக் கீர்த்தி பிரதிஷ்டைக்கும்

உண்டாக்கத்தக்க நீங்கள் தயவுபண்ணிக் கொடுத்து நாங்களாற்காடு சுபா பண்ணத்தக்கதாக சகாயம் பண்ணினீர்களே என்றும் இந்தச் சரீரம் உங்களது என்றும் இது முதலானதுகளாய் துரையவர்களுக்கு நவாப் சந்தாசாயபு அவர்கள் ரொம்பவும் உபசாரங்களாய் சொன்னார்கள். அதற்கு துரையவர்களும் பிரதி உபசாரம் சொன்னார்கள்.

அப்பால் பகலுக்கு மேலாக துரையவர்கள் வீட்டிலே தான் துரையவர்கள் முதலான கோன்செல்காரர், பெரிய மனுஷருக்கு ஒரு பக்கம் பெரிய மேஜைப் போட்டு விருந்து சாப்பிடத்தக்க தீனிகள், தட்டுமுட்டுகளெல்லாம் முஸ்தீப்பு பண்ணினார்கள். அப்பால் சந்தாசாயபு, றசா சாயபு முதலான துலுக்கர் பெரிய மனுஷருக்கு துரையவர்கள் விருந்து செய்விக்கிற படியினாலே துரையவர்கள் முதலான கோன்சேல்காரரும் சந்தாசாயபு முதலான துலுக்கர் பெரிய மனுஷரும் ஏக பந்தியாயிருந்து வெகு சம்பிரமமாய் விருந்து சாப்பிட்டார்கள். அப்பால் விருந்து சாப்பிட்டான உடனே இருபத்தொரு பீரங்கி போட்டார்கள். இது முதலான சம்பிரமங்களெல்லாம் ஆன உடனே நாட்டிய முதலானதுகள் நடந்தது. அப்பால் ராத்திரியும் இந்தப்படியாகத்தானே விருந்து சாப்பிட்டார்கள். இனிமேல் விந்தையான சமாசார முண்டானால் எழுதி வைக்கிறேன்.

புரட்டாசி 17 1749 செப்தம்பர் 29 சோமவாரம்

இற்றைனாள் காலையிலே சேதி வந்ததென்ன வென்றால்: நேற்று இதாயத்து மொகதீன்கான் சகல சமேதமாய் வழுதாவூரிலே ஆற்றோரத்து காலிபுகான் பங்களாவிலே வந்திரங்கினாரனென்று சேதி வந்தது. பட்டணத்துக்குள்ளே எத்தனைபேர் வந்தாலும் விட்டுவிடச் சொல்லி கெவுனி வாசல்கள் ஒப்பிசியல்மார்களுக்கு துரையவர்கள் உத்தாரம் கொடுத்திருக்கிற படியினாலே தடையில்லாமல் தண்டுக்காரர் குதிரை சுவர்களும் சிப்பாய்களும் ஆனைகளும் ஒட்டகங்களும் காலு பலங்களும் விஸ்தாரமாய் வந்து பட்டணங்களெல்லாம் நாலு பக்கமும் தெருத்தெருவுக்கும் நிறம்பினார்கள். இதல்லாமல் பெரிய மனுஷராய் வந்த சேஷராயன், ராமாயனா, அப்பாச்சி பண்டிதன் முதலான தேசத்து பிராமணாள், உத்தியோகஸ்தர்கள் பெரிய மனுஷர்களும், பின்னையும் துலுக்கர், மராட்டியர், ரசபுத்திரர் இப்படிப் பட்டவர்கள் ஐனூறு குதிரை, ஆயிரம் குதிரை, இரண்டாயிரம் குதிரை, மூவாயிரம் நாலாயிரம் ஐயாயிரம் குதிரைக்கு சமேதாரர்களா யிருக்கப்பட்டவர்கள் பந்தா தமாஷா பார்க்க

வந்தவர்களுமாய் பட்டணமெங்கும் வீடு வீடுக்கும் நிறைந்திருக்கிறார்கள். ஆனால் போன வருடம் புரட்டாசி மாதம் இந்த நாளுக்கெல்லாம் இந்தப் பட்டணத்தின் பேரிலே இங்கிலீஷ்காரர் வந்திறங்கி சண்டை பண்ணி பீரங்கி குண்டு மழையாய் பட்டணமெங்கும் வருஷித்து இனிமேல் எது என்று சங்கடப்பட்டதற்கு உடனே ஈஸ்வரன் எதிராளியாய் வந்த இங்கிலீஷ்காரனுக்கு சகல கீர்த்தி பிரதிஷ்டைகளும் கொடுத்து இவ்வருஷம் புரட்டாசி மாதம் எல்லாம் இந்த ராஜ்யத்திற்கெல்லாம் அதிபதியாயிருக்கப்பட்ட நிஜாமானவர் இவ்விடத்திற்கு வந்து போகத்தக்கதாக பண்ணினாரென்றால் அது மஹா ராமான்ய ராஜ் ஆன்றாசன்றால் முசியே துப்ளேக்சு அவர்கள் யோகமே யல்லாமல் மற்றப்படி என்னயிருக்கிறது?

அப்பால் நேற்றைய போலேதானே துரை வீட்டிலே சந்தாசாயபு அவர்களுக்கு பகலைக்கு மேலாக விருந்து மற்றதுகளெல்லாம் ஆயிற்று. சாப்பாட்டு வேளையிலே இருபத்தொரு பீரங்கிப் போட்டார்கள். அப்பால் லோகப்பிராமமாய் சந்தோஷ வார்த்தைகளாய் பேசியிருந்து அப்பால் இதாயத்து மொகதீன்கானவர்கள் நாளைய தினம் பட்டணம் பிரவேசமான படியினாலே அவருக்கு வழுதாவூர் மட்டுக்கும் எதிர்கொண்டு போய் அழைத்து வரத்தக்கதாக சந்தாசாயபு அவர்கள் பயணப்பட்டார்கள். துரையவர்களும் சின்னதுரை முசியே செம்போலையும் சென்னைப்பட்டணம் கப்பித்தான் முசியே பெடுத்தல்மியையும் முசியே அல்பேரையும் என்னையும் பின்னும் இரண்டொரு பெரிய மனுஷரையும் கூடப் பயணப்படுத்தி இஸத் சுபா லுக்கு போகத்தக்கதாக நியமித்து சந்தாசாயபு அவர்களை வழிவிடத்தக்கதாக துரையவர்கள் கூட பயணமாய் சகல தள சமேதமாய் ஆனைகள், குதிரை சுவர்கள் மற்றுமுண்டான நவபோத்து முதலான வாத்தியங்கள் கொழிக்கப் புறப்பட்டார்.

அப்பால் சென்னப்பட்டணம் வாசற்படி வழியாய் புறப்பட்டு வாசற்படிக்கப்பால் போட்டிருக்கிற கூடாரத்திலே போய் சந்தாசாயபுவை துரையவர்கள் பயணம் அனுப்பி வைக்கச்சே சென்னைப்பட்டணத்து வாசற்படி யண்டையிலிருக்கிற கொத்தளங்களிலே யெல்லாம் ஏகநாதமாயிருக்கிற பீரங்கிகளெல்லாம் சுட்டார்கள். அப்பால் துரையவர்கள் வழியனுப்பிவிட்டு கோட்டைக்குப் போனார்கள்.

அப்பால் நாங்கள் சந்தாசாயபு முதலான பேரை கூட்டிக்கொண்டு போய் வழுதாவூர் ஆற்றோரத்திலே இறங்கியிருக்கிற நபாபு

ஆசபிசா (ஆசப்ஜா) இதாயத்து மொகிதீன்கான் பகதூர் முசர்ஜங்கு அவர்களை நாங்களெல்லோரும் பேட்டி பண்ணிக்கொண்டு துரையவர்கள் சொல்லச் சொன்னதாய் சிறிது உபசார வார்த்தைகளாய் சொல்லி உங்கள் சாகா இந்த புதுச்சேரி யிருக்கிறது. ஒருதரம் நீங்கள் வந்து கண்குளிரப் பார்த்து அப்பால் சாகிப்போகலா மென்றுச் சொல்லி இது முதலான உபசார வார்த்தைகள் சொன்னதின் பேரில் இதாயத்து மொகதீன்கான் அவர்களும் அப்படியே புதுச்சேரி எங்கள் சாகாயிருக்கிறது அதற்காலோசனை என்ன? நாளைய சூரிய உதயத்துக்கு புறப்படுவோமென்று சொன்னார். இன்றைய ராத்திரி வழுதாவூரிலே தானிருந்தோம்.

புரட்டாசி 18 1749 செப்தம்பர் 30 அங்காரக வாரம்

இற்றைனாள் காலையில் புதுச்சேரிக்குப் போகத்தக்கதாக நபாபு இதாயத்து மொகதீன்கான் முசபர் சங்கு அவர்கள் சகல தள சமேதமாய் சகல பிருதுகளுடனேயும் தம் அண்டையிலிருக்கிற சமேதார்கள் பெரிய மனுஷர்கள் வீசிரான் இப்படிப்பட்ட பேர்களை பந்தா துமாஷர் பார்க்கத்தக்கதாக கூட அழைத்துக்கொண்டு தம்முடைய சம்சாரத்துடனே கூட பயணம் புறப்பட்டார்கள். பட்டணத்திலேயும் காலை எட்டுமணிக்கெல்லாம் இருக்கிற சிப்பாய்கள், சொல்தாதுகள், காப்பிரிகள், சகலமான பேர்களையும் முஸ்தீப்பாய் வரச்சொல்லி சென்னப்பட்டணம் வழி குண்டுதாழை முதலாகக் கொண்டு இருபுறமும் வரிசையாய் துரையவர்கள் வீடு மட்டுக்கும் இருக்கிறார்கள். துரையவர்களும் பன்னிரெண்டு மணிக்கெல்லாம் சாப்பிட்டு விட்டு சகல கோன்செல்லியேர் களுடனே புறப்பட்டு சென்னைப்பட்டணத்து வாசற்படி அண்டையில் போட்டிருக்கிற கூடாரத்தில் வந்து இறங்கி அவ்விடத்தில் தொம்மா வித்தைப் பார்த்துக் கொண்டிருந்தார்.

அப்பால் பன்னிரெண்டரை மணி வேளைக்கெல்லாம் இதாயத்து மொகதீன்கானவர்கள் சென்னைப் பட்டணத்துவழி சோதனைக்கு மேலண்டையிலே சின்ன முதலியார் தோட்டத்திலே நமாஜ் பண்ணிக்கொள்ளத்தக்கதாக இறங்கினார். அப்பால் நான் சின்னதுரை முதலானவர்கள் முன்னதாகப் புறப்பட்டு வந்து துரையவர்களைக்கண்டு நடந்த சமாசாரமெல்லாம் சொன்னோம். அப்பால் சந்தாசாயபு வந்து துரையவர்களைக் கண்டுபேசி மறுபடி இதாயத்து மொகதீன்கான் அண்டைக்குப் போனார். அப்பால் சந்தாசாயபு அவர்கள் நிமாசு பண்ணிக்கொண்டு ஆன உடனே சகல ஆபரணங்களும் பூஷித்துக் கொண்டு அவரும், அவர் குமாரனும் புறப்பட்டார்கள்.

முன்னதாகத் தானே குதிரை சுவர்களும், யானைகளும், பிருவுகளும் சகல துப்பாக்கிக்காரரும் ஆனைகள் பேரிலே குண்டு கோபி சவுர் சங்குகளும் இது முதலான ஆயுதபாணியா யிருக்கப்பட்ட பேர்கள். அனேகம் பேர் கும்பல் கும்பலாய் பாறுகள் பாறுகளாய் பட்டணத்துக்குள்ளே போனார்கள். அப்பால் இதாயத்து மொகதீன்கான் அவர்கள் குண்டு தாழைக்குள்ளே வரச்சே துரையவர்களைக் கூடாரத்திலிருந்து எதிராகப் போய் மீனாக்ஷியம்மன் சாவடிக்கு இப்பால் இருவருக்கும் பேட்டியாய் ஆலிங்கனம் பண்ணிக்கொண்டு குசலப்ரஸனை நடக்கச்சே சென்னைப்பட்டணத்து வாசற்படி முதற்கொண்டு கடலோரத்து மூலை கொத்தளம் வரைக்கும் இருக்கிற பீரங்கிகளெல்லாம் தேப் கும்பலாய் சுட்டார்கள்.

அப்பால் சகலமான பேர்களும் கூடவந்து கூடாரத்திலே யிருந்து நாட்டியம் பார்த்துக்கொண்டு இருக்கச்சே துரையவர்களும் நவாபு சந்தாசாயபு அவர்களும் முன்னதாகப் புறப்பட்டு வந்தார்கள். அப்பால் சகல ஆடம்பரத்துடனே இதாயத்து மொகதீன்கான் பாதரவர்கள் ஆனையின் பேரிலே தொட்டில் மாத்திரம் போடச் சொல்லி தாமும் தம்முடைய குமாரனும் முன்பாரிச முட்கார்ந்து கொண்டு அப்பால் கோட்டையிலே யிருக்கப்பட்ட வேடிக்கை களெல்லாம் விபரமாய் சொல்லத்தக்கதாக சந்தாசாயபு குமாரன் ராஜா சாயபு கூட பின் பக்கத்திலே இருக்கச் சொல்லி புறப்பட்டு கெவுனி வாசலுக்குள்ளே வரச்சே இருக்கிற பீரங்கி களெல்லாம் திறனாய் போட்டார்கள்.

அப்பால் ராஜ வீதியில் தானே புறப்பட்டு இருபுறமும் சொல்தாதுகள் வரிசை நிர்க்க வைத்து புகையிலை கிடங்கு முத்திய பிள்ளையவர்கள் வீட்டு தெருவே திரும்பி கோன்சேல் வீட்டு வாசற்படி வழியாய் வந்து துரையவர்கள் வீட்டு தென்னண்டை வாசற்படியிலே யானையிலிருந்து இறங்கிய உடனே துரையவர்கள் வாசற்படி மட்டுக்கும் எதிராக போயழைத்து வந்து துரை வீட்டிலே உட்கார்ந்த உடனே சமுத்திரக்கரை கொத்தளங்கள் பிறகரி பேரிலே இருக்கிற பெரிய பீரங்கிகள் அத்தியந்தம் ஒரு நாழிகை நேரம் சந்தமோயாமல் நாலு ஐந்து பீரங்கிகள் பத்தி பத்தியாய் விபரீத கோஷ்டம் எழுப்பத்தக்கதாக சுட்டார்கள். கப்பல்களிலேயும் இருபுறமும் பீரங்கி போட்டார்கள்.

அப்பால் துரையவர்கள் தம்முடைய வீட்டிலே இருக்கிற சித்திர விசித்திரங்களும் நிலைக்கண்ணாடிகளிலிருக்கிற சொகுசும் விந்தையாய் காற்றினாலே செய்த லாந்தர் கூண்டுகள் அங்கங்கே

கூடியிருக்கிற அழகும் காகிதங்களெழுதுகிற கோந்துலார் வீடுகளும் இன்னுமனேக வேடிக்கைகளும் துரையவர்கள் இதாயத்து மொகதீன்கான் பாதர் முஜபர்சங்கு அவர்களுக்கும் நபாபு சந்தாசாயபு, ராஜா சாயபு அல்லிநக்கீம் சாயபு முதலான பேர்களுக் கெல்லாம் காண்பித்ததற்கு அவர்கள் மிகவும் சந்தோஷப்பட்டு யோகமென்றாலும் இப்படிப்பட்ட யோகம் ஒருவருக்கும் வராது. நல்ல அதிர்ஷ்டசாலி யென்றும் உம்முடைய மனோரதப்படி சகல காரியங்களும் அனுகூலமாய் வருமென்றும் இப்படி ஒன்றுக்கொன்று க்ஷேம லாபங்களாய் வார்த்தைகள் நடக்கச்சே வருஷம் வந்து இராத்திரி முப்பது நாழிகையும் தாரை தாரையாய் பெயர்த்து அந்த மழையில் இரவு முசாபர் சங்கு அவர்களுக்கு துரையவர்கள் வீட்டில் யப்புரி சிக்கானாவிலே யிருந்து மற்றவைகளெல்லாம் துரையவர்கள் கூட சம்பந்தியாய் விருந்து சாப்பிட்டார்கள்.

புரட்டாசி 22 1749 ஒக்தோபர் 4 சனிவாரம்

இற்றைநாள் காலையில் முகபிரக்ஷணம் பண்ணிக்கொண்டு பழையது சாப்பிட்டு பிறகு துரையவர்கள் வீட்டுக்குப் போன விடத்திலே துரையவர்கள் அழைத்துச் சொன்னது: நேற்று இதாயத்து மொகதீன்கான் வெகுமானம் கொடுத்த ஆனைக்கு நெஞ்சியில் இரணம் இருக்கிறதாம். அந்த இரணம் எப்போதும் ஆருகிறதில்லையாம். அந்த யானையை மறுபடி சந்தாசாயபுடனே சொல்லி இந்த யானையைக் கொண்டு போய் ஒப்பித்துப்போட்டு பதிலுக்கு யானை கொண்டு வரச்சொல்லி சொன்னபடிக்குப் போய் நபாபு சந்தாசாயபு அவர்களைடு கேட்டதற்கு அவர் சொன்னது, நல்லது இந்த யானையை ஒப்பித்துப் போடுங்கள். ஆனை களெல்லாம் வெளியே போயிருக்கிற படியினாலே நாளைய தினம் யானைகளை எல்லாம் அழைப்பித்து நல்ல யானைமாய் பொருக்கி பதிலுக்கு யானை கொடுக்கிறேமொன்று சொல்லச் சொன்னார்.

புரட்டாசி 23 1749 ஒக்தோபர் 5 ஆதிவாரம்

இற்றைநாள் காலையில் முந்தானாள் துரையவர்களுக்கு இதாயத்து மொகதீன்கான் வெகுமானம் பண்ணின யானைக்குப் பதில் யானை நல்ல பெரிய யானையாய் ஐந்தே முக்கால் முழம், ஆறு முழம் உயரமாயிருக்கிற யானையைப் பார்த்து துரையவர்களுக்குக் கொடுத்தார்கள்.

... நல்லதென்று நான் புறப்பட்டு சந்தாசாயபு அவர்களண்டைக்குப் போனவிடத்திலே நடந்த வயணம் என்னவென்றால்: சந்தாசாயபு

அவர்களுடனே நான் சொன்னது நீங்கள் மகா யோகசாலியர் அதேதனாலென்றால் உங்களுடத்திலே வெகு உதராத்வமிருக்கிற படியினாலே எந்த காரியம் நீங்கள் நினைத்தாலும் சுவாமி உங்கள் காரியமெல்லாம் அனுகூலம் பண்ணி இருக்கிறதே யல்லாமல் தாஷி வரத்தக்கினதல்ல. ... அதற்கு நபா சாயபு அவர்கள் வெகு சந்தோஷப்பட்டு சொன்ன சேதி என்னவென்றால், ... நம்முடைய மனதிலே இருக்கிற யோசனைபடிக்கு சரியாய் நீர் சொன்னீர். உம்முடைய யோசனைக்கும், உம்முடைய புத்திக்கும் உமக்கு இவ்விடம் யோக்கியம் என்று நீர் நிஜாம் போல் கொத்தவர். நம்மைப் போல் கொத்தவர். பேரண்டையிலே திவான்கிரியாய் இருந்து கொண்டு சகல சபைகளையும் கட்டத்தக்க மனதுள்ளவர். உம்முடைய மனோரதமும் திராணியும் நம்முடைய மனதுக்கு நன்றாய் தெரியப்பட்டது. நீர் ஒரு லட்சத்துக்கு இருபது லக்ஷம் முப்பது லக்ஷம் சம்பாரிக்கவும் சிலவு பண்ணவும் சாமார்த்தியம் உண்டாயிருக்கப்பட்டவர். இப்படிப்பட்ட உமக்கு இந்தப் பறங்கிகளண்டை இருக்க லாயக்கான ஸ்தலம் அல்ல. ஆனபடியினாலே முன்னுக்கு மகத்தாயிருக்கப்பட்ட தவுலத் துடனே இருக்கப் போகிறீர். உமக்கு ஸ்வாமி தயவு பண்ணுவார். அதற்கு சந்தேகமில்லை. அப்படி நடக்குமென்று என் மனதுக்கு நிற்காற்ஷையாய்த் தோன்றி யிருக்கிறதென்னு சொன்னார்.

அதற்கு நான் சொன்னது: நீங்கள் மகாபுருஷர். உம்முடைய வாக்கினாலே நான் மேன்மேலும் சுகப்படத்தக்கதாக சொன்னதினாலே தான் எனக்கு சகல தவுலத்தும் வந்தது. அதற்கு சந்தேகமில்லை என்று அதற்கு பிரதி உத்திரம் எப்படி உபசாரமாய் சொல்ல வேணுமோ அப்படியெல்லாம் சொன்னேன்.

நாட்குறிப்பு 39

தலையை வெட்டிக் கொல்லப்பட்டார் சந்தா சாகிப்

பிரெஞ்சுக்காரர் உதவியுடன் ஆற்காட்டை முற்றுகையிட்ட சந்தா சாகிப், அங்கிருந்த நவாப் அன்வருதீனைக் கொன்றதும் பின்னர் ஆற்காடு நவாப் ஆக முடிசூட்டிக் கொண்டதும் நாம் அறிந்ததே. இந்நிலையில் ஆற்காட்டில் இருந்த அன்வருதீனின் மகன் முகமதலி திருச்சிக் கோட்டைக்குச் சென்று தஞ்சமடைந்தார். அந்தக் கோட்டையையும் கைப்பற்றிட பிரெஞ்சு ஆளுநரின் ஆலோசனையின் பேரில் நவாப் சந்தா சாகிப் படைநடத்திச் சென்றார். அவருக்கு உதவியாகப் பிரெஞ்சுப் படையினரும் சென்றனர்.

அந்த நேரத்தில் ஆளுநர் துய்ப்ளேக்சை சந்திக்க வந்த சந்தா சாகிப் மகன் ரசா சாயபு முகம், வெளியே போகும் போது சினம் கொண்டு இருந்ததாம். காரணம், திருச்சிக்கு எடுத்துப் போக ரூபாய் அஞ்சு லட்சம் கேட்டதாகவும் ஆனால் ஆளுநரோ ஐம்பதாயிரம் மட்டுமே கொடுத்திருக்கிறார். இந்நேரத்தில் மதானந்த பண்டிதர் குறித்த ஆனந்தரங்கரின் எள்ளல் குறிப்பிடத்தக்கது. சந்தா சாகிப் தலைமையிலான படையினர் திருச்சி நோக்கி முன்னேறிக்கொண்டிருந்த அதே வேளை, (ராபர்ட் கிளைவ் தலைமையிலான) யிங்கிலீசு படைகள் ஆற்காட்டுக்குள் புகுந்து அந்நகரை எளிதாகக் கைப்பற்றின.

இதற்கிடையில் ஸ்ரீரங்கம் சென்றடைந்த சந்தா சாகிப்புக்கு, ‘இனியும் ஒரு நிமிடம் கூட தாமதிக்காமல் கொள்ளிடம்,

காவேரியையும் தாண்டி அக்கரை சேர்ந்து சண்டை போடச் சொல்லி' பிரெஞ்சு ஆளுநர் கடிதம் எழுதினார். ஆனாலும் சந்தா சாகிப் மீது ஆளுநர் துய்ப்ளேக்சுக்கு 'எல்லாரிடமும் பகையை வளர்த்துக் கொள்கிறார்' எனும் வருத்தம் இருந்தது. ஏதாவது ஒரு சீர்மையைக் கொடுத்து ஆட்சி செய்து வா என்று சொல்ல வேண்டும். முடியாது என்று சில்மிஷம் செய்தால் கப்பலேற்றி மெக்காவுக்கு அனுப்பிட வேண்டும் என்பதே ஆளுநரின் எண்ணமாக இருந்தது. ஆனந்தரங்கரும் தனக்கு வஞ்சனை செய்த சந்தா சாகிப் அதற்கான பலனை அனுபவிப்பார் என்கிறார்.

ஸ்ரீரங்கம் கோயிலில் முகாமிட்டிருந்த சந்தா சாகிப் மற்றும் பிரெஞ்சுப் படைகள் போதிய நிதி இல்லாமல் நெருக்கடிக்கு ஆளானது. படைவீரர்கள் மக்களிடம் கொள்ளையடித்தனர். இன்னும் பலர் எதிரிப் படையில் போய்ச் சேர்ந்து கொண்டனர். போதாக்குறைக்கு காவேரி, கொள்ளிடத்தில் வெள்ளம் கரைபுரண்டது. இதனால் கோயிலில் இருக்கும் தானியங்களைச் சாப்பிட்டு அவர்கள் தங்கள் நாட்களை ஓட்டினர். இந்த நிலையில் இங்கிலீசு படை, மராத்தியப் படை, தொண்டைமான் தரப்பினர் மற்றும் முகமதலிகான் தலைமையிலான படையினரின் தீவிர முற்றுகைக்கு உள்ளானது ஸ்ரீரங்கம் கோயில்.

வேறுவழியில்லை எனும் நிலையில், மராத்தியர், தொண்டைமான் தரப்பினருக்குப் பணம் கொடுத்த சந்தா சாகிப், பக்கிரி வேடமிட்டு அங்கிருந்து வெளியேறினார். ஆனால் அவரை அடையாளம் கண்டுவிட்ட முகமதலிகான் படையினர் அவரைப் பிடித்து திருச்சிக் கோட்டைக்குக் கொண்டு செல்ல முற்பட்டனர். அப்போது அங்கு வந்துவிட்ட தஞ்சைப் படையினர், 'ஏற்கெனவே இவருக்கு வாக்குக் கொடுத்திருக்கிறோம்' என்று சொல்லி, சந்தா சாகிபை தஞ்சாவூர் கோட்டைக்கு அழைத்துச் சென்றனர். ஆனால் சொன்னபடிக்கு அவர் காரைக்கால் அனுப்பப்படவில்லை. தஞ்சைக் கோட்டையில் காவலில் வைக்கப்பட்டார்.

ஒருநாள் காலை தொழுகையில் ஈடுபட்டிருந்த சந்தா சாகிப், தலையை வெட்டிக் கொடூரமாகக் கொல்லப்பட்டார். அப்போது அவர் பின்னால் நின்றுகொண்டிருந்த குண்டோ பண்டிதன் என்பவர் 'என்னை வெட்டிப் போடுங்கள்' என்று தடுக்க முயன்றிருக்கிறார். ஆனால் அவரைத் தள்ளிவிட்டு இந்தக் காரியத்தைச் செய்திருக்கின்றனர். சந்தா சாகிப் தலை, உடல் தனித்தனியே குதிரையில் ஏற்றப்பட்டு அனைவருக்கும் இந்தத் தகவல் அறிவிக்கப்பட்டது. பின்னர் திருச்சி கோட்டைக்கும் அனுப்பி வைக்கப்பட்டது.

இந்தத் தகவல் அறிந்த புதுச்சேரி ஆளுநர் துய்ப்ளேக்ஸ் பெரும் சோகத்தில் ஆழ்ந்தார். அன்றைய தினம் ஞாயிற்றுக்கிழமை, கோயில் பூசைக்குப் போகவில்லை. பகலுணவும் கொள்ளவில்லை. ஆனால் ஆனந்தரங்கரோ, 'சந்தாசாயபுக்கு இது கெண்ட காலம் தப்பிதமில்லை. எப்படி யென்றால் வைப்பூர் சீதாராம் சோசியன் சோசியப்படிக்கு சனிப்பாச்சல் வருஷம் ஆனபடியினாலே இந்தக் கெண்டம் தப்பாது. சனிப்பாய்ச்சல் பனிரெண்டு வருஷத்துக்கு ஒரு திரம் பாயுரதான படியினாலே இந்தக் கெண்டம் தப்பாது' என வைப்பூர் சீதாராம் சோசியரின் சோதிடத்தை மேற்கோள் காட்டுகிறார்.

சந்தாசாகிப் எந்தப் பாதிப்பும் இல்லாமல் காரைக்கால் கொண்டு செல்லப்படுவார் என்பதை பிரெஞ்சுப் படைத்தளபதி முன்னிலையில் தாவூத்கான் எனும் இஸ்லாமியர் ஒருவரைக் கொண்டு குரான் மீது சத்தியம் செய்யப்பட்டது. சந்தா சாகிப் காரைக்கால் சென்று சேர்ந்தார் எனும் தகவல் வரும் வரை உங்கள் தரப்புப் பெரியவர் ஒருவரை எங்களுக்கு அடகு கொடுக்க வேண்டும் என்று பிரெஞ்சு தளபதி கேட்டபோது தஞ்சாவூரார் மறுத்து இருக்கின்றனர். ஒப்பந்தத்தை மீறி சந்தா சாகிப் காவலில் வைக்கப்பட்டது, படுகொலை செய்யப்பட்டது போன்ற துரோகச் செயல்களை தனது எழுத்துக்களின் வாயிலாகக் கடுமையாகச் சாடியிருக்கிறார் ஆனந்தரங்கர்!

1751 செப்தேம்பர் 1 ஆவனி 19 புதவாரம்

... பகலைக்கு மேலாக மூணரை மணிக்கு சந்தாசாயபு மகன் ரசாசாயபு சந்தாசாயபு லசுக்கருக்குப் போறதுக்கு துரை கையிலே சிலவு வாங்கிக் கொள்ளுகிற நிமித்தம்போய் சிலவு வாங்கிக் கொண்டு போய் ஒழுகரையிலே போயிறங்கினார்கள். போகச்சே முகத்தைச் சின்னம் பண்ணிக்கொண்டு போனான். அந்த சாடை யென்னவென்று கேட்டால் சிலவுக்கு அஞ்சு லட்சம் கேட்டு தீர்மானம் ரெண்டு லட்சம் கேட்டதுக்கு அன்பதினாயிரம் கொடுக்கிறோமென்று துரை சொன்னதின் பேரிலேயும் பின்னையும் நாலத்து ரெண்டு காரியம் யிவன் கேட்டதுக்கு அவர் சம்மதிக்காமலும் முகம் கடுத்துப் பேசாமலும் போன படியினாலே யிவர் முகத்தை தொங்கப் போட்டுக்கொண்டு போனார். ஆனாலும் அன்பதினாயிரம் ரூபா குடுக்கிறதே யல்லாமல் அதனங் குடுக்கிறதில்லை யென்று சொன்னது மாத்திரமே யல்லாமல் முன்னேதானே என்னுடனே லக்ஷம் ரூபா புக்கன்சி காசிதாசு குமாஸ்தாவைக் கொண்டு சரியாய் நாளைய தினம் மீர்ஷம் வசம் குடுத்து அனுப்புவாரென்று தோத்துது. ஆனாலிப்போ யிந்த சாயபு

சாதா வந்ததும் மதாம் துய்ப்ளேக்சு மாரிபத்திலே சகல சால்சவாபு நடக்கிறதும் மதானந்த பண்டிதன் இரண்டு கையினாலேயும் வாங்கிப் போடுகிறது மல்லாமல் அவனுச்சாகமும் மகனூறும் காகிதத்திலே யெழுதி முடியாது. ஆனாலிவனுக்கு யிது யினி மாசக்கணக்காக நிக்கறதே யல்லாமல் தனமிவனுக்கு வருஷக்கணக்காக நடக்கத்தக்கதில்லை. யிவன் தாய் கிழவியாய்ப் போனபடியினாலே கலியாணம் பண்ணினானே யல்லாமல் யில்லாவிட்டால் கலியாணம் பண்ணத்தக்கவனல்ல. இதிலே அவன் சுவாபமிது ரோகம் விவேகிகள் அறிந்து கொள்வார்கள்.

1751 செப்தேம்பர் 14 புறட்டாசி முதல் செவ்வாய்க்கிழமை

இத்தனாள் காலத்தாலே பத்து மணிக்கு துரையவர்களண்டைக்குப் போனவிடத்திலே சாவடிக் கபுறும் கும்பினீர் வற்த்தகர் கிட்டங்கி முதலான பட்டணத்து கபுறு சொல்லியான பிற்பாடு சந்தாசாயபு காகிதம் வந்ததே அதிலென்ன யெழுதியிருக்கு தென்றும் மதானந்த பண்டிதனைக் கொண்டு வரச்சொல்லி கேட்டார். அதுக்குத் தாங்களனுப்பின அன்பதினாயிரம் ரூபா வந்து சேர்ந்தது என்றும் கொள்ளிடம் கடந்து சீரங்கம் போயி சேருகிறதா யிருக்கிறோமென்றும் யெழுதியிருக்கு தென்று சொன்னான்.

1751 செப்தேம்பர் 15 புரட்டாசி புதன்வாரம்

இத்தனாள் சாயங்காலம் ஆற்காட்டிலே வந்த சேதி யென்னவென்றால் நாளது முதல் உதிச்ச அஞ்சு நாழிகைக்கு அன்பது பேர் யிங்கிலீசு சொல்தாதுகளு மொரு ஒபிசியாலும் போய் ஆற்காட்டுத் தெவடியிலே சண்டா போட்டு கில்லாவும் கட்டிக்கொண்டதாகவும் அப்பால் பத்து நாழிகைக்கு யிரநூறு பேர் யிங்கிலீசு சொலுதாதுகளும் நூறு பேர் சட்டைக்காறர்களும் யிருநூறு பேர் சிப்பாயிகளும் போய்ச் சேர்ந்ததாகவும் இரண்டு பெரிய பீரங்கியும் இரண்டு சின்னப் பீரங்கியும் மருந்து யெட்டு பெட்டி சறாபம் ரெண்டு பெட்டி தறுபேஷம் மகம்மது மச்சான் சேசக்கும்மது யென்கிறவனும் போய்ச் சேர்ந்தார்களென்றும் மத்தப்படி யிதுக்கு முதல் நாள்த் தானே அவ்விடத்திலே யிருந்து போனார் மமுதல்லிகான். கோவிந்தராயன் திருமலைராயன் முதலானவர்கள் யிருந்தவர்கள் பிறப்பட்டு ஓடிப்போய் வேலூர் போய்ச்சேர்ந்தார்களென்று மிப்படியாக யெழுதி வந்தது.

1751 செப்தேம்பர் 17 புரட்டாசி 4 சுக்கிறவாரம்

இத்தனாள் சாயங்காலம் அஞ்சாறு காகிதம் சந்தாசாயபு காகிதம் ஒன்று பிறகேயொன்றாய் நாலுமணி துவக்கி ஆறு மணிக்குள்ளே

வந்ததாகவும் அந்த காகித மத்தலப்புகள் நாங்கள் கொள்ளிடமிறங்கி ஸ்ரீரங்கம் போனோம். உங்கள் பவுன்சு முசியே தொத்தேல் வகையிறா பரிசேதம் வாரதில்லை. நாம் புதுச்சேரிக்கு போறோமென்று சொல்லுகிறது மல்லாமல் பவுன்சு கொள்ளிடத்துக்கு இக்கரையிலிருக்கிறதே யல்லாமல் அக்கரைக்கு அனுப்புகிறதில்லை யென்று சொல்லுகிறார்கள் யென்று முசியே தொத்தேல் யிவ்விடத்துக்கு வந்தால் முசியே லாசுவுக்கு கொம்மாந்தாம் யிடம் குடுத்து அனுப்ப வேணுமென்று அப்துல் நபிபேக்கு யென்கிற சமேதாரன் பிறகே ஆயிரம் குதிரை கூட்டியனுப்பி விச்சோமென்று மமுதல்லிகான் ஆணை சத்திய பிற மாணிக்கமாய் யெப்படி சொல்லியனுப்பிக்க வேணுமோ யத்தனை நம்பிக்கையாய்ச் சொல்லியனுப்பி முன் அனுப்பின கவில் படிக்கு நடப்பிக்கிறோமென்று நம்பிக்கையுஞ் சொல்லி கவிலும் அனுப்பிவிச்சால் யிருபது நாளையிலே எங்கள் சாஞ்சாமிகளை தாண்டவிச்சுப் போட்டு கில்லா வையுங்கள். வசத்திலே ஒப்பிச்சுப் போடுகிறோமென்று ஸ்தானபதிகளை யனுப்பிவைச்சு காகிதமெழுதி யனுப்பினான்.

முன்னீங்கள் அனுப்பின கவில் முசியே தொத்தேல் வசத்திலே யிருந்து கொண்டிருக்குது. அதைக் குடுக்கச் சொல்லி அவருக்குக் காகிதமெழுதி யிந்த உடன்படிக்கைப்படிக்கு பேசச்சொல்லி யெனக்கும் எழுதி அனுப்பிவிச்சால் நானுமந்தக் கவிலை வாங்கிக் கொண்டு உடன்படிக்கையும் கவிலையும் கொடுத்தனுப்பு கிறோனென்று சந்தாசாயபு யெழுதின காகிதங்களுக்கு பதிலுத்தரவு துரையவர்கள் யெழுதினது:

மமுதல்லிகான் பேச்சை நம்ப வேண்டாம். அவன் யிருபது நாள் வாயிதா கேட்டது யிதுக்குள்ளே ஆற்காட்டிலே கலாபஞ் சுருக்கமாய் நடக்கிறதுக்கு பெலன் பண்ணிக்கொள்ளலாமென்றும் திருச்சிராப்பள்ளிக்கு ரஸ்து முதலான சாமான்களும் அல்லாமல் பெலனுஞ் சேர்த்துக்கொள்ளலாமென்று யிருபது நாள் வாயிதா கேட்டானே அல்லாமல் மனப்பூர்வமாய் கோட்டையைவிட்டுப் போறதாய் கேட்டவனல்ல. ஆனபடியினாலே காவேரியுந் தாண்டி திருச்சிராப்பள்ளி கோட்டையின் பேரிலே போயிறங்கிப் போடச்சொல்லியும் சண்டை குடுக்கச் சொல்லி யெழுதினானென்றும் ஆயிரங் குதிரையும் மீர்சா மமுதல்லி பேக்கும் வராப்போலே தானாச்சுதே யின்னம் ஆயிரங் குதிரையும் உம்முட குமாரன் ரசாசாயபையும் சீக்கிறமத்துக்கு வந்து ஆற்காடு சேர அனுப்பச் சொல்லியும் முசியே லாசுக்கு கொம்மாந்தாங் குடுத்து அனுப்பினது மல்லாமல் உங்கள் பவுன்சுக்கு முன்னே அவர்களைக் காவேரி கூட

தாண்டி திரிச்சிராப்பள்ளி கோட்டையை வாங்கச் சொல்லியும் உம்முட ஆலோசனையின் பேரிலே நடந்துகொள்ளச் சொல்லி யெழுதினோம்.

இனிமேல் அரை நாழிகையாகிலும் தாமசம் பண்ணத் தேவையில்லை. கொள்ளிடந்தாண்டி காவேரியுந் தாண்டி அக்கரை சேர்ந்து சண்டை பண்ணச் சொல்லியும் யிந்தப்படிக்கு சந்தாசாயபுக்கு காகிதமெழுதினது மல்லாமல் ரசா சாயபுக்கும் பவுன்சைக் கூட்டிக்கொண்டு ஆற்காட்டின் பேரிலே வந்துயிறங்கச் சொல்லிக் காகிதமெழுதி முசியே லாசுக்கு அறமாதுக்கு கொம்மாந்தாரிடச் சொல்லி யெழுதினதுமல்லாமல் சந்தா சாயபு ஆலோசனையுங் கேட்டுக்கொண்டு அவர்கள் பவுன்சுடனே கூடப்போய் திரிச்சிராப்பள்ளி கோட்டையின் பேரிலே போய் சண்டை குடுக்கச் சொல்லி அப்பால் முசியே தொத்தேலையும் முசியே புறுனோவையும் வந்துவிடச் சொல்லி காகிதங்களெழுதி யனுப்பினதாய் சேதி கேழ்க்கப்பட்டது.

1751 ஒக்தோபர் 11 பிறட்டாசி 28 சோமவாரம்

திரிச்சிராப்பள்ளி கோட்டையைச் சுத்தினாப்போலே செருக்குவார பாளையத் திலே சந்தாசாயபு பவுன்சு யிறங்கியிருக்கிறதாகவும் ஆலம்கானும் சிறிது பாளையக்காறர்களும் சந்தாசாயபு மத்தத்து வருகுறார்கள் யென்றும் ஆலம்கான் சந்தாசாயபுக்கு சிலவுக்கு அறுபதினாயிரம் ரூபா யனுப்பிவிச்சா னென்றும் மயிசூர் ராசாவுக்கும் சந்தாசாயபுக்கும் மனது ஒருமை யில்லாம லிருக்கிறதாகவும் யிப்படியாக யெழுதி வந்த சேதி.

1751 நொவாம்பர் 27 கார்த்திகை 15 சனிவாரம்

யித்தனாள் கேட்ட சேதி. திரிச்சிராப்பள்ளியிலே யிருந்து துரையவர்களுக்கு சந்தாசாயபு காகிதமும் வந்துதாம். அதிலே யெழுதியிருந்த சேதி: மேஸ்தர் கோப்பு மோறசா திருச்சிராப்பள்ளிக் கோட்டை வாசலுக்கு வெளியே போட்டிருந்த மொறசாவிலே அசனத்திகான் ரவுன்சும் அசனத்திகானும் போய் சண்டை பண்ணி அந்த மொறசாவிலே யிருந்த ஒரு யிங்கிலீசு ஒபிசியாலு ஒருத்தனையும் பத்துப் பதினஞ்சு வெள்ளைக்காரர்களையும் பிடிச்சுக் கொண்டு அதிலே யிருந்த துப்பாக்கி முதலானதுகளை யெல்லாங் கொள்ளையிட்டு யெடுத்துக்கொண்டு பிறப்பட்டு வந்த சேதி யெழுதி வந்ததாகவும் கோட்டையும் கொஞ்ச நாளையிலே பத்தே ஆம். மேஸ்தர் கோப்புக்கும் மேஸ்தர் சின்சேன் யென்கிறவனுக்கும் ஆகாமலிருக்குதாம். மேஸ்தர் சின்சேன் மமுதல்லிகானுக்கு அனுகூலமாயிருக்கிறான். ஆனபடியினாலே

கோட்டை நமக்கு கைவசமாகு மென்றாப்போலே யெழுதி சிலவு சித்தாயத்துக்கு வேணும். போன மாசம் அனுப்பின லக்ஷம் ரூபா போதாது. இந்த வேளை பணத்தைப் பாராமல் சிலவழிச்சு காரியமனுகூலம் பண்ணிக்கொள்ள வேண்டிய சமயமான படியினாலே இந்த வேளைக்கு இரண்டு லெட்சம் ரூபாய் மாத்திரம் அனுப்பிவிக்கச் சொல்லிக் காகிதமெழுதி வந்ததாகவும் அந்தக் காகிதம் பார்த்துக்கொண்டு காகிதம் கொண்டு வந்தவர்களுக்கு யிருபது ரூபா யினாம் கொடுக்கச் சொல்லி சந்தோஷமாய்ப் பதில் காகிதமெழுதி யனுப்பிவிச்சதாய் சேதி கேழ்க்கப்பட்டுது.

1751 தெசம்பர் 13 மார்கழி 2 சோமவாரம்

... இனிமேல் சந்தாசாயபு வசம் சீர்மையிருந்தால் கெட்டுப்போம். அவனுக்கொரு காரியமும் கூலிச்சுவரயில்லை. சமஸ்தான பேர்களுடனேயும் திவேஷிச்சுக் கொண்டு யிருக்கிறது. ஒருத்தருக்கும் பேசினபடிக்கு நடக்கிறதில்லை. முன்னே ஒருத்தருடனே பேசித்தீர்த்து அவனை அனுப்பிவிச்சு சீமையிலே போய் உக்காருகிறதுக்கு முன்னே பின்னை ஒருத்தன் வந்து கேட்டால் அப்போதும் அவனுக்கு யெழுதி கொடுத்து அனுப்பிவிடுகிறது. யிப்படி மயிசூர் ராசா முதலான பேர்களுடனே யெல்லாம் திவேஷம் பண்ணிக்கொண்ட படியினாலே திரிச்சிராப்பள்ளியைச் சாதிக்க கட்டாமல் மமுதல்லிகானுக்கு மத்தத்து பண்ணுகிறார்கள். யிவ்விடத்திலே பாளையக்காறர் களுடனேயும் அப்படித்தான். பாளையக்காறர்களுடனே எல்லாரும் யிங்கிலீசுக்காறருடனே கட்டிக்கொண்டு ராச்சிய மெல்லாம் சாகுபடியாக வொட்டுகிறதில்லை. கலகம் வளர்ந்து கொண்டே யிருக்குது. ஆனபடியினாலே சந்தாசாயபை தனகா பண்ணி கொஞ்சமாய் ஒரு சாகீர் கொடுத்து சாப்பிட்டுக்கொண்டு கூப்பிடாமல் யிரேவென்கிறது. சத்தே சிலுமிஷங் கண்டால் பிடிச்சுக் கப்பலின் மேலேத்தி மக்கத்திலே போய் செபம் பண்ணிக்கொண்டு ஆத்தும லாபமான காரியத்தைப் பார்த்துக்கொண்டு யிருக்கச் சொல்லி சொல்லுகிறதென்று சொன்னார். அப்படியா வென்று சொல்லிப்போட்டு பின்னையும் லோகாபிறமமாய் பேசியிருந்து அனுப்பி விச்சுக் கொண்டு காசா கச்சேரியே வந்தேன்.

ஆனால் சந்தாசாயபு எனக்கு வஞ்சனை பண்ணி நடப்பிச்சதுக்கு சுவாமியவனை வஞ்சனைப்பானெண்பிச்சு அப்பால் அந்த ஞாயம் பனிரெண்டு மாசத்தைக்குள்ளாக தீத்துப் போட்டார். யின்னம் லோகத்திலே பிறசித்தமாகயில்லை. பிறசித்தமாகுற காலம் வருகுது. அதுவும் சமீபத்திலே யிருக்குது வெளியாய்ப் போகுது. மத்தப்பேர்களுக்கு மிந்தக் கெதி யிப்படியே அவரவருக்கு

காணப்போகுது. காணாமல் போகத்தக்கதில்லை. சுவாமிக்கு பஷ்ஷப பிறதி பஷ்ஷம் யில்லை. ஞாயம் போனபடி நடப்பிப்பார்.

1752 மாயு 14 வையாசி 5 ஆதிவாரம்

...யென்கிற கபுறு கேழ்க்கப்பட்டது மல்லாமல் ஸ்ரீரங்கத்திலே யிருக்கிற முசே லாசு சந்தாசாயபு வகையிராவும் யிவர்களுடைய பவுன்சுக்கும் சிலவுக்கு மில்லாமல் ரஸ்துமில்லாமல் வெகு சங்கடப்படுகிறார்கள் யென்று மிங்கேயிருந்து போன பணம் அவ்விடம் போய் சேருகிறதற்கு யில்லாமல் யிருக்காறதினாலேயும் அவ்விடத்திலே கொள்ளையிட்டு கொள்ளையிட்டு தின்றதினாலேயும் இருக்கிற சிப்பாயிகளுக்கு மூணுமாசமாகி சிப்பாயிகளுக்கு சுவார்களுக்கும் ஒரு காசு அளவிலே செல்லாத்தினாலே நிறுவாகமில்லாமல் வெகுபேர்கள் சிப்பாயிகளும் சுவார்களும் சத்துருக்களிட மாய் போய் சேர்ந்து போனதினாலேயும் சத்துருக்கள் பெலம் அதிகமுஞ் சந்தாசாயபு பவுன்சுக்கு பெலகீனம் கண்டதுக்கு ஸ்ரீரங்கம் கோயிலிலே யிருக்கிற படியினாலேயும் இருபுறமும் காவேரி கொள்ளிடம் தண்ணீர் வருகிற படியினாலேயும் கோயிலிலே யிருக்கிற தானியங்களை சாப்பிட்டுக் கொண்டு யிருக்கிறார்கள் என்றும் கோயிலடியிலே சேக்சே பட்டாணாயிருந்துதே அதைத் துரத்திவிட்டு இங்கிலீசுக்காறர்கள் பட்டாணா வந்து பிறவேசிச்சாப் போலேயும் அங்கேயிருந்தவர்கள் முன்னூறு நானூறு பேர்களுக்குண்டு. அதிலே சிறிது பேர்கள் அவர்களிடமாய்ச் சேர்ந்துப் போனாப்போலேயும் சிறிது பேர்கள் கவில் வாங்கிக்கொண்டு ஆயுதமாத்திரத் துடனே பிறப்பட்டு புதுச்சேரிக்கு வாராதாயும் சேதி கேழ்க்கப்பட்டுது.

1752 மாயு 30 வைகாசி 21 மங்களவாரம்

இத்தனாள் கேள்விப்பட்ட சேதி யென்னவென்றால் ஸ்ரீரங்கத்திலிருந்த சந்தாசாயபு முசியே லாசு வகையிராக்கள் அண்டையிலே யிருந்தவர்களிலே குதிரை சுவார்களிலே முன்னூறு சுவார்கள் தவிர மத்தப்பேரெல்லாரும் ஆறு ஆறு மாசம் சம்பளம் வராமல் சிலவுகளுக்குமில்லாமல் முத்திக்கையிலே அகப்பட்டுக் கொண்டு சங்கடப்பட்டு போயிவிட்டதாகவும் துப்பாக்கிக்காறர் நாலாயிரம் அய்யாயிரம் பேர்கள் எவ்வளவு யிருக்கிறார்களோ அவர்களும் முன்னூறு குதிரை சுவார்கள் வற்த்தகாள் வகையிரா பிறப்பட்டுப் போயி விட்டதாகவும் யிவர்களும் செம்புகேசுவரம் கோயிலை சுத்த சூனியம் பண்ணாப்போலே ஸ்ரீரங்கம் கோயிலையும் நடத்துகிறதா யிருந்தாப் போலேயும் கோயிலார் அறுபதினாயிரம் ரூபா கொடுத்து இருக்கிற தானியங்களையும்

கொடுத்து இன்னேரத்தைக்கு நிபாயிச்சுக் கொண்டாப் போலேயும் யினிமேல் யென்ன நடத்துவார்களோ வென்றாப் போலேயும் இருக்கிற நெல் அரிசி ஒரு மாசத்திற்கு காணுமென்றாப் போலேயும் உப்பு முதலான சாமான்கள் பரிசேதமாயி அகப்படாதென்றாப் போலேயும் காவேரியும் கொள்ளிடமும் பிறவாகம் விஸ்தாரமாகத் தானே வருகிறதென்றாப் போலேயும் இங்கிலீசுக்காறர் மறாட்டியர் மயிசூரார் பவுன்சு வகையிரா சமயவரம் கோயிலடி முதலான எடங்களிலே பந்து பஸ்தாயிருந்து கொண்டு ஒருத்தரையும் போகவொட்டாமலும் அவர் ஒட்டாமலும் ரஸ்த்துக்கள் போக வொட்டாமலும் வளைத்துக் கொண்டு யிருக்கிறார்கள் யென்று முசியே தொத்தேல் முன் ஊட்டத்தூர் விட்டு ரஞ்சன்கெடை வந்து சேர்ந்தாப் போலேயும் அங்கேதானே யிருக்கிறான் யென்றாப் போலேயும் சேதி சொல்லிக் கொண்டார்கள்.

1752 சூன் 15 ஆனி 5 குருவாரம்

...தேவனாம்பட்டணத்தில் பீரங்கி போட்ட சேதி. சந்தாசாயபு பக்கிரி வேஷமாயி பிடிச்சுக் கொண்டதாயும் அந்த சேதி வந்து பீரங்கி போட்டார்கள் யென்றும் சர்க்கரை வழங்கினார்கள் யென்றும் பத்துமணி வேளைக்கு கேழ்க்கப்பட்டுது. இத்தனாள் மத்தியானம் பனிரெண்டு மணி வேளைக்கு பெரியண்ணா நயினாரை துரையவர்கள் அழைச்சுட்டு அனுப்பிவிச்சு சிறிது பேர்கள் வெளிப்பட்டு போகாமலும் அவர்கள் வீட்டு குஞ்சு குழந்தைகள் தட்டுமுட்டுகள் வெளியே போகாமலும் போனால் நீ உத்திரவாதம் பண்ணுவாயென்று சொல்லி யெழுதிக் கொடுத்த சாப்பிதா பேர் வயணம்: சந்தாசாயபு குமாரன் றசா சாயபு அவர்கள் தாலுக்கு மனுஷர்கள் தட்டுமுட்டு பணங்காசு வகையரா யென்ன யென்ன உண்டோ அதுகள் ஒன்றும் வெளியே போகாமல் பத்திரமாய்ப் பார்க்கச் சொல்லி சொன்னதாய் யெழுதிக் கொடுத்தது.

1752 சூன் 16 ஆனி 6 சுக்குறவாரம்

இத்தனாள் துரையவர்களுக்கு சேவுகர் வந்து சொன்ன சேதியென்று கேழ்விப்பட்டது. சந்தாசாயபு சேக்கசேன் முசே லாசு வகையிரா சறுதார்களும் பவுன்சுகளும் ஸ்ரீரங்கம் கோயிலிலே யிருந்த போது மமுதல்லிகான் மயிசூரார் இங்கிலீசுக்காறர் முராரிராயன் பவுன்சு வகையிரா கத்திக்கொண்டு ரஸ்த்துக்கள் போகவொட்டாமல் முத்திகைப் போட்டுகொண்டு யிருக்கச்சே நிறுவாகமில்லை யென்று தீர்த்துக்கொண்டு தஞ்சாவூர் மானோசியப்பாவுக்கும் முராரிராயனுக்கும் சிறிது பணங்காசுகளொப்பி தான் பக்கிரி வேஷம் போட்டுக்கொண்டு பிறப்பட்டதாகவும் முராரிராயன்

சவுக்கிலேயாகிலும் மானாசி அப்பாவினுடைய சவுக்கிலேயாவது போக அவர்கள் அப்பால் தஞ்சாவூர் சேர்ந்து அங்கேயிருந்து காரைக்கால் சேத்துப்போட சிறிது உடன்படிக்கை பண்ணிக்கொண்டு பிறப்பட்டதாகவும் அந்தப்படி முராரிராயன் சவுக்கிலே சந்தாசாயபு பக்கிரி வேஷத்துடனே போனதாகவும் அங்கே மமுதல்லிகான் மனுஷர்கள் கூடயிருந்ததாகவும் அவர்களும் கூடக்கண்டு சந்தாசாயபுவைக் கண்டு பிடிச்சுக் கொண்டு அப்பால் மமுதல்லிகான் மனுஷர்கள் திரிச்சிராப்பள்ளி கோட்டையே கொண்டு போறோமென்று சொன்னதாகவும் முராரிராயன் மனுஷர்களும் தஞ்சாவூரார் மனுஷர்களும் கூடவிருந்து நாங்கள் சந்தாசாயுபுக்கு கவில் கொடுத்தோமென்று பேசி அவர்கள் மனுஷர்களைத் தள்ளிவிட்டு சீக்கிறமத்துக்கு சந்தாசாயுபுவை தஞ்சாவூர் கோட்டையேக் கொண்டுபோய்ச் சேர்த்தார்கள். அந்தச் சேதிக்கு முன் அய்யாயிரம் விராகன் அறுக்காறுகள் கையில் கொடுத்து அனுப்பினார்கள். அந்த விராகனைக் கொண்டுபோய் சந்தாசாயபுக்குக் கொடுத்து அவர்கள் தஞ்சாவூர் கோட்டை சேர்ந்ததுக்கும் பணம் சேர்ந்ததுக்கும் சந்தாசாயபு கையிலே காயிதம் வாங்கி வந்து துரையவர்களுக்கு பத்துமணிக்கு கொடுத்ததாய் மமுதல்லிகான் கையிலகப்பட்டுக் கொண்டு திரிச்சிராப்பள்ளி கோட்டையில் கொண்டுபோயி போட்டுக் கொள்ளாமல் தப்பி தஞ்சாவூர் வந்து சேர்ந்தானென்றும் தஞ்சாவூராரும் முராரிராயனும் தங்களுக்கு அனுகூலமாயிருக் கிறார்கள் யென்கிற சந்தோஷம் உண்டாச்சுது. வந்தவர்களுக்கு நூறு ரூபாய் வெகுமானம் கொடுத்தார்கள் யென்று சேதி சொல்லக் கேழ்க்கப்பட்டது.

முசியே லாசும் சேக்கசேனும் பாக்கி பவுன்சும் ஸ்ரீரங்கம் கோயிலிலே தானிருக்கிறார்கள். அவர்களினி எந்த சாடை பண்ணுவார்களோ தெரியாது. சந்தாசாயபுவை தஞ்சாவூரை அனுப்பினதில் தளவாய் மண்டபத்தில் தஞ்சாவூரார் பவுன்சு யிறங்கி யிருக்கிறதே அங்கேதானே வைத்து யிருக்கிறார்களென்றும் மானோசி அப்பா தன் கூடாரத்திலே வைத்துக் கொண்டிருந்ததுக்கு சேதி வந்ததாய் சொன்னார்கள்.

1752 சூன் 17 ஆனி 7 சனிவாரம்

...கேழ்விப்பட்ட சேதி முசியே தொத்தேல் வாலிகொண்டா புரத்திலே பிடிபட்டவனை திரிச்சிராப்பள்ளி கோட்டையிலே கொண்டு போன விடத்திலே இங்கிலீசுக்காறர்கள் இருந்த படியினாலே வெள்ளைக்காறர்கள் சட்டப்படிக்கு பிரிசோனியர் தெ

கேர் யென்கிற உடன்படிக்கைப் படிக்கு சண்டைக்கு வர்றதில்லை கத்தியெடுக்கிறதில்லை. துப்பாக்கியெடுத்து சண்டை பண்ணுகிறதில்லை யென்றும் சண்டைக்கு ஆவலாயிருக்கிற வாடிக்கைப்படிக்கு யெழுதிக்கொடுத்து போட்டு தானும் தன்னுடனே கூடயிருந்த குவாடுது வெள்ளைக்காறர்கள் ஒபிசியார்மார்கள் பத்துபேர்கள் கூட மமுதல்லிகான் கையில் அங்கேயிருக்கிற மேஸ்தர் லரேன்சு கையிலும் அனுப்புவிச்சுக் கொண்டு வந்து திருவீதி சேர்ந்தான். பனிரெண்டு மணி வேளைக்கு வருவான் யென்றுஞ் சொன்னார்கள்.

றங்கோ பண்டிதனுக்கும் யிந்த உடன்படிக்கைப்படிக்கு யெழுதி குடுக்கிறோமென்று விடச்சொல்லி கேட்டால் விடுகிறதில்லை யென்று சொன்னதாய்ச் சொல்லிக் கொண்டார்கள்.

இத்தனாள் சாயங்காலம் அஞ்சரை மணிக்கு முசே தொத்தேலும் முசே பொப்பரே யென்கிறவனும் அஞ்சாறு குவாடுது வெள்ளைக்காறர்களுமாக வந்து துரையவர்களண்டையில் போய் வெகுநேர மட்டுக்கும் எட்டுமணி ராத்திரி மட்டுக்கும் பேசியிருந்து அப்பால் சாப்பிட்டு வீட்டுக்கு ஒன்பதரை மணிக்குப் போனார்கள். முசியே தொத்தேல் வந்து பேசின பிற்பாடு துரையவர்கள் விசாரமாயிருந்தார் என்கிற சேதி கேழ்க்கப்பட்டது.

1752 சூன் 18 ஆனி 8 ஆதிவாரம்

இத்தனாள் நான் கேழ்விப்பட்ட சேதி. மானாசி அப்பாவினுடைய லசுக்கரிலே போயகப்பட்டிருந்த சந்தாசாயபை முன் இரண்டாம் தேதி திங்கட்கிழமை காலமே நிமாசு பண்டச்சே தலையை வெட்டி ஒட்டகத்தின் பேரிலே போட்டு உடலையுங் கூட சேர்த்து சகலமான பேருக்கு மறிவிச்சு திரிச்சிராப்பள்ளிக் கோட்டையே மமுதல்லிகான் அண்டைக்கு அனுப்பிவிச்சு போட்டதாய் அப்போ சந்தாசாயபு தலையை வெட்டச்சே குண்டோ பண்டிதனும் குருவாபொ யென்கிறவனும் பின்னை ஒரு கிசுமத்துக்காறனும் கூட இருந்தாப் போலேயும் குண்டோ பண்டிதன் யென்னை வெட்டிப்போடுங்கோளென்று சந்தாசாயபு பின்பக்கத்திலே யிருந்தவனை யிழுத்துவிட்டு சந்தாசாயபை வெட்டிப் போட்டதாகவும் அப்போ கூடயிருந்த குருவாபோ யென்கிறவன் றாகவ பண்டிதனுடனே சொன்னாப் போலேயும் றசாசாயபுடனே சொல்ல வேண்டாமென்றும் மறைத்து வைத்திருக்கிறதாய் அதைத்தொட்டு வூரிலே ஒருத்தருமறியார்கள் யென்றும் வந்து ஒருத்தன் சொன்னான். இது பனிரெண்டு மணி வேளை கபுறு. முசியே தொத்தேல் சந்தாசாயபை வெட்டிப்போட்ட கபுறு

துரையுடனே சொல்லச்சே அதன் பேரிலே தான் துரை மெத்த விசாரமாயிருந்து இந்த நாள் கோயிலுக்கு கூட போகாமலிருந்ததும் பகல் சாப்பாடு மேலே மனதில்லாமல் யிருந்ததாகவும் பாப்பய்ய பிள்ளை வீட்டிலே சொல்லிக் கொண்டார்கள் என்று மூணு மணிக்கு ஒருவன் வந்து சொன்னான்.

சந்தாசாயபுக்கு இது கெண்ட காலம் தப்பிதமில்லை. எப்படி யென்றால் வைப்பூர் சீதாராம் சோசியன் சோசியப்படிக்கு சனிப்பாச்சல் வருஷம் ஆனபடியினாலே இந்தக் கெண்டம் தப்பாது. சனிப்பாய்ச்சல் பனிரெண்டு வருஷத்துக்கு ஒரு திரம் பாயுரதான படியினாலே இந்தக் கெண்டம் தப்பாது.

1752 ஜூன் 20 ஆனி 10 அங்காரகவாரம்

இத்தனாள் யேழுமணி ராத்திரி வேளையில் துரையவர்கள் அழைச்சனுப்புவிச்சு முசியே லாசைக் காவல் பண்ணின சேதி அறிவாயா வென்று கேட்டார். அறிவேனென்று சொன்னேன். நீ புத்திசாலி யாச்சுதே. முசியே லாசு சந்தாசாயபுவை தஞ்சாவூரார் கையில் ஒப்பிச்சவன் ஒரு மாதப்பா பெரிய மனுஷரை அடகு வாங்கிக் கொண்டல்லோ ஒப்பிக்க வேணும். அப்பாலும் அவன் சத்தியம் பண்ணிக் குடுத்து நாளாறு விசை அவன் வரவும் இவன் போகவும் பேச்சுவார்த்தை நடக்கிறபோது முசியே லாசு மானோசிஅப்பாவைக் கேட்டானே நீர் சத்தியம் பண்ணிக் குடுத்தீர் தாவுத்துகான் யென்கிறவன் ஒருத்தன் பட்டாணியன் பெரிய மனுஷனை அனுப்பிவிச்சுக் கொறான் முன்னிலையாய் சத்தியம் பண்ணிவிச்சுக் கொண்டபோது நீர் பேச்சு நடப்பிச்சீரே நான் சந்தாசாயபுவை உங்கள் கையிலே ஒப்புவிச்சு நீங்கள் காரைக்காலிலே கொண்டு போய் சேர்த்து சேதி வருகிற மட்டுக்கும் ஒரு பெரிய மனுஷரை கீரி வைக்க வேணுமென்று கேட்டத்துக்கு மானாசி அப்பா சம்மதிக்க மாட்டமென்று சொன்ன மட்டுக்கும் வஞ்சனை நினைத்துக் கொண்டிருக்கிறார்கள். இல்லாவிட்டால் அவன் நம்முடனே கறாறு பண்ணின படிக்கு நடப்பிக்கிற மனது உண்டானால் கீரி வைக்கிறதுக்கு கூடாதென்று சொல்லுவானென்று நீ யோசனை பண்ணிக்கொண்டு சந்தாசாயபுவை அனுப்பக் கூடாது. நீங்கள் கீரி வைத்தாலே யல்லாமல் யென்று நிறுத்திப் போட்டு விடாமல் சந்தாசாயபுவை அனுப்பி வைச்சது முசியே லாசு மேலே நேரமாமோ வென்று கேட்டார். நீங்கள் சொன்னபடி நடந்திருந்தால் அவன் பேரில் நேரம்தானென்று சொன்னேன்.

பின்னையும் சிறிது குத்தங்கள் அவன் பண்ணினதை யெல்லாஞ் சொல்லி இவன் பெரிய குத்தம் பண்ணினானென்று சொல்லி

அப்பாலிப்படி சத்தியம் பண்ணிவிட்டு வீட்டே யழைச்சுக்கொண்டு போயி வைத்துக் கொண்டு தலையை வெட்டினவர்களுண்டோ வென்று கேட்டார். இப்படிப்பட்ட அசத்தியவாதிகளைப் போலே ரூபமாயுள்ளவர்களுண்டு. ஆனால் அவர்கள் மூணு மாசத்துக்குள் அழைக்கப் பேரில்லாமல் நிறமூலமாய்ப் போனார்களே யல்லாமல் ஒருத்தராகிலும் வராத்திச்சுக் கண்டவர்களில்லை என்று சொன்னதுக்கு உங்கள் மத்தியஸ்தர் செய்த வேலையைப் பார்த்தீரா வென்று கேட்டார். எந்த மத்தியஸ்த்தனானால் என்ன. வெள்ளைக்காறர் துலுக்கர் தமிழர் பின்னையும் எந்த சாதியிலேயுள்ள மனுஷர்களானாலும் சத்தியவாதியு முண்டு அசத்தியவாதியுமுண்டு. அதுவே திஷ்டாந்திரமிப்படிப்பட்ட அக்கிறுத்தியம் பண்ணின வர்களை நெடுநாளைக்கு யிருந்ததில்லை. மூணு மாசம் மூணு வருஷத்துக்குள்ளாக நிற்மூலமாயிப் போவார்கள் யென்று சொன்னேன். மெயிதானென்று ஒத்துக்கொண்டார்.

1752 ஆகொஸ்து 13 ஆவணி 1

...பின்னையென்ன சேதியென்று கேட்டார். மத்தபேர் மமுதல்லிகாண் அண்டையில் இருக்கிற பேர்களுக்கு சோத்துக்கில்லாமல் பட்டினி கிடந்து செத்து அப்பால் நிறுவாகமில்லாமல் பிறப்பட்டுப் போய்விடுகிறார்கள். சந்தாசாயபுக்கு சத்தியம் பண்ணிக்கொடுத்து அழைத்து நாலுநாள் வைத்திருந்து தலையை வெட்டிப் போட்ட தோஷம் யிவன் அனுப்பிக்கத் தேவையில்லையா. அந்தக் கட்டம் போயியிவன் தலையும் போயிவிடும். யிதுக்குச் சந்தேகமில்லை. முன்னேயுங்களுடனே சொன்னேன் யிப்பாலுஞ் சொல்லுகிறேன். மாசக்கணக்கிலே அவன் தலை போகுது பாருங்கோள் யென்று யெப்படி உறுதியாய்ச் சொல்ல வேணுமோ அப்படிச் சொன்னேன். பின்னையும் யெவர்கள் எத்தனைப் பெரிய ராசாவானாலும் துரோகமாய்ச் செனங்களை யாகிலும் ஒருத்தனை வஞ்சித்தாலும் தலை வெட்டினாலும் கெடுத்துப் போட்டாலும் சுவாமியவனுக்கு உடனே ஆக்கினை கொடுத்து செனங்களுக்கு திஷ்ட்டாந்திரம் பண்ணி விடுகிறவனல்லவா. ஆனபடியினாலே மமுதல்லிகான் தலை போறது கெட்டியென்று சொல்லி பின்னையும் லோகாமீரமாய்ப் பேசியிருந்து யிப்பால் யென் கச்சேரியே வந்தேன்.

நாட்குறிப்பு 40

மெக்கா கோட்டையைப் பிடித்த பிரெஞ்சுக் கப்பற்படை

ஆனந்தரங்கரின் நாட்குறிப்பில் ஏராளமான கப்பல்கள் மிதந்து வந்து செல்கின்றன. லெ மோர், சங்கர பாரி, புலிப்போர், தூக்தெ புர்போம், ஷொவேலன், ஷாப்பா, பீனிக்ஸ்... இப்படியாக இந்தக் கப்பல்களின் பட்டியல் நீளுகிறது. கப்பல்களின் பெயர்களை மட்டும் அல்ல; அதன் காப்டன் (கப்பித்தான்) பெயர்களையும் மறக்காமல் குறிப்பிடுகிறார் ஆனந்தரங்கர். ஒரு முறை கப்பல் வந்தபோது அவர் ஊரில் இல்லை. அதனால் அந்தக் கப்பல் பெயர் அவருக்குத் தெரியவில்லை. ஆனால் 'அந்தக் கப்பல் கப்பித்தான் பேர் முசே லபிலான்ஷி என்றும் அவன் முசே லெகு சட்டமாய் குட்டையனாக யிருப்பான்' என்றெல்லாம் எழுதியிருப்பது குறிப்பிடத்தக்கது. சில நேரங்களில் கப்பல் கப்பித்தான்கள் தமிழர்களாய் இருந்திருப்பதையும் ஆனந்தரங்கரின் நாட்குறிப்பின் மூலமாக அறிய முடிகிறது.

துணிக் கட்டுகளை ஏற்றி அனுப்புவதற்காக பரங்கிப்பேட்டை துறைமுகத்திற்கு ஆனந்தரங்கர் அடிக்கடி சென்று வந்திருக்கிறார். அப்போதெல்லாம் 'ஆனந்தரங்கப்பன் பரங்கிப்பேட்டைக்குப் பயணம் போனான்' என்றே பதிவு செய்யப்பட்டுள்ளதும் இங்குக் குறிப்பிடத்தக்கன. பரங்கிப்பேட்டையிலிருந்து அச்சை யாத்திரைக்குக் கப்பல் போனதாக ஆனந்தரங்கர் குறிப்பிடுகிறார். அச்சை யாத்திரை - ஹஜ் பயணம் என்பதாக இருக்கலாமோ?

கப்பல்கள், மயிலாபுரம் (மயிலாப்பூர்), காரைக்கால், மாயி (மாஹே), பினாங்கு, மக்கா (மெக்கா), மசுக்கரை (மஸ்கட்?), மணிலா, பங்காளம் (வங்காளம்), பரீசு (பாரீஸ்) ஆகிய இடங்களில் இருந்து புதுச்சேரிக்கு வந்து சென்றன. பாரீசில் இருந்து புறப்பட்ட கப்பல்கள் புதுச்சேரியை வந்தடைவதற்கு ஏழெட்டு மாதங்கள் ஆகி இருக்கின்றன. நேரடி போக்குவரத்து இல்லாத சில நேரங்களில் இங்கிருந்து வங்காளம் சென்று பின்னர் அங்கிருந்து பாரீஸ் சென்றிருக்கின்றனர்.

இக்கப்பல்கள் துணிகள், வெள்ளிக் கட்டிகள், மிளகு, ஏலக்காய், காப்பி கொட்டைகள், செம்மரம் உள்ளிட்டவற்றைச் சுமந்து சென்றன. சில நேரங்களில் பெரிய மனிதர்களும் இவற்றில் பயணப்பட்டனர். காரைக்கால் முற்றுகைக்குப் போகும்போது கொலுத்துக்காரர், வாள்காரர் போன்றவர் களுடன் செங்கல் சுண்ணாம்பு கோடாலி கொடுவாள் மண்வெட்டி போன்றவையும் கப்பலின் பேரிலே ஏற்றப்பட்டன.

சரக்குகள் மற்றும் மனிதர்களை மட்டுமல்ல பல நேரங்களில் முக்கியத்துவம் வாய்ந்த தகவல்கள் அடங்கிய கடிதங்களையும், அரசு முத்திரைகளையும் இக்கப்பல்கள் தாங்கி வந்தன. கடிதங்கள் மூலமாக மட்டுமல்லாது கப்பல் கப்பித்தான்கள் மூலமாகவும் பல்வேறு தகவல்களை அறிந்தார் ஆனந்தரங்கர். இப்படித்தான் மெக்காவுக்குச் சென்ற பிரெஞ்சு போர்க் கப்பல், அங்கிருக்கும் கோட்டையைப் பிடித்தது. பிரெஞ்சு கொடியை அந்தக் கோட்டையின் மீது ஏற்றிய வீரர்கள், அந்தக் கோட்டையில் பறந்த அரபுக்காரர்கள் கொடியை புதுச்சேரி எடுத்து வந்தனர். இதுபற்றி எல்லாம் அழகாக விவரிக்கிறது ஆனந்தரங்கரின் நாட்குறிப்பு.

1737 நள தை 6

ஆனந்தரங்கப்பன், மக்காவுக்குப் போகிற இமாம் சாயபும் முசே தும்மாவும் குவர்னர் துரையும் கூட்டாய் அனுப்புகிற லெ மோர் என்கிற கப்பலுக்கு அரம் சாமுக்கும் சில்லரைக்காரருக்கும் கூடின சரக்கைக் கட்டுப்போட்டுவிச்சு கப்பலுக்கு ஏத்துவிச்சு கப்பல் பயணம் பண்ணி அனுப்பத்தக்கதாக பரங்கிப்பேட்டைக்குப் பயணம் போனான்.

1737 ஜனவரி 30 தை 21

மக்காவுக்குப் போகிற லெமொரா கப்பல் சரக்கெல்லாம் ஏத்திக்கொண்டு முசே கபிரியேல் தும்மாவும் முசே லப்பிரிங்கிரியும்

நாளது புதவாரம் நாள் சாயங்காலம் அஞ்சு மணிக்குப் பரங்கிப்பேட்டையிலிருந்து சலங்கின் பேரிலேறி கப்பல் மேல் போய் ஏறினார்கள். கப்பல் மறுநாள் வியாழக்கிழமை பத்து மணி நேரமட்டும் காற்று இல்லாமல் ஓசந்து நடந்து அதுக்கு மேல் மறைஞ்சு போச்சுது.

1737 மார்ச்சு 20 பங்குனி 11

மணிலாவுக்குப் போகிற சங்கரபாரிக்கு என்கிற கப்பல் மணிலாவுக்கு ஏத்த வேண்டிய கட்டுகள் ஏத்திக்கொண்டு சென்னபட்டினத்தில் வேண்டியிருக்கிற மெல்லிசு வம்பாத்து சிட்டைகளைக் கட்டுப் போட்டுக்கொண்டு இருக்கிறதை ஏத்திக்கொள்ளத் தக்கதாக பயணம் முஸீதீப்பாய் முசே துபுவாய்ரு செல்லியார், முசே திரிவாய், முசே மகேதெல்லா வீல்லபாகு, தமிழ் கப்பித்தேன் லூயிஸ் பிரகாசம் கேள்வியாய் அப்போ கனகராய முதலி மைத்துனன் செகன்னிவாச முதலி இவர்கள் இந்நாள் மயிலாபுர துறைக்குப் போகிற சங்கரபாரிக்கு என்கிற கப்பலின் பேரில் பயணமாய் ஏறினார்கள். கப்பலும் பாயெடுத்து மயிலாபுரத் துறைவைத்து பிடித்து அவ்விடத்துக் கட்டை ஏற்றிக்கொண்டு அவ்விடத்திலிருந்து பங்குனி 18 பாயெடுத்து ஓடிப்போனான். ... .

வைகாசி 4ந் தேதி 1737 மே 13ந் தேதி

திங்கட்கிழமை காலமே சென்னப்பட்டணத்திற்கு வந்த சீமை கப்பலிலே யிருந்து முன் இவ்விடத்திலிருந்து குவர்னர் துரை எத்தனம் பண்ணி சீமைக்குப் போன முசே லெனுவார் அவர்களுடைய கடுதாசி வந்ததும் அந்த ஆள் பரியிலே போய் சேர்ந்ததும் அவ்விடத்திலே தமக்கு திரெக்த்தர்த்தனம் வந்த சேதி எழுதின காகிதம் கடுதாசிகள் சின்னதுரை முசியே தெலோர்முக்கு ஒரு கடுதாசியும் எழுதி வந்தது. அந்தக் கடுதாசியிலே எழுதியிருந்த வயணம்...

1737 சூன் மாதம் 15 ஆனி 5ந் தேதி

சீமையிலிருந்து புலிப்போர் என்கிற கப்பல் இரண்டு மணிக்கு பகலுக்கு மேலாக வந்தது. கப்பல் கப்பித்தான் முசே லாசர் என்கிறவன் இந்தக் கப்பல் பங்காளத்துக்குப் போகிற கப்பல் ஆனபடியினாலே இந்தக் கப்பலிலே வந்த தொண்ணூத்து நாலு பெட்டி வெள்ளியையும் இறக்கி ரூபாய் போடச் சொல்லி தங்கசாலையிலே விலைகள் இது தொகை முப்பதினாயிரம் மார்க்கு. இது ரூபாய் போட்டு ஆனவுடனே இந்தக் கப்பல் பங்காளத்துக்குப் போகும்.

1737 ஜூன் மாதம் 17-ந் தேதிக்கு ஆனி 7-தேதி

திங்கட்கிழமை சாயங்காலம் இரண்டு மணிக்கு தூக்தெபுர்போம் என்கிற கப்பல் வந்தது. இந்தக் கப்பல் கப்பித்தான் மறக்கிசாக்கு என்கிறவன் வந்தான்.

1737 ஆனி முதல் தேதிக்கு சூலை மாசம் 13-ந் தேதி வெள்ளிக்கிழமை

இராத்திரி பங்காளத்துக்கு ஷொவலேன் என்கிற கப்பல் பாயெடுத்தான். கப்பல் கப்பித்தான் பேர் முசியே ஷேவரி. இந்த கப்பலிலே ஏறின ரூபாய் லட்சம் அஞ்சு 5.

1737 சூலை 19 ஆடி 8

மெக்காவின் பேரிலே சண்டைக்குப் போன மூாப்பா என்கிற கப்பல் பிடித்த நாள் வெள்ளிக்கிழமை மத்தியானம் பனிரெண்டு மணிக்கு வந்து சேர்ந்து துறை பிடித்தது. முசே மாக்கு சரக்கி, கப்பலுக்கு ஏழு பீரங்கி போட்டு அப்பால் கோட்டைக்குப் பீரங்கி போட்டான். மொக்கா கோட்டையிலே போட்டிருந்த அராபிக்காரருடைய கொடியை இவர்கள் பறிச்சுக் கொண்டு வந்தார்கள். அந்தக் கொடியை கப்பலுடைய விலிய பாய்மரத்திலே போட்டுக்கொண்டு வந்தான். அந்தக் கொடி வர்ணம் முழு சிவப்பு நடுவே அஞ்சு விரலெழுதி யிருந்தது. அந்தக் கொடியைக் கப்பல் கப்பித்தான் முசே லகாடுது இறங்கி வரச்சே அந்தக் கொள்கையை இறக்கிக்கொண்டு வந்து சீர் குவர்னர் முசே தும்மாவுக்கு காண்பிச்சு கோட்டையிலே கொண்டு போய் வைத்தார்கள்.

இந்தூரிலே இருந்துபோன சொல்தாதுகள் லீப்ததினாந்துமார், கப்பித்தான்மார் அனைவரும் அப்படைக்குப் போனவர்கள். அனைவரும் வந்தார்கள். இந்த நாள் சாயங்காலம் ஆறு மணிக்குக் கோட்டை பீரங்கியெல்லாம் ஒருதரம் தீர்ந்து அப்பால் கொத்தளத்துப் பீரங்கிகளும் தீர்த்தார்கள். மொக்காவுக்கு இவர்கள் போனவுடனே நடந்த சேதியை முன் எழுதாத படியினாலே இப்பால் எழுதினேன்.

முன் சொல்லப்பட்ட பேருடைத்தான கப்பல் அந்த துறையிலே நங்கூரம் போட்டுயிருந்தார்கள். துறைக்காரன் ஒரு சலங்கும் கடமொமும் அனுப்பினான். அந்த சலங்கையும் கடமொத்தையும் விடாமல் கப்பலிலே கட்டிக்கொண்டு நாலஞ்சு நாள் கடலோரமா யிருந்தபடியினாலே துறைக்கு வராமலிருந்து கடல் சீர்ப்பட்டப் பிறகு சிறிது பேர் சண்டை முஸ்தீத்தா இறங்கினார்கள். இவர்கள் இறங்குகிறதுக்கு முன்னமே கோட்டைக்காரர் அறிந்தார்கள் இவர்கள் சண்டைக்கு வந்தார்கள் என்கிற சேதியை.

இப்படியிருக்கிற தருவாயிலே அவ்விடத்திலே யிருக்கிற டொலாவும் மற்றுமுள்ள பேர்களும் அவர்கள் கோயிலாகிய பள்ளிக்குப் போயிருந்தார்கள். அவ்வேளையிலே கப்பலின் பேரிலேயிருந்து ஒரு பீரங்கியிலே தீபக துடுக்கையைப் போட்டு சுட்டார்கள். தீபக துடுக்கை வந்து அவர்களிருக்கிற பள்ளியிலே போய் விழுந்தது. அதிலேயிருந்து விரிசிலே பொறிகிறாப்போலே கொஞ்சமாய்ப் பொறிந்தது. அதை அவர்கள் பார்த்து இதென்ன வாச்சரியம் யென்று சிறு பேரெல்லாம் வந்து பார்த்துக் கொண்டிருக்கிற வேளையிலே அந்தத் தீபக துடுக்கை வெடித்தது. அதிலே இருபத்தஞ்சு பேர் சேதப்பட்டுப் போனார்கள். இப்படி சேதமானவுடனே அந்த டோர்லர் நாட்டிலே போய் விட்டான். அவன் நாட்டிலே போய்விட்டானென்கிற சேதி கேட்ட மாத்திரத்திலே இவர்கள் கோட்டையின் பேரிலே போயிறங்கி ஒருமணி நேரம் இவர்களும் அவர்களும் சண்டை பண்ணினார்கள். அந்தச் சண்டையிலே இவர்களிலே அஞ்சு பேரும் அவர்களிலே நாற்பத்தஞ்சு பேரும் சேதமானார்கள். இப்படிச் சேதமான உடனே கோட்டை இவர்கள் பாரிச மாச்சுது. ஆனவுடனே அவர்கள் கொடியை வாங்கிக் கொண்டு இவர்கள் கொடியைப் போட்டான். ஒரு கப்புறால், அந்தக் கப்புறாலுக்கு ஒப்பிசியே உத்தியோகம் கொடுத்தார்கள். இப்படி சிறிது நாள் கோட்டையிலே இவர்கள் அனுபவித்துக்கொண்டு இருக்கச்சே அந்தவூருக் கெஜமானாகிய நவாப்பு இவர்கள் அண்டைக்கு தானாதிபதிகளை அனுப்பி இவர்களுக்குக் கொடுக்க வேண்டிய பணத்துக்கு...

1737 ஆண்டு புரட்டாசி மாசம் 21ந் தேதிக்கு ஒக்தோபர் மாசம் 4ந் தேதி வெள்ளிக்கிழமை

காலமே ஒன்பது மணிக்கு பொழுது விடிந்த சாமத்துக்கு சீமையாகிய பிராஞ்சுக்குப் போகிற பிலோரி என்கிற கப்பலின் பேரில் கப்பித்தான் முசே தொடுதொலேன். இந்தக் கப்பலிலே சின்ன துரைத்தனம் பண்ணின முசே தெலோரீழவும் முசே லெனுவார் துமெலியாரும் இவ்விடத்திலே சக்கிரத்தோராயிருந்த முசே பெபுரியேரும் அவர் பெண்சாதியும் முசே பொர்ஷேயும் சலங்கின் பேரிலேறி பெரிய கப்பலின் பேரிலே போய்ச் சேர்ந்தார்கள். முசே துலேர்ழ சின்ன துரைத்தனம் பண்ணிப் போகிற படியினாலே சலங்கின் பேரிலே ஏறச்சே கோட்டையிலே பதினஞ்சு பீரங்கி போட்டான். கப்பலின் பேரில் போன உடனே கப்பலின் பேரிலே ஒன்பது பீரங்கி போட்டான். இந்த நாள் கப்பல் பிராஞ்சுக்குப் பாயெடுத்து ஓடிப் போனான்.

சித்திரை 11 1738 ஏப்ரல் 20 ஞாயிற்றுக்கிழமை

இங்கிலீஷ்காரருக்கு பேரஞ் சேசுமரி என்கிற சீமை கப்பல் வந்தது. அந்தக் கப்பலிலே பிராஞ்சாவிலிருந்து தன்னுடைய சினேகிதன் ஆயிரத்தி எழுநூத்தி முப்பத்தேழாம் வருஷம் ஒக்தோபர் 13 எழுதின கடுதாசி வந்தது என்று சொன்னார் முசே சிஞோர்.

1738 அவ்ரீல் 25 சித்திரை 16

புதுச்சேரியிலிருந்து மணிலாவுக்குப் பயணமாய் நொச்சி செஞோர் தெசவூதி என்கிற கப்பல் பயணமாயிற்று. நாள் வெள்ளிக்கிழமைஇராத்திரி மூணாஞ் சாமத்துக்குப் பாயெடுத்து ஓடிப்போனான். இந்தக் கப்பலுக்கு கப்பல் கப்பித்தான் முசே சொல்மினி ஆக்க சோபர்கார்கு முசே யெர்பெர்த். தமிழ் கப்பித்தான் கனகராய முதலி சகலப்பாடி அழகப்பன். இந்தக் கப்பலிலே அரமனைக்காரர் கெஷ்விகள் கட்டு முன்னூறுலிருந்து நானூறுக் குள்ளே இருக்கும். மத்ததும் அரம்சாமுதும் வெள்ளைக்காரருதும் இவ்விடத் தமிழருதும் கொஞ்ச நஞ்சமுண்டு.

1738 மே 6 சித்திரை 27 செவ்வாய்க்கிழமை

... மத்தியானம் பனிரெண்டு மணிக்கு முன் 1737 நொவம்பர் 11க்கு அற்பிசி 30 பிராஞ்சாவிலிருந்து மத்தியானம் பனிரெண்டு மணிக்கு புறப்பட்ட தெகோன்த்தே லூஸ் என்கிற கப்பல் இந்த நாள் பனிரெண்டு மணிக்கு வந்து பிடித்து பதினஞ்சு பீரங்கி போட்டது. கப்பல் கப்பித்தான் புத்தே தெல ஓரியன்ட் என்கிறவன் இறங்கச்சே ஏழு பீரங்கியும் போட்டு இறங்கி வந்த அரைமணிக்கு குவர்னர் துரையண்டைக்கு வந்து கண்டு சந்தித்து கும்பினியாருடைய கடுதாசியும் துரை கையிலே கொடுத்தான். இதிலே பின்னே ஒரு அதிசயமும் கேள்விப்பட்டதில்லை. ஆனால் அந்தக் கப்பல்காரனீ சொன்ன சேதி: முசே லெனுவார் சீமையிலே பரீசு என்கிற பட்டணத்திலே ஆரோக்கியத்துடனே கும்பனி திரெக்தர் மாரெல்லாம் இவர் பேச்சுப்படி நடக்கிறதே யல்லாமல் மறுபேச்சு யில்லாமல் இவர் பேச்சு மெத்த மேன்பாடாய் நடக்கிறது என்று சொன்னார்கள்.

1738 மே 7 ந்தேதி புதன் கிழமை

இந்த நாள் காலமே எட்டுமணிக்கு பினாக்கு தெனாசரிக்குப் போயிருந்த செஞ்சோசபு என்கிற கப்பல் வந்தது. கப்பித்தான் முசே புருயல் யென்கிறவன் இறங்கி வந்தான். கப்பலிலே அரிசியும் மெரிகை மரமும் வந்ததென்று சொல்லுகிறார்கள்.

1738 வையாசி மே 11 ஞாயிற்றுக்கிழமை நாள்

மாயையிலே இருந்து சென் பெனுவா என்கிற கப்பல் மிளகு ஏலக்காய் முதலாகிய சரக்குகள் சீனத்துக்கு கொண்டு போகத்தக்கதாக ஏத்திக் கொண்டு வந்தது. இந்தக் கப்பல் சீனத்துக்குப் பயணம் போகிற கப்பல் ஆனபடியினாலே இந்தச் சரக்கெல்லாம் கப்பலிலே தலை நிறுத்தி நூரு பாரம் மிளகு மாத்திரம் கரையிலே இறக்கினார்கள். இந்தக் கப்பல் கப்பித்தான் முசே திரடுதேன்.

1738 ஜுலை 9 ஆனி 29 புதன்கிழமை

இந்தநாள் சாயங்காலம் ஆறு மணிக்கு சீமையிலிருந்து துசெஷ் என்கிற கப்பல் வந்தது. இந்தக் கப்பல் கப்பித்தான் பேர் முசே மோனிக்கு. இந்தக் கப்பல் சீமையைவிட்டுப் புறப்பட்டது, தெசம்பர் மாதத்திலே. இந்தக் கப்பல் மசுக்கரை பிடிச்சு அங்கேயே ஒருமாதம் இருந்து வந்தது. மசுக்கரையின் சேதி என்னவென்று இந்தச் சீமைக் கப்பல் கப்பித்தானைக் கேட்க இவன் சொன்னது, தான் கப்பலிலே முசே லபோர்தனேவுக்கு சென் லூயிஸ் என்கிற முத்திரை நான் கொண்டு வந்து முசே லபோர்தெனேவுக்கு கொடுத்தேன். நான் மசுக்கரை... அப்பொழுது முசே லபோர்தெனேயின் பெண்சாதி மார்பு அடைப்பு வியாதியில் இறந்துவிட்டபடியாலும் மேற்படியாள் எட்டு மாத கற்பமாயிருந்ததாகவும் பின்னை இரண்டரை வருஷமுள்ள ஆண்பிள்ளை இரண்டு மூன்று நாளில் செத்துப்போச்சு. ஆனதினால் லபோர்தெனே ரொம்ப விசாரமாயிருக்கிறான் என்றான்.

1738 சூலை 28 ஆடி 16 திங்கட்கிழமை

காரைக்காலுக்கு அனுப்பத்தக்கதாக சென்சரான் என்கிற சீமை கப்பலை பயணம் பண்ணி கப்பல் கப்பித்தான் முசே ஓபென் என்கிறவனும் சோலாத்துக்கு கப்பித்தான் முசே லத்தூரும் பெரிய மய்யோர் முசே ரூசெல்லும் லூத்தினாந்து முசே கொக்கலேனும் நூறு சொலுதாதும் காரைக்காலுக்கு கணக்கெழுகிறதுக்கு முசே திலார்சே என்கிற கணக்கனும் பயணம் பண்ணி இந்தக் கப்பலின் பேரிலே ஏத்தி இதல்லாமல் கொல்லுத்துக்காரர் வாள்காரர் இவர்கள் அறுபது எழுபது சனங்கள் மாத்திரம் கூட கப்பலின் பேரில் ஏத்தி இதல்லாமல் செங்கல் சுண்ணாம்பு கோடாலி கொடுவாள் மண்வெட்டி முதலாகியதும் ஏத்தி கப்பலை காரைக்காலுக்குப் பயணமாக பண்ணி இந்தநாள் சாயங்காலம் கணக்காய் பாயெடுத்து ஓடினான். காற்று இல்லாதபடியினாலே ஒசந்துனேயி வச்சுப்பிடிச்ச நங்கூரம் போட்டுக்கொண்டு கிடக்கிறான்.

1738 ஆகஸ்ட்டு 10 ஆடி 20 ஞாயிற்றுக்கிழமைக்கு.

இந்தநாள் மத்தியானத்துக்கு மேல் மூணு மணி வேளைக்கு மேல், 1737 டிசெம்பர் சீமையிலிருந்து புறப்பட்ட பீனிக்ஸ் என்கிற கப்பல் இந்த நாள் மூணு மணிக்கு வந்து துறை பிடிச்சு கோட்டையில் இருபத்தோரு பீரங்கியும் போட்டார்கள். பதிலுக்கு கோட்டையிலே இருபத்தொரு பீரங்கியும் போட்டான். அந்தக் கப்பல் மூணாவது கணக்கன் இறங்கிக்கொண்டு வந்து கடுதாசியைக் கொடுத்துப் போட்டு கப்பித்தான் நாளைக்கு இறங்குவான் என்று சொல்லிப்போட்டு மறுபடியும் கப்பலின் மேலேறிப் போனான்.

39உ திங்கட்கிழமை காலமே எட்டுமணிக்கு நேற்றைய தினம் சீமையிலிருந்து வந்த பீனிக்ஸ் என்கிற கப்பல் கப்பித்தான் முசியோர் தெபுத்தலெர் என்கிறவன் கப்பல் விட்டு இறங்கி கரையிலே இழிஞ்சு கோட்டை வாசலுக்கு நேராய் வரச்சே பதிமூணு பீரங்கி போட்டார்கள். அதின் பேரிலே துரையை வந்து சந்திச்சுக் கொண்டு அவனுக்கு ஒரு விடுதி விட்டுவிட்டார்கள். அங்கே போயிருந்தான்.

இந்தநாள் மத்தியானத்துக்கு மேல் மூணு மணிக்கு பங்காளத்திலே ... திரெக்த்தராயிருக்கிற முசே துய்ப்ளெயிஸ்டைய அறும்சாகிய கப்பல், கப்பல் சித்தவுக்குப் போய் அவ்விடத்திலே இருந்து வரச்சே மொக்கா பிடிச்சு அவ்விடத்து திரெக்த்தர் முசே கப்பிரியேல் தும்மாவுடைய கடுதாசியும் வாங்கிக் கொண்டு அவ்விடத்திலேயிருந்து சூலை 7 புறப்பட்டு இந்தநாள் மூணு மணிக்கு இந்த துறையிலே வந்துவிச்சு பிடிச்சு கோட்டையில் பீரங்கியும் போட்டு கப்பல் கப்பித்தான் முசே போமோவும் சூபர்கார்க்கு முசே ஆல்பெர்ட்டும் இறங்கினார்கள்.

1738 செப்தம்பர் 16 புரட்டாசி 4 செவ்வாய்க்கிழமை

காலமே ஒன்பது மணிக்கு முன் பிங்கள அற்பிசி மெக்காவுக்குப் போன தூக்கு தெபூர் பொன் என்கிற கப்பல் கப்பித்தான் முசே மறக்கி சாக்கி இந்தக் கப்பல் வந்து சேர்ந்தது. முசே மறக்கி சாக்கி கரையை இறங்கி வந்து துரையைப் போய் சந்தித்தான். கப்பல் நிறைய ஏத்தும்பாரம் காப்பிக் கொட்டை ஏத்தி வந்தது. இந்தக் காப்பிக் கொட்டை கப்பலுக்கு நிறைய ஏத்தும் பாரமாய் ஏத்தியிருக்கிற படியினாலே இந்தக் கப்பலுக்கு இனிமேல் சரக்கு வேறே ஏத்த கவையில்லை. இந்த ஏத்தும் பாரத்துடனே சீமைக்கு எடுத்துப் போவானென்று சொன்னார்கள். மொக்கா வியாபாரம் கெட்டுப்போச்சு தென்றும் இரண்டு வருஷமாய் இவ்விடத்திலே

யிருந்து மொக்காவுக்குப் போன சரக்குகள் ஒன்றும் விக்கயில்லை யென்றும் அந்தச் சரக்கு எல்லாம் சாடவாயிராதாலே அல்லாமல் மற்றபடி ஒரு இழையாகிலும் அனுப்பப் போகாதென்றும் சொன்னார்கள். அங்கே யிருக்கிற முசே கபிரியேல் தும்மா யிடத்திலே முசே குவர்னர் துரைக்கும் அப்படித்தான் எழுதியனுப்பினார்.

புரட்டாசி 7 1738 செப்தம்பர் 19 வெள்ளிக்கிழமை

காலமே அஞ்சரை மணிக்கு ஆனந்தரங்கப்பன் பயணமாய் பரங்கிப்பேட்டைக்கு போனான். எது நிமித்தியம் என்றால் சீமை கப்பல் லபே என்கிற கப்பல் கப்பித்தான் முசே லப்பேசியர் இந்தக் கப்பல் அச்சை யாத்திரைக்குப் போகிறதான படியாலே இந்தக் கப்பலுக்கு கட்டுகள் பரங்கிப்பேட்டையிலே ஏற வேண்டியதான படியினாலே கும்பனி கட்டும் மத்தக் கேள்விகள் கட்டும் ஏத்துவிச்சுக் கப்பலும் பயணம் பண்ணி அனுப்பத்தக்கதாக ரங்கப்பன் போனான்.

1738 அக்டோபர் 1 புரட்டாசி 19 புதன்கிழமை

காலமே அச்சை பரங்கிப்பேட்டையிலிருந்து சீமை லபே என்கிற கப்பல் கப்பித்தான் முசே லபேசியேர் அந்தக் கப்பல் அசை யாத்திரைக்கு கேள்விகட்டு மேத்திக்கொண்டு கும்பினீர் கட்டுகளும் ஏத்திக்கொண்டு சொபீர் கார்க்கு முசே லெனுவாரையும் ஏத்திக்கொண்டு திரெக்தோர் மகம்மது சாலுர் பேகையும் அச்சை ராசர் காரியம் பரமானந்த பிள்ளையையும் கறுத்த மீறானையும் ஏத்திக் கொண்டு இந்த நாள் காலமே அச்சைக்கு யாத்திரையாய் பாயெடுத்து கப்பல் பயணமாகிப் போச்சுது. ஆனந்தரங்கப்பனும் 20 சனிவார நாள் மத்தியானம் புதுச்சேரி வந்து சேர்ந்தான்.

முன் 1738 செப்தம்பர் 28 புரட்டாசி 16 ஆதிவாரம் நாள்

மூணாஞ் சாமத்துக்கு சீமையிலிருந்து லப்பொலோர் என்கிற கப்பல் வந்தது. இந்தக் கப்பலிலே முசே தும்மா குவர்னர் துரைக்கு சேமிஷேல் என்கிற முத்திரை வந்தது. மறுநாள் திங்கட்கிழமை நான் சேன்மிகேல் என்கிற மகாத்மாவுடைய திருநாளான படியினாலே மறுநாளாகிய திங்கட்கிழமை சேமிஷேல் என்கிற முத்திரையைப் போட்டுக் கொள்வார்களென்று சொல்லுகிறார்கள்.

...செப்தம்பர் மாதம் 20ந் தேதிக்கு இந்தச் சீமைக் கப்பலுக்கு முன்னே ஒரு சீமைக் கப்பல் வந்தது. நான் இவ்விடத்திலே இல்லாததினாலே அந்தக் கப்பல் பேர் தெரியவில்லை. அந்தக் கப்பல் கப்பித்தான் பேர் முசே லபிலான்ஷி என்றும் அவன் முசே லெகு சட்டமாய் குட்டையனாக யிருப்பான். இந்தக் கப்பல்

பங்காளத்துக்குப் போய் அவ்விடத்திலேயும் கொஞ்சம் சரக்கு ஏந்திக்கொண்டு தை மாதத்திலே வரச்சொல்லி பங்காளத்துக்குக் கப்பலைப் பயணம் பண்ணி அனுப்பினார்கள்.

அற்பிசி 4 1738 அக்தோபர் 17 வெள்ளிக்கிழமை

...அர்ப்பிசி மாதம் 5ந்தேதிக்கு இவ்விடத்திலிருந்து சீமைக்கு சரக்குகள் ஏத்திக் கொண்டு போன கட்டுக்கப்பல் 2க்கு வயணம்.

தூக் தெ புர்பொன் என்கிற கப்பல் கப்பித்தான் முசே மர்கிசாக்கி இந்தக் கப்பலுக்கு ஏத்தி காப்பிக் கொட்டை மத்தப்படி புடவையுடனே கூடினது ஒன்றுமில்லை. செஞ்சராம் என்கிற கப்பல். கப்பல் கப்பித்தான் முசே ஓபென். இந்தக் கப்பலுக்கு ஏத்தும் புதுச்சேரி சரக்கு கட்டு 1230. மிளகு பாரம் 300. செம்மரம் 6 பாரம். இந்தப்படிக்கு அந்தக் கப்பல் சரக்குகளேத்தி இந்த நாள் சனிக்கிழமை இராத்திரி இரண்டு கப்பலும் சீமைக்குப் பாய் எடுத்து ஓடிப்போச்சுது. 10 ஒக்தோபர் 25 வியாழக்கிழமை காலமே சீமைக்குப் பயணமான பீனிக்ஸ் என்கிற கப்பல் கப்பித்தான் முசே து.புத்லேர் இந்த கப்பல் ஆயிரத்தி நானூத்தி நாலு கட்டும் இரநூறு பாரம் மிளகும் ஏந்திக்கொண்டு சீமைக்குப் பயணமாய்ப் போனது.

1739 பிப்ரவரி மாதம் 8 தை 30 ஞாயிற்றுக்கிழமை தினம்

இந்த நாள் காலமே மொக்காவுக்கு மோர் என்கிற கப்பல் பயணமாய் கப்பல் கப்பித்தான் முசே சொல்ழனியாகு இந்தக் கப்பல் பாயெடுத்து மொக்காவுக்கு ஓடிப்போனான். இந்த கப்பலின் பேரிலே முசே மருத்னவில் பாரிசுக்கு எசமானராக போகத்தக்க தானதாய் ஏறி, மாயையிலேயிறங்கி பாரீசுக்கு போகத்தக்கதாக பங்காளத்திலே யிருந்து வருகிற கப்பலின் பேரிலே போகத்தக்கதாக இந்த நாள் இந்த கப்பலிலே ஏறிப்போனான். முசே எலியாசு குமாரனும் இந்தக் கப்பலின் பேரிலே மாயிலே போயிறங்கி பங்காளத்திலே யிருந்து பரீசுக்குப் போகத்தக்கதாக வருகிற கப்பலின் பேரிலே ஏறிப் போகிறதுக்காக இந்தக் கப்பலிலே பயணமாய்ப் போனார்கள்.

1739 அவ்ரீல் 9 பங்குனி 30 வியாழக்கிழமை

இராத்திரி எட்டு மணிக்கு வந்து விச்சுப்பிடிச்சு மறுநாள் காலமே முசே சீஞோர், முசே செஞ்சாவூர் மற்றுமுண்டான பேரும் எல்லோரும் இறங்கினார்கள். இந்த கப்பலிலே வந்த தினுசுகள் வயணம்: துத்தனாகம், ரசம், பரங்கி சக்கை, ஆலத்திக் கற்பூரம் படிகாரம், பீங்கான், பட்டுச் சுருட்டுகள், பொன் இது முதலான சரக்குகள் வந்தது. இறக்கி கொட்டகை கிடங்கிலே சேர்த்து

வைத்தார்கள். இந்தச் சரக்குகள் ஏலம் போடுகிறதற்கு தீர்த்து அவ்ரீல் 22 புதன்கிழமை காலமே எட்டுமணிக்கு கோட்டையிலே ஏலம் போடப்போகிறோம் தேவையானவர் வந்து கொள்ளுகிறது என்று கடுதாசி எழுதி கோட்டையிலே பிடவை பார்க்கிற சாலையிலேயும் கோவிலிலேயும் சாவடியிலேயும் ஓட்டினார்கள்.

நாட்குறிப்பு 41

ஆனந்தரங்கப்பிள்ளைக்குச் சொந்தமான 'ஆனந்தப்புரவி'!

ஆனந்தரங்கரின் நாட்குறிப்பில் கப்பல்கள் வருவதும் போவதும் இதோ தொடருகிறது... கப்பல்கள், அவற்றின் காப்டன்கள், அவற்றில் ஏற்றி இறக்கப்பட்ட சரக்குகள், கப்பல்கள் கொண்டு வந்து சேர்த்தத் தகவல்கள் குறித்தெல்லாம் விவரமாகவும் விரிவாகவும் பதிவு செய்கிறார் ஆனந்தரங்கர். காரணம், இவர் தேர்ந்த வணிகர் மட்டுமல்ல; 'ஆனந்தப்புரவி' எனும் சிறிய வகையிலான கப்பலுக்கும் சொந்தக்காரர். இந்தக் கப்பல் பரங்கிப்பேட்டையிலே இருந்து கொழும்புக்கும், பரங்கிப் பேட்டையிலே இருந்து சென்னைக்கும் இயக்கப்பட்டிருக்கிறது.

புதுச்சேரி ஆளுநராக இருந்த முசே ஷெவல்லியேர் பெனுவாய் தும்மா விஜயதசமியன்று விடைபெற்று சீமைக்குக் கப்பலேறிய போது கடலில் வழிநெடுகிலும் நின்றிருந்த கப்பல்கள் அவருக்கு மரியாதை செலுத்தின. அடுத்த ஆளுநராக வருகை தந்த துய்ப்ளேக்ஸ், முதல்நாள் மாலையே புதுச்சேரி வந்துவிட்டார். ஆனால், கடல் உரமாக இருந்தபடியால் அவரால் இறங்க முடியவில்லை. அடுத்த நாள் அதிகாலை அசுபதி நட்சத்திரம் மகர லக்கினத்தில் முசே திப்பிளெயிக்சு அவர்கள் அவருடைய பெண்சாதியும் மற்றுமுள்ள சனங்களுடனே புதுச்சேரி மண்ணில் கால் வைத்தார்.

கப்பல்களில் ஏற்றி இறக்கப்பட்ட சரக்குகளையும் மறக்காமல் பட்டியலிடுகிறார் ஆனந்தரங்கர். இதில் முக்கியத்துவம் பெறுவது

புடவை கட்டுகள்தான். இந்தப் புடவைகளின் வகைகளையும் கூட இவரது எழுத்துகளின் மூலம் நம்மால் அறிந்துகொள்ள முடிகிறது. இப்படியான சரக்கு ஏற்றிய கப்பல் ஒன்று குலசேகரன் பட்டணத்தில் இருந்து மாயே (மாஹி) சென்றிருக்கிறது. குறிப்பிட்ட காலத்தில் சரக்குகள் வந்து சேராதது, கப்பல்கள் நின்று போனது, உடைந்து சேதமானது - இவற்றால் கும்பினிக்கு (கம்பெனிக்கு) எந்தளவுக்கு நஷ்டம் ஏற்பட்டது என்பது குறித்தும் விசனப்படுகிறார் ஆனந்தரங்கர்.

புதுச்சேரி துறைமுகத்திற்கு ஒரே நாளில் ஏழு கப்பல்கள் வந்தன. இவை, சென்னை மீதான தாக்குதலுக்கு, பிரெஞ்சு கப்பற்படை தளபதி லபோர்தெனே வழிநடத்தி வந்தவை. இங்கிருந்து அச்சைக்குப் போயிருந்த பிரெஞ்சு வணிகர்கள், அங்குப் பழைய ராஜா கொடுக்க வேண்டிய பாக்கிக்காக அவரது கப்பலைப் புதுச்சேரிக்கு எடுத்து வந்தனர். மெக்காவுக்குப் பயணப்பட்ட பிரெஞ்சு வணிகக் கப்பல் நெப்புதுன் (நெப்டியூன்) கடற் கொள்ளையர்களிடம் சிக்கியதையும் அதிலிருந்தவர்கள் கொல்லப்பட்டது, காயம்பட்டதை திரைப்படக் காட்சிகளாக நம்முன்னே கொண்டு வந்து நிறுத்துகிறார் ஆனந்தரங்கர்!

1739 ஜூன் மாதம் 6 வைகாசி 27 சனிக்கிழமை

மத்தியானத்துக்கு மேல் சுமார் நாலுமணிக்குப் புதுச்சேரியிலிருந்து சென்னப்பட்டணத்திற்குப் புறப்பட்டு பாயெடுத்தான். அதற்குக் கட்டுமரம் விட்டார்கள். கப்பல் கப்பித்தான் பேர்..... கப்பித்தான் முசே தும்மா அவர்களுக்கு ஒரு கடுதாசியும் நம்மிட வீட்டுக்கு எதிராக இருக்கிற பாதிரி லொலியேர்க்கு ஒரு கடுதாசியும் அவன் கையிலே பிரான்சாவிலிருந்து இவ்விடம் வந்திருக்கிறவருக்குக் கொடுக்கச் சொல்லிக் கொடுத்த படியினாலே அந்த இரண்டு கடுதாசியையும் கட்டுமரக்காரன் கையில் கொடுத்தான். ...

1740 ஜனவரி 8 மார்கழி 28 வெள்ளிக்கிழமை

காலமே ... மணிக்கு தூக்குதெ ஒர்லியான் என்கிற அச்சை கப்பல் ஓடிவந்து துறையிலே வச்சுப் பிடிச்சு ஏழு பீரங்கியும் போட்டான். இந்தக் கப்பலிலே வந்த சேதி என்னவென்றால் இந்த வருஷம் அச்சையிலே சூரத்து கப்பல் இரண்டு மூணு கப்பல் வந்தபடியினாலே பிடவை புகையிலை மெத்த சவுக்கையாயிருக்கு தென்று சொன்னார்கள். இதல்லாமல் இந்தக் கப்பலிலே ஏத்திவந்த சரக்கு வயணம் கும்பனீருக்கு:

கர்ப்பூரக்கட்டி சாம்பிராணி வகையறா பாரம் ...

குதிரை ... 123

இதுவல்லாமலும் வங்காளத்துக்கு என்று ஏத்தி வந்தது

பஞ்சு கட்டு ... 148

குந்திரிக்களும் பாரம் ... 20

சாம்பிராணி பாரம் ... 10

சம்பங்கி கட்டை பாரம்... 30-35

குங்குலியம் பாரம் ... 10-15

இப்படிப்பட்ட சரக்கெல்லாம் ஏத்திக்கொண்டு வந்தது.

1740 பிப்ரவரி 15 மாசி 7 திங்கட்கிழமை

இந்த நாள் இராத்திரி தூக்தெ ஓர்லியான் என்கிற சீமை கப்பல் கப்பித்தான் முசே நசிலேயு இராத்திரி சாப்பிட்டு கப்பலின் பேரிலே ஏறிப்போய் சீமைக்குப் போகிற வழியிலே ஒரு துறையிலும் பிடியாமல் செவ்வாய்க் கிழமைக்குப் போகத்தக்கதாக உத்தாரங் கொடுத்தபடி கப்பல் இராத்திரிக்குப் பயணமாய் பாயெடுத்துப் போனான். இந்தக் கப்பலிலே ஏறின கட்டு, பரங்கிப்பேட்டையிலே இருந்து வந்த மெல்லீசு நூல், சின்னக்கட்டு ஒன்று உள்பட ஆயிரத்து முன்னூத்து யெண்பத்தைந்து கட்டு ஏற்றப்பட்டது. இதல்லாமல் சில்லரைக்காரரது பத்துப் பதினைந்து சிப்பம் மாத்திரம் கூட ஏத்திக்கொண்டு சீமைக்குப் பாயெடுத்து ஓடிப் போனான்.

இதல்லாமல் இதற்குப் பத்து நாளைக்கு முன்பாக மாயேலே யிருக்கிற சுப்பித்தேர் என்கிற கப்பலை சீமைக்குப் பயணம் பண்ணி அனுப்பத்தக்கதாக இவ்விடத்திலிருந்து செஞ்சோசப் என்கிற கப்பலிலே நானூறு கட்டு ஏத்தி மற்றதுக்கு மிளகு ஏத்தி சீமைக்குப் பயணம் பண்ணி அனுப்பச்சொல்லி இவ்விடத்திலே யிருந்து கட்டு மாத்திரம் ஏத்தி இந்தக் கப்பலை சீமைக்கு அனுப்பினார்கள். இதல்லாமல் இந்த விசை சீமைக்கு இரண்டு கப்பல் போக வேண்டியதுக்கு ஒரு கப்பல் மாத்திரம் போய் முராபா என்கிற ஒரு கப்பல் மாத்திரம் இவ்விடத்திலே நின்றது.

இந்தக் கப்பல் ஏது நிமித்தம் போகாமல் நின்றதென்றால் கப்பலுக்குக் கட்டு கூடாததினாலே நின்றது. இப்போது போகப்பட்ட கப்பலுக்குத் தானே கட்டுப் போதாமல் கிடங்கிலே கையிருப்புக் கட்டுகளில்லாமல் தவக்கப்பட்டது. பரிச்சதம் கட்டுகள் கையிருப்பு இல்லையா யென்றால் ஏனத்துப் புடவையும் சுங்குவார் புடவையும் வர்த்தகர் புடவையுமாக பலவிதமும் எழுநூறு எழுநூத்தைன்பது கட்டுக்கு மாத்திரம் உண்டு. இருக்கிற

புடவைகள் இதுகளெல்லாம் வண்ணான் துறையிலே சலவை அரைகுறையாயிருக்கிற படியினாலே சத்தியாய் கட்டுப் போடுகிறதற்கு இல்லாமல் தவக்கப்பட்டது. அல்லதென்று இந்த எழுநூறு எழுநூற்றைன்பது கட்டையும் முஸ்தீது பண்ணி இத்தோடே கூட 200, 250 கட்டும் கூடப்போட்டு ஆயிரம் கட்டும் இந்தக் கப்பலிலே ஏத்திப் பயணம் பண்ணி அனுப்புவோமென்றால் இந்தக் கப்பலுக்கு ஆயிரத்து எழுநூறு கட்டு ஏத்த வேண்டியதான படியினாலேயும் மற்ற எழுநூறு கட்டும் கூடி முஸ்தீது பண்ணுகிறதற்கு ஒரு மாதம் நாற்பது நாள் செல்லும் என்ற படியினாலேயும் அப்பால் மோசம் தப்பிப்போகுதென்கிற படியினாலேயும் இந்த முரப்பா என்கிற கப்பலை இந்த விசை பயணம் பண்ணாமல் நிறுத்திப் போட்டார்கள்.

இந்தக் கப்பல் குலசேகரன் பட்டணத்துக்குப் போய் அங்கேயிருந்து மையிக்குப் போகத்தக்கதாக கோஞ்செல் பண்ணித் தீர்த்தார்கள். இந்த விசை கும்பினியாருக்கு ஒரு கப்பல் கட்டுக்கூடாமல் இவ்விடத்திலே பின்னும் போன படியினாலேயும் ஒரு கப்பல் வங்காளத்திலேயும் கட்டுக் கூடாமல் பயணம் நின்னுபோன படியினாலேயும் பிலிப்போ என்கிற கப்பல் உடைஞ்சு போனதான படியினாலேயும் அவர்களுக்கு ரொம்ப தாபந்தமாயிருக்கும்.

1740 மார்ச்சு 15 பங்குனி 5 திங்கட்கிழமை

நம்முடைய ஆனந்தப்புரவிபாரு பரங்கிப்பேட்டை துறையிலிருந்து கொழும்புக்கு யாத்திரை போகத்தக்கதாக பாயெடுத்துப் பயணமாய் ஓடிப்போனார்கள். அந்தப் பாரிலிலே ஏற்றப்பட்ட சரக்கு வயணம்.

1740 சூலை 24 ஆடி 13 ஆதிவாரம் நாள்

காலமே பத்து மணிக்கு மேல் முன்னே மசுக்கரைக்கு வந்திருந்த சீமைக் கப்பல் இரண்டு கப்பலிலே ஒரு கப்பல் புதுச்சேரிக்கு ஓடிவந்து வச்சுப் பிடிச்சுப் பதினைந்து பீரங்கியும் போட்டார்கள். அந்தச் சீமைக்கப்பல் பேர் முசே புவிவி. கப்பித்தான் ஷெஞ்ஜோரிஜ். இந்தக் கப்பலிலே வந்த சேதி என்னவென்றால் மாயையிலே துரைத்தனம் பண்ணுகிற முசே தீர்வார், வங்காளத்துக்கு துரைத்தனத்துக்குப் போகிறதாகவும், வங்காளத்திலே இருக்கிற முசே தூப்ளேயிக்ஸ் இவ்விடத்துக்கு துரைத்தனத்துக்கு வருகிறார் என்றும் இவ்விடத்து துரை முசே ஷெவல்லியேர் பெனுவாய் தும்மாவை சீமைக்குப் போகிறாரென்றும் இந்தப்படிக்கு கும்பினியார் எழுதி அனுப்பினதாக அவரவர் சொல்லிக்கொண்டு இருக்கிறார்கள். முசே துளோராமை மாயைக்கு துரைத்தனமாய்ப் போகிறார் என்றும் சொன்னார்கள்.

1741 பிப்ரவரி 23 மாசி 16 வியாழக்கிழமை நாள்

... மணிக்கு முசே சிஞ்ஞோர் மாயைக்கு துரைத்தனமாய் கப்பலின் பேரிலே ஏறிப் பயணமாய்ப் போனார். இன்றைய தினம் காலமே ஏழுமணிக்குப் பிள்ளையவர்கள் போய் கண்டு பேசிப் பயணம் அனுப்பிவித்துக் கொண்டு வந்தார்கள்.

1741 மார்ச்சு 25 பங்குனி 16 சனிவார நாள்

காலமே பத்து மணிக்கு சென்னப்பட்டணம் தாண்டவராயப் பிள்ளை சென்னப்பட்டணத்துக்குப் போகிறதற்குப் பயணப்பட்டு நம்முடைய பாறு வத்தலின் பேரிலே ஏறி பயணமாய்ப் போனார்.

மார்ச்சு 26 பங்குனி 17 ஆதிவார நாள்

மத்தியானம் சீன மக்கா கப்பல் ஒன்று வந்தது.

1741 மார்ச்சு பங்குனி 21 வியாழக்கிழமை

இந்த நாள் சாயங்காலம் 4 மணிக்கு மணிலாவிலே இருந்து சின்ன சுங்குராம் என்கிற கப்பல் ஓடிவந்து வச்சுப்பிடிச்சான்.

1741 சூன் 4 வைகாசி 26 ஆதிவார நாள்

சாயங்காலம் 5 மணிக்கு இராசஸ்ரீ துரையவர்கள் காரைக்காலுக்குப் போகத் தக்கதாக சீமை கப்பலிலே ஏறினார்கள்.

சூன் 6 வைகாசி 28 செவ்வாய்க்கிழமை நாள்

காலமே ஏழு மணிக்குத் துரையவர்கள் கப்பலின் பேரிலே ஏறியிருந்தவர் காத்தில்லாத படியினாலே இறங்கி வீட்டுக்கு வந்து சேர்ந்தார்கள்.

1741 சூன் 20 ஆனி 10 செவ்வாய்க்கிழமை நாள்

சாயங்காலம் நாலு மணிக்குத் துரையவர்கள் கப்பலின் பேரில் காரைக்காலில் இருந்து வந்து புதுச்சேரி துறை பிடித்து 5 மணிக்கு இறங்கினார். இந்தக் கப்பலிலே வந்தவர்கள் துரையவர்களும் கனகராய முதலியாரும் அவரைச் சேர்ந்தவர்களும் கூட வந்து இறங்கினார்கள். கப்பல் வந்து துறை பிடித்த உடனே துறையிலேயிருந்த கப்பல்காரரெல்லாரும் கப்பலுக்குப் கப்பல் பீரங்கி போட்டார்கள். இறங்குகிறபோது கப்பலிலே 21 பீரங்கி போட்டார்கள். இவ்விடத்திலே கரையிலே இறங்கின உடனே கோட்டையிலே 21 பீரங்கி போட்டார்கள். இறங்கி வீட்டுக்குப் போனார்கள்.

1741 சூலை 19 ஆடி 8 புதவார நாள்

காலமே சீமையிலேயிருந்து திரித்தோமே என்கிற கப்பல் வந்து துறை பிடிச்சு 21 பீரங்கியும் போட்டான். இந்தக் கப்பலிலே வந்த சேதி என்னவென்றால் துரையவர்களுக்கு திரேக்தேர் உத்தியோகம் வந்ததென்று சொன்னார்கள்.

ஆடி 9 சூலை 20 வியாழக்கிழமை நாள்

சாயங்காலம் நாலு மணிக்கு கொமிசல் கூடி சீமையிலே யிருந்து வந்த கடுதாசியைப் படிச்சுக் கொண்டார்கள். அந்தக் கடுதாசியிலே எழுதி வந்த வயணம்....

இந்த வயணமெல்லாம் பார்த்துக்கொண்ட உடனே துரையவர்களுக்கு மேலான உத்தியோகம் வந்ததென்கிறதாய் கோட்டையிலே 21 பீரங்கி போட்டார்கள். அதின் பேரிலே துறையிலே கிடக்கிற கப்பலின் பேரிலேயும் கப்பலுக்குப் கப்பல் பீரங்கி போட்டு இந்தச் சந்தோஷத்தை கொன்சேலியேர் மற்றுமுண்டான வெள்ளைக்காரர் சகலரும் போய் மெனவினார்கள்.

1741 சூலை 28 ஆடி 17 சுக்கிரவார நாள்

காலமே பத்து மணிக்கு முசே பெபுரியேர் காரைக்காலுக்குத் துரைத்தனமாய் போகிறதற்கு இவ்விடத்திலிருந்து கப்பலின் பேரிலே ஏறி கப்பல் பாயெடுத்து கப்பல் காரைக்காலுக்கு ஓடிப்போச்சுது. முசே பெபுரியேர் காரைக்காலுக்குப் போய் இறங்கின உடனே முசே குலார் அந்தக் கப்பலிலே தானே ஏறி புதுச்சேரிக்கு வந்துவிடுவார். இந்த நாள் சாயங்காலம் நாலு மணிக்குச் சீமையிலே யிருந்து ஒரு கப்பல் வந்தது. கப்பல் பெயர் லருகொனத்து கப்பல் கப்பித்தான் பெயர் முசே லசினே.

1741 ஆகஸ்டு 31 ஆவனி 19 வியாழக்கிழமை நாள்

காலமே பத்து மணிக்குக் காரைக்காலிலே யிருந்து முசே குலாரவர்கள் கப்பலின் பேரிலே வந்து புதுச்சேரி துறை பிடிச்சு இறங்கினார்.

1741 செப்தம்பர் 3 ஆவனி 22 ஆதிவார நாள்

சாயங்காலம் நாலு மணிக்கு நம்மிட வீட்டுக்கெதிரே யிருக்கிற... கோவிலிலே யிருக்கிற பிஷப்பு பாதிரி லொவியேரவர்கள் ஸியாமுக்கு பிஷப் ஆயி போயிருக்கத்தக்கதாக கப்பலின் பேரிலே ஏறினார்கள். ஏறச்சே துறையிலே பதினஞ்சு பீரங்கி போட்டார்கள். கப்பலின் பேரிலே ஏறச்சே 9 பீரங்கியும் போட்டார்கள்.

1741 செப்டம்பர் 27 புரட்டாசி 15 புதவார நாள்

காலமே 11 மணிக்குச் சீமையிலேயிருந்து இராசாவினுடைய இரண்டு கப்பலும் கும்பினியாருடைய கப்பல் அஞ்சும் கப்பலும் ஆக ஏழு கப்பலுமாக சண்டை முஸ்தீதுடனே மசுக்கரையிலிருந்து புறப்பட்டு இந்த நாள் 11 மணிக்கு மூன்று கப்பல் வந்து சேர்ந்து துறையிலே வைத்துப் பிடித்தான். இந்த ஏழு கப்பலுக்கும் முசே லபோருதுனே கும்மாந்தமாய் அவர் வருகிற கப்பலிலே அமிரால் போட்டுக் கொண்டு ஓடிவரச்சே துறையிலே யிருந்த கப்பல்காரன் அமிராலைக் கழத்திப்போட்டு கப்பல்காரரெல்லாரும் மரியாதை பண்ணினார்கள்.

1741 ஒக்தோபர் 19 அற்பசி 7 வியாழக்கிழமை நாள்

விசயதசமியன்று காலமே துரையவர்கள் முசே தி தும்மா குவர்னர் துரையவர்கள் சீமைக்குப் போகிறதற்குப் பயணமாய் அஞ்சு மணிக்கு ஆயத்தப்பட்டார்கள். அதன் பேரிலே துரையவர்கள் வீட்டிலே யிருந்து கடலோர மட்டுக்கும் இருபுறமும் வாழையும் தென்னை மட்டையும் கமுகு மரமும் நட்டு லெஸாஂத்து பண்ணினார்கள். துரையவர்களும் துரையவர்கள் பெண்சாதியும் சீமைக்குப் போனார்கள் என்கிறதாய் அறிஞ்சு பட்டணத்திலே இருக்கப்பட்ட வெள்ளைக்காரரிலே பெரிய மனுஷரவர்களும் தமிழரிலே பெரிய மனுஷர் மற்றுமுண்டான சகல சனமும் போய் இராத்திரி ஏழு மணி முதல் கொண்டு பத்து மணி மட்டுக்கும் அவர்களைக் கண்டு பேசி அனுப்பிவிச்சுக் கொண்டார்கள். அஞ்சரை மணிக்குத் துரையவர்களும் துரையவர்கள் பெண்சாதியும் பயணமாய் வீட்டைவிட்டு வெளியே புறப்பட்டார்கள். புறப்பட்ட உடனே அம்மாள் பல்லக்கு முன்னேயும் துரையவர்கள் பல்லக்கு பிறகேயும் அவர் பிறகாலே சின்னதுரை முசே துளோராம் மற்ற கொம்மிசெல்காரர் பல்லக்கும் கொம்பு தமுக்கு தேவடியாள் மேளக்காரர் சகல சம்பிரமத்துடனே வாழமரச் சாலைக்கு நடுவே வீட்டிலே யிருந்து மெதுவாய்ப் போய் ஆறு மணிக்கு சலங்கிலே ஏறினார்கள். துரையவர்கள் ஏறின சலங்கிலே துரையவர்கள் பெண்சாதியும் கூடத்தானே ஏறினார்கள். சலங்கிலேறினவுடனே கோட்டையிலே இருபத்தொரு பீரங்கி போட்டார்கள்.

சலங்கு போகச்சே வழியிலேயிருந்த கப்பல்காரர் கப்பலுக்குப் கப்பல் பீரங்கி போட்டு ஆசாரம் பண்ணினார்கள். துரையவர்களும் அம்மாளவர்களும் கப்பலின் பேரிலே போய் ஏறின உடனே கப்பலிலே 21 பீரங்கி போட்டு வலிய பாய்மரத்திலே சதிரக் கொடியும் போட்டார்கள். அதின் பேரிலே முசே லபொடுதுனே

ஏறியிருந்த கப்பலிலே 21 பீரங்கி போட்டு அப்புறம் துறையிலே யிருக்கப்பட்ட கப்பல்களிலும் எல்லாம் கப்பலுக்கு 21 பீரங்கி போட்டார்கள். அந்த மட்டிலே இன்றைய தினம் பகல் முப்பது நாழிகையும் துறையிலே தானே யிருந்தார்கள்.

1741 ஒக்தோபர் 20 அற்பசி 8 சுக்கிரவார நாள்

காலமே பத்து மணிக்கு நேத்திய தினம் கப்பலிலே ஏறி இருந்த தும்மா குவர்னர் துரையவர்கள் கப்பல் பாயெடுத்து ஓடிப்போச்சுது. அந்தக் கப்பல் பாயெடுக்கச்சே கூட லபொடுதுனே கப்பலும் அவர் பிறகே கூட வந்திருந்த கப்பலும் ஆக ஒரு முகூர்த்தத்திலே ஏகமாய் பாயெடுத்து ஓடினார்கள்.

1742 சனவரி 9 மார்கழி 28 திங்கட்கிழமை நாள்

மத்தியானம் இரண்டு மணிக்கு முன் அச்சைக்குப் போயிருந்த தூக்கு தெ லொரியாம் என்கிற சீமைக்கப்பல் அச்சையிலே யிருந்து ஓடிவந்து வச்சுப்பிடிச்சு 9 பீரங்கியும் போட்டார்கள். உடனே கோட்டையிலே பதிலுக்கு 9 பீரங்கி போட்டார்கள். 4 மணிக்கு முசே லத்தூசும் புதுசாய்ப் போன தொக்கதோர் சுலுதாங்கண்டு மரக்காய்த் தம்பியும் பழைய தொக்கதோர் உசனல்லி பேக்கும் இறங்கினார்கள். அவர்கள் சொன்ன சேதி என்னவென்றால் அச்சையிலே பழைய ராசா கொடுக்க வேண்டிய பழைய நிலுவை சம்மதிக்காக பழைய இராசாவினுடைய கப்பலைப் பிடித்துக்கொண்டு வந்தார்களென்றும் அந்தக் கப்பலிலே யிருந்த சரக்கு சாம்றாணி மற்ற சரக்கு எல்லாம் சிறிது சரக்குகளை இந்தச் சீமைக்கப்பலிலே பறிச்சுப் போட்டுக்கொண்டு அந்தக் கப்பல் மனுஷரை இந்தக் கப்பலிலே ஏற்றிக்கொண்டு அந்தக் கப்பலிலே முசே கொத்தரெல்லையும் முசே கொர்ணே இவர்களைப் போட்டு அந்த அச்சை இராசாவினுடைய கப்பலை மோரீசுக்கு அனுப்பிவிட்டு இந்தக் கப்பல் பாயெடுத்து ஓடிவந்தோமென்றும் இந்தக் கப்பல் வந்த சரக்கு குதிரை 44, சாம்பிறாணி பாரம் 30, பாக்கு அவனம் - சர்க்கரை பாரம்... இதுகளும் பின்னையும் சிறிது சரக்குகளும் வந்ததென்று சொன்னார்கள்.

1742 ஜனவரி 11 தை 1 புதன்கிழமை நாள்

காலமே 10 மணிக்கு முசே எலியாசு கப்பல் ஓடிவந்து வச்சுப் பிடிச்சான். இந்தக் கப்பல் பைகோவிலே இருந்து ஓடிவந்தது.

ஜனவரி 14 தை 4 சனிவார நாள்

காலமே 10 மணிக்கு வங்காளத்திலே யிருந்து ஒரு கப்பல் ஓடிவந்து வச்சுப்பிடிச்சு 9 பீரங்கி போட்டான். அந்தக் கப்பலிலே வந்த சேதி

யென்னவென்றால் இந்தக் கப்பலுடனே கூட நாலு கப்பல் வங்காளத்திலே புறப்பட்டோம். ஒரு கப்பலிலே துரை வருகிறார். அந்த மூன்று கப்பலும் இன்றைக்குக் காணுமோ நாளைக்குக் காணுமோ என்று சொன்னான்.

இந்த நாள் சாயங்காலம் நாலு மணிக்கு அந்த மூணு கப்பலும் கண்டுது. அதிலே ஒரு கப்பலிலே முசே துப்பிளேக்ஸ் அவர்கள் இவ்விடத்துக்குத் துரைத்தனத்துக்கு வந்த படியினாலே அமரால் போட்டுக்கொண்டு வந்தார். வரச்சே தானே துறையிலேயிருந்த கப்பல்காரர் எல்லாம் அவரவர் பீரங்கி போட்டு மரியாதை பண்ணினார்கள். பிற்பாடு கோட்டைக்கு 21 பீரங்கி போட்டார்கள். கட்டுமரத்திலே கடுதாசி 5 லீ மணிக்கு வந்தது. அந்தக் கடுதாசியிலே கடல் உரமாயிருக்கிறது, காலமே இறங்குகிறோம் என்று சேதி வந்தது. இதுக்குள்ளே இவ்விடத்திலே முஸ்தீது பண்ணிக் கடலோரத்திலே யிருந்துதுரை வீடு மட்டுக்கும் இரண்டு புறமும் வாழை மரமும் தென்ன மட்டையும் நட்டு முஸ்தித்தா யிருந்தார்கள். அந்த மட்டிலே யிருந்து காலமே ஆதிவார நாள் காலமே ஆறு மணிக்கு அசுபதி நக்ஷத்திரம் மகர லக்கினத்தில் முசே திப்பிளெயிக்சு அவர்களும் அவருடைய பெண்சாதியும் மற்றுமுள்ள சனங்களுடனே இறங்கினார்...

சூன் 27 ஆனி 17 புதன்கிழமை நாள்

காலமே பனிரெண்டு மணிக்குச் சீர்மையிலே யிருந்து லீசு என்கிற கப்பல் ஓடிவந்து வச்சுப் பிடிச்சு 15 பீரங்கி போட்டார்கள். கப்பித்தான் பேர் ஷான் கூடிலுன் என்று சொன்னார்கள். இந்தச் சீமை கப்பலிலே வந்த சேதி யென்னென்றால் பிராஞ்சுக்காரருக்கும் இங்கிலீசுக்காரருக்கும் இப்போது சண்டையில்லை என்றும் இசுப்பாஞ்சிக்காரருக்கும் இங்கிரீஸ்காரருக்கும் முன்னாலே சுறுக்காயிருந்த சண்டை இப்போது சாடையாயிருக்கிறதென்றும் எம்பர்தோர் ஸ்தானத்திலே போய் பட்டத்துக்கிருக்கிறவர் பிராஞ்சுக்காரருக்கு எழுதி அனுப்பி அவர்கள் மனுஷர் எண்பதினாயிரம் பேர் சொலுதாக்களை அழைப்பிச்சுக் கொண்டு அதின் பேரிலே இவர்கள் மத்தத்தின் பேரிலே போய் எம்பிர்தோர் இராசாவாயிருந்தா ரென்றும் முசே தும்மா அவர்கள் இவ்விடத்திலே தானே குவர்னர் துரையிடமாய் இருக்கிறார்களென்கிறதாய் அவர் பேருக்கு தானே கடுதாசி மற்றது வந்ததாகவும் இந்தப்படியென்று சீர்மைக் கப்பல் சேதியாகச் சொல்லிக்கொள்ளுகிறார்கள்.

1742 அக்டோபர் 8 புரட்டாசி 26 சோமவார நாள்

சாயங்காலம் கிட்டாவுக்குப் போகிற சீர்மைக் கப்பல் மரி சுசேபு என்கிற கப்பல் பாயெடுத்து ஓடிப்போனார்கள். அந்தக் கப்பலுக்கு

கப்பித்தான்... தொக்கதோர் மாமுநெயினா மரக்காயன். இந்தக் கப்பலிலே ஏத்தின பிடவை காங்கு பிடவை எழுத்துப் பிடவை. துரையவர்களுக்கு நம்முட முகாந்திரமாய் கட்டுப்போட்டு ஏத்தின கட்டு 59 புகையிலை பாரம்... அபினி மருத்து பெட்டி... 8,84.

1742 அக்டோபர் 10 புரட்டாசி 20 புதவார நாள்

இதே நாள் (புரட்சி 28) மத்தியானம் பனிரெண்டு அடிச்சு ஒரு மணிக்கு நம்முடைய ஆனந்தப்புரவிப்பாறு கொழும்பிலேயிருந்து ஓடிவந்து துறையிலே வச்சுப் பிடிச்சு காரியக்காரர் பீருமரைக்காயன் முத்துக்குமரப் பிள்ளை மற்ற பேர் இறங்கினார்கள்.

1743 அவ்ரீல் 9 பங்குனி 30 செவ்வாய்க்கிழமை

காலமே எட்டு மணிக்கு மனீலாவிலேயிருந்து ஒரு கப்பல் ஓடிவந்து வச்சுப் பிடிச்சான். அந்தக் கப்பல் பேர் சான் பெதுனு. கப்பித்தான் பேர் முசே லவீல் பாகு தமிழ் கப்பித்தான் செகினிவாச முதலி. இந்தக் கப்பலிலே யிருந்து ஒன்பது மணிக்கு முசே லவில்பாகுவும் செகினிவாச முதலியும் இறங்கி வந்தார்கள். ஆனால் இந்தக் கப்பலிலே வந்த சேதி என்னென்றால், எழுத்துப் புடவை லம்பாசு சீட்டியில் நல்ல விலைக்கு விற்றதாகவும் காங்குப் புடவைக்கு விலை கிராக்கி யில்லாமல் சரக்கு விற்காமலிருக்கிற படியினாலே இந்தக் கப்பலிலே சொபர்கார்கோவா இப்போது போனவர்களிலே ஒருத்தனை மனீலாவிலே வைத்துப்போட்டு வந்துவிட்டதாகச் சொன்னார்கள். இந்தக் கப்பலிலே வந்த சரக்கு வயணம்.

இதல்லாமல் இந்தக் கப்பலிலே வந்த சேதி என்னவென்றால்: முந்தை மாசத்திலே இவ்விடத்திலே யிருந்து மொக்காவுக்குப் பயணமாய்ப் போன கப்பல் அந்தக் கப்பல் பேர் நெப்பதுன். கப்பித்தான் பேர் முசே து பொக்காழ் சொபர்கார்கோ முசே குருப்பு சாத்து. இந்தக் கப்பல் இவ்விடத்திலேயிருந்து பாய்வலிச்சு மாயேக்குப் போய் சேர்ந்து அவ்விடத்திலே மிளகும் ஏலக்காயும் ஏற்றிக்கொண்டு அங்கே இருந்து பாய்வலிச்சு மொக்காவுக்குப் பயணமாய்ப் போகச்சே அதற்கடுத்தாப்போலே சமீபத்தில் தானே கள்ளக் கப்பல்காரர் அங்காடியார் ஐந்தாறு கப்பலுடனே வந்து சுற்றிக் கொண்டார்கள்.

அதின் பேரிலே கப்பல்காரன் தங்களாலே ஆனமட்டுக்கும் பீரங்கியினாலேயும், துப்பாக்கியினாலேயும் சுட்டார்கள். என்ன சுட்டாலும் இவர்களுக்கு அபசெயகாலமான படியினாலே அவர்களுக்குள்ளே ஒன்றும் சேதப்படாமல் நெருங்கி வந்து கப்பலைப் பிடித்து லக்கை ஏறினார்கள். கள்ளர் வந்து எப்போது

கப்பலின் மேல் ஏறினார்களோ அந்த மட்டிலே கப்பலிலேயிருந்த பேர் திகைச்சாப் போலே நின்றே போட்டுப் போனார்கள்.

அந்த மட்டிலே கள்ளர் அவரவர் கையாட்டின சமயத்திலே முசே குருப்புசாத் என்கிறவர் தண்ணியிலே குதித்தார். அவரைத் தாழேயிருந்த பேர் துண்டந்துண்டமாய் வெட்டிப் போட்டார்களாம். முசே துபொக்காமழை தலையிலே ஐந்தாறு காயமாய் சிலுக்க சிலுக்க வெட்டினார்கள். முசே லொஸத்தீசு என்கிறவனை இடதுகையை வெட்டிப் போட்டார்கள். முசே பருவேலென்கிறவனுக்கு மாரிலே இரண்டு துப்பாக்கி காயம்பட்டது. இந்தச் சந்தடியிலே முசே தெபொஸ் பயந்து பெரிய பெட்டியினுள் தனது அந்தப் பெட்டிக்குள்ளே பூந்துகொண்டான். அப்படி யிருக்கச்சே அவனைக்கண்டு கைப்பிடியாய்ப் பிடித்து தங்கள் கப்பலிலே ஏற்றிக்கொண்டார்கள். ஆனால் பின்னையும் வெகுபேர் மனுஷர் சேதமாச்சுது.

ஆனால் இவர்கள் கப்பலுக்கு இப்படி ஆதங்கம் வருவானேனென்றால் இந்தக் கப்பலிலே வெள்ளைக்காரர் விஸ்தாரமாயில்லாத படியினாலே இப்படி மோசம் வந்தது. இப்படி யிருக்கச்சே பிர்த்துகேசுக்காரனுடன் கப்பல் சீர்மைக் கப்பல் ஒன்று அது வழியாக வரச்சே இந்தக் கலாபத்தைக் கண்டு இதேதோ சண்டை பண்ணுகிறாப்போலே இருக்கிறதென்று சமீபமாய் ஓடிவந்து பார்த்தவுடனே இவர்களானால் கள்ளக்காரரென்று தெரிந்து கொண்டு பீரங்கிகளை இழுத்துக்கொண்டு கட்டிச் சுடுகிறதற் குள்ளே இந்தக் கப்பலை விட்டுப்போட்டு அவர்கள் ஓடிப்போய் விட்டார்கள். அந்த மட்டிலே பிர்த்துக்கேசுக்காரர் இந்தக் கப்பலை பிடித்துக்கொண்டு போய் மங்களூரிலே வைத்துக்கொண்டிருக் கிறார்கள். அந்தச் சேதிக்கு பிர்த்துகீஸ் காரருக்கு மாயேயிலே யிருந்து பிராஞ்சுக்காரர் ரொம்பவும் உபசாரமாய் சிநேகிதருமாய் எழுதி அனுப்பிவித்தார்கள். அந்த மட்டிலே யிருக்கிறது; இன்னம் கப்பலை விட்டதில்லை என்றும் அவர்கள் விச்ரேயவர்களுக்குக் கோவைக்கு எழுதியனுப்பியிருக்கிறார்களென்றும் இப்படியாக மனீஸ் கப்பலிலே சேதி வந்து துரையவர்களுக்கும் காகிதமும் வந்தது.

நாட்குறிப்பு 42

கொடூரமாகக் கொள்ளையடித்த மராட்டியப் படை!

ஒருபக்கம் ஆங்கிலேயர்களும் பிரெஞ்சுக்காரர்களும் இந்த மண்ணில் தங்கள் ஆட்சியைத் தக்கவைத்து, வரி வசூல் போன்றவற்றால் பொதுமக்களிடம் கொள்ளையில் ஈடுபட்டனர். இன்னொரு பக்கம் ஆர்க்காடு நவாபுகள், தங்களுக்குள் பதவிச் சண்டை போட்டுக்கொண்டு பொதுமக்களிடம் கொள்ளை யடித்தனர். அதே நேரம், மராத்தியர்கள், திருச்சிராப்பள்ளி, ஆர்க்காடு பிராந்தியங்களைத் தங்கள் கட்டுப்பாட்டுக்குள் கொண்டு வரக் கடும் பிரயத்தனப்பட்டனர். இந்த நிலம் பிடிக்கும் ஆசையில் பொதுமக்களின் சொத்துக்கள் சூறையாடப்பட்டன.

பிரெஞ்சு மற்றும் இங்கிலீஷ்காரர்கள் பிராந்தியத்திற்கு உட்பட்ட பரங்கிப்பேட்டை, கூடலூர், திருப்பாதிரிப்புலியூர், தேவனாம் பட்டணம், வாகூர் (பாகூர்), தென்னல், வில்லியனூர், அரும்பார்த்தபுரம், ஊசுட்டேரி உள்ளிட்ட இடங்களில் மராத்தியர்களின் கொள்ளைச் சம்பவங்கள் அரங்கேறின. குறிப்பாக, பரங்கிப்பேட்டை இவர்களது பிரதான இலக்கானது. காரணம், அது ஒரு வணிகத் துறைமுகம். இங்கிருந்து கப்பல்கள், படகுகள் மூலம் சரக்குகள் அனுப்பப்பட்டன. பரங்கிப் பேட்டையை முற்றுகையிட்டுக் கொள்ளையிட்ட மராத்தியப் படை, சலங்குகளின் (படகுகள்) பேரிலே இருந்த துணிக் கட்டுகளைக்கூட விட்டுவைக்கவில்லை. அந்த நேரத்தில்

ஆனந்தரங்கரின் துணிக் கட்டுகள் ஏற்றப்பட்டிருந்த சலங்கு சேற்றிலே சிக்கி இருந்ததால், பிள்ளையின் சரக்குகள் மட்டும் கொள்ளை போகாமல் தப்பிப் பிழைத்தன!

திருவண்ணாமலையில் இருந்து புறப்பட்ட மராத்தியப் படை திருச்சிக்குப் போவதாக எதிரிகளுக்குப் போக்கு காட்டிவிட்டு, நேராக தியாகதுருகம் சென்றனர். பின்னர் அங்கிருந்து விருத்தாசலம் வழியாக பரங்கிப்பேட்டைக்கு வந்திருக்கின்றனர். திருவண்ணாமலைக்கும் பரங்கிப்பேட்டைக்கும் பதினைந்து காத தூரம். இந்தத் தூரத்தை ஒன்றரை நாளில் கடந்திருக்கிறது மராத்தியப் படை. பரங்கிப்பேட்டைக்குள் நுழைந்த அவர்கள், வழியில் வருகிற போகிறவர்களிடம் எல்லாம் கொள்ளையடித்தனர். மராத்தியர் கண்களில் படாமலிருக்க ஆற்றில் இறங்கித் தப்பிக்க முயன்ற பலரும் பலியான சோகமும் நடந்தேறியது.. ஆனால் அங்கும் வந்த மராத்தியர்கள் அகப்பட்டதை எல்லாம் சுருட்டிச் சென்றனர்.

பரங்கிப்பேட்டை கோட்டைக்குள் புகுந்த மராத்தியப் படை, அங்கிருந்தவர்களை நிர்வாணப்படுத்துவது உள்ளிட்ட கொடூரங் களையும் அரங்கேற்றியது. அங்கிருந்த பெரிய மனிதர்கள் உள்ளிட்டோரை வெளியேற்றி கால்நடையாகவே அழைத்துச் சென்றனர். அவர்கள் தலையின்மீது பொதிகளை ஏற்றிச் சுமக்கச் செய்தனர். கோட்டைக்கு உள்ளேயும் வெளியேயும் ஆட்சியாளர் மற்றும் பொதுமக்களிடம் வீட்டுக்கு வீடு புகுந்து கொள்ளையிட்ட மராத்தியப் படையினர் துப்பாக்கி, கத்தி, ஈட்டி போன்ற ஆயுதங்களை மட்டும் அல்லாது, கொறடா எனும் சிறிய வகையிலான ஆயுதத்தையும் பயன்படுத்திச் சித்ரவதை செய்தனர். பெண்கள் கற்பழிக்கப்பட்டனர். எப்போதும் பீதியிலும் பதற்றத்திலும் வாழ்ந்த பொதுமக்கள் தங்கள் சொத்துக்களைப் பறிகொடுக்கவும் தயாராக இருக்க வேண்டும். இவற்றை எல்லாம் ஆனந்தரங்கரின் எழுத்துகளில் நாம் வாசிக்கும் போது நெஞ்சம் பதை பதைப்பதை நிச்சயம் தவிர்க்க முடியாது!

1740 டிசம்பர் டைரி 17 மார்கழி 6 சனிக்கிழமை நாள்

வெங்கிட்டம்மாள் பேட்டைக்கு மேற்கே பத்து நாழிகை வழிக்கு அப்புறம் கரடிகல்லடாவி பாலக்கொல்லை அந்த வட்டத்திலே மறாட்டியர் குதிரை வந்து கொள்ளையடிச்சார்கள் என்று அந்த ஊருக்குக் கிழக்கு தெற்கு வடக்கு இருக்கப்பட்ட பேர் முதலாக பண்ணுருட்டி திருவதி பரியந்தம் இருக்கப்பட்ட பிரசைகள் அனைவரும் வலசை வாங்கி கூடலூருக்கு வந்தார்கள். இந்தச் சேதி

பரங்கிப்பேட்டை அமுல்தாரனுக்கு எழுதி வந்து பரங்கிப் பேட்டையிலே இருக்கப்பட்ட சனங்கள் சகலரும் குஞ்சு குழந்தைகளை அழைச்சுக் கொண்டு கூடலூர் வந்து சேர்ந்தார்கள்.

இதன் பிற்பாடு எட்டு நாள் மட்டுக்கும் மறாட்டியர் இன்னவிடத்தில் இருக்கிறார்கள் என்கிற சேதியுமல்லாமல் கொள்ளை இட்டார்களென்கிற பேருமில்லாமல் அசந்து இருந்தது. அதன் பேரிலே பரங்கிப்பேட்டையிலே இருந்து கூடலூருக்கு வந்திருந்த பேர் நாலத்து இரண்டு பேர் பரங்கிப்பேட்டைக்குப் போகவும் வரவும் அவரவர் கொஞ்சம் நஞ்சம் தொழில்துறை பார்க்கவும் இப்படியிருந்தார்கள். இப்படியிருக்கச்சே கூலிச்சேன் அய்யன் பெருமாளென்கிறவனை பரங்கிப்பேட்டைக்கு அனுப்பிவிச்சோம். அவன் இன்றைய தினம் சாயங்காலம் நாலு மணிக்கு பரங்கிப்பேட்டைக்குப் போய்ச் சேர்ந்தானாம். இவன் போகிற போது மறாட்டியர் (500) குதிரைக்காரர் வந்து பரங்கிப்பேட்டை நாலு மூலையும் சுத்திக்கொண்டு கொள்ளையடிக்கிறார்களாம். அவன் சின்ன ஊரண்டை போன உடனே புடவை சீலை எல்லாம் ஒரு செடியின் கீழே வச்சுப்போட்டு உலாந்துகாரன் பெத்திரியைக் கிட்டப் போனானாம். இவன் போகச்சே மறாட்டியர் பெத்திரிக்கு பிறகாலே வந்து சுவரை இடித்து உள்ளே புகுந்து உலாந்தரகாரன் சின்ன கப்பித்தான் அவர் பெண்சாதி அவர் பிள்ளைகள் அனைவரையும் பிடித்துக்கொண்டு கழிகளிலே கயிறுகளைக் கட்டி கையிலே பிடித்துக்கொண்டிருக்கச்சே நம்மிட சேவகன் கண்டு இப்புறம் ஓடி வரச்சே எதிரிலே இருந்த பிராமணர் இரண்டொருத்தரைக் காயப்படுத்தி விட்டு விட்டார்களாம். அவர்களையும் கண்டானாம்.

இந்தப் படிக்கு ஊரிலேயும் கொள்ளையடிக்கிறார்களாம். அந்த வேளையிலே இராத்திரி யெல்லாம் இந்தச் சேவகன் ஒரு செடியின் கீழே பதுங்கியிருந்து இந்த தமாஷ் எல்லாம் கண்ணினாலே கண்டு பொழுது விடிய சாமமென்னச்சே புறப்பட்டு 15 திங்கட்கிழமை நாள் விடிஞ்சு பத்து நாழிகைக்குப் புதுச்சேரி வந்து சேர்ந்து இந்த கபுறுகளைச் சொன்னான். அந்தச் சேதி அன்னேரமே பிள்ளையவர்கள் துரையவர்களண்டைக்குப் போய் எச்சரிச்சுப் போட்டு வளவுக்கு வந்து இவ்விடத்திலே இருந்து கொண்டு மூணு பேர் சேவகரைப் பரங்கிப்பேட்டைக்கு அனுப்பினார்கள். கபுறு தெரிஞ்சு கொண்டு வரத்தக்கதாய் போயிருக்கிறார்கள்.

1740 டிசம்பர் 27 மார்கழி 16 செவ்வாய்க்கிழமை

இந்தநாள் காலமே பிறந்த சேதி: மறாட்டியர் குதிரை நேற்றைய தினம் கூடலூருக்கு மேற்கே அஞ்சாறு குதிரையைக் கண்டு

கூடலூரிலே இருந்த ஒரு வேவுகாரனை அனுப்பினார்களாம். அவன் போரத்துக்குள்ளே சமீபிச்சு வருகிறார்களென்று சொல்லி திருப்பாதிருப்புலியூர் கொத்தளத்தின் பேரிலே இருந்து இரண்டு பீரங்கி போட்டார்களாம். அதின் பேரிலே ஓடிப்போனதாகவும் வேவு பார்க்கப்போன சேவகனைக் கண்டு ஒரு குதிரைக்காரன் துரத்திவந்து வெட்டினதாகவும் இந்தச் சேவகன் அந்த மறாட்டியனை தடியினாலே அடிச்சு அவன் கத்தியைப் பிடுங்கிக் கொண்டு தேவனாம்பட்டணத்து கோட்டைக்கு வந்து சேர்ந்து துரையுடனே சொன்னதாகவும் அவர் சந்தோஷப்பட்டு இரண்டு கிசம் சகலாத்தும் ஏழு வராகனும் 20 படி அரிசியும் கொடுத்தாரென்றும் சொன்னார்கள்.

இதன் பிறகு அன்றைய தினம் அந்தக் குதிரையின் 50, 60 குதிரையுடனே வாகூருக்கச் சேய்மையிலே கண்டு வாகூரிலே யிருக்கிற சேவகர் இருபது முப்பது துப்பாக்கிவெடிச் சுட்டார்களாம். அதைக்கண்டு மறாட்டியர்கள் ஒதுங்கிப்போனவுடனே வாகூர் துரை புரப்பட்டு நேற்று சாயங்காலம் ஓடிவந்து புதுச்சேரி சேர்ந்தார். அதன் பேரிலே வாகூர் அந்த வட்டங்களிலே கொள்ளையடிச்சார்களென்று சொல்லுகிறார்கள். அப்படி யிருக்கச்சே எட்டு மணிக்கு தெண்ணலிலே வந்து கொள்ளையடிச்சு வில்லியனூர் ஊசுட்டேரி அரும்பாத்தை பிள்ளைசாவடி ஒழுகரை இந்த மட்டுக்கும் குதிரையில் வந்து பரவி வார பேர் போர பேர்களை அடிச்சுப் பறிக்கிறதும் அவரவரை சிலாரப் பண்ணுகிறார்களென்று அவரவர் பறிகொடுத்துப் போட்டு வந்து விழுந்தார்கள்.

அதன் பேரிலே துரையவர்கள் இவ்விடத்திலே யிருந்து (9) மணிக்கு ஒரு ஈயிஸாதாங்கி சொலுதாதுகளும் முத்தியப் பிள்ளையவர்களையும் அவர் பிறகே (50) பேர் சேவகரையும் இதல்லாமல் இவ்விடத்திலே வந்திருக்கப்பட்ட துலுக்கரண்டை யிருக்கிற தயினாத்துக் குதிரைகளையும் சேவகரையும் கூட்டி ஒழுகரைக்கு அனுப்பினார்கள். அவர்கள் ஒழுகரைக்குப் போகிறதற்குள்ளே மறாட்டியர் அப்புறப்பட்டு வழுதாவூர் போய்ச்சேர்ந்தார்கள் என்னும் கபுறு தெரிந்து கொண்டு இவ்விடத்திலே யிருந்து போனவர்கள் சாயங்காலம் 4 மணிக்கு வந்துவிட்டார்கள்.

1740 டிசம்பர் 27 மார்கழி 16 செவ்வாய்க்கிழமை நாள்

பரங்கிப்பேட்டையிலிருந்து எழுதி வந்த சேதி: மறாட்டியர் வந்து கொள்ளையிட்டது ஆதியோடந்தமாய் எழுதின விபரம் (13) சனிவார நாள் காலமே திருவண்ணாமலையிலே யிருந்து

பயணப்பட்டு 2000 குதிரை புறப்பட்டு திரிச்சிராபள்ளிக்குப் போறோம் என்கிறதாகப் பேர் எண்பிச்சு நேர் தெற்கே தியாகதுர்க மட்டும் போய் அவ்விடத்திலேயிருந்து கிழக்கே திரும்பி இராத்திரி விருத்தாசலம் வந்து சேர்ந்தார்கள். திருவண்ணாமலைக்கும் விருத்தாசலத்துக்கும் ஐங்காதம். அவர் தெர்கொத்தி சுத்தினது ஒரு காதம். ஆக ஆறுகாதம் வழி ஒரு நாளைய பயணமாய் வந்து காலமே அவ்விடத்திலேயிருந்து புறப்பட்டு மத்தியானம் 18 நாழிகையளவில் பரங்கிப்பேட்டை வந்து தாக்கலானார்கள். பரங்கிப்பேட்டைக்கும் விருத்தாசலத்துக்கும் அயிங்காத வழி உண்டு. இந்த பதிங்காத வழி தூரமும் ஒரு நாளும் மறுநாள் மத்தியானத்துக்கு வந்து சேர்ந்தார்கள்.

அவ்விடத்திலே நடந்த சேதி பரங்கிப்பேட்டைக்கு மேலண்டை இரண்டு மூணு நாழிகை வழியிலே சித்திரச்சாவடி யென்றிருக்கிறது. அவ்விடத்திலே வந்து போக்குவரத்துக்காரரை அடித்துப் பறிச்சார்கள். அப்படி யிருக்கச்சே உலாந்தாக்காரன் பெத்திரியிலே யிருந்து இரண்டு பேர் சேவகர் நாகப் பட்டணத்துக்குப் போகிற நிமித்தியம் கடுதாசி வாங்கிக்கொண்டு பயணப்பட்டு போகச்சே அவர்களும் சித்திரசாவடி கிட்ட வரச்சே இந்த மறாட்டியர் குதிரையைக் கண்டு பயந்து மறுபடியும் பரங்கிப்பேட்டைக்கு ஓடி வந்தார்கள். அவர்கள் ஓடி வரச்சே அவர்களுக்கு எதிர்ப்பட்ட பேர்களுடனே எல்லாம் சொல்லிக்கொண்டு கூவிக்கொண்டு ஓடிவந்து ஒலாந்தாகாரன் பெத்திரியிலே சொன்னார்கள். அந்த மட்டிலே அவர்களும் ஆலோசனைபட்டுக் கொண்டிருக்கச்சே ஊரு நாலு மூலையும் கெட்டு முறிஞ்சு யெல்லாரும் அவரவருடைய தட்டுமுட்டு பணங்காசு புடவை சீலைகளை எடுத்துக்கொண்டு ஓடிவந்து பெத்திரியிலே அடைஞ்ச சனங்கள் மிதமில்லை.

இதல்லாமல் பெத்திரி அடங்காமல் பின்னையும் வெகு சனங்கள் ஆத்தங்கரையிலே வந்து அவ்விடத்திலே இருக்கிற தோணியின் பேரிலே ஏறினார்கள். நாற்பது ஐம்பது பேர் ஏறுகிற தோணியிலே ஆபத்து வேளையான படியினாலே படகு ஒண்ணுக்கு 200, 250, 300 இந்தப்படியாக ஒன்று மேலே ஒன்று ஏறினார்கள். ஆனபடியினாலே படகு தாங்காமல் தரையிலே தட்டிப்போய் கிடக்கிறது. அப்புறம் அசையவில்லை. இதல்லாமல் சக்கரயப்ப முதலி புடவை சீலை கட்டுகள் ஒரு சலங்கு, நாச்சியப்ப முதலி புடவைக் கட்டுகள் ஒரு சலங்கு, ஆண்டியப்ப முதலி புடவை கட்டு ஒரு சலங்கு. ஆனந்தரங்கப் பிள்ளையவர்கள் புடவை கட்டு ஒரு சலங்கு, குஞ்சா பிள்ளை சலங்கு. இதல்லாமல் சில்லரை வர்த்தகரது

இரண்டு சலங்கு மேலே கட்டுகளேத்தி ஆத்திலே கட்டி வைத்திருந்தது.

இப்படியிருக்கிற சமயத்திலே மறாட்டியர்களின் இரண்டாயிரங் குதிரை வந்தது. ஊருக்குத் தென்பக்கம் ஆத்தோரமாய் 500 குதிரையும் ஊருக்கு வடக்குமாய் ஐநூறு குதிரையும் செவ்வையாய் 1000 குதிரையும் இப்படியாக அந்தண்டைக்கிந்தண்டை ஒரு மனிதரைத் தப்பவிடாமல் சுத்தி வலை விசிறினாப்போல் சுத்திக்கொண்டு பட்டணத்திலே புகுந்து ஒரு வீடு தப்பாமல் வீட்டுக்கு மூணு குதிரையும் நாலு குதிரையும் ஆகப்புகுந்து கொள்ளையிட்டு சனங்களை யெல்லாம் கொரடாவினாலே அடிச்சு ஒரு முழத்துணி கொடுத்து சறுவ சோபாரமும் பிடுங்கிக் கொண்டு அவர்கள் தலையிலே மூட்டைகளை வைத்து குதிரை பிடிக்கச் சொல்லி ஓரண்டையிலே தாம்தூரமாய்க் கிடக்கிற அந்த வேளையிலே ஆத்தோரமாக வந்த குதிரையன் வந்து தனிப்பட்டு தோணியின் பேரிலே ஏறிக்கொண்டு யிருக்கிற சனங்களை எல்லாம் வெளியிலே இழுத்து தட்டுகள் முட்டுகள் புடவை சீலைகள் அடங்கலும் பறிச்சுக் கொண்டு வெகுபேரை காயப்படுத்தி வெகுபேரை கொரடாவினாலே சக்கை பிளந்து போட்டார்கள்.

அந்த வேளையிலே ஓடிப்போவோமென்று ஆத்திலே விழுந்த பேருக்குள்ளே பனிரெண்டு பேர் செத்தார்களாம். இதல்லாமல் ஆத்திலே கட்டியிருந்த சலங்குகளை யெல்லாம் கரையிலே இழுத்து அதிலே இருந்த புடவை கட்டுகளெல்லாம் கொள்ளையிட்டுக் கொண்டு போனார்கள். ஆனால் ஆனந்தரங்கப் பிள்ளையவர்கள் யோகத்திலே அந்த ஒரு சலங்கு மாத்திரம் அப்புறம் சேத்திலே கிடந்த படியினாலே தப்பி அவர்கள் காரியக்காரரும் தப்பினார்கள். மத்தப்பேர் சகல சனங்களும் மராட்டியன் கையிலே அகப்பட்டு சகலமும் பறிகொடுத்து இம்சைப்பட்டார்கள்.

அவ்விடத்தில் வந்த 500 குதிரையின் உலாந்தகாரன் பெத்திரி மேலே திரும்பிச்சு. திரும்பி உடனே பெத்திரி கதவை மூடிக்கொண்டார்கள். அந்த வேளையிலே பட்டணத்துக்குள்ளே கொள்ளையிட்ட குதிரையிலே அன்னூறு குதிரை வடபக்கமாய் வந்து ஆக ஆயிரம் குதிரைக்காரரும் கூடி பெத்தி சன்னலை சிறிது பேர் இடிக்கச்சே சிறிது பேர் நூலேணியை வீட்டின் பேரிலே எறிஞ்சு அதைப் பிடிச்சுக் கொண்டு தொத்தி வீட்டின் பேரிலேறி உள்ளே குதிச்சு இதுக்கு உள்ளே வந்து புகுந்து சகல சனங்களையும் நிர்வாடமாய் உறிஞ்சு கொண்டு சிறிது பேருக்கு வெட்டு காயமும் சிறிது பேருக்கு

கொறடா அடியும் இப்படியாக இரண்டு முழத் துணியினைக் கொடுத்து வெளியே துரத்திவிட்டு வெள்ளைக்கார சின்னக் கப்பித்தான் ஒஸ்திரால் பெண்சாதி அவன் பெண்கள் மூணு பேர், ஒலாந்துக்காரர் ஏழெட்டு பேர் இவர்களை மாத்திரம் பிடிச்சுக் கட்டிக்கொண்டு பெத்திரி அடங்கலும் கொள்ளையிட்டுக் கொண்டு பெரிய பெரிய மனுஷர் மத்தப்பேர் அவரவர் தலையின் பேரிலே சுமைகளை வைச்சு அடித்துக் கொண்டு சாயங்காலம் 6 மணிக்கு அப்புறப்பட்டுப் போய் ஊருக்கு மூணு நாலு நாழி வழியிலே மைதான வெளியிலே இறங்கி மூட்டை எடுத்துக் கொண்டு போன பேர்களை எல்லாம் விட்டுத்துரத்தி விட்டு வெள்ளைக்காரரை மாத்திரம் இராத்திரி முப்பது நாழிகையும் பாளையத்திலே போட்டு வைச்சு இருந்து மறுநாள் காலமே 60 குதிரைக்காரர் புறப்பட்டு ஒலாந்துக்காரரை அழைச்சுக்கொண்டுவந்து பெத்திரியிலே விட்டுப்போட்டு, பின்னையும் ஒட்டினது ஒழிஞ்சது சரக்குகள் இருந்ததெல்லாம் கொள்ளையிட்டுக் கொண்டு போய்விட்டார்கள். ஆனால் பெத்திரியிலே போனது தட்டுமுட்டுகளும் வெள்ளைக் காரனுக்குண்டு. இதல்லாமல் ஊருக்குள்ளே கொள்ளை போனது ஐம்பதினாயிரம் வராகனுக்கு உண்டு. ஆக லக்ஷத்தன்பதினாயிரம் வராகனுக்கு உண்டு. ஊரிலே கொள்ளை போனது என்று எழுதி வந்தது.

1741 ஜனவரி 29 தை 20 ஆதிவார நாள்

காலமே 7 மணிக்கு ஆனந்தரங்கப்பிள்ளையவர்களும் அரியப்ப முதலியாரும் கூட திருவேங்கடபுரத்திலே அக்கினி திருவிழா பண்ணிவர நிமித்தியம் புறப்பட்டு சாவடிக்குப் போனார்கள். மத்தியானம் இரண்டு மணிக்குப் பிறந்த சேதி மறாட்டியர் குதிரை தெற்கேயிருந்து 1000 குதிரை புறப்பட்டு வந்தவர்கள் வரச்சே வழியிலே திருப்பாதிரிபுலியூருக்குள்ளே முப்பது நாப்பது குதிரை ஊருக்குள்ளேயும் கொள்ளையிட்டு சிறிது குதிரைகள் திருப்பாதிரிபுலியூரில் இருந்து தேவனாம்பட்டணத்துக்குப் போகிற வழியில் கெடிலத்திலே வந்து வழிக்கட்டி வருகிறபேர் கையிலே யிருக்கிறதை பரிச்சுக் கொண்டு மஞ்சக்குப்பத்திலே வந்து, அங்கேயும் நாலத்து இரண்டு வீட்டிலே புகுந்து கொள்ளையிட்டுக் கொண்டு தெண்ணல் கிருஷ்ணா ரெட்டியாரையும் பின்னையும் நாலத்து இரண்டு பேரைப் பிடித்துக்கொண்டு ரொம்பவும் அநிக்கீதை பண்ணிவிட்டு இப்புறம் வருகிறபோது மேலே எழுதியிருக்கிற இரண்டு மணி நேரத்திற்கு ஒழுகரை யண்டையிலே நாலஞ்சு குதிரை காண்பிச்சு, அவ்விடத்திலே யிருக்கிற பேரெல்லாரும் ஓடிவந்தார்கள். இந்தக் கபுறு துரையவர்கள்

கேள்விப்பட்ட உடனே பட்டணத்தைச் சுத்தியிருக்கப்பட்ட கெவுனி வாசலெல்லாம் சாத்தி போடுவிச்சார்கள். அந்தச் சனம் நம்மிட சாவடிக்குப் போயிருக்கிற பிள்ளையவர்களண்டைக்கு படிப்படியாய் ஆளை ஓடவிட்ட உடனே அந்த கபுறு கேட்ட அந்த க்ஷணம் புறப்பட்டு கடலோரமே வந்து சாயங்காலம் ஐந்து மணிக்கு வந்து சேர்ந்தார்கள். மறாட்டியர் ஆயிரங் குதிரைக்காரரும் வடக்கே போய் விட்டார்கள்.

1741 பிப்ரவரி 2 தை 24 வியாழக்கிழமை நாள்

முன் வடக்கே போன குதிரைகள் மறுபடியும் திரும்பி வந்தது. தெற்கே போய் விட்டார்கள். அவர்கள் வடக்கே என்ன நிமித்தியம் போனார்கள் என்றால் சதுரங்கப்பட்டணத்துக்குப் போய் பட்டணத்திலே கொள்ளையிட்டு உலாந்தாக்காரன் பெத்திரியைக் கிட்டப் போன உடனே உலாந்தாக்காரர் மெலுக்கு வைக்கப் பட்டிருந்த சேவகரைச் சேரப் பிடிச்சு இருநூறு பேர் துப்பாக்கிக்காரராயிருந்து துப்பாக்கிகளெல்லாம் ஒருமிக்கச் சுட்டு, பீரங்கிகளிலேயும் குண்டு போட்டுச் சுட்டு தீக் குடுக்கைகளையும் கொளுத்தி எறிஞ்சார்கள். அதனாலே மறாட்டியர் குதிரை பத்து எட்டு அடி ஓடிவந்து விட்டார்கள். வருகிற போது வழியிலே நேரிட்ட ஊருகளெல்லாம் கொள்ளையிட்டுக் கொண்டு வெகு பேரை பெண்டுகளைக் கெடுத்துப் போட்டு, வெகு சேதம் பண்ணிக்கொண்டு இந்தப்படியாக வழி முடிய கொள்ளை இட்டுக் கொண்டு தெற்கே போகிறவர்கள் மறுபடியும் மஞ்சக்குப்பம் திருப்பாதிரிப் புலியூரின் பேரிலே புறப்பட்டு போனார்கள்.

1741 மார்ச்சு 27 பங்குனி 18 திங்கள் கிழமை நாள்

காலமே பத்து மணிக்கு திரிச்சிராப்பள்ளி மறாட்டியர் லசுக்கரிலேயிருந்து பிராஞ்சுக்காரருடைய வக்கீல் இவ்விடத்திலே யிருக்கிற துரையவர்களுக்கு எழுதியனுப்பின கடுதாசி வயணம் என்னவென்றால் மதுரையிலே யிருந்த படேசாயபு கோட்டைவிட்டு புறப்பட்டு திண்டுக்கல் கோட்டையிலே நாலாயிரங் குதிரையுடனே வந்து இறங்கி இருந்தார் என்றும், ஒரு நாள் மறாட்டியர் இரண்டாயிரங் குதிரையுடனே சண்டைக்குப் போன விடத்திலே படேசாயபு வெளியே புறப்பட்டு சண்டை பண்ணின விடத்திலே மறாட்டியர் முறிஞ்சு ஓடிவந்துவிட்டார்கள். அதன் பேரிலே படேசாயபு வந்து 11 திங்கட்கிழமை நாள் மணல்பாறையண்டை வந்து இறங்கினதாகவும் அந்த கபுறு மறாட்டியர் ரகோசி போசுறாவும் பதினாயிரங் குதிரையும் புறப்பட்டு திரிச்சிராப்பள்ளிக்கு மேற்கே முக்காத வழியிலே

இருக்கிற மணப்பாரையிலே இறங்கி இருந்த படேசாயபை சுத்திக்கொண்டு 12 செவ்வாய்க்கிழமை நாள் காலமே சூரியனுதயம் துவக்கி மூன்று சாமமட்டுக்கும் சண்டை பண்ணினார்கள்.

மறாட்டியரிலேயும் இரண்டாயிரம் மூவாயிரங் குதிரை விழுந்தது. படேசாயபு தளத்திலேயும் 2000, 3000 குதிரையும் விழுந்து போய் படேசாயபும் மறாட்டியரும் நல்ல சண்டை பண்ணி படேசாயபுக்கு துப்பாக்கி காயம் இரண்டும் அம்புக் காயம் இரண்டும் கத்திக்காயம் ஒன்றும் பட்டு விழுந்து போனான். அவனுடைய அக்கா மருமகன் சாதக்க சாயபு என்கிறவனும் ஒரு சமேதார் ஒருத்தன் பெரிய மனுஷனும் இவர்கள் விழுந்த உடனே துலுக்கருடைய படை முறிஞ்சு ஓடிப் போனதின் பேரிலே மறாட்டியர் ரணகளம் சோதிக்கச்சே முன் எழுதப்பட்டிருக்கிற மூன்று பேரும் செத்துப்போய் கிடக்கிறதைக் கண்டு படேசாயபை மாத்திரம் எடுத்து பல்லக்கின் பேரிலே போட்டு ரகோசி போசுறா திருச்சிராப்பள்ளி கோட்டைக்கு சந்தாசாயபு அண்டைக்கு அனுப்பி விட்டார் என்று இப்படியாக துரையவர்களுக்கு எழுதிவந்தது.

இந்தச் சமாசாரத்தைப் படேசாயபு மாலிலேயும் சந்தாசாயபு மாலிலேயும் போய்ச் சொல்லிப் போட்டு வரச்சொல்லி கனகராய முதலியாரையும் முத்தியா பிள்ளையும் இரண்டு பேரையும் அனுப்பிவிச்சார். அவர்கள் வந்து இந்தச் சமாசாரம் சொன்னவுடனே படேசாயபு மாலிலே துலுக்கச்சிகள் எல்லாருமாய்க் கூடி கூக்குரல் போட்டு அழுது அங்கலாச்சுக் கொண்டிருந்தார்கள். சந்தாசாயபு பெண்சாதியும் படேசாயபு மாலுக்கு வந்து அழுதாள். மற்றப்படி பெரிய மனுஷர் வீட்டுப் பெண்டுகள், இவ்விடத்திலே இறங்கி இருக்கப்பட்ட பேர் சகலமான பேரும் வந்து மெளனவினார்கள். துலுக்கரெல்லாம் வந்து தெருவிலே கும்பல் கூடிக்கொண்டு யேக சப்தமாய் கூவி அழுதார்கள். இன்றைய தினம் இப்படி நடந்தது.

1741 மார்ச்சு 28 பங்குனி 19 செவ்வாய்க்கிழமை

இந்த நாள் சேத்துப்பட்டிலேயிருந்து சந்தாசாயபு மாலுக்கு கடுதாசி வந்தது. அந்தச் சேதி என்னவென்றால் படேசாயபுக்கு காயம் மாத்திரம் பட்டு பிழைச்சு யிருக்கிறார் என்று எழுதி வந்தது என்று சொன்னார்கள்.

நாட்குறிப்பு 43

பவழமும் வட்டி விவகாரமும்...

பவழம், பிரெஞ்சு கம்பெனியின் முக்கிய வணிகங்களில் ஒன்றாகத் திகழ்ந்தது. பவழம் வாங்கிச் சென்ற வணிகர்கள் பலருக்கும் ஆனந்தரங்கர் ஜாமின் கொடுத்திருந்தார். அவர்களிடமிருந்து அசல் மற்றும் வட்டி வசூல் செய்து கொடுப்பது இவர் பொறுப்பு. பலர் முறையாக வட்டி செலுத்தினர்; சிலர் ஏமாற்றினர். இன்னும் சிலர் வணிகத்தில் நொடித்துப் போயினர்; அல்லது மரித்துப் போயினர். ஆனாலும் இந்த வட்டி சம்மதி (விவகாரம்) எல்லாம் பிள்ளையின் தலையிலே விடிந்தது. இந்த விவகாரத்தில் இவர் ஆதாயம் அடைந்ததாகவும் மறைமுகக் குற்றச்சாட்டும் எழுந்தது.

ஒரு கட்டத்தில் இவர் செலுத்த வேண்டிய வட்டித் தொகை ஆறாயிரத்து நானூறு வராகனுக்கு ஆயிற்று. இதை, கம்பெனிக்குப் பிள்ளை செலுத்தியாக வேண்டும் எனும் நிர்ப்பந்தம் ஏற்பட்டது. ஆனாலும் அதிகாரிகளிடம் இதுபற்றிப் பேசிய ஆனந்தரங்கர், பவழம் விற்பனையின் மூலம் கிடைக்கப்பெற்ற அசல் தொகை ஐயாயிரத்தை வாங்கிக் கொடுத்திருக்கிறேன். இப்போது வட்டி செலுத்த வேண்டும், செத்துப் போனவர்கள், கெட்டுப் போனவர்கள் கணக்கில் இருப்பதை எல்லாம் நான்தான் செலுத்த வேண்டும் என்று சொன்னால், என்னால் நிர்வாகம் பண்ண முடியாது என்று வாதாடினார்.

இது தொடர்பாக ஆளுநர் துய்மாவை இரண்டொரு முறை தனியே சந்தித்துப் பேசினார். ஆளுநரோ, ‘ஒரு மாதத்திற்கு முன்பே என்னிடம் சொல்லியிருந்தால் இவ்விவகாரத்தைத் தீர்த்திருப்பேன்’

என்றார். வட்டி விவகாரத்தில் இருந்து விடுதலை பெற ஆளுநர் ஒருவரையே முழுமுற்றும் நம்பினார் ஆனந்தரங்கர். 'தேவரீர் உங்கள் கிருபை வேண்டும்' எனப் பலமுறை அவரிடம் இறைஞ்சுகிறார். இறுதியில் இவ்விவகாரம் குறித்து கவுன்சில் கூடி விவாதிக்கிறது. இதில் ஆனந்தரங்கர் மீதான பவழ வட்டி விவகாரத்தைத் தீர்த்து (அவரை விடுவித்து) கவுன்சில் முடிவு செய்தது. கவுன்சில் கூட்டம் முடிந்து வெளியே வந்த முசே கோலார் ஆனந்தரங்கரைக் கிட்ட அழைத்து, 'நீ கொஞ்ச ஆதாயத்தைப் பார்க்கப் போய் அய்யாயிரம் ஆராயிரம் வராகன் மட்டுக்கும் சேதம் வந்ததே' என்று சொல்லிவிட்டுச் சென்றது குறிப்பிடத்தக்கது.

கவுன்சிலின் முடிவு ஆனந்தரங்கருக்கு மகிழ்ச்சியைத் தந்தது. இதற்காக ஆளுநர் மற்றும் கவுன்சில் உறுப்பினர்களை நேரில் சந்தித்து நன்றி செலுத்தினார் ஆனந்தரங்கப்பிள்ளை. ஆனாலும், 'சர்வஜீவ தயாபரனாய் ஆண்டவருடைய கிருபையினாலே அனுகூலமானதே அல்லாமல் மனுஷ எத்தனத்துக்குள்ளே ஆனதல்ல. சுவாமியினுடைய கிருபை எந்த மட்டுக்கும் இவன் பேரில் இருக்குதோ அந்த மட்டுக்கும் மனுஷரைத் தொட்டு வரப்பட்ட விஷகாதம் ஒண்ணும் செய்ய மாட்டாது' என்பதே ஆனந்தரங்கரின் இறுதி நம்பிக்கையாக இருந்தது!

நாட்குறிப்பின் இப்பகுதியை வாசிக்கும் புதுச்சேரி வாசிகளுக்கு அங்கிருக்கும் பவழக்காரன் சாவடி சட்டென நினைவுக்கு வருவது ஆச்சரியமல்ல!

அற்பிசி 24 1738 நவம்பர் 6 வியாழக்கிழமை

அம்மையப்பன் பாச்சக்கடை தேசத்தாருக்கு கோட்டையிலே பவழம் நிறுத்துகிறபோது கனகராய முதலியார் முசே துலார்ழடனே பவழம் சரக்கு முன் வாங்கியிருந்தீர்களே அந்த வராகனெல்லாம் சாடாவாய் கொடுத்துத் தீர்த்துப் போட்டு அவர்கள் சீட்டும் வாங்கிச் சென்றார்கள் என்று சொல்ல அவர்களின் பேரில் எப்போது தீர்த்துப் போட்டார்கள்? அதுக்கு வட்டி கூட கொடுத்தார்கள் என்று கேட்க வட்டி கொடுக்கயில்லை என்று முசே துலார்ழ சொல்லாவிட்டால் என்ன கூடுமென்று கேட்கிறேன். திரள் பணம் கூடுமென்று சொல்ல அதின் பேரிலே வட்டி வாங்காமல் விட கவையில்லை என்று சொல்ல அதற்கு அவர் என்னுடைய வேலையில்லை. அது முசே பிலவர்னுடைய வேலையென்று பயந்தான் போல் சொன்னார். அதைக் கேட்டுப்போட்டு இவன் துரையண்டையிலே போய் சொன்னான். முசே துலார்ழ - என்னுடனே இப்படி கனகராயமுதலி

என்னைக் கேட்டான். அதுக்கு நான் இப்படிச் சொன்னேன் என்று மேலே எழுதியிருந்தபடிக்குச் சொன்னான்.

அதுக்கு நான் இருந்து கொண்டு முன் இரண்டு தெண்டகம் முசே லெனுவார் நாளையிலே நான் கொடுத்ததில்லை. அந்தக் கணக்கு வேண்டுமானால் நீங்கள் பார்க்கலாம். இந்தப் பவழம் வாங்கிக் கொடுத்ததுக்கு கஷ்டகாலமானபடியாலே அய்யாயிரம் 5000 வராகன் மட்டுக்கும் பவழக்காரர்கள் செலுத்தாமல் போனாலும் கும்பினியாருக்கு நான் - அசலிலே கடன் வாங்கிக் கொடுத்தேன். அப்படி இருக்க என்னை வட்டி கேட்கிறது என்ன ஞாயமென்று பின்னையும் அநேகவிதமானபடி தெரியச்சொல்ல வேணுமோ அப்படியெல்லாம் தெரியச் சொன்னேன். அதன் பேரிலே முசே துலார்ழ இருந்து கொண்டு நான் துரையுடனே சொல்லட்டுமா என்று கேட்டான். நானிருந்து யோசனை பண்ணி கனகராயமுதலி ஒருவேளை சொல்லுவானோ சொல்ல மாட்டானோ தெரியாதே. அப்படியிருக்க இவனைக் கேட்கச் சொன்னதினால் நாம்தானே மறந்து போனவனை ஞாபகம் பண்ணுகிறாப்போல் காணும் என்று யோசனை பண்ணிக்கொண்டு துரை அவர்களைக் கேட்டால் நீ அதுக்குத் தக்கதாப்போலே சொல்லும். அவன் எச்சரிக்காவிட்டால் நீ எச்சரிக்கத் தேவையில்லையென்று சொன்னேன். அதுக்கு அவரும் நல்லதுதானென்று சொன்னார்.

அதன் பிற்பாடு முசே துலார்ழ இருந்துகொண்டு உனக்கு கனகராயமுதலிக்கு இத்தினத்திலே பவழம் வருவானென்று கேட்க அதற்கு நானிருந்துகொண்டு அவருக்கு நாங்கள் எத்தனை மனது வர நடந்தாலும் அவர் முன் முசே எபெர் நாளையிலே எங்கள் பேரிலே அனியாயமாய் மார்ச்சரியம் அடைந்து வச்சு அநேகம் காரியங்கள் நடப்பிச்சாரே அதை நீங்களும் அறிந்து இருப்பீர்களே. அந்த வயிரம் இப்போதும் பாராட்டி வருகிறாரென்று சொன்னேன். அதுக்கு அவரும் மெய்தானென்று சொன்னார். அதன் பிற்பாடு அவர் கையிலே அனுப்பிவிச்சுக் கொண்டு வீட்டுக்கு வந்துவிட்டேன்.

காளயுக்தி கார்த்திகை 12 1738 நவம்பர் 24 திங்கட்கிழமை

காலமே எட்டுமணிக்கு இப்போது குவர்னராயிருக்கிற முசே மொலந்தேன் வீட்டிலே நான் போயிருக்கச்சே காப்பி குடிக்கத்தக்கதாக கோன்செல்காரரும் மற்றுமுள்ள வெள்ளைக்காரரும் எல்லோரும் கூடியிருக்கச்சே முசே துலார்ழ கோட்டையிலே இருந்து வந்து பல்லக்கு விட்டிறங்கி கோன் சேல்ஸ் அறைக்குப் போகிறவன் என்னை அழைத்துப் பவழக் கணக்கு வட்டி போடச் சொல்லி

குவர்னர் துரை உத்தாரங் கொடுத்தார். அவருக்கு நானும் தெரியப்படச் சொன்னேன். அதற்கு அவர் பவழக்காரன் கையிலே இவன் வட்டி வாங்கியிருக்க வட்டி விடக் காரியமென்ன என்று சொன்னார். ஆனபடியினாலே நீ அவரை சீக்கிறமத்துக்குப் போய் கண்டு பேச வேண்டும். அதற்கு எப்படி பக்குவப்படச் சொல்ல வேணுமோ அப்படி பக்குவப்படச் சொல்லு என்று சொல்லிப் போட்டு கோன்சேல் அறைக்குப் போனார். அப்போது என் மனதுக்குள்ளே தோன்றின விசாரத்தை கடுதாசியில் எழுதி முடியாது.

அதன் பிற்பாடு துரை அவர்கள் தனிமையாகக் கண்டு பேச வேண்டுமென்று யோசனை பண்ணி இவ்விடத்திலே இருந்தோமானால் இவர்கள் கோன்சேல் கூடியிருக்குமட்டும் இந்தப் பிரஸ்தாபம் ஒருவேளை நடந்தாலும் நடக்கும். நாமேன் இங்கே யிருக்க வேண்டும் என்று துரை வீட்டுக்கு போகிற மட்டும் சாராய கிடங்குக்குப் போய் அங்கேயிருந்து துரை வீட்டுக்கு வந்த பிற்பாடு அவரைக்கண்டு பேச வேண்டுமென்று போனேன். அவரும் அவர் கணக்கு எழுதுகிற கபினெத்திலே யிருந்தார். அப்போது அவர் சொந்தக் கணக்குப் பார்த்து நிலுவையிட்டுக் கொண்ட கணக்கைக் கையில் வைத்துக் கொண்டு அவர் எழுதுகிற கபினெத்துக்குள்ளே போய் ஆசாரம் பண்ணினேன்.

அதுக்கு அவர் என்ன கவையாய் வந்தீர் என்று கேட்டார். அதற்கு நானிருந்து கொண்டு உம்முடனே சொந்த கணக்கு உடனே சேர்த்து தீர்த்து நிலுவையிட்டுக் கொண்டேன் என்று சொன்னேன். அந்தக் கணக்கு நானும் பார்த்தேன், கணக்குச் சரியாயென்று கேட்டான். கணக்கு சரிதான் என்று சொன்னேன். அய்யா தேவரீர் முசே பில்லானை அழைத்து வட்டிப்போடச் சொல்லி சொன்னீராம். நீர் அந்தப்படிக்குப் போடச்சொன்னால் என்னாலே நிருவாகம் பண்ண மாட்டேன். ஏனென்றால் இந்தப் பவழக்காரருக்கு வாங்கிக் கொடுக்கிறத்திலே விசேஷித்த பிரயோசனம் இல்லை. கும்பினீர் சரக்கு விற்கவேண்டுமென்கிறதை குறிச்சு இந்தக் கொஞ்சப் பிரயோசனத்துக்காக வெகு பணத்துக்கு மேல் வாங்கிக் கொண்டு இதனாலே எனக்கு வெகு பணம் கஷ்டம் வந்திருக்குது. இப்போது கும்பினீருக்கு கொடுக்க வேண்டிய பணமெல்லாம் அசலிலே வட்டிக்கு வாங்கிக் கொடுத்து விட்டேன். அவர்கள் எனக்கு முதலிலே வராகன் மட்டும் கொடுக்க வேணும். இதல்லாமல் செத்துப் போனவர்கள் கெட்டுப்போனவர்கள் பேரிலே அய்யாயிரம் 5000 வராகன் மட்டும் வரவேணும்.

இப்படியெல்லாம் மிகுதியும் நஷ்டம் வந்திருக்க இதல்லாமல் முன் இரண்டு தெண்டகம் முன் லெனுவார் நாளையிலே கணக்கு தீர்த்துப் போட்டு இருக்கிறேன். நான் வட்டி கொடுத்ததில்லை. அப்படியிருக்க இப்போது தேவரீர் கொடுக்கச் சொன்னால் நான் எங்கேயிருந்து கொடுக்கப் போகிறேன். மெத்த நஷ்டப்பட்டுப் போவேன். தேவரீர் அவர்கள் வட்டிக் கொடுக்கச் சொல்லி சொல்லுவீர்கள் என்று கண்டால் நான் இந்த பவழச் சம்மதிக்கு மேல் வாங்கிக் கொள்ளுகிறதில்லை. எனக்கு பதினாயிரம் ஞாயம் இருந்தாலும் தேவரீரவர்கள் சொல்லுகிற உத்திரவுக்கு என்னாலே ஞாயம் சொல்ல மாட்டேன். நீர் தயவு பண்ண வேண்டுமென்று மிகுதியும் வருந்தி அநேகவிதமாய்ச் சொன்னேன்.

அதற்கு துரை அவர்கள் என் பேரிலே மிகுந்த ஓய்வுப்பண்ணிச் சொன்ன தென்னவென்றால் இந்த வட்டி உன்னைச் சேரும் என்று அறிந்தால் நான் இந்த பிரசங்கமே எடுக்கிறதில்லை. பவழக்காரருக்குக் கொடுக்கிறது என்று கேள்விப்பட்டேன். நீயாகிலும் ஒரு மித்தைக்கு முன்னே சொன்னால் இந்தப் பேச்சு நடவாதபடிக்கு மார்க்கம் பண்ணிப்போடுவேனே. இப்போது கோன்சேலிலே இந்தப் பேச்சைப் பிரஸ்தாபம் பண்ணிப் போட்டேன். இனிமேல் ரொம்ப பிரயாசையாயிருக்கும் என்று சொன்னார்.

அதற்கு நானிருந்து கொண்டு தேவரீர் எப்பொழுதும் கணக்குப் பார்த்துக் கொண்டிருக்கிறதாச்சுதே முன் இரண்டு தெண்டகம் நான் கொடுத்ததில்லையே. அந்தக் கணக்கிலே விசதமாய்த் தெரிந்திருக்குமே சொல்ல வேண்டியதென்ன என்று சொன்னேன். அதுக்கு அவர் நீர் கணக்கில் தீர்த்து எழுதியிருக்கிறதென்று சொல்லுகிறீர். ஆனால் கணக்கிலே அப்படி தீர்த்து இருக்கயில்லை. கணக்குப் பார்த்தால் எப்போதும் உன் பேரிலே சிமைத் துலையாயிருக்கிறது. முன் துரைத்தனம் பண்ணவர்கள் அப்படித் தீர்த்து எழுதி வைக்கயில்லையே என்றும் அந்த வட்டிகூட உன் பேரிலே கணக்கு எழுதியிருக்கிறதென்றும் இப்படியாகச் சொல்லி வந்தான்.

அதுக்கு நான் அதெல்லாம் நான் அறிவேன். அந்தந்த தடவைக்கு உண்டான பணம் உண்டானது செலுத்திப்போட்டு என் சீட்டும் வாங்கிக்கொண்டேன். நான் சொல்ல வேண்டியிருக்கிறது என்ன இருக்கிறது. நீர் தயவுபண்ணித்தீர வேண்டும் என்றும் மிகுதியும் வருந்திக்கொண்டு சொன்ன விதத்திலே நீர் ஒரு மாசத்திற்கு முன்னே சொன்னால் ஒரு பிரயாசையுமில்லை. இப்போது எனக்கு ரொம்ப

பிரயாசை இருக்கிறது என்று சொன்னார். நீர் பிரயாசப்பட்ட நன்றி நான் மறக்கிறதில்லை. அதறிந்து நடந்துகொள்ளுவேன் என்று மிகுதியும் வருந்திச் சொன்னேன். அதுக்கு நான் கோன்சேயிலே நேராய்த் தானே தீர்த்துப் போடுகிறேன். நீர் ஒன்றும் யோசனை பண்ண வேண்டாம் என்று சொன்னார். அதுக்கு உம்முடைய தயவு இருக்கச்சே சிந்தையென்ன இருக்கிறது என்று பின்னையும் உபசாரமாய்ச் சொல்லிப்போட்டு வந்துவிட்டேன்.

காளயுக்தி கார்த்திகை 13 1738 நவம்பர் 25 செவ்வாய்க்கிழமை

காலமே சூரிய உதயவேளைக்கு முன்னே குவர்னர் துரை வீட்டுக்குப் போனேன். அவர் நித்திரை வேளை ஆனபடியினாலே வெளியே இருந்து அவர் எழுந்திருந்தவுடனே வீட்டுக்கு மேலே போய் அவர் கபினெத்திலே யிருக்கச் செய்கையிலே கொண்டு போன பிராஞ்சை மேசைமேல் வைத்து உபசரணையான வார்த்தை சொன்னேன். அதற்கு அவரிருந்து கொண்டு இந்தக் காரியமானதின் பிறகு அப்படியே கைக்கொள்ளுகிறேன். இப்போது உன் வசத்திலே இருக்கட்டும். ஆனால் நீர் ஒரு மாசத்திற்கு முன்னே சொன்னால் எனக்குப் பிரயாசை இல்லை. கோன்சேயிலே உனக்கு யார் சிநேகிதம். முசே தீருவார் உடனே போய் நீர் தெரியப்படச் சொல்லிக்கொள்ளும் நானும் கோன்சேலிலே நேராய் உனக்கு பளுவில்லாமல் தீர்த்துப் போடுகிறேன் என்று சொன்னார்.

அதுக்கு நான் முசே தீருவார் அவர்களுக்கும் எனக்கும் சிநேகம் என்று சொன்னால் இவர் மனத்திலே என்னமாய்த் தோத்துமோவென்று யோசனை பண்ணி முசே தீருவார்க்கும் எனக்கும் சிநேகம் இல்லை. அவர் வீட்டுக்கு ஒருகாலும் போனதில்லை. அப்படியிருக்க இது முன்னிலையாய்ப் போனால் அவர் என்ன சொல்லுவாரோ தெரியாது. முசேதுலார்ழ்க்கும் முசே கோலாருக்கும் எனக்கும் கொஞ்சநஞ்சம் சிநேகமுண்டு. அவர்களுக்கு வேணுமென்றால் போய் சொல்லிக்கொள்ளுகிறேன் என்று சொல்லி அவர்கள் தொட்டு காரியம் என்ன இருக்கிறது. தேவரீரவர்கள் கிருபை பண்ண வேண்டுமென்றும் காரியம் ஆக வேண்டும் என்று சொன்னதுக்கு அவரிருந்து கொண்டு நல்லது நீர் ஆலோசித்துக் கொண்டு வந்த பிரசாஞ்சை தேவாள் காப்பாற்ற வேண்டும் என்று ரொம்பவும் வருந்தி சொன்ன விதத்தில் அவர் முகத்தை கடுகடுத்துக் கொண்டு கோபமாய் நீர் இந்த பிரசாஞ்சை கொண்டு போகாவிட்டால் உம்முடைய காரியம் நான் அனுகூலம் பண்ணிக் கொடுக்கிறதில்லை என்று சுருக்காய் சொன்ன மாத்திரத்திலே ஆனால் உம்முடைய அடிமையாய் இருக்கிற என்

பேரிலே கிருபை பண்ணிக்காட்டி நடப்பிக்கிற காரியம் பாரம் உம்மது என்று பின்னையும் அநேக விதமாய் உபசாரம் எப்படிச் சொல்ல வேணுமோ அந்தப்படி எனக்குத் தோத்தினபடிக்குச் சொல்லிப்போட்டு வைத்து வந்துவிட்டேன். இப்புறம் வந்து நான் யோசனை பண்ணினதும் எனக்குத் தோற்றின தென்னவென்றால் வட்டித்தொகை விவரம் விஸ்தாரமாச்சுதே நாம் கொண்டுபோன gift (பிரசாஞ்சு) கொஞ்சம் என்று காரியத்திலே நம்முடைய பிரயாசையைக் காண்பித்து அதனால் விஸ்தாரமாய் வரப்பெறலாம் என்று யோசனை பண்ணினாப்போலே காணுது என்று தோன்றினது.

1738 நவம்பர் 27 கார்த்திகை 15 வியாழக்கிழமை

குவர்னர் முசே தும்மா அவர்கள் கோன்சேல் வீட்டிலே யிருந்து வீட்டுக்கு அவர் போகச்சே ரங்கப்பா வா, கண்டு பேசவேண்டியிருக்கிறது என்று சொல்லிப் போட்டு வீட்டுக்குப் போனார். நானும் அவர் பிறகே தானே வீட்டுக்குப் போனேன். அவர் கபினெத்திலே போய் என்னை அழைத்து பவழத்துக்கு வட்டிப் போட்டுப் பார்த்தாயா என்ன கூடுமென்று கேட்டார். அதற்கு நான் அய்யா வட்டிபோட்டுப் பார்த்ததில் நான் பார்க்க வேண்டியது என்னயிருக்கிறது நீர் தயவு பண்ண வேணும் என்று சொன்னேன். அதுக்கு அவர் முசே பிலவான் எழுதி வந்த வட்டி கணக்குப் பாரென்று சொல்லி அந்தக் கணக்கு எடுத்து காண்பித்து இந்த நாற்பத்து எட்டு பெட்டி சம்மதிக்கு மாத்திரம் கூடின வட்டி மூவாயிரத்து எழுநூற்றி மூன்றே சில்லரை வராகன். இதல்லாமல் முன் இரண்டு தெண்டகம் சம்மதி இரண்டாயிரத்து அறுநூற்று சில்லரை ஆக ஆராயிரத்து நானூத்தி சில்லரையாகிறது. வெகு பணம் கொடுத்தது என்று சொல்லலானார்.

அதற்கு நானிருந்து கொண்டு வட்டி சம்மதியைப் பார்த்தீர்களே யல்லாமல் எனக்கு முதல் பணத்திலே வெகு தாட்சி வந்து இருக்கிறது என்று உபசாரமாய் எப்படிச் சொல்ல வேணுமோ அந்த மார்க்கமெல்லாமும் சொல்லி ஆசைவார்த்தை யுடையவாறு சாடையுஞ் சொன்னேன். அதற்கு அவரிருந்து கொண்டு இது உன்னை அடைகிறதென்று ஒரு மீத்துக்கு முன்னே சொன்னால் இத்தனைப் பிரயாசம் எனக்கில்லை. ஆனால், இனிமேல் எனக்கு ரொம்ப பிரயாசம். ஆனால் உன் நிமித்தம் எப்படியும் காரியம் அனுகூலம் பண்ணித் தருகிறேன். நீர் ஒன்றுக்கும் சிந்தனை பண்ண வேண்டாம். வீட்டுக்குப் போ வென்று சொன்னார். அதின் பேரில் அவருக்கு மிகுந்த உபசரணையான வார்த்தைகள் சொல்லி அனுப்பி வைத்துக்கொண்டு வந்துவிட்டேன். ஞாயம் சொல்லாமல் பிரிய

வசனம் சொன்னது எது நிமித்தியம் என்றால் அவர் கொடுக்க வேணும் எது நிமித்தியம் விட்டுவிடச் சொல்லுவீர் என்று அவர் சொல்லச்சே நாம் என்ன ஞாயம் சொல்ல வேணும் என்று சொல்லவில்லை. மூன்று நாளைக்கு முன்பாக கோட்டையிலே பிளவ பார்க்கச்சே முசே கோலார் என்னைப் பார்த்து உன் முகத்தைப் பார்த்தால் நீர் பவழ சம்மதி வட்டி சொல்லி நிமித்தியம் மனதிலே விசாரம் தோத்தியிருக்கிற சாடையாய் காணுது என்று நகைச்சு சொன்னதுக்கு நானிருந்து கொண்டு என் சம்பாத்தியம் என்ன? என் செலவென்ன? இந்தக் காரியத்துக்கு வட்டிக்குச் சொன்னால் நானெப்படி கொடுக்கப்பட்டுள்ளது என்று பவழக்காரர்களுக்கு வாங்கிக் கொடுக்கிறதிலே வருகிற பிரயோசனமும் அதினால் வந்திருக்கிற நஷ்டமும் இது களெல்லாம் விசதப்படச் சொல்லிவைக்க வேண்டுமென்று உம்முடைய வளவுக்கு நேத்தும் வந்தேன். நீர் இல்லாமல் போனீர். துரைக்கு எந்த வீதம் தெரியப்படச் சொல்ல வேணுமோ அப்படிச் சொல்ல வேணுமென்று சொன்னதுக்கு நல்லதென்று சொன்னான்.

1738 நவம்பர் 29 கார்த்திகை 17 சனிக்கிழமை

காலமே நான் முசே எலியாசு வீட்டுக்குப் போய் அவருடனே பேசியிருக்கச்சே கும்பனி சேவகன் வந்து கோன்சேல் கூடியிருக்கிறார்கள் துரை உங்களை அழைத்துக்கொண்டு வரச்சொன்னார் என்று சொன்னான். அதின் பேரிலே முசே எலியாசு கையிலே அனுப்பி வைத்துக்கொண்டு கோன்சேல் வீட்டுக்கு வந்த யிடத்தில் அங்கே கனகராய முதலி, சேஷாசல செட்டி, வாசுதேவ பண்டிதர், மேலுகிரி பண்டிதர் பிறகும் அநேகம் பேர் வர்த்தகர் துபாசிகள் இருந்தார்கள். நான் கோன்சேல் வீட்டுக்குள்ளே போக வேணுமென்று வாசல் படியிலே போய் முசே கோலாருக்கு சைகை காண்பித்தேன். அவர் வெளியிலே இருக்கச் சொல்லி சாடை சொன்னார். அதின் பேரிலே சாலையிலே வாசுதேவ பண்டிதருடனே கூட உட்கார்ந்து பேசிக்கொண்டிருக்கச்சே கோன்சேல் வீட்டிலே யிருந்து முசே பொலோ வெளியே புறப்பட்டு என்னை கோன்சேல் வீட்டுக்குள்ளே போகச் சொல்லி சொன்னான். நானும் கோன்சேல் வீட்டுக்குள்ளே போய் துரையவர்களுக்கு ஆசாரம் பண்ணி நின்றேன்.

அப்போது துரையவர்கள் என்னை கிட்ட வரச்சொல்லி ரங்கப்பா உன் பேரிலே முசே பிலவுவான் மூவாயிரத்து எழுநூத்து சில வாணம் வராகன் வர வேணுமென்று கணக்கெழுதிக் கொண்டு வந்து கொடுத்திருக்கிறான் என்று சொன்னார். அதற்கு நானிருந்து

கொண்டு நான் கொடுக்க வேண்டியதில்லை. எந்தச் சம்மதி என்று கேட்டேன். அதுக்கு அவரிருந்து கொண்டு 1734 வருஷத்தில் நாற்பத்தெட்டு பவழப் பெட்டி வாங்கின சம்மதிக்கு கெடுவு போக நின்ற நாளுக்கு வட்டி வர வேண்டியதென்று சொன்னார். அதற்கு நான் அய்யா பவழ சம்மதி வட்டி கொடுக்க மாட்டேன். இதற்குக் கும்பினிக்கு பெரிய காரியமல்ல. நான் பவழச் சரக்குக்கு நான் பிணை இருந்ததற்கு நாலாயிரம் அய்யாயிரம் வராகன் மட்டுக்கும் முழுகிப்போனது மல்லாமல் சிறிதுபேர் மானுஷமாய் செலுத்த தவறினவர்கள் பேரிலே மூவாயிரம் வராகன் மட்டுக்கும் வரவேணும். அதற்குக் கணக்கும் தஸ்தாவேசுகள் சீட்டுகள் எல்லாம் இருக்கிறதென்று சொல்லி இப்படி யெல்லாம் இருந்தாலும் உங்களுக்குக் கொடுக்க வேண்டிய பணம் வைக்கிறது நியாயமல்லவென்று, பிரத்தியிலே வட்டிக்கு வாங்கி உங்களுக்குச் சம்மதி பண்ணித் தீர்த்துப் போட்டேன். இதல்லாமல் பவழக்காரர் செலுத்துகிறது நாற்பதும் அன்பதும் பத்தும் அஞ்சும் இப்படி யெல்லாம் கொண்டு வந்து செலுத்துகிறது. இதையெல்லாம் சேர்ப்பித்து உங்களுக்கு வகுப்பு வகுப்பாய் செலுத்துகிறது. இதல்லாமல் உங்களுக்குச் சரக்கு செலவழிக்கிறதுக்கு பிரயாசமாயிருக்கிறது. இப்படியெல்லாமிருக்கிறது. இதல்லாமல் முன் இரண்டு தெண்டகம் நான் வட்டி சேர்த்து செலுத்தி யிருக்கிறேனா. நான் வட்டி கொடுத்ததில்லை. அந்தக் கணக்கும் நீங்கள் பாருங்கள். இப்படியெல்லாம் இருக்கச்சே என்னை வட்டி கொடுக்கச் சொல்லுகிறது ஞாயமில்லை ஆனதினாலும் நான் மெத்த நஷ்டமிட்டுப் போனேனே என்றும் இப்படியெல்லாம் சொல்லி ஆசாரமாயிங்கு அது விசேஷம் சொல்லி நீங்கள் தயவுபண்ண வேண்டுமென்று சொன்னேன்.

அதுக்கு துரையவர்கள் யிருந்து கொண்டு அதைத்தொட்டு எங்களுக்கு கவை என்ன. நீர் பின்னைச் சொன்ன மட்டுக்கும் எங்களுக்கு உம்முடைய கையிலே வாங்குகிறதே ஞாயம். நாங்கள் எதிர் வட்டி பவழத்திற்கு கூட்டி கொடுக்க யில்லையா? ஆனபடியால் நீயும் கொடுக்க வேணும் என்று சொன்னார். நீங்கள் ஓத ஞாயமில்லை தயவுபண்ண வேண்டுமென்று சொன்னேன். நாங்கள் ஆலோசனை பண்ண வேண்டும் நீர் அப்புறத்திலே போயிருக்க வேண்டுமென்று சொன்னார்கள். ஆசாரம் பண்ணிப்போட்டு கோன்சேல் வீடுவிட்டு வெளியே வந்து வாசுதேவ பண்டிதருடனே சாலையிலே பேசிக்கொண்டிருந்தேன். முன் எழுதப்பட்ட துபாசிகள் வர்த்தகர் சமஸ்தமான பேரும் இருந்தார்கள். அப்போது கோன்சேல் கலைஞ்சு வெளியே

வந்தார்கள். சின்ன துரை அவர்களை மாத்திரம் முன்னே வீட்டுக்குப் போய்விட்டார்.

பெரிய துரையவர்களும் முன்னேயும் இவர் பிறகே முசே துலார்ழ முசே கோலாரும் முசே மீரானும் முசே எங்குராமூம் கோன்சேல் விட்டு விட்டு சாலைக்கு வந்தார்கள். முன் சொல்லப்பட்ட துபாசிகள் உத்தியோகஸ்தர் வர்த்தகர் சகலமான பேரும் நானும் நின்று துரை அவர்களுக்கும் மற்ற கோன்சேல்லியவர்களுக்கும் ஆசாரம் பண்ணினோம். துரை அவர்கள் கனகராய முதலியை கபுறு கேட்க நடுச்சாலை வாசல்படியே போனார். பிறகே வந்த முசே கோலாரும் முசே துலோராமும் என்னைப் பார்த்து நகைச்சார்கள். அதிலே முசே கோலார் என்னைப் பார்த்து கை சைகையாய் உன்னைக் கொடுக்கச் சொல்லித் தீர்த்தோம் என்கிற சாடை காண்பித்தான். அதைப்பார்த்து முசே துலோர்ழம் முசே கோலார் பரியாசம் பண்ணுகிறான். அதை நீ மனதிலே எண்ண வேண்டாம் சந்தோஷமாய்த் தானே இரு என்று சொல்லி இவர்கள் துரையவர்கள் வீட்டைப் போன பிறகு சொல்லுவோமென்று நின்றார்கள். துரையவர்கள் வீட்டுக்குப் போகிறதுக்குப் பின்னையும் நாலு இரண்டு நாழிகை செல்லுமென்கிற சாடையா யிருக்கிறதினாலே நான்கூட நிற்கச்சே முசே துலார்ழம் முசே கோலாரைப் பார்த்து எனக்கு கவையிருக்கிறது ஆனபடியினாலே நான் போகிறேன். ரங்கப்பனுக்கு சந்தோஷ கபுறு சொல்லென்று சொல்லிப் போட்டு முசே துலார்ழம் வீட்டுக்குப் போனார். எனக்கு சாடை தெரிந்தது. பவழச் சம்மதி வட்டி கவையில்லை யென்று தீர்த்தார்கள் என்கிறது எனக்குச் சந்தேகமில்லை யென்று தோன்றி நான் சந்தோஷமடைந்தேன். இந்தச் சாடையெல்லாம் கனகராய முதலியும் பார்த்துக் கொண்டிருந்தான். ஆனாலும் நன்றாய் தெரியாது. அதன் பேரிலே துரையவர்கள் வீட்டுக்குப் போனார்.

அப்பொழுது முசே கோலார் என்னை கிட்ட அழைத்து நீ கொஞ்ச ஆதாயத்தைப் பார்க்கப் போய் அய்யாயிரம் ஆராயிரம் வராகன் மட்டுக்கும் சேதம் வந்ததே. குவர்னர் துரையிடம் நான் மிகவும் அடிச்சுவிட்டுப் பேசினேன். கடைசியிலே ஒன்று விட்டுவிட்டேன் என்று குவர்னர் துரை சொன்னார். இனிமேல் அப்படியே குரோஸ்ம் உன்னுடைய காரியங்கள் வந்தால் நான் பேசுகிறதில்லை யென்று சொன்னான். நானும் அய்யா இனிமேல் அப்படிப்பட்ட சோலிகளுக்குப் போகிறதில்லை. எல்லாம் நீர் நிர்வாகம் பண்ணினீர். உம்மைப் போலே நிர்வாகம் இப்ப நடக்கத்தக்க பேர் யார் இருக்கிறார்கள் என்று பின்னையும் சிறிது உபசாரமான வார்த்தையாக சொல்லிப்போட்டு அவனை அனுப்பிவிச்சுக்

கொண்டு குவர்னர் துரை அவர்கள் வீட்டுக்கு வந்து அவர் காம்பியா விலே தனிச்சு இருக்கச்சே போய் ஆசாரம் பண்ணினேன்.

அதுக்கு அவர் போம் சூர-ரங்கப்பா என்று சொன்ன மாத்திரத்திலே தேவரீரவர்கள் என் பேரிலே கிருபை வைத்து இந்தப் பவழ சம்மதி வட்டி தீர்த்த சம்மதிக்கு நான் உமக்கு நன்றி அறிந்து நடந்துகொள்ளப் போகிறேனோ நான் எவ்வளவு மனுஷன். என் பேரில் தயவுபண்ணி பவழ சம்மதி வட்டி கவையில்லாமல் தீர்த்துப் போட்டீர்கள் என்று சொன்னேன். அதுக்கு அவரிருந்து கொண்டு இப்படி கோன்சேல் அறிய தீர்ந்து போனால் எனக்கு என்றைக்கும் சங்கையில்லை என்றும் பின்னையும் அநேக விசேஷம் ஆதரித்த விசேஷங்கள் சொன்னார். அதற்கு நான் தேவரீர் பண்ணின உபசாரத்துக்கு நான் சொல்லத்தக்கதும் செய்யத் தக்கதும் ஒன்றையும் காணோம். நான் எப்போதும் உமக்கு அதிசய மேன்பாடும் கீர்த்தியும் ஆரோக்கியமும் ஆயுசும் நீடிச்சு வாழ வேணுமென்று பிரார்த்திக்கிறேன் என்று நன்றியறிந்த உபசரணை சொல்லி வீட்டுக்கு வந்து ஸ்னானம் பண்ணி சுகிதனாக இருந்தேன்.

மறுநாள் கோன்சேல் காரர் வீட்டுக்குப்போய் நன்றியறிந்த உபசரணை சொல்லி வந்தேன். மற்றப்படி இப்போது சத்துகள் விர்த்தியாயிருக்கிறதற்கு சர்வஜீவ தயாபரனாய் ஆண்டவருடைய கிருபையினாலே அனுகூலமானதே அல்லாமல் மனுஷ எத்தனத்துக்குள்ளே ஆனதல்ல. சுவாமியினுடைய கிருபை எந்த மட்டுக்கும் இவன் பேரில் இருக்குதோ அந்த மட்டுக்கும் மனுஷரைத் தொட்டு வரப்பட்ட விஷகாதம் ஒண்ணும் செய்ய மாட்டாது என்று விவேகாளா யிருக்கப்பட்டவர்கள் எண்ணுவார்கள்.

நாட்குறிப்பு 44

அணிவகுத்த படையணிகள் கோட்டை கொத்தளங்கள்!

விழுப்புரம், வழுதாவூர், விருத்தாசலம், திருவீதி (திருவதிகை), எலவனாசூர்கோட்டை, கோவளம், செங்கல்பட்டு உள்ளிட்ட இடங்களில் கோட்டை கொத்தளங்கள் இருந்ததை ஆனந்தரங்கர் நாட்குறிப்பின் வாயிலாக நம்மால் அறிய முடிகிறது. இங்கிலீஷ்காரர் வசமிருந்த கோட்டைகளைப் பிடிப்பதற்கான நடவடிக்கைகளை எல்லாம் விவரிக்கிறார் ஆனந்தரங்கர். பிரெஞ்சுக்காரர் வசம் கோட்டை வந்தடைந்த சேதியை எடுத்துவந்தவர்களுக்கு இனாம் வழங்கப்பட்டிருக்கிறது. திருவீதி கோட்டை விழுந்த தகவலை எடுத்துக்கொண்டு வந்த தகவலாளி இரவு பத்தரை மணிக்கு வந்திருக்கிறான். அந்நேரத்துக்கு ஆளுநருக்குத் தகவல் தெரிவிக்கப்பட்டு, தூக்கத்தில் இருந்த அவர் எழுந்தார். மிகவும் சந்தோஷப்பட்ட ஆளுநர் தகவல் கொண்டு வந்தவனுக்கு அந்நேரத்தில் சாப்பாடு போட்டிருக்கிறார். மேலும், தன் கைப்பெட்டியிலே இருந்து 100 விராகன் பணத்தை எடுத்துக் கொடுத்ததோடு அல்லாமல், மூணு பாட்டில் சாராயமும் கொடுத்து அனுப்பி இருக்கிறார்.

ஒருமுறை ஹைதராபாத் நிசாம் ஆற்காடு வந்தார். அவருடன் அணிவகுத்து வந்தவர்கள் எழுபதினாயிரம் குதிரை மற்றும் யானைப்படை வீரர்கள். இவர்கள் ‘சமுத்திரம் பொங்கி

வந்தாற்போலே வெகு ஆர்ப்பாட்டத்துடனே வந்தார்கள்' என்கிறார் ஆனந்தரங்கர். 'நிசாம் அவர்களுக்கு வயது 81. அவர் சரீரம் ஒல்லியாயிருக்கிறார். நல்ல சிகப்பு ரத்த வர்ணமாயிருக்கிறார்' பிள்ளையின் வர்ணனை இது. நேரில் பார்க்கவில்லை. எழுதிவந்த சேதி தான். ஆனாலும் சலனப்படக் காட்சி போல் அனைத்தையும் நம் கண் முன்னே கொண்டு வந்து நிறுத்துகிறார் ஆனந்தரங்கப்பிள்ளை.

ஆற்காடு

1743 பிப்ரவரி 21 மாசி 13 வியாழக்கிழமை

காலமே சாமத்து மேல் நிசாம் அவர்களும் அவர் பிள்ளைகளும் பந்து சனங்களுடன் பெரிய மனுஷர் உமறாக்களும் எழுபதினாயிரம் குதிரையனும் யானையுடனே கால் பலங்களும் கூட சமுத்திரம் பொங்கி வந்தாற்போலே வெகு ஆர்ப்பாட்டத்துடனே ஆற்காடு வந்து தாக்கலானார்கள். ஆனால் அதுகளுக்கு விபரம் வயணம் எழுதுகிறேன்.

நிசாம் அவர்களுக்கு வயது 81. அவர் சரீரம் ஒல்லியாயிருக்கிறார். நல்ல சிகப்பு ரத்த வர்ணமாயிருக்கிறார். அவருடைய குமாரன் மூத்த பிள்ளை நாசர்சங்கு. அவருக்கு வயது 30. அவருக்கு இளையவன் மகமது சயித்கான். அவருக்கு வயது 8. அவர்கள் இரண்டு பேர் அண்ணன் தம்பி. இரண்டு பேரும் ஒரு யானையின் பேரிலே ஒரு அவுதாவிலே கூட வருகிறதற்கு ஒரு டேராவிலேதானே இறங்கியிருக்கிறது.

இதல்லாமல் நவாபு மகனென்றும் சொல்லுகிறார்கள். அவர் பேர் சமாலத்தீனுகான். அவர் நிசாமவர்களுக்கு சரிசமானமாயிருக் கிறவராம். அவரும் வேறே ஒரு யானையின் பேரிலே நிசாமவர் களுடனே கூடத்தானே வருகிறதும் அவருடைய டேராவுக்கு அடுத்தாற்போலே சமீபத்திலே தானே இறங்கியிருக்கிறது. இதல்லாமல் கேவலம் ஆப்த பந்துக்களாயிருக்கிற உமறாக்கள் பெரிய மனுஷர் நாற்பது அவுதாக்காரர் நூறு பேரைக்கொண்டு கூட வரப்பட்டவர்கள்.

இதல்லாமல் பீரங்கிச் சாமான்கள் எடுத்துக்கொண்டு வருகிற யானையன் 200, மூட்டை முடிச்சுகள் எடுத்துக்கொண்டு வருகிற யானையன் 100, பின்னையும் சாமான்கள் எடுத்துக்கொண்டு வருகிற யானையன் 100, சபர்சங்குகளும் பீரங்கி தட்டுமுட்டுகளும் எடுத்துக்கொண்டு வருகிற யானையன் 100, நகாரா நகபத்து

பின்னையும் வாத்தியங்களை எடுத்துக்கொண்டு வருகிற யானையன் 100. நிசாமவர்களுடைய சொந்த குதிரை 20,000. இதல்லாமல் நிசாமவர்கள் பிறகே வந்த சில்லரை சமேதராக் குதிரையன் 10,000. இதல்லாமல் நாற்பது அவுதாக்காரருக்கும் குதிரையன் 20,000. கடப்பை அப்துல் நபிகான் சாயபு அவருடைய பிள்ளையலும் கூட வந்திருக்கிறார்கள். அவர்களுடைய பேர் பத்தேமியா, படேமியா. அவர்களது 3000.

இதல்லாமல் பாளையக்காரர் அனுகொண்டவாரு, முனுகொண்ட வாரு, பிராக்கட்டவூர்வாரு, நாடிக்கட்டவாரு, மயிசூரிவாரு, குடிநாடவாரு, சித்திரகண்டில்வாரு, சிருக்கேரிவாரு, ஆனை கொண்டிவாரு, கங்கேந்திரவாரு, யாச்சமன நாயனிவாரு, மட்டலவாரு, இங்கேவாரு, பொம்மராச்சவாரு, பின்னையும் சில்லரை பாளையக்காரர். இவர்களுடையதெல்லாம் 5000, 6000 குதிரையுண்டு. இதல்லாமல் பெண்டாரியன் கணக்கு வழக்கு ஒருமித்த எழுதப்போகாது.

இதல்லாமல் மறாட்டியரில் பெரிய மனுஷர். இவர்கள் பிறகே வந்தவர்கள் இராசா சந்திரசேன், இராசா நிம்பாலிசி யுதோசி என்கிற மராட்டியர். இவர்கள் 20,000 குதிரையுடனே திருப்பதிக்குப் போய் சுவாமி தரிசனம் பண்ணப் போனார்கள். இனிமேலவர்கள் திருப்பதியிலே யிருந்து காஞ்சிபுரத்து மார்க்கமாய் வருவார் களென்றும் சொல்லுகிறார்கள்.

இப்போ தண்டு வந்து இறங்கியிருக்கிறது பொன்னை முதல் வேலூர் கூட்டிக்கொண்டு காவேரிப்பாக்கம் ஏரிக்கரை மட்டுக்கும் வெகுதூரம் பாளையம் இறங்கியிருக்கிறதாம். இதல்லாமல் பதினைந்து இருபது நாள் ஆற்காட்டிலே யிருந்து அவர் குமாரன் நாசர்சங்குவை ஆற்காட்டிலே வைத்துவிட்டு நிசாம் அவர்களும் அவர்கள் பிறகே வரப்பட்ட குதிரை யானையன் சாமான்களுடனே திருச்சிராப்பள்ளிக்குப் போகிறார் என்று சொல்லுகிறார்கள்.

அவர்களிப்படி தெற்கே போகிறது எதினாலென்றால் திருச்சிராப் பள்ளியை வாங்கி மயிசூராருக்குப் கொடுத்துப் போகிறார்களென்று சொல்லுகிறார்கள். கானுபகதூர் பேட்டி பண்ணிக் கொண்டதாக வும் மற்றபேர் சகலமான பெரிய மனுஷரும் இவ்விடத்திலே இமாம் சாயபு அவர்கள் முகாந்திரமாய் நடக்கிறது. இனிமேல் என்ன நடக்குமோ தெரியாது. தண்டு பாளையம் இறங்கியிருக்கிறது பனிரெண்டு நாழிகை வழி சவுக்கமாய் இறங்கியிருக்கிறதாம். இப்படியாக ஆற்காட்டிலே யிருந்து எழுதி வந்தது.

வழுதாவூர் கோட்டை

1743 பிப்ரவரி 23 மாசி 15 சனிவாரம்

காலமே உதயத்துக்கு வழுதாவூர் கோட்டையிலே யிருந்த மீர்சத்து பாளையம் கூசசுப்பண்ணி பயணம் புறப்பட்டு நிசாமவர்கள் பேட்டிக்கு ஆற்காட்டுக்குப் போனார்.

1752 ஆகொஸ்து 5 ஆடி 25 சனிவாரம்

யித்தனாள் வெள்ளைக்காற சொலுதாதுகள் முன்னூறும் சட்டைக்காறர்கள் நூறு சிப்பாய்கள் துப்பாக்கிக்காறர்கள் அறுநூறு பேர்களும் யிதுகளுக்கு கொம்மாந்தாம் கெர்ஷாமும் யிந்தப்படிக்கு திட்டம் பண்ணி சொலுதாதுகள் வகையிரா யெல்லாரும் யித்தனாள் பிறப்பட்டு செஞ்சிக்குப் போகத்தக்கதாகப் பயணம் பிறப்பட்டு நாலு பெரிய பீரங்கியும் குண்டு மருந்து வகையிரா சிப்பாயிகள் வகையிரா சாமானுகள் பிடி பிடிச்சுக் கொண்டு வழூதாவூர் கோட்டைக்குப் போய் சேர்ந்தார்கள். முசியே கெர்ஷாம் நாளைக்கு வழூதாவூர் கோட்டையைப் போய் சேர்ந்தவுடனே சொலுதாதுகள் வகையிரா சாமானுகள் கூட செஞ்சிக்கு மமுதல்லிகான் பவுன்சும் பேரிலே சண்டைக்குப் போறதாய்ச் சொன்னார்கள்.

அரிகிருஷ்ணாபுரம்

1746 டிசம்பர் 20 மார்கழி மங்கள வாரம்

இதல்லாமலின்றைய தினம் அரிகிருஷ்ணாபுரத்தண்டையிலே சண்டையிலே இங்கிலிசுக்காரர் பிடித்துக்கொண்டு போனது. கும்பினீர் மாடும் தனி மாடுமாய் கால்நடை 250, 260. கூடாரம் 120, 130. துப்பாக்கி பெட்டி 5-க்கு துப்பாக்கி 250. சாராயம் மொண்டு வார்க்கிற சொப்புக் குடம் 60. சாராய பீப்பாய் 100. மருந்து பீப்பாய் 50. பன்றி 100. ஆடு 1400. கோழி 2000. ரொட்டி பிஸ்கோத்து பின்னையும் தட்டுமுட்டும் கொள்ளை போச்சுது.

அழிசபாக்கம் (அபிஷேகப்பாக்கம்)

1747 பிப்ரவரி 16 மாசி 8 வியாழக்கிழமை

இற்றைநாள் அழிசபாக்கத்திலே வீட்டைக் கொளுத்தின பெண்டாரிகள், கபாடக்காரரைப் பிடிக்கவேணுமென்று அரியாங்குப்பத்திலே யிருந்து முசியே லத்தூசு முப்பது பேர்

சொல்தாதுகளும் இருபது பேர் மாயே சிப்பாய்களும் அழிசபாக்க மட்டுக்கும் போனார்கள். அவ்விடத்திலே போன உடனே இந்த வெள்ளைக்காரரைக் கண்ட மாத்திரத்திலே ஊரைக் கொளுத்தின பெண்டாரிகள், கபாடக்காரர் எல்லாரும் புறப்பட்டு ஓடிப் போனார்களாம். அதிலே மூன்று பேர் அகப்பட்டு அந்த மூன்று பேரையும் பிடித்துப் பின்கட்டு முறையாய் கட்டி இவ்விடத்துக்கு அனுப்புவித்தார்கள்.

அவர்கள் மூன்று பேரையும் கொண்டுபோய்த் துரையவர்கள் முன்னே விட்டவிடத்திலே இவர்களாரென்று கேட்டார். இவர்கள் தானய்யா அழிசபாக்கத்திலே வீட்டை கொளுத்தினவர்கள் என்று சொன்னார்கள். அந்த வார்த்தைச் சொன்னவுடனே துரையவர் களுக்குக் கோபம் வந்து அந்த மூன்று பேரையும் வேப்ப மரத்திலே கட்டச்சொல்லி, காப்பிரிகளை விட்டு ஐம்பதைம்படி அடிக்கச் சொல்லி, அந்த அடியின் பேரிலே உப்பும் காடியும் விட்டு மேலே தேய்க்கச் சொல்லி தேய்ப்பித்து கோட்டைக் கிடங்கிலே கொண்டு போய் போடச் சொல்லி உத்தரங்களைச் செய்தார். இவர்களை அடித்தது காப்பிரிகளானபடியினாலே அடி நன்றாய்த் தானே உறுதியாய் ரத்தமும் ஒழுகத்தக்கதாக அடிபட்டது.

திருக்கோயிலூர்

1748 ஜூலை 30 ஆடி 19 மங்களவாரம்

திருக்கோயிலூர் கோவிலிலே செஞ்சி அகம் மனுஷன் அமுல்தார் நூறு சுவார்களும் இருநூறு முன்னூறு சேவகருடனே இருந்து அமுல் பண்ணிக்கொண்டு அந்த சீர்மை நாட்டாரையெல்லாம் பிடித்துக் காவல் வைத்துக் கொண்டிருக்கச்சே நாட்டாரானவரும் வேட்டவலம் பண்டாரிக்குக் காகிதமெழுதி எங்களை விடுவித்து விட்டால் அதற்குச் சிறிது திரவியம் கொடுக்கிறோமென்று சொல்லியனுப்பியதன் பேரிலே வேட்டவலம் பண்டாரி ஆயிரம் பேர் ராணுவமுடனே வந்து கோயிலைச் சுத்திக்கொண்ட மாத்திரத்தில் கோவிலிலே யிருந்த துலுக்கன் கதவை சாத்திக்கொண்டு தானும் முஸ்தீதாயிருந்தான்.

அதன் பேரிலே கோயில் கதவை சுடுங்காட்டிலும் உள்ளேயிருந்த துலுக்கரும் ராணுவமும் கவிலமேகி ஆயுதங்களை ஒப்புக் கொடுத்துப் போட்டு வெளியே வந்த உடனே ராணுவத்தையும் குதிரைக்காரரையும் விட்டுவிட்டு அமுலாயிருந்த துலுக்கனையும் பிடித்துக்கொண்டு அரண்மனைக்கு தரதாயிருந்த பணம்

சிறிதாயிருந்ததாம். அந்தப் பணத்தையும் எடுத்துக் கொண்டு மூவாயிரம் கல தானிய மட்டுக்கும் இருந்ததாம். அதையும் எடுப்பித்துக் கொண்டு அமுல் துலுக்கனைக் கூட அழைத்துக் கொண்டு காவலில் பண்ணியிருந்த நாட்டாரையும் விட்டு அனுப்பிப் போட்டு தானுமிப்போது சதுரகர்காரத்தைப் போய் விட்டதாகவும் அதன் பேரிலே விழுப்புரத்திலே யிருந்த அப்துல்சலீல் அன்றைய தினம் பின்னையொரு கிராமத்திலே குடிசையிலே கிடந்து மறுநாள் செஞ்சியிலிருந்து சிறிது ராணுவம் அழைப்பித்துக் கொண்டு செஞ்சியே போய்விடுகிறதாய் இருக்கிறதாய் இருக்கிறானென்றும் பயந்து இருக்கிறானென்றும் எழுதி வந்தது.

1748 ஆகஸ்ட் 18 ஆவணி 6 ஆதிவாரம்

பதினொண்ணரை மணி வேளைக்கு என்னை அழைத்தனுப்பி வைத்து, மாபுசுகானைப் பிடித்துக் கொண்டார்களாம். ஊரெல்லாம் பேசிக் கொள்கிறார்களாம். நானரியேன். அப்படி மாபுசுகானை வேட்டவலம் பண்டாரி பிடித்துக்கொண்டு போனால் இந்த மட்டுக்கும் யாருக்கும் சேதி வராதா? அது பொய்யான வார்த்தை யென்கிறாப்போலே நீ நன்றாய் கபுறு விசாரிக்கவில்லை யென்று சொல்லிப்போட்டு தாட்டி அண்டைக்குப் போய் சொன்னது: அவன் மறுபடி திருக்கோயிலூரிலே ஒரு கோயிலிலே இருந்தானாம் அவனைப் போய் பிடித்துக் கொண்டாராம். பண்டாரத்தார் மனுஷர் போய் பிடித்துக்கொண்டு வந்தார்களாம் யென்று மறுபடி வந்து சொன்னார். அதற்கு நான் சொன்னது திருக்கோயிலூரிலே அப்துல் சல்லி உறவு முறையாயிருந்தவனை பிடித்துக்கொண்டு போய் அவனைப் பன்றிக்கறி கூட தின்ன வைத்தாரென்பதின் பேரிலே தான் நவாபு அன்வர்திகான் முதலான பேர் கூட பவுன்சு வந்து இறங்கினதென்று சொல்லி அவனைப் பிடித்து 25 நாளானதென்றும் சொன்னேன். அதன் பேரிலே தாட்டி அண்டைக்குப் போய் மறுபடி சொல்லிப்போட்டு வந்தான்.

விழுப்புரம் கோட்டை

1750 மார்ச்சு 11 பங்குனி 2 புதவாரம்

அப்பால் விழுப்புரத்து சமாசாரமெல்லாம் யென்னவென்று கேட்டார். நம்முடையவர்கள் போய் பத்தே பண்ணினார்கள் யென்கிற சேதி கேழ்க்கப்பட்டது. ஊர்ச்சிதமான சேதி இதோ வரப்போகுது யென்று சொல்லிக்கொண்டிருக்கச்சே விழுப்புரம் பத்தே ஆன சேதிக்கெல்லாம் கொலைக்காரன் காகிதங் கொண்டு

வந்தான். அதிலே யென்ன சேதியென்றால் நம்முடையவர்கள் போயிறங்கியவுடனே விழுப்புரத்துக் கோட்டையிலே அப்துல் சல்லீல் மனுஷரென்று வந்திருந்த இங்கிலீசுக்காரரும் சட்டைக் காரரும் சேவு கருமாரி யிருந்தவர்கள் சண்டைபண்ணி அவர்களிலே பத்து பன்னிரண்டு பேர் செத்த உடனே கோட்டைய விட்டு ஓடினதாயும் அப்பால் நம்முடையவர்கள் விழுப்புரம் கோட்டையை பத்தே பண்ணிக்கொண்டு போயிருக்கிறதான யெழுதி வந்தது. அப்பாலிந்த சமாசாரம் கொண்டு வந்த கொலைகாரனுக்கு இரண்டு ரூபாய் இனாங் கொடுத்தனுப்பச் சொல்லி மறுபடி அப்ப நானே பதிலுக்கு சீட்டு ஒன்று எழுதி யிப்படியானால் சமீபத்திலே தண்டுவந்து இரங்கியிருக்கிறது தாங்கள் சீக்கிரமாய் புறப்பட்டு வரவுமென்று எழுதி அப்பதானே அனுப்புவித்தார்.

இறவாசநெல்லூர் (எலவனாசூர்கோட்டை)

1750 சூலை 5 ஆனி 25 ஆதிவாரம்

இத்தனாள் காலத்தாலே யெட்டு மணிக்கு துரையவர்கள் கோயிலுக்குப் போய் பூசை கேட்டு வந்து கபே குடிச்சு ஆன பிற்பாடு யென்னை அழைத்து யென்ன சேதியென்று கேட்டார். முந்தாம்நாள் இறவாசநெல்லூர் கோட்டை நம்முடவர்கள் வாங்கி வெள்ளைக்கோடி போட்டார்களென்று கபுறு சொன்னேனே இத்தனாள் சூரிய உதயத்துக்கு வந்த கபுறு என்னவென்றால் முன்னாடி ஓடிப்போய்விட்ட உசேன்சாயபு தாயாருடைய சுவார்களும் உளுந்தூர் றகுநாத நயினார் யென்கிறவனும் கூட பின்னையும் ஆயிரம் பேர் சேவுகர்களும் துப்பாக்கிக்காறர்களும் யிறநூறு சுவார்களும் கூட்டிக்கொண்டு வந்து கோட்டையிலே லக்கையேறினார்கள். நம்முடவர்கள் நூறுபேர் கற்னாடக சேவுகறான படியினாலேயும் கொத்தலங்களும் வீடுகளும் அந்த கோட்டையைச் சுத்திலும் யிருக்கிற படியினாலேயும் அடைய வளைஞ்சான் சார்பனாவான படியினாலேயும் அவர்கள் ஒரு மூலைக்கு வந்தது தெரியாமல் போனாலும் நம்முடவர்களும் நாற்பது முப்பது பேர்களைச் சுட்டுத்தள்ளிப் போட்டார்கள். காயக்காறர்களுமுண்டு.

அப்பால் ரெண்டாயிரம் பேர் கும்பலுமல்லாமல் சீமை அவர்களுக்கு வெகுநாளாய் நடந்துவருகிற படியினாலே கும்பல் வெகு விஸ்தாரமாய்க் கூடினபடியினாலே லக்கையேறிக்

கோட்டையைப் பிடிச்சுக் கொண்டார்கள். அஞ்சாறு பேர்களை வெட்டிப்போட்டார்கள் யென்றும் பின்னையும் அஞ்சாறு பேருண்டு யென்றாப் போலேயும் முப்பது நாற்பது பேருக்கு காயமும் யென்றும் மத்தப்பேர்கள் ஓடிப்போய்விட்டார்கள் என்றும் அமுல்தாரன் வெங்கிட்டறாயனைப் பிடிச்சுக்கொண்டு போனார்களென்றும் சேதி வந்ததென்று சொல்லி...

விருத்தாசலம் கோட்டை

1750 செப்தம்பர் 6 ஆவணி 25 ஆதிவாரம்

இத்தனாள் காலத்தாலே துரையவர்கள் கோவிலுக்குப் போய் பூசை கேட்டு வந்தவுடனே என்னையழைச்சு விருத்தாசலம் கோட்டையை ஒப்பிச்சுப் போடுகிறோமென்றும் அந்தக் கோட்டையிலே யிருக்கிற சமேதார்கள் வகையறா வகையறாவிலே கேட்டனுப்பிவிச்ச படிக்கு கவில் யெழுதியிருந்தோமே இப்போ யிறுநூறு சிப்பாய்களையும் நாற்பது சுவார்களையும் அனுப்பிவிச்சால் நாங்களாய்க் கோட்டையை விட்டுப்போட்டு அவர்கள் மனுஷறாய்ப் போனார்களென்கிற பதிலாமையில்லாமல் கோட்டை பிடிக்க அவர்கள் மனுஷர்கள் வந்தார்கள். அவர்களுடனே பிடித்து சண்டை கொடுக்கப் பெலனிருக்குதா கவிலை வாங்கிக் கொண்டு கோட்டையை ஒப்புவிச்சுப் போடுகிறோமென்று சொல்லி அனுப்பினார்களாம். அதின் பேரிலே யிறநூறு சிப்பாய்களையும் நாற்பது சுவார்களையும் விருத்தாசலம் கோட்டையிலே போயிருக்கச் சொல்லி அனுப்பினார்களாம். விருத்தாசலத்துக்கும் திருவீதிக்கும் பறங்கி யேழரைகாதம் யெட்டுக்காதமுண்டென்று சொன்னேன். வெங்கிட்டாம் பேட்டைக்கும் திருவீதிக்கும் யெத்தனை காதமுண்டென்று கேட்டார். நாலுகாத முண்டென்று சொன்னேன்.

1753 சூன் 8 வையாசி 30 சுக்கிறவாரம்

இந்தநாள் சாயங்காலம் முசே மேசேன் கொமாந்தாம் விருத்தாசலம் கோட்டை யிங்கிறேசுக்காறர் வசமாயிருந்ததை வாங்கிக் கொண்டானென்று துரையவர்களுக்கு யெழுதி வந்ததுக்கு மறுஉத்திரம் அந்தக் கோட்டையைப் பிடிச்சுப் போடச் சொல்லி யெழுதியனுப்பிவிட்டார்கள். அந்தக் கோட்டையிலே யிருந்த யிங்கிறேசுக்காரர்கள் சனம் 15 பதினைஞ்சு தமிழ்ப் பாளையம் சனம் 200 இருநூறு சட்டைக்காறர் சனம் 15 பதினைஞ்சு யிந்த மட்டுக்கும் யிருந்தார்கள் யென்று சொன்னார்கள்.

கோவளம் கோட்டை

1752 செப்த்தம்பர் 22 ஆங்கிரசு பிறட்டாசி 10 சுக்கிறவாரம்

இத்தனாள் ராத்திரி ஏழரை மணிக்கு துரையவர்கள் அழைச்சனுப்பி வைத்து முசே பிளாம் செப்தம்புறு மாதம் 16-ந்தேதி சாயங்காலம் கோவளம் கோட்டையை ஒப்பித்துப் போட்டேனென்றும் அவர்கள் இரண்டாயிரம் பேர் மட்டுக்கும் வந்த படியினாலேயும் யெங்கே லக்கையேறுகிறார்களோவென்று ஒப்பித்துப் போட்டேன் யென்றும் யெழுதினான் யென்று சொல்லி கச்சோறு உள்க்கையாயிருந்து விட்டான்.

...இத்தனாள் ராத்திரி பத்து மணிக்கு கேழ்விப்பட்ட கபுறு மேஸ்தர் க்ளீஸ் யென்கிறவன் கோவளத்துக்கு அமில் பண்ணுகிறதுக்கு ஒரு பிறாமணனையும் சிறிது பேருகளையும் கோட்டைக்கு வைத்துப் போட்டு செங்கல்பட்டு கோட்டை வாங்கத் தக்கதாக நேத்தய தினம் காயத்தண்டையிலே போய் பவுன்சுடனே யிறங்கினானென்று சேதி வந்தது.

செங்கல்பட்டு கோட்டை

1752 செப்த்தம்பர் 24 புறட்டாசி 12 ஆதிவாரம்

இத்தனாள் துரையவர்கள் கோயிலுக்குப் போயிவந்த பிற்பாடு பத்து மணி வேளைக்கிப் போய் கபுறு சொல்லியானவுடனே செங்கல்பட்டு சேதியேதாகிலும் வந்துதாவென்று கேட்டார். மேஸ்தர் கிலேசு வெள்ளிக்கிழமை நாள் செங்கல்பட்டுப் போய்ச்சேர்ந்தானென்றும் கோட்டைக்கு யெதிரே பவுன்சு கண்டவுடனே கோட்டையிலே யிருக்கிற முசே விலாம் குமாந்தமும் முசியே மிலோமும் கோட்டையைப் பந்துபஸ்து பண்ணிக்கொண்டு சேவுகர்கள் சிப்பாயிகள் வகையிராக்களையும் வைத்துக்கொண்டு ரஸ்தும் ஒரு வருஷத்துக்குண்டாம் சேர்த்து வைத்துக் கொண்டிருக்காறதும் மருந்து குண்டும் அப்படி தாக்ஷியில்லாமல் வைத்துக் கொண்டிருக்கிறது பந்துபஸ்திலே குறைச்சலில்லை.

தெய்வ யெத்தினம் தெரியாததல்லவே. யல்லாமல் மனுஷர்கள் யிருக்கிற பந்துபஸ்துகளிலே கோட்டையிலிருக்கிற அறணிப்புயிலே வாங்க மாட்டார்கள் அப்படி பெலத்து இருந்து கொண்டு சத்துருக்களைச் சேர் வொட்டாமல் அடிக்கிறார்கள் யென்று சொன்னேன்.

திருவீதி கோட்டை

1753 மாயு 7 சித்திரை 29 சோமவாரம்

இத்தனாள் ராத்திரி பத்தரை மணிக்கு திருவீதியின் பேரிலே யிறங்கியிருக்கிற நம்முட வூரிலேயிருந்து ஒரு வெள்ளைக்காரன் துவாருது குதிரை சுவார் வந்து வழுதாவூர் வாசற்படி மூடியிருந்த படியினாலே அகறத்தை ஓரமாயிருந்து ஒரு துப்பாக்கி வெடி சுட்டான். அந்த சத்தம் வாசற்படியிலிருக்கிற கொற்பறால் கேட்டு ஆர் யென்று யெச்சரித்த பிற்பாடு திருவீதி கோட்டை பத்தே ஆச்சுது அந்த கபுறு துரையவர்களுக்குச் சொல்ல வந்தேன் என்று குவாடுது குதிரை சவார் சொன்னானாம்.

அப்பால் வாசற்படி திறந்து அந்த கொப்புறால் அவனை அழைச்சுக்கொண்டு துரையவர்களண்டைக்குப் போனவுடனே அவர் நித்திரை போயிருக்கச்சே போய் எழுப்பி அந்தக் குவாடுது குதிரை சவார் துரையவர்களுடனே திருவீதி கோட்டை நம்முடவர்கள் யித்தனாள் சாயங்காலம் பத்தே பண்ணின சமாச்சாரம் சொன்ன மாத்திரத்திலே துரையவர்கள் மகா சந்தோஷப்பட்டு அவனுக்கு அன்னேரத்திலே தானே சாப்பாடு அழைப்பிச்சுக் குடுத்து சாப்பிடச் சொல்லி தம்முட கைப்பெட்டியிலே யிருந்த வீராகனிலே நூறு வீராகன் யெடுத்து அவனுக்கு யினாம் கொடுத்து மூணு போட்டிலும் சாராயம் கொடுத்து மறு காகிதமும் யெழுதி அவனுடனே ரெண்டு பேர் அறுக்காறுகளையும் பயணம் பண்ணி பதினொண்ணரை மணிக்கு அனுப்பிவிச்சார்.

ஆனாலிந்த திருவீதிக் கோட்டை பத்தே பண்ண சமாச்சாரம் அவரவர் சொல்லிக் கொண்டதென்ன வென்றால் நேத்து ஆதிவாரம் ராத்திரி தானே திருவீதி கோட்டையிலிருந்த யிங்கிறேசுக்காரர் சொலுதாதுகள் சிப்பாயிகள் வகையிராக்கள் அவரவர்கள் தட்டுமுட்டெல்லாம் வெளியே தேவனாம்பட்டணம் கோட்டைக்கு அனுப்பிப்போட்டு அவர்களும் ஆயுதங்களை எடுத்துக்கொண்டு சமஸ்தான பேரும் பிறப்பட்டுப் போனார்கள் யென்றும் அந்தச் சேதி நம்முடவர்களுக்குத் தெரியாமல் யித்தனாள் மத்தியானம் மட்டுக்கும் பீரங்கிகளும் மொருத்தியேயும் கோட்டையின் பேரிலே சுட்டார்கள்.

கோட்டையில் யாரும் யில்லாததனால் சபாபுயில்லாமல் போச்சுது. அவர்கள் சுடாமல் சும்மாயிருந்தது யென்னவோ மோசம் பண்ணியிருக்கிறார்கள் யென்று நம்முடவர்கள் ஆலோசனை பண்ணி சிறிதுபேர் கூலிக்காரரை அனுப்பிப் பார்த்து

வரச்சொன்னார்கள். அவர்கள் போய் பார்த்து கோட்டையிலே யாருமில்லை யென்று வந்து சொன்னார்கள். அப்பால் நூறு சுவார்களையும் சிறிதுபேர் சிப்பாயிகளையும் சேவுகரையும் போய்ப்பார்த்து வரச்சொன்னார்கள். அவர்களும் போய்ப்பார்த்து வந்து யாருமில்லை யென்று சொன்னார்கள்.

அதன் பிற்பாடு நம்முட பிறான்சுக்காறர் தாலுக்கு பவுன்சும் முராரிராயன் வகையிராக்களும் கோட்டை அண்டைக்குப்போய் உள்ளே போய் நாலு பக்கமும் பார்த்து அப்பால் கோட்டையின் பேரிலே வெள்ளைக் கொடியைப் போட்டுக் கொண்டார்கள் யென்றும் கோட்டையிலே முன் யிங்கிறேசுக்காறர் காலம் பண்ணியிருந்த பிறான்சு சொலுதாதுகள் யிருபத்தொன்பது பேரும் பனிரெண்டு ஒபிசியால்மாரும் யிருந்தார்கள். அவர்களுடனே இங்கிறேசு ஒபிசியால் ஒருத்தனும் யிருந்தார்கள் என்றும் யிப்படியாக அவரவர் சொல்லக் கேழ்வியானேன்.

1753 மாயு 8 சித்திரை 30 அங்காரகவாரம்

தில்லை மேஸ்திரியை அழைப்பிச்சுக் கொண்டு கொலுத்துக் காறரையும் மேஸ்திரிகளையும் திருவீதிக்கு அனுப்பி கோட்டையை யிடிச்சுப்போடச் சொல்லி உத்தாரம் கொடுத்ததாய்ச் செய்தி கேழ்க்கப்பட்டுது.

நாட்குறிப்பு 45

பிரெஞ்சு மண்ணில் குற்றங்களும் தண்டனைகளும்...

திருடுவது, பொய்க்கணக்கு எழுதுவது, செய்த குற்றத்தை மறைப்பது, குற்ற நிகழ்வைத் தடுக்காமல் இருந்தது, ராணுவத்தைவிட்டு ஓடுவது உள்ளிட்டவை புதுவை மண்ணில் பிரெஞ்சு ஆட்சியில் குற்றச்செயல்களாகக் கருதப்பட்டன. கைகால் விலங்கிட்டு இருட்டறையில் அடைப்பது, ரத்தம் வருமளவிற்குக் கசையடி கொடுப்பது, அதிலே உப்பைத் தடவுவது, காதுகளை அறுப்பது என இக்குற்றங்களுக்கானத் தண்டனைகளின் பட்டியல் நீள்கிறது. அதிகபட்சத் தண்டனை, அனைவரும் அறியும்படி ஊருக்கு நடுவில் வைத்து துப்பாக்கியால் சுட்டுக்கொல்வது, கம்பம் நட்டுத் தூக்கில் போடுவது. இப்படித் தூக்கில் ஏற்றப்படுவதை விரும்பாத ஒருவன் தன்னைத் தானே சுட்டுக்கொண்டு தற்கொலை செய்து கொண்டான். ஆனாலும் அவனது சடலத்தை அனைவரும் அறியும்படியாகத் தெருத்தெருவாக இழுத்து வர உத்தரவிடப்பட்டது.

அரசாங்கத்தின் காவல் காக்கும் தளவாய் பொறுப்பில் இருந்தவர் வீராநாயக்கன். அவர் வீட்டில் குடியிருந்தவரிடம் திருட்டு அரங்கேறியது. இதனால் வீராநாயக்கனையும் அவரது மகனையும் சிறையில் தள்ளியது பிரெஞ்சு அரசாங்கம்.

கொடுக்கல் வாங்கல் விவகாரம் ஒன்று அரசாங்கத்தின் பார்வைக்கு வந்தது. இங்குத் தண்டனை வழங்குவதற்கு மாற்றாக, ஈஸ்வரன் கோயிலில் விளக்கை அணைத்து சத்தியம் செய்யுமாறு

அறிவுறுத்தப்பட்டது. பொய் சத்தியம் செய்த இந்த நிகழ்வை அழகாக வர்ணிக்கிறார் ஆனந்தரங்கர்!

1738 ஆனி 1 சூன் 11 புதவாரம்

...அதிலே நடந்த அதிசயம் என்னவென்றால் முன்னாலே இவ்விடத்திலேயிருந்து ஓடிப்போன சொல்தாது ஒருவனைப் பிடிச்சு வந்து பதினைந்து நாள் கிடங்கிலே போட்டு வச்சிருந்து எல்லோருக்கும் பட்டம் வருகிற நிமித்தியமாய் அன்றைய தினம் இந்த சொல்தாதுவைக் கொண்டு போய் கோட்டைக்குத் தென்பாரிசத்திலே கோட்டை அகழி ஓரத்திலே கொண்டு வந்து முழங்காலின் பேரிலேறியிருக்கச் சொல்லி லேஞ்சுவினாலே கண்ணைக்கட்டிப்போட்டு மூணுபேர் துப்பாக்கிக்காரர் எதிரே நின்று துப்பாக்கியில் மருந்து இடிச்சு சுட்டுத்தள்ளிப் போட்டார்கள். இந்த அதிசயம் இன்றைக்கு நடந்தது.

1739 சூலை மாதம் 8 ஆனி 28 புதன்கிழமை நாள்

சாயங்காலம் நாலு மணிக்கு வெள்ளைக்காரர் ஒருத்தனை கோட்டைக்குத் தென்னண்டை இருக்கப்பட்ட வெளியிலே கொண்டு போய் கண்ணைக் கட்டி முழங்காலிலே நிக்க வச்சு நாலுபேர் துப்பாக்கியிலே இரட்டைக் குண்டு போட்டு சமீபத்திலே நிண்ணு நாலுபேரும் ஒருமிக்க துப்பாக்கியை மாருக்குப் பிடிச்சு சுட்டுப் போட்டார்கள். அவனை அப்படி சுட்டுப்போடத்தக்கதாக என்ன நோக்கமென்றால் ....

1739 நவம்பர் 21 கார்த்திகை 9 சனிவாரம்

சாயங்காலம் அஞ்சு மணிக்கு இந்தப் புதுச்சேரி பட்டணத்திலே நடந்த அதிசயம்: முன்னாலே பழய நயினார் இருந்தாரே அவருட மனுஷனை விட்டு தங்களுடைய காவலில் முத்தியா பிள்ளை இவர்களுக்கு கொடுக்கலாமா என்று அங்கலாய்ப்பினாலே பட்டணத்திலே திருடச்சொல்லி ஒருத்தனை அனுப்பினார்களாம். அவன் வந்து வெகுநாளாய் திருடிக் கொண்டே திரிஞ்சான். இப்படி திருடச்சே நாலஞ்சு மாசத்துக்கு முன்னே ஒருநாள் வேளையிலே அகப்பட்டான்.

அதன் பேரிலே அவனைப் பிடித்து வந்து அடிச்சுப்பிடிச்சுக் கேட்கிறபோது தான் பூருவோத்திரமும் இவ்விடத்திலே திருடி அவரவர் வீட்டிலே வச்சதும் இதுகளெல்லாம் வயனமாய்ச் சொன்னதின் பேரிலே கண்டவன் கேட்டவன் தட்டுமுட்டு வாங்கி வச்சவன் இந்தத் திருடனுக்கு இடம் விட்டவர்கள், இவர்களை எல்லாம் பிடிச்சுக் கொண்டுவர பதினஞ்சு பதினாறு பேர் ஆச்சுது.

இவர்கள் எல்லோரையும் கூட கிடங்கில் போட்டு வச்சிருந்து கோன்சேலிலே கேட்டு அவரவர் பேரிலே கொஞ்ச நேரமான படியினால் எல்லாரையும் விட்டுவிட்டு திருடனுடனே கூட ஒடவி வீரப்ப மேஸ்திரி, ஒரு தட்டான், சாந்தி பிர்மன், குமரப்ப நயினார், இவர்கள் அஞ்சு பேரையும் கூட கிடங்கிலே போட்டிருந்து கோன்சேலிலே தீர்த்து ஆக்கினை யிட்ட வயணம் நடுப்பட்டணத்திலே கடைத்தெருவிலே முத்திரைச் சாவடிக்கு எதிரே தூக்கு மரம் கொண்டு வந்து நட்டு இன்றைய தினம் சாயங்காலம் அஞ்சு மணிக்குச் சாவடியிலே முசே துளோராம் வந்திருந்து திருடனை மாத்திரம் தூக்கில்போடச் சொல்லி உத்தாரங் கொடுத்தார். அப்படியே சகலமான சனங்களும் பார்க்கத்தக்கதாக தூக்கில் போட்டார்கள்.

மற்ற அஞ்சு பேரிலே ஒடவி வீரப்ப மேஸ்திரியும் தட்டானையும் பேருக்கு ஐம்பது ஐம்பது அடியடித்து பேருக்கு இரண்டிரண்டு காதையும் அடியோடே அறுத்து குண்டுக்கு வெளியே துரத்தி விட்டார்கள். மற்ற மூன்று பேர் சாந்தி பிர்மன், குமரப்ப நயினார் இவர்கள் மூன்று பேரையும் வரிசையாய் கட்டி இருபத்தைந்து அடி அடித்து மறுபடி கிடங்கிலே போட்டு வைத்தார்கள். இன்னும் இரண்டு மூன்று ஞாயத்துக்கு அடித்து சும்மா விட்டுவிடுவார்கள். இவர்களுக்கு வேறே ஆக்கினையில்லை.

1741 ஜனவரி 22 தை 13 ஆதிவார நாள்

புதுச்சேரி பட்டணத்திலே நடந்த அதிசயம் என்னவென்றால் ...... விட்டில் பண்டிதரையும் அவருடைய குமாரன் இளையவன் .... இவர்கள் இரண்டு பேரையும் கோட்டைக்கு அழைப்பிச்சு கோட்டையிலே தானே காவல் பண்ணி வச்சார்கள். இன்றைய தினம் புதிதாய் ஒரு தூக்கு மரத்திலே இரண்டு பேரையும் போடத்தக்கதாய் நூதனமாய் ஒரு மரம் செப்பனிட்டு சாயங்காலம் ஐந்து மணிக்கு முத்திரைச்சாவடிக்கெதிரே கொண்டு போய் நட்டார்கள்.

_1741 மார்ச்சு 29 பங்குனி 4 புதன்கிழமை நாள்_

சாயங்காலம் மீராபள்ளியிலே ஒரு கிலாசுக்காரன் சாராயத்தைக் குடிச்சுப் போட்டு தன் பெண்சாதியை கத்தியினாலே குத்திக் கொன்று போட்டான். அவனைப் பிடிச்சு காலுக்கும் கைக்கும் விலங்குபோட்டு கோட்டைக் கிடங்கிலே போட்டுவிச்சார்கள்.

1741 ஆகஸ்ட் 7 ஆடி 27 திங்கள்கிழமை நாள்

சாயங்காலம் அஞ்சு மணிக்கு ஒரு சொலுதாது உலாந்த காரனை சுட்டுப் போட்டார்கள். அவன் என்ன நேரம் செய்தானென்றால்

தான் வெளியே புறப்பட்டு ஓடிப்போகிறவன் தன்னுடனே கூட நாலு பேர் வெள்ளைக்காரரை கூட அழைச்சுக் கொண்டு ஓடிப்போனான். கூடப்போன நாலு பேரும் மிஞ்சிப்போய் தேவனாம்பட்டணம் சேர்ந்தார்கள். இவன் ஒருத்தன் மிச்சமாய் குடிச்சுக் கொண்டிருந்த படியினாலே ஓட மாட்டாமல் வழியிலே அகப்பட்டுக் கொண்டான். ஆனபடியினாலே இவனைப் பிடிச்சுக் கொண்டு வந்த மறுநாளைக்குத் தானே சுட்டுப் போட்டார்கள்.

1742 சூன் 5 வைகாசி 26 செவ்வாய்க்கிழமை நாள்

காலமே நடந்த அதிசய மென்னவென்றால், கோட்டையிலே வேலை செய்கிற கட்டுக்காரர் கோட்டைக் கிடங்கிலே மிளகு திருடி அவர்கள் மூன்று பேராய் கொண்டு போய் பங்கிட்டுக் கொண்டு கடையிலே இருக்கப்பட்ட கடைக்காரரை அழைத்து வந்து நிறுத்திவிடப் போகச்சே தலையாரியைக் கண்டுபிடித்துக் கொண்டு வந்து முத்தியாபிள்ளையவர்களுடனே சொன்னவிடத்திலே அவரும் பாவத்துக்குப் பயந்து யோசனை பண்ணி பத்துப்பேர் அறிஞ்ச காரியம் வெளியானால் மடிப்பு வருமென்கிறதாக துரையவர்களுடனே சொல்லிப் போட்டார்கள். ஆனால் இந்த மூன்று பேர் கட்டுக்காரரும் செய்த காரியம் மடிப்பு தான். அதென்னவென்றால் இரண்டு மூட்டை மிளகும் ஒரு மூட்டை மெழுகும் மூன்று மூட்டை கட்டி எடுத்துக்கொண்டு போனார்கள். போகச்சே வழியிலே தானே புறவாய் வெளியாய்ப் போன படியினாலே அந்த விசேஷம் துரையவர்கள் கேட்ட வுடனே கோபித்துக் கொண்டு கிடங்கில் போடச் சொன்னார்கள். பிற்பாடு மத்தியானத்துக்கு மேல் மூன்று மணிக்குக் கோட்டையிலே கொண்டு வந்து கீழண்டை வாசல் படியிலே இரண்டு புறத்திலே இரண்டு பேரையும் மேலண்டை வாசல் படியிலே ஒருத்தனையுமாக இருட்டுக் கிடங்கிலே போட்டார்கள்.

1742 சூன் 11 ஆனி முதல் தேதி திங்கள் கிழமை நாள்

சாயங்காலம் மரந்தை முதலியை சாவடியிலே காவலில் வச்சார்கள். அதெதினால் என்றால் அங்கன் பெண்சாதி நோவாளி கிடங்குக்கு இரண்டு லக்ஷம் குச்சுக் கட்டைக்கு குச்சு போட்டதை நாலு லக்ஷம் என்று கும்பினீரிலே கணக்கு எழுதிவச்சு வராகன் வாங்கினானென்று பித்திசாமன் எழுதிப் போட்டதின் பேரிலே அவனைப் பிடித்துக் காவல் பண்ணினார்கள்.

சூன் 20 ஆனி 10 புதன்கிழமை நாள்

சாயங்காலம் முன்னாலே கோட்டைக் கிடங்கிலே வைத்திருந்த கட்டுக்காரர் மூன்று பேரையும் அழைத்துக் கோட்டைக்

கிடங்கைவிட்டு முத்திரைச் சாவடியிலே கொண்டு போய் வைத்து வெள்ளிக்கிழமை நாள் காலமே எட்டு மணிக்குச் சின்ன துரையவர்கள் சாவடிக்கு வந்து ஞாயம் விசாரித்து அந்தக் கட்டுக்காரர் மூன்று பேரையும் அழைத்து மரத்திலே மூன்று பேரையும் கட்டச் சொல்லி 50-50 அடி அடித்து சொணக்கு முத்திரைப் போட்டு ஊர்கடக்கக் கொண்டு போய் விட்டு வந்தார்கள். அவர்களுடைய உயிர் தப்பினது ஆராலென்றால் முதலாவது சுவாமியும் இரண்டாவது ஆனந்தரங்கப் பிள்ளையவர்கள் புண்ணியத்தினாலே அவர்கள் பிராணன் தப்பித்தது. அதேதென்றால் துரையவர்களுடனே ரொம்பவும் நேரிடச் சொல்லி மனுவாய்க் கேட்டுக்கொண்டபடியினாலே அவர்களும் பிள்ளையவர்கள் பேரிலிருக்கிற பக்ஷத்தினாலே தட்டிச்சொல்ல மாட்டாமல் விட்டுவிட உத்தாரங் கட்டளையிட்டார்கள்.

1743 சூன் 5 வையாசி 26

மீரா வெளியிலே ஒரு துலுக்கன் வீட்டிலே திருடின திருடனை இன்றைய தினம் நாலு மணிக்கு சாவடிக்கெதிரே கொண்டு வந்து தூக்கிலே போட்டார்கள்.

1744 நொவம்பர் 1 அற்பிசி 20 ஆதிவாரம் நாள்

ராத்திரி பதினோரு மணிக்கு தளவாய் வீராநாயக்கனையும் அவருடைய குமாரன் கிருஷ்ணனையும் ஆறுமுக மென்கிறவனையும் மூன்று பேரையும் பிடித்துக் கிடங்கிலே போட்டார்கள். அந்த மூன்று பேரையும் ஒருத்தருடனே ஒருத்தர் பேசாமறபடிக்கு வெவ்வேறு கிடங்கிலே போட்டார்கள். அதெதினாலே யென்றால் அவர்கள் வீட்டுக்குக் கீழண்டை வீட்டிலே குடியிருந்த பெருமாள் செட்டி வீட்டிலே களவுபோன சம்மதிக்காகப் பிடித்துக் காவல் பண்ணினார்கள்.

1744 நவம்பர் 28 கார்த்திகை 12 திங்கட்கிழமை நாள்

சாயங்காலம் தளவாய் வீரநாயக்கனுக்குப் பதிலாய் அவன் தம்பி வேங்கடாசலத்தைக் கிடங்கிலே வைத்து வீரநாயக்கனை வெளியே விட்டார்கள். அவனை வெளியிலே விட்டது என்னவென்றால், காளவாய் கொமரப்பன் ரொக்கப் பிணைச் சொல்லச் சொல்லிக் கொண்டு பணஞ்சம்பாதித்துச் சம்மதி வேண்டிய நிமித்தம் வெளியிலே விட்டார்.

1745 பிப்ரவரி 12 மாசி 5 சுக்கிரவாரம்

சாயங்காலம் நாலு மணிக்கு ஆறுமுகமென்கிற தேவடியாள் பிள்ளையாண்டானை மசுக்கரைக்குப் போகிற கப்பலிலேற்றி

விட்டார்கள். இவனை எதினாலேற்றிவிட்டார்களென்றால் முன்னாலே ஆற்காட்டுப் பெருமாள் செட்டி வீட்டிலே களவுபோன சம்மதிக்காக வீரநாயக்கனையும் அவர் குமாரனையும் இந்த ஆறுமுகத்தையும் மூன்று பேரையும் பிடித்துக் காவல் பண்ணியிருந்தார்கள். அப்படியிருக்கையில் ஒருநாள் அவர்கள் மூன்று பேரையும் அழைத்துத் தனித்தனியே கேட்டவிடத்திலே வீராநாயக்கன் இந்த முகம் தலையிலே சுமத்தி வைக்கிற நிமித்தியம் நான்தான் எடுத்தேன் என்று சொல்லடா வென்று புசுலாய்ச்சுச் சொல்லி வந்தபடிக்கு அவனுடைய கிராசார வேளையினுடைய குணம் அப்படித்தானே சொன்னான். அதின் பேரிலே வீராநாயக்கன் மட்டுக்கும் செலவுப்பண்ணித் தானும் தன்னுடைய மகனும் வெளிப்பட்டான். அந்த மட்டிலே அவர்கள் குடும்பத்தோடே குண்டுக்கு வெளியே கொண்டுபோய் விட்டுவிட்டு வந்தார்கள். இனிமேலவர்கள் நேரஸ்தரான படியினாலே என்றைக்கும் புதுச்சேரி பட்டணத்துக்கு உள்ளே வரப்போகாது என்று குமிசேல் கூடித் தீர்த்தார்கள். அதின் பேரிலே இந்த ஆறுமுகம் என்கிறவன் பேரிலே நேரத்தைச் சுமத்தி மசுக்கரைக்கு ஏற்றிவிட்டார்கள்.

1745 தெசெம்பர் 31 மார்கழி 20 வெள்ளிக்கிழமை நாள்

ராத்திரி கிரிமாசி பண்டிதரும் தலையாரி சேவகருமாய்ப் போய் தேவனாம்பட்டணம் வக்கீலாய் இவ்விடத்திலேயிருந்த ஆதியப்பனையும் அவனுடன் கூடேயிருந்த குட்டை வடுகச் சேவகனையும் பின்னையும் இரண்டு துலுக்கச் சேவகரையும் ஆக நாலு பேரையும் முதலியார்பேட்டையிலே ஒரு வீட்டிலே குடியிருக்கும் போது அவன் காகிதம் எழுதி, இரண்டு பேர் துலுக்கர் சேவகர் கையிலே கொடுத்ததைப் பார்த்துக்கொண்டிருந்து பிடித்துக்கொண்டு வந்து சாவடியிலே வைத்து அதின் பிறகு அவன் எழுதின காகிதத்தைப் படித்துப் பார்த்து உடனே ஆதியப்பனை மாத்திரம் மறுநாள் ராத்திரி கோட்டை வாசலிலே மேல்புறத்திலே இருக்கிற பாதாளக் கிடங்கிலே பெரிய மாச்சு விலங்கு போட்டு மேலே இருந்த புடவையையும் பிடுங்கிக் கொண்டு அரைஞாண் கயிற்றையும் அறுத்துப்போட்டு வைத்தார்கள். ... அவனுக்கும் கும்பினியார் சோறு கொடுக்கச் சொல்லிப் பரசுராமப் பிள்ளைக்கு உத்தாரங் கொடுத்தார்கள். அவன் நித்தியம் தோசையும் மோரும் அனுப்புகிறார்கள். அதைச் சாப்பிட்டுக் கொண்டிருக்கிறான்.

1746 அவ்ரீல் 13 சித்திரை 4 புதன்கிழமை

...பத்துமணி நேரத்திலே நடந்ததென்ன வென்றால், வந்தவாசி திருவேங்கடப் பிள்ளை காவலிலே யிருந்தவனையும்

திருச்சிராப்பள்ளி தளவாய் கஸ்தூரி ரங்கய்யன் பெண்சாதியையும் அழைத்து வந்தார்கள். இரு திறத்தாரையும் அழைப்பித்து அவளானால் கொடுத்தேன் என்று சொன்னால். நீயானால் வாங்கினதில்லை யென்று சொல்லுகிறாய். நீ வாங்கினதில்லையென்று வேதபுரியீஸீவரன் கோயிலிலே தீபத்தை நிறுத்தி சத்தியம் பண்ணிக்கொடு என்று சொல்லி வீராசெட்டி என்கிறவனையும் இந்தச் சீட்டு நான் எழுதினதில்லை யென்று விளக்கு நிறுத்தி சத்தியம் பண்ணிக்கொடு யென்று சொன்னார்கள். நல்லதென்று திருவேங்கடமும் வீராசெட்டியும் சொன்னான். அதின் பேரிலே திருவேங்கடத்தைப் பார்த்து, கும்பினீர் உத்தியோகஸ்தனா யிருந்து சத்தியம் பண்ணுகிறது நியாயமில்லை யென்று துரை சொன்னதற்கு உங்கள் தயவினாலே உங்கள் உத்தரவு ஆன பிற்பாடே காரைக்காலுக்குப் போகிறேன் என்று சொன்னானாம். அதற்குச் சும்மாயிருந்தார்.

அதின் பிற்பாடு அந்தப் படிக்கு பொய் சத்தியம் பண்ணச் சொல்லி உத்தாரங் கொடுத்து தானப்ப முதலியார் மனுஷன் ஆசாரப்ப முதலி மச்சான் முத்துக்குமரனும் தளவாய் கிரிமாசி பண்டிதரும் அண்ணாமலை நயினாரும் கூடப்போய் கிட்டேயிருந்து சத்தியம் பண்ணிவித்து வரச்சொல்லி அனுப்பிவித்தார்கள். அவர்கள் போகையிலே நானிருக்கிற பாக்குக் கிடங்கிலே வந்து நடந்த பூருவோத்திர மெல்லாம் சொல்லி சத்தியத்துக்குப் போகிறோமென்று சொன்னார்கள். பள்ளங்கண்ட இடத்திலே தண்ணீர் நிற்குது. திருவேங்கடம் பிள்ளையும் சத்தியம் பண்ணினாற் போலே காவல் விடுதலையாய் வீட்டுக்குப் போனான்.

இந்த வியாச்சியம் நடந்தது குரோதன ஐப்பசி 7. சேவகர் வந்து கஸ்தூரி ரங்கய்யன் பெண்சாதி ஆயிரம் வராகனும் வட்டியும் கொடுக்க வேண்டும் என்று சொல்லி மறிப்பு வந்திருந்தது. 25ம் தேதி மேலண்டை கோட்டை வாசற்படியிலே கொண்டு போய் காவல் வைத்ததும் அதற்குப் பிற்பாடு கீழண்டை வாசற்படியிலே சிறிது நாள் காவலிலிருந்தும் அதின் பிற்பாடு சாவடியிலே காவலிலே யிருந்ததும், இன்றைய தினம் விடுதலையான மட்டுக்கும் ஆறு மாசத்திற்கு மூன்று நாள் குறைச்சலாய் விடுதலையாச்சுது.

இந்த ஆறுமாதம் காவலிலிருக்கப் பிராப்தி யிருக்கிறபோது இதற்கு முன்னே என்ன பிரயத்தனம் பண்ணினாலும் நடக்குமா? சுவாமி சங்கல்பத்தைத் தள்ளுகிறதற்கு ஒருத்தராலேயும் ஆகாது. இவளுக்குக் கஷ்டகாலம் இன்றைக்கு நிவர்த்தியான படியினாலே விடுதலையாச்சுது. பிரபுவுக்கு விவேகமில்லை யென்று சொல்லலாம். எப்படி யென்றால், இந்தச் சீட்டு சம்மதி ஆயிரம்

வராகனும் கொடுத்து விடுகிறோம். இந்தச் சீட்டை நியாமாம் படிக்கு நாலுபேர் மத்தியஸ்தரிலே போட்டு விசாரித்து அவள் பேரிலே நிசமிருந்தால் சீட்டுப் பொய்யென்று சமஸ்தான உங்களுக்கு மனதிலே சத்தியம் என்னயிருக்கிறது. ரகசியமும் எல்லாம் தீர்ப்பா என்று சொல்லிப்போகச் சொன்னேன். அந்தப்படிக்கு வேதபுரி யீசுரன் கோயிலுக்குப் போனார்கள்.

போய் சத்தியம் பண்ணும்போது வந்தவாசி திருவேங்கடப்பிள்ளை சொன்னது: நானிவளுடனே மூன்று தரம் போய் இருபத்தொன்பது பணமும் இரண்டு வேளை படி அரிசியும் கொடுத்தது அறிவேன் அல்லாமல் மற்றப்படிக்கு இவள் கையிலே வராகன் வாங்கினதுமில்லையென்று சொல்லித் தீபத்தை அணைத்துச் சீட்டையும் கிழித்தான். வீராசெட்டி என்கிறவன் இந்தக் கடன் சீட்டு நான் எழுதினதில்லை. இந்தச் சீட்டு வரலாறும் நான் அறியேன் என்று தீபத்தை அணைத்தான். அப்போது கஸ்தூரி ரங்கய்யன் பெண்சாதி சொன்னது: இப்படிக்கு முன் சொன்னதினாலே தான் நானிப்படி செய்தேன். இன்னும் வாய்க்கொழுப்பு போகவில்லை யென்று அந்தச் சாடையிலே சொன்னாள். அதின் பிற்பாடு கஸ்தூரி ரங்கய்யன் பெண்சாதிக்கு வெளிக்காவலாய்ப் பார்த்துக் கொண்டிருந்த இரண்டு தலையாரி, செட்டிகளிருந்தவர்களையும் நயினாத் துரையவர்கள் உத்தாரப்படிக்கு வாங்கிவரச் சொன்னார். அந்தப்படிக்கு வாங்கிப் போனார்கள்.

பேரும் அறிய தண்டித்து ஊர்கடக்கத் துரத்திவிடும் என் பேரிலே நேரமிருந்தால் கும்பினீருக்கு அவள் தானமும் கொடுத்து நேரஸ்தனாகப் போகிறேன். இந்தப்படிக்கு நடப்பிக்கச் சொல்லி எத்தனை தரம் சொன்னாலும் கேளாமற் படிக்குத் தன்னுடைய கணக்கு ரங்கப்பிள்ளை பேச்சைக் கேட்டுக்கொண்டு எவர்கள் சொன்னாலும் கேளாமறபடிக்கிருந்தவன் ஊரிலே கடைக்காரர் தங்களை அநியாயம் பண்ணிக் கட்டாயம் போட்டு எங்கள் குடிகளைக் கெடுத்துப் போட்டார் துரை அவர்கள் என்று கோன்சேல்காரருக்கும் சம்பா கோயில் பாதிரிமாருக்கும் பெத்திசியோமெழுதிப் போட்டதுமல்லாமல் துரையுடனே எதிராடுகிற சாடையைப் பார்த்து இதினாலே ரொம்ப போராட்டம் இருக்கிறது. பிராது ரொம்ப வருகிறது.

1746 டிசம்பர் 7 கார்த்திகை 25 புதவாரம்

இற்றைநாள் துரையவர்கள் கோன்சேலியேர் கூட காலத்தாலே கோவிலுக்குப் போய் பூசை கேட்டு வந்து கோன்சேல் கூடி இரண்டு மாசத்தின் போது நம்முடைய வீட்டுக்கு எதிரே யிருக்கிற

மிஸ்ஸியோனேர் கோவிலிலே இரண்டு பேர் திருடி ஒருத்தன் அகப்பட்டு ஒருத்தன் ஓடிப்போனது. அகப்பட்டவனை இற்றைநாள் கோன்சேலிலே தீர்த்து முத்திரை சாவடிக்கு எதிரே போட்டிருக்கிற தூக்கு மரத்திலே போடத்தக்கதாகத் தீர்த்தார்கள். அந்தப்படிக்குச் சாயங்காலம் ஐந்தரை மணிக்குக் கொண்டு போய்த் தூக்கி ஆறுமணி அடித்த பிற்பாடு இறக்கிக் கல்லறையிலே கொண்டுபோய்ப் புதைத்தார்கள்.

1747 பிப்ரவரி 16 மாசி 8 வியாழக்கிழமை

இற்றைநாள் அழிசபாக்கத்திலே வீட்டைக் கொளுத்தின பெண்டாரிகள், கபாடக்காரரைப் பிடிக்க வேணுமென்று அரியாங்குப்பத்திலேயிருந்து முசியே லத்தூசு முப்பது பேர் சொல்தாதுகளும் இருபது பேர் மாயே சிப்பாய்களும் அழிசபாக்க மட்டுக்கும் போனார்கள். அவ்விடத்திலே போன உடனே இந்த வெள்ளைக்காரரைக் கண்ட மாத்திரத்திலே ஊரைக் கொளுத்தின பெண்டாரிகள் கபாடக்காரர் எல்லாரும் புறப்பட்டு ஓடிப் போனார்களாம். அதிலே மூன்று பேர் அகப்பட்டு அந்த மூன்று பேரையும் பிடித்துப் பின்கட்டு முறையாய் கட்டி இவ்விடத்துக்கு அனுப்புவித்தார்கள். அவர்கள் மூன்று பேரையும் கொண்டுபோய் துரையவர்கள் முன்னே விட்டவிடத்திலே இவர்களாரென்று கேட்டார். இவர்கள் தானய்யா அழிசபாக்கத்திலே வீட்டைக் கொளுத்தினார்கள் என்று சொன்னார்கள். அந்த வார்த்தைச் சொன்னவுடனே துரையவர்களுக்குக் கோபம் வந்து அந்த மூன்று பேரையும் வேப்ப மரத்திலே கட்டச்சொல்லி காப்பிரிகளை விட்டு ஐம்பதைம்படி அடிக்கச் சொல்லி அந்த அடியின் பேரிலே உப்பும் காடியும் விட்டு மேலே தேய்க்கச் சொல்லி தேய்ப்பித்து கோட்டைக் கிடங்கிலே கொண்டு போய்ப் போடச் சொல்லி உத்தரங்களைச் செய்தார். அந்தப்படிக்குக் கொண்டுபோய்க் கோட்டையிலே போட்டார்கள். ஆனால் இவர்களை அடித்தது காப்பிரிகளானபடியினாலே அடி நன்றாய்த் தானே உறுதியாய் ரத்தம் ஒழுகத்தக்கதாக அடிபட்டது.

1747 ஏப்ரல் 8 பங்குனி 29 சனிவாரம்

இற்றைநாள் நடந்த அதிசயமென்னவென்றால்: துரையவர்கள் வளவிலே கின்னரி வாத்தியம் பண்ணுகிற வெள்ளைக்காரன் ஒருவன், துப்பாக்கியிலே இரண்டு குண்டு போட்டுக் கெட்டித்துத் தன்னுடைய கையினாலே தானே சுட்டுக்கொண்டு சாயங்காலம் நாலு மணிக்குச் செத்துப் போனான். முன்னாலே மாசி 16, 19 மாபூசுகான் வந்து சமாதானம் பண்ணிக்கொண்டு போன

சந்தடியிலே சின்ன மீராவுடைய தொப்பியை இந்தக் கின்னரி வெள்ளைக்காரன் திருடிக்கொண்டு போய் இந்த மட்டுக்கும் ஒளித்து வைத்துக் கொண்டிருந்து அதை நேற்றைய தினம் எடுத்து ஒருத்தனுக்கு விலை காண்பித்து அதை நின்னை நினைப்பவர் ஒருத்தன் கையிலே கொடுத்து விற்றுக்கொண்டு வரச்சொல்லிக் கொடுத்தவிடத்திலே அவன் போய் விலை காண்பிக்கப் போனவிடத்திலே சின்ன மீரா கண்டு அடையாளம் பிடித்து, உன் கையிலே இதை யார் கொடுத்தார் என்று கேட்க, அதைக் கொண்டு வந்து தன் கையிலே கொடுத்த வெள்ளைக்காரனைக் காண்பிக்க, அதன் பேரிலே இவனை அழைத்து இந்தத் தொப்பியுனக்கு யார் கொடுத்தார் என்று கேட்க, நான் அமானிக்காரர் கையிலே வாங்கினேன் என்று சொல்ல அதிலே அவர் போய் சின்னதுரையுடனே சொல்ல, சின்னதுரை யிருந்துகொண்டு அமானிக்காரரை யெல்லாரையும் அழைப்பித்து, நீயவன் கையிலே வாங்கினாப்போலே சொல்லு என்று கேட்க, இவர்களெல்லாமல்ல இன்னும் வேறேயிருக்கிறார்கள் அவனை நாளைக்குக் காண்பிக்கிறேனென்று சொன்னான்.

ஆனால், இன்னும் நாலத்து ரெண்டு பேர் அமானிக்காரர் வரவேண்டிய பேரையும் அழைத்துக் கொண்டு சாயங்காலத்துக்கு எல்லாரும் வாருங்கோள், விசாரிப்போ மென்று சொன்னார். அந்தமட்டிலே அவரவர் வீட்டுக்குப் போய்விட்டார்கள். அதன் பேரிலே யிந்த கின்னரி வெள்ளைக்காரன் யோசனை பண்ணி, தான் இந்த மட்டுக்கும் மனுஷனாய்ப் பிழைத்தவனான படியினாலேயும் துரையண்டையிலே வரப்போக யிருக்கிறவனான படியினாலேயும் இனிமேல் என்ன மனம் தாக்ஷி வருமோ தெரியாதே, அதன் பிற்பாடு நாலு பேருக்குள்ளே சரீரத்தை வைத்துக்கொண்டு என்னமாய் முகத்திலே விழிக்கப் போகிறேன் என்கிற மானத்தினாலே தீர்க்க யோசனை பண்ணி அவனுக்குப் பிரபல்யம். இந்த மூலியமாய்ச் செத்து இன்ன பாடுபடுவாயென்று எழுதியிருந்த படியினாலே இவனுக்கு இந்தப் புத்தி வந்தது. ஒரு சின்ன வேலையிலே பிராணனைப் போக்கிக் கொள்ளத்தக்கதாக வந்தது.

இதைத் துரைகள் வந்து பார்த்து இவன் பலவந்தமாய் நேரஸ்தனாய்ச் செத்தவனான படியினாலே இவனை வண்டியிலே கட்டி, பட்டணத்திலே வீதிக்கு வீதி இழுத்தெறிந்து போடச் சொல்லி உத்தாரம் கொடுத்தார்கள். இன்றைய தினம் பொழுதுபோன படியினாலே நாளை காலமே அந்தப்படிக்கு இழுத்தெறிந்து போடச் சொன்னார்கள்.

நாட்குறிப்பு 46

ஆனந்தரங்கரின் ஜோதிட நம்பிக்கை!

நாள், நட்சத்திரம், கிழமை, சகுனம், ஜோதிடம் இவற்றில் மிகுந்த நம்பிக்கை உடையவர் ஆனந்தரங்கர். இவரது நாட்குறிப்பின் வழிநெடுகிலும் இவற்றை நாம் பார்க்கலாம். இவற்றின் மூலமாக இரண்டு நூற்றாண்டுகளுக்கு முற்பட்ட மக்களின் வாழ்வியலை, பழக்க வழக்கங்களை நாம் அறிந்து கொள்ள முடிகிறது. ஆனந்தரங்கரின் ஜோதிட நம்பிக்கைகளுக்கு அடிநாதமாக இருப்பவர்கள் வைப்பூர் சுப்பா ஜோதிடர் மற்றும் கோபால சுவாமி ஜோதிடர். இவர்கள் குறித்துக் கொடுக்கும் ஜோதிடம் தப்பாது என்பது ஆனந்தரங்கரின் அசைக்க முடியாத நம்பிக்கை! ஜோதிடர்களின் கணிப்பைப் பெறுவதில் மட்டுமல்ல; தானே கணிப்பதிலும் வல்லவராக இருந்திருக்கிறார் ஆனந்தரங்கர்.

கிரகணம் நிகழ்வது, பகலில் நட்சத்திரம் காண்பது, வால் நட்சத்திரம் தென்படுவது, ஓயாமல் அடித்த காற்று, கோயில் தேர் முறிந்து விழுவது, சொப்பனம் (கனவு) காண்பது இவற்றின் பலாபலன்களைக் கண்டறிவதில் தீவிர கவனம் செலுத்தினார் ஆனந்தரங்கர், இவரது ஜோதிடத்திற்கு சந்தாசாயபு படுகொலையும் தப்பவில்லை!

தனக்கு நெருக்கமானவர்களின் ஜாதகக் குறிப்புகளைப் பதிவு செய்து வைத்திருக்கிறார் ஆனந்தரங்கர். அந்த வகையில் அவரது மகன் ஜனனம், தம்பியின் மரணம் தொடர்பான ஜாதகக் குறிப்புகள் குறிப்பிடத்தக்கன. மற்றவர்களின் ஜாதகக் குறிப்புகள் மட்டுமல்ல;

தனது ஜாதகக் குறிப்புகளையும் ஆங்காங்கே குறிப்பிட்டு அவ்வப்போது சரி பார்த்துக் கொள்கிறார் ஆனந்தரங்கர்.

தனக்கு ஐம்பது வயது முடிந்து ஐம்பத்தொன்றாவது வயது தொடங்கும் போது, 'யித்தனாள் வலது பாரிசத்திலே கீழ் வரிசையிலே ஒத்தைப்பல் வரிசையிலே அந்திய ஒத்தைப்பல் மத்தியானம் பனிரெண்டு நாழிகைக்கு ஒத்தைப்பல் ஒண்ணு விழுந்தது. இதன் பலா பலன் அறிய வேண்டியது' எனக் குறிப்பிடுவது ஆனந்தரங்கரின் ஜோதிட நம்பிக்கையின் உச்சக்கட்டம்!

1739 சூலை மாதம் 20 ஆடி 8 திங்கட்கிழமை

இந்த நாள் சாயங்காலம் அஸ்தமித்து நாலு நாழிகைக்கு மேல் சந்திர கிரணம் பதினோரு மணிக்கு விட்டுப்போச்சுது. ஆனால் இந்தக் கிரணம் 9/10 கிரணம் முக்காலே மூணுவீசம்.

1739 டிசம்பர் 8 கார்த்திகை 26 செவ்வாய்க்கிழமை

இந்த நாள் இராத்திரி நடந்த அதிசயம் என்னவென்றால் சவரிமுத்து முதலி மகனுக்கு ஆச்சாரப்பனுக்கு சரீரம் சுவஸ்தமில்லாமலிருந்த படியினால் அந்த வீட்டிலே அந்த வியாதியஸ்தனுடனே கூட படுத்துக்கொண்டிருந்த பேர் ஐயா மேஸ்திரி, கனகப்ப முதலி, அம்மையப்ப முதலி மைத்துனன் பேர்விளங்கன், வெள்ளாழப் பிள்ளையாண்டான் ஒருத்தர் ஆக நாலு பேர் படுத்திருக்கும் போது இராத்திரி நாலு நாழிகைக்கு மேல் நாலு தடிக்காரரும் ஒருவன் சேருவைக்காரன் போலேயும் ஆக அஞ்சு பேருமாய் வந்ததாய் தலைக்கடையிலே படுத்திருந்தவன் சொப்பனம் கண்டானாம்.

அப்படியிருக்கச்சே தானே அந்த அஞ்சு பேரும் மெய்யாக வந்ததாய் அவன் கண்ணுக்குத் தோத்தப்பட்டு அதின்பேரிலே அவனை ஒரு தடிக்காரன் ஓங்கி ஒரு அடி போட்டானாம். அவன் அந்த மட்டிலே திண்ணைமேல் படுத்திருந்தவன் தாழ விழுந்து பயந்து பயந்து குப்புறப்படுத்துக் கொண்டு விட்டானாம். அப்படி இருக்க அவனை விட்டுப்போட்டு உள் கட்டுக்குப் போய் கதவை இடிச்சார்களாம். உள்ளே படுத்திருந்த பேர் ஆரோ தெரியாது என்று பேசாமல் இருந்தார்களாம். அப்படியிருக்க நாலு தரம் ஆறுதரம் மறுபடியும் கதவை இடிச்சார்களாம். அதின் பேரிலே அய்யா மேஸ்திரி என்கிறவன் எழுந்திருந்து ஆரடா அது கதவை இடிக்கிறது என்று கதவைத் திறந்து பார்த்தான். அந்த மட்டிலே போய் படுத்துக் கொண்டான்.

பின்னையும் சத்து நேரத்துக்குள்ளே எல்லாம் சரீர சுஸ்தமில்லாமல் இருக்கிற ஆசாரப்பனுக்கு சலவை போலே கண்டு, பேச்சு மூச்சு இல்லாமல் பிராண அவஸ்தை கண்டது. அப்படி கண்டவுடனே இந்த வயித்தியன் அய்யா மேஸ்திரியை எழுப்பி பார்க்கச் சொன்னார்கள். இவன் எழுந்திருந்து கிட்டப்போய் கையைப் பிடிச்சு பார்த்த மாத்திரத்திலே இவனுக்கு சொர்னை தெரியாமல் அந்த மட்டில் மல்லாக்க விழுந்து இவனும் பேச்சு மூச்சுயில்லாமல் போகிறது வருகிறதுமாய் தலையும் நாணிப்போய் காங்கை யெல்லாம் சோர்ந்து போச்சுது.

அந்த மட்டில் இரண்டு மூணு பேராய் கூடி கைவாகிலே எடுத்துக்கொண்டு போய் அய்யா மேஸ்திரி வீட்டிலே கொண்டு போய் போட்டுவிட்டு வந்துவிட்டார்கள். உள்ளே படுத்திருந்த பேருக்குள்ளே இரண்டு பேர் பேச்சு பிறள இப்படி ஆச்சுதே பின்னை ஒருத்தன் வெள்ளாழப் பிள்ளையாண்டான் பெட்டி மேலே படுத்திருந்தவனை அழைத்து அழைக்க பேச்சு மூச்சுயில்லர்மல் கிடந்தவன் கிடந்தபடியே சுரணை தெரியாமல் பிடவையுடனே மூத்திரம் பேஞ்சுக்கொண்டு அவன் பேச்சும் ஆயிப்போனதாய் தீந்தது. அதின் பிறகும் மந்திரவாதியான சோனகன் இப்படிப்பட்ட பேர்களை அழைப்பிச்சு பார்க்கச் சொன்னார்கள். அவர்கள் வந்து பார்த்து அதுக்கொத்தபடிக்கு கோழி கொண்டுவந்து சுத்தியும் சோறு சுத்திப் போட்டும் கழிப்பு கழிக்கிறதென்று சொல்லியும் தமிழ் ஞாயத்துக்குள்ளே எப்படி நடக்குமோ அதைப்பார்க்கப் பின்னையும் பத்துப்பங்கு அதனமாயும் மந்திரவாதியன் நடப்பிச்சார்கள். அதுகளுக்கெல்லாம் அவர்களும் சம்மதிச்சு இவர்கள் கேட்டதெல்லாம் கொண்டுவந்து கொடுத்து சம்மதியான படிக்கு பார்க்கச் சொன்னார்கள்.

எப்படி நடப்பீர்கள் என்று பிராது பண்ணினார்கள். அதின் பேரிலே கனகராய முதலி சொன்னது இப்படி யெல்லாம் பார்த்தபடியினாலே இந்தப் பிள்ளை பிழைச்சுது. இப்படிப் பாராமல் உங்கள் பேச்சைக் கேட்டல்லவா முன்னே என் பிள்ளை விருதாவிலே செத்துப் போச்சுது என்று ரொம்பவும் நிந்தையாய்ச் சொன்னார். அதின் பேரிலே அவர்கள் பேசாமலிருந்தார்கள்.

1743 ஒக்தோபர் 31 அற்பிசி 18

கோபால நாராயணய்யர் அனுப்பிவித்துக் கொண்டு பயணம் புறப்பட்டுச் சாயங்காலம் ஊருக்குப் போய்விட்டார். கோபால நாராயணய்யர் சேஷாசல செட்டியாருக்குக் கடன் கொடுக்க வேண்டிய சம்மதிக்காக முன்னாலே கிராணத்தின் போது மாயே

துலுக்கர் போய் மரிகிருஷ்ணாபுரத்திலே பிடித்துக் கொண்டு வந்து கோட்டையிலே பாதாளக் கிடங்கிலே போட்டு வைத்திருந்து பிற்பாடு உடன்படிக்கை பண்ணிக்கொண்டு முத்தியா பிள்ளையவர்கள் வளவிலே யிருந்தவர் இந்த நாள் வியாழக்கிழமை நாள் மத்தியானம் பதினோரு மணிக்கு நம்முடைய வளவுக்குச் சேஷாசல செட்டியாரும் கோபால நாராயணய்யரும் வந்து தண்டாபாரிக்குப் பண்ணி நம் முன்பாகத் தீர்த்துக்கொண்டு பாரீக்தும் எழுதிக்கொடுத்துத் தீர்த்து துரையவர்கள் உத்தாரப்படிக்கு இருவருக்கும் சமாதானம் பண்ணிவித்து இவர் கை பாக்கு வெற்றிலை அவருக்கும், அவர் கை பாக்கு வெற்றிலை இவருக்கும் வாங்கிக் கொடுத்துச் சமாதானம் பண்ணி அனுப்பிவிட்டோம்.

1743 டிசம்பர் 2 கார்த்திகை 20 திங்கட்கிழமை நாள்

மத்தியானம் முத்தைய முதலியை பயணம் பண்ணி காரைக்காலுக்கு அனுப்பினார்கள். என்ன நிமித்தமானால் காரைக்காலிலே நம்முடைய குத்தகைக் கிராமத்து கவைகாரியம் பார்க்கத்தக்கதாக மாதம் 1க்குச் சம்பளம் வராகன் $2^1/_2$ விழுக்காடு சம்பளம் பண்ணி சாயங்காலம் அனுப்பினார்கள். நாளது திங்கட்கிழமை நாள் சென்னப்பட்டணம் முத்துப் பிள்ளையை சென்னப்பன் நாயக்கன் பாளையத்துக்கு அனுப்பினார்கள். அவ்விடத்திலே ராமலிங்கய்யருடனே கூடமாட யிருந்து காரியம் பார்க்கச் சொல்லி அனுப்பிவித்தோம். முத்தையா முதலி காரைக்காலுக்குப் பயணமாய்ப் போயினர். அரியாங்குப்பம் மட்டுக்கும் போய் சகுனத்தடையாயிருக்கிற தென்கிறதாய் போகாமல் புறப்பட்டு வந்துவிட்டார்.

1743 டிசம்பர் 19 மார்கழி 8 வியாழக்கிழமை நாள்

இற்றைநாள் சாயங்காலம் நாலுமணிக்குக் கண்ட அதிசயமென்ன வென்றால் இதுவரைக்கும் பத்துப்பதினைந்து நாளாய்ப் பட்டப்பகலிலே நக்ஷத்திரம் கண்டு கொண்டு வந்தது. பிற்பாடு இரண்டு நக்ஷத்திரம் கண்டுகொண்டு வந்தது. அதென்னமோ விபரீதமென்றும் பட்டம்பகலிலே நக்ஷத்திரம் காணுகிறது ஆச்சர்யமாயிருக்கிறதென்று சொன்னார்கள். அப்படியிருக்க இற்றைநாள் சாயங்காலம் நாலு மணிக்கு வாயு மூலையிலே ஒரு நக்ஷத்திரம் பூசணிக்காய் பருமனிலே எரிந்துகொண்டு விழுந்தது. அதை இந்தப் பட்டணத்திலுள்ள பேர்களெல்லோரும் கண்டார்கள். ஆனாலிதனாலே என்ன விபரீதம் பிறக்குமோ தெரியாது என்று சகலமான பேரும் சொல்லிக் கொண்டார்கள். பட்டம் பகலிலே நக்ஷத்திரம் எரிந்து விழுந்தது ஒரு

காலாகாலங்களிலேயுமில்லை என்றதாக சகல சனங்களும் சொல்லிக் கொண்டார்கள்.

1743 தெசம்பர் 29 மார்கழி 18 ஆதிவாரம் நாள்

சாயங்காலம் மேற்கே ஒரு நக்ஷத்திரம் வால் முளைத்த நக்ஷத்திரம் கண்டது. அதை தூமகேது வென்று சொன்னார்கள். இது நல்ல நாளைக்குக் காணாதாம். இதினாலே என்ன காலக்கேடோ தெரியாதென்று வெகுசனங்கள் அங்கலாய்த்தார்கள்.

1745 நவம்பர் 23 கார்த்திகை 12 செவ்வாய்க்கிழமை நாள்

ராத்திரி ஒரு சாமமட்டும் காற்றடித்தது. ஆனால் முன் அற்பிசி 21 அடித்த காற்றிலே நாற்பதிலே ஒரு பங்கு காணும். மறுபடியுமிப்போ எதிர்காற்று அடிக்கக் காரணமேதென்றால்... அமாவாசை கேட்டை நக்ஷத்திரம் செவ்வாய்க் கிழமையும் ஒன்றாய்க் கூடினபடியினாலே காற்றுக்கு யோகமிருக்குதென்று சொன்னார்கள். அந்தப் படிக்கு சாஸ்திரம் தப்பாமல் சாடையாய் அடித்துவிட்டது.

1746 ஒக்தோபர் 22 அற்பிசி 9 சனிவாரம்

இந்தநாள் நவமியான படியினாலே அற்பிசி முதல் பெருங்காற்று மழையும் துவக்கினவுடனே தென்றல் காற்று திரும்பினது. இன்றைகாலமே வரைக்கும் அடித்து அப்பால் வாடை திரும்பி மூசாப்பாய் மப்பும், மழையும், காற்றும் உறங்கண்ட படியினாலே குவர்னதோர் பனிரெண்டு மணிக்குக் கப்பல்காரரை யெல்லாம் கப்பலின் பேரிலே ஏறச்சொல்லி அந்த க்ஷணமே ஏற்றியனுப்பி விட்டார்.

1746 நவம்பர் 18 கார்த்திகை 6 சுக்கிர வாரம்

இற்றைநாள் சுப்ரமணியர் சஷ்டியானபடியினாலே சின்ன பரசுராப்பிள்ளை பெண்சாதி சஷ்டி உத்தியாபனை விரதம் பண்ணினதும் ஆறு கலசம் வைத்துச் சகல சம்பிரமும் தானமும் நானூறு வராகன் மட்டுக்கும் செலவழித்தார்கள்.

1747 அவ்ரில் 10 சித்திரை 1 திங்கட்கிழமை

இற்றைநாள் சாயங்காலம் முசியே லத்தூசு சென்னப் பட்டணத்திலேயிருந்து வந்து சேர்ந்தான். ஆனாலிந்த பிரபவ பிறந்து என் கஷ்டகாலம் போய் நல்ல காலம் பிறந்தது. வைப்பூர் சோசியன் எழுதினபடிக்கு இந்த வெகு அதிசயமாய் நடந்து ஆதாயமும் வந்து தின விமோசினமாகவேணும். இப்படி சுவாமி ரக்ஷிப்பார் என்று முழுமனதுடனே நம்பியிருக்கிறேன்.

1747 ஏப்ரல் 22 சித்திரை 13 சனிக்கிழமை

இற்றைநாள் நடந்த சுபாதிசய மென்னவென்றால்: நம்முடைய பல்லக்குப் போய் ராம என்கிறவன் மத்தியானம் பதினொன்றரை மணிக்கு நல்ல வெய்யிலான படியினாலே பல்லக்கு அண்டையில் இருந்தவன் அங்கே தானே படுத்துக் கொண்டு அசந்து நித்திரை போனவிடத்திலே ஒரு சொற்பனங்கண்டு திடுக்கென்று விழித்துக் கொண்டு எழுந்து வந்து நான் இருக்கிற பாக்குக் கிடங்குக்கெதிரே திகைத்தாப்போலே நின்று சுற்றும் பார்த்துக்கொண்டு நிற்கிறதைக் கொண்டு எளைச்சியப்பனிருந்து கொண்டு, என்னடா பயித்தியம் பிடித்தது போல் நிற்கிறாய் என்னவென்று கேட்டதற்கு அவன் சொன்ன வயணம்:

நான் பல்லக்கண்டையிலே படுத்துக்கொண்டு நித்திரை வந்தது. இப்போது தான் கண்ணை மூடினேன். இதற்குள்ளே இரண்டு பெண்கள் எவ்வர்ணமாய் மெத்த சிவப்பாயிருக்கிறார்கள். அவர்களுடைய அழகைக் கண்கொண்டு பார்க்கப்போதவில்லை. சர்வாபரண பூஷிதமாய் நவரத்தினமும் தரித்துக் கொண்டிருக் கிறார்கள். அவர்களிரண்டு பேரும் ஒரு சுடர் பெண்களாய்த் தலை மயிர் சடை பின்னிப்போட்டுக் கொண்டு, தங்கமயமாய்த் தகத்தகாயமாய் ஆபரணம் பூண்டுகொண்டு வந்தபடியினாலே எனக்கு பிரமித்துப் போய், அவர்கள் கட்டியிருக்கிறது இன்ன புடவையென்று எனக்குப் புரியவில்லை.

அவர்கள் இரண்டு பேரும் மேற்கேயிருந்து வந்தார்கள். அவர்கள் பிறகே நூறு பேருக்குண்டு. கும்பல் அவர்களைச் சூழ்ந்துகொண்டு வந்தார்கள். அவர்கள் பிறகே ஒருத்தி ரெட்டிச்சிப்போலே யிருக்குது. அவள் பிறகாலே வந்தாள். இத்தனை கூட்டத்தோடே முன்னே வந்த இரண்டு பெண்களும் சரேலென்று பாக்குக் கிடங்குக்குள்ளே நுழைந்து முன்னண்டையிலே யிருக்கிற கீழ்ப்பக்கம் திண்ணையின் பேரிலே பிள்ளையவர்கள் தலையணையின் பேரிலே சாந்து கொண்டிருக்கச்சே இரண்டு பக்கத்திலும் வந்து இரண்டு பெண்களும் உட்கார்ந்தார்கள். அந்தப்படியே அவர்கள் பிறகே வந்த கும்பலெல்லாம் தெரு நிறைந்ததென்று தண்டு வந்திறங்கினாப்போலே யிருக்குது. அதற்குள்ளே திடுக்கென்று விழித்துக்கொண்டு தெருவிலே பார்த்தால் ஒன்றையும் காணோம்.

அதன் பேரிலே எழுந்திருந்து இப்போது வந்து உள்ளே நுழைந்தவர்களாரோ பார்ப்போமென்று வந்தேன். உள்ளே ஒருத்தரையும் காணோம். ஆனால் சொற்பனம்

கண்டேனாங்காட்டுமென்றும் திகைத்தா போலே நின்று இங்கே ஆராகிலும் பெண்டுகள் வந்தார்களாவென்று இங்கேயிருக்கிற பேர்களைக் கேட்கப் போகிறேனென்று நிற்கிறேன் என்று சொன்னானாம். அதைக்கேட்டு வந்து இரண்டு மணியடித்து நான் வளவுக்குப் போகவேணும் என்று பயணமாயிருக்கச்சே இந்தச் சேதியை எளைச்சியப்பன் கேட்டுவந்து என்னுடனே சொன்னான். இதனுடைய பலன் என்ன சுபம் நடக்குதோ அறியவும் வேணும்.

1747 ஒக்தோபர் 22 அற்பிசி 9 ஆதிவாரம்

இற்றைநாள் நடந்த அதிசயமென்னவென்றால்: நானொரு சொற்பனம் கண்டேன். அதென்னவென்றால்: ஒரு பெண்சாதி ஒருத்தி கையிலே சீகாய் முத்திரைகளும் திறவுகோல்களும் ஒருக்காலே கொண்டு வந்து என் கையிலே கொடுத்து இது ஏழு எட்டுக் கோட்டைச் சாவிகளும் முத்திரையளுமிதுகளெல்லாம் நீர் வைத்துக் கொண்டு சகலத்துக்கும் அதிகாரியாயிருக்கப் போகிறீர். நான் கொண்டு வந்து கொடுத்தேனே இது முதலாக உமக்குச் சிரேசுகரமாய் நடக்குமென்று சொல்லிக் கொடுத்தாள். அதை வாங்கிக் கையிலே பிடித்துக்கொண்டு ஒரு கையிலே பிரம்பை ஊன்றிக்கொண்டு மெத்தையின் பேரிலே ஏறிப்போகிறாப்போலே யிருக்குது. அப்படி யிருக்கச்சே ஆறுமுகம் கிசாழத்தைக் கொண்டு வந்து கையிலே வைத்துக்கொண்டு தட்டியெழுப்பினான். அவன் தட்டினது என்னமாயிருந்த தென்றால் மெத்தையின் பேரிலே போகச்சே கால் நோவினாலே சாரப்போகுது என்று அவன் எச்சரித்தாப்போலே கண்டது. அதற்குள்ளே நான் விழித்துக் கொண்டேனே!

மெத்தை மேலே கட்டியிருக்கிற மணி ஐந்தடித்தது. அடித்தவுடனே எதிரிலே யிருக்கிற பாதிரி கோவிலிலே பூசைமணி விஸ்தாரமாய் அடித்தது. அந்த மட்டிலே எழுந்திருந்து இப்புறத்திலே வந்து உட்கார்ந்தேன். மெழுகுவத்தியைக் கிட்டே கொண்டுவந்து வைத்தான். வைத்தவுடனே பலபலவென்று பூவு மூன்று தரம் உதிர்ந்தது. ஆறபடியினாலே இன்றைய தினம் நான் கண்ட சொற்பனத்திற்கு எழுந்திருந்தவுடனே மணி அடித்ததும் மயினப்புவனத்திலே புறாவீனதும் என்னுடைய மனதுக்கு இருக்கிற சந்தோஷமும் பார்த்தால், இன்று முதலாக மகத்தான அயிசுவரியமும் வரும். மெத்த மேன்பாடாய் நடக்கும். அதற்குப் பின்னையும் ஒன்றும் சந்தோஷமில்லை.

அந்தப்படிக்குக் கெட்டியாய் சுவாமி தயவுபண்ணி வைப்பார் எனறெண்ணிக் கொண்டதுமல்லாமல் சுக்கிர திசையிலே சனிபுத்தி

இன்றைய தினத்துடனே நிவர்த்தி யானபடியினாலேயும் நாளைய தினம் முதற்கொண்டு சுக்கிர திசையிலே புதன் புத்தியான படியினாலேயும் நாளைய தினம் முதற்கொண்டு கெசாந்த அயிசுவரியமும் பனிரெண்டு பட்டணத்துக்கு அதிகாரமும் வருமென்றும் எழுதினதற்கு ஏஷியமாயிருக்குதென்று எண்ணிக் கொண்டு வந்து உட்கார்ந்த விடத்திலே தான் விளக்கிலே பூ உதிர்ந்தது. இனிமேல் நடக்கிற காரியம் மேலே எழுதப்பட்ட சொற்பனமும், சோசியமும், சகுனமும் விளங்கப்பண்ண வேண்டியது.

1748 சனவரி 7 மார்கழி 27 ஆதிவாரம் ரேவதி நக்ஷத்திரம் அஸ்த அஷ்டமா

... அப்பால் நித்திரை பண்ணி எழுந்திருக்கிற வேலையிலே சாயங்காலமான ஆறு மணியாச்சுது. அப்போது திருவேங்கடப் பிள்ளையவர்கள் மருமகள் மங்காத்தா வயிறு நொந்து படுகிறாளென்று வந்து சொன்னார்கள். ... அப்போது நான் எழுதிக் கொண்டிருக்கிற கபினேத்திலே இருக்கச்சே, ராமநாதமுதலி, ஞாதி குமாரப்ப முதலி மகன் வெங்கடாசலம் வந்து ஆண்பிள்ளை பிறந்ததென்று சொன்னான். அப்படியே லக்னம் கடக லக்னம்.

... செனனி சென்ம சௌக்கியானாம் வர்த்தனீ குலசம்பதாம் பதவீ பூர்வ புண்ணியா னாம் லிக்கியதே சென்மபத்ரிகா. பெற்றார் பிறந்தார் பிறவித்துயர் தீர உற்றார் குலந்தழைக்க உண்மையாய்த்தே ராமனெழுதியபடியதனை எல்லாரும் காண வழுத்தினோம் பத்திரிகை வாய்த்து சுவஸ்த சாலிவாகன சகாப்த 1669- கலியுகாப்த 4848க்கு மேல் செல்லா நின்ற பிரபவ மார்கழி 27 ஆதிவாரம் பூர்வ பக்ஷம் சப்தமி 23லு , ரேவதி நக்ஷத்திரம் 50க்கு, சிவநாம யோகம் 52 7/8 , வணிகரணம் 21லீ , திரி 24லீ உத்திராடம் கலி சூரியன் 24 லீ , திருவோணம் 2-ல் சுக்கிரன் 26 உத்திரட்டாதி 25-14க்கு மேல் ரேவதிக்கு சுபதினத்தில் பிரம்பூர் தி.திருவேங்கடப் பிள்ளையவர்கள் குமாரன் ஆனந்தரங்கப்பிள்ளை அவர்களுக்கு மத் புண்ணிய குமாரர் செனனமானதற்குக் காலக்கிரக நிலை:

இராத்திரி 2-3லி க்கு மேல் கற்கடக லக்கினத்தில் செல்லு 2-2 1/3 க்கு கடுசந்திர வோரை விருச்சிகச் செவ்வாய், திரிகரணம் விருச்சிக செவ்வாய், நவாங்கிசம் தனுர் குரு, துவாதி சங்கிசம், குத்திரிங்காங்கிசம் 104. வேளை சென்ம லக்கினம் கற்கடக லக்கினத்திலே ஆயில்யம், 4-ங் காலில் மீனாமிசையில் கற்கடக லக்கினத்தில் கேது. துலாமிடமான துலாத்தில் சுவாதி, 4-ங் காலில்

மீனாமிசையில் சனி, ஆறாமிடமான தனுசில் உத்திதற்காலில் தனுராமிசையில் இராகு. இதில் திருவோணம், ரெண்டாங்காலில் ரிஷபமாமிசையில் சுக்கிரன் இதில் உத்திராடம். 4-ங் காலிலே மீனாமிசையில் ராசா. எட்டாமிடமான கும்பத்தில் சதயம். மூன்றாங் காலில் கும்பாமிசையில் செவ்வாய். 9-ம் இடமான மீனத்திலே ரேவதி. மூன்றாங் காலில் கும்பாமிசையில் சந்திரன் ரேவதி. ஆதியந்தம் 2-61க்கு மூன்றாம் பாதத்தில் செல்லு 2-7 நின்ற நாழிகை 8 லி புதன் மகாதிசையில் செல்லுக்கு 10 லீ நின்ற வருஷம் 6லீ. புத்தி அறிய புதனில் ராகுபுத்தி. வருஷம் 1லீ. நாள் 15. சுபமஸ்து. தீர்க்காயுஷ்யமஸ்து.

கார்த்திகை 6 1748 நவம்பர் 17 ஆதிவாரம்

என் ஜாதகப்படிக்கு கோபால்சுவாமி எழுதிகொடுத்துப் பிரகாரம் சுக்கிற திசையிலே ஐந்து மாதம் நாளிருப்பதற்கு நேத்து அஞ்சு தேதி வரைக்கும் நாள் சரி. ஆனால் முன் போகப்பட்ட சுக்கிர சித்திரத்திலே பூருவராததன் திரவியம் வந்தாலும் சத்துருக்கு விருத்தியாயிருந்து அப்பால் வுத்திரார்த்தம் வந்தாப்போலே சத்துருக்கள் எனக்கு யெப்படி விருத்தியாய் காரிய பாகங்களும் அவ்விடத்துக்கும் அவ்விடம் நின்று தோட்டங்கள் முதலானது களெல்லாம் நஷ்டம் வந்தது; நஷ்டம் வந்ததனால் அப்பால் குடியாயிருந்தது மல்லாமல் சத்துருக்கள் அபாண்டமாய் சொன்னதுகள் மிதமில்லாமல் இருந்தபடியினாலே பட்டணத்துக்கும் கலகம் முதலானது களெல்லாம் நடந்தது. இன்றைய தினம் ஆதிவாரம் நாள் முதல் சுக்கிர திசையிலே புதபுத்தியிலே சூரிய சந்திரன் அன்பத்தொரு நாளிலே என்ன நடக்குதோ அறிய வேண்டும்.

1750 மாயு 6 சித்திரை 27 புதவாரம்

... யிப்போ பதினஞ்சு நாளைக்கு முன்னே சென்னப்பட்டணத்திலே யேகாம்பரீஸ்வரன் கோயில் திருநாள் நடத்தின போது தேர் ஓடச்சே தேர் விழுந்ததென்றும் கோட்டையிலே பெரிய நக்ஷத்திரம் எரிஞ்சுக்கொண்டு விழுந்ததென்று யிதனாலே சனத்துக்கு இசைகேடு வரும் தப்பாதென்று முன் அக்ஷய ஆவணி 1746 ஆகஸ்டு செப்தம்பர் பிள்ளையார் சவுத்திக்குச் சரியாய் அன்றைய தினமே சிந்தாதிரிப் பிள்ளையார் தேர் உற்சவத்துக்கு அப்படித்தான் ரதம் விழுந்ததென்றும் உடனே அக்ஷய பிரட்டாசி 6 1746 செப்தம்பர் 21 பிறான்சக் கொடி விழுந்ததென்றும் ஆனபடியினாலே அந்த பொல்லாத குறிப்பைத் தொட்டு சென்னப்பட்டணம் போதென்றும் அதுக்கடுத்த யேஷியம்....

1752 சூன் 18 ஆனி 8 ஆதிவாரம்

சந்தாசாயபுக்கு இது கெண்டகாலம் தப்பிதமில்லை. எப்படி யென்றால் வைப்பூர் சீத்தாராம் சோசியன் சோசியப்படிக்கு சனிப்பாச்சல் வருஷம் ஆனபடியினாலே இந்தக் கெண்டம் தப்பாது. சனிப்பாச்சல் பனிரெண்டு வருஷத்துக்கு ஒரு திரம் பாயுரதான படியினாலே இந்தக் கெண்டம் தப்பாது.

1754 செப்தம்பர் 8 ஆவணி 27 ஆதிவாரம்

இத்தனாள் ராத்திரி பதினோரு மணிக்கு நான் சாப்பிட்டு இருக்கச்சே, பதினொன்றரை மணிக்கு தம்பிக்கு ஊர்த்த சுவாசம் போலே கண்டுது. அப்பால் நான் கிட்டப்போய் செய்விக்க வேண்டிய சடங்குகளெல்லாம் செய்விச்சு, அவனும் சொல்லத்தக்க சேதிகளெல்லாம் சொல்லி ஆன பிற்பாடு, பனிரெண்டு மணி சரியாய் அடிச்சவுடனே தம்பி சரீரத்தை விட்டு ஆத்துமா சுவாமியுடைய பாதார விந்தத்தை அடைந்தது.

இவனுடைய சனனம்- விசைய வருஷம் மார்கழி மாசம் 7ஆம் தேதி திங்கட்கிழமை. பூராட நக்ஷத்திரம் ராத்திரி யிருபத்தைந்து நாழிகைக்கு துலா லக்னத்தில் ரெண்டாமிடமான விறுச்சகத்தில் சுக்கிரன், ராகு: மூணாமிடமான தனுசில் ரவி, புதன் சந்திரன்: நாலாமிடமான மகரத்தில் அங்காரகன்; அஞ்சாமிடமான கும்பத்தில் குரு; எட்டாமிடமான விருஷபத்தில் கேது; பத்தாமிடமான கடகத்தில் குளிகன்; பதினோராமிடமான சிங்கத்தில் சனி, யிப்படி நவக்கிரகங்களு மிருக்கிற வேளையிலே பிறந்த பிரம்பூர் திருவேங்கடப் பிள்ளை அவர்களுக்கு திவ்விய குமாரனாகிய திருவேங்கடப் பிள்ளை அவர்கள் சனனம்.

யிவருக்கு கலியாணம் ராட்சஸ வருஷம் ஆனி மாசம் 11ஆம் தேதி புத்திர சனனம் நள வருஷம், மாசி மாசம் 19ஆம் தேதிக்குச் செவ்வாய்க்கிழமை ராத்திரி நாழிகை 27க்கு மகர லக்கனம். புத்திரி சின்னம், ரவுத்திரி வருஷம் அற்பிசி மாதம் 10ஆம் தேதி சனிவாரம் ராத்திரி 24 நாழிகைக்கு கன்னியா லக்கனத்தில், யிப்படி யெல்லா மிருந்து சகல சவுக்கியத்திலேயும் போகத்துக்குள்ளே தேவேந்திரனைப் போலேயும் தானத்துக்குள்ளே கருணன் போலேயும் புத்தியிலே யூகி மந்திரியைப் போலேயும் தைரியத்திலே யிமாசலத்தைப் போலேயும் காம்பிரயத்திலே சமுத்திரத்தைப் போலேயும் யிப்படியாக – நாற்பது வருஷமும் யெட்டு மாசமும் யிருபது நாளும் சுகமாயிருந்து, பவ வருஷம் ஆவணி மாசம் 27ஆம் தேதி ஆதிவார நாள் ராத்திரி பதினஞ்சு

நாழிகைக்கு மேல் பதினாறு நாழிகைக்குள்ளாக வைகுண்ட பிறாப்த்தி ஆனார்.

அப்போது நமது வீட்டுக்குள்ளே யிருந்த சனங்கள் சகலமான பேருக்கு யிருந்த மனது பிறபஞ்சம் முழுகினாப் போலே யிருந்ததே யல்லாமல், பின்னை ஒரு விதமாயிருக்கவில்லை. மரண லக்கனம், மிதுனம், நக்ஷத்திரம் ரோகுணி; தத்துக்கால பஞ்சாங்கம் : பவ வருஷம் ஆவணி மாசம் 27ஆம் தேதி ஆதிவாரம் அமரபக்ஷம், ஷஷ்ட்டி திதி நாழிகை $6\frac{3}{4}$க்கு மேல் சப்தமி காற்திகை, நாழிகை $20\frac{3}{4}$, ஆறுஷணம் $26\frac{1}{2}$ பத்திரவாக்கரணம் $6\frac{3}{4}$, திவா ராத்திரி வற்சியம் பூச்சியம் பிருதுக்கு தத்கா கிரக நிலை மூண்மிடமாகிய சிங்கத்தில் குரு, சூரியன், புதன், நாலாமிடமாகிய கன்னியில் சுக்கிறன், செவ்வாய், ராகு; ஏழாமிடமான தனுசில் சனி, பத்தாமிடமாகிய மீனத்தில் கேது; பனிரெண்டாமிடமான விருஷபத்தில் சந்திரன்; யிப்படி நவக்கிரக நிலை நிற்க மறணத்தை அடைந்தார்.

1760 மார்ச்சு 31 பங்குனி 22 திங்கள் கிழமை

இத்தனாள் யென் சாதகப்படிக்கி அன்பத்தோராம் வருஷம் ஆயி அன்பத்தி ரெண்டாம் வருஷம் வந்து முதல் நாளானபடியினாலே சிம்சுமார் சக்கிறப்படிக்கி, சூரிய கெதிப்படிக்கு, பூமண்டலத்துக்கு யெல்லாம் யின்று முதல் கொண்டு சல்லிய சக்கரம் திரும்பி விடுகுறதான படியினாலே, யிந்த சல்லிய சக்கிரம் மேஷ சக்கர மானது முதலாய் கன்னியா ராசி வரைக்கும் ஆறு சக்கிரத்துக்கும் வருஷம் அன்பத்து நாலும் யிந்த நாலு சக்கரம் 1க்கு ராசியின் பேரிலே வருஷம் ஒன்பதாக, வருஷம் அன்பத்து நாலும் யிந்த ஆறு ராசியின் பேரிலே சூரியன் போடுகிற படியினாலே, யிது பகல்க்காலம் ஆனபடியினாலே சல்லிய சக்கிரம் யென்று சொல்லப் பட்டுது. முன் கெண்டம் நடந்துது. துலா ராசி முதலாய் மீன ராசி வரைக்கும் ராசி ஆறுக்கு வருஷம் அன்பத்து நாலும் ராத்திரி காலம் ஆனபடியினாலே அபசல்லிய சக்கிரமென்று சொல்லப்பட்டுது.

அபசவ்விய சக்கிரம் மூணு ராசியும் பூறுவாத்துமமான படியினாலே முன்னிருந்த பலனுக்கு யிறக்கம் குடுத்தாலும் அது தெரியாமல் வந்தது. யிப்பறம் உத்தாரார்த்தம் மூணு ராசியும் அதிக யிறக்கமாய் வரையறவாய் அடிபடுகுற ராசியான படியினாலே மீன வரைக்கும் உள்பட்ட ராச்சியத்திலே கடிக்ஷரம் தாம்பிறங்களினாலே ராசாக்களுடைய அந்தக் கலகத்தினாலே ராச்சியங்களெல்லாம் ரக்ஷிக்கப்பட்டு திரவியம் சகியாது முதலான ரச வர்க்கங்கள் யெல்லாம் முன் சவ்விய சக்கிரத்துக்கு யெப்படி சகலமும்

உற்பத்தியாச்சுதோ அப்படி யிந்த அபசவ்விய சக்கிரத்துக்கு அந்நியம் மீன சக்கிரமான படியினாலே பூமியிலே முன் யெப்படி உற்பத்தியாச்சுதோ அப்படி சகலமும் அகப்பட்டுப் போச்சுது. யின்னைய வருசம் மட்டுக்கும் முன் யெப்படி வயக்கப்பட்டுப் போச்சுதோ அப்படி உற்பத்தியாயி தினம் தினம் அபிவிருத்தியாய் சகலமும் நடக்கும்.

யென் சாதகப்படிக்கும் சிமிசுமார சக்கிரப்படிக்கும் நாளை இருபத்தி மூணாந்தேதி செவ்வாய்க்கிழமை முதல் கொண்டு விக்கிறம வருசம் சித்திரை மாசம் முதல் தேதியன்று கணக்குப்பார்த்துக் கொள்ள வேண்டியது. பூமி சக்கிரப்படிக்கிப் பஞ்சாங்கக்காரர் சொல்லுகுறபடி சவுரமான படிக்கி விக்கிரம வருசம் சித்திரை மாசம் முதல் கொண்டு பார்த்துக்கொள்ள வேண்டியது. பலாபலன் பூமியிலே நடக்கிற படியினாலே பூச்சக்கிரப்படிக்கி விக்கிறம வருசம் சித்திரை மாசம் முதல் புதன்கிழமை முதல் கொண்டு பலாபலன் பார்த்துக்கொள்ள வேண்டியது.

யித்தனாள் வலது பாரிசத்திலே கீழ் வரிசையிலே ஒத்தைப்பல் வரிசையிலே அந்திய ஒத்தைப்பல் மத்தியானம் பனிரெண்டு நாழிகைக்கு ஒத்தைப்பல் ஒண்ணு விழுந்தது. யிதுக்கு முன் தாது வருஷம் கார்த்திகை மாசத்தையிலே யிடது பாரிசத்திலே மேல் வரிசையிலே ரெட்டைப் பல்லிலே கடைசி பல்லுக்கு யிப்புறத்துப் பல்லு ஆதியாய் வெகுதானிய வருசம் கார்த்திகை மாதத்துக்கு வருஷா வருஷம் காற்திகை மாசத்தையிலே மூணு பல்லு விழுந்தது. அங்கே ஆடி மாசம் முதல் ரோகம் ஆரம்பமாம் என்கிறது. கார்த்திகை மாசத்தையிலே அதிகமாயி நிவற்தியாகிறது. யிந்த வருஷம் கார்த்திகை மாதம் ரோகம் ஆரம்பிச்சபடியினாலே பங்குனி மாசம் 22 தேதி பனிரெண்டு நாழிகைக்கு வலது பாரிசத்திலே கீழ் வரிசையிலே ஒரு பல்லு விழுந்தது. ரோகம் நிவர்த்தி ஆகி சொஸ்தமாச்சுது. ஆனபடியினாலே, யிது முதல் சவ்விய சக்கிரத்துக்கு மேஷ சக்கிர முதலாய்ப் பார்க்க வேண்டியது. ஆனபடியினாலே பலாபலன் யினி அனுபோகத்திலே அறிய வேண்டியது. யிது வரைக்கும் ராசி சூரியன் மீனத்திலே யிருந்தபடியினாலே அபசவ்விய சக்கிரபலன் யிதுவரைக்கும் நடந்தது. அமிசை சூரியன் தனுசிலே யிருந்தபடியினாலே சவ்விய சக்கிர பலன் மேஷாதியாய்ப் பார்த்துக்கொள்ள வேண்டியது.

நாட்குறிப்பு 47

‘என் உடம்பில் ஓடுவது கும்பினீர் ரத்தம்!’

1760 மார்ச் மாதம். பிரெஞ்சு ஆளுகையில் இருந்த புதுச்சேரிப் பட்டணத்தைப் போர் மேகங்கள் சூழ்ந்திருந்தன. இங்கிலீசுப் படைகள் பட்டணத்தின் நாலா பக்கங்களிலும் தாக்குதல் நடத்தி, நெருங்கிக் கொண்டிருந்தன. வழுதாவூர் அவர்கள் வசமானது. வில்லியநெல்லூரும் அவர்களிடம் விழுந்தது. இங்கிலீசுக்காரர்கள் எப்பொழுது வேண்டுமானாலும் புதுச்சேரிக்குள் நுழைந்து விடுவார்கள். இதனால் கலவரப்பட்ட பொதுமக்கள் பட்டணத்தை விட்டு வெளியேறிக் கொண்டிருந்தனர். ஆனந்தரங்கரும் அவரைச் சேர்ந்தவர்களும்தான் பட்டணத்திற்குள் இருந்தார்கள்.

அதேநேரம் படைவீரர்களுக்குச் சம்பளம் கொடுக்க முடியாமல் திணறியது பிரெஞ்சு அரசாங்கம். இதனால் வெள்ளாழர், அகம்படையர், கோமுட்டியாள், செட்டியள், யெலவாணியர் என சகல சாதியினரையும் அழைத்த அரசு நிர்வாகம், ஒவ்வொரு சாதியினருக்கும் குறிப்பிட்ட எண்ணிக்கையின்படி, 1300 சிப்பாய்களுக்குச் சம்பளம் கொடுக்க வேண்டும் என்று உத்தரவிட்டது.

இதேபோல், ஆனந்தரங்கரும் 50 சிப்பாய்களுக்கு 6 ரூபாய் வீதம் மாதம் 300 கொடுக்க வேண்டும் என்றும், அந்தச் சிப்பாய்கள் தொடர்பான வழக்கு விசாரணையை இவரே மேற்கொள்ளலாம் என்றும் சொல்லப்பட்டது. ‘பட்டணம் மூழ்கிப் போக உள்ள நிலையில் இந்த நடவடிக்கை சரியானதுதான்’ என வரவேற்ற

ஆனந்தரங்கர், 'நாம் அன்பது வருஷமாய் பிரான்சுக்காரனுடைய கொடியின் கீழே யிந்தப் பட்டணத்திலே யிருந்து கும்பினீரையும் சேவிச்சிருக்கச்சே கும்பினீர் உடமையைச் சாப்பிட்டு யிந்த சரீரத்திலே யிருக்கிற ரத்தம் அவர்களுதாயிருக்கச்சே நாம் அல்லவென்று சொல்ல யில்லை' என்று நேர்மை, விசுவாசத்துடன் பேசுகிறார். அதேநேரம், 'யென்னுடைய மன வறத்தனை சிலவுக்கு, அரிசி, பருப்பு, நெய், காய்கறி, கோழியிதுகள் வாங்கினது பதினாயிரம் ரூபாய் மட்டும் ஊரிலே குடுக்க வேண்டியிருக்குது. அவர்களெல்லாம் வந்து பணம் கேழ்க் கிறார்கள். என்னுடைய காரியங்களெல்லாம் நாலு விதத்திலேயும் ஒண்ணுமில்லாமலிருக்கச்சே நான் எப்படிச் சிப்பாய்களுக்குச் சம்பளம் கொடுப்பது' என்றும் கேட்கிறார். இது, ஆனந்தரங்கருக்கு இருந்த பொருளாதார இக்கட்டினைக் காட்டுகிறது.

மேலும், வரி கேட்டு, பட்டணத்தில் இருக்கும் வர்த்தகர் மற்றும் மகாநாட்டார் கடும் நெருக்கடிக்கு ஆளாக்கப்பட்டனர். கொடுக்க மறுத்தவர்கள் சிறையில் தள்ளப்பட்டனர். எதிரிகள் பட்டணத்தைச் சூழ்ந்துள்ள நேரத்தில் அவர்களை வெற்றிகொள்வது எப்படி என்று சிந்திக்காமல் மக்களிடம் பணம் வசூலிப்பதிலேயே பிரெஞ்சு அரசாங்கம் குறியாக இருக்கிறதே எனவும் வருத்தப்படுகிறார் ஆனந்தரங்கர்.

1760 மார்ச் 8 மாசி 29 சனிவாரம்

இத்தனாள் முன் 23 தேதி, 24 முதல் துவக்கி யின்றைய தினம் மத்தியானம் பதினைஞ்சு நாழிகை வரைக்கும் பட்டணத்திலேயுள்ள குலம் பூந்தவர் சோனகர், கோமுட்டியள், செட்டியள், பிராமணர் சகல சாதியிலேயும் வெகுசனங்கள் வெளியே போயி விட்டார்கள். யினிமேல் பட்டணத்திலே யிருக்கிறது அல்ப்ப சொல்ப மெல்லாமல் பின்னை வேறேயில்லை. பிராமணத் தெருவிலே யிருக்கிறவர்கள் அய்யண சாஸ்திரி, கோபாலகிருஷ்ணய்யன், குலசேகரம் வெங்கிட்ட நாராயணப் பய்யர் யிப்படி மூணு நாலு வீட்டுக்காரர் போகச்சே... மத்தப்படி வெகுசனங்கள் வெளியே போயிவிட்டார்கள். பகலைக்கு மேலாக வெளிபோகிற செனங்களை வழியிலே போகவொட்டாமல் மறிச்சு மத்தியானம் வரைக்கும் உத்தாரம் யினிமேல் போற பேருக்கு முசியே லாலி அவர்கள் கடுதாசி வேணுமென்று போற செனங்களை யெல்லாம் போக வொட்டாமல் யெல்லாரையும் திருப்பிவிட்டார்கள். யிதிலே அய்யண சாஸ்திரி வீட்டுப் பெண்டுகள் குலசேகரம் வெங்கட்ட நாராயணப்பய்யன் வீட்டுப் பெண்டுகள் பிள்ளையும் பிராமணத்

தெருவிலே ரெண்டொருத்தர் வெளியே போகச்சே தெத்திலே மறிச்சு போற பேருக்கு முசே லாலி அவர்கள் சீட்டு வேணும், காட்டாமல் விடத்தக்கனதில்லையென்று அவர்களைக் கூட்டிக் கொண்டு கோட்டைக்கு முசியே லாலி அண்டைக்கு அனுப்பிவிச்சதாய் சமாச்சாரம் கேழ்விப்பட்டுது.

1760 மார்ச் 9 மாசி 30 ஆதிவாரம்

மத்தப்படி பெண்டுகள் எனப்பட்டவர்கள் யெல்லாம் சமுசாரத்துடனே போயி விட்டார்கள். நாமும் நம்மைச் சேர்ந்தவர்களும் சமுசாரத்துடனே யிருக்குறோம். மத்தப்படி பட்டணத்திலேயுள்ள செனங்களெல்லாம் வெளியே போயிவிட்டார்கள்.

1760 மார்ச் 11 பங்குனி 2 செவ்வாய் வாரம்

இத்தனாள் காலமே சின்னதுரை முசே கில்லியார் நம்முடனே வீட்டுக்கு வந்து நேத்திய தினம் குமிசேலிலே உம்மை அழைச்சுச் சொல்லச் சொன்னது யிங்கிலீசுக்காரருடைய கலாபம் துறுசா யிருக்கிற படியினாலே ராசாவுடைய ஒப்பிசேல்மார் சொலுதாதுகள் நம்முடவர்கள் தானே பட்டணத்தை கொள்ளையிட்டுப் போடுகுறதாயிருக்குது. ஆனபடியினாலே சிப்பாயிகளை வச்சு கொத்தளங்களை யெல்லாம் ஒவ்வொரு குமிசெல்க்காரரும் யிருந்து கோட்டையைக் காப்பாத்த வேணும் அதுக்கு ஒரு கொத்தளத்துக்கு உம்மை அன்பது பேர் சிப்பாயிகளை வைச்சு அவர்களுக்குச் சம்பளம் மாசம் ஒன்றுக்கு சனம் ஒண்ணுக்கு ரூ.6 விழுக்காடு மாசம் 1-க்கு முன்னூறு ரூபாய் குடுத்து, அந்தக் காரியம் கபுறு யெல்லாம் நீர் விசாரிக்கிறது. அவர்களுக்கு ஒடுதி மத்ததெல்லாம் நீர் குடுக்கிறது. பின்னையும் பட்டணத்திலேயுள்ள தமிழருக்கும் யிந்தப்படிக்கி அவரவருக்குத் தக்கினாப்போலே சிப்பாயிகளை வைச்சு அவர்களுக்கு அவரவர் சம்பளம் குடுத்து விடுகுறது. அந்த சிப்பாயிகளையும் நீர்தான் விசாரிச்சுக் கொள்ளுகிறது. அவர்களுக்கு ஒடுதி காரியம் யெல்லாம் நீர்தானே சொல்லுகுறது. யிந்தபடி நீர் யிதுகளுக்கெல்லாம் யெசமானாயிருந்து விசாரிக்கச் சொல்லி குமிசேலிலே தீர்ந்ததாய் வந்து சொன்னார்.

அதுக்கு நாம் சொன்னது உத்தரவு மெய்தான். யிந்த வேளையிலே மெய்தான் குடுக்க வேண்டியதும் விசாரிக்க வேண்டியதும். நமக்கு சாகிராயிருந்த திருமங்கலம், நெற்குணம் என்கிற ரெண்டு கிராமம் கட்டிக்கொண்ட படியினாலேயும் வருஷமாய் நமக்கு உத்தியோகம் பேருக்கு யிருக்குதென்கிற பேர் மாத்திரம் யல்லாமல் ஒரு

காரியத்திலே யாகிலும் யில்லாமல் படிக்கி முசே லெறி பண்ணிப்போட்டார். நானும் ஒரு காரியத்திலேயும் யில்லாமல் படிக்கி வீட்டிலே தானே சும்மாயிருக்குறேன். தேவனாம்பட்டணம் சீமையிலே யெனக்கு அஞ்சு கிராமம் நடந்தது. அதை இங்கிலீசுக்காரர் கட்டிக்கொண்டார்கள். அந்தச் சமாச்சாரமும் சீமைக்கு மினிஸ்தருக் களுக்கும் முசியே துப்ளேக்சு திக்கிளர் சாம் எழுதியிருக்கிறார்.

யிப்ப தேவனாம் பட்டணம் சீமை யிவர்கள் வசமாயிருக்குது. அப்படியிருக்க அந்தக் கிராமமாகிலும் நமக்கு நடக்குறதுக்கு யில்லை யிதல்லாமல் யென்னுடைய மனவற்தனை சிலவுக்கு, அரிசி, பருப்பு, நெய், காய்கறி, கோழியிதுகள் வாங்கினது பதினாயிரம் ரூபாய் மட்டும் ஊரிலே குடுக்க வேண்டியிருக்குது. அவர்களெல்லாம் வந்து பணம் கேழ்க்கிறார்கள். என்னுடைய காரியங்களெல்லாம் நாலு விதத்திலேயும் ஒண்ணுமில்லாமலிருக் கச்சே, முசே லெறி தான் யெப்படி சொல்லுவார்களென்று? சொன்னதின் பேரிலே முசியே கில்லியாரிருந்து கொண்டு, யிதுகளெல்லாம் மெய்தான். நானும் குமிசேலிலே யிதுகளை யெல்லாம் பேசுகுறேன். ஆனால் நீர் யிந்த வேளையிலே ஆனாதென்று சொன்னால் பட்டணத்திலே யிருக்குற தமிழ ரெல்லாம் ஒருத்தரும் சம்மதியில்லாமல் காபராப்பட்டுப் போவார்கள் யென்று சொன்னார்.

ஆனால் கும்பினி முழுகிப் போற வேளையாய் வந்திருக்கச்சே, நாம் அன்பது வருஷமாய் பிரான்சுக்காரனுடைய கொடியின் கீழே யிந்தப் பட்டணத்திலே யிருந்து கும்பினீரையும் சேவிச்சிருக்கச்சே கும்பினீர் உடமையைச் சாப்பிட்டு யிந்த சரீரத்திலே யிருக்கிற ரத்தம் அவர்களுதாயிருக்கச்சே நாம் அல்லவென்று சொல்லயில்லை. ஆனால் யெனக்கு யின்னம் சிறிது வீடுகள் யிருக்குது. சிறிது சாமான்களிருக்குது. அதுகளையாகிலும் வித்து முன்னூறு ரூபா குடுத்து விடுகுறேன். அந்தச் சிப்பாயிகள் காரியம் கவையும், நாம் ஒடுதி குடுக்கிறதும் நமக்குத் தேவையில்லை. யென்றும் சொன்னதின் பேரிலே, நல்லது யிதுகளெல்லாம் முசே லெறியுடனேயும் குமிசேலிலேயும் பேசி மறு உத்திரம் சொல்லி அனுப்பி வைக்குறோம் என்று சொன்னார். பின்னையும் முன் நடந்ததும் பின் நடந்ததும் யிப்படிச் சிறது சம்மதியெல்லாம் பேசிக்கொண்டிருந்து பிறப்பட்டுப் போய்விட்டார்.

இத்தனாள் சாயங்காலம் கனகராய முதலியார் தம்பி தானியப்ப முதலியாரையும் பெரியண்ண முதலியாரையும் ராமச்சந்திர ராயன்

வகையிரா யிவர்களை யெல்லாம் சின்னதுரை முசே கில்லியார் சாயங்காலம் அழைப்பிச்சு நீங்கள் அன்பது அன்பது பேர் ஒவ்வொருத்தர் சிப்பாயிகளை வைச்சு அவர்களுக்கு சம்பளம் கொடுத்து ஒவ்வொரு...

1760 மார்ச் 18 பங்குனி 9 செவ்வாய்க்கிழமை

இத்தனாள் கேழ்க்கப்பட்ட சேதியென்ன யென்றால் வெள்ளாழர், அகம்படையர், கோமுட்டியாள், செட்டியள், யெலவாணியர் யிப்படி சாதியாரெல்லாரையும் அழைச்சு வெள்ளாழருக்கு சிப்பாயிகள் முன்னூறு பேரும் அகம்படியருக்கு நானூறு பேரும், செட்டியளுக்கு முன்னூத்தன்பது பேருக்கும் கோமுட்டி யளுக்கு நூத்தன்பது பேருக்கும் யெலவாணியருக்கு அன்பது பேருக்கும் யிந்தப்படிக்கி சாதி சாதிக்கும் யேகத்துக்கு ஆயிரத்து முன்னூறு பேர் சிப்பாயிகளுக்கு சம்பளம் குடுக்கச் சொல்லியும் மாசம் 1க்கு அன்பது பேர் சிப்பாயிகளுக்கு முன்னூத்தன்பது மூணு ரூபாய் விழுக்காடு குடுக்கச் சொல்லிச் சொன்னதாயும் அதுக்கு யிவர்களெல்லாம் தாளும் தாளாதென்று சொல்லிக்கொண்டதாய் சேதி கேழ்க்கப்பட்டது. மத்தப்படி யிங்கிலீசுக்காரருடைய பவுன்சு முன்னே வந்து குண்டுசாலை மட்டும்.

1760 மார்ச் 28 பங்குனி 19 சுக்கிரவாரம்

இத்தனாள் பின்னையொன்றும் விந்தையாய் சமாச்சாரம் கேழ்க்கப்படயில்லை. சின்னதுரை முசே கில்லியார் மகாநாட்டாரை யெல்லாரையும் அழைச்சு சிப்பாயிகள் சம்பளத்துக்கு மாசம் 1-க்கு அய்யாயிரம் ரூபாய் விழுக்காடு ரெண்டு மாசத்தைக்குப் பதினாயிரம் ரூபாயி குடுக்கச் சொல்லித் தீர்ந்ததாய், அவர்களும் சம்மதிச்சதாய் அந்தப்படிக்கி சாதி சாதிக்கும் பிறிச்சிசெழுதி வைக்கிறதாய் சமாச்சாரம் கேழ்க்கப்பட்டது.

1760 அபிரேல் 11 சித்திரை 3 சுக்கிரவாரம்

இத்தனாள் பகலைக்கு மேலாய் கேழ்க்கப்பட்ட சேதி ராமலிங்க பிள்ளை, பாபுராயன், ராமச்சந்திர ராயன், குண்டூர் பாலிசெட்டி, சஞ்சய செட்டி யிவர்களை அழைச்சு சிலவுகளுக்கு குடுக்க வேண்டியதென்று முசே லாலி கேட்டவிடத்திலே ராமலிங்க பிள்ளை மாத்திரம் நாலாயிரம் ரூபாய் ரொக்கமும் சிறிது சாமானுகளும் குடுக்குரோமென்று உடம்படிக்கை பண்ணிக் கொண்டு வந்துவிட்டதாயும், மத்தப்பேரை பணம் கேட்டவிடத்திலே நாங்கள் முன்னேயும் குடுத்திருக்கிறோம், யெங்களுக்கு குடுக்கிறதுக்கு யில்லை யென்று சொன்னவிடத்திலே

மூணு நாளைக்குள்ளே பணம் குடுத்தால் ஆச்சுது. யில்லாவிட்டால் உங்களை அப்படி செய்வோம் யிப்படி செய்வோம் கசோத்திலே போடுவோம் யென்றும் சொல்லி பிறகே வீட்டுக்கொரு சேவுகரை சேருவைக்காறனை அனுப்பி வாசற்படியிலே வச்சார்கள் என்கிறது கேழ்க்கப்பட்டது...

1760 அபிரேல் 15 சித்திரை 7 செவ்வாய்க்கிழமை

... பட்டணத்திலே ரெண்டு மூணு நாளாய் வற்தகரைப் பிடிச்சு பணம் குடுக்கச் சொல்லி கோட்டையிலே காவல் பண்ணியிருந்தவர்கள் நேத்தய தினம் மகாநாட்டாரண்டைக்கி வந்து வற்தகர் எங்களுக்கானால் லக்ஷபத்திருபதி னாயிரம் ரூபாயி வரிபோட்டுக் குடுக்கச் சொல்லுகுறான். யிதை நீங்கள் மகானாட்டார் பேரிலே போட்டுக் கொண்டு யெப்படியாகிலும் யிதுக்கு மார்க்கம் பண்ணவேணும். யில்லாவிட்டால் அவரவர் ஆஸ்தியெல்லாம் நாங்களெடுத்து எழுதிக்குடுப்போம் என்று சொன்னதின் பேரிலே மகாநாட்டார் உங்கள் பேரிலே போட்ட வரிக்கி எங்களுக்கென்ன கவையென்று நேத்து சாயங்காலம் சொன்னதின் பேரிலே யின்றைய தினம் போயிகள் வந்து வற்தகரை அழைச்சுப் போயி கோட்டையிலே மறுபடியும் காவல் வைச்சார்கள். யிந்த காபராவினாலே பட்டணத்திலேயுள்ள செனங்களெல்லாம் ரொம்ப காபராப்பட்டு வெகுசனங்கள் வெளியே போயி விடுகுறார்கள்.

1760 அபிரேல் 16 சித்திரை 8 புதவாரம்

... யித்தனாளும் வழுதாவூர் கோட்டையின் பேரிலே சண்டை நடந்து கொண்டிருக்குது. இத்தனாள் ராத்திரி யேழு மணிக்கி இங்கிலீசுக்காரரை கொல்னேல் மேஸ்தர் கூத் தென்கிறவனும் வழுதாவூர் கோட்டையின் பேரிலே லக்கை யேறி கோட்டையைப் பிடிச்சுக் கொண்டு கோட்டையிலே யிருந்த பிரான்சுக்காரருடைய சொலுதாதுகள் சிப்பாயிகளை யெல்லாம் காவல் பண்ணிக்கொண்டு கோட்டையிலே இங்கிலீசுக்காரர் கொடியும் போட்டுக்கொண்டார்களென்றும் சேதி கேழ்க்கப்பட்டது.

1760 அபிரேல் 17 சித்திரை 9 குருவாரம்

இத்தனாள் இங்கிலீசுக்காரர் வந்து வில்லியநெல்லூர் கோபுரத்தின் பேரிலே இங்கிலீசுக் கொடியும் போட்டுக்கொண்டு வில்லிய நெல்லூர் சீமை தமாம் குண்டுசாலை வரைக்கும் தோறணம் கட்டிக்கொண்டு யெங்கும் குண்டுசாலை வரைக்கும் இங்கிலீசுக்காரர் மனுஷராய்த்தானே யிருக்குறார்கள். யித்தனாள்

நம்முடவர்களுக்கும் யிங்கிலீசுக்காரருக்கும் பிரம்பை மேட்டிலே சண்டை யாயி நம்முடையவர்கள் முறிஞ்சு கொஞ்சம் சேதமாய் பிறப்பட்டு ஒழுகரை யெல்லைப் பிள்ளைச்சாவடி யிவ்விடங்களிலே நம்முடவர்கள் வந்து விட்டார்கள்.

குண்டுசாலை அரியாங்குப்பம் தவிர மத்தயிடங்களெல்லாம் யின்றைய வரைக்கும் இங்கிலீசுக்கார ருடைய தோறணம் ஆச்சுது. பெருமாள் நாயக்கன்சாவடி, குண்டுசாலை, அரியாங்குப்பம் யிதுவரைக்கும் இங்கிலீசுக் காரராய் யிருப்பார்களென்று கப்பா சோசியர் சொன்னபடிக்கி சாஸ்திரம் யிதுவரைக்கும் சரி யினிமேல் யென்ன நடக்குமோ அதுவும் அறிய வேண்டியது. முன் பவ வருசம் வரைக்கும் நம்முடவர்களுக்கு அரியாங்குப்பம் முருங்கப்பாக்கம் ஒழுகரை குண்டுக்கிராமம் காலாபேட்டு யிந்த அதிரிலே யெப்படி யிருந்தார்களோ அந்தப்படிக்கி காலாப்பேட்டு தவிர மத்த அரியாங்குப்பம் முருங்கப்பாக்கம் ஒழுகரை குண்டுகிராமம் குண்டுசாலை யிந்த அதிரிலே யின்றைய வரைக்கும் நின்னார்கள். நாளை முதல் கொண்டு யென்ன கதி நடக்குமோ அது அறிய வேண்டியது.

இத்தனாள் முசே கெதி வேல் என்கிறவன் பாளையக் காரனாயிருக்கிற வெள்ளைக்காரன் மகாநாட்டாரை அழைப்பிச்சு பணம் தண்டியாச்சுதா யென்று கேட்டதின்பேரிலே யின்னம் தண்டியாகவில்லை யென்றும் யிவர்கள் சொன்னதின் பேரிலே அவன் மகானாட்டாருக்குள்ளே செட்டியள் றொண்டருத்தரை கையாடி நீங்கள் முன்னாலே முசே கில்லியாருக்கு அய்யாயிரம் ரூபாயிக் குடுக்குறோமென்றல்லவா உடம்படிக்கை பண்ணிக் கொண்டீர்கள். யிப்பயென்ன யெண்ணாயிரம் ரூபாயாய் குடுக்கவேணும் யில்லாவிட்டால் காவலிலே வைப்பேன் என்று சொன்னதின் பேரிலே மகாநாட்டாரெல்லாம் வந்து சட்டப் பெருமாள் அய்யன் மடத்திலே கூடி வரிப்பிறிச்சு யெழுதுகுறார்களே என்குறதாய் சேதி கேழ்க்கப்பட்டது.

யிதல்லாமல் பாபுராயன் ராமச்சந்திர ராயன் கணக்கு ரங்கப்ப முதலி குமாரன் கும்பினி வர்த்தகர் வகையிரா பதிமூணு பேரைக் காவல் வைச்சு லக்ஷத்திருபதினாயிரம் (120000) ரூபாயி குடுக்கச் சொல்லி வைச்சு யிருக்கிறபடிக்குத் தானே யிருக்குது. பட்டணத்திலே யிருக்கிற செனங்கள் எல்லாம் யிங்கிலீசுக்காரர் வந்து வில்லியநெல்லூர் கோபுரத்தின் பேரிலே கொடி போட்டுக் கொண்டு அவர்களும் வந்து நம்முடவர்கள் வெளியே யிறங்கி யிருக்கிற பவுன்சின் பேரிலே சண்டை பண்ணுகுற படியினாலேயும்

இவ்விடத்திலேயும் வரிகளைப் போட்டு பணங்காசுகளுக்கு சுறுக்குப் பண்ணுகிற படியினாலேயும் வெளியே போயிருந்து வந்த செனங்கள் எல்லாம் மோசம் வந்தது. யினிமேல் யிருக்கப் போகாதென்று யின்னைய தினம் வெகுசனங்கள் வெளியே பிறப்பட்டுப் போயிவிட்டார்கள்.

யின்றைய தினம் பட்டணத்திலேயுள்ள செனங்கள் அதலகுதலப் பட்டு தத்தளிக்குறது கடுதாசியிலே எழுதி முடியாது. தேவடியாள் முத்தப்பிள்ளை பேரிலே நமக்குப் பதினாயிரம் அய்யாயிரம் வரவேண்டியதுக்கு ராமலிங்கம் பிள்ளை யிப்ப சத்தியமாய் நானூறு ரூபாயி வாங்கிக்கொள்ளச் சொல்லி உடம்படிக்கைப் பண்ணினதின் பேரிலே யிவ்விடத்திலே பணம் கேட்டவிடத்திலே யிங்கே பணமில்லை. கிராமத்துக்கு வந்தால் தாரோமென்று சொன்னான். அதன்பேரிலே ராமலிங்கம்பிள்ளை காகிதம் ஒண்ணு குடுத்தான். அந்தக் காகிதம் கொண்டு நம்முடைய சேவுகரும் போயி திருவெண்ணைநல்லூர் யிவ்விடங்களெல்லாம் தேவடியாள் முத்துப்பிள்ளையைத் தேடிப்பார்த்துக் காணாமல் படிக்கி மறுபடி நம்முடைய சேவுகர்கள் ராமலிங்கம் பிள்ளை எழுதிக்குடுத்த கடுதாசி கொண்டுவந்து விட்டார்கள்....

1760 அபிரேல் 18 சித்திரை 10 வெள்ளிக்கிழமை

இத்தனாள் கேழ்க்கப்பட்ட சேதி ராமச்சந்திர ராயன் பாபுராயன் கணக்கு ரங்கப்ப முதலி மகன் கும்பினி வர்த்தகர் வகையிரா பதிமூணு பேரை பணம் குடுக்கச் சொல்லி கோட்டையிலே காவல் வச்சு சாப்பாட்டுக்கு விட்டு மறுபடியும் காவல் வச்சு பணம் கேட்டுக்கொண்டு யிருந்தார்களே. அவர்கள் முசே லெறி கோவர்ணதோர் அவர்களைக் கண்டுபேசி நீங்கள் எங்களைக் காவலிலே வச்சுப் பணம் கேட்டால் நாங்கள் எங்கேயிருந்து குடுக்கப் போறோம், முன்னே தானே யிருக்கிறதைக் குடுத்தோம். யிப்பவும் மகாநாட்டாரையும் அழைச்சு அவர்களுடனே சொல்லி எங்களையும் கூட்டிவிட்டால் அவர்களும் நாங்களும் யோசனை பண்ணிக்கொண்டு முன்னே யெழுதின வரிப்படிக்கு வரியெழுதி பணத்துக்கு ஒரு மார்க்கம் பண்ணுகுறோம் என்று சொன்னதின் பேரிலே முசே லெறி கோவர்ணதோர் மகாநாட்டாரை எல்லாம் அழைச்சு கும்பினி சிலவுக்கு ரெண்டு லக்ஷம் ரூபாய் யிப்ப குடுக்க வேணும் என்று சொன்னதுக்கு நீங்களும் யிவர்களும் யோகோபிச்சுக் கொண்டு லக்ஷம் ரூபாயிக்கு மத்தத்துப் படுத்தி குடுக்க வேணும் என்று சொன்னதின் பேரிலே மகானாட்டாரிடமிருந்து சொன்னது,

'நாங்கள் முன்னே தானே நாலு விதத்திலேயும் யிருக்கிற தட்டுமுட்டுகளும் வித்து குடுத்துவிட்டோம். யினிமேல் யெங்களுக்கு குடுக்கிறதுக்கு யில்லை யென்று சொன்னதின் பேரிலே அப்படியல்ல, யிந்த வேளைக்கு சிலவுக்கு யில்லாதபடியினாலே நீங்கள் யில்லையென்று சொல்லப் போகாது. பாபுராயன் கும்பினி வர்த்தகர் வகையிரா பதிமூணு பேரையும் வைச்சுக் கொண்டு பணத்துக்கு யெந்த விதத்திலே தகப்படுத்த வேணுமோ அந்தப்படிக்கி யோசனை பண்ணிக்கொண்டு சம்மதி பண்ணுங்கோள்' என்று சொன்னதின் பேரிலே,

மகானாட்டாருக்குள்ளே ரெண்டொருத்தரை வெள்ளாழக் கனகசபை உள்க் கையாயி ராமச்சந்திரராயன் போட்டுக் கொண்டபடியினாலேயும் அவர்களுக்கு மாத்திரம் யிந்த விசேஷம் சம்மதி. மத்தப் பேரும் மகானாட்டாருக்கு சம்மதியில்லாத படியினாலே அவர்கள் சொன்னது, 'நாங்கள் மகாநாட்டார் வந்து யேழை. முன்னே தானே யிருக்கிறதை குடுத்துவிட்டோம். யினிமேல் குடுக்குறதுக்கு யெங்களுக்கு நிறுவாக மில்லை. யெங்கே பணம் யிருக்குதோ அங்கே வாங்கிக் கொள்ளுங்கோள் அவர்களுக்கும் எங்களுக்கும் வியாச்சியம் யென்ன யிருக்குது,' அக்கரையில்லை யென்றும் சொன்னதுக்கு,

உன் பேரிலே மூசே லெறி கோவர்ணதோரை முன்னே தானே கட்டிக்கொண்டு யிருக்கிற படியினாலேயும் மகாநாட்டாருக் குள்ளே ரெண்டொருத்தர் உள்க்கையா யிருக்கிறபடியினாலேயும் மூசே லெறி சொன்னது, தில்லை மேஸ்திரி பேசச்சே காதிலே ரெண்டு கடுக்கனும் கையிலே ரெண்டு மூணு மோதிரமும் போட்டுக்கொண்டு போனதைப் பார்த்து யிப்படி அவரவர் கடுக்கனும் மோதிரமும் வித்துக் குடுத்தால் யிந்தப்பணம் சரியாயிப்போம். போங்கள் நீங்களெல்லாம் கூடி யோசனை பண்ணிக்கொண்டு பணத்துக்கு சம்மதி பண்ணுங்களென்று நயினாரை அழைச்சு யிவர்களை யெல்லாம் ஒரு தாவிலே சேத்து வரிப்பிறிச்சு எழுதி அவரவர் பேரிலே பணம் எவ்வளவு சொல்லுகுறார்களோ அதை அவர்கள் கையிலே பணம் வாங்கிப்போடச் சொல்லி அழைச்சுக் கொண்டு போகச் சொல்லி சொன்னதாகவும் சேதி கேழ்க்கப்பட்டுது.

இதல்லாமல் மகாநாட்டார் சொன்னது பட்டணத்திலே யிருக்கிற செனங்களெல்லாம் வெளியே பிறப்பட்டுப் போயி விட்டார்கள். ஆர் கையிலே பணம் வாங்குறது யென்று சொன்னதுக்கு உன் பேரிலே ஆனால் செனங்களை ஒருத்தரையும் வெளியே போகாமல் தாக்கீது பண்ணி வைக்குறோம் வெளியே போனவர்களிலே

யெசமான் மாத்திரமிருந்து மத்தப்பேர் போயிவிட்டால் அவர்கள் வீடு எழுதத் தேவையில்லை யென்றும் பெண்டுகள் பிள்ளைகளிருந்து யெசமான் வெளியே போயிருந்தால் அவர்கள் வீடுகளை யெல்லாம் எடுத்து எழுதச் சொல்லி சாவடிக் கணக்கப் பிள்ளைகளை யெல்லாம் அழைச்சு முசே லெறி கோவர்ணதோர் உத்தாரம் பண்ணதாய் சேதி கேழ்க்கப்பட்டது. அந்தப்படிக்கி தெருவுகளிலே சிறிது வீடுகளை எடுத்து எழுதுகிறதாய் சாவடி மணியக்காரர் வந்து நமக்கு கபுறு சொன்னார்கள்.

இங்கிலீசுக்காரர் வழுதாவூர் வாங்கிக் கொண்டு வெளி சீமையெல்லாம் தோரணம் வைச்சுக்கொண்டு அந்த மட்டுக்கும் உள்ளே யிருக்குறார்கள். யினிமேல் என்ன நடப்பிப்பார்களோ அது அறிய வேண்டியது. நம்முடவர்களும் பட்டணத்திலே யிருக்கிற செனங்கள் கையிலே பணம் வாங்கிக்கொள்ள வேணும் என்கிற நினைவின் பேரிலே யிருக்குறார்களே யல்லாமல் சத்துருவின் பேரிலே எதித்து சண்டை பண்ணி செயம் பண்ணுவோம் என்கிற நினவுயில்லை. அந்தக் கறணியும்ல்ல யிவர்களும் அந்த மட்டிலே யிருக்குறார்கள். யித்தனாள் ராத்திரி யெட்டு மணிக்கு குண்டு சாலைகளுக்கெல்லாம் பட்டணத்திலே யிருக்கிற செனங்களை ஒருத்தரையும் வெளியே விடாமல் படிக்கி தாக்கீது பண்ணதாய் சேதி கேழ்க்கப்பட்டுது.

1760 அபிரேல் 20 சித்திரை 12 ஞாயிற்றுக் கிழமை

இத்தனாள் பனிரெண்டு மணிக்கி மகாநாட்டாரெல்லாம் கூடி ஒருத்தொருக்கொருத்தர் ஆஸ்தி பாஸ்தி யெழுதி கையெழுத்தும் போடச்சொல்லி விசேஷங்கள் நடந்த விடத்திலே, ராமச்சந்திர ராயனும் பாபு ராயனும் கையெழுத்துப்போடச் சம்மதியாமல் போனபடியினாலே, நல்லது யெல்லாரும் போயி முசே லெறியுடனே சொல்லி சொல்லிக்கொள்ளுவோ மென்று போனவிடத்திலே, முசே லெறி யிருந்து கொண்டு ரெண்டு லக்ஷம் ரூபாயி நீங்கள் குடுக்க வேணுமென்று சொன்னதின் பேரிலே, மகானாட்டாரிந்து கொண்டு, நாங்கள் குடுத்துக் குடுத்துக் கெட்டுப்போனோம். யெங்களுக்கு குடுக்குறதுக்கு யில்லை யென்று சொன்னதின் பேரிலே, யிவர்களை யெல்லாம் காவலிலே போட்டு வையும் யென்று உத்தாரம் பண்ணதாகவும் அதன் பேரிலே ராமச்சந்திர ராயன் பாபுராயன் கும்பினி வர்த்தகர் வகையிரா பதிமூணு பேரும் மகானாட்டார் நாட்டாமைக்காரரிலே பதிமூணு பேரும் ஆக யிருபத்தாறு பேரும் மேலண்டை கோட்டை வாசற்படி மேலே காவலில் வைச்சதாய்ச் சேதி கேழ்க்கப்பட்டுது.

நாட்குறிப்பு 48

நாட்குறிப்பில் இடம்பெற்ற அரிய தகவல்கள் - பண்டிகைகள் - உவமைகள்!

ஆனந்தரங்கர் தனது நாட்குறிப்பில் ஏராளமான அதி முக்கிய விவரங்களை மிகவும் விரிவாகவே பதிவு செய்திருக்கிறார். அதேநேரம் அதற்குச் சற்றும் குறையாமல் சுவாரஸ்யமான பல தகவல்களும்கூட இடையிடையே இடம்பெற்றுள்ளன. வெள்ளைக்காரர் வேஷம் போட்ட பாதிரியார், பாளையக்காரரிடம் சிக்கிக் கொண்ட பிரெஞ்சு வீரனின் கால்சட்டைக்குள் ஓணான் விட்ட விவகாரம், முஸ்லிம் படையினரிடம் சிக்கிக் கொண்டவர்களுக்கு சுன்னத் செய்யப்பட்ட நிகழ்வு, கருட சேவை நாளாகப் பார்த்து திருவந்திபுரம் கொள்ளையிடப்பட்டது, பக்கிரியாக வந்த பழைய செஞ்சியின் கில்லேதாரன் போன்ற விவரங்களைச் சொல்லும் ஆனந்தரங்கர் அந்நாளைய 72 பாளையங்களையும் நமக்குப் பட்டியலிடுகிறார்.

மேலும், புதுச்சேரியார் ரூபாய் போட்டுக்கொள்ள நவாபு வழங்கிய உத்தரவு யானையின் மீது ஊர்வலம் வந்தது, பிரெஞ்சு ரூபாயில் இடம்பெற்ற சூரியன், ஆளுநர் துய்ப்ளேக்ஸ் புதிதாகக் கட்டிய மாளிகையில் இடம்பெற்ற பிரதமைகள் (பொம்மைகள்), காது மூக்கு அறுக்கப்பட்டுத் தூக்கிலிடப்பட்ட பார்ப்பான், எமன் பட்டணம் அடைஞ்ச யானை குறித்தெல்லாம் குறிப்பிடும் ஆனந்தரங்கர், அரசாங்கத்தில் பொய் சொல்லிக் காசு

பார்த்தவர்களையும் சுட்டிக்காட்டுகிறார். மலாக்காவில் இருந்து வந்த மனிதக் குரங்கு, அது செய்யும் சேட்டைகள் குறித்து இவர் சொல்லுவது அலாதியானது!

ஆளுநர் துய்ப்ளேக்சைப் பார்க்க வந்தவர்களின் பட்டியலில் இடம்பெற்றுள்ள பங்காரு யச்சம நாயக்கர் குறிப்பிடத்தக்கவர். 1714இல் செஞ்சிக் கோட்டையில் நடந்த போரில் தேசிங்கு ராஜாவைக் கொல்வதற்கு உத்தரவிட்டவர் இவர் என்பது குறிப்பிடத்தக்கது. மேலும், தூரத்துக் கிட்டத்துப் பார்வை மூக்குக் கண்ணாடிகள், சரீர நோய்களைச் சொல்லும் புஸ்தகம், சூரியனுக்குக் காட்டினால் நெருப்பு விழும் கண்ணாடி, பூகோளக் காகிதம், நிகண்டுகளில் தேடியும் அகப்படாத வார்த்தை - இதெல்லாம் ஏறக்குறைய 270 ஆண்டுகளுக்கு முன்பே, ஆனந்தரங்கரின் நாட்குறிப்பில் பேசப்பட்டிருப்பது நமக்கு ஆச்சரியத்தை அளிக்கிறது!

பொம்மையர்பாளையத்து மடம், அம்பலத்தாடுமய்யர் மடம் குறித்தத் தகவல்களும் சிறப்பு! மேலும், அன்றைய புதுச்சேரி பட்டணத்தில் கொண்டாடப்பட்ட பண்டிகைகள், ஆனந்தரங்கர் தனது நாட்குறிப்பின் ஊடாகப் பயன்படுத்திய உவமைகள், ஆகியவையும் இதோ உங்கள் பார்வைக்கு:

பொம்மையபாளைய மடம்

1744 டிசம்பர் 14 மார்கழி 3 திங்கட்கிழமை

காலமே ஆறுமணிக்கு துரையவர்கள் முசே துப்ளேக்சு அவர்கள் மொறட்டாண்டி சாவடியிலேயிருந்து நம்முடைய சத்திரம் திருவேங்கிடபுரத்துக்கு வந்து காலமே எட்டுமணிக்கு அலுமுசு சாப்பிட்டு, மத்தியானத்துக்கும் விருந்தும் சாப்பிட்டு சாயங்காலம் நாலு மணிக்கு அவ்விடம் புறப்பட்டுப் பொம்மையாபாளையம் மடத்துக்கு வந்து பாலையசுவாமிகளவர்களைத் தெரிசனம் பண்ணிக்கொண்டு, ஆறுகெசம் சகலாத்தும் இரண்டு பன்னீர் செம்பும் காணிக்கை வைத்துத் துரையவர்களும் அம்மாளவர்களும் ரொம்பவும் வணங்கி மரியாதை பண்ணினதின் பேரிலே சாமியாவரவர்களும் ஆசீர்வாதம் பண்ணினார்கள். அவர்கள் கையிலே ஆசீர்வாதம் பெற்றனுப்பித்துக் கொண்டு புளியந்தோப்பிலே வந்து தித்திப்பு மேசைபோட்டு அவ்விடத்திலே கபேயும் குடித்து, அப்பால் பயணப்பட்டு மறுபடியும் மொரட்டாண்டி சாவடிக்குப் போய்விட்டார்கள்.

1746 மே 21 சனிக்கிழமை

இந்தநாள் மதியானம் இருபது நாழிகைக்குப் பொம்மைய பாளையம் மடத்துப் பெரியபாளைய சுவாமிகள் அவர்கள் கைலாசத்துக்குப் போனார். அவர் பட்டத்துக்கு வந்து துந்துபி இருபத்துநாலு வருஷமும் சில்லறை மாசமுமாச்சுது. இந்த மட்டுக்கும் இவரிருந்து மற்ற குட்டித்தம்பிரான்கள் எல்லாம் வரவர பாளைய சுவாமி போலே துரைத்தனமாயிருந்து மடத்துக் காரியங்களெல்லாம் கெடுத்துப் போட்டதல்லாமல் வெளியிலே கவுரவ ஆனி ரெம்ப வந்தது. இனிமேல் வருகிறவர் சாடை யெப்படியிருக்குமோ தெரியாது. முன்னையிருந்தவர் பசுவுக்கு சமானமே யல்லாமல் மனுஷருடனே கூட்டபோகாது. ஆனால் சுவாமியுடைய சித்தம் பெரிது.

1746 ஒக்டோபர் 27 அற்பிசி 14 வியாழக்கிழமை

இற்றைநாள் நடந்த காரியம் என்னவென்றால்: காலமே சாமத்துக்குள்ளே பொம்மையாபாளையத்து பாலய்யர் மடத்துக்கு சமஸ்தானத்திற்குத் துறையூரிலிருக்கிற பச்சை கந்தப்பய்யர் பழனியிலே ஒரு தபசியாயிருந்தவரை அழைத்துக்கொண்டு வந்து இன்றைய தினம் காலை ஐந்தரை நாழிகைக்குப் பட்டங் கட்டினார்கள். முன் வைகாசி 11 (27 மே) காலம் பண்ணிப்போன பாலய்யர் விவேக சூனியமாயிருந்திருக்கிற படியினாலே குட்டித் தம்பிரான்களெல்லாம் தலைக்குத் தலை பெரியதனம் பண்ணி மடத்தை வாழ வைத்தார்கள். இற்றைநாள் அந்த இடத்துக்கு இப்பட்டங்கட்டின பாலய்யர் நடத்தையும் விவேகமும் யோகமும் திட்டமும் இனிமேல் அறிய வேண்டியது. இதற்கு நாம் போகவேணு மென்றிருந்தோம். இவ்விடத்து அலுவலிலே இரண்டு கிசம் சிகப்பு சகலாத்து ஆறுமுகம் பண்டாரம் வசம் கொடுத்தனுப்பினோம்.

அம்பலத்தாடுமய்யர் மடம்

1746 ஆகஸ்டு 8 ஆடி 27 சோமவாரம்

இற்றைநாள் ராத்திரி சாயுங்காலமான இரண்டு நாழிகைக்கு இந்த ஊரிலே யிருக்கிற விக்கிரவாண்டி செட்டிகளுக்கு குருவாயிருக்கிற அம்பலத்தாடுமய்யர் மரணத்தை யடைந்தார். இராத்திரி பதினெட்டு நாழிகைக்கு மடத்திலே தானே சமாதி வைத்தார்கள். இவர் தம்முடைய சரீரம் நில்லா றென்றறிந்து இவரோடே கூட பெரிய மனுஷரிடத்துக்குப் போகிறாப்போலே போக்குவருத்தாய்க்

கனகசபை தம்பிரானென்றும் சடாதாரியாய் திரிவார். இதல்லாமல் மடத்துக்காரியங் களுக்கும் அவரண்டைக்குப் போகிறதும் மடத்துக்காரியம் பார்த்துக்கொண்டு நாளது வரைக்கும் திரிந்தவரை 26 ஆதிவாரம் அம்பலத்தாடு அய்யர் தம்முடைய இடத்துக்கு அவரை நியமித்து தாம் போட்டுக் கொண்டிருக்கிற ஐந்து கொத்து ருத்ராஷ வடத்தை அவர் கழுத்திலே போட்டு, முன்னே அவருக்குச் சரணம் பண்ணினாராம்.

அப்பாலந்த மடத்திலே இருக்கிற பண்டாரங்கள், பின்னையும் இருக்கிற சீஷர்கள் அனைவரும் வந்து சரணம் பண்ணிக்கொண்ட பிற்பாடு நம்பு இடத்துக்கு இவரைப் பட்டம் காட்டினாலேப் போலே யாச்சுதே. நாம் நாளை சாயுங்காலம் கைலாயத்திற்கு எழுந்தருளுகிறோம். அப்பால் அந்தக் காரியங்களை நிருவாகம் பண்ணிக்கொண்டு ஆதினம் காப்பாற்றிக் கொள்ளுங்கோளென்று சொன்னாராம். அந்தப்படிக்குத்தானே கைலாயத்துக்கு எழுந்தருளினார். இப்போது மடத்துக்கு வந்தவன் நாற்பது வயது உண்டு. அவன் நல்ல அந்தஸ்துகாரன். முகக்களை யுண்டாயிருக் கிறவன். நம்ம பட்டத்து யோக்கியமானவனாகத் தோணுது.

யானை மீது ஊர்வலம் வந்த உத்தரவு

1736 செப்தம்பர் 10 ஆவணி 29 திங்கட்கிழமை காலை 8 மணிக்கு

அன்றைய தினம் மத்தியானத்துக்கு மேல் ரூபாய் போட்டுக் கொள்ளச் சொல்லி வந்த சன்னதை பல்லக்கின பேரிலே வைத்துக் கொண்டு மேளதாள சம்பிரமத்துடனே ஊர் பிரதக்ஷணம் வந்தார்கள். இந்த ரூபாய் முத்திரை கொடுக்கிறதுக்கு நவாப் தொஸ்தலிகானுக்கு நசர் எண்பதினாயிரம் ரூபாய். தர்பார் காசு ரூபாய் இருபத்தைந்தாயிரம். இதல்லாமல் ஆமாம் சாயபுக்கு பதினையாயிரம் ரூபாய் ஆக – செலவு ரூபாய் நூத்திருபதினாயிரம். இதற்கு சுமார் – வராகன் நாற்பதினாயிரம். இது பேசுகிறதற்கு முன்னே எலியாசும் மீரானும் போனபோது கூட எண்ணாயிர வராகனுக்கு உண்டு. இதல்லாமல் ரூபா முத்திரைக்குப் பிரயத்தனம் பண்ண நாள் முதல்கொண்டு செலவழிந்த திரவியம் மெத்த உண்டு.

பங்காரு யச்சம நாயக்கர்

1745 செப்தம்பர் 11 ஆவணி 30 சனிவாரம்

நவாபு அன்வருத்திகான் வரச்சே தண்டும் பிறகே வந்தவர்கள் நபாபுக்கு வயது 80, 85, சம்பத்ராயருக்கு வயது 55, 60, உசேன்

சாயபுக்கு வயது 45, 50. கரீ அலிகானுக்கு வயது 30, 40. மீருகுலாம் உசேனுக்கு வயது 40, பங்காரு யாசாம் நாயக்கருக்கு வயது 55, 60. தாமலச்சேரி வெங்கடபதி நாயக்கருக்கு வயது 55, 60. காட்டுராசா குமாரனுக்கு வயது 18, 20.

கிராமங்களுக்கு அடையாளம்

1746 டிசம்பர் 21 மார்கழி 10 புதன்கிழமை

இற்றைநாள் நடந்ததென்ன வென்றால்: துரையென்னை யழைத்து அரண்மனை கிராமங்களுக்கெல்லாம் கட்டுப்போட்டுத்தீர வேணுமென்று சொல்லி வழுதாவூர் கோட்டை சாகீர் கிராமங்களுக்கெல்லாம் அடையாளம் என்ன கொடுக்கலா மென்று கேட்டார். உங்கள் சித்தத்திற்கு சம்மதியான படிக்கு அடையாளம் கொடுக்கிறது தானே என்று சொன்னேன். வெள்ளைக்கொடி கட்டினால் குணமல்லவா என்று சொன்னார். அப்படி ஒருத்தன் கட்டினாப்போலே யிருந்தால் எல்லாரும் கட்டுவார்கள். ஆனபடகயினாலே இப்போது உங்கள் முத்திரை போட்ட காகிதமொன்று சென்னப்பட்டணத்துக்கு அனுப்புவிக்கிற காகிதத்துக்கு அடையாளங் கொடுக்கிற சட்டமாய்ச் சிறிது காகிதத்திலே அரக்கு முத்திரை போட்டு ஒவ்வொரு கிராமத்துக்கு ஒவ்வொன்று கொடுத்தனுப்பினால் நம்முடைய அறமாத்துப் போகச்சே அந்தக் கிராமத்தார் கொண்டு வந்து இந்த முத்திரையைக் காண்பிக்கிறார்களோ அந்தக் கிராமத்துச் சோலி போக வேண்டாமென்று நம்முடைய தாசுமானுக்குச் சொல்லியனுப்புகிற தென்றும் அப்படி பண்ணினால் நன்றாய்க் காணுதென்று சொன்னதற்கு, நீ சொன்னது நியாயமாகக் காணுது. அப்படி தானே செய்ய வேண்டியதென்று சொல்லி மத்தேசுக்குச் சொல்லி ஐம்பது காகித துணுக்கையிலே அந்தப்படிக்கு அரக்கு முத்திரை முஸ்தீது பண்ணச் சொன்னேன். அப்பால் துரை அழைத்து வழுதாவூரிலே கில்லேதாரன் மீருசேன்கானுக்கு ஒரு காகிதமெழுதி அவர்கள் கிராமம் எத்தனையோ அத்தனைக்கும் முத்திரை கொடுத்து அனுப்பி வை என்று சொன்னார்.

வெள்ளைக்காரர் வேஷம்

1747 மார்ச்சு 3 மாசி 23 சுக்கிரவாரம்

இற்றைநாள் காலமே ஆறுமணிக்கு இவ்விடத்திலேயிருந்து மகம்மதாக்கல் ஆற்காட்டுக்குப் போகத்தக்கதாகப் பயணம்

புறப்பட்டார். அவர் பிறகே கூடப்போன வெள்ளைக்காரர் முசியே தெலார்சு, முசியே கையேர், முசியே கெர்சாம் இவர்கள் மூன்று பேரும் கூடப் போனார்கள். இதல்லாமல் அவர்கள் பிறகே பாதிரி ஒருத்தன் கூடப்போனான். அந்தப் பாதிரி தம்முடைய வேஷத்தை விட்டுப்போட்டு வெள்ளைக்காரர் உடுப்பு உடுத்திக்கொண்டு கூடப்போனான். அந்தப் பாதிரி, ராச்சியங்களிலெல்லாம் திரிந்து வேடிக்கைப் பார்த்துக்கொண்டு திரிந்து வந்தவனான படியினாலே ஆற்காட்டிலேயும் வேடிக்கைத் தமாசு பார்க்கப் போனான்.

சொல்தாதுகளுக்கு சுன்னத்

1747 மார்ச்சு 4 மாசி 24 சனிக்கிழமை

இற்றைநாள் மத்தியானமிரண்டு மணிக்கு நடந்த அதிசயம் என்னவென்றால்: ஆற்காட்டிலே சுன்னத் பண்ணின சொல்தாது பிரான்சுக்காரர் ஒன்பது பேர் புறப்பட்டுப் பெருமுக்கலுக்கு வந்து சேர்ந்தார்கள். அவ்விடத்திலே முசியே தெலார்சு கையிலே கடுதாசி வாங்கிக் கொண்டு மூன்று பேர் மாத்திரமிவ் விடத்திலே வந்து சேர்ந்தார்கள். மற்ற ஆறு பேருமிவ்விடத்துக்கு வராமல் தேவனாம்பட்டணத்துக்கு அப்படிதானே போகிறார்களென்று முசியே திலார்சு எழுதியனுப்பினான்.

கால்சட்டைக்குள் ஓணான்

1747 ஜுன் 2 வைகாசி 23 சுக்கிரவாரம்

முசியே தெப்பிமேனி பிறகே மெமெரியே என்கிறவன் மச்சிலிபந்தருக்கு கூடப் போகச்சே சிங்கிரிகோட்டை பாளையக் காரன் பின்னையும் சில்லரைப் பாளையக்காரர் வழியிலே பறித்துக் கொண்ட தட்டுமுட்டு வயணம்:

வெள்ளிக்கட்டின உயர்ந்த துப்பாக்கி 1. வெள்ளி ஓர்லோஸ் 1. ரொக்கம் வராகன் உயர்ந்த தொகை. இதல்லாமல் சிறிது ரத்தின நகைகள்.

இது, துவாகராசப்பட்டணம் பாளையக்காரனும் நெல்லூர் பவுஞ்சுதாரனும் நாற்பத்தியெட்டு மணி நேரம் தன்னை நிறுத்தி வைத்து வாங்கிக் கொண்ட நகைக் கிரயம் வராகன். இதல்லாமல் என்னை அவன் வீட்டுக்கு இழுத்துக்கொண்டு போன போது என் கையிலே யிருந்த பிஸ்தோல் ஒன்றும் ஏழு வராகனும் என்னைத் தரையில் படுத்துக்கொள்ளச் சொன்னவிடத்திலே கிட்டேயிருந்த

சேவகன் வாங்கிக் கொண்டான். இதல்லாமல், என்னுடைய கால் சட்டைக்குள்ளே ஓணானைக் கொண்டு வந்து விட்டு அடித்தும் இல்லாத இமிசையும் பண்ணி அப்பால் நெல்லூர் பவுஞ்சுதாரனண்டைக்கு அனுப்புவித்தார்கள். அவ்விடத்திலே முப்பத்தாறு மணி நேரம் என்னை வைத்துக்கொண்டிருந்த அவன் ஒரு பாளையக்காரன் வழியிலே என்னை ஒப்புவித்தான். அவ்விடத்திலேயும் என்னை சேனே கஷ்டப்படுத்தினார்கள்.

பொய் சொல்லிக் காசு பார்க்கும் பேர்வழிகள்

1747 நவம்பர் 2 அற்பிசி 20 குருவாரம்

... இவன் இவ்விடத்திலே துரையுடனே நாளது வரைக்கும் சேக்கு அப்துல் ரஹிமான் அபத்தம் சொல்லிக்கொண்டு ஆற்காட்டாரை அரும்பாத்தைச் சாவடியிலே வைத்து அவர்களுக்குத் துப்பாக்கி சாடை. பழக்கிவைத்து அப்பால் மாயேயிலே யிருந்து தேவனாம்பட்டணத்திலே இருந்தவர்களை அழைப்பித்தே னென்று பொய்ச்சொல்லிக்கொண்டு வந்தான். அதனாலே மலைத்து உத்தாரஞ் சொன்னான். அதுக்கெல்லாம் நான் விஸ்தரித்துச் சொல்லாமல் லகுவாய் மெய்தானென்று சொல்லென்று சொன்னேன். அப்புறம் மெய்தானென்று சொன்னான். இந்தப்படி பொய்ச் சொல்லி காசுக் கொண்டுபோகிற பேரும் இருக்கிறார்கள். இதுகள் தெரியாமல் அற்ப செலவிலே துரை பிடித்துக்கொண்டு கெட்டியாக உத்தாரம் சொல்லுவார்.

தூரத்து கிட்டத்துப் பார்வை மூக்குக் கண்ணாடிகள்

1747 டிசம்பர் 10 கார்த்திகை 28 ஆதிவாரம்

... அப்பால் நபா அன்வற்திகான் அனுப்பின காகிதத்திலே சென்னப்பட்டணம் பெஷ்கஷு இரண்டு வருஷத்திற்கு உண்டானதாயும் முசத்திகளுக்கு உண்டான குஸ்துமாதும் அனுப்புவிக்கச் சொல்லி எழுதி நிசான்முலுக்கு அவர்களுக்கு அனுப்புறகிறதற்கு மூக்குக் கண்ணாடி, தூரத்துப் பார்வையும் கிட்டத்துப் பார்வையுமாக இருக்கிற கண்ணாடிகள் சிறிது அனுப்பினால் தங்களுடையதாய் நிசாமன்முலுக்கு அவர்களுக்கு அனுப்புகிறோமென்று எழுதினாரென்று சொன்னோம். அந்தப்படிக்கு மூக்குக் கண்ணாடி கொடுத்து முசே கொற்னேயைக் கேட்டு வாங்கி அனுப்பச் சொல்லியும்... பிறகாலே அனுப்புவிக்கிறோமென்று எழுதியனுப்பிவித்தோம்.

நிகண்டு புஸ்தகங்களிலும் பொருள் அகப்படவில்லை

1747 தெசம்பர் 13 மார்கழி 2 புதவாரம்

...மமுதல்லிகான் காகிதமொன்று உடையார்பாளையத் தண்டையிலே இறங்கி யிருக்கிற பாளையத்தண்டையிலே யிருந்து வந்தது. அதிலே மின்சிகாரி ஆட வேணும் தங்கூசு என்கிறது அனுப்பவும் என்று துரையவர்களுக்கு எழுதின காகிதத்திலே எழுதியிருந்தது. தங்கூசு என்கிறது தெரியாமல் கான்பகதூர் முதலான பெரிய மனுஷர் நன்றாய்ப் படித்தவர்களண்டைக்குப் போய் தெரிந்து கொண்டவிடத்திலே அவர்கள் தங்கள் பேர் நிகண்டு புஸ்தகங்களைப் பார்த்து அகப்படாமற் போனபடியினாலே பாரிசு பேச்சே அல்லவென்று சொன்னார்கள் என்றும் மதானந்த பண்டிதர் வந்து சொன்னார்.

அந்தப்படியே துரையுடனே சொன்னதற்கு இன்னம் நன்றாய் விசாரித்துப் பாருங்கோளென்றும் அகப்படலாச்சுது அகப்படா விட்டால் இவ்விடத்திலே பேர் தெரியவில்லை, வயணம் எழுதியனுப்பச் சொல்லி எழுதியனுப்புகிறதுதான் என்று சொன்னார். இவ்விடத்திலே தானே அந்தப் பேர் விசாரிக்கிறதாய்த் தானே பார்க்க வேண்டியதே யல்லாமல் அவ்விடத்துக்கு எழுதியனுப்புகிறதல்ல வென்று சொன்னேன். எப்படியோ அப்படி பார்த்து எழுதியனுப்பு என்று சொன்னார்.

சரீர நோய்களைச் சொல்லும் புஸ்தகம்

1748 ஏப்ரல் 5 பங்குனி 27 சுக்கிரவாரம்

இற்றைநாள் சாயங்காலம் இமாம் சாயபு அண்டையிலே இருந்து வந்த காகிதப்பையை தான்தானே அவிழ்த்த போது, அதிலே எழுதியிருந்த வயணம்: ஒரு புட்டேதார் காகிதத்தில் எழுதியிருந்தது. நாசற்சங்கு தாம் அனுப்பின, சரீரங்களை யெல்லாம் அந்தந்த அவை அவைத்ததை எல்லாம் சுரூபமாம்படியே எழுதி அப்பால் நரம்பு, எலும்பு, குடல்கள் இதுகளுக்கு பிரமானமெல்லாம் எழுதி அது இன்ன இன்ன இடங்களிலே இப்படி இப்படியானால் இன்னயின்ன ரோகம் உற்பத்தியாம் என்கிறதும் எழுதின புஸ்தகம் ஒன்று அதற்கு சாஸ்திரங்கள் பண்ணுகிற ஆயுதங்கள் எழுதி அதற்கு ஔஷதம் எழுதியிருக்கிற புஸ்தகம் ஒன்றும் துற்பினங்களம் வந்து சேர்ந்தது.

கருட சேவையில் கொள்ளைபோன திருவந்திபுரம்

1748 ஏப்ரல் 8 பங்குனி 30 சோமவாரம்

...நேற்று ராத்திரி கெருடசேர்வையான படியினாலே வெகு ஜனங்கள் கெருட சேர்வைக்குப் போனபடியினாலேயும் பாதிரிக்குப்பத்து சாவடியிலே இறங்கி யிருந்த நாசற்சங்கு தண்டுக்காரர் முத்தாலுநாய்க்கன் பிறகே வந்த குதிரைக்காரர் சிறிது பேர் குதிரைகளெல்லாம் கட்டிவைத்துவிட்டு தமாஷாய் கெருட சேர்வைப் பார்க்கப் போனபடியினாலேயும் அந்த சமயத்திலே நம்முடைய குதிரை சுவார்கள் முசியே தொத்தேல் முதலானவர்கள் அந்த பாளையத்திலே போய் விழுந்து நாற்பத்து மூன்று குதிரைகளையும் பிடித்துக்கொண்டு ஐம்பது, அறுபது குதிரைகளையும் குத்தியும் தள்ளியும்விட்டு நாற்பது, ஐம்பது மனுஷரையும் சுட்டும், குத்தியும் சேதப்படுத்திவிட்டு அப்பால் அந்த பாளையத்துக்குள்ளே புகுந்து கூடாரங்களிலே யிருந்த தட்டுமுட்டுகள், கத்தி கட்டாரி சிறுவ சொத்தும் முகவனைந்து சுருட்டிக்கொண்டு சிறிது மாடுகளும் ஒரு ஒட்டகமும் பிடித்துக் கொண்டு நிசானையும் பிடுங்கிக் கொண்டு பிறகாலே வருகிறார்களென்று குதிரைக்காரன் வந்து கபுறு சொன்னான்.

மலாக்கா மனிதக் குரங்கு

1748 சூன் 23 ஆனி 13 ஆதிவாரம்

அரையிலேயிருந்து முசியே மீறா வருகிறபோது மனுஷக் குரங்கு என்று அச்சை மலாக்காவிலேயிருந்து வருமே அது ஒன்று கொண்டு வந்து காரைக்காலிலே வைத்துப்போட்டு தமையன் செத்த சேதி கேட்டுத் துக்கத்தின் பேரிலே வந்துவிட்ட படியினாலே அதை முடியே ரிஷத்து இவ்விடத்துக்கு அனுப்பத்தக்கதாக சிதம்பரம் வந்துசேர அனுப்பினான்.

சிதம்பரம் முதாமியார் தன் மனுஷர் கையிலே கொடுத்து பத்துப் பனிரெண்டு பேரையும் சேவகரையும் கூடக்கூட்டி அனுப்பித்தானது வந்து சேர்ந்தது. அந்தப்படிக்கு கொடுத்து விட்டான். அது மனுஷர் சாப்பிடுகிறாப்போலே கையினாலே சாப்பிடுகிறதும், படுத்துக் கொள்ளுகிற சாடையும் பீங்கானை யெடுத்து மனுஷர் குடிக்கிறாப்போலே குடிக்கிறதும் புடவையிலே தண்ணீர் விழுந்தால் கையினாலே பிழிந்துப் போடுகிறது. இதுகளெல்லாம் பார்த்துக் கொண்டு தமாஷாய் அவரவரை அழைப்பித்து காண்பித்துக் கொண்டேயிருந்தார்.

பக்கிரியாய் வந்த பழைய செஞ்சி கில்லேதார்

1748 சூலை 14 ஆடி 3 ஆதிவாரம்

இற்றைநாள் காலத்தாலே பழைய செஞ்சி கில்லேதாரன் வசுனதினகான் முந்தானாள் சாயங்காலம் இவ்விடத்துக்கு வந்தவனண்டைக்கு இன்றைக் காலத்தாலே போய் கண்டுபேசின விடத்தில் அவர் பக்கிரி வேஷமாயிருக்கிறார். அவரைப் பார்த்தது மகா தாவந்தமாச்சுது. இவர்கள் தகப்பனார் காலம் பண்ணிப் போகச்சே மூத்த மகன் முந்தினதாரத்துக்கு பிறந்தவன் சீர்மையிலே யிருந்து வந்தான்.

அவனுக்கு கொஞ்சம் கொடுத்து இவ்விடத்திலே யிருந்தாலிவனை துடர போறானென்று அவனை சீர்மையை அனுப்பிவிட்டு அருபதுனாயிரம் வராகன் றொக்கம் இதல்லாமல் ரத்தின நகைகள் சிறிது தானியங்கள் சரிமுதலான புடவைகளின் தினுசுகள் குதிரைகள் பல்லாக்குகள் ஒட்டகங்கள் பின்னையும் தவுலத்துக்கு அடுத்தது யென்ன யென்ன உண்டோ அந்தந்த தினுசுகள் வாகனங்களெல்லாம் யிருந்தது. இதல்லாமல் செஞ்சி கில்லேதாரர் தனம் கூட யிருந்தது.

இவன் மாபுசாதுல்லாகானுக்கு மச்சினச்சி பிள்ளை. கான்பாதுருக்கு நல்லத்தை பிள்ளை. இப்படியெல்லாம் பலனிருந்தாலும் சுவாமிடைய கடாக்ஷம். ஒன்று யில்லாததினால் இத்தனையும் விருதாவாய் போச்சுது. ஆக்கிருக்கு பக்கிரி வேஷம் வந்து பிராப்தமானது. ஆனால் விதியை வெல்ல ஒருத்தராலேயும் கூடாது. அப்பால் அவருக்கும் யெனக்கும் பாக்கு வெத்திலை கொடுக்கிறதற்குக் கூட சங்கடமாயிருந்தது. அவர் கையில் பாக்கு வெத்திலை வாங்கிக் கொண்டு அனுப்பிவித்துக் கொண்டு துரையவர்கள் வீட்டுக்கு வந்தேன்.

சூரியனுக்குக் காட்டினால் நெருப்பு விழும் கண்ணாடி

1748 நவம்பர் 16 கார்த்திகை 5 சனிவாரம்

நாசர்சங்கு காகிதத்திலே பின்னையொன்றும் யெழுதவில்லை. சூரியனுக்குக் காட்டினால் நெருப்பு விழுகிற கண்ணாடியாலே பெரிய கண்ணாடியாய் அஞ்சாறு கண்ணாடி அனுப்பச் சொல்லி யெழுதியிருந்ததென்று சொன்னதற்கு இவ்விடத்திலே கண்ணாடி யில்லையென்று உத்தாரம் சொல்லி ...

பூகோள காகிதம்

1749 ஜூலை 27 ஆடி 15 ஆதிவாரம்

... கிருஷ்ணநதி முதற்கொண்டு கன்னியாகுமரி மட்டுக்கும் எழுதியிருக்கிற பூகோள காகிதத்தையெடுத்து அந்தந்த கோட்டை தளங்களிடமெல்லாம் பார்த்துக் கொண்டு வந்து சேத்துப்பட்டு செங்கற்பட்டு சாத்துக்கடை முதலான கோட்டை தளங்கள் எழுத மறந்துப் போனார்கள். கிட்ட இருக்கிறதை தூர எழுதி தூர இருக்கிறதை கிட்டயெழுதி இப்படி செவ்வையா யெழுதாமல் போனார்களென்று சொன்னார்.

இது சம்பவுலு கோவில் பாதிரிகள் போடுவித்தது. அவர்கள் திட்டமாய் சோதித்து எழுதுகிறவானே, அவர்கள் தானே வெகு கெட்டித்தனம் விட்டு விட்டார்கள். நாமறிந்து இவ்வளவு விட்டால் நாமறியாது யெத்தனை இருக்கிறதோ தெரியாதென்று சொன்னதற்கு மெய்தான் வந்தவாசி கோட்டை மலை அதுகூட எழுதவில்லை என்று சொல்லி யிப்போ நீங்கள் உண்டாக்க வேணுமானால் இந்த காகிதத்தைக் கூட வைத்துக்கொண்டு பின்னையுமதுகளிலே யில்லாததும் பின்னையு மெந்தெந்த சாடையாய் பார்த்தாப் போலே இத்தனை காகிதமென்கிற ஜாடை கூடத்தெரிய போடலாமென்று சொன்னதற்கு மெய்தானப்படி ஒன்று உண்டாக்குவோமென்றும்...

திருவந்திபுரத்திலிருந்து வந்த மரிக்கொழுந்தும் வெட்டிவேரும்

1749 ஒக்தோபர் 1 புரட்டாசி 19 புதவாரம்

... இதல்லாமல் இராசாபாளையத்தார், வேட்டவலம் பண்டாரத்தார், தொண்டமான் மறவன், சேதுபதி ஒட்டையா தேவன், தொறையூர், வாலிகொண்டாபுரம், முத்துமாசி ரெட்டியார் அந்தந்த ஸ்தலங்களிலே இருந்து அவரவர்கள் காரியத்துக்கு மனுஷர் வந்து காத்துக்கொண்டிருக்கிற காரியமும் எழுதுவித்தேன்.

அப்பால் நானும் கோபால்சாமியும் மேலேயிருக்கப்பட்டவர்கள் காரியாலோசனை பண்ணிக்கொண்டிருக்கச்சே நெல்லூர் அச்சயாமாங்காட்டு கோதண்டராமய்யர் திருவேந்திபுரம் தேவனாதஸ்வாமி சன்னதியிலிருந்தும் மரிக்கொழுந்து வெட்டி வேரும் வந்தது அதை உங்களுக்கு கொண்டு போய் கொடுக்கச் சொன்னார் என்று சுபசுரமாய் ஆசீர்வாதம் பண்ணிக்கொண்டு வந்து கொடுத்தார்.

புதுச்சேரி ரூபாயில் சூரியன்

1749 தெசம்பர் 21 மார்கழி 10 ஆதிவாரம்

... அப்பாலிந்த ரூபாயிலே பத்து ரூபா முசியே மேர் கையிலே கொடுத்து புதுச்சேரி தங்கசாலையிலே போடுகிற யிடைமாத்து சரியாயிருக்கிறதா வென்று பார்த்து வரச்சொல்லி சொல்லுங்கோவென்று கொடுத்தேன். அந்தப்படிக்கு முசியே மேர் கையிலே கொடுத்து அனுப்பினார். அவன் அஞ்சு ரூபாய் பார்த்து வந்து சரிதானென்று சொன்னான். அதிலே அடையாளம் சூரியனைப் போலே ஒன்று போட்டிருந்தது. அந்த அடையாளம் நீர் சொன்னபடிக்கு போட்டேனென்று சொன்னதற்கு அதுபார்த்து நல்லது தான் ஆனாலிந்த அகலமிருந்தால் புதுச்சேரி ரூபா பிறசித்தப்படாத படியினாலே மாத்துயிடை சரியாய் வைத்து அகல மாத்திரம் சத்தே குறுக்கிப் போடச் சொல்லென்று நல்லதென்று சொன்னேன்.

எழுபத்திரெண்டு பாளையங்கள்

1751 மாயு 24 வைகாசி 14 சோமவாரம்

இதல்லாமல் துரையவர்கள் மயிசூர் றாசாவுக்கும் தஞ்சாவூர் றாசாவுக்கும் பின்னையுந் திருச்சிராப்பள்ளி எழுபத்திரண்டு பாளையக்காரர்களுக்கும் காகிதமெழுதச் சொன்ன வயணம்: திருச்சிராப்பள்ளி எழுபத்திரெண்டு பாளையக்காறர் பெயர் வயணம்:

1.அறியலூர் மழவறாயன் 2. சேதுபதி 3. ஒடையாத்தேவன் 4. தொரையூர் ரெட்டியார் 5. பூச்சிநாயக்கன் 6. லக்யனாயக்கன் 7. கம்மயனாயக்கன் 8. காமாக்ஷி னாயக்கன் 9. லிங்கமனாயக்கன் 10. முத்தயனாயக்கன் 11. வல்லிகொண்டா னாயக்கன் 12. சாமய னாயக்கன் 13. அம்மயனாயக்கன் 14. மீனப்பனாயக்கன் 15. அப்பய்யனாயக்கன் 16. பழனிசென்னவ னாயக்கன் 17. விருபாக்ஷறாமபத்திர னாயக்கன் ..... காங்கயம் கவுண்டர் பாளையப்பட்டு பாளையக்காறர் 9. 27. தெண்டுகல்லுக்கு மேற்கு உத்தம பாளையத்துக்கும் கூடலூருக்கும் கிழக்கு – நாகமலைக்கு வடக்குயிந்த மலைப்ப பாளையக்காறர் ...7. ஆக 33.

நாஞ்சனாடு - ஆக பாளையக்காறர்கள்... 34.

தெக்ஷணராச்சியம் பாளையக்காறர்: சின்னணஞ்சாத்தேவன் – சிவகிரி வன்னியன் – இறட்டைக்குடை வன்னியன் – அளகாபுரி

வன்னியன் – சேத்தூர் திருவணாத்தேவன் – கொல்லன்கொண்டான் வாண்டத்தேவன்- எட்டப்பனாயக்கன்- அன்னிச்சிநாயக்கன் – தும்பிஞ்சி நாயக்கன் – காமானாயக்கன் – கலங்கானாயக்கன் கண்டமனாயக்கன் – ஏழுமடை னாயக்கன்- சொக்கத்தலவன் – தடியலத்தலவன் – கட்டப்ப நாயக்கன் – மருதப்ப தேவன் - தாலிவேலி- சூதாலத்தேவன் – சாலுவத்தேவன் – சேதுறாயன் – நல்லக்குட்டி – நம்பித்தலவன் – அனைஞ்சாத்தலவன் – றாமபத்திர ரெட்டியார் – குமாரசாமி ரெட்டியார் – வெங்கிடாசல ரெட்டியார் – சங்கரநாராயண ரெட்டியார் கேச்சலப்ப னாயக்கர் – பெத்தணாயக்கன் – காடலக்குடினாயக்கன் – நாகலாபுரம் – மேலமந்தை சிறுமலை நாயக்கன் – இந்திரத்தலவன் – குமாரத் தலவன் – எறவப்ப னாயக்கன் – ஆக தெக்ஷண ராச்சியம் பாளையக்காறர் 38. ஆக மொத்தம் பாளையக்காறர் 72.

புது மாளிகையின் பிரதமைகள்

1752 சூலை 11 ஆனி 31 மங்களவாரம்

... ரங்கப்பிள்ளையென்று சொல்லி அப்பால் யிப்போ கோட்டையிலே கட்டுகிற குவர்ணமாவுக்கு அடியிலே தாழ் முஸ்தீத்து பண்ணகிற யிடத்தில் ஒரு பிறதமை திராசு பிடிச்சுக் கொண்டு யிருக்கிறாப் போலேயும் ஒரு பிறதமை கண்ணாடி பார்க்கிறாப் போலேயும் ஒரு பிரதமை புஸ்தகம் பார்க்கிறாப் போலேயும் ஒரு பிறதமை கையில் பாம்பை பிடித்து வைத்துக் கொண்டு முத்தியிடப் போற யவசரமாய்ப் பண்ணியிருக்கிறது. அதைக் காண்பிச்சு யிது உனக்குத் தெரியுமா வென்று கேட்டார். தெரியாது யென்று சொன்னேன்.

அதின் பேரில் துரையவர்கள் சொன்னது: திராசு கையில் பிடித்துக் கொண்டு யிருக்குதே யிது வந்து சுஸ்ததீசு யென்கிறது. பொஸ்தகம் கையிலே வைத்திருக்கிறது வந்து கெமோசு லென்கிறது. கண்ணாடி உருவை பார்த்துக் கொண்டிருக்கிறது வெடுத்தேயிரு யென்கிறது. பாம்பை கையிலே பிடிச்சுக் கொண்டிருக்கிறது பிறுதேவசியும் என்கிறது என்று சொன்னார்.

அப்பால் யேறப்போற படியில் கோலை வைத்துக்கொண்டு ஒரு பிறதமை நிக்குதே அதுக்கு பேர் --- யிந்தப்படி பேர் சொல்லி சுஸ்தீது நியாயமென்கிறது திராசு நிரையாய் நடத்துவேணுமான படியினாலே ஞாயத்திலே யிருந்து சொல்லுகிறது மகாபிறயாசம் திராசுயெப்படியோ ஒரு திரணம் விழுந்தாலும் யேத்ததாக்ஷியாய்ப்

போகுதே அப்படித்தான் நியாயமும் அதினாலே நியாயம் ஞாயம் தீர்க்கிறது வெகு புத்திசாலியாய் இருக்கிறதும் அல்லாமல் பக்ஷபாரமென்கிறது சத்தாகிலும் எண்ணலாகாது. நரகத்துக்கு ஆளாய்ப் போயிவிடுவார்கள்.

ஆனபடியினாலே சாவதானமாய்ப் பாற்க்க வேண்டியது என்று சொல்லி அப்பால் வெடுத்தேயிரு யென்கிறது மெய்யென்கிறது புருதென்சியு வென்கிறது.... அப்பால் படியின் பேரிலே கோலை வைத்துக்கொண்டு காவற்காரன் போலயிருக்கிறது... இதுக்கு ரெண்டுக்குக்கும் அவர் சொன்னது ஞாபகமில்லாதபடியினாலே ஆரையாகிலும் கேழ்ப்போம். அல்லாது சமையம் கிடைச்சால் அவரைக்கேட்டு அரிஞ்சு யெழுதுவோமென்று யிடம் விட்டு வைத்தேன்.

எமன் பட்டணம் அடைஞ்ச யானை

1753 ஒயித்தோபர் 24 அற்பிசி 12 புதன்கிழமை

இத்தனாள் ராத்திரி துரையவர்களுடைய பெரிய ஆனை உசேன் சாயபு ஏறி சண்டை பண்ணி உசேன் சாயபு செத்தான். அந்த ஆனை யிருபதினாயிரம் ரூபாய் பெரும். வெங்கிடாசலம் யென்று பேருடையது. ஏழு முழ உசரம் உண்டு. அந்த ஆனை இராத்திரி சாமத்துக்குள்ளே எமனுடைய பட்டணத்தை அடஞ்சுதென்று வந்து கபுறு சொன்னார்கள்.

காது, மூக்கு அறுக்கப்பட்ட பார்ப்பான்

1760 ஆகஸ்ட் 9 ஆடி 29 சனிவாரம்

... இத்தனாள் சாயங்காலம் அந்தப் பிராமணனை ரெண்டு காதையும் குடும்புடனே அறுத்துப்போட்டு மூக்கையும் அறுத்து தூக்கிப்போடச் சொல்லி சொன்னார். அந்தப்படிக்கு காதையும் அறுத்து மூக்கையும் அறுத்து தூக்கிப்போட்டார்கள். ஆனால் யிந்த பட்டணம் தோணின அறுபது வருஷம் பிடிச்சு பிராமணனை சீவ வதை பண்ணதில்லை. இன்றைய தினம் பிராமணனைத் தூக்கிப்போட்டு விட்டார்கள். முன் ஒரு தரம் ரெண்டு தரம் பிராமணரைத் தூக்கிப்போடுகிற மட்டுக்கும் வந்ததுண்டு அதுகளுக்கு துரைகளுக்கு தெரியப்படச் சொல்லி பிராமணனைக் கொன்றால் ரொம்ப தோஷம் என்று சொல்லி துரைகளும் மாப்பு பண்ணி விட்டுவிட்டார்கள். ...

பண்டிகைகள்:

நாளது தேதியில் கிருஷ்ண செயிந்தி. உறியடி திருவிழா பண்டிகை. (25.8.1742)

நவராத்திரி பூசை பண்டிகை தினம். (27.9.1743)

விஜயதசமி (28.9.1743).

நாட்டுக் கார்த்திகை பண்டிகை தினம் (1.12.1743).

ஜனவரி பண்டிகை இன்றைய தினம் வேதபுரி ஈசுரனுக்கு ரத உற்சவம் வெகு சம்பிரமாய் நடந்தது (1.1.1744).

இற்றைநாள் காலமே வில்லியநல்லூரிலே ரத உற்சவத்திற்காக இந்தப் பட்டணத்திலுள்ள சகல சனங்களும் வேடிக்கைப் பார்க்கப் போனார்கள். பட்டணத்திலே வீட்டுக்கொருத்தர் இரண்டு பேர் தவிர மற்ற சனங்களெல்லாமா போய்விட்டபடியினாலே பட்டணத்திலே எந்த வீதியைப் பார்த்தாலும் விறிச் சென்றிருக்கிறது. (3.6.1746).

இற்றைநாள் காலையில் மதாம் துய்ப்ளேக்ஸ் அரியாங்குப்பம் திருநாளைக்கு மேளதாளத்துடனே ஆறரை மணிக்குச் சம்பிரமமாய்ப் போனாள். (31.8.1746).

1747 சனவரி 11 தை 2 புதவாரம் மாட்டுப் பொங்கல்

இற்றைநாள் இராத்திரி சிவராத்திரி பண்டிகைக் கொண்டாடினார்கள். (9.3.1747).

இற்றைநாள் காலத்தாலே சனவரி பண்டிகை யானபடியினாலே குவர்னதோர் அவர்கள் சமூகத்துக்குப் போய் பொம்பளிமாஸ் கொடுத்துச் சந்தித்து, ... (1.1.1748).

இற்றைநாள் மாட்டுப் பொங்கலான படியினாலே மத்தியானத்துக்கு மேல் சுவாமி பாறிவேட்டைப் போடுகிறதற்கும் இவ்விடத்திலிருந்து தேவனாம்பட்டணத்துக்குச் சண்டைக்குப் போடுறதுக்கும் முஸ்தீதுகள் பண்ணி அரிசி, குண்டு, மருந்து, கடையன் மற்றுமுண்டானதும் சொலுதாதுகள் ராணுவம் மற்றுமுண்டான பேர் சகல சாமான்களும் சாரிப் போறபடியினாலே சுவாமி எழுந்தருளப் பண்ணுகிறதற்கு ஆள்களில்லாமல் வெகுநேரம் தாமசப்பட்டிருந்தது. பிற்பாடு கேடயத்தின் பேரிலே எழுந்தருளப்பண்ணச் சொல்லி உத்தாரம் கொடுத்தோம். ஆனபடியினாலே சாயங்காலம் சுவாமியை கேடயத்து மேலே எழுந்தருளப் பண்ணி வழுதாவூர் வாசற்படியாலே வெளியே

போய்... மட்டுக்கும் போய்ச் சாயரட்சைக்குக் கெவுனிக்குள்ளே வந்து, அப்புறம் கிராமப் பிரதக்ஷணம் வந்து பெருமாள், காளத்தீஸ்வரன், வேதபுரீஸ்வரன் ஆகிய இவர்கள் அவரவர் கோவிலிலே போய்ச் சேர்ந்தார்கள். *(12.1.1748).*

இன்றைய தினம் செத்த பெருநாள் பண்டிகைக் கொண்டாடினார்கள். *(26.2.1748).*

இற்றைநாள் நம்முடைய சத்திரமாகிய திருவேங்கிடபுரத்திலே தருமராசா கோவிலிலே நெருப்பு மிதிக்கிற திருநாள் நடந்தது. *(17.3.1748).*

தஞ்சாவூர் பிறதாபசிங்கு திருவாவலூர் திருநாளுக்கு வந்தாப்போலே திருவாவலூரிலே இந்த மட்டுக்கும் இருக்கிறார். *(2.4.1748).*

இற்றைநாள் ராத்திரி ஏழரை மணிக்குத் துரையவர்களென்னை அழைத்து தேவனாம்பட்டணத்துக்கு மேற்கே திருவந்தி புரமென்றிருக்குதாம். அதிலே திருநாள் இருக்கிறதாம். மெய்தானாவென்று கேட்டார். மெய்தான் எப்போதும் வைகாசி மாதத்திலே திருநாள் நடக்கிறது. இப்போ திருப்பதியிலே யிருந்து ஒரு சன்னியாசி பெரியவர் , இவர் இருநூறு முன்னூறு வராகன் கொண்டு வந்து வைத்துக்கொண்டு இப்பொழுது திருநாள் நடப்பிக்கிறாரென்று சொன்னேன். ஆனால் தேரிழுக்கிறது என்றைக்கு, வெகுஜனங்கள் வந்து கூடுகிறதென்றைக்கி என்று கேட்டார். புதனன்று கொடியேரி ஐந்தாம் நாள் நாயறன்று ராத்திரிக்கு கருட சேர்வை. அன்றைய தினம் ராத்திரிக்கும் தேர் ஓடுகிற அண்டைக்கும் தமிழர் எண்ணப்பட்டவர்கள் சகலமான பேரும் வருகிற வாடிக்கை எப்போதும். ஆனால் இந்த விசை என்னவோ வெகுஜனங்கள் வருவார்களோ, கொஞ்சமாய் வருவார்களோ தெரியாதென்று சொன்னேன். அதை நன்றாய் விசாரித்துக் கொண்டு சொல்லென்று சொன்னார். *(6.4.1748).*

இன்றைய தினம் விஜயதசமி யானபடியினாலே ஆயுதங்களையும் கணக்குகளையும் வைத்து பூஜை பண்ணினோமென்ற பேருக்குப் பூஜைப்பண்ணி நடப்பித்துப் போடச்சொல்லி தேவாம்பர முதலிக்குச் சொல்லியனுப்பி நான் கோட்டைக்குப் போனேன். *(1.10.1748).*

இத்தனாள் காலத்தாலே தீபாவளி பண்டிகை அமாவாசை யானபடியினாலே அதிகாலமே வெகுபேர் ஸ்னானம் பண்ணி வந்து மொபார்க்கு பாதி கொடுத்துப் போகிறார்கள். *(29.10.1750).*

இத்தனாள் ராத்திரி கிண்ணித் தேரிலே காளியம்மனை யெழுந்தருளப் பண்ணினார். (12.3.1753).

இத்தனாள் சாயங்காலம் சாம்சுலாம் பண்டிகை லெஸ்கபுறு ஆனபடியினாலே தொரையவர்கள் மற்றுமுண்டான கோன்சேலி யோர்கள் பாதிரிகள் முதலான பேர்கள் படிச்சுக்கொண்டு வந்து கோட்டைக்குத் தென்னண்டையிலே சொக்கப்பனை கொளுத்துகிற வாடிக்கைப்படிக்கு கொளுத்தி பீறங்கிகள் சுட்டு விஸ்வரூவாயி கூப்பிட்டு அப்பால் கொஞ்சம் வாணம் வித்தைப் பார்த்து அப்பால் கோட்டையை துரையவர்கள் போனார்கள். (23.6.1753).

இத்தனாள் தீபாவளி பண்டிகை. கேதாரிசுவரன் நோன்பு. (25.10.1753).

உவமைகள்

பெருங்காய மிகுந்த குடுக்கைப் போலே / பிள்ளைக்கு வரங்கேட்கப் போனவிடத்திலே புருஷனைக் கொண்டு போகிற கதையாயிருக்கிறது / இடறின காலிலே இடறும் / அவனும் கடிக்க மாட்டாத பாக்கு உத்தமதாமென்று / வெண்ணையிலே மயிர் வாங்கினாப்போலே / சூரிய உதயம் கண்ட பனி நீங்கினாப் போலே / தென்றல் காற்று வருகிற படியினாலே மழை நின்றதாக எண்ணிக் கொள்ளுங்கள் / பழம் நழுவிப் பாலிலே விழுந்தாப்போலே / அடுத்து காட்டும் பளிங்கு போல் நெஞ்சம் கடுத்து காட்டும் முகம் / குரங்குக்கு கள்ளு வார்த்தார் போலவே / கடலைத் தின்று கை கழுவினா போலே / நல்ல பாம்பு படமெடுத்து ஆடுதுயென்று கையிப் பூச்சி பாம்பு படமெடுத்தது யென்கிறானாம் / நபோளசகன் கையில் அகப்பட்ட ரம்பைப் போலே / இவன் நாக்கைப் பூச்சி இரை கொடுத்து வாளை மீன் கொண்டு போகிறவன் / பூவினுடனே கூடிய நாரும் மணம் பெத்தது / குறுட்டுக் குதிரைக்குச் சறுக்கினது சாக்கு / புழுத்தப் பீயின் பேரிலே நாய் விட்டடிச்சாப் போலே / பொன்மலையைச் சேர்ந்த காக்காவும் பொன் நிறமாகும் / வெறுவாயை மெல்லுகிறவனுக்குப் பிடி அவல் அகப்பட்டால் பொழுது விடிந்தாலும் மெல்லுவான் / நெல்லரிசி சாதமறியாதவன் மணக்கத்தை அரிசி சாதத்தைக் கண்டால் தேவாமிர்தம் கெடைத்தவனுக்கு யெத்தனை சந்தோஷமோ அத்தனை சந்தோஷத்தை அடையயுராப் போலே.

நாட்குறிப்பு 49

ஆனந்தரங்கரின் ஆளுமைத் திறன்!

ஆனந்தரங்கப்பிள்ளை. பிரெஞ்சு நிர்வாகத்தின் கீழ் பணியாற்றிய அதிகாரி; குறிப்பிடத்தக்க வர்த்தகர்; நிர்வாகத்தில் இருப்பவர்களுக்கே கடன் கொடுக்கும் இடத்தில் இருந்தவர். அரசாங்கத்தின் தீவிர விசுவாசி. ஆனாலும் தன் சுயத்தை எப்போதும் விட்டுக் கொடுக்காத ஆளுமை மிக்கவர். அவரது இப்பண்புகளை நாட்குறிப்பு முழுக்க நாம் பார்க்கலாம்!

கம்பெனிக்கு வர வேண்டிய பணத்தை நீ தரவில்லையே என்று ஆளுநர் கேட்டபோது, உன் பணத்தைச் சூதாடி தோற்கவும் இல்லை, வீணாகச் செலவு செய்யவும் இல்லை என ஆவேசப்பட்ட ஆனந்தரங்கர், இன்னொரு முறை முசே பராதியிடம் சும்மா சத்தம் போடாதே, இதற்கெல்லாம் நான் பயப்பட மாட்டேன், எனத் துணிச்சலுடன் பேசியிருக்கிறார். இந்தத் துணிச்சல் தான் தமிழர்கள் தைரியசாலிகள் என்றும் தமிழர்களைக் காட்டிலும் வெள்ளைக்காரர்கள் மடையர்கள் என்றும் ஆளுநரிடமே ஆனந்தரங்கரைப் பேச வைத்திருக்கிறது!

கம்பெனியின் கணக்கு வழக்கு மட்டுமல்ல; அரசாங்கத்தின் உத்தரவுகளையும் கவனப்படுத்தி வைத்திருந்தவர். புதுச்சேரிக்கு வந்த இமாம் சாயபுக்கு வரவேற்பு எப்படிக் கொடுக்க வேண்டும் என்று ஆளுநருக்கே சந்தேகம். அதைத் தீர்த்து வைத்தார் ஆனந்தரங்கர்.

நாடு நகரங்கள் குறித்த அத்தனை விவரங்களும் ஆனந்தரங்கருக்கு அத்துப்படி. ஒவ்வொரு ஊருக்குமான தொலைவு குறித்து துரையிடம் துல்லியமாக விவரிப்பது வெகு சிறப்பு! இராணுவம் தொடர்பான விவரங்கள் அனைத்தும் ஆனந்தரங்கரின் விரல் நுனியில். ஆளுநருக்கு வரும் முன்பே தகவல்கள் இவரை வந்தடைந்தன.

பிரெஞ்சு நிர்வாகத்தின் பெரிய துபாஷியான கனகராய முதலியார் மறைவுக்குப் பிறகு அந்தப் பதவி ஆனந்தரங்கருக்கு வரும் என்று பேசப்பட்டது. இதைப் பெரிதாக எடுத்துக்கொள்ளவில்லை இவர். ஆனால் அந்தப் பதவி தங்களுக்குத் தான் எனும் கனவில் மிதந்த சின்னமுதலி, அன்னபூரண அய்யன் குறித்து ஆனந்தரங்கர் எழுதுவது. சுவாரஸ்யமானது.

பல்லக்கின் மீதேறி கோட்டைக்குள் சென்று வருவது உள்ளிட்டச் சிறப்பு சலுகைகளைப் பெற்றிருந்த ஆனந்தரங்கருக்கு ஆளுநர் அறைக்குள் காலணி அணிந்து செல்லவும் அனுமதி வழங்கப் பட்டிருந்தது. அதேநேரம், மதானந்த பண்டிதரின் காலணிகளை வெளியே விடச் சொல்லி ஆளுநர் அதட்டியது குறிப்பிடத்தக்கது. மேலும், தகவல் கொண்டு வருபவர்கள் ஆனந்தரங்கரிடம் மட்டுமே சொல்ல வேண்டும், இவரது சொல் கேட்டு அனைவரும் நடக்க வேண்டும் என்று ஒருநேரத்தில் ஆளுநர் உத்தரவிட்டது குறிப்பிடத்தக்கது.

12 வருஷம் 9 மாதங்கள், புதுச்சேரியின் ஆளுநராகக் கோளோச்சிய துய்ப்ளேக்ஸ் , காவலில் வைக்கப்பட்டு, கப்பலில் ஏற்றப்பட்டதை மிகுந்த அனுதாபத்துடன் எழுதுகிறார் ஆனந்தரங்கர். இதில், துய்ப்ளேக்சின் பராக்கிரமத்தைப் பட்டியலிடும் ஆனந்தரங்கர், அவர் தனக்குச் செய்த துரோகத்தையும் குறிப்பிடத் தவறவில்லை! (இது குறித்த விரிவான விவரங்களுக்கு ஆனந்தரங்கப்பிள்ளை நாட்குறிப்பு 9வது தொகுதியை வாசிக்கலாம்).

ஆனந்தரங்கரின் நினைவாற்றல்

1740 பிப்ரவரி 18 மாசி 10 வியாழக்கிழமை

... இப்படி இருக்கிறபோது துரையவர்கள் கனகராய முதலியை அழைத்து மேளதாளத்துடனே போய் இமாம் சாயபுவை அழைத்துக்கொண்டு வரச்சொல்லி உத்தாரங் கொடுத்தார். அதுக்கு கனகராயமுதலியாரிருந்து கொண்டு அழைக்கப் போகிறதற்கு இங்கேயிருந்து வெள்ளைக்காரர் கூடப்போகத் தேவையில்லையா

என்று கேட்டார். அதற்கு துரை இருந்துகொண்டு வெள்ளைக்காரர் கூடப்போகிற வாடிக்கை எனக்கு ஞாபகமில்லை. உமக்கு ஏதாகிலும் ஞாபகமிருக்கிறதா என்று கனகராய முதலியைக் கேட்டதற்கு அவர் தமக்கும் ஞாபகமில்லை என்று சொன்னார். அதின் பேரிலே ரங்கப்பனுக்கு ஏதாகிலும் ஞாபகமிருக்கிறதா என்று கேட்டார்.

அதுக்கு நான் சொன்னது அவர் ஊரிலே இருந்து வரச்சே இவ்விடத்திலே இருந்து வெள்ளைக்காரர் கூட எதிர்கொண்டு போகிறதே அல்லாமல் விடுதியிலே வந்திறங்கின பிற்பாடு இப்போது அழைக்கப் போகிறதற்கு கனகராய முதலியார் முத்தியாப் பிள்ளையும் பின்னையும் நாலைந்து இரண்டு பேருமாய் மேளதாளத்துடனே போய் அழைத்துக்கொண்டு வருகிறதே யல்லாமல் வெள்ளைக்காரர் கூடப்போகிற வாடிக்கை இல்லையென்று சொன்னேன். அதுக்கு துரையுமிருந்து கொண்டு எனக்கும் அப்படித்தான் ஞாபகம் இருக்கிறதென்று சொன்னார்.

அதன் பேரிலே முசே புலோவை அழைப்பிச்சு போன வருஷம் இமாம் சாயபு வந்தபோது நடந்த சமாச்சாரம் எழுதியிருக்கிற தஸ்ரத்திரத்தை எடுத்துக்கொண்டு வரச்சொல்லி பார்த்தார். அத்தஸ்ரத்திலே நான் சொன்னபடிக்கு எழுதியிருந்தபடியினாலே கனகராய முதலியை அழைத்து வெள்ளைக்காரர் கவையில்லை. நீங்கள் மாத்திரம் போய் அழைத்துக்கொண்டு வாருங்கள் என்று சொன்னார்.

பல்லக்கு மரியாதை

1744 ஜனவரி 3 மார்கழி 23 சுக்கிரவாரம்

சாயங்காலம் நாலு மணிக்கு மகாநாட்டார் ஜனவரி பண்டிகை சந்திப்புக்கு துரையவர்கள் சொல்லி அனுப்பிவித்தார்கள். ஆனபடியினாலே இன்ன நிமித்தியமென்று நமக்குத் தெரியாமல் மகாநாட்டாரை அழைத்துக்கொண்டு சந்திப்புக்கு போனவிடத்தில் சகலசனமும் முன்பாக துரையவர்கள் நமக்கு அறிக்கையுங் கொடுத்து ஏழு பீரங்கியும் போடுவித்து முசே புரியை அழைத்து நம்முடைய பல்லக்குக் கோட்டைக்குள்ளே போகவர உத்தாரமும் கொடுத்து ரொம்பவும் மரியாதை பண்ணி நடப்பித்தார்கள்.

ஆனால் துரையவர்கள் முசே துய்ப்ளேக்ஸ் அவர்கள் நமது பேரிலே யிருக்கிற பரிபூரண தயவினாலே அந்தப்படி நடப்பித்தார்கள்.

ஆனந்தரங்கரின் ஆவேசம்

1746 மார்ச்சு 16 பங்குனி 7 புதன்கிழமை

இற்றைநாள் காலமே எட்டுமணிக்கு துரையவர்கள் அழைத்து வரச்சொன்னார் என்று வீட்டிலேயிருக்கையிலே கும்பினீர் சேவகன் வந்து அழைத்தான். அதின் பேரிலே நான் போய் கண்டு பேசினவிடத்திலே அவர் எழுதுகிற கபினேத்திலே இருவருமே யல்லாமல் மூன்றாம்பேர் இல்லை. அங்கே என்னை அழைத்துப் போய் கும்பினீர் இப்புறம் வரவேண்டியிருக்கிறதே. நீ பணம் செலுத்துகிறதில்லை. இந்தப் பணம் எல்லாம் என்ன செய்து போட்டாய். கும்பினீருக்குக் கொடுக்க வேண்டிய பணம் கொடுக்கத் தேவையில்லை என்றும் நீ என்ன வட்டி வைத்துக் கொடுக்கிறாய் என்றும் இந்தப்படியெல்லாம் சொன்னார்.

அதற்கு நான் சொன்னது: உம்முடைய பணத்தை நான் எடுத்துக்கொண்டு சூதாடித் தோற்றுவிடவுமில்லை. பின்னையும் விருதாவாய் செலவழிக்கவுமில்லை. .... பண்ணவிடத்திலே கப்பல் மேலே சிறிது பணம் நின்றிருக்கிறது. வெளியிலே சிறிது பணம் அவரவர் கொடுக்க வேணும். லாலாப்பேட்டையிலே உள்ளூரிலே சரக்கு நிலுவையிருக்கிறதும், இந்தத் தொகைக ளெல்லாம் சொல்லி உமக்குக் கொடுக்க வேண்டிய பணத்துக்கு இரட்டித்த பணம் இருக்கிறது. உம்முடைய பணத்துக்கு ஈடு சுப்பலச் சம்மதியும் உள்ளூர் நிலுவையும் எழுதி வைத்தால் உம்முடைய சம்மதி சரிபட்டுப் போகுதென்று சொன்னேன்.

அதற்கு அவரிருந்து கொண்டு ஈடு இல்லை என்றும் நீ கொடுக்க மாட்டாய் என்றும் சொல்லவில்லை. ஆனால் திருச்சிராப்பள்ளி யிலேயிருந்து வந்த ... ண்ண கையிலே நீ பதினாயிரம் வராகன் வாங்கிக் கொண்டாயே அந்த வராகனை கும்பினீருக்குச் சம்மதி பண்ணால் உனக்கு லகுவாயிருக்குமே யென்று சொன்னே னென்று சொன்னார். ..... அதின் பேரிலே நானிருந்து கொண்டு அய்யா நான் பதினாயிரம் வராகன் வாங்கிக் கொண்டேனென்று உங்களிடம் சொன்னார்களே, அந்த மனுஷரை அழைப்பித்து, கொடுத்த மனுஷனுக்கு இங்கே யிருக்கிறார்களே அவர்களையும் அழைப்பித்து என்னையும் அதற்கேற்றபடி சாதகபாதகத்துடனே விசாரித்து அறுபத்து நாலு காசிலே ஒரு காசி அளவிலே யிருந்தாலும் நான் கும்பினீருக்கு ஆக்கினைப்பட்டுப் போகிறனே யல்லாமல் வெறுமனே என் பேரிலே சொல்லியிருந்தால் அவர்களை இந்த ஆக்கினை இடவேண்டுமென்று சொன்னேன்.

எனக்கெதுக்கு அந்த உத்தியோகம்?

1746 சூன் 12 ஆனி 12 ஆதிவாரம்

... இப்படி யனேகவிதமாய் அவ்விடத்துச் சமாச்சாரங்களெல்லாம் லோகாபிராய மாய்ப் பேசியிருந்து, பெரிய துபாசித்தனம் ஏன் உனக்குக் கொடுக்கவில்லை யென்று கேட்டான். எனக்கென்னத்துக்கு அந்த உத்தியோகம். இப்போது எனக்கு என்ன மரியாதை தாட்சியாயிருக்கிறது. அரிகை நடக்கிறது. பல்லக்கு நடக்கிறது. துரையவர்களுடைய தயவு பரிபூரணமாயிருக்கிறது. சகல மேன்பாடும் நடக்கிறது. அப்படியிருக்க எனக்கு அந்த உத்தியோகம் கவையில்லை. உங்களுடைய தயவெல்லாம் பரிபூரணமாயிருக்கும் போது தாட்சியென்ன? இதல்லாமல் வர்த்தகம் பண்ணிக்கொண்டிருக்கிறதற்குச் சமானமில்லை யென்று சொன்னேன்.

மதானந்த பண்டிதரும் சின்ன முதலியாரும்

1746 சூலை 21 ஆடி 9 வியாழக்கிழமை

மதானந்த பண்டிதர் தாற்பரியமென்னவென்றால் சின்ன முதலியார் பெரிய துபாசித்தனம் பண்ணினால் தன் பேச்சு நன்றாய் நடக்கும். பின்னை யாராகிலு மானால் தன்பாரிசு காகிதம் உத்தரவு கேட்டுக்கொண்டு அப்பாலே இருக்கச் சொல்லுவார்கள். எழுத வேணுமானால் அந்தப்படிக்குத்தானிவரானால் பிரபுவினுடைய நோக்கம் கூட இன்னதென்று தெரியாதே. அதினாலே தம்மைத் தழுவிக் கொண்டு திரிந்தால் வருகிற பேச்சு மூச்செல்லாம் தன் மார்பத்திலே நடக்கும். அந்தந்தக் காரியம் தக்கதாய் எவ்வளவாகிலும் பற்றலாமென்கிறதும் மற்றப் பேச்சு மேல்வட்டமாய் நடக்குமென்கிறதினாலேயும் சின்னமுதலியாரிருக்க வேணும் என்கிறதே யல்லாமல் பின்னை யொருத்தர் பெரிய துபாசித்தனத்துக்கு வருகிறது சம்மதியில்லை.

மதானந்த பண்டிதர் சுபாவமும் சின்னமுதலியார் சுபாவமும் ஒருசாடை. யெப்படி யென்றால், இவரும் ஒரு காசுக்கும் பீ தின்பார். அவரும் அப்படித்தான். இப்படி அனேக திர்ஷ்டாந்தரங்கனுண்டு. அதுக்கெல்லாம் வெளியாய் எழுதலாம். ஆருமறியாத காரியமானால். பட்டணத்திலுண்டான சிறு பிள்ளைகள் கூட அறிந்திருக்குமென்றால் அப்பால் அதை விஸ்தரித்து எழுதத்தக்கதில்லையே. விவேகிகளாயிருக்கிறவர்கள் இதிலே தெரிந்து கொள்ளலாம்.

அன்னபூரண அய்யனின் பிரயத்தனம்

1746 ஆகஸ்டு 19 ஆவணி 7 சுக்கிரவாரம்

அன்னபூரண அய்யன் பெரிய துபாசித்தனத்துக்குப் பிரயத்தனம் பண்ணினதற்கு அவன் தன்னிருவாகத்தை அறிந்து பிரயத்தனம் பண்ணவேணும். அவன் அதை யோசனை பண்ணாமல் துபாசித்தனம் என்றாப்போலே வராகனைக் கொண்டு வந்து பெட்டியிலே போட்டுக்கொள்ளுகிறதாய் யோசனை பண்ணி, பிரயத்தனம் பண்ணினான். அவனுக்குத்தான் விவேகமில்லை யென்று எல்லாரும் சொல்லிக் கொள்ளுகிறதற்குத் தக்கதாய் அவன் பிரயத்தனம் பண்ணினான். ...அன்னபூரண அய்யன் இன்னும் பிரயத்தனம் விட்டவனல்ல. எத்தனம் பண்ணிக்கொண்டிருக் கிறான். இனிமேல் ஒருத்தர் கைவசமாகுந்தனிலும் ஆரென்ன பரிகாசமாய்ச் சொன்னாலும் அவனுக்குத் தோற்றிவிடப் போவ தில்லை. இவனைப் போலே விவேகமில்லாதவன் ஆருமில்லை யென்றாப்போலே தோற்றுகிறது. எல்லாருக்கும் இப்படி ஒவ்வொரு காரியத்திலேயும் விவேகமில்லாமலிருக்கும். அது அதற்குப் பிற்கட்டிகை வந்தபோது அது விளங்கும். ஆனபடியி னாலே தத்காலிதம் இவருடைய பேர் பிரபலமாய் விளங்கிற்று.

பிள்ளையின் பேரில் தெலுங்கு குறவஞ்சி

1746 ஆகஸ்டு 25 ஆவணி 13 வியாழக்கிழமை

இற்றைநாள் ராத்திரி யென்பேரிலே கஸ்தூரி ரங்கய்யன் திரிச்சிராப்பள்ளி வித்துவான் சொன்ன தெலுங்கு குறவஞ்சிக்கு திரிச்சிராப்பள்ளி மங்கபதி அய்யன் வர்ணசுரம் போடுவித்துத் தாசிகளுக்குப் பாடம் பண்ணிவித்ததை முத்தியப் பிள்ளையவர்கள் தோட்டம் சேடத்தெருவிலே யிருக்கிற தோட்டத்திலே தாசிகளைக் கொண்டு சினேகிதர் சமஸ்தான பேர் முன்னேயும் அரங்கேற்று வித்தனர்.

விரல் நுனியில் விவரங்கள்

1746 டிசம்பர் 25 மார்கழி 14 ஆதிவாரம்

அப்பால் கூடலூரிலே எத்தனை சலங்கிருக்கிறது? ஆற்றுக்கு மேல்பாரிச முண்டா? கொத்தளம் ஆற்றுக்கு எந்தண்டையிலே யிருக்கிறது? என்ன கேட்டார். ஆற்றுக்குத் தெற்கே ஒன்று, வடக்கே ஒன்று கொத்தளமிருக்கிறது. ஆற்றோரம் மேல்பாரிசத்திலே சலங்குகள், பாறு பண்ணைகள், சலுப்புகளிருக்கின்றன.

அதற்கடுத்தாற்போலே பட்டணவர்கள் வீடுகள், சட்டைக்காரர் வீடுகளி ருக்கின்றன என்று சொன்னேன். உனக்கு நன்றாய்த் தெரியுமா என்று கேட்டார். நான் பத்துதர மிருபதுதரம் கூடலூரிலிருந்து படகின் பேரிலேறி தேவனாம் பட்டணத்திலே இறங்கினதுண்டு. தேவனாம்பட்டணத்திலே யிருந்து ஒற்றை மரத்தோணியின் பேரிலேறி கூடலூரிலே இறங்கினதுண்டு. அப்போது பார்த்ததே யல்லாமல் குறிப்பாய், நன்றாய்ப் பார்த்ததில்லை என்று சொன்னேன்.

1747 ஜுன் 14 ஆனி புதவாரம்

இற்றைநாள் சிதம்பரத்திலேயிருந்து செஞ்சிக்குப் போகிற மார்க்கம் வழி ராச துரையவர்களுக்கு எழுதிக் காண்பித்த ஊர் பேர்: சிதம்பரத்திற்கும் கானூருக்கும் காதம் 1. கானூருக்கும் முஷ்ணத்திற்கும் காதம் 1. முஷ்ணத்திற்கும் கோபுரத்திற்கும் பத்து நாழி வழி. கோபுரத்துக்கும் உளுந்தூருக்கும் பத்து நாழி வழி. திருவெண்ணைநல்லூருக்கும் பனைமூலைக்கும் காதம் 1. பனைமூலைக்கும் செஞ்சிக்கும் காதம் 1. ஆக சிதம்பரத்துக்கும் செஞ்சிக்கும் காதம் 8.80 மைல்.

1748 சனவரி 13 தை 3 சனிவாரம்

... அதன்பேரிலே தேவனாம்பட்டணத்துக்குப் போகிறதற்கு வழி மார்க்கமெப்படி என்று கேட்டார். அது வயணம், பிராஞ்சு எழுதிக்கொண்டு போய்க் கொடுத்த வயணம்: அரியாங்குப் பத்துக்கும் கருக்களாம்பாக்கத்துக்கும் 2 நாழி வழி. கருக்களாம் பாக்கத்துக்கும் செல்லுஞ்சேரிக்கும் 1½ நாழி வழி. செல்லுஞ் சேரிக்கும் தூக்கணாம்பாக்கத்துக்கும் 1 நாழி வழி. தூக்கணாம் பாக்கத்துக்கும் திருப்பணாம்பாக்கத்துக்கும் 2 நாழி வழி. திருப்பணாம்பாக்கத்துக்கும் குருவி நத்தத்துக்கும் 1 நாழி வழி. குருவிநத்தத்துக்கும் பூவரசங்குப்பத்துக்கும் அரை நாழி வழி. பூவரசங்குப்பத்துக்கும் பாதிரிகுப்பத்துச் சாவடிக்கும் 1¾ நாழி வழி. இதற்கு நடுவே பெண்ணையாறும் கெடிலமும் இரண்டு ஆறு. பாதிரிகுப்பத்துச்சாவடிக்கும் திருப்பாதிரிபுலியூருக்கும் 1 நாழி வழி. திருப்பாதிரிப்புலியூருக்கும் தேவனாம்பட்டணத்துக்கும் 1½ நாழி வழி. இந்தப்படிக்கு பிராஞ்சு எழுத்திலே எழுதி துரையவர்கள் கையிலே கொடுத்தோம். அதைப்பார்த்து வாங்கிக் கொண்டார்.

1748 மார்ச்சு 16 பங்குனி 7 சனிவாரம்

ரங்கப்புள்ளே என்று அழைத்து, இங்கிலீஷ்காரர்கள் ஓடிவந்த ஜாடையைப் பார்த்தாயா வென்று கேட்டார். இவர்கள் எட்டு பேர்

ஓடிவந்ததாகவும் ஐந்து பேர் இவ்விடத்துக்கு வந்தார்கள். மற்ற மூன்று பேர் புறப்பட்டவர்கள் எங்கே போனார்களோ. இவர்களைக் கேட்டு அறியவேணுமென்று சொன்னேன். அதன் பேரிலே இங்கினிமேலுடனே எத்தனை பேர் புறப்பட்டார் களென்று கேட்டார். நான் சொன்னபடிக்கே எட்டு பேர் புறப்பட்டோம். ஐந்து பேர் இங்கே வந்தோம். மூன்று பேர் துலுக்கன் சீர்மையிலே போனார்களென்று சொன்னார்கள். அதன் பேரிலே துரை நகைத்து, உனக்கு எப்படி சேதி வந்ததென்று கேட்டார். உங்கள் தயவிருக்கச்சே சேதி வருகுதென்றேன்.

தமிழரைக்காட்டிலும் ஐரோப்பியர் மடையர்

1748 மார்ச்சு 26 பங்குனி 17 செவ்வாய்க்கிழமை

...இல்லை ஐயா, என் மனதிலேயே, தமிழர் விவேகமில்லாத, மடையர் சொன்னதை மெய்யாக வெண்ணுகிறவர்கள். எரோப்பியர்கள் அப்படியல்ல. எதுவும் பகுத்தறிவு உண்டு என்று நான் சிறிதுநாள் எண்ணியிருந்தேன். இப்போ பார்க்கப் போனால் வெள்ளைக்காரிலே முசியே பெலுசான்சைக் கொத்த பேர் அநேகம் பேர் தமிழரைப் பார்க்கிலும் மடையராகவும் கழுதையாகவும் இருக்கிறார்கள் என்று சொன்னேன். அதற்குத் துரை என்னைப் பார்த்து நகைத்து, வெள்ளைக்காரருக்கு இந்த ராச்சியத்து வழக்கம் தெரியாது. அவர்களப்படி யென்று பொய் சொன்னார். அதற்கு நான் இந்த ராச்சியத்திலே பதினைந்து வருஷமாய், இருபது வருஷமாய், முப்பது வருஷமாய் இப்படியிருந்த வர்களுடைய புத்தியைப் பார்த்தால் மெத்த மடையத்தனமாய்க் காணுதென்று சொன்னேன்.

தமிழர் தைரியசாலிகள்

1748 செப்டம்பர் 6 ஆவணி 25 குருவாரம்

... ஆனாலும் இந்த ஜனங்கள் இத்தனை பயந்து ஏனோடிப் போறார்களென்று கேட்டார். தமிழர் சண்டை அறிந்தவர்கள் அல்ல நன்றாய் படிப்புகளறிந்தவர் களல்ல. தேசம் தேசம் திரிந்து சமஸ்த இராச்சியங்கள் பார்த்தவர்களுமல்ல. அப்படிப்பட்டவர் களெல்லோரும் ஓடுகிறதும் அவதைரியப்படுவதும் சரி. ஐரோப்பியர்கள் சமஸ்தங்களறிந்தவர்கள். வெகு தைரியசாலிகள். சமஸ்த விபகாரங்களுமறிந்தவர்கள். பெண்டுகளும் புருஷரைப் போல் விவகரிக்கப் பட்டவர்கள். அவர்கள் பயத்தைக்

கேழ்க்கச்சேயும் யிறரிக்கச்சேயும் தமிழர் தைரியசாலியாய் காணுதென்று சொன்னதற்கு மெய்தானது யென்று (துரை) ஒத்துக்கொண்டார்.

'ஸ்ரேஷ்டத்துவம் பொருந்திய ஆனந்தரங்கப்பிள்ளை'

1748 சூலை 13 ஆடி 2 சனிவாரம்

... அப்பால் எனக்கு யெழுதுகிற காகித வக்கனை இத்தனை நாளும் வர்த்தகருக்கு யெழுதுகிற வக்கனை திசாரது பனார்களென்று எழுதுகிற வாடிக்கையை விட்டு சவுரிய பராக்கிரமங்களுக்கு யெல்லாம் ஸ்ரேஷ்டத்துவம் பொருந்திய ஆனந்தரங்கப்பனுக்கு என்று யெழுதினார். இதற்கு மதானந்த பண்டிதர் நூதனமாய் இந்த வக்கனை யெழுதினபடியினாலே பிரபுவுக்கு யெச்சரிக்கை பண்ணவேணுமென்று சொன்னார். அதின் பேரிலே துரையவர்களுடனே எச்சரித்ததற்கு அவர் மாபூசுகான் ஞாயம் யெழுதினான் சகலமும் விடியமும் பொருந்தியிருக்கப்பட்ட என் உத்தரவின் பேரிலே நீ சமஸ்தமும் உத்திரவு கொடுத்து நடத்தினபடியினாலே சவுரிய பராக்கிரமத்துக்கு யெல்லாம் ஸ்ரேஷ்டத்துவம் பொருந்திய ஆனந்தரங்கப்பிள்ளை யென்று யெழுதினது ஞாயம் தான் என்று நகைத்துக் கொண்டு சொல்லி அப்பால் முசியே பாரதி வந்த உடனே அவருடனேயும் பின்னையும் வந்த வெள்ளைக்காரருடனேயும் முசியே மேர் கைரெபூர்க் முசியே ரொபேர் இவர்களுடனே சொல்லிக்கொண்டு அந்த சவுரிய பராக்ரமம் வந்து மாபுசுகானுக்குத்தானே அனுபவம் காண்பித்த படியினாலே அவனப்போ தானே யெழுதவேண்டியதுக்கு இப்போ யெழுதினே னென்று நகைத்துக்கொண்டிருந்தார்கள்.

'நீர் கோபமாய் பேசினால் நான் பயந்து விடுவேனா?'

1748 சூலை 16 ஆனி 5 மங்களவாரம்

இற்றைநாள் காலத்தாலே முசியே பராதி அழைத்தனுப்பிவித்து காரைக்காலிலே கொள்ளையிட்ட நாளை கணக்கு உங்கள் கிராமத்துக் கணக்கிலே எங்களுக்கு கும்பினீரை மோசம் பண்ணின கனகராய முதலியார் ஆயிரத்தி எழுனூத்தி சிலுவான் விறாகனும் நீங்கள் ஆயிரத்தி எழுனூத்தி அருபது விராகனும் திருடினதுக்கு அவர்கள் கொடுத்துவிட்டார்கள். நீங்கள் கொடுக்க மாட்டோமென்று சொல்லுகிறது யென்ன நியாயமென்று கேட்டார். அதற்கு நான் சொன்னது சும்மா யெங்கள் பெட்டி

பணத்தை நீரெடுத்துக் கொண்டு போக வேணுமானால் இப்போ தானே யெடுத்துக்கொள்ளலாம். மற்றபடி நியாயத்துடனே நானெடுத்தேனென்று நீர் சொல்ல மாட்டீர் என்று சொன்னதற்கு நீர் திருடினதற்கு அத்தாக்ஷி கூட உங்கள் மனுஷர் சேஷய்யங்கார் கந்தப்பன் பின்னையும் திருவேங்கிடம் கூட மெய்யென்று கையெழுத்துப் போட்டார்களென்று சொன்னார். அதற்கு நான் துரைத்தனம் பண்ணுகிறவர்கள் எப்படி போடச்சொன்னால் அப்படிப் போட்டார்கள் அதுகளெல்லாம் விளங்குகிறபடிக்கு விளங்கினால் மெய்யென்று வெளியா மென்று சொன்னேன்.

அதற்கு அவர் கோபமாய் காலினால் உதைத்துக் கொள்ளுகிறதும் கையினா லடித்துக் கொள்ளுகிறதுமாக அதிலே நான் சாய்ந்து உத்தாரம் சொல்லுவே னென்று மிரட்ட வந்தார். அதற்கு நான் நீர் கோபமாய் பேசினாப்போலே நான் பயப்படுவேனென்று யோசனை பண்ண வேண்டாம். நானதிலே ஒரு காசளவிலே அனுபவித்ததுண்டானால் நான் பயப்பட்டு உத்திரம் சொல்லுவேன். நானொன்று மரியேன். அவனெழுதிக் கொடுத்த கணக்கு இருக்குது. அவனை வெகுஜனங்கள் கும்பினீர் வர்த்தகர் இருக்கும் போது அவர்கள் முன்பாக நாங்கள் மத்தியஸ்தமும் சின்னதுரையுடனே சொல்லிக்கொண்டு கும்பினீர் வர்த்தகர் தானப்பமுதலி முன்பாக சொல்லின சங்கதி கும்பினீருக்கு எழுதிவைத்த படிக்கே அல்லாமல் மற்றப்படி வேறே ஒரு காசளவிலே நானறியேன் என்று சொன்னதற்கு...

‘நிஜாமுக்கு ஒப்பானவர் நீர்’ – பிள்ளையைப் பாராட்டிய சந்தா சாகீப்

1749 ஒக்தோபர் 5 புரட்டாசி 23 ஆதிவாரம்

... நல்லதென்று நான் புறப்பட்டு சந்தாசாயபு அவர்களண்டைக்கு போனவிடத்திலே நடந்த வயணம் என்னவென்றால்: ... மறுபடியும் சீர்மை கட்டுகிறதனாலே எத்தனம் நடத்திக்காட்ட வேண்டியதென்று சொன்னேன். அதற்கு நபா சாயபு அவர்கள் வெகு சந்தோஷப்பட்டு சொன்ன சேதி என்னவென்றால், நாம் வெகுபேருடனே வார்த்தைகள் பேசியிருக்கிறோம். இதுவரையில் ஒருத்தராயினும் இப்படி நம்முடைய மனதிலே இருக்கிறப்படிக்கு சொன்னப்பேரில்லை. ... நம்முடைய மனதிலே இருக்கிற யோசனைபடிக்கு சரியாய் நீர் சொன்னீர். உம்முடைய யோசனைக்கும், உம்முடைய புத்திக்கும் உமக்கு இவ்விடம் யோக்கியம் என்று நீர் நிஜாம் போல் கொத்தவர். நம்மைப் போல்

கொத்தவர். பேரண்டையிலே திவான்கிரியாய் இருந்து கொண்டு சகல சபைகளையும் கட்டத்தக்க மனதுள்ளவர். உம்முடைய மனோரதமும் திராணியும் நம்முடைய மனதுக்கு நன்றாய் தெரியப்பட்டது. நீர் ஒரு லட்சத்துக்கு இருபது லக்ஷம் முப்பது லக்ஷம் சம்பாரிக்கவும் சிலவு பண்ணவும் சாமார்த்தியம் உண்டாயிருக்கப்பட்டவர். இப்படிப்பட்ட உமக்கு இந்த பறங்கிகளண்டை இருக்க லாயக்கான ஸ்தலம் அல்ல. ஆனபடியி னாலே முன்னுக்கு மகத்தாயிருக்கப்பட்ட தவுலத்துடனே இருக்கப் போகிறீர். உமக்கு ஸ்வாமி தயவு பண்ணுவார். அதற்கு சந்தேகமில்லை. அப்படி நடக்குமென்று என் மனதுக்கு நிற்காற்ஷையாய்த் தோன்றி யிருக்கிறதென்னு சொன்னார்.

அதற்கு நான் சொன்னது: நீங்கள் மகாபுருஷர். உம்முடைய வாக்கினாலே நான் மேன்மேலும் சுகப்படத்தக்கதாக சொன்னதினாலே தான் எனக்கு சகல தவுலத்தும் வந்தது. அதற்கு சந்தேகமில்லை என்று அதற்கு பிரதி உத்திரம் எப்படி உபசாரமாய் சொல்ல வேணுமோ அப்படியெல்லாம் சொன்னேன்.

காலணி அணிந்துவர ஆனந்தரங்கருக்கு மட்டுமே அனுமதி

1754 செப்தம்பர் 14 புரட்டசாசி 2 சனிவாரம்

... யென்று நான் சொன்னதுக்கு, ''நடந்து போன காரியமெல்லாம் போகட்டும், யினிமேல் வெள்ளைக்காரர்கள் காரியங்கள் யெல்லாம் நான் விசாரித்துக் கொள்ளுகிறதும், தமிழர் - துலுக்கர் - சீமை - பூமி - பட்டணம் கவை காரியங்கள் யெல்லாம் நீர் விசாரித்துக் கொள்ளுகிறதுமே அல்லாமல் ரெண்டாம் பேர் நாட்டமே கவையில்லை. அந்தப்படிக்கி நான் திட்டப் படுத்துகிறேன்,' என்று துரை சொல்லி ...

இத்தனாள் மத்தியானத்துக்கு மேல் நாலரை மணிக்கு (துரை) அழைச்சு அனுப்பினதின் பேரிலே நானும் மதானந்த பண்டிதனும் போனவிடத்திலே வாசற்படியிலே யிருக்கிற சோபுதாரர்கள் (காவலர்), 'யெல்லாரையும் யிவ்விடத்திலே தானே பாபோசுகள் பைசாறுகளை (காலணிகளை) விட்டுப்போட்டுப் போறதே அல்லாமல் உள்ளே போட்டுக்கொண்டு வரவேண்டாமென்று துரையவர்கள் யெங்களுக்கு தாக்கீது பண்ணியிருக்கிறார்', யென்று சொன்னார்கள். நானும் மதானந்த பண்டிதனும் பைசாறு போட்டுக்கொண்டு போனோம். துரையும் அவர் தம்பியும் கூடயிருந்து கொண்டு உசேன் மாவுத்தனுடைய காகிதம் ஒன்றைப்

படிக்கச் சொல்லச் சொல்லி குடுத்தார். அப்பால் துரை மதானந்த பண்டிதனைப் பார்த்து வாசற்படியிலே சோபுதாரர்கள் பைசாறு போட்டுக்கொண்டு உள்ளே போக வேண்டாமென்று சொல்லச்சேயும் யெப்படி நீ போட்டுக்கொண்டு வருவா யென்று கோபிச்சுக் கொண்டு, ‘போ வெளியே, சோடு விட்டுப்போட்டு வா,’ வென்று சொன்னார். அதுக்கு மதானந்த பண்டிதன் வாடிக்கையாய் போட்டுக்கொண்டு வருகுறது யென்று சத்தே மழமழ யென்று சொன்னான். அதுக்கு பின்னேயும் பெரு ஆக்கிறதமாய் கோபிச்சுக்கொண்டு, ‘யிவ்விடத்திலே றெங்கப்பன் ஒருத்தன் பைசார் போட்டுக்கொண்டு வருகுறதே யல்லாமல் பின்னை ஒருத்தரும் போட்டுக்கொண்டு வரக்கவையில்லை’ யென்று சொல்லி, ‘நீ யிப்போ தானே வெளியே போய் பைசார் விட்டுப்போட்டு வந்தால் ஆச்சுது, யில்லாவிட்டால் பார்’ என்று ஒருதரம் அதட்டினார். அப்பால் மதானந்த பண்டிதன் தானே வெளியே போய் பைசார் விட்டுப்போட்டு வந்து, உசேன் மாவுத்தன் காகிதம் படிச்சுச் சொன்னதென்ன யென்றால், ...

துரைக்கு ஆறாயிரம் கடன்

1754 ஒயித்தோபர் 9 பிறட்டாசி 27 புதவாரம்

புது துரையவர்கள் நம்மை ஆறாயிரம் விராகன் கடன் வேணுமென்று கேட்ட படியினாலே வீட்டுக்குச் சொல்லியனுப்பி ஆறாயிரம் விராகனும் அழைப்பிச்சுக் குடுத்தேன். அதுக்குத் துரை நூத்துக்குயெட்டு விழுக்காடு வட்டிச் சீட்டெழுதிக் குடுத்தார். அந்தச் சீட்டை நான் வாங்கிக்கொண்டு பெட்டியிலே வைத்தேன்.

துரையாக வந்தவர் குற்றவாளியாக போறாரே!

1754 ஒயித்தோபர் 15 அற்பசி 2 செவ்வாயிக்கிழமை

இத்தனாள் காலத்தாலே பழய துரை முசே மறுக்கி துப்பிளேயிச்சு நேத்து முதல் சோமவாரம் ராத்திரி மூணு மணிக்கு அவர், அவர் பெண்சாதி, குமாரத்தி, ஷொம்ஷேம், மதாம் ஒபேர், முசே தொத்தேல் குமாரத்தி குமாரர்கள் வகையிரா சமஸ்தமான பேர்கள் அவரவர்கள் தாலுக்குவைச் சேர்ந்தவர்கள், முசே கெறுசாம், அவரது பெண்சாதி, முசே ரெத்த ஸபருசம் (சம்பந்தமுள்ள உறவினர்கள்), யிவ்வருஷம் வந்தவர் நாலுபேர் ஒப்பாஸ்துருகள், தெம்மே, இன்னாசி வகையரா சட்டைக்கார வேலைக்காரர்களும் படகிலே யேறிப் போகச்சே யிருப்பத்தோரு பீரங்கி போட்டார்கள்.

முசே முலிப்பிரமும் முசே பொலோவும் முசே தெபோசேத்து, முசே தெலார்ஷ வகையிராக்கள் கூட சலங்கின் பேரிலே (போய்) துக்குதே ஒர்லியான்சு யென்கிற கப்பலின் பேரிலே யேத்திவிச்சுப்போட்டு, மறுபடி கரையே வந்து புது துரை முசே கொதேயிக்கும் கபுறு சொல்லிப் போட்டு அவரவர் வீட்டுக்குப் போனார்கள்.

நானும் ஆறுமணி வேளைக்குக் கடற்கரை வந்து கப்பலைப் பார்க்கும்போது ஆறு மணி அடிச்சாப்போலே துரைக்கி யிருபத்தோரு பீரங்கி போட்டார்கள். தரையிலேயும் யிருபத்தோரு பீரங்கி போட்டர்கள். அப்பால் (மற்ற) கப்பல்காரர்களும் பதிலுக்கு (பீரங்கி) போட்டு கப்பல் பாயெடுத்து ஓடிப்போறதைப் பார்த்து, ‘சரீரம் யிந்த யூரில் யினி விழுகுறதே அல்லாமல் யிவ்விடம் விட்டு பின்னை வேறெங்கேயும் விழுகிறதில்லை’ யென்று சமஸ்தமான பேர்களுடனேயும் சொல்லிக் கொண்டிருந்தவரும், உத்தியோகம் தீர்ந்தது மல்லாமல், நேரஸ்தராகக் காவல் ஞாயமாய்ப் (குற்றவாளியாகக் காவலில்) போக வேண்டிவந்து விழுந்துதே! யினி மேல், மனுஷனாய் அயிசுவரியத்தை யென்ன நிலையாய் (நம்பலாம்)?

பாதுசா (சார்பில்) தக்கன சுபா ஆறரை ராச்சியத்துக்கும் யெசமானனான நாசறு சங்குவுக்கு டில்லி பாதுசா யெசமானாக யிருந்தும், கெடகெடவென நடு நடுங்கிக் கொண்டு யிருந்த நாசறுசங்குவை, அவரண்டையி லிருந்தவர்களுக்குள்ளே உச்சித்திரம் பிறந்து ஈரானிகள், கந்தனூர் யிம்மத்து பாதூர்கான், கடப்பை அப்துல் நபி, சாவனூர் – பங்காவரம் அப்துல் மசீத்கான், அவன் குமாரன் கரீம்கான், வகையராக்களும் (சதி செய்து நாசறு சங்குவைக் கொல்ல முயற்சித்து, பிற்பாடு) முசே துப்பிளேக்சு கொன்றார் யென்று பேர் வந்து, டில்லி (சிம்மாசனம்) அதிர்ந்தது. (பின்பு) சலாபத்து சங்குடனே கூட யிவரது பவுன்சு நறுமதை மட்டுக்கும் யிறநூத்துக் காத வழி மட்டுக்கும் போய், சவா பாசி ராயனைக் கூட செயிச்சு சகல கீற்த்தியும் பெற்ற முசே துப்பிளேயிசுக்குக் காவல் வந்து, யிவர் தட்டுமுட்டுகூட ஆப்புப் (ஜப்தி) பண்ணி, கப்பலின் பேரிலே போகுதென்றால், சுவாமியை யெண்ணாமல் பார்த்ததை நடத்துகுறவர்களும் (கண்டபடி நடந்து கொள்பவர்களும் இப்படி தண்டிக்கப்படுவதை) ஒசனை பண்ணினால் ஒருத்தரும் பாபமான காரியங்களை, அனியாயமாய் செனங்களைத் (துன்புறுத்த மாட்டார்கள் என்பது விளங்கும்). காலத்துக்குத் தக்க புத்தி தோத்தி, அந்தப்படிக்கு

நடத்துகிறபடியினாலே ஒருத்தரையும் நோகக் கவையில்லை யென்று தோத்துது. யிந்தப்படிக்கு நடக்கிறது லோக சுபாவமான படியினாலே, அனுபவிக்க வேண்டியிருந்தால் நல்ல புத்தி வராது. மகா விபத்து சம்பவிக்கிறதா வாக்கியத்திலே சொல்லியிருக் கிறதல்லவா? அந்தப்படிக்கி நடக்கிற காரியம் நடந்தது.

துரைத்தனம் மாறிப்போறவர்கள் கப்பலின் பேரிலே யேறினாப்போலே சித்திரக் கொடி போடும் வலிய பாய் மரத்திலேயே (பிரதான கம்பத்திலேயே) போடுகிற வாடிக்கைப் படிக்கி யிந்தக் கப்பலுக்குச் சதுரக்கொடி போடாததைத் தொட்டு, யிவர் காவலின் பேரிலே போறதென்றும் குத்தவாளியாய்ப் போறதென்றும் சகலமான சனங்களுக்கும் நன்றாய் தோத்தினாலும் சிறிது பேர்களுக்கு யிந்த ஞாயம் தெரியாதவர்களுக்குத் தெரியமாட்டாது.

ஆனால் லோகத்துக்குள்ளே ஸ்ரீப்பும் வச்ச – பிறபவத்தியாத்து வினஷ்யபடமென்று (பெண்ணின் பேச்சைக்கேட்டு நடப்பவன் கஷ்டம் அனுபவிப்பான் என்று) சப்த சாஸ்திரத்திலே சொல்லியிருக்கிற வாக்கியம் அபத்தமா? முசே துப்பிளேயிக்சுக்கு வந்த விபத்தமெல்லாம் அவர் பெண்சாதியைத் தொட்டே அல்லாமல் வேறே வரயில்லை யென்கிறதும் அவர் மனதுக்குத் தானே, யிரு பேர் காரியமும் கெட்டுப்போன பிற்பாடு தோத்தி வாய்விட்டு வெள்ளைக்காரருடனே சொன்னதாய்ச் சேதி சொன்னார்கள். அவரவர் நடத்தைக்குத் தக்கதாய் நடந்து போச்சுது. யினி யிதை விஸ்தரிச்சு யெழுத வேண்டியதில்லை.

துற்மதி வருஷம் தை மாசம் 4ஆம் தேதி ஆதிவாரம் (1742, 14 சனவரி ஞாயிறன்று) சூரிய உதயத்துக்கு பங்காளத்திலிருந்து துரைத்தனத்துக்கு வந்து உளுக்கார்ந்தது முதல் நேத்தைய வரைக்கும் பனிரெண்டு வருஷமும் ஒன்பது மாசமு மாச்சுது. சரியாய் இத்தனை நாளும் நான் சம்பாதிச்சு அவருக்குக் குடுத்ததே அல்லாமல் .... யித்தனை காரியத்திலேயும் லக்ஷ லக்ஷகணக்காய் சம்பாதிச்சுக் குடுத்தாயே யென்று ஒரு விதத்திலேயும் விசாரியாமல் போனதுமல்லாமல், துற்பமதி வருஷம் முதல் நாளது வரைக்கும் நான் யென் கையிலே வியாபாரத்திலே பங்கென்றும் நன்குடை யென்றும் தினிசுகள் சாட்டிக் குடுத்ததைத் தள்ளிப்போட்டதிலுமாய் லக்ஷ விராகனுக்கு அதனமும் உண்டு. யென் சம்மதி சொந்தமானது யிது நிமித்தியம் கும்பினீருக்குக் கடன் வந்தது. (நான் கும்பினிக்குக் கடனாளியானேன்). யிதுக்குக் கணக்கு அவர் கையிலுமிருக்கும், யென் கையிலுமிருக்கும். அது பார்த்தால் தெரியும். ...

ரங்கப்பிள்ளை சொற்கேட்டு நடக்க வேண்டும் - ஆளுநரின் உத்தரவு

1755 சனேரி 2 மார்கழி 22 வியாழக்கிழமை

நான் பதினோரு மணிக்கு நேரே காசாக் கச்சேரியிலே யிருந்து மகாநாட்டார், கும்பினீர் உத்தியோகஸ்தர் வகையிராக்களை அழைச்சுக்கொண்டு கோட்டையே போய் துரை அவர்களைப் பேட்டி கண்டு, (வாடிக்கைப்படிக்கி) சனேரிப் பண்டிகைக்கு (புத்தாண்டு) நதீர் (நன்கொடை) வைத்து ஆன பிற்பாடு, (துரையவர்கள்) கும்பினீர் உத்தியோகஸ்தராயிருக்கப்பட்ட அரும்பாத்தை வினாயகப்பிள்ளை, கடலோரம் (கடற் சுங்க அலுவலகத்து) ராமச்சந்திரய்யன், டங்கா சாலையார், புகையிலைக் கிடகங்கு பாபுராயனது சாவடி மணியக்காரர், சுத்துக்கோட்டையார் (கோட்டைக்கு வெளியே வசிப்போர்) வகையிராக்களையும், சீமா (சீர்மை) ஆமீல் ரங்கப்ப முதலியார், கும்பினீர் வர்த்தகர், நயினார் உள்பட, மகாநாட்டாரையும், பேர் பேர் வழியா அழைச்சு, ‘யின் மேல் நீங்கள் என்னண்டைக்கு வந்து கபுறு சொல்லத் தேவையில்லை. யெதுவும் ரங்கப்பிள்ளைக்குப் போய்க் கபுறு சொல்லுகுறது. அவர் சொற்படி கேட்டு நடந்து கொள்ளுகிறது. யிதிலே யாதாமொருவர் அத்து தப்பி நடந்தால் ஆக்கினை அபராதம் வாங்குவோ’ மென்று யிந்தப்படி சகலமான பேருக்கும் துரை அவர்கள் ஒடுதிக் கட்டளையிட்டு, அப்பால் யெனக்கு மேலே யெழுதப்பட்ட பூஷணங்களும் மயேதோப்புதோர் வகையிரா தினிசுகளும் வெகுமதி பண்ணி, பன்னீர் பாக்கு வெத்திலை குடுத்து ஆனவுடனே கோட்டையிலே பதினஞ்சு பீரங்கி போட்டார்கள்.

நாட்குறிப்பு 50

தமிழருக்குயெல்லாம் கவர்னர்

புதுச்சேரி ஆளுநர் லெறியுடன் ஆனந்தரங்கர் மேற்கொண்ட செஞ்சிப் பயணம் குறிப்பிடத்தக்கது. புதுச்சேரியில் இருந்து புறப்பட்டு வழுதாவூர் வழியாக பாதிராப் புலியூர் சென்று இரவு தங்கினர். ஆடு கோழி பன்றி வகையிரா, பழவகைகள் சகலமுமான விருந்து அங்கு அளிக்கப்பட்டது. பின்னர் அடுத்தநாள் செஞ்சியை அடைந்தனர். அங்கு மூன்று நாட்கள் ஆளுநர் தங்கியிருந்ததை, அங்கிருக்கும் ராசகெடி (ராஜகிரி) துர்க்கத்தின் மேலேறிப் பார்த்தது உள்ளிட்ட நிகழ்வுகளைத் தனக்கே உரித்தான பாணியில் விவரிக்கிறார் ஆனந்தரங்கர். ஏனெனில் உடன் இவரும் இருக்கிறார்!

மாஹே பகுதியில் பிராமணர்களுக்கு உணவளிப்பதற்காக ஆயிரம் கலம் நெல் விளையும் கிராமம் ஒன்றை ஆளுநர் தர்மம் கொடுக்க வேண்டும் எனும் கோரிக்கை வந்தது. இதைக்கேட்ட ஆளுநர், எங்கள் மதம் வேறு. இப்படிக் கொடுத்தால் எங்களுக்குக் குறை வரும் என்கிறார். அருகிலிருந்த ஆனந்தரங்கரோ, 'சுவாமிக்கு அடுத்த நிலையில் இருக்கும் நீங்கள் இப்படிச் சொல்லக்கூடாது. அனைவரையும் சமமாகப் பார்க்க வேண்டும்' என ஆளுநருக்கு எடுத்துச் சொன்னது குறிப்பிடத்தக்கது. நாற்பது வயதில் மரணமடைந்த தனது பெரியப்பாவின் பேத்தி நயினம்மாள் குறித்து, 'வெகு புத்திசாலி, படிச்ச சாஸ்திரிகள்கூட யிப்படி சமத்காரமாய் உத்திரப் பிரதியுத்தரம் சொல்ல மாட்டார்கள்' எனக் குறிப்பிடுகிறார். நயினம்மாள், தனது தந்தை திருமலை இறந்த 25 ஆம் நாள் இவரும் இறந்திருக்கிறார்.

1756இல் லிஸ்பன் நகரில் ஏற்பட்ட பூகம்பம் குறித்து ஆனந்தரங்கர் விவரித்திருப்பது நமக்கு வியப்பை அளிக்கிறது. ஆளுநரும் மற்றவர்களும் சீனாக் குழலெடுத்து (டெலஸ்கோப்) பார்த்தபோது, சூரியனுக்கு அருகில் புதன் கருப்பாக இருந்தது. புதுச்சேரி கடற்கரையில் கரை ஒதுங்கிய 25அடி உயரமுள்ள மீன் - அது ஏற்படுத்தி இருக்கும் அச்சம், நாலு கால்களுடன் பிறந்த கோழிக் குஞ்சு - இதற்கு முன்பு இப்படி நடந்த அதிசயங்கள் பற்றியெல்லாம் சுவாரஸ்யமாகச் சொல்கிறார் ஆனந்தரங்கர். இடங்கை, வலங்கை குறித்து ஆளுநருக்கு அவர் அளித்த விளக்கத்தையும் தமிழருக்கு எல்லாம் பிள்ளைதான் கவர்னர் என திருவேம்பலச்செட்டியார் சொன்னதையும் இங்கு நாம் பார்க்கலாம்:

இடங்கை வலங்கை : பிள்ளையின் விளக்கம்

1756 மார்ச்சு 13 பங்குனி 4 சனிவாரம்

...யென்னைப் பார்த்து, 'விக்கிரவாண்டிச் செட்டிகள் யிந்த யூரிலே ஒரு கோயில் கட்டினார்களாம், மெய்தானா?' வென்று கேட்டார். 'யிருக்கிற கோயிலை நடப்பிக்குறதுக்குப் பட்டணத்திலே யிருக்கிற குடிகளுக்கு புஷ்ட்டித் தப்பிப் போயிருக் கிறதே, புதுசாய் யெங்கே கட்டப்போறார்கள்? செட்டிகளுடைய பண்டாரங்கள் யிருக்கிற வீடுகளுண்டு. அது யேதாகிலும் சிறிது யிடிஞ்சு போயிருந்து கட்டிக் கொண்டார்களோ யென்னவோ தெரியாது. அதுவேயல்லாமல் கோயில் கட்டுகிறதுக்குயிடம் யில்லை?' யென்று சொன்னதுக்கு, 'கோயில் கட்டியிருக்குது மெய்தான். நன்றாய் விசாரி,' யென்று சொன்னார். 'நீங்கள் விசாரியென்று சொல்லுகிறீர்களென்று விசாரிக்கிறேன். யில்லாவிட்டால் முன் சொன்ன உத்தாரப் படிக்கி நடந்திருந்தால் நடந்திருக்குமே யல்லாமல், கோயில் கட்டியிறாது. அதுக்கு அங்கம் வேறே நடக்குறதாச்சே? யிவ்வளவு(ம் எனக்குத்) தெரியாதா?' யென்று சொல்லத்தக்க சாடையென்ன சொன்னாலும், விசாரியென்று சொன்னார். நல்லதென்று சொன்னேன்.

அப்பால் செட்டியாவது யென்னவென்று கேட்டார். செட்டி, தச்சர், கொல்லர் வகையிரா ஜாதியாளெல்லாம் யிடங்கையென்று சொன்னேன். இடங்கை யென்று சொல்லுகிற தென்னவென்று கேட்டார். யிடது கையையும் வலது கையையும் காண்பிச்சு, செட்டி ஜாதி, கம்மாளர், கொல்லர், சக்கிலி ஜாதி வகையிரா யிடங்கை யென்று பேர். கோமுட்டி வகையிரா சாதிகளெல்லாம் வலங்கை யென்று பேர். பிராமணர், யிடையர் பொது ஜாதியென்று பேர்

(என்றேன்). சொன்னதுக்கு பெயர் மாத்திரம் பொதுவா யிருக்கிறதென்ன வென்று கேட்டார். அதுக்கு சுவாமி மனுஷர் அவதாரம் பண்ணினது அவர்கள் வீட்டிலே ஆனபடியினாலே, அந்த மகிமையினாலே பொதுயென்று சொல்லி, யிந்த பிரஸ்தாபம் ரெண்டு நாழிகை தேசகாலம் பேசிக்கொண்டிருந்து, அவரை அனுப்பிவிச்சுக் கொண்டு வீட்டுக்கு வந்தேன்.

லிஸ்பன் நகரத்தில் ஏற்பட்ட பூகம்பம்

1756 சூலை 12 ஆடி 1 சோமவாரம்

இதல்லாமல் போன வருஷம் அற்பிசி மாசம் சீமையாகிய யேரோப்பா ராச்சியத்திலே புடுதிக்கிசு ராச்சியத்திலே பிரதானமாயிருக்கப்பட்ட லீசுப்பன் (லிஸ்பன்) வென்கிற ராசதானிப் பட்டணத்திலே யேழு நாள் அகோரத்தில் மழை (பெய்து), இந்த யேழு நாளும் விடாமல் பூகம்பங் கண்டு அந்தப் பட்டணமானது ஆடினது. ரெண்டரை நாழிகை மூணு நாழிகை (நேரம்) இருக்கும். அந்தப் பட்டணத்துக்குள்ளே லட்சத்தன்பது னாயிரம் வீடு உண்டென்றும் அந்த வீடுகள் ரெண்டு மெத்தை மூணு மெத்தை யிருக்கிற வீடுகளே அல்லாமல், ஒரு மெத்தையிருக்கிற வீடுகள் யில்லை யென்றும், அப்படிப்பட்ட வீடுகளிலே செனங்கள் மெத்தவும் நெருக்கமாய்ப் பிரஞ்சுக்காரர், யிங்கிரேசுக்காரர், ஒலாந்துக்காரர் தென்மார்க்கர், யித்தாலியர், யீசுப்பாங்கிக்காரர் (ஸ்பானியர்) வகையிரா தொப்பிப் போட்ட சாதிக்குள்ளே சகலமான பேர்களும் வியாபாரமாகிற பயிருக்கு அந்தப் பட்டணம் ஒரு களம் போலே யிருக்கப் பட்டதான தினாலே, சகலமான வியாபாரங்கள் நடத்துகிற பேர்களெல்லாம் அவரவர் திரவியங்களும் சரக்குகளும் நிறைஞ்சிருக்கிற தாகையால், மனுஷரும் வெகு சனங்களிருந்தார்கள். இதல்லாமல் பிற தேசத்திலேயிருந்து வருகிற வர்த்தகருகளுக் கெல்லாம் நன்றாய் மரியாதைகள் நடக்கிறதானதினாலே வெகு வர்த்தகர்கள் சேர்ந்திருக்கிறார்கள்.

இப்படியிருக்கச்சே ராசாவினுடைய பாபத்தினாலேயோ செனங்கள் செய்யுற பாபத்தினாலேயோ சுவாமியுடைய ஆக்ஞையெனப்பட்து, அந்தப் பட்டணம் முழுகிறதுக்கு அத்தனை மழை பேஞ்சுது. யேழு நாள் பூகம்பம் கண்டு ஆயிரம் பதினாயிரம் (வீடுகள்?) யிறங்கி எக்காலத்திலேயும் சத்தங் காணுகிறதிலேயும் அதிகமாய் பூமியின் கீழே மகத்தாகிய சத்தம் பிறந்து, அதன் பேரிலே பூமி வெடிச்சு, இந்த வீடுகளெல்லாம் விழுந்ததென்றும், அதிலே

யிருந்தும் செலம் பிறப்பட்டு பட்டணத்தின் ஆதியந்தம் கொண்டு போச்சென்றும், ராசாவும் ராசாவினுடைய பெண்சாதியும் ராசாவினுடைய பிள்ளையும் இதர ராச்சியத்து ஸ்தானாபதி வகையராக்களிலே சிறிது பேரும் தப்பி மலைமேலே வந்து சேர்ந்து பிழைச்சார்கள் என்றும், அந்த ராசாவுக்குக் காயங்கள் பட்டுதென்றும், மைத்துப்படி அந்தப் பட்டணத்திலே யிருந்து சகல செனங்களும் மறித்துப் போனார்கள் (என்றும்), இதல்லாமல் அந்த வெடிப்பிலே யிருந்து அக்கினியும் பிறப்பட்டு தென்றும் சொல்லுகிறார்கள். இனிமேல் யிதுக்கு பாயாவார் (விவரங்கள்) அறிஞ்சுயெழுத வேண்டியது.

ஆளுநருடன் செஞ்சிக்குப் பயணம்

1756 ஏப்ரல் 6 பங்குனி 28 செவ்வாய்

இத்தனாள் காலமே செஞ்சி பார்க்கிற நிமித்தியமாய் முசியே லெறி கோவர்ணதோர், முசியே லெனுவார் கோன்சேலியேரும், முசியே தொத்தேல், முசியே ஷெவிரோ, முசியே பொற்சேத்து மத்துமுண்டான பேர்களும் நானும் கூடத்தானே பிறப்பட்டு மத்தியானம் வழுதாவூருக்குப் போயி சேரச்சே, அவர்கள் நட நாடகசாலையுடனே யெதிர்கொண்டு வந்து அழைத்துப்போய்க் கோட்டையிலே நுழையச்சே யிருபத்தோரு பீரங்கி போட்டார்கள். மத்தியானம் சாப்பிடச்சேயும் சாந்தே சொல்லி இருபத்தோரு பீரங்கி சுட்டார்கள். அது முசியே துப்பிளேக்சு வினுடைய சாகீரான படியினாலே நசர் மைத்தது வைக்கவில்லை. விருந்துச் சிலவு மாத்திரமேயல்லாமல், பின்னையொன்று மில்லை. மத்ததெல்லாம் யிவடத்திலே யிருந்து போச்சுது. மத்தியானம் சாப்பிட்ட வுடனே ராத்திரிக்குப் பாதுரா(பாதிரா)ப் புலியூருக்குப் போகத்தக்கதாக ஆனை குதிரை அம்பாரி நட்டுமுட்டு நடநாடகசாலை வகையிரா முன்னுதாய் பாதுரா(பாதிரா)ப் புலியூருக்குப் போய்ச் சேரத்தக்கதாக அனுப்பிப் போட்டு, இத்தனாள் அஞ்சு மணிக்கி வழுதாவூர் விட்டுப் பிறப்பட்டு பாதுராப்புலியூருக்குப் போகச்சே முத்துமல்லா ரெட்டி வகையிராக்கள் நடநாடகசாலைகளுடனே எதிர்கொண்டு வந்து அழைத்துப் போய் டேராவிலே வைத்து, முத்துமல்ல ரெட்டி அன்னூறு ரூபாய் நசர் வைத்து துரையைக் கண்டான். எனக்கும் நூறு ரூபாய் வைத்துக் கண்டான்.

அப்பால் ராத்திரி தீனிக்கு ஆடு கோழி பன்றி வகையிரா, பழவகைகள் சகலமும் முஸ்தீது பண்ணிவிச்சு விருந்துஞ் சம்பிரமமாய்த் தானே நடந்தது. அப்போதானே செஞ்சி

கொம்மாந்தனுக்கு நாளைய மத்தியானம் செஞ்சி வந்து சேருகிறோம் யென்று யெழுதியனுப்பிவிச்சுப் போட்டார்கள். நானும் செஞ்சி அமுல் நாராயண சாஸ்திரிக்கி சரன்சாமியும் முஸ்தீது பண்ணிவிக்கச் சொல்லிக் கண்டிச்சு ...எழுதியனுப்பிப் போட்டு ராத்திரி யங்கே யிருந்தோம்.

1756 ஏப்ரல் 7பங்குனி 29 புதவாரம்

... இத்தனாள் சாயங்கால மானவுடனே ராசகெடி துர்க்கத்தின் பேரிலேயும் கிருஷ்ணை கெடி துர்க்கம், சென்னகிரி துர்க்கம் யிந்த துர்க்கத்தின் பேரிலேயெல்லாம் விளக்குகள் வைத்து, பந்தல் மைத்தது வெகுவேடிக்கை பண்ணி, அங்கே ராத்திரி தீனிக்கி முஸ்தீப்பு பண்ணி யிருந்தது. இதுக்கு முன் அஞ்சு மணிக்கு துரை வகையிராக்கள் வெளியே போயங்கே வாணவேடிக்கை ஏழு மணி மட்டுக்கும் பார்த்து அப்பால் செட்டிக்குளத்துக்கு வந்து அங்கே யிருக்கச்சே, ராச கெடி துர்க்கத்தின் பேரிலே வாண வித்தை வெகுவேடிக்கையாய் (நடந்ததை) யெல்லாம் பார்த்து வெகு சந்தோஷப்படத் துவங்கினார்கள். அப்போ மூணுவிடத்திலே யிருபத்தோரு பீரங்கி விழுக்காடு சுட்டார்கள். அந்த மட்டுக்கும் நானுங்கூடத்தானே யிருந்து அவரை அனுப்பிவிச்சுக் கொண்டு, நம்முடைய விடுதியிலே வந்து ராத்திரி இரண்டு மணி வரைக்கும் கச்சேரி பண்ணி நடநாடகசாலைகளுடனே வேடிக்கை யாயிருந்தது. சாமி சாஸ்திரி வீட்டிலே விருந்தான படியினாலே விருந்து சாப்பிட்டுவிட்டுப்போட்டு யிருந்தோம்.

1756 ஏப்ரல் 8 பங்குனி 30 குருவாரம்

இத்தனாள் காலத்தாலே முசியே லெறி கோவர்ணதோர் அவர்கள் ராச கெடி துர்க்கம் பார்க்கிறதற்கு ஆறு மணிக்குப் பிறப்பட்டுப் போய், அவ்விடத்திலிருக்கிற விந்தைகள் யெல்லாம் சுத்திப்பார்த்து ஆச்சரியப்பட்டு ஏழரை மணிக்கி யிறங்கினார்கள். அப்பாலவர் விடுதியில் வந்தவுடனே நம்முடைய அமுல்தாரன் நாராயண சாஸ்திரி அன்னூறு விராகன் நதீர் வைத்துக் கண்டான். மைத்த ஆலம்வாலி பல பட்டடைக ளெல்லாரையும் அழைத்துக் கொண்டு வந்து துரை(க்குப்) பேட்டி பண்ணிவித்தோம். அப்போ நசர் வைத்துக்கண்ட வயணம்: பலபட்டடை ரூபா 200. சிப்பாயிகள், கொம்மாந்தாம், ரானோசி விராகன் 75. மைத்த பேரெல்லாரும் சுருட்டிகள் அவரவர் மரியாதைக்குத் தக்கதாய் வைத்துக் கண்டார்கள். அப்பால் அவரவர்க ளெல்லாரும் துரையை அனுப்பிவித்துக் கொண்டு நம்முடைய பிறகே வந்து கையிலே

கொண்டு வந்த மேளதாளத்துடனே கொண்டு வந்துவிட்டுவிட்டு, அப்பாலவர்கள் அனுப்பிவிச்சுக் கொண்டு போனார்கள். இத்தனாள் ராத்திரியும் நேத்தைய தினத்தைப் பார்க்க இரெட்டிப்பு அதிகமாயி துர்க்கத்தின் பேரிலே எல்லாம் விளக்குகள் கொளுத்தி பாண வித்தையும் சம்பிறமமாய்ப் பண்ணிவைத்தோம்.

1756 அப்றீல் 10 சித்திரை 2 சனிவாரம்

இத்தனாள் காலத்தாலே செஞ்சி விட்டுப் பிறப்பட்டு விழுப்புரத்து வழியிலே, பந்தல் போட்டு முஸ்தீப்பு பண்ணி யிருந்த ஒரு சாவடியிலே போயிறங்கி, அங்கே பழவகைகள் சாப்பிட்டுப் போட்டு, அவ்விடமிருந்து பிறப்படச்சே விழுப்புரம் அமுல் நாராயணப் பிள்ளை நடநாடகசாலைகளுடனே எதிர்கொண்டு வந்து அழைத்துப்போய் விழுப்புரத்திலே விடுதி சோடிச்சு யிருந்த விடத்திலே போய் யிறங்கினவுடனே, நாராயணப் பிள்ளை முன்னூத்து இருபத்தோரு விராகன் நசர் வைத்துக்கண்டான். அப்பால் ராத்திரி பாணவித்தை சகலமும் முஸ்தீப்பு பண்ணி வைத்து அதை எல்லாஞ் சுடச்சொல்லி வேடிக்கைப் பார்த்துக்கொண்டு ராத்திரி அங்கே யிருந்தோம்.

எல்லாரையும் சமமாகப் பார்க்க வேணும்

1756 ஒயித்தோபர் 4 பிறட்டாசி 22 சோமவாரம்

...அதின் பேரிலே மய்யிலே (Mahe) சிறுக்கானாடு (ChiriK Kanadu) குலாஸ்திரி ராசா கிட்டயிருந்து வந்த பிராமணன் அங்கே வந்திருந்தான். அவனைப் பார்த்து யென்னத்துக்கு வந்திருக்கிறீரென்று கேழ்க்கச் சொன்னார். அப்போது நானந்தப் பிராமணனைப் பார்த்து நீர் வந்துயிருக்கிற காரியமென்ன வென்று கேட்டேன். அதுக்கவன் சொன்னது: மயே மூப்பனுடைய (தலைவன்) கடுதாசியும் எங்கள் குலாஸ்தரி ராசாவினுடைய கடுதாசியும் கொண்டு வந்து கொடுத்தேன். எதுக்காக வென்று கேட்டால், காவேரி தீரத்திலே பிராமணாளுக்கு அன்னங் குடுக்க வேணுமென்று ரொம்ப அபீஷையா யிருக்குது. ஆகையால் அங்கே ஆறாயிரம் கலம் நெல்லு காணுகிறதாய் ஒரு கிராமம் யிருக்கிறது. அந்தக் கிராமம் துரையவர்கள் எழுதிக் குடுத்தால் தர்மம் நடக்கும். அது நிமித்தியம் என்னை அனுப்பிவிச்சாரென்று சொன்னான். அவன் சொன்ன சேதி துரையுடனே சொன்னேன்.

அதுக்கு துரையிருந்து கொண்டு எங்கள் மதம் (சமயம் வேறே. அதனால்) அப்படிக் குடுக்கப் போகாது. குடுத்தால் தோவு

(குறைவு) முண்டென்று சொல்லச் சொன்னார். அப்படி அவர்களுடனே சொல்லப் போகாதென்று சொன்னேன். நான் சொன்னது, 'சுவாமி ஒருத்தர் யிந்தப் பிரபஞ்சங்களிலே யிருக்கப்பட்ட சகல சீவகோடிகளுக்கும் பொதுவாயிருந்து அந்தந்த தேசங்களிலே யிருக்கிற செனங்களுக்கும் உடுபாவனை வேறே, அவரவரம் தம் (சமயம்) வேறே, யிப்படி யிருந்தாலும் சகலருக்கும் தாம் பொதுவாயிருந்து கொண்டு அவரவர் மனோ பீஷ்டைப்படிக்கி அவரவருக்குப் பலன் குடுத்துக் கொண்டு வருகிறாப்போலே, நீங்கள் சுவாமிக்கு இரண்டாவதாய் உங்களுக் குள்ளே நடக்கிற இராச்சியம் மட்டுக்கும் நீங்கள் ராசாவாயிருக்கிற தினாலே, உங்கள் கீழே சகல மதக்காரரும் யிருப்பார்கள். யெல்லாரையும் நீங்கள் சமனாய்ப் பார்க்கத் தக்கதாகவே யல்லாமல் பேசுமாய் (இருத்தல் கூடாது) இதை நீங்கள் ஒருத்தர் நீங்கலாக சின்னதுரை கோன்சேலியேர்கள் யென்னைப் போலே கொத்தவர் பேர் நாங்கள் சொல்லலா' மென்று சொன்னதுக்கு, ரொம்ப சந்தோஷமாய் நகைச்சுக் கொண்டு, அவர்கள் என்னமா எண்ணிக்கொண்டு அனுப்பினார்கள் என்று கேட்டார். ...

சூரியன் பேரிலே ஓடிய புதன்

1756 நொவம்பர் 8 அற்பிசி 27 சோமவாரம்

நேத்து உதையத்திலே துரையவர்களும் வெள்ளைக்காரரும் சீனாக் குழலெடுத்துக் கொண்டு சூரியன் பேரிலே புதன் ஓடுகிறதைப் பார்த்துக்கொண்டு யிருந்தார்கள். ... அப்போது புதன் கறுத்து இருக்கிராரென்று பார்த்துச் சொன்னார்கள். புதன் கறுப்பா யிருப்பா(னேன்)னென்று கேட்டதுக்கு சூரியன் பேரிலே ஓடுகிறதினாலே கறுத்துப் போகுதென்று சொன்னார்கள்.

இருபத்தைந்து அடி உயரமுள்ள மீன்

1757 பிப்றயிரே 10 மாசி 3 குருவாரம்

ராத்திரி பாளையக்கார நயினார் வந்து சொன்ன சேதி: கூனிமேட்டுக்குத் தெற்காகப் புத்துப் பேட்டுக்கு வடக்காக சமுத்திரக் கரையிலே ஒரு மீன் செத்துப் போனது வந்து சேர்ந்தது. அந்த மீன் சாதி அடியிலே நூத்தறுபது அடி நீளமும், சாதி அடியாலே பதினாறடி அகலமும், சாதி அடியினாலே யிருபத்தஞ்சு அடி உயரமும் யிருக்குது. பனைமரம் போலே மேல் தோலிருக்குது. அதினுடைய காதின் கீழே வரிசையாய் நூறு நூத்திருப்பது

(தடிப்பான சதை) தொங்குகிறது யென்று ஒன்று கொண்டு வந்து காண்பிச்சான். அதைப் பார்த்தால் ஆனைக் காது போலே தடிப்பாய் கறுப்பாய் மரம் போலே கெட்டியாய் ஒருமுழ அகலம் ஒன்றரைமுழ நிகளம் யிரு(க்குது). அதுகளிலே முளைச்சிருக்கிற மயிர்களைப் பார்த்தால் உருக்குக் கம்பிகளைப் போலே பெரும் பயத்தங்காய்ப் பெருமன் ஒரு முழ நிகளம் கறுப்பாயிருக்குது. அதை நெருப்பிலே போட்டால் நாத்தமெடுக்குது.

அந்த மீனுக்கு நடு முதுகிலே ஆனைத் தும்பிக்கை பெருமன் ஒரு ஆள் புருஷம் உசரம் உருக்குக் (கம்பி?) போலே முளைச்சிருக்குது. அந்த மீனைத் தின்கிற நிமித்தம் ஆயிரம் பதினாயிரம் மீன்கள் ஆனை போலும் குதிரை போலும் பெரிய பெரிய மீன்களாக வந்து சுத்திக்கொண்டு அதைப் பிடுங்கித் தின்னுகிறது. பட்டனவரைப் படகு கொண்டு கிட்டப்போகச் சொன்னால் அவர்கள் சொன்னது, 'படகு கொண்டு போகப் படாது. சுத்திக்கொண்டு தின்னுகிற மீன்கள் படகையும் அடிச்சுப் பிடுங்கிப் போடும். எங்களையும் கொன்று போடும்' என்று எத்தனை சொல்லியும் போகமாட்டோ மென்று வரையறவாய்ச் சொல்லி விட்டார்கள்.

நாத்தமானால் சகிக்கக்கூடாது. துரையானால் படகு கட்டுமரங்கள் கொண்டு போய்க் கயறு கட்டியிழுத்துக் கொண்டு வரச் சொல்லுகிறார்கள். மலையாகிலும் யிழுக்கலாம், யிது யிழுக்கக் கூடாது. மீன்கள் கிட்டவுஞ் சேர வொட்டாது. எல்லாரையும் கொன்று போடும்,' என்று சொன்னான். இதைப் பார்க்கிற நிமித்தியம் பட்டணத்திலுள்ள பேரிலே முக்கால்வாசி வெள்ளைக் காரர், துலுக்கர், சோனகர் (லப்பைகள்), பறையர், சூத்திரர் நானா சாதியும் போய்ப் பார்த்து வருகிறார்க ளென்றும் யிந்தப் புதுமை யெங்கும் காணோம் என்றும் சகல சனங்களும் சொல்லுகுறார்கள்.

முன்னாலே பிரபவ வருசத்திலே (1747-48) முசியே துப்பிளேயிக்சு அவர்கள் துரைத்தனத்திலே முப்பதடி நிகளம் அஞ்சடி உயரம் ஒரு மீன் செத்து, புதுச்சேரிக் கோட்டைக்கு வடபிறமாய் கரையிலே ஒதுங்கி யிருந்தது. அது ஒதுங்கிய தோஷம் விப வருசம் (1748-49) இங்கிலீசுக்காரர் வந்து சுத்திக்கொண்டு வெகு ஆபத்து வந்து, அதன் பிறகு அன்வர்திகான், நாசர்சங்கு சகலமான பேருஞ் செத்து மிகவும் கலகமுஞ் சண்டையும் உண்டாயி, ராச்சிய மிறந்து போயிற்று. ஆகையாலே யிப்போ அதிலும் மெத்தவும் ஆச்சரியமாய்க் கண்டதுக்கு என்ன புதுமைகள் காணுமோ? இனி மேலறிய வேண்டியது.

நாலு காலுடன் கோழிக் குஞ்சு

1757 மார்ச்சு 30 பங்குனி 11 புதவாரம்

...அப்படி யிருக்கையிலே பாளையக்கார நயினார் யித்தனாள் விடியக்காலம் ஒரு கோழி நாலு காலிலே குஞ்சு போட்டு தென்று, அந்தக் குஞ்சுவைக் கொண்டு வந்து துரைக்குக் காண்பிச்சுப் போட்டான். அதைத் துரையவர்களும் எல்லாரும் பார்த்த பிறகு துரையிருந்து யிந்தக் குஞ்சை சாராயத்திலே போட்டு வைக்கச் சொன்னார். அப்போது நாம் சொன்னது: 'அது சீவனோடே யிருக்கிறதிலே சாராயத்திலே போடுகிற துண்டா? அதை வளர்க்கச் சொல்லவேணு,' மென்று சொன்னோம். அதுக்குத் துரை மெய்தான் என்று கந்தப்பமுதலியை அழைச்சு, அவன் கையிலே கொடுத்து வளர்க்கச் சொல்லிக் குடுத்தார். அதன் பிறகு நாமிருந்து, 'முன்னாலே நாசறு சங்கு சாகிறபோது ஒரு பன்னி ஆனை போலே தும்பிக்கையுடனே குட்டிப்போட்டது. அப்போது ஒருத்தி நாலு பிள்ளை பெத்தாள். ஒரு மாடும் ஆறு காலுடனே கன்று போட்டது. இப்படி ஒரு அதிசெயம் (நடந்தால்) ஒவ்வொன்று (ஏதாவதொன்று) காணும்,' யென்றும் சொன்னோம். அப்போது முசியே கில்லியார் யிருந்து, மெய்தான் நானும் பார்த்தேன் என்று சொன்னார். அதன்பேரிலே முசியே துப்பிளேயிக்சு நாளையிலே மசுக்கரையிலே யிருந்து ஒரு மாடு வந்தது. அதுக்கு காலு நாலுதான். கழுத்துக்கு நடுவிலே பிறப்பட்டு ரெண்டு தலையிருந்தது. அதைக் கும்பினியார் அண்டைக்கு அனுப்பிவிச்சார் யென்று யிப்படியாக முச்சட்டைகள் பேசிக்கொண்டுயிருக்கையிலே...

தமிழருக்கு யெல்லாம் கவர்னர்

1757 அப்றீல் 19 சித்திரை 11 செவ்வாய்

...அங்கே திருவேம்பலச் செட்டியார் வந்து, 'சின்னதுரைக்குப் பாக்கு வெத்திலை வைக்க வேணுமே, நீங்கள் கூட வரவேணு,' மென்று அழைச்சார். 'தேவையில்லை, சின்னதுரையுடனே சொல்லிப்போட்டு வந்திருக்குறோம். நீங்கள் போய் வைச்சுப் போட்டு வாருங்கோ,' ளென்று அனுப்பிச்சோம். அந்தப்படிக்கி அவர்கள் கொண்டுபோய் வைச்சார்கள். அப்போ சின்னதுரை யிருந்து, 'துரை பாக்கு வெத்திலை எடுத்துக் கொண்டாரா?' யென்று கேட்டார். எடுத்துக் கொண்டாரென்று சொன்னார். அதுக்கு, 'நீங்கள் பிள்ளைக்குப் பாக்கு வெத்திலை வைக்குறதுண்டோ?' வென்று கேட்டார். அதுக்கு கும்பினீர் வர்த்தகர் சொன்னது,

'தமிழருக்குயெல்லாம் அவர் கோவர்ணதோர். உங்களுக்கெப்படி வைக்குறோமோ அந்தப்படிக்கி அவர்களுக்குக் கொண்டு போய் பாக்கு வைப்போம். அவர்களும் தயவு பண்ணி கலியாணத்துக்கு வருவார்கள். வந்தவிடத்திலே நாங்கள் யெந்த மரியாதையாய் நடக்க வேணுமோ அந்த மரியாதை தப்பாமல் நடப்போம்,' யென்று சொல்லிப் போட்டு, அவர்கள் வந்து நடந்த சேதி நம்முடனே சொன்னார்கள். அதன் பிறகு நாம் வீட்டுக்கு வந்தோம்.

நயினம்மாள் மரணம்

1760 ஆகொஸ்து 30 ஆவணி 18 சனிக்கிழமை

இத்தனாள் காலமே சூரிய உதயமாய் அஞ்சு நாழிகைக்கு பிறம்பூர் மகாராச ராசஸ்ரீ திருவேங்கிடம்பிள்ளை யவர்கள் தமையனார் குமாரர் திருமலைப்பிள்ளை யவர்கள் குமாரத்தி நயினம்மாள் யெங்கிறவள் சுமங்கலி மரணத்தை அடைஞ்சாள். பத்துனாழிகைக்குக் கொண்டு போயி தகனம் பண்ணிப் போட்டோம். யிந்த பெண்ணுக்கு பத்து நாற்பதாச்சுது. யிந்த பெண்ணுக்கு புத்திரி புத்திராள் பிறக்கயில்லை. ஆனால் வெகு புத்திசாலி, படிச்ச சாஸ்திரிகள் கூட யிப்படி சமத்காரமாய் உத்திரப் பிரதியுத்திரம் சொல்லமாட்டார்கள். ஆனால் காலங்கள் வந்தால் ஒருவராலுமில்லை. ஆயுத்தாரணம் அவள் நாளானபடியினாலே மரணத்தை அடைஞ்சாள். யிருக்கிற மட்டுக்கும் பிதாவுக்கு சிகஷை பண்ணிக் கொண்டிருந்தாள். பிதா மரணத்தை அடைஞ்ச யிருபத்தாஞ்சாம் நாள் யிவளும் மரணத்தை அடைஞ்சாள். யிப்படி நடந்த படியினாலே நாம் வெளியே போகயில்லை.

நாட்குறிப்பு 51

மகா பதிவிரதா சிரோன்மணி மங்கத்தாயம்மாள் மரணம்!

மங்கத்தாயம்மாள். ஆனந்தரங்கரின் வாழ்க்கைக்குப் பெரிதும் துணைநின்ற அவரது மனைவி. செங்கழுநீர்ப்பட்டு பாளையத்து சேஷாத்திரிப் பிள்ளையின் மகள். இவர் 18.4.1756 அன்று மரணமடைந்தார். காலமான தனது மனைவியின் கீர்த்தி குறித்து சகல சனங்களும் இப்படிப் பேசிக்கொண்டார்களாம்: 'மகா பதிவிரதா சிரோன்மணி, மகா பகவதி. மகா புண்ணியசாலி, யேம (இமய) சேது பரியந்திரம் மகாகீர்த்தி பெத்த யோகசாலி'. அம்மாளின் இறுதி ஊர்வலம் அடுத்தநாள் நடந்தது. அதற்கு வந்த கூட்டத்தைப் பார்க்கும்போது, 'காஞ்சிபுரம் வைசாக கெருடசேர்வை மகோற்சவத்துக்கு வந்தாப் போலே இருந்தது' என்கிறார் ஆனந்தரங்கர். அம்மாளின் 16ஆம் நாள் கரும காரியம் ராசாக்கள் வீட்டில் நடப்பதுபோல், 5000 வராகன் செலவிலே காலை முதல் மாலை வரை பெரிய அளவில் நடந்தது.

மனைவியின் மரணத்தைத் தொடர்ந்து உடல்ரீதியாகவும், மன ரீதியாகவும் பல்வேறு அழுத்தங்கள் ஆனந்தரங்கருக்கு. இதனால் கோட்டைக்குச் செல்வதைப் பல நாட்கள் தவிர்த்தார். இதற்கான காரணத்தை இங்கே அவர் விவரிப்பதைக் காணலாம். போர் நெருக்கடியில் சிக்கியிருந்த புதுச்சேரி அரசு, குத்தகை பாக்கி, பல்வேறு வரி பாக்கிகள் உள்ளிட்டவற்றை வசூலிப்பதில் தீவிரம் காட்டியது. இதுதொடர்பாக ஆனந்தரங்கரையும்

முக்கியஸ்தர்களையும் நெருக்கியது. ஆனந்தரங்கரின் தம்பி மகன் அப்பாவு சிறையில் வைக்கப்பட்டார். 'இது உமக்கு வருத்தத்தைத் தரவில்லையா?' என்று அதிகாரிகள் கேட்க, 'நமக்கென்ன வெழ்க்கம், யிந்த பட்டணத்திலே சகல கீற்த்தியும் பெத்தோம். யிப்போ சகல அபகீற்த்தியும் அபமரியாதையும் படுகுறோம்' யென்று வேதனையுடன் பதிலளித்தார் ஆனந்தரங்கர்.

பட்டணத்திலுள்ள 160 முக்கியஸ்தர்களின் ஆஸ்திப் பட்டியலை தாங்கள் சொன்னபடி எழுதித்தர வேண்டும் என்று ஆனந்தரங்கரை வற்புறுத்தினர் ஆளும்தரப்பினர். முடியாது என மறுத்தபோது, சிறையில் தள்ளுவோம், நாடு கடத்துவோம் என மிரட்டினர். தண்ணீர்கூட தராமல் முதல்நாள் 12 மணி நேரமும் அடுத்தநாள் 12 மணி நேரமும் உட்காரவைத்து தாங்கள் நினைத்தபடி ஆனந்தரங்கரிடம் எழுதி வாங்கினர். இது, ஆனந்தரங்கப் பிள்ளைக்கு நிகழ்ந்த உச்சக்கட்ட அவமரியாதையாகும். இதேபோல், உடல்நிலை சரியில்லாமல் இருந்த சின்ன முதலியாரையும் கோட்டைக்கு அழைத்து வந்த பிரெஞ்சுக்காரர்கள் அவரையும் சிறையில் அடைக்க உத்தரவிட்டனர். ஆனால் அருகிலிருந்த ஆனந்தரங்கரோ, 'அவர்கள் மூணு தலைமுறையாய் கும்பினி குடுத்தியோராய் பெரிய மனுஷராயிருந்தவர்கள். அவரை அப்படி அவமரியாதை பண்ணப் போகாது' என்று தடுத்திருக்கிறார். சின்ன முதலியார், காலம்சென்ற பெரிய துபாஷியான கனகராய முதலியாரின் தம்பியாவார். இவர்களுக்கும் ஆனந்தரங்கருக்கும் எப்போதும் விரோதம் தான் இருந்து வந்துள்ளது. ஆனாலும் இந்த இக்கட்டான நேரத்திலும் சின்ன முதலியாருக்காக ஆனந்தரங்கர் பரிந்துப் பேசியிருப்பது குறிப்பிடத்தக்கது.

மங்கத்தாயம்மாள் மரணம்

1756 அவ்றீல் 18 சித்திரை 10 ஆதிவாரம்

இத்தனாள் சித்திரை மாசம் தேதி 10 ஆதி வாரம் சவு(துர்)த்தி $39^1/_8$ நாழிகை, கேட்டை நக்ஷத்திரம் $51^3/_4$ நாழிகை, வாரியான்னாம யோகம் $15^{17}/_{16}$, பாவக்கரணம் $12^1/_8$, திவி $9^3/_{18}$-க்கு மேல் தியாச்சியம் இப்படிப்பட்ட சுபதினத்தில், சாயங்காலமான நாலு நாழிகைக்கு விறுச்சிக லக்கனத்தில் மகாராசராஸ்ரீ லச்சுமி சமானமாயிருக்கப் பட்ட மங்கத்தாயம்மான் அவர்கள் சரீரத்தை விட்டுத் திவ்வியமானதுகள் கந்தாறுடராய லட்சுமி பாதாரவிந்தத்தைப் போய்ச் சேர்ந்தாள். தற்காலக் கிரக நிலை : அசுவனி மூணாம் காலில் சந்திரன்; புனர்பூசம் 4 காலில் செவ்வாய்; ரேவதி முதல்

காலில் புதன்; சித்திரை முதல் காலில் குரு; ரோகணி 4-ம் காலில் சுக்கிரன்; அதன் பேரில் திருவோணம் 2 காலில் சனி; பூரம் மூணாம் காலில் ராகு; பூரட்டாதி முதல் காலில் கேது.

இறுதிச் சடங்கு

1756 அவ்றீல் 19 சித்திரை 11 சோமவாரம்

இத்தனாள் தகனதின மானபடியினாலே பஞ்சமி $33^{1}/_{8}$, மூல நக்ஷத்திரம் $47^{3}/_{4}$, பரிகனாம யோகம் $7^{3}/_{4}$, கவுலவா கிரணம் $6^{1}/_{8}$, திவிய நாழிகைக்கு மேல் தியாச்சியம், ராத்திரி 13க்கு மேல் தியாச்சியம். இந்தச் சுபதினத்தில் வுதிச்ச ஆறு நாழிகைக்கு தந்தப் பல்லக்கும் பேரிலே, நவப்போத்து சங்கீதம் மேளம் சகல வாத்தியங்களுடனே, சபாசேங்கு வேட்டுப்பட்டடை, லேடியிடி கோம்பு, பகல் தீவட்டியுடனே, பட்டணத் திலுண்டான சகலசெனங்களும் சூழ்ந்துகொண்டுவர நடைப் பாவாடையுடனே மஞ்சள் பொடி குங்குமம் கெந்தப் பொடி புஷ்பங்கள் சாம்பிராணி தூபங்கள் இத்தியாதி திவ்வியப் பரிமளங்களெல்லாம் வீசத்தக்கதாக சகல சம்பிறமங்களுடனே ஆறு நாழிகைக்குப் பிறப்பட்டு எட்டு நாழிகைக்கு (மேற்குக்) கெவனி வாசற்படிக்கிப் போகச்சே, மகாராசஸ்ரீ கோவர்ணதோர் முசியே லெறி அவர்கள் தாங்களிந்த சமாச்சாரம் கேட்டு வுத்தாரம் அனுப்பி விச்சுப்போட்ட படிக்கி கெவுனி வாசற்படியிலே தம்பூறு அடிச்சு, பாறு வரிசை வைச்சு, மேன் வரிசையாய் மரியாதை பண்ணி விச்சார்கள்.

அப்பிறம் கெவனி தாண்டிப் பத்து நாழிகைக்கி நம்முடைய தோட்டம் மகாராராசஸ்ரீ பெரியபிள்ளை அவர்கள் சம்பாதிச்ச பெரிய தோட்டத்திலே சந்தனக்கட்டைச் சிதையின் பேரிலே பனிரெண்டு நாழிகைக்கு சகல மேளவாத்தியங்கள் முழங்க, மகாராசராசஸ்ரீ அண்ணாசாமி அவர்கள் கையில் தெர்ப்பை வாங்கிக்கொண்டு, மகாராசராசஸ்ரீ அப்பாவு அவர்கள் சகல சமஸ்தமாகிச் செய்ய வேண்டிய கர்மங்கள் குறைகளின்றியே பூர்த்தியாய் நடத்தி (விச்சார்கள்) ...(பெருந்திரளான) செனங்கள் (வந்திருந்ததைப் பார்த்து) காஞ்சிபுரம் வைசாக கெருட சேர்வை மகோற்சவத்துக்கு வந்தாப் போலே இருந்தது என்று வந்த செனங்கள் சொல்லிக் கொண்டார்கள். அதுவுமில்லாமல், மகா பதிவிரதா சிரோன்மணி என்றும், மகா பகவதி என்றும் மகா புண்ணியசாலி என்றும், யேம (இமய) சேது பரியந்திரம் மகாகீர்த்தி பெத்த யோகசாலி என்றும் சகலமான சனங்களும் கூட்டங்கூடி யிப்படியாகக் கீர்த்தி சொல்லிக் கொண்டார்கள். யிப்படி, சகல

கீர்த்தியும் பூமியில் பிரகாசிக்கத்தக்கதாக வைகுண்டத்தில் ஸ்ரீமன் நாராயண சுவாமியினுடைய பாதாரவிந்தத்(தை) அடைந்தார்கள்.

மகன்களுக்கு மரியாதை

1756 அவ்றீல் 22 சித்திரை 14 குருவாரம்

இத்தனாள் காலமே ஒன்பதுமணிக்கி லெரி(லெறி) கோவர்ணதோர் அண்டையிலிருந்து, அழைச்சுக் கொண்டு வரச்சொன்னாரென்று ரெண்டு சோபுதாரனும் மதானந்த பண்டிதரும் வினாயகப் பிள்ளையும் மைத்துமுண்டான கும்பினீர் உத்தியோகஸ்தர்களும் அழைக்க வந்தார்கள். ...சிரஞ்சீவி அண்ணாசாமி, அப்பாவு வகையிராக்களையும் கூடக்கூட்டிக் கொண்டு, சீனயோர் கோவர்ணதோரண்டையிலேப் போனவிடத்திலே, அவர் கோவர்ணமாம் நடுசாலையிலே கோன்சேலியேர் ஒப்பிசியால் மார்களுடனே யிருக்கச்சே, தாம் பெரிய மனுஷருக்குப் பண்ணுகிற மரியாதைப்போலே ரெஸ்ப்பிரேரிட்டு (மரியாதையோடு) தொப்பிப்போட்டுக்கொண்டு, கத்தி கட்டிக்கொண்டு, லேர்மர்க் (கழி, தடி) கையிலே பிடிச்சுக்கொண்டு பெரியவர்களையும் சமானஸ்தாரையும் ரெசப்பிரேரிட்டு அழைக்கிற மரியாதைப் படிக்கி நம்மையும் அப்படித்தானே ரிசிப்பிரேரிட்டு எதிரே வாசற்படிக்கி மட்டுக்கும் வந்து உள்ளே அழைச்சுக்கொண்டுப் போய், பெண்சாதி செத்துப் போனதுக்கு மேவுதலையான வார்த்தைகளைச் சொன்னதுமல்லாமல், சமுரா ... பாரமும் வுமக்கு (இப்போ) சுவாமி குடுத்திருக்கிறபடியினாலே அந்தப்படி எபுறோவிருத்தியாய் நடக்கும் யென்று சொன்னதுக்கு, நான் நன்றி அறிந்த வுபகாரஞ்சொல்லி ஆனவுடனே, அவர் தானே பன்னீர் தெளிச்சு, நாயகம் கெம்புக்கல்லு பொதைச்சு சுத்திலும் வைரம் யிழைச்ச ஆறு பேட்டை (பட்டை) சரப்பள்ளியிலே கோத்துயிருந்தப் பதக்கமும் போட்டு, மகத்தாபிச் சரிகை சீரோப்பாவுங் குடுத்துப் போட்டார். அப்பால் சிரஞ்சீவி அண்ணாசாமிக்கி ஒரு சீரோப்பாவும் அப்பாவுக்கு ஒரு சரிகை சீரொப்பாவும் குடுத்தது மல்லாமல், சிரஞ்சீவி அண்ணாசாமிக்குப் பதிநாலு பட்டை சரப்பள்ளி போட்டு, பதினஞ்சு வேட்டுப் பீரங்கியும் போட்டார்கள்.

அப்பால் துரையவர்கள் நயினாரை அழைப்பிக்க, சிரஞ்சீவி அண்ணாசாமியை வெள்ளி அம்பாரி வைச்சுயிருக்கிற ஆனையின் பேரிலே வைச்சுக்கொண்டு, நவபோத்து முதலான வாத்தியங்களுடனேயும் பயிராக்கு முதலான பிருதுகளுடனேயும்

அழைச்சுக் கொண்டு வீட்டு மட்டுக்கும் போய் விடுங்கோளென்று உத்தாரங் குடுத்தார். அப்பால் அவரை அனுப்பிவிச்சுக்கொண்டு வெளியேவந்து சிரஞ்சீவி அண்ணாசாமியை வெள்ளி அம்பாரி வைச்ச ஆனையின் பேரிலே வைச்சுக் கொண்டு, சகலமான வாத்தியங்களுடனே முசியே பெடுத்தல்மீ சின்னதுரை வீட்டுக்கு வந்து, அங்கேயும் வெகுமதி வாங்கிக் கொண்டு, அவரை அனுப்பிவிச்சுக்கொண்டு வீட்டுக்கு வந்து, சதிர்ப்பண்ணி சதிரிலே யிருந்த எல்லாருஞ் சிரஞ்சீவி அண்ணாசாமிக்கி நதிர் வைச்சுக் கண்டவுடனே, பாக்கு வெத்திலை குடுத்து அனுப்பிவைச்சோம்.

16ஆம் நாள் காரியம்

1756 மாயு 3 சித்திரை 25 சோமவாரம்

இத்தனாள் சௌபாக்கியவதி மங்கத்தாய் சீவன் விட்ட பதினாறாம் நாள் கருமாந்திர மானபடியினாலே, பெருமாள் நாயக்கன் சாவடியிலே இடஞ் சவுக்கியமா யிருக்கிறதைத் தொட்டு, அங்கே சூரிய உதயத்துக்குப் போய்ச் சேர்ந்து, அவ்விடத்திலே நடக்க வேண்டிய கர்மம் விதிப்படிக்கி ராசாக்கள் வீட்டிலே நடக்கிற மேய் வரிசைப்படிக்கி அய்யாயிரம் வராகன் சிலவுடனே சகலமும் நடந்து, சாயங்காலம் தலைக்கட்டிக் கொண்டு சகல சுபாகரத்துடனே நவபோத்து, பயிராக்குகள், ஆனையின் பேரிலே முன் பெரிய கொடி நடக்க, நடநாடகசாலைகளுடனே பட்டணத்துச் சனங்களெல்லாம் வேதாரணியம் ஆதி வேலூர், ஆர்க்காடும் மேற்க்காக, நெல்லூர் வடக்கு அத்தாக அங்கங்கே இருந்து சனங்கள், அமுல்தாரர், நாட்டார், குடிகள் வந்தார்கள். சமேதாரர்கள், யிசாராதார் வகையிராக்கள், நானா வருணங் களிலேயும் வந்து நதீர் வைத்துக் காண, அவரவர் தாரதம்மியப் படியே அவரவரை அழைத்து தகுரீத்தியாய் சமஸ்தமான பேருக்கும் பாக்கு வெத்திலை குடுத்து, புத்திர இனங்கள், பந்துக்கள் வகையிராக்களுடனே பிறப்பட்டு, தீவட்டிகள் மத்தாப்புகள் முதலானப் பிரகாசத்துடனேயும் சிரஞ்சீவி அண்ணாசாமி அய்யாசாமி அம்பாரியின் பேரிலேயும், அப்பாவு குதிரையின் பேரிலேயும் கந்தப் பிள்ளை, சிதம்பரநாதப்பிள்ளை, சாமி வகையிரா மருமக்கள் பல்லக்கின் பேரிலேயும், கூடவந்த பேர் அவரவர்கள் வாகனங்களின் பேரிலேயும் சுகமாய் அரமனை வந்து, சங்கீதம் நடநாடகசாலை வகையிரா கேட்டு, ராத்திரி பத்து நாழிகைக்கி அவரவர்களை அனுப்பி, சாப்பாடு மத்ததும் கட்டளைப்பண்ணி, அப்பால் நடக்க வேண்டிய கிருகையாம் படியாய் நடக்க வேண்டியதெல்லாம் நடந்தது.

கோட்டைக்குப் போக மனசுயில்லை

1756 மார்ச்சு 7 மாசி 28 ஆதிவாரம்

இத்தனாள் சாயங்காலம் முசியே கில்லியார் சொல்லி அனுப்பின வயணமென்ன வென்றால், 'முசியே லெறி கோவர்ணதோர் நீர் பதினஞ்சு நாளாய்க் கோட்டைக்கு வராமல் சரீரம் சுவஸ்த மில்லையென்று உளுக்காந்து கொண்டிருக்கிறீரென்று ரொம்ப குறையாய்ச் சொல்லி யிருக்கிறார். அப்படி வீட்டிலே யிராமல் பிறப்பட்டு வந்து அவரைக் காண்பித்துக் கொண்டு காரியங்கள் கவைகள் பார்க்கச் சொல்' லென்று சொல்லி அனுப்பினார். அந்தச் சேதி நம்முடைய சிதம்பரம் முதலி கேட்டு வந்து சொன்னார். நல்லது புதவாரம் போவோமென்று சொல்லி யனுப்பிவித்தேன். யேன் போகாமல் யிருக்கிறீரென்றால், யிவரிடத்திலே சின்ன மனுஷரெல்லாம் சேர்ந்து கொண்டு சரிப்போனவன் சரிப்போன போலே பேசுகிறதும் அல்லாமல், நான் அவ்விடத்திலே யிருக்கச்சே தானே அவரவர் மேல் வீட்டைப் பார்க்கிறதுக்குக் கூட யோக்கியதை யில்லாதவர்கள் கூட பிரபுவினிடத்திலே வந்து பேச, அவர்களை அழைத்து அந்தரங்கம் பேச, நாம் யிப்புறம் காத்திருக்க யிருக்கிற சாடை சகியாமல் போறதுக்கு மனது யில்லாமல் மைத்துப்படி வேறேயென்ன யிருக்குது? ஆனாலிந்தக் காரியத்துக்கு அனேக யேஷியம் யெழுத வேண்டியதுண்டு. அது பங்குனி மாதம் கடைசியிலே யெழுதுவோ மென்று சங்கல்பிச்சோம்.

சிறையில் அப்பாவு

1760 அபிரேல் 25 சித்திரை 17 வெள்ளிக்கிழமை

இத்தனாள் அப்பாவு கோட்டைக்குப் போனவிடத்திலே முசேலெறியும் கொடுத்தேனும் ரெண்டு பேரும் யிருந்து கொண்டு அப்பாவுவை அழைப்பிச்சு, 'முத்தா பிள்ளை, கணக்கு ரங்கப்ப முதலி மகன், நீங்கள் மூணு பேரும் இருபதினாயிரம் ரூபாயி குடுக்க வேணும்,' யென்று கேட்டதின் பேரிலே, அப்பாவு சொன்னது: யெங்களுக்கு குடுக்கிறதுக்கு யில்லை. பணமிருந்தால் குடுப்போம். ஆறு வருஷமாய் தொழில்துறை ஒண்ணும் யில்லை. உத்தியோகமும் யில்லை. ஆனபடியினாலே வீட்டிலே உளுக்காந்திருக்கிறோம். மூணாம் வருஷம் பதினாயிரம் ரூபாய் குடுத்த போது, யிருக்கிற தட்டுமுட்டு சகலமும் டங்காசாலையிலே உருக்கி வித்துக் குடுத்து விட்டோம். கொஞ்சம் நஞ்சம் யிருந்தது சாப்பாட்டு சிலவுக்கு யில்லாமல் படிக்கி, வித்துப் போட்டு

யினிமேல் யெங்களுக்குக் குடுக்கிறதுக்கு யில்லை,' யென்று சொன்னதின் பேரிலே, கசோத்திலே யிருக்கலாம் யென்று சொன்னதுக்கு, 'தாங்கள் துரையிப்படி சொன்னால் நாங்கள் செய்ய வேண்டியது யென்னவென்று சொன்(னார்). அப்பாவு பதில் சொன்னதுக்கு கசோத்திலே வை யென்று சொன்னார்கள். அப்பிறம் ... யிவர்கள் மூணு பேரையும் கசோத்திலே போடச்சொன்னார்கள்.

நீர் அருந்தக்கூட விடாமல் காவலில்

1760 அபிரேல் 29 சித்திரை 21 செவ்வாய்

இத்தனாள் பகலைக்கு மேலாக மூணு மணிக்கு முசே கில்லியார், முசே புலோ, முசே கொடுத்தேன், முசே திப்பிளாம் நாலு பேருமாய் முசே கில்லியார் வீட்டிலே யிருந்து கொண்டு நம்மை அழைச்சு வரச்சொல்லி, அபித்தான் (புதுவை) ஒப்பிசியால் ஒருத்தனை அனுப்பிவிச்சார்கள். அவன் வந்து சொன்னது, உம்மை அழைச்சு வரச் சொன்னார்கள். வந்தால் என்னுடனே கூட வாரும், வராவிட்டால் சொலுதாதுகள் வருவார்கள் யென்று சொன்னதின் பேரிலே, மெய்தான் யெனக்கு சரீரம் சொஸ்த மில்லாத படியினாலே வரயில்லை யென்று சொல்லப்போறேன் என்கிறதின் பேரிலே, அவர்கள் அந்த விசேஷம் சொன்னார்கள். நீர் வந்து ஒப்பிசியால் வந்து அழைக்கிற படியினாலே வாறோமென்று சொல்லி, முசே கில்லியார் வீட்டுக்குப் போனோம்.

போனவிடத்திலே நாலு பேரும் யிருந்துகொண்டு சொன்னது, 'முசே லாலி லுஸ்துரு ஒன்று சாபிதா நூத்தறுபது பேர்வழி எழுதிக் குடுத்திருக்கிறார். அது சாவடி கணக்கப் பிள்ளைகள் கையிலே எழுதியிருக்கிறது. அதை நீர் பார்த்து சுவாமி கிட்ட பொதுவாய் அவரவருடைய நேர நிறுவாகம் பாத்து ஒருத்தருக்கொருத்தர் அக்கசுகளை மனசிலே வைச்சுக் கொண்டு, யெகத்தாட்சியாய் எழுதாமல் படிக்கி ரெண்டு லக்ஷம் ரூபாயிக்கு சரியாய்ப் பார்த்து துகை யெழுதச் சொல்லி சின்ன முதலியாரையும் கூடயிருந்து எழுதுகுறபடிக்கு அழைச்சனுப்பி வைச்சதுக்கு, அவர் சரீரம் சுவஸ்தமில்லாமல் கால்பிடிப்புமாய் வீங்கியிருக்கிறது. நடக்கக் கூடாதென்று சொல்லியனுப்பி விச்சிதின் பேரிலே ராமச்சந்திர ராயனை அழைச்சு வரச்சொல்லிச் சொன்னார்கள்.' யிந்தப்படி நம்மையும் சாவடி ஞாயக்காற சாமி பிள்ளையும், நயினார், சாவடி மணியம் அழகப்ப முதலி, சியாலு பிள்ளை, சவுரிமுத்துப்பிள்ளை, மூணு பேருமாய் ராமச்சந்திரராயன் யிருசப்ப செட்டி முத்துசெட்டி யெட்டு பேரையும் யிருந்து கொண்டு ரெண்டு லக்ஷம் ரூபாயிக்கு

துகை சரியாய் வருமா? அவரவருடைய நேரம் நிறுவாகம் பார்த்து எழுதச்சே யென்னதுகை வருமோயென்று நாம் சொன்னதுக்கு, 'நல்லது. யெழுதுங்கள் யெழுதிப்போட்டு பிறகு போங்க,' ளென்று சொல்லிப் போட்டுப் பிறப்பட்டுப் போயி விட்டார்கள்.

அப்பிறம் யேழு மணிக்கி அவர்கள் வந்தவிடத்திலே நாமும் ராமச்சந்திரராயனும் சொன்னது: 'நாலு பேர்வழி கந்தப்ப முதலி, பெரியண்ண முதலி, சவுரிராயப் பிள்ளை, பாப்பயப் பிள்ளை யிவர்கள் ஆஸ்தி மாத்திரம் தெரியாது. மத்தப் பேர்வழியள் ஒரு வயணமாய் லக்ஷம் ரூபாயிக்கும் சரியாய் எழுதினாலே யாச்சுது. யில்லாவிட்டால் உங்களை கசோத்திலே போடுவேன், அப்படி செய்வேன், யிப்படி செய்வேன் என்று சொல்லிப் போட்டு முசே கொடுத்தேன் என்கிறவன் பிறப்பட்டுப் போயி விட்டான்.

அப்பால் ஏழு மணிக்கி துவக்கி எழுதத் துடங்கி யெழுதச்சே நாமும் ராமச்சந்திர ராயனும் ரெண்டு பேரும் முசே கில்லியாருடனேயும் முசே புலோவினுடனேயும் சொன்னது: 'ரெண்டு லக்ஷம் ரூபாய்க்குச் சரியாய் எழுதச் சொல்லச்சே நீங்களேன் எழுதச் சொல்லுகுறீர்களே யெப்படி எழுதுகுறது? நிறுவாகம் யில்லை' யென்று சொன்னதுக்கு 'உங்களுக்கென்னா? முசே கொடுத்தேன் சொல்லச்சே நீங்களேன் அதுக்கு தகரார் பண்ணுகுறீர்கள்? சரியாய்த் தானே எழுதிப்போடுங்கோள்,' என்று சொன்னார்கள்.

அப்பிறம் யிப்படி பலவந்தப்படித்தி எழுதச் சொன்னால் நாம் செய்ய வேண்டியதென்ன யென்று ராத்திரி முப்பது நாழிகை (முழுவதும் நீர் அருந்தக்கூட விடாமல்)யும் தர்க்கத்துக்கூட யில்லாமல் யிருந்து கந்தப்ப முதலி பெரியண்ண முதலி சவுரிராய பிள்ளை, பாப்பய்யப்பிள்ளை நாலுபேரும் தள்ளி, மத்தப் பேர்வழி யெல்லாம் யெழுதி லக்ஷத்து நாற்பதினாயிரம் லக்ஷத்தன் பதினாயிரம் ரூபாய் மட்டுக்கும் எழுதி, காலமே குடுத்ததின் பேரிலே அதைப்பார்த்துக் கொண்டு முசே கொடுத்தேன் என்கிறவன் ரொம்ப கோபிச்சுக் கொண்டு சரியாய் ரெண்டு லக்ஷமும் எழுதச் சொன்னதுக்கு, நாம் சொன்னது:

'கந்தப்ப முதலி, பெரியண்ண முதலி, சவுரிராய பிள்ளை மூணுபேரும் முன்னே விஸ்தாரமாய் பணம் குடுத்திருக்குறார்கள். அவர்கள் கடன்பட்டு யிருக்குறோம், ஒண்ணுமில்லை யென்று சொல்லிக் கொண்டு யிருக்கிறார்கள். பாப்பய்யப் பிள்ளைக்கு ஒண்ணுமில்லை. யிப்படி யிருக்க அவர்களுக்கு ஆஸ்தி யிருக்குதென்கிறது யெங்களுக்கு யெப்படி தெரியும்?' என்று சொன்னதுக்கு, 'அவர்கள் முன்னே குடுத்தார்களே.

அப்படி யின்னம் நாலத்தனை ஆஸ்தி யிருந்தது யென்று எனக்குச் சொல்லியிருக்குறார்கள், யெழுதலா,' மென்று சொல்லி எழுதினால் ஆச்சு யில்லாவிட்டால் உங்களை கசோத்திலே போடுவேன், கப்பலிலேயேத்தி மசுக்கரை யிலே மோரிசுக்கு யேத்தி விடுவேன், ரொம்ப கஸ்தி வரு' மென்று ரொம்பவும் கோபிச்சுக் கொண்டு போனார்.

முசே கொடுத்தேன் என்கிறவன் (கையில்) அதன் பேரிலே ரெண்டு லக்ஷம் ரூபாயிக்குச் சரியாய் எழுதிக் குடுத்தோம். அதை வாங்கிக் கொண்டு மத்தனாள் சாயங்காலம் ஆறு மணிக்கி சாப்பாட்டுக்குப் போகச்சொல்லி உத்தாரம் குடுத்தான். செவ்வாய்க்கிழமை முப்பது நாழிகை தாகத்துக்குத் தண்ணீர் கூட சாப்பிடாமல் காவலிலேயே போட்டு வைச்சு பிறகு விட்டான். அப்பிறம் அவரவர் வீட்டுக்குப் பிறப்பட்டு வந்துவிட்டோம்.

1760 அபிரேல் 30 சித்திரை 22 புதன்கிழமை

இத்தனாள் சாயங்காலம் நூத்தறுபது பேர் வழிக்கும் கணக்கு யெழுதிக் குடுத்து அனுப்பிவிச்சுக் கொண்டு சாயங்காலம் வீட்டுக்கு வந்தோம். அந்த நூத்தறுபது பேர்வழிக்கும் பிரஞ்சிலே எழுதியிருக்கிற லீஸ்துரு படிக்கி நம்முடைய வீட்டிலே தமிழிலே ஒண்ணும், தெலுங்கிலே ஒண்ணும் ரெண்டு பிரதி யெழுதி யிருக்குறது.

'பெட்டி பெட்டியாய் வெளியே அனுப்பிவிட்டோமா?'

1760 மே 3 சித்திரை 25 சனிக்கிழமை

இத்தனாள் காலத்தாலே முசே கொடுத்தேன் வீட்டுக்குப் போயி அவனுடனே நாம் சொன்னது: நம்முட பிள்ளையைக் கோட்டையிலே காவலிலே வைச்சுயிருக்கிறது, நம்முடைய நிறுவாகமும் யிப்படியிருக்குதென்று சொல்ல வேண்டிய ஞாயமெல்லாம் சொல்லிக் கொண்டவிடத்திலே, அவன் குரூரமாய்த் தானே யிடங்குடாமல் மசுக்கரைக்கு யேத்தி விடுவேனென்று சொன்ன விடத்திலே, முசே புலோ வந்தார்.

வந்தவர் முசே கொடுத்தேனுடனே சொன்னது, 'நீர் யிவருட ஞாயமாய் எல்லாம் கேட்டு யிப்படி அனியாயம் பண்ணுகிறது நல்லதல்ல,' யென்று நம்மை வெளியே போகச்சொல்லி, பின்னையும் சொன்னது, 'யிவருடைய விபகாரத்துக் கெல்லாம் சீமையிலேயிருந்து கும்பினியாருடைய கடுதாசியும்

மினிஸ்தருகளுடைய கடுதாசியும் குமிசெலுக்கு வந்திருக்குது. அந்த ஞாயமும் நீர் அறிவீர். அப்படியிருக்க நீர் முசே லாலிக்கும் தெரியப்படச்சொல்லி முசே லெறிக்கும் சொல்லி ஒரு மார்க்கம் பண்ண வேணுமென்று' சொல்லத்தக்கின தென்ன உண்டோ அதுகளெல்லாம் சொன்னதுக்கு, அவன் யிடம்குடாமல் படிக்கே பட்டணத்திலே யிருக்கிற செனங்களையும் மத்தப்பேரையும் மாறணம் ஓமம்(சாகப்) பண்ணினால் நாமென்ன கப்பலிலே ஒரு காலும் கரையிலே ஒரு காலும் ஆக யேறிப்போற காலம் வந்தால், அல்லவா யிப்படி யெல்லாம் அனியாயம் பண்ண வேண்டியது,' யென்று சொல்லத் தக்கன விசேஷங்கள் என்ன உண்டோ அதுகளெல்லாம் சொன்னார்.

என்ன சொன்னாலும் அவன் கேளாமல் படிக்கிறத்தானே யிடங்குடாமல் படிக்கிச் சொன்னதின், பேரிலே அவர் பிறப்பட்டுவந்துவிட்டு, நம்முடனே சொன்னது, 'உம்முட சம்மதிக்குப் பட்டணத்திலே யுள்ள செனங்களுக்காகவும் யென்னாலேயென்ன சொல்ல வேணுமோ அதுகளை யெல்லாம் சொன்னேன். ஒன்றும் கேளாமல் பிறப்பட்டுப் போய் விட்டான்.' மறுபடியும் நாம் போயி முசே கொடுத்தேனைக் கண்டு பேசினவிடத்திலே அவன் குரூரமாய்த் தானே பணம் குடாமல் தீராது.

குடாமல் போனால் உங்களை யெல்லாம் மசுக்கரைக்கியேத்தி விடுவேன் என்று சொன்னதுக்கு நாம் சொன்னது, 'முன்னே தானே சீமைக்கிப் போக வேணுமென்று யிருக்குறேன். மெத்த நல்லது, யென்னையும் யென்னுடைய பந்து சனங்களையும் பட்டணத்திலே யிருக்கிற செனங்களையும் கூட யேத்திவிட்டால் அப்படித்தானே சீமைக்கும் போயி பார்த்துக் கொண்டு வாறோ,' மென்று சொன்னதுக்கு, முசே போர்சேயும் அவன் பெண்சாதியும் ரெண்டு பேரும் யிருந்து கொண்டு, 'தமிழருடைய பணமெல்லாம் வெளியே போயிருக்குது, யிதுக்கு ஒரு தவணை பண்ணினால் அவர்கள் அழைப்பிச்சுக் குடுப்பார்கள்,' என்று சொன்னதுக்கு நாம் சொன்னது, 'வெள்ளைக்காரரைப் போலே லக்ஷம் ரெண்டு லக்ஷம் சம்பாதிச்சு பெட்டி பெட்டியாய் வெளியே யென்ன அனுப்பி விட்டோமா? வெள்ளைக்காரரிடத்திலே சேவிச்சவர்களுக்கும் பிடவை துணி வித்தவர்களுக்கு பணம் யெங்கே யிருக்குது வெளியே அனுப்புகுறதுக்கு? என்று சொல்லிப் போட்டு பிறப்பட்டு வீட்டுக்கு வந்துவிட்டோம்.'

‘அவமரியாதை அபகீர்த்தி படுகுறோம்’

1760 மே 7 சித்திரை 29 புதவாரம்

...முசே தெபுவா அந்த லீஸ்துருவை யெடுத்துக் கொண்டு முசே லெறி அண்டைக்குப் போயி காண்பிச்ச விடத்திலே முசே லெறி நம்மை அழைப்பிச்சனுப்பி விச்சார். நாம் கோட்டைக்கிப் போனாம். போனவிடத்திலே முசே லெறியும் முசே தெபுவா, முசியே கில்லியார், முசே கொடுத்தேன் நாலு பேரும் யிருந்தார்கள்.

அவர்கள் சொன்னது: ‘உன் தம்பி மகனைக் கசோத்திலே வைச்சிருக்குதே, உனக்குக் கேழ்க்கயில்லையா?’ யென்று கேட்டார்கள். நாம் சொன்னது : நமக்கென்ன வெழ்க்கம், யிந்த பட்டணத்திலே சகல கீற்த்தியும் பெத்தோம். யிப்போ சகல அபகீற்த்தியும் அபமரியாதையும் படுகுறோம்,’ யென்று சொன்னதுக்கு, ‘இருந்தல்லவா பணத்துக்கு ஒப்புக்கொள்ள வேணும், யில்லாவிட்டால் யெப்படி ஒப்புக்கொள்ளுகிறது?’ என்று சொல்லத்தக்கின விசேஷமெல்லாம் சொன்னதின் பேரிலே, அவர்களும் கண்டிதமாய்த் தானே அப்படிச் செய்வேன் யிப்படிச் செய்வேன் யென்று சொன்னதின் பேரிலே, நல்லதென்று பதினாயிரம் ரூபாயிக்கு ஒருமாச தவணைக்கு ஒப்பிக் கொண்டு கையெழுத்துப் போட்டுக் குடுத்தோம். குண்டூர் நரசிம்ம செட்டியும் நாலாயிரம் ரூபாயிக்கு சம்மதிச்சு கையெழுத்துப் போட்டுக் குடுத்தான்.

அப்பிறம் வீட்டுக்கு வரச்சே பகலைக்கு மேலாகச் சாப்பிட்டு வாரும். யிதுகள் தீருந்தனிலும் நீரும் கூடயிருந்து தீர்க்க வேணும் யென்று சொன்னதுக்கு, ‘யென்னாலே ஆகாது. யிந்தப் பணம் சம்பாதிக்க வேணும்’ யென்று சொன்னதுக்கு, நீர் வராமல் போனால் கோட்டையிலே பலவந்தமாய்த் தானே (அடைத்து) வைப்போம். யிது தீரந்தனிலும் யிருமென்று சொன்னார்கள். ...

பகைவனுக்கருளும் நெஞ்சம்

1760 மே 10 வையாசி 1 சனிக்கிழமை

இத்தனாள் கனகராய முதலி தம்பி தானியப்ப முதலியாரை ரெண்டு மூணு நாளாய் அழைச்சனுப்பி விச்சத்திலே அவருக்கு மேகவாதத்தின் பேரிலே கால் கைகளெல்லாம் பிடிச்சுக்கொண்டு வீக்கம் கண்டுயிருக்கிற படியினாலே வரக்கூடாதென்று சொல்லி அனுப்பிவிச்சுக் கொண்டுயிருந்தார். அதின்பேரிலே யின்னைய

தினம் சேவுகரை யனுப்பி பல்லக்கிலே எடுத்துக்கொண்டு பலவந்தமாய் கோட்டையைக் கொண்டுவந்து விட்டார்கள். விட்டவிடத்திலே சின்னமுதலியாரை யிருபதினாயிரம் ரூபாயும் கேட்டார்கள். அவர் யிருபதினாயிரம் ரூபாயி குடுக்கிறதுக்கு யில்லை. பதினாயிரம் ரூபாயி தாரோம்யென்று சொன்னார். யிருபதினாயிரம் ரூபாயும் சரியாய்க் குடுத்தா லாச்சுது. யில்லாவிட்டால் கசோத்திலே போடச்சொல்லி முசே லாலியுடைய உத்தார மென்றும் கசோத்திலே போடச் சொன்னார்கள்.

அதின் பேரிலே நாம் சொன்னது: 'அவர்கள் மூணு தலைமுறையாய் கும்பினி குடுத்தியோராய் பெரிய மனுஷராயிருந்தவர்கள். அவரை அப்படி அவமரியாதை பண்ணப் போகாது, அதல்லாமலும் வியாதியஸ்தராயிருக்குறார். தமிழருடைய ஞாயம் உங்களுக்குத் தெரியாது. தமிழருக்குள்ளே யிப்படி கசோத்திலே போடுகுறதும் காவலிலே வைக்கிறதும் மெத்தயீனம். உங்கள் ஞாயத்துக்குள்ளே யெப்படிப்பட்ட பெரிய உத்தியோகம் பண்ணினாலும் அவர்களை கசோத்திலே போடுகிறதும் காவலிலே வைக்கிறதும் உங்களுக்கு நடக்கிறது. தமிழருக்குள்ளே மெத்த யீனம். அதல்லாமல் அவர் பதினாயிரம் ரூபாயி தாரோம்யென்று சொல்லுகுறார். அல்லாமல் யில்லையென்று சொல்லயில்லை. அவரேதாகிலும் ஒருநேர்ப் பாரம் பண்ணயில்லை. அப்படியிருக்கச்சே கசோத்திலே வைக்கப்போகாது,' என்று நாம் சொன்னதின் பேரிலே முசே லெறி முசே கொடுத்தேன் முசியே கில்லியார் முசே துபுவா யெல்லாரும் கூடி யோசனை பண்ணிக்கொண்டு கோவர்ணமாம் மெத்தை மேலே வீட்டுக்குக் கீழே நடக்கிற வழியிலே காவலிலே வைச்சார்கள்.

சென்னையில் கொள்ளையிட்ட பணம் புதுச்சேரியில் ...

1760 ஆகொஸ்து 14 ஆவணி 2 குருவாரம்

முதலி ஜொகான்சுவினுட மகன் மதாம் எலியாசுக்கு நாகப்பட்டணத்துக்குப் போகுறதுக்கு பாஸ்போர்ட்டு வாங்க வேணுமென்று கேட்டு வாங்கிக் கொண்டு வந்தான். மதாம் எலியாசு முன்னே போயிவிட்டாள். யிவன் பின்னே யின்னைய தினம் ராத்திரிக்கி முத்திருசப்பிள்ளை சாவடியிலே போயிருந்து அவ்விடத்திலே யிங்கிலேசுக்காரர் மனுஷர் வந்து நீயாரென்று கேட்டவிடத்திலே நான் வற்த்தகன் நாகப்பட்டணத்துக்கு

போறேனென்று சொன்னான். ஆனால் கலோனல் கோட்டு அண்டைக்கு வாயென்று அழைச்சார்கள்.

நான் வற்த்தகன் யெனக்கென்ன கவை வருகிறதற்கு யென்று வாறதில்லை யென்று தகராரு பண்ணதின் பேரிலே இங்கிலேசுக்காரர் மனுஷர் இவனை காயப்படுத்தி கையிலே பின்னையும் அவரிடமிருந்த பதினாயிரம் விராகனையும் பிடிங்கிக்கொண்டு அவனுடைய விரலையும் வெட்டிப்போட்டு அவன் ஏறிக்கொண்டு வந்த பல்லக்கையும் ஓடிச்சுப் போட்டுவிட்டார்கள். அதன் பேரிலே போயிண்டாக்கள் யெல்லாரும் ஓடிப்போயி விட்டார்கள். அவனை அங்கே போட்டுப்போட்டு யிங்கிலீசுக்காரர் மனுஷர்கள் போயி விட்டார்கள்.

அதன்பேரிலே அவன் உடப்பிறந்தாளை கொண்டவன் மோன்சியோர் திரிக்குயேர் என்கிறவன் அவனையும் எடுத்துக் கொண்டு வில்லிய நெல்லூரிலே யிருக்கிற கலோனல் கூட்டு அண்டைக்கு கொண்டுபோயி வற்த்தகன் வழிப்போக்கனாய் போனால் உங்கள் மனுஷர் அட்டிசெய்யுறதில்லை. ஆனால் யிப்போ இவனுடைய கை விரலையும் வெட்டிப்போட்டு பணத்தையும் யெடுத்துக் கொண்டு போனார்கள் யென்று சொன்னதுக்கு யெங்கள் மனுஷர் அப்படி செய்யுறதில்லை. உங்கள் மனுஷர் மைசூரார் மனுஷராங்காட்டும் அடிச்சு யிப்படி யெல்லாம் செய்தவர்கள். எங்கள் மனுஷர் செய்யார்களென்று சொல்லி யினிமேல் யிப்படி யாராகிலும் போகவேணும் யென்றால் யென்னண்டைக்குச் சொல்லியனுப்பி யென்னுடைய பாசுப் போடுது வாங்கிக்கொண்டு போகவேணும். அல்லவென்றால் யென்னண்டைக்கு வந்து கண்டு பேசி பசுப்போடு வாங்கிக் கொண்டு போகவேணும். பசுப்பொடுது யில்லாமல் போனால் யென்ன நடந்தாலும் நான் பாத்தியபட மாட்டோம் யென்று சொன்னான்.

அதுவேயல்லாமல் பின்னையும் புதுச்சேரியிலே தானே யிருந்து சென்னப்பட்டணத்திலே போயி கொள்ளையிட்ட பணமெல்லாம் புதுச்சேரியிலே தானே யிருக்குது. அதுகளெல்லாம் வெளியே விடுவோம் பட்டணம் யெங்கள் வசமாகப் போகுது. அந்தப் பணம் யெல்லாம் யெங்களைச் சேரவேணும் யென்று சொன்னானென்று முசே திராங்கேர் ரெண்டொரு வெள்ளைக் காறருடனே சொன்னான். அவர்கள் நம்முடனே கோட்டையிலே சொன்னார்கள்.

இப்போதும் ஒரு நம்பிக்கை

1760 ஆகொஸ்து 15 ஆவணி 3 வெள்ளிக்கிழமை

இத்தனாள் பத்துமணிக்கு நாம் கோட்டையிலே இருக்கச்சே ஆயிரத்து எழுநூத்து அன்பத்தொன்பதாம் ஆண்டு திசம்பர் மாதம் முப்பதாம் தேதியிலே வெகுதானிய வருசம் மார்கழி மாசம் 19 தேதி வில்லியநெல்லூர் சீமைக்கி நம்முட பங்கு சம்மதிக்கி நம்முட மனுஷர் யிருந்த அமுல்தாரரை முன்னே வாங்கிப் போட்டிருந்த வர்களை மறுபடியும் மகாராஜஸ்ரீ ஆனந்தரெங்கப்பிள்ளை யவர்கள் அமுல்தாரராய் வருவார்கள். அவர்கள் வசம் முன் நடந்து வந்தபடி அமுல்தாக்கீது பண்ணிவிக்கச் சொல்லி குண்டூர் பாலிசெட்டி பேருக்கு தாக்கீது யெழுதி முசே லெறி கோவர்ணதோர் பேரிட்ட பாரீசு முகறும் பண்ணிப் பிராஞ்சு எழுத்திலே தம்முட கையெழுத்தும் போட்டு குடுத்த பற்வானா சீமா மூலசம்மதிக்கி சேர்ந்த தபிக்காதி ஒண்ணுயெழுதி முசே லெறியும் முசே துபுவாவும் நம்மை கையெழுத்துப் போடச்சொல்லச் சொன்னதுக்கு நாம் கையெழுத்துப் போடாமல்படி யிருந்த படியினாலே அந்தப் பற்வானா வாங்கிக் கொண்டது. யித்தனாள் கந்தப்ப முதலி வைச்சுக்கொண்டிருந்து பலவந்தமாய் கோட்டையிலே பத்துமணிக்கி நம்முட கையிலே குடுத்து யிந்த பற்வானாவைத் தொட்டு குண்டூர் பாலிசெட்டி கையிலே பணம் வாங்குறதுக்கு சாதகமென்று குடுத்தான். அதை வாங்கிக் கொண்டு யிதென்னா யிப்படி அனேகம் சாதகம் யென் கையிலே யிருக்குதென்று சொல்லி வாங்கிக் கொண்டு வந்து கூடத்திலே யிருக்கிற சாயமான பெட்டி அறையிலே வைச்சோம்.

முன்னாலே பொல்லாத காலத்திலே யிப்படியெல்லாம் போன காரியங்களெல்லாம் யிப்போ ஆவணி மாசம் முதல்க்கொண்டு பலவந்தமாய் நம்முட கைக்கு வருகுற படியினாலே யினிமேல் ஆவணி மாசம் முதல் தேதி முதல்க்கொண்டு சுபகால மெங்கிறதுக்கு தப்பிதமில்லை யென்று மனசிலே திடாரிக்கமாயிருக்குது.

நாட்குறிப்பு 52

‘யிதுவே கடைசி கடுதாசி’

மனைவியின் மரணம், பிரெஞ்சுக்காரர்களின் அவமரியாதை, இங்கிலீசுக்காரர்களின் போர் முற்றுகை இவையெல்லாம் ஆனந்தரங்கரை மிகவும் பாதித்தன. அதே நேரம் இன்னொரு நிகழ்வும் அவரை மிகவும் வேதனையடைய வைத்தது. அது, அவரது, திருவேங்கிடபுரம் அக்கிரகாரத்தை, பிரெஞ்சுக்காரர்களின் அழைப்பின் பேரில் வந்திருந்த மைசூர் படையினர் இடித்த நிகழ்வு. தரும காரியங்களுக்காக இந்த மண்டபத்தை ஆனந்தரங்கரின் தகப்பனார் அமைத்திருந்தார். ‘யிந்த தருமம் காசி டில்லி கன்னியாகுமரி வரைக்கும் பேரும் கீர்த்தியும் ஆகயிருந்தது. யிந்த மண்டபத் திலேயும் அக்கிராரத்திலேயும் யிருந்த களை ஒரு தருமங்களிலேயும் யில்லை’ எனக் குறிப்பிடும் ஆனந்தரங்கர், இதற்கு முன்பு பட்டணத்தில் பல்வேறு முற்றுகைகள் நிகழ்ந்த போதும் இந்த மண்டபத்துக்கு எந்தச் சேதமும் இல்லை. ஆனால் இப்போது இப்படி நடந்துவிட்டதே என வேதனைப்பட்டார். இந்தக் காரியத்தில் ஈடுபட்டவர்களைப் ‘பிச்சைக்காரத் தாயோழிகள்’ எனும் கடும் வார்த்தையால் அர்ச்சிக்கிறார் ஆனந்தரங்கர்!

இதற்கிடையே பட்டணத்தின் முக்கிய இரண்டு இடங்களில் திடீரென கடிதங்கள் காணப்பட்டன. அதில் ஆளுநரைப் புகழ்வதுபோல் புகழ்ந்து, ‘பட்டணத்திலே சகல செனங்களும் பிச்சையெடுக்கப்பண்ணீர்’ என்று இடித்துரைக்கப்பட்டிருந்தது. மேலும், ஆளுநரின் படுக்கையிலும் இரண்டு கடிதங்கள்

போடப்பட்டன. அதில், 'உன் சீவனைப் பத்திரமாய்ப் பார்த்துக்கோ. உன் ஒரு சீவன் போனால் மத்த சகல செனங்கலெல்லாம் சுகப்பட்டுப் பிழைச்சுப் போவார் களென்று' எச்சரிக்கப்பட்டிருந்தது. இவற்றை எழுதியவர் யாரோ தெரியவில்லை?

இந்நிலையில் புதுச்சேரியை ஆங்கிலேயப் படைகள் நெருங்கி விட்டன. பட்டணம் எந்த நேரத்திலும் தங்கள் கையைவிட்டுப் போகும் எனும் நிலையில் இருந்தனர் பிரெஞ்சுக்காரர்கள். அவர்கள் முகத்தில் சவக்களை காணப்பட்டது. 'நெகத்தினாலே கிள்ளினாலும் முகத்திலே ஒருதுளி ரெத்தம் வெளியே பிறப்படாது' நிலையில் இருந்ததாம். நாங்கள் செத்துப்போகும் காலம் வந்தது, நாங்கள் முழுகிப் போகும் நேரம் வந்ததென்று கலக்கத்துடன் சொன்னார்கள்.

முற்றுகை தீவிரப்பட்டிருந்த நிலையில் பட்டணத்தைவிட்டு வெளியேற மக்கள் அனுமதிக்கப்பட்டனர். இதற்கு முன்பு பல்வேறு காலக்கட்டங்களில் சகல சனங்களும் பட்டணத்தை விட்டு வெளியேறியபோது. ஆனந்தரங்கரும் அவரைச் சார்ந்தவர்களும் அங்கேயே இருந்துவந்தனர். ஆனால் இப்போது நிலவரம் மிகவும் கலவரப்பட்டு இருந்தது. ஆனந்தரங்கரும் வெளியேற வேண்டிய சூழ்நிலை. முதற்கட்டமாக அவரது உடைமைகள் பெரிய பெட்டியில் போடப்பட்டு சதுரங்கப் பட்டணத்துக்கு அனுப்பப் பட்டன. கூடவே அவரது உறவினர்களும் கப்பலேறினர்.

ஆனந்தரங்கரும் கப்பலேறுவதற்கான ஏற்பாடுகள் நடந்தன. ஆனால் கப்பலில் பயணப்படுவதற்கு தனது உடல்நிலை சரிவராது என்பதால் கரை மார்க்கமாகச் செல்லலாம் என முடிவெடுத்தார். இதனால் புதுச்சேரியைவிட்டு ஆனந்தரங்கர் வெளியேறுவதற்கான நாள் தள்ளிப்போனது. இதற்கிடையே மிகுந்த உடல்நலம் பாதிக்கப்பட்டார் ஆனந்தரங்கர்.

11.1.1761 - இன்றையின தினம் உடலுக்கு முடியாமல் மிகவும் அவஸ்தைப்பட்டார் ஆனந்தரங்கர். 'குளத்துக்கு (மலம்) யிருக்கச்சே ஆசனத்திலே நெருப்பாயிருந்தது. செத்துப்போற பேருக்கு அப்படியிருக்குமோ?' என்று கேட்டார். நாக்கு உலர்ந்தது. அடிக்கடி தாகம் எடுத்தது. அப்போது அவர் வீட்டில் இருந்த தென்னை மரங்களை வெட்டுவதற்குப் பிரெஞ்சுக்காரர்கள் வந்தனர். வீட்டின்மீது விழாதபடிக்கு வெட்டுவதற்கு, வந்தவர்களிடம் நாலு ரூபாய் இனாம் கொடுக்கப்பட்டது.

அடுத்தநாள் காலையும் இதேநிலைதான். ஆனாலும் அப்போதும் சிதம்பரனாத முதலிக்கு அனுப்பவேண்டிய கடிதத்தை எழுதச்சொன்னார் ஆனந்தரங்கர். உதவியாளர் கொண்டுவந்து கடிதம் கொடுத்தபோது, 'படுத்திருந்தவர் யெழுந்திருந்து உளுக்கார்ந்து கொண்டு ரெண்டு கதவையும் திறந்துவிடச் சொல்லி மூக்குக் கண்ணாடியைப் போட்டுக்கொண்டு அந்தக் கடுதாசியிலே யிதுவே கடைசி கடுதாசியாகப் பார்த்துக் கொள்ளவும் யென்று யெழுதியும் கையெழுத்துப் போட்டார்.' ஏன் இப்படி எழுதுகிறார் அருகிலிருந்தவருக்குப் புரியவில்லை. அந்தக் கடிதம் சரவணமுதலி கையிலே கொடுக்கப்பட்டது. 'பிற்பாடு சரீரம் ரொம்ப ஆயாசம்.' இத்துடன் முடிகிறது ஆனந்தரங்கப்பிள்ளையின் நாட்குறிப்பு. ஆம். இதுவே அவரது கடைசி கடிதம், கையெழுத்து..!

அக்கிரகாரம் சூறை!

1760 சூலை 31 ஆடி 20 வியாழக்கிழமை

...யின்னைய தினம் வரைக்கும் ரெண்டுமூணு நாளாய் நம்முட திருவேங்கிடபுரம் அக்கிறகாரம் மண்டபத்துக்கு முன்னே பந்தல் போட்டிருந்த செம்மரம் யிருபத்து நாலும் பிராமணாள் வீட்டு தாவாரத்து செம்மரம் தூண் பெரிய கட்டை கையிகள் றீப்பாயிகள் கதவு சகலமும் மைசூரார் பவுன்சு வந்து பிச்சைக்காறத் தாயோழிகள் வந்து சகலமும் பிடிங்கி வந்து வித்து தின்னுப்போட்டார்கள். யிந்த தர்மம் நம்முட தகப்பனார் உண்டாக்கினார். நாமும் முசே லெறி கையிலேயும் கடுதாசி வாங்கிக் குடுத்தோம். மால்த்தாரரையும் வைச்சோம். அப்படி யிருந்தும் பிடிங்கிப் போயி விட்டார்கள். அந்த தர்மம் உண்டாக்கி அன்பது வருஷமாச்சுது. யிதுவரைக்கும் இங்கிலீசுக்காரர் கலாபம் வந்துது. நாசறுசங்கு கலாபம் வந்தது. அன்வற்திக்கான் கலாபம் வந்தது. றகுபோசி புசுரா பத்தேசங்கு முராட்டியர் கலாபம் வந்தது. அப்போயெல்லாம் அந்த தர்மத்துக்கு ஒரு சேதமும் வரயில்லை. யிப்போ யிந்த பட்டணத்தை சுத்தியும் கூனிமேட்டு மாத்தூர் யிந்த மட்டுக்கும் கொள்ளை வல்லடி அடிச்சு வீடுவாசல்களெல்லாம் பிடிங்கி நிர்ப்பந்தம் பண்ணிப்போட்டார்கள். யிந்த மைசூரார் வந்து யிந்த தருமம் காசி டில்லி கன்னியாகுமரி வரைக்கும் பேரும் கீர்த்தியும் ஆகயிருந்தது. யிந்த மண்டபத்திலேயும் அக்கிராரத்திலேயும் யிருந்த களை ஒரு தருமங்களிலேயும் யில்லை. லோகத்திலே பெண்சாதியைவிட வேறில்லை எனக்கும்

மங்கத்தாயைப் போலே ஒத்தவள் போயிவிட்டும் மனசிலே கிலேசமும் விசாரமும் யில்லை.

யுவ வருசம் முதல்கொண்டு அஞ்சு வருஷமாய் வரதெல்லாம் வந்துது. யிருபது லக்ஷம் ரூபாயும் மட்டுக்கும் சிலவு ஆச்சுது. அதுகளுக்கெல்லாம் யெனக்கு விசாரமில்லை. யிந்த தருமம் போனதுக்கு யெனக்கு யிருக்கிற மனசுதாபந்தம் யிந்த மட்டுக்கும் யென்றுயில்லை. ...

'செனங்கள் போய்விட்டால் நாங்களும் கப்பலேறுவோம்'

1760 ஆகொஸ்து 1 ஆடி 21 வெள்ளிக்கிழமை

இத்தனாள் காலத்தாலே ஒன்பது மணிக்கி நாம் கோட்டைக்கிப் போனவிடத்திலே எழுதிக்கொண்டு போன லீஸ்துருவை முசே லெறி கையிலேக் குடுத்துது. அதுக்கு அவர் உள் வயணமும் குடிசைகள் பேரிலே விழுந்த ரூபாயை வீட்டுகள் பேரிலே போட்டுயிருக்குதென்று வயணமாம் படியே சொன்னோம். அதுகளெல்லாம் கேட்டு யிந்த லீஸ்துருவையும் பாத்து சம்மதிச்சுக்கொண்டு யிதுக்கு நடக்க வேண்டிய வயணமென்ன யென்று கேட்டார்.

நாம் சொன்னது: 'பட்டணத்திலே யென்னால் ஒண்ணும்யில்லை. முன்னாலே ஆயிரம் கடை போட்டு யிருக்கும். யிப்போ சாவடி கணக்கப்பிள்ளையன் பலவந்தத்தைத் தொட்டு பத்துப் பதினஞ்சுகடை மாத்திரம் போட்டிருக்குது. அப்படி ஆளில்லாமல் போச்சு. முன்னே லெனுவார் நாளையிலே பட்டணத்திலே யிருக்கிற செனங்களெல்லாம் எழுத அன்பதினாயிரம் சனங்களிருந்தது. முசே துப்பிளேயிக்குசு நாளையிலே யிருபத்தீராயிரம் பேர் மட்டுக்கும் துகை எழுதினார்கள். யிப்போ ரெண்டு மாசத்துக்கு முன்னே எடுத்து எழுத மூவாயிரம் சில்லரை பேர் மட்டுக்கும் யிருந்தார்கள். அப்படி செனங்களெல்லாம் போயிவிட்டார்கள். அதல்லாமல் பட்டணத்திலே தானியம் எடுத்தபடியினாலே அவரவர் சம்மதியானபடிக்கி நெல்லுகளை வித்துப்போட்டார்கள். ...வெளியிலே யிருந்து ஒருபடி தானியம் அளவிலே பின்னையும் தினிசுகளாக வருகுறதுக்கில்லை. அவரவர்கள் நாலு நாளைக்கு வைச்சிருந்ததை சாப்பிட்டுப் போட்டுப் போயிவிட்டார்கள். யில்லாத செனங்கள் ரெண்டு நாளாய் கொள்ளக் கிடையாமல் வெகுசனம் பட்டினியாய்க் கிடக்குறார்கள். அப்படியெல்லாம் பட்டணம்

ஆளில்லாமலிருக்குது. யிந்த வரியும் போட்டால் ரொம்ப பட்டணம் பீடாய்ப்பாம். யிருக்கிற செனங்களும் வெளியே போயிவிடுவார்கள். அப்பிறம் யென்ன யிருக்கு தென்று' நாம் சொன்னதுக்கு, நீர்யென்ன மறைச்சு சொல்லுகுறது. செனங்களெல்லாம் போயிவிட்டால் நாங்களும் கப்பலேறி போயிவிடுகுறதுதான். அந்த யோசனைதான் பண்ணிக் கொண்டிருக்குறெ னென்று சொன்னார்..

நாம் சொன்னது, 'யிப்படி முசே லாலியைப் போலே நூறு பேர் வந்தாலும் அவர்கள் பேரெல்லாம் எழும்பாது. யிந்தப் பட்டணத்துக்கு துரைத்தனம் நீரானபடியினாலே யிந்த கீற்த்தி உம்மைச் சேரும் ஆனபடியினாலே நீர் செனங்களுக்கு தயவு வைத்து பதினஞ்சு நாளைக்கு விசாரிச்சால் செனங்களிருக்கும்' யென்று சொன்னோம்....

'சகல செனங்களும் பிச்சையெடுக்கப் பண்ணீர்'

1760 ஆகொஸ்து 17 ஆவணி 5 நாயத்துக்கிழமை

...அப்படியிருக்கச்சே முசே துபுவா வந்தான். வந்தவன் முசே லெறியும் ரெண்டு பேரும் யென்னவோ பேசிக்கொண்டிருந் தார்கள். ஆருதோ யிப்போ ரெண்டு கடுதாசி பிரஞ்சு எழுத்திலே எழுதி ஒரு கட்டு கடுதாசி கனகராய முதலியார் பாட்டனாரைப் புதைச்சு கோரி கட்டியிருக்கிறதின் பேரிலே ஒரு கடுதாசியும் செஞ்சி ஸ்தம்பங்கள் வந்திருக்கிறதின் பேரிலே ஒரு கடுதாசியும் ரெண்டு கடுதாசி ஒட்டியிருந்தது. அதை செனங்கள் கும்பலாய்க் கூடிப்பார்த்துக் கொண்டிருந்தார்கள். முசே லெறி கப்போசு கோவிலுக்குப் போனவர் அதைக்கண்டு தம்மண்டை யிருக்கிற சட்டைக்கார லுசுயைப் போய் யெடுத்துவரச் சொன்னார். அவன் போறதுக்கு முன்னே முசே லாலி அண்டையிலே யிருந்து ஒரு குதிரைக்காரன் துற்கம் வந்து அந்த ரெண்டு கடுதாசியும் எடுத்துக்கொண்டு போய்ப் படிச்சுப்பார்த்து சவாத்து யெழுதிக் கொண்டு அந்தக் கடுதாசியை முசே லெறியண்டைக்கி அனுப்பிவிச்சார். அவர் அதைப் பார்த்துக் கொண்டு மறுபடி முசே லாலியண்டைக்கு அனுப்பிவிட்டார்.

அதிலே யெழுதியிருக்கிற மத்தலப்பு யென்னயென்றால் முன்னே கும்பினி தாலூக்காயிருந்த கோவர்ணதோர் குமிசேலியர் கொஞ்சம் பேர் சொலுதாதுகளை வைச்சுக்கொண்டு சென்னப்பட்டணம் பிடிச்சுக்கொண்டு மேஸ்தர் மாசு முதலாகிய பேரை செயிச்சு

அவனையும் கொன்னார்கள். திருச்சினாப்பள்ளிக்கி பவுஞ்சு அனுப்பி அவ்விடங்களிலே சிறிது சீமையைக் கட்டினார்கள். முசே புசியை சலாபத்து வங்கு அண்டைக்கு அனுப்பி பந்தர் அந்த வட்டங்களிலே கோடி ராச்சியம் மட்டுக்கும் கட்டினார்கள். யிப்படியெல்லாம் முன்யிருந்த கோவர்ணதோர் கும்பினி மனுஷர் செயம் பண்ணினார்கள் என்கிறது சீமையிலே ராசாவானவர் கேட்டு யின்னர் யிவ்வ்விடத்திலே சீமையள் கட்டவும் பின்னையும் காரியங்கள் யெல்லாம் செயம் பண்ணவும் றாயித்தினாங்கு செனரலாயிருக்கிற உம்மை அனுப்பிவிச்சால் வெகு சீமைகளை கட்டி வெகுசீக்கிறத்திலே கீற்த்தி கொண்டு வருவீரென்று யிவ்விடத்துக்கு பதினாறு கப்பலும் அய்யாயிரம் சொலுதாதும் உம்மையும் கூட்டி அனுப்பிவிச்சார்.

நீர் வந்து வடக்கேயிருந்த முசே மொறற்சேனை அழைச்சனுப்பிவிச்சு அவ்விடத்துக் காரியங்களெல்லாம் நிறுவாகம் பண்ணிப் போயிட்டார். பந்தரிலே யிருந்து முசே மொறற்சேனை அழைச்சனுப்பி வைச்சு பந்தர் முதலாகிய கோடி ராச்சியம் யெல்லாம் நிறுவாகம் பண்ணிப்போட்டீர். திருச்சினாப்பள்ளியிலே யிருந்த பவுன்சு அழைச்சு அனுப்பி அதையும் சரிப்படுத்திப் போட்டீர். காரைக்கால்ப் பேச்சையும் நிறுவாகம் பண்ணிப் போட்டீர். வழுதாவூர் வில்லியனூர் முதலாகியதெல்லாம் நிறுவாகம் பண்ணிப் போட்டீர். தியாகதுற்க்கம் யிருந்ததையும் அதையும் சரிக்கட்டிப் போட்டீர். இனி செஞ்சியும் புதுச்சேரியும் யிருக்கிறது.

செஞ்சியும் அஞ்சாறு நாளையிலே ஒப்பிவிச்சுப் போட்டு அப்பிறம் புதுச்சேரியும் ஒப்பிவிச்சுப்போட்டு இங்கிலேசுக்காரர் கையிலே அகப்பட்டுக் கொண்டேனென்று கையெழுத்தும் போட்டுக் குடுத்து அதுக்கு முன்னே அகப்பட்ட பணம் யெல்லாம் சுத்திக்கொண்டு அங்கங்கே வெளிகளிலே பத்திரம் பண்ணிப்போட்டு நீரும் சீமைக்கிப் போயி உம்மை அனுப்பிவிச்சு ராசா உடனே யிப்படியெல்லாம் நான் போயி சகல காரியமும் திக்கு விசயம் யெல்லாம் பண்ணி நிறுவாகம் பண்ணி புதுச்சேரியும் இங்கிலீசுக்காரர் கையிலே ஒப்புவிச்சுப்போட்டு கையெழுத்தும் போட்டு குடுத்து வந்தேனென்று சொல்லத்தக்கதாக யோசனை பண்ணிக் கொண்டிருக்கிறீர்.

உம்மை ராசா அனுப்பிவிச்சதுக்கு கன்னியாகுமரி முதல்க் கொண்டு டில்லி மட்டுக்கும் பிரஞ்சுக்காரருடைய கீர்த்தியும் பிறதாபமும் விளங்கவேணும் யின்னம் வெகுராச்சியங்கள்

கட்டவேணும்யென்று உம்மை அனுப்பிவிச்சு யின்னம் அப்பிறமும் பிராஞ்சு ராசாவுடைய கீற்த்தியும் பிறதாபமும் விளங்க வேணுமென்றும் உம்முடைய கீற்த்தியும் விளங்க வேணுமென்று அனுப்பி வைச்சதுக்கு ...உம்மைப் போலே யிப்படி யெல்லாம் ஆர் செய்யப்போறார்கள். பட்டணத்திலேயா சகல செனங்களும் பிச்சையெடுக்கப் பண்ணீர் யென்றும் யிப்படியெல்லாம் எழுதியிருந்ததாய் கோட்டையிலே ரெண்டு ஒருத்தர் சொன்னார்கள்.

'உன் சீவன் பத்திரம்'

1760 ஆகொஸ்து 18 ஆவணி 6 திங்கள் கிழமை

இத்தனாள் ராத்திரி ரெண்டு கடுதாசியும் முந்தாம் நாள் ராத்திரி ரெண்டு கடுதாசியும் எழுதி முசே லாலியுடைய கட்டிலின் பேரிலேயும் மேசையின் பேரிலேயும் யிருந்தது. அதைப் படிச்சுப் பார்த்தால் உன் சீவனைப் பத்திரமாய்ப் பார்த்துக்கோ. உன் ஒரு சீவன் போனால் மத்த சகல செனங்களெல்லாம் சுகப்பட்டுப் பிழைச்சுப் போவார்களென்று எழுதியிருந்ததாய் கேழ்க்கப்பட்டது.

'அவர்கள் முகத்தில் சவக்களை'

1760 செப்தம்பர் 2 ஆவணி 21 செவ்வாய்க்கிழமை

...யிப்படி யிருக்கச்சே பனிரெண்டு மணிக்கி குமிசேல் கலைஞ்சு வெளியே வந்தார்கள். முசே கில்லியாரைக் கேட்டால் நாங்கள்தான் செத்துப்போற காலம் வந்திருக்கச்சே உங்கள் காரியம் யென்ன நடக்கப் போகுதென்றான். யிப்படி யிவர்களெல்லாம் சொல்லச்சே முசே துப்பிளாம் முழுகிப்போற காலம் வந்திருக்குதென்றான். ... குமிசேல் கலைஞ்சு முசே லெறி கோவற்ணதோர் முதலாகிய குமிசேல்க்காரர் வெளியே வந்தாப்போலே பார்த்தால் அவர்கள் முகத்திலேசத்தாகிலும் களையில்லை. செத்துப்போற பிரேதத்தின் முகம் யெப்படியிருக்குமோ அப்படியிருந்தது. நெகத்தினாலே கிள்ளினாலும் முகத்திலே ஒருதுளி ரெத்தம் வெளியே பிறப்படாது. யின்னைய தினம் அப்படி யிருந்தது.

1760 செப்தம்பர் 9 ஆவணி 28 செவ்வாய்க்கிழமை

இத்தனாள் காலத்தாலே ஒன்பது மணிக்கி நாம் கோட்டைக்கிப் போனோம். முசே லெறியைக் கண்டு பூச்செண்டு ஒண்ணு குடுத்தோம். அவர் முகத்தைப் பார்க்கு மிடத்திலே துரைத்தனம்

பண்ணுகிறவன் முகத்தைப் போலேயிருக்கயில்லை. துரைத்தனம் இழந்தவன் முகத்தைப்போலே யெட்டு நாளாயிருக்குது. சத்தாகிலும் களையில்லை. அதிலும் யிவர் யின்னைய தினம் அவருடைய முகத்தைப் பார்க்கப் போகயில்லை மெத்தவே சாறாவாய் சத்தாகிலும் முகத்திலே களையில்லை.

'பறையரைத் தொரத்த வேணும்'

1760 செப்தம்பர் 13 புரட்டாசி 1 சனிக்கிழமை

...ஆனால் பட்டணத்தியிலே யிப்போயிருக்கிற செனம் யெம்மாத்திரம் உண்டு யென்று (துரை) கேட்டார். 'யிருக்கிறது முத்தியாலுப்பேட்டை, கரடிக்குப்பம், பாக்கமுடையான் பட்டு, சாரம், நெல்லுத்தோப்பு, அரியாங்குப்பம், வில்லியநெல்லூர் வகையிரா வெளிகளிலேயிருந்து அவ்விடங்களிலேயிருந்து உள்ளே வாரவர்கள் நாலாயிரம் அய்யாயிரம் பேருண்டு. பட்டணத்திலே யிருக்கிறவர்கள் நாலாயிரம் அய்யாயிரம் முண்டு. யேகத்துக்கு பதினாயிரம் பேருண்டு. யிதல்லாமல் பறையர் பறைச்சேரியிலே பறச்சியளிலே நாலாயிரம் அய்யாயிரம் உண்டு. ஒரு சொலுதாதுக்கு ரெண்டு பறச்சியும் ரெண்டு பறையனும் ஆக நாலு பேர் யிந்தப்படிக்கியிருந்து கொண்டு சொலுதாதுகளுக்கு குடுக்கிற தீனியும் அந்த பறச்சியள் திண்ணுப்போடுகுறார்கள். பட்டணத்திலே யிருக்கிற றஸ்துகளையும் அந்தப் பறச்சியும் பறையரும் திண்ணு போடுகிறார்கள். அவர்களையும் யெப்படியாகிலும் துரத்திப்போடவேணுமோ அப்படிக்கி யோசனை பண்ணித் தொரத்தி விடவேணும். முன்னே இங்கிலீசுக்காரர் வந்து யிப்படிதான் சுத்திக்கொண்டிருக்கச்சே தைரியத்துடனேயிருந்தவர் முசே துப்பிளேயிக் சுவைக் கண்டேன். யிப்போ உம்முடைய தைரியமிருக்கிறத்திலே செயம் பண்ண வேணும் யென்று சொன்னோம். ...

செஞ்சிக் கோட்டை: தகவல் தவறு

1760 செப்தம்பர் 14 புரட்டாசி 2 ஞாயித்துக்கிழமை

இத்தனாள் சாயங்காலம் கேழ்க்கப்பட்டுது செஞ்சிக் கோட்டை ஆவணி மாசம் 31 தேதி சாயங்காலமாய் ரெண்டு நாழிகைக்கி இங்கிலீசுக்காரர் பிடிச்சுக் கொண்டார்கள். அவ்விடத்திலே யிருந்த அயிதர் னாயக்கன் பவுன்சும் நம்முடவர்களும் தியாகதுற்க்கம் போய் சேரந்தார்களென்று சேதி கேழ்க்கப்பட்டது. ... இந்த

செஞ்சிக் கோட்டை பிறமோதூத வருசம் ஆவணி மாசம் 31 தேதி ராத்திரி சார்ப்பனாப் பிடிச்சுக் கொள்ளையிட்டு புரட்டாசி மாசம் முதல் தேதி ஒன்பது மணிக்கி கோட்டையைப் பிடிச்சு ராத்திரிக்கி கபுறு வந்தது. யிப்போ கோட்டை போயிவிட்டதுக்கும் சரியாய்ப் பத்து வருஷமாச்சுது. செஞ்சி பிடிச்சார்களென்று கேட்டு எழுதினது மறுபடி பிடிக்கயில்லை யென்று சமாச்சாரம் சொன்னார்கள். ஆனபடியினாலே பிடிச்ச பேச்சு அபத்தம்.

பிள்ளையின் தட்டுமுட்டுகள் பயணம்

1760 செப்தம்பர் 24 புரட்டாசி 12 புதன்கிழமை

இத்தனாள் சாயங்காலம் அஞ்சுமணிக்கி கொண்டப்ப செட்டி வந்து சொன்னது சாபர் யெங்கிற பிரஞ்சுக்காரர் பிறிசினேர் ஒருத்தன் இங்கிலீசுக்காரர் பசுப்பொடுது வாங்கிக் கொண்டு சலங்கு முஸ்தீது பண்ணிக்கொண்டு ஆறுமணிக்கிப் பயணமாய்ப் போனான். நீங்கள் கண்டு பேசச் சொன்ன சம்மதி முசே வலாறணையைக் கண்டு பேசினேன். சீக்கிரம் அந்த பெட்டியை யென் வீட்டிலே கொண்டுவந்து வையென்றும், யேத்தி சதுரங்கப்பட்டணத்திலே இறக்கிக் குடுக்கச் சொல்லுகுறேனென்று சொன்னான். ஆனபடியினாலே சீக்கிரத்துக்கு அனுப்பிவிச்சால் படகிலே யேத்தி அனுப்பிவிக்குறேன் யென்று சொன்னான். இன்னேரம் அவ்விடத்திலேயிருக்கிற சாடையும் கரைவழியாய்த் தட்டு முட்டுகள் அனுப்ப கூடாதபடிக்கியிருக்கிற படியினாலேயும் பெண்டுகள் பிள்ளைகளை வெளியே அனுப்புகிற யெத்தனம் பண்ணிக்கொண்டிருக்கிற திலேயும் இந்த வெள்ளைக்காரன் இங்கிலீசுக்காரர் பசுப்பொடுது வாங்கிக்கொண்டு போற படியினாலே சலங்கையின் பேரிலே பின்னையும் சிறிதுபேர் தமிழர் சிறிது பேர் பேர்களுடனும் தட்டுமுட்டுகளும் கட்டுக்கார திருவெங்கிடமும் யேறிப்போனானென்று சொல்லுகிறானே. இந்த யெத்தனம் செய்யலாம் போலே காணுது யென்று யோசிச்சு காலகெதிக்கு தக்கின புத்தியாய் நல்லது. நீ கூடப்போறியா வென்று கேட்டதுக்குத் தான் போறதுக்கு சத்து யோசனையாய் பெண்டு பிள்ளையளை அழைச்சுக் கொண்டு நானும் வெளியே போகவேணும் யென்று இருக்குறேன். தாங்கள் போகச் சொன்னால்ப் போறேன். இதுக்கு சலங்கையில்லை பொட்டியும் மனுஷரையும் அனுப்புவியுங் களென்று சொன்னான்.

இன்னேரம் யிதைவிட யோசனைவேற தோத்தாதபடியினாலே சிரஞ்சீவி அப்பாவுவை அழைப்பிச்சு இவனானால் யிப்படி

சொல்லுகுறான் தட்டுமுட்டெல்லாம் செம்மரப் பெட்டியிலே வைச்சு மாலப்பொட்டியிலே வைச்சிருக்கிறதே அதை முஸ்தீது பண்ணி அனுப்பிவிடு யென்று சொன்னோம். அதிலே கொண்டப்ப செட்டி ஆறுமணி அடிக்கிற வேளையாச்சுதே சீக்கிரத்துக்கு அனுப்பி வியுங்கோளென்றும் நான் முன்னே போய் வெள்ளைக்காரருடனேசொல்லி திட்டம்பண்ணி ஏத்தி அனுப்பிவிக்கிறேன் என்கிறதாய் சொல்லிப்போட்டுப் போனான். கறுக்கிலே அனுப்பிவிக்கச் சொல்லிச் சொன்னேன். அந்தப்படிக்கி ஒரு மாலப்பொட்டியிலே வைச்சு முஸ்தீது பண்ணச்சே காளத்தி அம்மாள் தன்னுடைய தட்டுமுட்டு சகலமும் கொஞ்சம் ரூபாயும் ஆன ஒன்பது பையும் லக்ஷிமி அம்மாளுது தட்டுமுட்டுகளும் வைச்சு முஸ்தீது பண்ணி சாவிபோட்டு கயத்தினாலே கட்டி பாரிசு முத்திரை மோதிரத்தாலே முத்திரை போட்டு சாவியை பொன்மலை பிள்ளை கையிலே குடுத்து கஸ்தூரி செட்டியையுங் கூடக்கூட்டி படகிலே யேறிப்போய் சதிரப்பட்டணத்திலே எறக்கி மத்து வெங்கிடாசல செட்டி வீட்டிலே ஒரு பெரிய பொட்டி வாங்கி ஒண்ணு வாங்கி அதிலே வைச்சு நீங்கள் ரெண்டு பேரும் அங்கேயிருங்கோளென்று அறியப்பட குறி வைத்து அனுப்பி விச்சோம். இவர்களும் பயணமாய் பொட்டியையும் யெடுத்துக் கொண்டு ஆறுமணிக்கிப் போனார்கள். பிற்பாடு சிறிது பவழ மூட்டையும் கல்லெழைச்ச உமாபக்ஷியும் வெளியிலே யிருந்து அதையும் சுப்பிரமணியன் கையிலே குடுத்துப் படகுயேறின கபுறுக்கொண்டு வரவேணுமென்று அனுப்பிவிச்சோம்.

முத்து வீட்டிலேயிருந்து சிரஞ்சீவி குழந்தையுட தட்டுமுட்டும் பின்னையும் சிறிது ரொக்கமும் ஒரு பையிலே போட்டுக்கட்டி முத்திரை போட்டு கந்தன் கையிலே குடுத்து அவனையும் கூடப்போகச் சொல்லி அனுப்பிவிச்சார்கள். யேழரை மணிக்கி சுப்பிரமணியன் வந்து சொன்னது, படகு பயணமாய்ப் போச்சுது நம்முட பொட்டியும் பொன்மலை பிள்ளையும் சிறிது பெட்டியளும் கஸ்தூரி செட்டியும் ஏறினார்கள். பின்னையும் சிறிது பொட்டிகளும் மூட்டையும் யேராமல் நின்னு போச்சுது. யென்று சொன்னான். ஆனால் யிதுவரைக்கும் நமக்கு அபசவ்விய சக்கிரத்துனுட பலன் அல்லவா நடந்து வந்தது. .இதுக்கு அனுபவம் இதுவரைக்கும் பாத்து வந்தது சரிப்பட்டுது. இந்த அபசவ்விய சக்கிரத்துனுடைய அந்தியத்தினாலே இந்த கஷ்ட்ட காலமும் பட்டணத்துக்கு யிந்தவிபத்தும் வந்திருக்குதென்றும், யிந்தப் பட்டணத்துக்கு நூதன பிறபுவும் பிலனும் வந்து இந்தப் பட்டணம் தப்பவேணும். இல்லாவிட்டால் நமக்கு யிந்தப் பட்டணத்தைவிட்டு அப்புறம்

பிறப்பட்டுப்போக சவணம் காணவேணும். இதுயிந்த புறட்டாசி மாசம் 12 தேதிக்கி துவக்கி சவணம் காண வேணுமென்று பார்த்து இருந்ததாச்சுதே. அதுக்கு யின்னைய தினம் நம்முட தட்டுமுட்டுகள் சலனம் கண்டுது. ஆனால் யிந்த அபசவ்விய சக்கிர அந்தியத்திலே சகலமும் வறையரவாய் அடிபட்டுப்போம். சவ்விய சக்கிரம் விக்கிரம வருசம் பங்குனி மாசம் 21 தேதி முதல் வருகுதே. அது முதலாக சகலமும் நூதனமாய் வருமென்றும் பாத்திருந்தால் அல்லவா, அது யினிமேல் அனுபோகத்திலேயே அறிய வேண்டியது.

கடல் பயணம்: சரீரம் தாளாது

1761 செனவரி 10 தை 1 சனிக்கிழமை

இத்தனாள் காலத்தாலே ஆறுமணிக்கி முசே லெறி துபாசி யெல்லாச்சியப் பிள்ளை வந்து மகாராச ராசஸ்ரீ பிள்ளையவர்களுக்கு சின்னமுதலி தன்னுட பெமீலுக்களை வெளியே அனுப்பிவிச்சு நேத்து ராத்திரி பிறயத்தனம் பண்ணிவிச்சதாகவும் அதுக்கு ஒரு சலங்கும் தயாறு பண்ணிக்கொண்டு அதிலே தட்டுமுட்டுகளும் யேத்திப்போக அதுக்கு ஒரு கடுதாசியும் குடுக்க வேணும் யென்கிறதாய்ச் சொன்னாரென்று சொன்னான். அதன் பேரிலே நாம் கோட்டைக்கிப் போய் ஒரு படகு கூலிக்கு அமர்த்தவும் வேணுமென்று கோட்டைக்கிப் போனோம். அங்கே சின்னமுதலி சொன்னது, ‘சலங்கை யின்னம் பாய்கட்டி பயணப்பட்டுப் போகயில்லை. ஆனால் யின்னைய தினம் பிறப்பட்டுப் போமென்றும் சொன்னான். அதன்பிறகு நாம் முசே வாலார்டுவிடம் போயி சொன்னது ரொம்ப பெரிய சலங்கு ஒண்ணு ஏராளமான தட்டுமுட்டு சாமானுகளெல்லாம் ஏத்தத் தக்கினதாக யிருக்கிற சலங்கு ஒண்ணு அழைப்பிச்சுக் குடுக்க வேணுமென்று முசே வலார்முவைக் கேட்டோம். அதுக்கு அவர் சொன்னது அவ்வளவு பெரிய சலங்கை உங்களுக்கு கூடாது. அதுவும் முசே லாலி உத்தாரம். ஆனால் பின்னை ஒரு படகு அம்தினாலும் அதைத் தள்ள மக்குவா கிடைக்க மாட்டார்கள் யென்று சொன்னான்.

ஆனாம் நாம் கடலோரம் போய் விசாரிப்போமா யென்று போனவிடத்திலே ராத்திரி போகுற சலங்கும் ஒன்று முஸ்தீது பண்ணிக்கொண்டு முசே பிளாக்குறு அவ்விடத்திலேயிருந்து கொண்டிருந்தான். அவனைக்கண்டு பேசினயிடத்திலே ஒரு மனுஷராகிலும் யேத்தக்கூடாதென்று சொன்னான்.

அவ்விடத்திலே ஒரு கப்பல் பிலோத்தான் வந்தான். அவன் தானும் அவனும் சிறிதுபேர் வெள்ளைக்காரர்களும் யேறத்தக்கதாக ஒருசலங்கும் ஒன்றும் விலைபேசி தீத்துக்கொண்டு யிருக்கிறவனைக் கண்டுபேசி சலங்குக்குயென்ன கிரையமும் யேறுகிற சிலவுநாளும் குடுக்கிறதாகவும் யெட்டுப்பேர் மறினேர்களும் அவர்கள் நாலு அஞ்சுபேர் மாத்திரம் யேரத்தக்கதாகவும் திட்டப்படுத்திக் கொண்டு பனிரெண்டு மணிக்கி ராசஸ்ரீ பிள்ளை அவர்களுடனே சொன்னதாகவும் அவர்களும் சரீரம் ஸ்திதியிருக்கிறதைப் பார்த்துக் கொண்டு சலங்கின் பேரிலேயானால் சரீரம் தாளமாட்டாது. கரை வழியாய்ப் போறதுக்கு யென்ன யத்தினமோ அந்த யத்தனம் பார்க்கிறதே யல்லாமல் சலங்குக்கு யெத்தனம் பண்ணத்தேவையில்லை. வெள்ளைக்காரனுடனே சேர்ந்த சம்மதிக்கி சீக்கிரமாய்ப் போயி சொல்லிப் போங்கோளென்று சொன்னார். ...

‘சரீரம் ரொம்பவும் ஆயாசமாயிருக்குது’

1761 செனவரி 11 தை மாசம் 2 ஞாயத்துக்கிழமை

இத்தனாள் காலமே மாகராசராசஸ்ரீ பிள்ளையவர்கள் யெழுந்திருந்து பல்லு துலக்கி விட்டுப்போட்டு நடுச்சாலையிலே நாற்காலியிலே உளுக்கார்ந்து கொண்டு யிருந்து ரெண்டு மணி நேரம் மட்டுக்கும் பேசிக்கொண்டிருந்தார்கள். அப்புறம் படுத்துக் கொண்டார். பதினோரு மணிக்கி யெழுந்திருந்து அவர் எங்களைக் கூப்பிட்டு சொன்னது, எனக்கு யென்னத்தினாலேயோ ரொம்பவும் சரீரம் பலவீனமாயிருக்கிறது. என்னமோ யென்று தெரியாது என்று சொன்னார். பின்னையும் என்னுடைய சுவாசம் எப்படியிருக்கிற தென்று கேட்டார். அதுக்கு நாம் சொன்னது வழக்கம் போலே தானிருக்கிறது யென்று சொன்னார்கள். நாங்கள் கொஞ்ச மனதுக்கு மிகவும் கவலைப்பட்டுக் கொண்டிருக்கிற படியினாலேயும் அதனாலே சாப்பாடும் சரியாய் யெடுத்துக் கொள்ளாமலிருந்ததி னாலேயும் சரீரம் ரொம்பவும் பலயீனமாயிருக்கிற தாய்க் காணுது. ஆகாரம் யில்லாததினாலேயும் சரீரம் ரொம்பவும் மெலிந்து பலயீனம் யென்றும் சொல்லிக்கொண்டு பேசிக்கொண்டிருக்கச்சே, வெள்ளைக்காரர்கள் வந்து நம்முடைய வீட்டிலே யிருக்கிற தென்ன மரத்தையும் வெட்டத்தக்கதாக வந்தார்கள். அதனாலே துரைகளண்டை போயி அவர்களுக்கு விசேஷம் சொல்லி வீட்டிலே கேழ்விப்பட்ட படிக்கி அவர்களுக்கு நாலு ரூபாயி இனாம் குடுத்துப் போட்டு மனுஷரையும் வைச்சு வீட்டின் பேரிலே விழாதபடிக்கி

வெட்டி வைத்துப்போட வேணுமென்று. மத்தியானம் ஒருமணிக்கி ஸ்ரீபிள்ளையவர்கள் கொஞ்சம் சாப்பிட்டார்கள். பிற்பாடு படுத்துக்கொண்டார்.

சாயங்காலம் சரீரமானால் ரொம்பவும் ஆயாசமாயிருக்குது. நித்திரை பிடிக்கயில்லை. நாக்கு உலர்ந்து போகுது தாகம் காணுது யென்று சொன்னார். அப்படியானால் கருக்காறு போடுவோம் யென்று சொன்னதுக்கு நல்லது போடுங்கோளென்று சொன்னார். ராத்திரி யெட்டு மணிக்கி கருக்கும் வாங்கிக் கொண்டார். திரும்பவும் பத்து மணிக்கி ராத்திரியிலே யெங்களை அழைச்சு கருக்கு சாப்பிட்டதும் தாகம் அடங்கயில்லை. தண்ணீர் குடிப்போமா வென்று கேட்டார். தண்ணீர் சாப்பிடப் போகாதென்று யின்னம் ஒரு கருக்கு வைச்சு சாப்பிட்டால் தாவளையென்று சொன்னோம். நல்லது அப்படிதான் கொண்டு வாருங்கோளென்று சொன்னார். மறுபடியும் ஒரு கருக்கு வைச்சுக் கொடுத்தோம். பின்னும் சத்துநேரத்திலே யின்னம் தாகம் அடங்கயில்லை. நல்ல தண்ணீர் குடிப்போமா யென்று கேட்டார். குடிக்கப் போகாது யென்று பாக்குப் போட்டுக்கொண்டால் தேவலை போட்டுக் கொள்ளுங்கோ ளென்று சொன்னோம். போட்டுக்கொண்டால் திரவமேயில்லை வாண்டாம் யென்று சொன்னார்.

ஆனால் ரெண்டு நாழிகை பொறுத்து வென்னீராகிலும் குடிக்கலாமென்று சொன்னோம். நல்லது கொளத்துக்கு வருகுது போலே யிருக்குது. பெட்டி யெடுத்துக் கொண்டு வைக்கச்சொல்லு யென்று சொன்னார். அப்படியே பெட்டியைக் கொண்டு வந்து தாழ்வாரத்திலே வைத்த பிற்பாடு குளத்துக்கு யிருந்து கால் சுத்தம் பண்ணிக் கொண்டு நாற்காலியின் பேரிலே வந்து உளுக்கார்ந்தார். யிதுக்குள்ளாக கண்ட ஆயாசம் யெழுதி முடியாது. அப்போ யெங்களை அழைச்சு இப்போ குளத்துக்குப் போனேனே சீவன் போயி வந்தது. குளத்துக்கு யிருக்கச்சே ஆசனத்திலே நெருப்பாயிருந்தது. செத்துப்போற பேருக்கு அப்படியிருக்குமோ வென்று கேட்டார். காங்கையினாலே கண்டுயிருக்க வேணுமென்று சொன்னார். இன்னம் விசாரியுங்கள் யென்று சொல்லிப்போட்டுப் போயி படுத்துக்கொண்டார். பிற்பாடு ரெண்டு மணிக்கி நாக்கை ரொம்ப உலர்ந்து போகுது தாகம் காணுது ஆயாசம் ரொம்ப காணுது. சரீரம் நிற்கமாட்டாது போலே யிருக்குது. உங்களுக்கேற்க என்னமாய்த் தோணுதென்று கேட்டார்.

சயித்தியம் கண்டிருக்குது போலே காணுது. ஆனபடியினாலே ஆரையாகிலும் அழைச்சுக்கொண்டு வந்து நல்ல மருந்து அதாவது

பூபதியாவது சிந்தாமணி யென்கிற மருந்தாவது கொடுக்கச் சொல்லவேணும் யென்று சொன்னோம். நல்லது யென்று முஸ்தீப்பு பண்ணிக்கொண்டு வந்து குடுக்கச் சொல்லுயென்றும் சொன்னார். அதன் பேரிலே நல்ல தேன் அகப்படாத படியினாலே சேஷாசல செட்டி கையிலே போயி வாங்கிக்கொண்டு வந்து விசாரிச்சு அழைப்பித்துக் கொள்ளுகிறதுக்காகப் போயிருக்கிற தினாலே அது வருகுறதுக்குள்ளாக நம்முடைய வீட்டிலே யிருக்கிற தேனையும் கொஞ்சம் லவங்கமும் கலந்து பிசைஞ்சுக் கொண்டுபோய் அவருக்கு குடுக்கத்தக் கினதாக யெடுத்துக் கொண்டு போனோம். அப்போ ஸ்ரீபிள்ளை யவர்கள் யெம்மாத்திரம் மணியுண்டுயென்று கேட்டார். அதுக்கு நாங்கள் சொன்னது இன்னேரம் அஞ்சுமணி வேளையிருக்குமென்று சொன்னேன். அதன்பேரிலே மருந்து சாப்பிடுகிறதை நிறுத்தி வைத்துப் போடுவோம். பொழுது விடியட்டும் பார்த்துக் கொள்ளுவோ மென்று சொன்னார். பின்னையும் சேஷாசல செட்டியையும் அழைச்சனுப்பிவிச்சு கையைக் காண்பிச்சு அவிழ்தத்தை சாப்பிடாமல் சும்மா வையுங்களென்று சொன்னார்.

'யிதுவே கடைசி கடுதாசி'

1761 செனவரி 12 தை 3 திங்கள் கிழமை

இத்தனாள் சூரிய உதயமானவுடனே மகாளி பிள்ளையவர்களை இசுப்பித்தால் முத்தியப்பிள்ளையையும் சேஷாசல செட்டியையும் அழைத்துக்கொண்டு வரச்சொல்லி விப்போமென்று கேட்டோம். நல்லது அழைத்து வரச்சொல்லென்று சொன்னார். அந்தப்படிக்கி அழைத்து வரச்சொல்லி அவர்களண்டைக்கு மனுஷனை அனுப்பி விச்சேன். ஆனால் யிப்போ ராத்திரிக்கு யிருந்ததைப் பார்க்கிலும் யிப்போ ரொம்ப லகுவாயிருக்குது. தந்த சுத்திப்பண்ணிக் கொள்ளுவோமென்று சொன்னார். அப்போ பெலன் வந்து இசுப்பித்தால் முத்தப்பிள்ளையை வரச்சொன்னார். தந்தசுத்தி பண்ணிக் கொள்ள கூடத்துக்கு கனப்பையின் பேரிலே வந்திருந்து கொண்டு தந்த வனம் பண்ணிக்கொண்டார். அப்போ பிலன் வந்தது. இசுப்பித்தால் முத்தப்பிள்ளை வெளியே பிறப்பட்டுப் போயி அஞ்சாறு நாளாச்சுதே யென்று சொன்னான்.

யிப்படி யிருக்கச்சே சேஷாசல செட்டி வருகிறதைக்கண்டு அவருடனே பின்னையொன்றுஞ் சொல்லுவிக்க வேணுமென்று யிவர் வீட்டுக்கு நாம் போறதுக்கு பல்லக்குக் காரரை அழைத்து வரப் போறானென்று சொல்லுங்கோளென்று சொன்னார். அப்படி

யிருக்கச்சே சேஷாசல செட்டியும் வந்தார். வந்து நாற்காலியின் பேரிலே உளுக்கார்ந்தார். பிற்பாடு ராத்திரி சாப்பிடவில்லையா வென்று கேட்டார். சாப்பிட்டேனென்று சொன்னார். ஆனால் கையைப் பாருமென்றும் கையை நீட்டினார். எனக்கு தாது தெரியாதென்று சொன்னார். அப்படியா உம்முடைய வளவுக்கு வருகுறதுக்கு பல்லக்குக்காரர் வருகுறார்கள். பின்னே சீக்கிரமத்துக்குப்போயி கட்டில் பூட்டினதெல்லாம் முஸ்தீதுப் பண்ணிவையு மென்று சலுதியாகப் போகச்சொன்னார். அவரும் அப்படியே முஸ்தீப்பு பண்ணுகிறே னென்று போயிவிட்டார்.

பிற்பாடு அவருக்கு தாது தெரியாதே அவருடனே சொல்லவேண்டியதென்ன யிருக்குது. பின்னையாராகிலும் தாது தெரிந்தவர்களாயிருந்தால் அனுப்பியுங்கோ ளென்று சொன்னார். அப்போ விசாரிக்குமிடத்திலே சரவணமுதலிக்கு கொஞ்சம் தெரியுமென்று சொன்னார்கள். அவரை அழைத்து வரச்சொல்லி ஆள் அனுப்பிவித்தேன். அவனில்லை வெள்ளைக்காரத் தெருவுக்கு போயிருக்குரானென்று சொன்னார்கள். பிற்பாடு அவனை அழைப்பித்து வரச்சொல்லி தன்னன்டை கூப்பிட்டு அவனிடம் தன்னுட நாவை நீங்கள் தொட்டுப்பாருங்கோளென்று சொன்னதாகவும் அப்போ சத்து திரவம் குறைந்து வருகிறது. ஆனால் நேத்து ராத்திரி யிருந்த வரட்சை யிப்போயில்லை யென்றும் சொன்னாரென்று சொன்னேன். ஆகையினாலே நான் கொஞ்சம் மருந்து சாப்பிடலா மென்று கேட்டார். நல்லது ராத்திரி முஸ்தீப்பு பண்ண மருந்து சாப்பிட்டால் தேவலை யென்று சொன்னேன். அதிலே யென்ன யிருக்குது. அவிழ்தத்தை சாப்பிட்டா மாத்திரம் செத்துப்போறவன் யிருப்பானா? அவிழ்தம் சாப்பிடாமலிருந்து செத்துப் போகாதவன் செத்துப் போவானா பிற்பாடு பார்த்துக் கொள்ளுவோமென்று சொல்லி படுத்துக் கொண்டார்.

பிற்பாடு பத்து மணிக்கி சின்னமுதலி வந்து பெண்டுகளைக் கொண்டு போயி விட்டுப் போட்டு வருகிறேன். சிதம்பரனாத பிள்ளைக்கு காகிதம் குடுத்திருந்ததைக் கொண்டு போயி அவர் கையிலே குடுத்து அவர் மாரிபத்திலே யாராகிலும் பின்னை யார் மாரிபத்தினாலேயும் வழிதிட்டப்படுத்திக் கொண்டு நாளைய தினம் வந்து சேருகுறேன் யென்று சொன்னான். அந்த சேதி பிள்ளையவர்களுடனே சொன்னேன். நல்லது சிதம்பரநாத பிள்ளைக்கி யெழுதுகிற காகிதத்திலே உமக்கு யெத்தனை மனுஷரை அனுப்பிவிச்சும் ஒன்றுக்கும் நீர் ஒன்றும்

கவைப்படுத்தாமலிருக்கிறீர். இனிமேல் யென்னை நீர் யென்னைப் பார்க்கமாட்டீர் யென்று யிது கண்டிப்பான உத்திரவாக யெழுதியனுப்பிவியுங்களென்று சொன்னார். அப்படியேயெழுதி ஒப்பம் போட வேண்டியதற்கு கொண்டுவந்து குடுத்தேன்.

படுத்திருந்தவர் யெழுந்திருந்து உளுக்கார்ந்து கொண்டு ரெண்டு கதவையும் திறந்துவிடச் சொல்லி மூக்குக் கண்ணாடியைப் போட்டுக்கொண்டு அந்தக் கடுதாசியிலே யிதுவே கடைசி கடுதாசியாகப் பார்த்துக்கொள்ளவும் யென்று யெழுதியும் கையெழுத்துப் போட்டார். நான் கடுதாசியைப் பார்த்து என்ன யிப்படி யெழுதி யிருக்கிறார் யென்று யெண்ணிக் கொண்டு அந்தக் கடுதாசியை லக்கோடாப் பண்ணி சரவண முதலி கையிலே குடுத்து அனுப்பிவித்தோம். பிற்பாடு சரீரம் ரொம்ப ஆயாசம்.

(ஆனந்தரங்கரின் கடிதம் மட்டுமல்ல அவரது வாழ்க்கையும் இத்துடன் முற்றுப் பெற்றுவிட்டது. 12.1.1761 காலை 10மணிக்குப் பின் ஆனந்தரங்கப் பிள்ளையின் உயிர் பிரிந்தது. அப்போது அவருக்கு வயது 52. அவர் இறந்து சிலநாட்களில் 17.1.1761 அன்று இங்கிலீசுக்காரர் வசமானது புதுச்சேரி பட்டணம்.)

நாட்குறிப்பு 53

ஆனந்தரங்கப்பிள்ளை நாட்குறிப்பின் ஊடாக...

நாட்குறிப்பும் தொடக்கமும் நிறைவும்

'பிரத்யேகமான ஆனந்தரங்கப்பிள்ளை (துபாஷ்) தினப்படி சேதி குறிப்பு சொஸ்த லிகிதம்' என்பதாகத் தலைப்பிடப்பட்ட ஆனந்தரங்கப்பிள்ளை நாட்குறிப்பு, தமிழ் நள ஆவணி மாதம் 25-க்கு கிறிஸ்து. 1736, ஆண்டு செப்தெம்பர் 6 வியாழக்கிழமை தொடங்குகிறது. 1761 வருசம் செனவரி மாசம் தேதி 12; விக்கிறம வருசம் தை 3 திங்கள் கிழமை 'பிற்பாடு சரீரம் ரொம்ப ஆயாசம்' எனும் வாக்கியத்துடன் முற்றுப்பெறுகிறது. 1736 - 1761. கால் நூற்றாண்டுக் காலம், ஆனந்தரங்கரின் நாட்குறிப்புடன் பயணிக்கிறோம் நாம்!

வணிகச் செய்திகள்

இந்நாட்குறிப்பு எழுதத் தொடங்கிய காலத்திலும் அதன் பின்னரும் ஆனந்தரங்கருடைய பிரதான தொழில் வணிகம். துணி, பவழம், சாராயம், சுண்ணாம்பு போன்றவை அவர் பார்த்த வணிகங்களில் முக்கியமானவை. இவரைப் போன்ற வர்த்தகர்கள் மட்டுமல்ல; அரசு நிர்வாகத்திற்கும், அதில் இடம்பெற்று இருந்தவர்களும் வணிகத்தையே முதன்மையாகக் கொண்டிருந்தனர். வசதி படைத்தவர்களிடம் அரசாங்கமே வட்டிக்குக் கடன் வாங்கியது. அதற்கு மேல் வைத்து இவர்களும் கடன் கொடுத்தனர்.

பல்வேறு காலகட்டங்களில் விழுப்புரம், செங்கல்பட்டு, திருவதிகை, செஞ்சி, வந்தவாசி, காரைக்கால் உள்ளிட்ட கிராமங்களின் வரி வசூலிக்கும் உரிமையும் இவருக்கு வழங்கப்பட்டிருந்தது. இது தொடர்பான கணக்கு வழக்குகளை முறையாகப் பாதுகாத்துப் பராமரித்து வந்தார் ஆனந்தரங்கர். அவரது இறுதிக் காலத்தில், பட்டணத்திலுள்ள முக்கியஸ்தர்கள் ஆஸ்தி பட்டியலைத் தயாரிக்கச் சொல்லி ஆட்சியாளர்களால் மிகவும் துன்புறுத்தப்பட்டார்.

அந்த வகையில் ஆனந்தரங்கரின் நாட்குறிப்பின் பெரும்பாலான பக்கங்களில் வணிகச் செய்திகள் நிறைந்திருக்கின்றன. கப்பலுக்குச் சொந்தக்காரராக விளங்கிய ஆனந்தரங்கர் சொல்லும் கடல் வணிகம், கடல் கொள்ளையர் குறித்தான தகவல்களும் சுவாரஸ்ய மானவை. ஆளுநர்களும் அவர்களைச் சந்திக்க வந்த முக்கியஸ்தர்களும் பரிமாறிக்கொண்ட வெகுமதிகளின் பட்டியலும் நாட்குறிப்பில் பக்கங்களில் விரவியுள்ளன.

துபாஷியானார்

வணிகராகத் தன்னை நிலைநிறுத்திக் கொண்ட ஆனந்தரங்கரின் அடுத்தக்கட்ட பரிணமிப்பு, பிரெஞ்சு அரசாங்கத்தின் துபாஷி ஆனது. தலைமை துபாஷியான கனகராய முதலியாருக்கு அடுத்த நிலையில் இவர் இருந்தார். பின்னர் தலைமைத் துபாஷியாகவும் ஆனார். ஆளுநரை அன்றாடம் சந்திப்பது. நாட்டு நிலவரம் குறித்தத் தகவல்களைத் தெரிவிப்பது. வந்திருக்கும் கடிதங்களை அவர்முன் வைத்து, அவை சொல்லும் தகவல்களை (மொழி பெயர்த்து) சொல்வது, அதற்கான பதில் கடிதங்களை (மொழி பெயர்த்து) எழுதுவது, முக்கியப் பிரமுகர்களை அழைத்து வந்து சந்திக்க வைப்பது - உள்ளிட்டவையே ஆனந்தரங்கரின் அன்றாடப் பணிகளாக இருந்தன.

உரிய நேரங்களில் ஆளுநருக்கு ஆலோசனை சொல்பவராகவும் இவர் இருந்திருக்கிறார். சில தகவல்களை 'வேறு யாரிடமும் சொல்லாதே' எனக் கேட்டுக் கொண்டிருக்கிறார் துய்ப்ளேக்ஸ். ஆளுநர் எதிர்பார்க்கும் எந்தச் சேதியையும் உடனுக்குடன் (மறைக்காமல், மழுப்பாமல்) தெரிவிக்கக்கூடிய திறன் ஆனந்தரங்கருக்கு இருந்தது. பல்வேறு இடங்களில் இருந்தும் தகவல்களைக் கொண்டுவர உளவாளிகளை அரசாங்கம் வைத்திருந்தது. இதே போன்ற ஆட்களை ஆனந்தரங்கரும் வைத்திருந்தார். பல நேரங்களில் அரசாங்கத்திற்கு வரும் முன்பே இவருக்குத் தகவல்கள் வந்தடைந்தன. உதாரணத்திற்கு,

விழுப்புரம் கோட்டை பிரெஞ்சு வசமான தகவல். 'இது எப்படி?' என்று ஆச்சரியப்பட்டார் ஆளுநர்.

துய்ப்ளேக்சும் ஆனந்தரங்கரும்

புதுச்சேரியின் ஆளுநர்களாக இருந்த லெனுவார், துய்மா, துய்ப்ளேக்ஸ், லெறி மற்றும் ராணுவத் தளபதி லல்லி ஆகியோரின் கீழ் ஆனந்தரங்கர் பணியாற்றி இருக்கிறார். இவர்கள் குறித்தான மதிப்பீடுகளையும் அவ்வப்போது குறித்து வைத்திருக்கிறார். ஆனாலும் நாட்குறிப்பின் பெரும்பாலான பக்கங்களில் நிறைந்து இருப்பவர் ஆளுநர் துய்ப்ளேக்ஸ் ஆவார். புதுச்சேரியில் நீண்ட காலம், பன்னிரண்டு ஆண்டுகள் (1742 - 1754) ஆளுநர் பதவியில் இருந்தார் துய்ப்ளேக்ஸ். சென்னையின் முற்றுகையும் வெற்றியும், தேவனாம்பட்டணத்தின் மீதான முயற்சிகளும் தோல்வியும் உள்ளிட்ட ஏராளமான நிகழ்வுகள் இவர் காலத்தில் நடந்தேறின. இந்தக் காலகட்டத்தில்தான் ஆனந்தரங்கர் பெரும் ஏற்றத்தைச் சந்தித்தார். பெரும் நஷ்டத்திற்கு ஆளானதும் துய்ப்ளேக்சினால் தான்.

ஆனந்தரங்கருக்குப் பாராட்டு

காலமறிந்து செயலாற்றும் ஆனந்தரங்கரின் மதிநுட்பம் அவரை காலணி அணிந்தும், வெண்கொற்றக் குடையுடனும், பல்லக்கில் ஏறி, பிரெஞ்சு கோட்டைக்குள் பவனிவர வைத்தது. பட்டணத்தில் பல்வேறு நியாயங்களை விசாரித்துத் தீர்ப்பு வழங்கும் நீதிபதியாக மாற்றியது. ஐதராபாத் நிஜாம் உள்ளிட்ட தேசத்தின் பல்வேறு பகுதிகளில் ஆட்சி செய்து கொண்டிருந்தவர்களிடமும் நட்பை ஏற்படுத்திக் கொடுத்தது. 'றங்கப்புள்ளே மகா புத்திசாலி. இவனைப் போன்ற சமயோசிதக் காரியக்காரன் ஐரோப்பாவிலும் இல்லை; இந்த இந்தியாவிலும் இல்லை' என வானளாவப் புகழ்ந்தார் ஆளுநர் துய்ப்ளேக்ஸ். 'நீ இங்கு இருக்க வேண்டிய ஆள் இல்லை. நிஜாமின் பக்கத்தில் இருக்க வேண்டியவன்' என்றார் சந்தா சாகிப்.

ஆனந்தரங்கருக்கு எதிராக

ஆனந்தரங்கரின் புகழ் வெளிச்சமே அவருக்கு எதிராகவும் அமைந்து விட்டது. இதற்கான முக்கியப் பங்காற்றியவர் மதாம் துய்ப்ளேக்ஸ். ஆளுநர் துய்ப்ளேக்சின் மனைவி. அவரும் ஒரு நிழல் அரசாங்கத்தை நடத்தி வந்தார். 'தனக்குச் சக்களத்தியாய் வந்துவிட்ட' ரங்கப்பனை எப்படியாகிலும் வீழ்த்திவிட வேண்டும் என்பது மதாமின் கனவுகளில் பிரதானமானது. இதற்காக அவர் மேற்கொண்ட பிரயத்தனங்களும் இதனால் ஆனந்தரங்கர் அடைந்த

துன்பங்களும் அதிகம். இதனால் தனக்கு இருந்த துக்கத்தை எழுத முடியாமல் துரை காலில் விழுந்து அழுவோமென்று கூட ஆனந்தரங்கர் யோசனை பண்ணியிருக்கிறார்!

பெண்களுக்கு அதிகாரம்

எந்த வீட்டிலே ஸ்திரீ அதிகாரம் நடக்குதோ அந்த வீடாகிலும் சமஸ்தானமாகிலும் அழியும் என்பதைச் சாஸ்திரமாக நம்பினார் ஆனந்தரங்கப் பிள்ளை. அதேசமயம் தனது மனைவி குறித்து, 'மகா பதிவிரதா சிரோன்மணி, மகா பகவதி, மகா புண்ணியசாலி, மகா கீர்த்தி பெற்ற யோகசாலி' என்றெல்லாம் புகழ்ந்திருப்பதும், சொல்லி இருப்பதும், பெரியப்பா பேத்தி நயினம்மாள் இறந்தபோது, 'வெகு புத்திசாலி, படிச்ச சாஸ்திரிகள் கூட யிப்படி சமத்காரமாய் உத்திரம் பிரதியுத்தரம் சொல்ல மாட்டார்கள்' எனப் பாராட்டியதும் குறிப்பிடத்தக்கது.

மதம் மாறவில்லை

புதுச்சேரி பிரெஞ்சு அரசாங்கத்தில் துபாஷி பதவிக்கு வருபவர்கள் கிறிஸ்துவர்களாக இருக்க வேண்டும் எனும் எழுதப்படாத விதியை உடைத்து கடைசி வரையில் ஆனந்தரங்கர் மதம் மாறவில்லை. இதுதொடர்பான குறிப்புகள் அவரது மனோ வலிமையைக் காட்டுகின்றன.

துய்ப்ளேக்ஸ் புறப்பாடு

நீண்ட நெடிய ஆட்சிக்குப் பிறகு 1754 அக்டோபரில் துய்ப்ளேக்ஸ் கப்பலேறியபோது, 'எனது உடல் இந்த மண்ணில் தான் விழும்' என முன்பு அவர் பேசியதை நினைத்துப் பார்க்கும் ஆனந்தரங்கர், அவருக்கு லட்சம் லட்சமாகச் சம்பாதித்துக் கொடுத்ததையும் நினைத்துப் பார்க்கிறார். இறுதியில் தனக்குக் கொடுக்க வேண்டிய பணத்தைத் தராமல் ஏமாற்றிவிட்டுக் கப்பலேறியது தான் ஆனந்தரங்கரின் நெஞ்சில் ரணத்தை ஏற்படுத்தி நிலைத்து விடுகிறது.

கோட்டை கொத்தளங்கள்

பிரெஞ்சுப் படையினரின் சென்னை முற்றுகையையும், அவர்களது வெற்றியையும், அதன்பிறகு அங்கு நடந்த அவர்களின் ஆட்சி அலங்கோலங்களையும் இந்நாட்குறிப்பு நமக்குச் சொல்கிறது.. தமிழ்நாட்டின் பல்வேறு பகுதிகளில் இருந்த 72 பாளையங்கள், கோட்டை கொத்தளங்கள் பற்றிய குறிப்புகளையும் நாம் தெரிந்து கொள்கிறோம். விழுப்புரம் உள்ளிட்ட பல இடங்களில் கோட்டை

இருந்த இடத்தை இன்றளவும் கண்டறிய இயலவில்லை என்பது குறிப்பிடத்தக்கது. பல்வேறு போர்கள், கர்நாடகாவில் நிலவிய குழப்பம் குறித்த விவரங்களையும் இந்நாட்குறிப்பின் வாயிலாக நம்மால் அறிந்துகொள்ள முடிகிறது.

தீவிர விசுவாசி

'தேவரீர்' ஆளுநர்களை நோக்கி ஆனந்தரங்கர் விளிப்பது. 'நான் உங்கள் அடிமை' ஆளுநர்களிடம் ஆனந்தரங்கர் அடிக்கடி பயன்படுத்திய வார்த்தை. 'ஐம்பது வருஷமாய் பிரான்சு கொடியின் கீழ், அவர்களது நிழலில் இருந்து வருபவன்... என் உடம்பில் ஓடுவது அவர்கள் இரத்தம். இந்தச் சரீரம் அவர்களுக்கானது' என்பதெல்லாம் அவரது தீவிர விசுவாசத்தைக் காட்டுவதாக இருக்கிறது.

துணிச்சல் மிக்கவர்

பிரெஞ்சு அரசாங்கத்தின் எதிரியான ஆற்காடு நவாப் மாபூஸ்கான், திருக்காஞ்சியில் முகாமிட்டு, சமாதானத்திற்குப் புதுச்சேரி வருவதற்கு முன்வந்தார். அப்போது அவர் வைத்த ஒரே நிபந்தனை: என்னை அழைப்பதற்கு ஆனந்தரங்கப்பிள்ளை இங்கே வர வேண்டும். ஆனால் இவரை அனுப்புவதற்கு ஆளுநர் துய்ப்ளேக்ஸ் தயங்கினார். காரணம், சென்னை முற்றுகையின் போது அடிபட்டு ஓடிய மாபூஸ்கான் இதற்குக் காரணமாக ஆனந்தரங்கரைக் கருதி இருந்தது. ஆனாலும் கூட தானே முன்வந்து தூதுவராகப் போனார் ஆனந்தரங்கப்பிள்ளை. இவரது துணிச்சலைக் கண்டு வியந்தார் ஆற்காடு நவாப்.

கொள்ளைபோன பட்டணங்கள்

சென்னை பட்டணம் - ஆனந்தரங்கரின் பார்வையில் குபேர பட்டணம், ஸ்வர்ண பட்டணம். பிரெஞ்சு ஆளுகையின் போது இந்தப் பட்டணம் கொள்ளைப் போவது குறித்து மிகவும் அரற்றினார் ஆனந்தரங்கர். பிரெஞ்சுக்காரர்கள் அங்கிருந்து வெளியேறியபோது கோட்டையில் கிடா வெட்டு நடந்ததையும் மகிழ்ச்சியுடன் பதிவு செய்திருக்கிறார் ஆனந்தரங்கர். புதுச்சேரி பட்டணமும் அதனைச் சுற்றியுள்ள பகுதிகளும், பிரெஞ்சுக் காரர்கள், ஆங்கிலேயர், மராத்தியர், முகலாயர், மைசூர் படையினர் எனச் சகலராலும் கொள்ளையடிக்கப்பட்டது. பல நேரங்களில் சூறையாடப்பட்டது. அப்போது, தண்ணீர்க் குடம் தளும்புராப் போலே ராத்திரியும் பகலும் திகிலில் செத்துப் போகும் ஜனங்கள் குறித்து மிகவும் தாபந்தப்பட்டார் ஆனந்தரங்கர். 1761 இல்

இங்கிலீஷ் படையினரால் புதுச்சேரி சூறையாடப்பட்டு தரைமட்ட மாக்கப்பட்டது. இதற்குச் சில நாட்களுக்கு முன்பு தான் ஆனந்தரங்கர் காலமாகிவிட்டார். இருந்திருந்தால் அவரது நாட்குறிப்பில் இதுவும் பதிவாகி இருக்கும்.

கொண்டாட்டமும் துக்கமும்

புதுச்சேரி பட்டணத்தில் நிகழ்ந்த கொண்டாட்ட நிகழ்வுகளை இவர் விவரிப்பது, அலாதியானது. உதாரணம்: சந்தா சாகிப் வீட்டுத் திருமணம். அதில் இடம்பெற்ற சீர்வரிசை விவரங்கள். அதேபோல் துக்க நிகழ்வுகளிலும் பார்வையாளராக மட்டுமின்றி பங்கேற்பாளராகவும் மாறி விவரணைகளை வழங்குகிறார் ஆனந்தரங்கர். பெரிய துபாஷி கனகராய முதலியார், துய்ப்ளேக்ஸ் மாமியார் மதாம் அல்பேர், ஆனந்தரங்கரின் மனைவி மங்கத்தாயம்மாள் ஆகியோரது இறுதிச் சடங்கு நிகழ்வுகளைச் சொல்லலாம்.

பிள்ளையின் பரிவு

மக்கள் படும் இன்னல்களை ஆட்சியாளர் கவனத்திற்குக் கொண்டு செல்ல ஆனந்தரங்கர் தவறியதில்லை. ஆளுநர் துய்ப்ளேக்ஸ் தனக்கு முத்திரை வந்த சந்தோஷத்தில் இருந்தபோது, வெற்றிலை விலையை எப்போதும் போலவே உயர்த்தி விற்கும் அனுமதியைப் பெற்ற ஆனந்தரங்கர், 1760இல் இங்கிலீஷ்காரர்களின் போர் முற்றுகையின் போது குடிகளின் மீது வீட்டு வரி போடப்பட்டது. அப்போது, 'புதுச்சேரி பட்டணத்தில் வெகுசனம் பட்டினியாய் கிடக்கும் இந்த நேரத்தில் இது ஆகாது' என மக்களுக்காகப் பரிந்துப் பேசினார். காலமாகிப் போன பெரிய துபாஷி கனகராய முதலியார் எப்போதும் ஆனந்தரங்கரின் சத்ருவாகவே இருந்தார். அவரது தம்பி, சின்ன முதலியார் என்றழைக்கப்பட்ட தானியப்ப முதலியாரை சிறையில் தள்ளப் பிரெஞ்சுப் படைத்தளபதி லாலி உத்தரவிட்டபோது, 'மூணு தலைமுறையாக கம்பெனி உத்தியோகம் பார்த்தவர்கள். பெரிய மனுஷராய் இருந்தவர்கள். அவரை அப்படி அவமரியாதை செய்யாதீர்கள்' என்று பரிந்து பேசியதும் இங்குக் குறிப்பிடத்தக்கது.

அதிசயங்கள்

நாட்குறிப்பின் ஒவ்வொரு நாள் தொடக்கமும் 'இத்தனாள் நடந்த அதிசயம் என்னவென்றால்' என்றுதான் தொடங்குகிறது. அந்தவகையில் ஆனந்தரங்கருக்கு ஒவ்வொரு நாளும் ஓர் அதிசயம்தான்! பகலில் நட்சத்திரம் தெரிந்தது, பூசணிக்காய் அளவு

நட்சத்திரம் மண்ணில் விழுந்தது, வால் முளைத்த நட்சத்திரத்தை (தூமகேது) பார்த்தது போன்ற அதிசயங்களைப் பார்த்த ஆனந்தரங்கருக்கு, ஒருமுறை பிரெஞ்சு ஆளுநர் குடும்பத்தினர் பிச்சை வழங்குவதும் அதிசயமாகவேபட்டது. ஊரெங்கும் மதுக் கடைகளும் சாராயக் கடைகளும் நிறைந்துள்ள புதுச்சேரி பட்டணத்தில் 1741 பிப்ரவரி முதல் ஆகஸ்ட் வரை ஐந்தாறு மாதங்கள் கள், சாராயம் விற்கத் தடை விதிக்கப்பட்டது என்பதும் அதிசயந்தான்! புதுச்சேரியில் 1745 நவம்பரில் வீசிய பெருங்காற்று, அது ஏற்படுத்திய சேதம் குறித்து நாட்குறிப்பு தரும் கவலை தோய்ந்த விவரங்கள், அண்மைக்காலப் புயல்கள், புதுச்சேரி, சென்னை, கடலூர் பட்டிணங்கள் அடைந்த துன்பங்கள், துயரங்கள் நம் கண் முன்னே வந்து நிற்கின்றன.

அழகியல்

தஞ்சைத் தரணியின் பசுமையை விவரிப்பது, முக்கியப் பிரமுகர்கள் குறித்து (வாட்ட சாட்டமான, குள்ளமான, உயர்ந்த, கருத்த) அடையாளங்களுடன் சொல்லுவது, மலாக்கா மனிதக் குரங்கின் சேட்டைகளை ரசிப்பது, எதிராளி வீசிய தீக்குடுக்கை 'வெகு தொந்தியுள்ளவன் நடக்க மாட்டாமல் மெல்ல வருவானே அப்படி வருவதாக' வர்ணிப்பது, போன்ற சமயங்களில் ஆனந்தரங்கரின் அழகியல் வெளிப்படுகிறது. பல்வேறு இடங்களில் அணிவகுத்தப் படையணிகள் குறித்து, நேரில் பார்க்காமல் இருந்தாலும் நேரில் பார்த்தது போல் விவரித்து எழுதுவது நமக்கு ஆச்சரியத்தை ஏற்படுத்துகிறது.

இறை நம்பிக்கை

நிறைந்த இறை நம்பிக்கை உடையவர் ஆனந்தரங்கப்பிள்ளை. தனக்கு இக்கட்டு வந்த வேளைகளிலும் கூட, 'நாம் ஒருத்தருக்கும் பொல்லாப்பு நினையாமல் நன்மையையே நினைக்கிற படியினாலே எல்லாரையும் சுவாமி காப்பார். எவர்கள் பொல்லாத காரியம் நினைக்கிறார்களோ அவர்களுக்குப் பங்கம் வரும்' எனும் நம்பிக்கையுடன் இருந்தார். அதேபோல் சகுனம், ஜோதிடம், சாத்திரம் இவற்றில் மிகுந்த நம்பிக்கையுடையவர் ஆனந்தரங்கப் பிள்ளை. நாட்குறிப்பின் வழிநெடுகிலும் இவற்றை நாம் பார்க்கலாம். இவர் நம்பியது மட்டுமல்லாமல், ஆட்சியாளர் களுக்கும் அடிக்கடி எடுத்துச் சொல்லி அவர்களையும் நம்பச் செய்தார். 'நீ சாஸ்திரக்காரன் சொல்லுகிறாப் போலே சொல்லுகிறாய். உன் வாக்கிலே என்ன பிறக்கிறதோ

அந்தப்படிக்கெல்லாம் சரியாய் நடக்கிறது' என ஆளுநர் துய்ப்ளேக்ஸ் இவரைப் பாராட்டியது குறிப்பிடத்தக்கது. பூனை குறுக்கே சென்றபோது சகுனத் தடையாகக் கருதினார் ஆனந்தரங்கர். தனக்குப் பல் விழுந்ததற்கும் கூட சாஸ்திரம் பார்த்தது அவரது நம்பிக்கையின் உச்சக்கட்டம்!

குறள் பற்றாளர்

உலகப் பொதுமறையாம் திருக்குறளின் மீது ஆனந்தரங்கருக்கு மிகுந்த ஈடுபாடு இருந்தது. நாட்குறிப்பின் பல இடங்களில் வள்ளுவரின் குறளைப் பயன்படுத்தி இருக்கிறார். குறள் பற்றாளரான சென்னப்பட்டணம் சித்துக்காட்டு சின்னதம்பி முதலியாருடனான இவரது சந்திப்பு குறிப்பிடத்தக்கது. மேலும் அன்றைய தினம் பாடல்கள் சுவடி வடிவில் தமிழர்களின் மத்தியில் பரவி இருந்ததையும் நம்மால் புரிந்துகொள்ள முடிகிறது.

தமிழர் தலைவர்

தமிழர்களின் நம்பிக்கைக்கு உரியவராகத் திகழ்ந்த ஆனந்தரங்கப் பிள்ளை, தமிழர்களுக்காகப் பல நேரங்களில் ஆட்சியாளர்களிடம் பரிந்து பேசியிருக்கிறார். இதனால் தமிழர்களின் தலைவர், கவர்னர் என்றெல்லாம் போற்றப்பட்டார். இவ்வளவு அதிகாரத்தில் இருந்தபோது, வேதபுரீஸ்வரர் கோயில் இடிப்புச் சம்பவத்தில் ஆனந்தரங்கர் அமைதி காத்தது இன்றளவும் பேசு பொருளாக இருக்கிறது.

மதம் சாதிகள்

இந்திய ராச்சியத்தில் இருப்பவர்களைத் துலுக்கர், ரசபுத்திரர், க்ஷத்திரியர், கன்னடியர், தெலுங்கர் எனக் குறிப்பிடும் ஆனந்தரங்கர், புதுச்சேரி வாசிகளை, வெள்ளையர், சட்டைக்காரர், தமிழர், துலுக்கர் என்றே வகைப்படுத்துகிறார். பட்டணத்தில் வாழ்ந்த பல்வேறு சாதிகளை நாட்குறிப்பின் ஊடாகப் பதிவு செய்யும் ஆனந்தரங்கப்பிள்ளை, கிறிஸ்துவர்களிலேயும் தமிழ்க் கிறிஸ்துவர் (பண்ணிப் பறைச்சேரி பறையர், பெரிய பறைச்சேரி பறையர், சுடுகாட்டுப் பறைச்சேரி பறையர், உழந்தை பறச்சேரி பறையர்) எனப்படுவோரையும் குறிப்பிடுகிறார்.

மேலும், கிறிஸ்துவர், துலுக்கர் என மதரீதியாகக் குறிப்பிடும் போது, பிராமணர், இடையர், முதலியார், செட்டியார், வெள்ளாளர், கைக்கோளர், பள்ளி உள்ளிட்டச் சாதியினரை 'தமிழர்' என்றே குறிப்பிடுவதும், ஈஸ்வரன் கோயிலைத் தமிழர் கோயில்

என்பதும், இதில் எங்கும் 'இந்து' எனும் வார்த்தையைப் பயன்படுத்தவில்லை என்பதும் இங்குக் குறிப்பிடத்தக்கது! பொது ஆண்டு 10-11 நூற்றாண்டுகளில் காணப்பட்ட இடங்கை, வலங்கை விவகாரம், 18ம் நூற்றாண்டிலும் புதுச்சேரியில் தொடர்ந்ததையும், 15-16 நூற்றாண்டுகளில் குறிப்பிடப்படும் தாசிகள், இப்போதும் நடனமாடியதையும் நாட்குறிப்பின் மூலம் நாம் அறியமுடிகிறது. தாழ்த்தப்பட்டவர்கள் மீதான ஆனந்தரங்கரின் பார்வையும் விமர்சனத்துக்கு உரியதாகும்.

உடைந்து போன தருணங்கள்

தனது மகள் பாப்பம்மாள் திருமணமாகி சில நாட்களில் இறந்து போனபோது மிகவும் உடைந்தார் ஆனந்தரங்கர். 'என் நெஞ்சு இரும்பினால் பண்ணினதே அல்லாமல் மாமிசத்தினால் செய்தது அல்ல' என மனம் வெதும்பினார். மேலும், மனைவியின் மரணத்தைவிட ஆனந்தரங்கரை மிகவும் பாதித்தது, அவரது திருவேங்கிடபுரம் அக்கிரகாரம் மைசூர் படையினரால் சூறையாடப்பட்டதுதான். ஏனென்றால் இது அவரது தந்தையாரால் உருவாக்கி வைக்கப்பட்ட தர்மம்.

'மனைவி மங்கத்தாள் மறைவில் கூட என் மனதில் துக்கமில்லை. அஞ்சு வருஷமாக வராத பிரச்னைகள் எல்லாம் வந்தது, இருபது லட்சம் ரூபாய் செலவானது. அப்போதெல்லாம் நான் கவலைப்பட வில்லை. ஆனால் இந்தத் தருமம் (அக்கிரகாரம்) போனதுக்கு யெனக்கு யிருக்கிற மனசு தாழ்ந்தும் யிந்த மட்டுக்கும் இல்லை' என மனமுடைந்து எழுதுகிறார் ஆனந்தரங்கப்பிள்ளை. இந்தத் தர்மத்தைக் குலைத்தவர்களை 'பிச்சைக்கார தாயோழிகள்' எனத் திட்டுவது, ஆனந்தரங்கரின் கோபத்தின் உச்சக்கட்டம்!

ஆனந்தரங்கரின் இறுதி நாட்கள்

பிரெஞ்சு நிர்வாகத்தில் பெரும் வணிகராக, நியாயங்களை வழங்கும் நியாயஸ்தராக, அதிகாரமிக்க தமிழர் தலைவராக வலம் வந்தவர் ஆனந்தரங்கப் பிள்ளை. பல்வேறு குணநலன்கள் கொண்ட பிரெஞ்சு ஆளுநர்கள், அவர்களுடைய உறவினர், அவருக்கு நெருக்கமானவர்கள் என உருவாகி இருந்த அதிகார மையங்கள், தமிழர்களுக்குள்ளேயே உருவாகியிருந்த எதிராளிகள், வெளியில் இருந்தும் வரக்கூடிய எதிர்ப்புகள் இத்தனையையும் எதிர்கொண்டு, சமாளித்து, எதிர்நீச்சல் போட்டுத் தனது வாழ்க்கைப் பாதையை கடந்து வந்தவர் ஆனந்தரங்கப்பிள்ளை.

உடல்நலம் தொடர்ந்து பாதிக்கப்பட்டது, மனைவியின் மரணம், தந்தையின் சொத்து சூறை, அதிகாரங்கள் பறிப்பு, தம்பி மகனுக்குச் சிறை, தன்னையும் பல மணி நேரம் அன்ன ஆகாரம் இல்லாமல் காவலில் உட்கார வைத்தது - இப்படியாக ஆனந்தரங்கரின் இறுதி நாட்கள் வேதனையும் சோதனையும் மிக்கதாகவே அமைந்துவிட்டது.

52 வயதிலேயே ஆனந்தரங்கப்பிள்ளை அவர்களின் ஆயுள் முடிந்துவிட்டது. 25 ஆண்டுகாலம் அவர் எழுதி வந்த நாட்குறிப்பும் இதோ முற்றுப்பெறுகிறது. ஆனந்தரங்கர் மறைந்து 262 ஆண்டுகள் ஆகின்றன. ஆனாலும் அவரது நாட்குறிப்பு, சலனப்படக் காட்சிகளைப் போல் இன்றும் நம் கண் முன்னே விரிகிறது... நாளையும் விரியும்... அவரை நாம் தொடர்ந்து வாசிப்பதன் மூலமாக..!

துணை நின்ற நூல்கள்

- ஆனந்தரங்கப்பிள்ளை நாட்குறிப்பு (தொகுதி 1 முதல் 8 வரை), வெளியீடு: கலை பண்பாட்டுத் துறை, புதுவை அரசு. 1998.
- ஆனந்தரங்கப்பிள்ளை நாட்குறிப்பு (தொகுதி 9 முதல் 12 வரை), வெளியீடு: மொழியியல் பண்பாட்டு ஆராய்ச்சி நிறுவனம், புதுவை. 2005.
- ஆனந்தரங்கப் பிள்ளை காலத் தமிழகம் (1736 61), இர.ஆலாலசுந்தரம். வெளியீடு: ஜிஆர்எஸ் பதிப்பகம், புதுச்சேரி. 1999.
- ஆனந்தரங்கப்பிள்ளையும் நாட்குறிப்பும், புதுவை நா.இராசசெல்வம். வெளியீடு: செம்பியன் சேரன் பதிப்பகம், புதுச்சேரி.2012.
- சோழர்கள், கே.ஏ.நீலகண்ட சாஸ்திரி, வெளியீடு: நியூ செஞ்சுரி புக் ஹவுஸ் (பி) லிமிடெட், சென்னை, 2007.
- வானம் வசப்படும், பிரபஞ்சன், வெளியீடு: நற்றிணை பதிப்பகம், சென்னை, 2012.

தமிழகத்தில் ஆசீவகர்கள்

ர. விஜயலட்சுமி

தமிழ் மொழியில், இலக்கியத்தில், இலக்கணத்தில், வட்டார வழக்கில், தத்துவ விளக்கங்களில், பழமொழிகளில், சமய இலக்கியங்களில், நீதிநூல்களில் பொதிந்து கிடக்கும் ஆசீவகத்தின் கருத்துகளை ஆசிரியர் நமக்குத் தேடி அளித்திருப்பது தமிழ் மொழிக்கு அவர் செய்திருக்கும் ஓர் அரிய பங்களிப்பாகும்.

சமணர் கழுவேற்றம்

கோ. செங்குட்டுவன்

சமணர் கழுவேற்றம் - புனைவா? வரலாறா?
என்பது குறித்த விவாதம் 1800களின் இறுதியில் தொடங்கி
இன்றுவரை தொடர்கிறது. இலக்கியம், சிற்பங்கள்,
வரலாற்று ஆவணங்கள், கள ஆய்வுகளுடன், மேல்சித்தாமூர்
சமண மடத்தின் மடாதிபதி அவர்களின் நேர்காணல்
என கிடைத்திருக்கும் ஆதாரங்களின் ஊடாக
ஒரு முடிவைத் தேடும் முயற்சிதான் இந்நூல்.

www.ingramcontent.com/pod-product-compliance
Lightning Source LLC
LaVergne TN
LVHW100413051026
849518LV00004B/1265